பாராட்டு மழையில்!

“நான் இந்நூலின் முதல் பதிப்பைப் படித்தபோது, பெர்க்கின்ஸ் இதில் விவரித்துள்ள பொருளாதாரச் சூறாவளியை, ஒரு சில ஆண்டுகளுக்குப் பின் நானே எதிர்கொள்வேன் என்பதை நான் அறிந்திருக்கவில்லை. பொருளாதார ஆதிக்கத்தை நிலை நிறுத்துவதற்காக ஜனநாயகத்தைக் காவு கொடுக்கத் தயங்காத அதிகாரமிக்க சர்வதேச நிதி நிறுவனங்களின் மூர்க்கத்தனமான தாக்குதலை எதிர்கொண்ட என்னுடைய அனுபவங்களோடு பெர்க்கின்ஸின் விவரிப்பு மிகவும் கச்சிதமாக ஒத்துப் போகிறது. அரசியல், சமூக மற்றும் பொருளாதார சக்திகளின் உண்மையான மூலாதாரங்கள் எங்கே இருக்கின்றன என்பதை நமக்குத் தோலுரித்துக் காட்டுகின்ற விசிலூதிகள் எண்ணற்றோர் தேவைப்படுகின்ற இவ்வுலகிற்கு பெர்க்கினஸ் மிக முக்கியமான ஒரு பங்களிப்பை அளித்துள்ளார்.”

– யானிஸ் வருஃபாகிஸ்
முன்னாள் கிரீஸ் நாட்டு நிதியமைச்சர்

“பத்தாண்டுகளுக்கு முன்பு ஒரு முக்கியமான உண்மையை வெளிச்சம் போட்டுக் காட்டியிருந்த இந்நூலின் முதற்பதிப்பு எனக்கு மிகவும் பிடித்திருந்தது. அதற்குப் பின்னர் நடந்த அட்டூழியங்களைப் பற்றியும், சவமாகிப் போன ஒரு பொருளாதாரத்தை உயிர்த்துடிப்புமிக்க ஒன்றாக மாற்ற நம்மால் என்ன செய்ய முடியும் என்பதைப் பற்றியும் இப்புதிய பதிப்பு எடுத்துரைக்கிறது.”

– யோக்கோ ஓனோ
ஜப்பானியப் பாடகி, கலைஞர் மற்றும் அமைதி ஆர்வலர்

“பெர்க்கின்ஸும் பிறரும் ‘பெருநிறுவனத்துவம்’ என்று அழைக்கின்ற, பெருநிறுவனங்கள், மிகப் பெரிய நிதி நிறுவனங்கள், அமெரிக்க அரசு ஆகியவற்றுக்கு இடையே நிலவும் உறவுகள் மற்றும் பிணைப்புகள் குறித்து அதிருப்தியும் அவநம்பிக்கையும் கொண்டுள்ள அமெரிக்கக் குடிமக்களின் உணர்வுகளை இந்நூல் துல்லியமாகப் பிரதிபலிக்கிறது.”

– ‘நியூயார்க் டைம்ஸ்’ பத்திரிகை

"கபட உலகின் நிகழ்வுகளை ஒரு துப்பறியும் நாவலைப்போல விறுவிறுப்பாக எடுத்துரைக்கிறது இந்நூல். இந்நூலைப் படிக்க நாங்கள் தாராளமாகப் பரிந்துரைக்கிறோம்."

– **'லைப்ரரி ஜர்னல்'** பத்திரிகை

"அமெரிக்கச் சமுதாயத்தின் செழிப்பு உலகின் பிற நாடுகளின் சுரண்டல்களிலிருந்து வருகிறது என்ற, இதயத்தை நொறுக்குகின்ற உண்மையை மறுக்க முயற்சித்துக் கொண்டிருக்கின்ற அமெரிக்கக் குடிமக்களுக்கானது இந்நூல்."

– **'உட்னே ரீடர்'** பத்திரிகை

"பெர்க்கின்ஸ் அம்பலப்படுத்துகின்ற விஷயங்களைப் பெரும்பாலான அமெரிக்கர்களால் நினைத்துக்கூடப் பார்க்க முடியாது. ஆனால் அவர் முன்வைக்கின்ற சான்றுகள் அச்சுறுத்துபவையாக இருக்கின்றன. அமெரிக்கர்கள் தங்களுடைய அரசியல் தலைவர்கள் மற்றும் பெருநிறுவனத் தலைவர்களின் செயல்பாடுகளை ஆராய்வதற்கும், இந்த உலகை மேன்மேலும் ஆபத்தான ஒன்றாக மாற்றிக் கொண்டிருக்கின்ற அழிவு நடவடிக்கைகளை நிறுத்துவதற்குக் குரல் கொடுப்பதற்குமான தேவை உருவாகியுள்ளது."

– **'சார்லட் அப்சர்வர்'** பத்திரிகை

ஒரு பொருளாதார அடியாளின் கூடுதல் வாக்குமூலம்

அமெரிக்கா எப்படி இவ்வுலகை நயவஞ்சகமாகத்
தன் ஆதிக்கத்தின் கீழ் கொண்டுவந்தது?

ஜான் பெர்க்கின்ஸ்

தமிழில்: PSV குமாரசாமி

MANJUL
மஞ்சுள் பப்ளிஷிங் ஹவுஸ்

First published in India by

Manjul Publishing House

Corporate and Editorial Office
• 2nd Floor, Usha Preet Complex, 42 Malviya Nagar, Bhopal 462 003 - India

Sales and Marketing Office
• C-16, Sector 3, Noida, Uttar Pradesh 201301, India
Website: www.manjulindia.com

Distribution Centres
Ahmedabad, Bengaluru, Bhopal, Kolkata, Chennai,
Hyderabad, Mumbai, New Delhi, Pune

Tamil translation of *The New Confessions of an Economic Hitman*

Copyright © John Perkins, 2016

The English edition first published by Berrett-Koehler Publishers, Inc.,
San Francisco, CA, USA.

All Rights Reserved.

This edition first published in 2022

ISBN 978-93-5543-140-0

Translated by PSV Kumarasamy

Printed and bound in India by Thomson Press (India) Ltd.

உண்மை, அன்பு, கற்பனை ஆகியவற்றின் சக்தியைப் பற்றி எனக்குக் கற்றுக் கொடுத்த என்னுடைய பாட்டி லூலா பிரிஸ்பின் மூடிக்கும், தானும் தன்னுடைய தலைமுறையினரும் சுவீகரிக்க விரும்புகின்ற ஓர் உலகை உருவாக்கத் தேவையான அனைத்தையும் செய்ய எனக்கு உத்வேகமூட்டுகின்ற என் பேரன் கிராண்ட் ஈதன் மில்லருக்கும் நான் இந்நூலைக் காணிக்கையாக்குகிறேன்.

உள்ளடக்கம்

நுழையுமுன்

பெருநிறுவனங்களின் ஆலோசனையாளர்கள் என்ற பதவிக்குப் பின்னால் ஒளிந்து கொண்டு, உலகெங்குமுள்ள பல நாடுகளைத் திட்டமிட்ட முறையில் நயவஞ்சகமாக ஏமாற்றிப் பல்லாயிரக்கணக்கான கோடி டாலர்களைச் சூறையாடுகின்ற தொழில்முறை நபர்கள்தாம் பொருளாதார அடியாட்கள். உலக வங்கி, சர்வதேச வளர்ச்சிக்கான அமெரிக்க நிதியுதவி நிறுவனம், பிற சர்வதேச நிதியுதவி நிறுவனங்கள் போன்றவற்றிலிருந்து பில்லியன் கணக்கான டாலர்களை மடை மாற்றி, பெருநிறுவனங்களின் பாக்கெட்டுகளையும், இப்புவியின் இயற்கை வளங்களைத் தங்களுடைய கட்டுப்பாட்டில் வைத்திருக்கின்ற ஒரு சில செல்வந்தர்களின் பாக்கெட்டுகளையும் நிரப்புவதே அவர்களுடைய தலையாய பணியாகும். பொருளாதார அறிக்கைகளில் தில்லுமுல்லு செய்வது, ஜனநாயகத் தேர்தல்களில் தில்லுமுல்லு செய்வது, இலஞ்சம் கொடுப்பது, மிரட்டுவது, பெண்களைப் போகப் பொருட்களாகப் பயன்படுத்திக் காரியம் சாதிப்பது, இவ்வளவு ஏன், கொலைகூடச் செய்வது இவர்கள் சர்வசாதாரணமாகப் பயன்படுத்துகின்ற உத்திகளாகும். வரலாறு நெடுகிலும் பேரரசுகள் கடைபிடித்து வந்த போக்கைத்தான் இவர்களும் பயன்படுத்துகின்றனர் என்றாலும், உலகமயமாக்கம் நடந்து கொண்டிருக்கின்ற இக்காலகட்டத்தில், அந்த உத்திகள் புதிய, பயங்கரமான பரிமாணங்களை எடுத்துள்ளன.

இது எனக்கு எப்படித் தெரியும் என்று கேட்கிறீர்களா? ஏனெனில், ஒரு சமயத்தில் நானும் ஒரு பொருளாதார அடியாளாக இருந்தவன்தான்.

1982 இல் 'ஒரு பொருளாதார அடியாளின் மனசாட்சி' என்ற தலைப்பில் நான் ஒரு புத்தகத்தை எழுதத் தொடங்கினேன். மேற்குறிப்பிடப்பட்டப் பத்தியுடன்தான் அதை நான் தொடங்கினேன். இரண்டு நாடுகளின் தலைவர்களுக்கு அப்புத்தகத்தை நான் அர்ப்பணித்திருந்தேன். எக்குவடோர்

நாட்டு அதிபர் ஜெயிம் ரோல்டோஸும் பனாமா நாட்டு அதிபர் ஓமர் டோரிஜோஸும்தான் அவர்கள் இருவரும். நான் பெரிதும் மதித்தத் தலைவர்கள் அவர்கள். ஒரு பொருளாதார அடியாள் என்ற முறையில் தொழில்முறைரீதியாக நான் அவர்கள் இருவருடனும் பழகி வந்தேன். அவர்கள் இருவருமே தனித்தனியே ஒரு கொடூரமான விமான விபத்தில்தான் உயிரிழந்தனர். அவர்கள் இருவருடைய மரணங்களும் விபத்துகள் அல்ல. அவர்கள் படுகொலை செய்யப்பட்டனர். உலகளாவிய பேரரசு ஒன்றை நிறுவுவதைக் குறிக்கோளாகக் கொண்டிருந்த பெருநிறுவன, அரசாங்க மற்றும் சர்வதேச வங்கிகளின் தலைவர்களின் கூட்டணியை அவர்கள் எதிர்த்ததுதான் அவர்கள் கொல்லப்பட்டதற்குக் காரணம். அவர்கள் இருவரையும் எங்களுடைய வழிக்குக் கொண்டுவருவதற்கு, பொருளாதார அடியாட்களாகிய நாங்கள் தவறியிருந்ததால், அமெரிக்க சிஐஏ அமைப்பின் ஆசி பெற்று இயங்கி வந்த, 'ஜாக்கல்கள்' என்ற வேறு விதமான அடியாட்கள் களத்தில் இறங்கிக் காரியத்தை முடித்தனர்.

நான் எழுதத் தொடங்கிய புத்தகத்தைக் கைவிடும்படி நான் நிர்ப்பந்திக்கப்பட்டேன். அடுத்த இருபது ஆண்டுகளில் இதை மீண்டும் எழுத நான் நான்கு முறை முயன்றேன். உலகத்தில் நடைபெற்றச் சில சம்பவங்களே ஒவ்வொரு முறையும் என்னை எழுதத் தூண்டின. 1989 இல் பனாமா நாட்டுக்குள் அமெரிக்கப் படையினர் புகுந்த சம்பவம், முதல் வளைகுடாப் போர், சோமாலியாவில் நடைபெற்றச் சம்பவங்கள், ஒசாமா பின் லேடனின் வளர்ச்சி ஆகியவையே அவை. ஆனால், ஒவ்வொரு முறையும், இலஞ்சமும் அச்சுறுத்தலும் மேலே தொடரவிடாமல் என் கைகளைக் கட்டிப் போட்டன.

2003 இல் ஒரு பன்னாட்டு நிறுவனத்திற்குச் சொந்தமாக இருந்த ஒரு பிரபலமான பதிப்பகத்தின் தலைவர், 'ஒரு பொருளாதார அடியாளின் ஒப்புதல் வாக்குமூலம்' நூலின் கையெழுத்துப் பிரதியைப் படித்துப் பார்த்தார். அதை அவர், "இந்த உலகிற்குக் கண்டிப்பாகச் சொல்லப்பட வேண்டிய ஒரு விறுவிறுப்பான கதை," என்று வர்ணித்தார். ஆனால், தன்னுடைய நிறுவனத்தின் சர்வதேசத் தலைமையகத்தைச் சேர்ந்த நிர்வாகிகள், தான் அதைப் பதிப்பிப்பதற்கு ஆட்சேபனை தெரிவிக்கக்கூடும் என்பதால் தன்னால் அதைப் பிரசுரிக்க முடியாது என்று வருத்தத்துடன் என்னிடம் கூறினார். அதை ஒரு புனைகதையாக எழுதும்படி எனக்கு அவர் அறிவுறுத்தினார். நான் அதற்கு ஒப்புக் கொண்டால், "ஜான் லே கேர் அல்லது கிரஹாம் கிரீன் போன்ற ஓர் எழுத்தாளராக உங்களை என்னால்

சந்தைப்படுத்த முடியும்," என்று அவர் கூறினார்.

ஆனால் இது ஒரு புனைகதையல்லவே. இது என் வாழ்க்கையின் உண்மைக் கதை. நமக்குத் தோல்விகளைக் கொண்டுவந்து கொடுத்த ஓர் அமைப்பு உருவாக்கப்பட்டக் கதை இது. எந்தவொரு பன்னாட்டு நிறுவனத்திற்கும் சொந்தமாக இல்லாத, ஒரு துணிகரமான பதிப்பாளர் இதை வெளியிட முன்வந்தார்.

இலஞ்சங்களை ஒதுக்கித் தள்ளவும் அச்சுறுத்தல்களை அலட்சியம் செய்யவும் இறுதியில் எது என்னைத் தூண்டியது?

இதற்கான சுருக்கமான பதில், என்னுடைய ஒரே மகள் ஜெஸிக்கா! அவள் அப்போதுதான் தன்னுடைய பட்டப்படிப்பை முடித்துவிட்டு வெளியுலகிற்குள் அடியெடுத்து வைத்திருந்தாள். நான் இந்நூலைப் பிரசுரிக்க உத்தேசித்துக் கொண்டிருந்ததாகவும், ஆனால் அது குறித்து நான் அச்சம் கொண்டிருந்ததாகவும் நான் அவளிடம் தெரிவித்தபோது, அதற்கு அவள், "கவலைப்படாதீர்கள் அப்பா! அவர்களால் உங்களுக்கு ஏதாவது நேர்ந்தால், நீங்கள் விட்ட இடத்திலிருந்து நான் அதைத் தொடர்கிறேன். என்றாவது ஒரு நாள் உங்களுக்கு நான் பெற்றுத் தரத் திட்டமிட்டிருக்கின்ற பேரக்குழந்தைகளுக்காகவாவது நாம் இதைச் செய்தாக வேண்டும்," என்று கூறினாள்.

என் முடிவுக்கான நீண்ட பதில் இது: என்னை வளர்த்த என் தாய்நாட்டின்மீது நான் கொண்டிருந்த அர்ப்பணிப்பு; அமெரிக்காவை நிறுவிய மாமனிதர்கள் வெளிப்படுத்தியிருந்த உன்னத இலட்சியங்கள்மீது நான் கொண்டிருந்த ஈடுபாடு; அனைத்து இடங்களிலும் உள்ள அனைத்து மக்களுக்கும் 'வாழ்க்கை, சுதந்திரம், மகிழ்ச்சிக்கான நாட்டம்' ஆகியவற்றுக்கு வாக்குறுதி அளித்த அமெரிக்க ஜனநாயகத்தின்மீது நான் வைத்திருந்த ஆழமான நம்பிக்கை; 2001 செப்டம்பர் 11 நிகழ்வுக்குப் பிறகு, அமெரிக்காவை ஓர் உலகப் பேரரசாக மாற்றப் பொருளாதார அடியாட்கள் முயன்று கொண்டிருந்ததைப் பொறுத்துக் கொண்டு வெறுமனே வேடிக்கைப் பார்த்துக் கொண்டிருக்க முடியாது என்பதில் நான் கொண்டிருந்த உறுதி.

நான் இக்கதையை உலகிற்கு எடுத்துச் சொல்லியதற்காக நான் ஏன் கொல்லப்படவில்லை என்ற சந்தேகம் உங்களுக்கு எழலாம். இப்புத்தகமே ஒரு விதத்தில் என்னுடைய காப்பீடாக அமைந்துவிட்டது. இதைப் பற்றி விரிவாக இனி வரும் அத்தியாயங்களில் நான் எழுதியுள்ளேன்.

இது ஓர் உண்மைக் கதை. இதன் ஒவ்வொரு நிமிடத்தையும் நான் வாழ்ந்துள்ளேன். இதில் நான் விவரித்துள்ள காட்சிகள், மக்கள், உரையாடல்கள், உணர்வுகள் ஆகிய அனைத்துமே என்

வாழ்க்கையோடு பின்னிப் பிணைந்தவையாகும். இது என்னுடைய தனிப்பட்டக் கதையாக இருந்தாலும், நம்முடைய வரலாற்றைச் செதுக்கியுள்ள, இன்று நாம் இருக்கின்ற நிலைக்கு நம்மை இழுத்து வந்துள்ள, நம்முடைய குழந்தைகளின் வருங்காலத்திற்கு அடித்தளமாக அமைந்துள்ள உலக நிகழ்வுகளின் ஊடாக நிகழ்ந்த கதை இது. இந்த அனுபவங்களையும் மக்களையும் உரையாடல்களையும் துல்லியமாகச் சித்தரிக்க என்னால் முடிந்த அளவு நான் முயற்சித்துள்ளேன். வரலாற்று நிகழ்வுகளை நான் விவரிக்கின்றபோதும், மற்றவர்களுடனான என்னுடைய உரையாடல்களை நான் மறுஉருவாக்கம் செய்கின்றபோதும், நான் பலவற்றின் உதவியுடன் அவற்றை மேற்கொள்கிறேன்: ஏற்கனவே பிரசுரமாகியுள்ள ஆவணங்கள்; என்னுடைய தனிப்பட்டக் குறிப்புகள் மற்றும் ஆவணங்கள்; என்னுடைய மற்றும் பிறருடைய மலரும் நினைவுகளில் உதித்தவை; முன்பு நான் எழுதத் தொடங்கி, பிறகு பாதியில் கைவிட்ட முந்தைய ஐந்து கையெழுத்துப் பிரதிகள்; பிற நூலாசிரியர்களின் வரலாற்றுப் பதிவுகள் – குறிப்பாக, முன்பு இரகசியமாக வைக்கப்பட்டு, காலக்கெடு முடிந்த பிறகு சமீபத்தில் வெளியிடப்பட்டத் தகவல்கள். சில இடங்களில், நான் ஒருவருடன் பல்வேறு சமயங்களில் நிகழ்த்திய உரையாடல்களை, இந்நூலின் நடையோட்டத்திற்கு ஏதுவாக ஒரே உரையாடலாக இணைத்து வழங்கியிருக்கிறேன்.

நாங்கள் உண்மையிலேயே எங்களைப் பொருளாதார அடியாட்கள் என்று அழைத்துக் கொண்டோமா என்று என்னுடைய பதிப்பாளர் என்னிடம் கேட்டார். "ஆம், நாங்கள் எங்களை அப்படித்தான் அழைத்துக் கொண்டோம்," என்று நான் அவரிடம் உறுதி கூறினேன். இன்னும் சொல்லப் போனால், 1971 இல் நான் வேலையில் சேர்ந்தபோது, என்னுடைய பயிற்றுவிப்பாளராக இருந்த கிளாடின், என்னிடம், "உங்களை ஒரு பொருளாதார அடியாளாக உருவாக்குவதுதான் என்னுடைய வேலை. இது பற்றி உங்களுடைய மனைவி உட்பட யாரிடமும் நீங்கள் மூச்சுவிடக்கூடாது," என்று கூறிவிட்டு, இன்னும் தீவிரமான ஒரு குரலில், "நீங்கள் இதற்குள் வந்துவிட்டால், உங்களுடைய வாழ்நாள் முழுவதும் நீங்கள் இதற்குள்தான் இருக்க வேண்டும்," என்று கூறினார்.

என்னிடமிருந்து என்னவெல்லாம் எதிர்பார்க்கப்படும் என்பது குறித்து கிளாடின் ஒளிவுமறைவின்றிக் கூறினார். என்னுடைய வேலையை அவர் என்னிடம் இவ்வாறு விவரித்தார்: "அமெரிக்க வர்த்தக நலன்களைத் தூக்கிப் பிடிக்கின்ற, ஒரு பரந்துபட்டப் பின்னலமைப்பின் ஒரு பகுதியாக ஆகும்படி உலகத் தலைவர்களை நீங்கள் ஊக்குவிக்க வேண்டும். இறுதியில் அத்தலைவர்கள், பெரும்

கடன் எனும் வலைக்குள், என்றென்றும் மீள முடியாத விதத்தில் மாட்டிக் கொள்வர். அது அவர்களுடைய விசுவாசத்தை உறுதி செய்யும். நாம் விரும்புகின்றபோதெல்லாம், நம்முடைய அரசியல், பொருளாதார, மற்றும் இராணுவத் தேவைகளை நிறைவேற்றிக் கொள்வதற்கு நம்மால் அவர்களைப் பயன்படுத்திக் கொள்ள முடியும். அதற்குப் பதிலீடாக, அவர்கள் தங்களுடைய மக்களுக்கு, தொழிற்பேட்டைகள், மின்திட்டங்கள், விமான நிலையங்கள் போன்றவற்றை வழங்கி, நாட்டுத் தலைவர்கள் என்ற முறையில் தங்களுடைய நிலையை அவர்களால் வலுப்படுத்திக் கொள்ள முடியும். இதன் விளைவாக, அமெரிக்கப் பொறியியல் மற்றும் கட்டுமான நிறுவனங்களின் முதலாளிகள் கொழிப்பர்."

இதில் நாங்கள் தோல்வியுற்றால், பொருளாதார அடியாட்களாகிய எங்களைவிட அதிக பயங்கரமான அடியாட்களாகிய 'ஜாக்கல்கள்' களத்தில் இறக்கிவிடப்படுவர். அவர்களும் தங்களுடைய முயற்சியில் தோல்வியுற்றால், இறுதியில் அந்த வேலை இராணுவத்தின் தலையில் விழும்.

* * *

இந்நூலின் முதல் வடிவம் வெளிவந்து கிட்டத்தட்டப் பன்னிரண்டு ஆண்டுகள் ஆன பிறகு, ஒரு புதிய பதிப்பிற்கான தேவை வந்துவிட்டிருந்ததை நானும் என் பதிப்பாளரும் உணர்ந்தோம். முதற்பதிப்பு என் வாழ்வில் எத்தகைய தாக்கம் ஏற்படுத்தியிருந்தது என்பதையும், என்னை மீட்டெடுப்பதற்கும் பொருளாதார அடியாள் அமைப்புமுறையை மாற்றுவதற்கும் நான் என்ன செய்து கொண்டிருந்தேன் என்பதையும், விஷயங்களை மாற்றுவதற்குத் தங்களால் எத்தகைய நடவடிக்கைகளில் ஈடுபட முடியும் என்பதையும் தெரிந்து கொள்ளத் தாங்கள் ஆவலோடு இருந்ததாக, ஆயிரக்கணக்கான வாசகர்கள், கடிதங்கள் மற்றும் மின்னஞ்சல்கள் மூலமாக எனக்குத் தெரிவித்தனர். இப்புதிய பதிப்பு அவர்களுடைய கேள்விகளுக்கான என்னுடைய பதிலாகும்.

அதோடு, இப்போது உலகம் முற்றிலும் மாறியிருப்பதால், ஒரு புதிய பதிப்பை வெளியிடுவதற்கான நேரம் வந்துவிட்டதாக நான் உணர்ந்தேன். பெருமளவுக்கு, கடன் மற்றும் பயத்தின் அடிப்படையில் அமைந்திருந்த பொருளாதார அடியாள் அமைப்புமுறை, 2004 இல் இருந்ததைவிட இப்போது மேலும் வஞ்சகத்தனமானதாக மாறியுள்ளது. பொருளாதார அடியாட்கள் தங்களுடைய பதவிகளை விரிவாக்கியுள்ளதோடு, புதிய கருவிகளைப் பயன்படுத்தத் தொடங்கியுள்ளனர், புதிய

மாறுவேடங்கள் தரிக்கின்றனர். இவற்றுக்கு மொத்த உலகமே பலியாகியுள்ள போதிலும், அமெரிக்கா அதற்கு ஒரு பெரிய விலையைக் கொடுத்துள்ளது. பொருளாதார, அரசியல், சமூக மற்றும் சுற்றுச்சூழல்ரீதியான பேரழிவின் விளிம்பில் நாம் இப்போது தள்ளாடிக் கொண்டிருக்கிறோம். நாம் கண்டிப்பாக மாறியாக வேண்டும்.

எனவே, இக்கதை சொல்லப்பட்டே ஆக வேண்டும். நாம் இப்போது ஒரு பயங்கரமான, நெருக்கடியான காலகட்டத்தில் வாழ்ந்து கொண்டிருக்கிறோம். இது ஒரு மாபெரும் சந்தர்ப்பத்திற்கான காலமாகவும் திகழ்கிறது. இந்தக் குறிப்பிட்டப் பொருளாதார அடியாள் ஒருவனின் கதை, இன்று நாம் இருக்கின்ற இடத்திற்கு நாம் எப்படி வந்து சேர்ந்துள்ளோம் என்பதையும், தீர்க்கப்படவே முடியாது என்பதுபோலத் தோன்றுகின்ற ஒரு நெருக்கடியை நாம் ஏன் எதிர்கொண்டுள்ளோம் என்பதையும் குறித்தக் கதையும்கூட.

நான் ஒரு பொருளாதார அடியாளாக இயங்கிக் கொண்டிருந்தபோது, அது சிறியதொரு குழுவாகவே இருந்து வந்தது. ஆனால் அதைப் போன்ற பாத்திரங்களை வகிக்கின்ற நபர்கள் இன்று பல்கிப் பெருகியுள்ளனர். இன்று அவர்கள் நயமான பெயர்களில் அழைக்கப்படுகின்றனர்; எக்ஸன், வால்மார்ட், ஜெனரல் மோட்டார்ஸ், மான்சன்டோ போன்ற 'ஃபார்ச்சூன் 500' பெருநிறுவனங்களின் தாழ்வாரங்களில் அவர்கள் உலவிக் கொண்டிருக்கின்றனர். அந்நிறுவனங்கள் தம்முடைய சொந்த நலன்களுக்காகப் பொருளாதார அடியாள் அமைப்புமுறையைப் பயன்படுத்திக் கொண்டிருக்கின்றன.

ஒரு விதத்தில் பார்த்தால், இப்புதிய பதிப்பு, பொருளாதார அடியாட்களின் இப்புதிய அவதாரங்கள் பற்றிய ஒரு கதையும்கூட.

இது உங்களுடைய கதையும்கூட. உங்களுடைய உலகம் மற்றும் என்னுடைய உலகத்தின் கதை இது. இதில் நாம் எல்லோருமே உடந்தைதான். நம்முடைய உலகிற்கு நாம் அனைவருமே பொறுப்பேற்றுக் கொள்ள வேண்டும். பொருளாதார அடியாட்களுடன் நாம் ஒத்துழைப்பதாலேயே அவர்கள் தங்களுடைய வேலையில் வெற்றி பெறுகின்றனர். அவர்கள் நம்மை மயக்குகின்றனர், நம்மை முகஸ்துதி செய்து தம் வசப்படுத்துகின்றனர், நம்மை அச்சுறுத்துகின்றனர். ஆனால், அவர்களுடைய செயல்களை நாம் கண்டும் காணாததுபோல நம் முகத்தை வேறு பக்கமாகத் திருப்பிக் கொள்கின்றபோதும், அவர்களுடைய தந்திரங்களுக்குப் பலியாகின்றபோதும் மட்டுமே அவர்கள் வெற்றி பெறுகின்றனர்.

இந்நூலை நீங்கள் படிக்கின்றபோது, நான் எழுதிக்

கொண்டிருந்த சமயத்தில் நான் கற்பனைகூடச் செய்திராத நிகழ்வுகள் நிகழ்ந்திருக்கக்கூடும். அந்நிகழ்வுகளையும், வருங்காலத்தில் நிகழவிருக்கின்ற நிகழ்வுகளையும் புரிந்து கொள்ள உங்களுக்கு ஒரு கண்ணோட்டத்தை வழங்குகின்ற ஒன்றாக நீங்கள் இப்புத்தகத்தைப் பார்க்குமாறு நான் உங்களைக் கேட்டுக் கொள்கிறேன்.

ஒரு பிரச்சனை இருக்கிறது என்பதை ஒப்புக் கொள்வதுதான் அது குறித்தத் தீர்வுக்கான முதற்படி. ஒரு பாவத்தை ஒப்புக் கொள்வது என்பது அதிலிருந்து மீள்வதற்கான தொடக்கமாகும். இந்நூல் நம்முடைய விமோசனத்திற்கான ஒரு தொடக்கப்புள்ளியாக அமையட்டும். ஒரு புதிய அர்ப்பணிப்பு நிலைக்கு நம்மை எடுத்துச் செல்ல இது நம்மை ஊக்குவிக்கட்டும். கௌரவமான, சமூக நீதி கோலோச்சுகின்ற ஒரு சமதர்மச் சமுதாயம் குறித்த நம்முடைய கனவை நனவாக்குவதை நோக்கி இது நம்மை உந்தித் தள்ளட்டும்.

– ஜான் பெர்க்கின்ஸ்

அக்டோபர் 2015

முன்னுரை

கூடுதல் வாக்குமூலம்

ஒரு பொருளாதார அடியாள் என்ற முறையில் நான் செய்த காரியங்கள் தினமும் என்னை வதைக்கின்றன. முன்பு உலக வங்கி குறித்து நான் கட்டவிழ்த்துவிட்டப் பொய்கள் என்னை வதைக்கின்றன. அமெரிக்கப் பெருநிறுவனங்கள் தம்முடைய நச்சுக் கரங்களை உலகெங்கும் படரவிட, உலக வங்கியுடனும் அதன் துணை அமைப்புகளுடனும் சேர்ந்து நானும் உதவியது என்னை வதைக்கிறது. ஏழை நாடுகளின் தலைவர்களுக்குக் கோடிக்கணக்கில் கொடுக்கப்பட்ட இலஞ்சங்கள் என்னை வதைக்கின்றன. அவர்கள் அடிபணிய மறுத்தபோது அவர்களுக்கு விடுக்கப்பட்ட அச்சுறுத்தல்களும் மிரட்டல்களும் என்னை வதைக்கின்றன. தங்களுடைய நாட்டை அடிமைப்படுத்தக்கூடிய கடன்களை வாங்க அவர்கள் மறுத்தபோது, அமெரிக்க சிஐஏயின் ஜாக்கல்களால் அவர்கள் ஆட்சி பீடத்திலிருந்து அகற்றப்பட்டதோ அல்லது படுகொலை செய்யப்பட்டதோ என்னை வதைக்கிறது.

நான் நட்பு பாராட்டிய நாட்டுத் தலைவர்கள், தங்களுடைய சொந்த மக்களுக்கு நம்பிக்கைத் துரோகம் இழைக்க மறுத்தக் காரணத்திற்காகக் கொடூரமாகக் கொலை செய்யப்பட்டக் காட்சிகள் பல இரவுகளில் என்னைத் தூக்கத்திலிருந்து திடுக்கிட்டு எழ வைக்கின்றன. ஷேக்ஸ்பியரின் லேடி மேக்பெத்போல, இரத்தக்கறை படிந்துள்ள என்னுடைய கைகளை நான் கழுவ முயற்சித்துக் கொண்டிருக்கிறேன்.

ஆனால் இரத்தம் இங்கு நோய்க்கான ஓர் அறிகுறி மட்டுமே.

இந்நூலின் முதற்பதிப்பில் நான் விவரித்திருந்த, உடலுக்குள் புரையேறிப் போயுள்ள புற்றுநோய் இப்போது பரவத் தொடங்கிவிட்டது. வளர்ச்சியடைந்து கொண்டிருக்கும் நாடுகளிலிருந்து அது அமெரிக்காவுக்கும் உலகின் பிற

பகுதிகளுக்கும் பரவியுள்ளது. அது ஜனநாயகத்தின் ஆணிவேரையே அசைத்துக் கொண்டிருக்கிறது, இப்பூவுலகின் வாழ்வாதாரங்களைச் சூறையாடிக் கொண்டிருக்கிறது.

போலிப் பொருளாதாரங்கள், போலி வாக்குறுதிகள், இலஞ்சங்கள், அச்சுறுத்தல்கள், மிரட்டல்கள், கடன்கள், மோசடிகள், இராணுவத்தின் மூலமாக நிகழ்த்தப்படுகின்ற ஆட்சிக் கவிழ்ப்புகள், தலைவர்களின் படுகொலைகள், கட்டவிழ்த்துவிடப்படுகின்ற இராணுவ அதிகாரங்கள் போன்ற, பொருளாதார அடியாட்களும் ஜாக்கல்களும் பயன்படுத்துகின்ற உத்திகளும் செயல்முறைகளும், முன்பு எப்போதையும்விட இப்போது உலகெங்கும் பரவலாகப் பயன்படுத்தப்பட்டு வருகின்றன. இந்தப் புற்றுநோய் இந்த அளவுக்கு ஆழமாகவும் பரவலாகவும் பரவியிருக்கின்றபோதிலும், பெரும்பாலான மக்கள் இன்னும் அதைப் பற்றி அறியாமல் இருக்கின்றனர்; ஆனால் அது ஏற்படுத்துகின்ற அழிவு நம் அனைவரையுமே பாதிக்கிறது. இன்று அதுதான் ஆதிக்கம் செலுத்திக் கொண்டிருக்கின்ற பொருளாதாரமாகவும், அரசாங்க அமைப்புமுறையாகவும், சமுதாயக் கட்டமைப்பாகவும் மாறிப் போயுள்ளது.

அச்சமும் கடனுமே இந்த அமைப்புமுறையை முடுக்கிவிட்டுக் கொண்டிருக்கின்றன. நம்முடைய வாசற்படியருகே வந்துவிட்டுள்ள எதிரிகளைத் தடுத்து நிறுத்துவதற்கு எந்த விலையைக் கொடுக்கவும் நாம் தயாராக இருக்க வேண்டும் என்று நம்மை நம்ப வைக்கின்ற பயங்கரமான செய்திகள் நம்முடைய மூளைகளுக்குள் ஏற்றப்பட்டுக் கொண்டிருக்கின்றன. அதற்கான தீர்வுக்குப் பெரும் பணத்தைக் கொட்டியாக வேண்டும். அதைத் தீர்மானிப்பது, பெருநிறுவனங்கள், வங்கிகள், அரசாங்கங்கள் மற்றும் அவற்றோடு தொடர்புடைய பெரும் பணக்காரர்கள்தாம். இந்தக் கள்ளக்கூட்டை நான் 'பெருநிறுவனத்துவம்' என்று அழைக்கிறேன். இது அனைத்து நாடுகளையும் பெரும் கடனாளிகளாக ஆக்குகிறது. இதில் அமெரிக்காவும் அடக்கம்.

கடன், பூமியின் இயற்கை வளங்கள் சூறையாடப்படுதல், போர் அல்லது போர் குறித்த அச்சம் ஆகியவற்றின் அடிப்படையில் அமைந்த ஒரு 'சவப் பொருளாதாரத்தை' இந்த உத்திகள் உருவாக்குகின்றன. இப்பொருளாதாரத்தால் நீண்டகாலம் தாக்குப்பிடிக்க முடியாது. இது எந்த வளங்களை ஆதாரமாகக் கொண்டுள்ளதோ, அதே வளங்களை இது அதிவேகத்தில் காலி செய்து கொண்டிருக்கிறது. அதே நேரத்தில், நாம் சுவாசித்துக் கொண்டிருக்கும் காற்றை, நாம் குடித்துக் கொண்டிருக்கும் நீரை, நாம் சாப்பிட்டுக் கொண்டிருக்கும் உணவை அது நச்சாக ஆக்கிக் கொண்டிருக்கிறது. சவப் பொருளாதாரம்

ஒருவிதமான முதலாளித்துவத்தின்மீது கட்டியெழுப்பப்பட்டுக் கொண்டிருந்தாலும், அடிப்படையில் முதலாளித்துவம் என்பது அரசாங்கத்தால் அல்லாது, தனி மனிதர்களால் கட்டுப்படுத்தப்படுகின்ற ஒரு பொருளாதார மற்றும் அரசியல் அமைப்புமுறை என்பதை நாம் நினைவில் வைத்திருக்க வேண்டும்.

இந்தப் புற்றுநோய், கடந்த பத்தாண்டுகளில் உலகம் முழுவதும் பரவியுள்ளதோடு, அது அமெரிக்காவெங்கும் வேரூன்றிவிட்டது. பணக்காரர்கள் மேன்மேலும் பணக்காரர்களாக ஆகிக் கொண்டிருக்கின்றனர், மற்ற அனைவரும் மேன்மேலும் வறியவர்களாக ஆகிக் கொண்டிருக்கின்றனர்.

பெருநிறுவனத்துவம் தன் வசம் வைத்திருக்கும் சக்திமிக்கப் பிரச்சார அமைப்புகளின் மூலம், தன் நலன்களைக் காக்கின்ற செய்திகளையும் கதைகளையும் உற்பத்தி செய்து அவற்றை நம்மீது திணித்துக் கொண்டிருக்கிறது.

நாம் இப்போது எதிர்கொண்டுள்ள பிரச்சனைகளுக்கு, திட்டமிடப்பட்ட முறையில் நடத்தப்படுகின்ற ஒரு சர்வதேசச் சதிதான் காரணம் என்று சிலர் கூறுகின்றனர். ஆனால் அது இந்த அளவு நேரடியானது அல்ல. நம்மைப் பாதித்துக் கொண்டிருப்பது ஒரே ஒரு சதி மட்டும் அல்ல. நடைமுறையில் நூற்றுக்கணக்கான சதிகள் நம்முடைய கால்களைச் சுற்றிக் கொண்டிருக்கின்றன. ஆனால் இந்தப் பொருளாதார அடியாள் அமைப்புமுறை, எந்தவொரு சர்வதேசச் சதித்திட்டத்தையும்விட மிகவும் ஆபத்தானது. ஏனெனில், நாம் அனைவரும் வேதவாக்காக ஏற்றுக் கொண்டுவிட்ட ஒரு கருத்தாக்கத்தால் இது முடுக்கிவிடப்படுகிறது. அனைத்து விதமான பொருளாதார வளர்ச்சிகளும் மனிதகுலத்திற்கு நன்மை பயப்பவை என்றும், பொருளாதார வளர்ச்சி எந்த அளவுக்குப் பெரிதாக இருக்கிறதோ அந்த அளவுக்கு அது பரவலாகப் பயன் தரும் என்றும் நாம் கொண்டுள்ள நம்பிக்கைதான் அது. அதேபோல, பொருளாதார நெருப்பை விசிறிவிடுவதில் நிபுணத்துவம் பெற்றிருப்பவர்கள் புகழப்பட வேண்டும் என்றும், அவர்களுக்கு வெகுமதியளிக்கப்பட வேண்டும் என்றும், சமுதாயத்தின் விளிம்பு நிலையில் பிறந்திருப்பவர்கள் சுரண்டப்படத் தகுதியானவர்கள் என்றும் நாம் நம்புகிறோம். பொருளாதார வளர்ச்சியை ஊக்குவிப்பதற்காகவும், நம்முடைய சௌகரியமான மேற்கத்திய வாழ்க்கைமுறையைத் தக்க வைத்துக் கொள்வதற்காகவும் நாம் மேற்கொள்கின்ற, பொருளாதார அடியாட்கள் மற்றும் ஜாக்கல்களைப் பயன்படுத்துவது உட்பட, அனைத்து வழிமுறைகளும் நியாயமானவை என்றும் நாம் நம்புகிறோம்.

இப்புதிய பதிப்பில், வாசகர்களின் வேண்டுகோள்களுக்கு

இணங்க, ஒரு பொருளாதார அடியாளாக நான் இருந்தபோது நாங்கள் எப்படி எங்களுடைய பணிகளை மேற்கொண்டோம் என்பது பற்றிய பல புதிய தகவல்களைச் சேர்த்துள்ளேன். அதைவிட முக்கியமாக, இப்புதிய பதிப்பில், நான் ஒரு புதிய பகுதியையே சேர்த்துள்ளேன். இன்றைய காலகட்டத்தில் பொருளாதார அடியாட்களும் ஜாக்கல்களும் எவ்வாறு இயங்குகின்றனர் என்பதையும், அவர்களுடைய வீச்சு எந்த அளவு அதிகரித்துள்ளது என்பதையும் அப்பகுதியில் இடம் பெற்றுள்ள அத்தியாயங்கள் விளக்குகின்றன. பொருளாதார அடியாள் அமைப்புமுறையை வேரறுப்பதற்கு நாம் என்ன செய்ய வேண்டும், எத்தகைய உத்திகளைக் கையாள வேண்டும் என்பது குறித்த விளக்கமும் அந்த அத்தியாயங்களில் இடம் பெற்றுள்ளது.

நம்முடைய ஜனநாயகத்தையும் இப்பூவுலக வளங்களையும் திருடுவதற்கு இக்காலகட்டத்தைச் சேர்ந்த நவீன கொள்ளைக்காரச் சீமான்கள் முயற்சிப்பது உட்பட, கணக்கிலடங்காத எதிர்மறைச் செய்திகள் தினமும் நம்மைத் திக்குமுக்காட வைத்தாலும், நான் நம்பிக்கையோடு இருக்கிறேன். பொருளாதார அடியாள் அமைப்புமுறை உண்மையிலேயே எப்படி இயங்குகிறது என்பதைப் போதிய எண்ணிக்கையிலான மக்கள் உணர்ந்து கொள்கின்றபோது, இந்தப் புற்றுநோயை ஒழித்துக்கட்டி, நம்முடைய ஆரோக்கியத்தை மீட்டெடுப்பதற்குத் தேவையான நடவடிக்கைகளை நம்மால் தனிப்பட்ட முறையிலும் கூட்டாகவும் எடுக்க முடியும் என்பதில் நான் அசைக்க முடியாத நம்பிக்கை வைத்திருக்கிறேன். அதை இந்நூல் செய்யும் என்று நான் நம்புகிறேன்.

"ஏதாவது பிரச்சனை இருந்தே ஆக வேண்டும் என்றால், அது என்னுடைய காலத்திற்கு உள்ளாகவே ஏற்படட்டும். ஏனெனில், அது என் குழந்தைக்கு அமைதி கிடைக்க உதவும்," என்று அமெரிக்க எழுத்தாளர் தாமஸ் பெயின் முழங்கி, அமெரிக்கச் சுதந்திரப் போராட்ட வீரர்களுக்கு உத்வேகமூட்டினார். அவருடைய வார்த்தைகள் 1776 இல் எந்த அளவுக்கு முக்கியத்துவம் வாய்ந்தவையாக இருந்தனவோ, இன்றும் அதே அளவு முக்கியத்துவம் வாய்ந்தவையாக இருக்கின்றன. இந்நூல் வழியாக நான் தூக்கி நிறுத்த முயற்சிக்கின்ற என்னுடைய இலக்கு, தாமஸ் பெயினின் இலக்குகளுக்கு எந்த விதத்திலும் சளைத்ததல்ல. நம்முடைய குழந்தைகள் ஓர் அமைதியான உலகில் வாழ்வதற்கு எவையெல்லாம் தேவையோ, அவற்றையெல்லாம் செய்யத் துணிய நமக்கு உத்வேகமும் வலிமையும் ஊட்டுவதுதான் என் இலக்கு.

 பகுதி 1: 1963-1971

அத்தியாயம் 1

யோக்கியமற்ற ஒரு வேலை

1968 இல் நான் கல்லூரியில் வணிகப் பட்டம் பெற்றபோது, நான் வியட்நாம் போரில் பங்கு கொள்ளப் போவதில்லை என்று நான் தீர்மானித்தேன். சமீபத்தில்தான் எனக்குத் திருமணம் ஆகியிருந்தது. என் மனைவியின் பெயர் ஆன். ஆனும் போரை எதிர்த்தாள். பீஸ் கார்ப்ஸில் என்னோடு சேர்ந்து கொள்ளும் அளவுக்கு அவள் துணிச்சல்மிக்கவளாக இருந்தாள்.

நாங்கள் *1968* இல் முதலில் எக்குவடோர் நாட்டின் தலைநகரான கீட்டோவுக்கு வந்தோம். அப்போது எனக்கு இருபத்து மூன்று வயது. அமேசான் மழைக்காடுகளுக்குள் உள்ளார்ந்த பகுதி ஒன்றில் வாழ்ந்து வந்த மக்களுக்காகக் கூட்டுறவு வங்கிகளைத் தொடங்குவது எனக்கு ஒதுக்கப்பட்டிருந்த பணியாகும். உள்ளூர் மக்களுக்குச் சுகாதாரம் மற்றும் குழந்தை நலப் பேணலைக் கற்றுக் கொடுக்கின்ற வேலை என் மனைவிக்கு ஒதுக்கப்பட்டிருந்தது.

ஆன் ஏற்கனவே ஐரோப்பாவிற்குப் பயணித்திருந்தாள். எனக்கு அதுதான் முதல் வெளிநாட்டுப் பயணம். கடல் மட்டத்திலிருந்து மிகவும் உயரமான ஓரிடத்தில் இருந்த நாட்டுத் தலைநகரங்களில் ஒன்று அது என்பதையும், அந்நாடு மிகவும் வறுமையான நாடு என்பதையும் நான் ஏற்கனவே அறிந்திருந்தேன். நான் என் வாழ்வில் அதுவரை பார்த்திருந்த அனைத்திலிருந்தும் அது வித்தியாசமாக இருக்கும் என்று நான் எதிர்பார்த்திருந்தேன். ஆனால் அங்கு நிலவிக் கொண்டிருந்த எதார்த்தத்திற்கு நான் என்னை முழுமையாகத் தயார்படுத்தியிருக்கவில்லை என்பதை நான் அங்கு சென்றதும்தான் அறிந்தேன்.

எங்களுடைய விமானம் கீட்டோ விமான நிலையத்தில் இறங்க முனைந்தபோது, அந்த விமான நிலைய ஓடுபாதையை

ஒட்டியிருந்த சேரி வீடுகளைப் பார்த்து நான் கடும் அதிர்ச்சி அடைந்தேன். என் அருகே அமர்ந்திருந்த எக்குவடோர் நாட்டுக்காரரிடம் நான் அக்குடிசைகளைச் சுட்டிக்காட்டி, "இவற்றில் உண்மையிலேயே மக்கள் வசிக்கிறார்களா?" என்று கேட்டேன்.

அதற்கு அவர், "எங்களுடையது ஓர் ஏழை நாடு," என்று பதிலளித்தார்.

விமான நிலையத்திலிருந்து நகருக்கு நாங்கள் ஒரு பேருந்தில் சென்று கொண்டிருந்தபோது எங்களுடைய கண்களில் பட்டக் காட்சிகள் இன்னும் மோசமாக இருந்தன. குப்பைகள் சிதறிக் கிடந்த தெருக்களில் கந்தல் ஆடைகளுடன் பலர் பிச்சையெடுத்துக் கொண்டிருந்தனர்; எலும்பும் தோலுமாகக் காட்சியளித்தச் சிறார்கள் அங்குமிங்கும் ஓடிக் கொண்டிருந்தனர்; சீக்குப் பிடித்திருந்த நாய்கள் குறுக்கும் நெடுக்குமாக ஓடிக் கொண்டிருந்தன; பழைய அட்டைப்பெட்டிகளால் அமைக்கப்பட்டிருந்த குடிசைகள் அணிவகுத்து நின்று கொண்டிருந்தன.

எங்கள் பேருந்து, கீட்டோவிலிருந்த ஐந்து நட்சத்திர ஓட்டலான இன்டர்கான்டினென்டலில் எங்களை இறக்கிவிட்டது. ஏழ்மை என்ற கடலில் இடம் பெற்றிருந்த ஓர் ஆடம்பரத் தீவு அது. அடுத்தப் பல நாட்களுக்கு அந்த இடத்தில் வைத்து எனக்கும் எங்களுடன் வந்திருந்த பீஸ் கார்ப்ஸ் அமைப்பைச் சேர்ந்த மேலும் முப்பது பேருக்கும் அந்நாட்டைப் பற்றிய விபரங்கள் எடுத்துரைக்கப்பட்டன.

அந்நாடு மிகவும் ஏழ்மையான ஒரு நாடு என்பதை எங்களுக்கு அளிக்கப்பட்டிருந்த விரிவுரைகளிலிருந்து நாங்கள் புரிந்து கொண்டோம். எங்களுக்குப் பாடம் எடுத்தவர்கள் அந்நாட்டில் நிலவிய ஆபத்துகள் குறித்து விலாவாரியாக எடுத்துரைத்தனர். விஷப் பாம்புகள், மலேரியா கொசுக்கள், ஆள்விழுங்கி அனக்கோன்டா மலைப்பாம்புகள், உயிரைக் காவு வாங்குகின்ற ஒட்டுண்ணிகள், வெளியாட்களைக் கொல்லத் தயங்காத எதிர்ப்புக் குழுக்கள் ஆகியவை அவற்றில் அடங்கும். அதற்குப் பிறகு அவர்கள் நல்ல செய்தியையும் எங்களுடன் பகிர்ந்து கொண்டனர். அமெரிக்க நிறுவனமான டெக்சாகோ, நாங்கள் எங்கு வேலை செய்யவிருந்தோமோ அந்த இடத்திற்கு அருகிலேயே எண்ணெய்ப் படிமங்களைக் கண்டுபிடித்திருந்தது. அங்கு தோண்டி எடுக்கப்படுகின்ற எண்ணெய் எக்குவடோர் நாட்டைத் தலைகீழாக மாற்றிவிடும் என்று எங்களுக்குப் பாடம் எடுத்தவர்கள் உறுதியாகக் கூறினர். உலகிலேயே மிகவும் வறிய நாடாக இருந்த அது, விரைவிலேயே ஒரு பணக்கார நாடாக ஆகிவிடும் என்று எங்களிடம் கூறப்பட்டது.

ஒரு நாள் மதியம், நான் தங்கியிருந்த ஓட்டலின் வரவேற்பறையில், எனக்கு அருகிலிருந்த அமெரிக்கர் ஒருவரிடம் நான் பேச்சுக் கொடுத்தேன். நிலநடுக்கவியலாளரான அவர் டெக்சாகோவின் ஆலோசகராகப் பணியாற்றி வந்தார் என்பதை நான் அறிந்து கொண்டேன். நானும் ஆனும் பீஸ் கார்ப்ஸ் அமைப்பில் தன்னார்வலர்களாகப் பணியாற்ற வந்திருந்ததை அவர் தெரிந்து கொண்டதும், அந்த ஓட்டலின் மொட்டை மாடியில் அமைந்திருந்த ஆடம்பர உணவகத்தில் தன்னுடன் உணவருந்த வருமாறு அவர் எங்களுக்கு அழைப்பு விடுத்தார். என் நல்லதிர்ஷ்டத்தைக் கண்டு நான் திகைத்தேன். அந்த உணவகத்தின் மெனு கார்டைப் பார்த்தவுடன், அங்கு ஒரு வேளை சாப்பிடுவதற்கு, பீஸ் கார்ப்ஸ் அமைப்பு எங்களுக்கு அளித்து வந்த மாதாந்திர உதவித் தொகை முழுவதையும் செலவிட வேண்டியிருக்கும் என்பதை நான் தெரிந்து கொண்டேன்.

அன்றைய இரவு, அந்த உணவகத்தின் கண்ணாடிச் சன்னல்கள் வழியாக, வெளியே தூரத்தில் தெரிந்த பிச்சின்சா என்ற பிரம்மாண்டமான எரிமலையை உற்றுப் பார்த்துக் கொண்டே நான் அந்த உணவகத்தில் உணவருந்தியபோது, எங்களுக்கு விருந்தளித்துக் கொண்டிருந்த அந்த நபரின் வாழ்க்கைமுறையால் நான் கவரப்பட்டேன்.

அவர் எங்களிடம், "நான் சில நேரங்களில் அமெரிக்காவிலிருந்து நேரடியாக அமேசான் காடுகளுக்கு நடுவே இருக்கின்ற ஒரு சிறிய விமானத் தளத்திற்கு ஒரு பெருநிறுவன ஆடம்பர விமானத்தில் வருவதுண்டு. அங்கே சுங்கப் பரிசோதனை போன்றவை எதுவும் கிடையாது. எக்குவடோர் அரசு எங்களுக்குச் சிறப்புச் சலுகைகளை வழங்கியுள்ளது," என்று பெருமையடித்துக் கொண்டார். அவருடைய மழைக்காட்டு அனுபவத்தில், குளிரூட்டப்பட்ட அறைகளில் தங்குவது, விலையுயர்ந்த மதுவகைகளை ருசி பார்ப்பது போன்றவையும் அடங்கும். "ஆனால், உங்களுக்குக் கிடைக்கவிருக்கின்ற அனுபவங்கள் அப்படி இருக்காது என்று நான் நினைக்கிறேன்," என்று கூறிவிட்டு அவர் சிரித்தார்.

பிறகு, தான் எழுதிக் கொண்டிருந்த அறிக்கையைப் பற்றி அவர் பேசினார். காட்டுப் பகுதியில் ஒரு பெரும் கடலெனப் படிந்திருக்கின்ற எண்ணெய்ப் படிமங்களைப் பற்றி அவர் அதில் குறிப்பிட்டிருந்தார். எக்குவடோர் நாட்டுக்குப் பெரும் கடன் வழங்க உலக வங்கி முன்வரவும், கிடைக்கவிருந்த எண்ணெய் வளத்தால் பயனடையவிருந்த டெக்சாகோ மற்றும் பல நிறுவனங்களுக்குக் கூடுதல் மூலதனம் கிடைப்பதற்கும் தன்னுடைய அறிக்கை உதவும் என்று அவர் மார்தட்டிக் கொண்டார். "ஒரு நாட்டில் வளர்ச்சி இவ்வளவு விரைவாக ஏற்படும் என்பதை என்னால் நம்ப

முடியவில்லை," என்று நான் அவரிடம் வியப்புடன் கூறியபோது, அவர் என்னை விநோதமாகப் பார்த்துக் கொண்டே, "வணிகப் பள்ளியில் உங்களுக்கு என்ன இழவைக் கற்றுக் கொடுத்தார்கள்?" என்று கேட்டார்.

அதற்கு என்ன பதில் கூறுவதென்று எனக்குத் தெரியவில்லை.

அவர் என்னிடம், "இது காலங்காலமாக நடைபெற்றுக் கொண்டிருக்கின்ற நடைமுறை. நான் இதை ஆசியா, மத்தியக் கிழக்கு மற்றும் ஆப்பிரிக்காவில் பார்த்திருக்கிறேன். இப்போது அது இங்கு நடக்கிறது, அவ்வளவுதான். நிலநடுக்க ஆபத்தைப் பற்றிய அறிக்கையும், நாங்கள் இப்போது கண்டுபிடித்துள்ளது போன்ற ஒரே ஒரு வளமான எண்ணெய்க் கிணறும் இருந்தாலே போதும். பின்னர் கொழிப்புதான்!" என்று கூறிவிட்டுப் புன்னகைத்தார்.

"எக்குவடோர் மக்களுக்கு இந்த எண்ணெய்க் கண்டுபிடிப்பு எத்தகைய செழிப்பைக் கொண்டுவரும் என்று கற்பனை செய்வது எனக்கு உற்சாகமளிக்கிறது," என்று ஆன் கூறினாள்.

அதைக் கேட்ட அவர், "இதைப் புத்திசாலித்தனமாகப் பயன்படுத்திக் கொள்ளத் தெரிந்தவர்களுக்கு மட்டுமே இது பயன்படும்," என்று கூறினார்.

என்னுடைய சொந்த ஊருக்கு ஒரு பணக்காரரின் பெயர் சூட்டப்பட்டிருந்தது. 1849 இல் கலிபோர்னியாவில் தங்கம் தோண்டி எடுக்க வந்தவர்களுக்கு மண்வெட்டியும் போர்வையும் விற்று ஒரு பெரும் பணக்காரராக ஆனவர் அவர். அது என் நினைவுக்கு வந்ததால், நான் அவரிடம், "வியாபாரிகளும் வங்கியாளர்களும் இதனால் பயனடைவர்," என்று கூறினேன்.

"நீங்கள் கூறுவது சரிதான். ஆனால் இன்று அந்த இடத்தைப் பெருநிறுவனங்கள் எடுத்துக் கொண்டுவிட்டன," என்று கூறிய அவர், தன் நாற்காலியில் பின்னால் நன்றாகச் சாய்ந்து கொண்டு மேலும் தொடர்ந்தார்: "இப்போது இந்த நாடு எங்களுக்குச் சொந்தம். சுங்கப் பரிசோதனை இல்லாமல் விமானத்தோடு வந்து இங்கு இறங்குவதைக் காட்டிலும் அதிகமானவற்றை நாங்கள் இந்த நாட்டிடமிருந்து பெற்றுக் கொண்டிருக்கிறோம்."

"எவை அவை?"

"அடக் கடவுளே! நீங்கள் கற்றுக் கொள்ள வேண்டியது ஏராளமாக இருக்கிறது," என்று கூறிவிட்டு, அந்நகருக்கு வாழ்த்துத் தெரிவிப்பதுபோலத் தன்னுடைய மதுக் கிண்ணத்தை உயரே தூக்கிப் பிடித்தபடி அவர் இவ்வாறு கூறினார்: "நாங்கள் இங்குள்ள இராணுவத்தை எங்களுடைய கட்டுப்பாட்டில் வைத்திருக்கிறோம். அவர்களுக்கு நாங்கள்தான் சம்பளம் கொடுக்கிறோம், அவர்களுக்குத் தேவையான

ஆயுதங்களையும் நாங்கள்தான் வாங்கிக் கொடுக்கிறோம். தங்களுடைய நிலங்களில் எண்ணெய்க் கிணறுகள் வருவதை விரும்பாத பழங்குடியினரிடமிருந்து அவர்கள்தாம் எங்களைப் பாதுகாக்கின்றனர். லத்தீன் அமெரிக்காவைப் பொறுத்தவரை, யார் ஒரு நாட்டின் இராணுவத்தைத் தங்களுடைய கட்டுப்பாட்டில் வைத்திருக்கிறார்களோ, அவர்கள் அந்நாட்டு அதிபரையும் அந்நாட்டு நீதிமன்றங்களையும் தங்களுடைய கட்டுப்பாட்டில் வைத்திருக்கின்றனர். தொழிலாளர்களுக்குக் கொடுக்கப்பட வேண்டிய ஊதியம், எண்ணெய்க் கசிவு ஏற்பட்டால் அதற்குச் செலுத்தப்பட வேண்டிய அபராதத் தொகை போன்ற, எங்கள் தொழில்மீது தாக்கம் ஏற்படுத்தவல்ல அனைத்துச் சட்டங்களையும் நாங்கள்தாம் இயற்றுகிறோம்."

"இவை அனைத்திற்குமான செலவை டெக்சாகோ ஏற்றுக் கொள்கிறதா?" என்று ஆன் கேட்டாள்.

"அப்படிக் கூற முடியாது," என்று கூறிவிட்டு, அவர் மேசையின் குறுக்கே தன்னுடைய கையை நீட்டி ஆனைத் தொட்டார். பின் அவர் அவளிடம், "நீங்கள்தான் கொடுக்கிறீர்கள் அல்லது உங்கள் அப்பா கொடுக்கிறார். ஒட்டுமொத்தத்தில், அமெரிக்கக் குடிமக்கள் இச்செலவை ஏற்றுக் கொள்கின்றனர். அமெரிக்க நிதியுதவி அமைப்பான யூஎஸ்எய்டு, உலக வங்கி, சிஐஏ, பென்டகன் போன்றவற்றின் மூலமாகப் பணம் மடை மாற்றப்படுகிறது," என்று கூறினார். பின் நாங்கள் அமர்ந்திருந்த இடத்திலிருந்து கீழே தெரிந்த நகரத்தைச் சுட்டிக்காட்டி, "இங்குள்ளவர்களைப் பொறுத்தவரை, அதை ஏற்றுக் கொள்வது டெக்சாகோதான். இது போன்ற நாடுகளின் வரலாற்றில் இராணுவக் கலகம் மூலமான ஆட்சிக் கவிழ்ப்புகள் சர்வசாதாரணமாக இடம் பெறுகின்றன என்பதை நீங்கள் மறந்துவிடக்கூடாது. நீங்கள் இந்நாட்டு வரலாற்றை உன்னிப்பாக ஆய்வு செய்தால், இந்நாட்டுத் தலைவர்கள் நாங்கள் சொல்கின்றபடி கேட்காமல் இருக்கும்போதுதான் அங்கு இராணுவக் கலகம் மூலமான ஆட்சிக் கவிழ்ப்புகள் நடைபெறுகின்றன என்பது உங்களுக்குப் புரியும்," என்று கூறினார்.

"நீங்கள் என்ன சொல்கிறீர்கள்? டெக்சாகோ நிறுவனம் அரசாங்கங்களைக் கவிழ்க்கிறதா?" என்று நான் கேட்டேன்.

அதைக் கேட்டு அவர் சிரித்தார். "ஒத்துழைக்காத நாடுகள் சோவியத் நாட்டின் கைப்பாவைகளாகக் கருதப்படுகின்றன என்று கூறுவதோடு நிறுத்திக் கொள்ளலாம். அவை அமெரிக்க நலன்களுக்கும் ஜனநாயகத்திற்கும் அச்சுறுத்தலாக இருக்கின்றன. அது சிஐஏவுக்குப் பிடிக்காது."

அன்று நான் அவரிடம் கேட்டுத் தெரிந்து கொண்டது,

பொருளாதார அடியாள் அமைப்புமுறை என்று பின்னர் நான் அறிந்து கொண்ட அமைப்புமுறை குறித்த என்னுடைய முதல் பாடமாகும்.

நானும் ஆனும் அடுத்தச் சில மாதங்களை அமேசான் மழைக்காட்டுப் பகுதியில் செலவழித்தோம். பின்னர் நாங்கள் ஆன்டிஸ் மலைப்பகுதிக்கு இடமாற்றம் செய்யப்பட்டோம். அங்கிருந்த செங்கற்சூளையில் வேலை பார்த்தவர்களுக்கு உதவும்படி நான் கேட்டுக் கொள்ளப்பட்டேன். ஆன் அங்கிருந்த ஊனமுற்ற நபர்களுக்குப் பயிற்சியளித்து, அவர்கள் உள்ளூர் தொழில்களில் வேலை பெற உதவினாள்.

அங்கிருந்த மக்கள் செங்கற்களைச் சுடுவதற்குப் பயன்படுத்திய அடுப்புகள் தொன்மையானவையாக இருந்ததால், அவற்றின் திறனை மேம்படுத்த அவர்களுக்கு உதவுமாறு நான் கேட்டுக் கொள்ளப்பட்டிருந்தேன். ஆனால் அம்மக்கள் அனைவரும் செங்கற்களை நகரத்திற்கு எடுத்துச் சென்ற லாரிகளின் முதலாளிகள்மீதும் நகரத்திலிருந்த கிட்டங்கிகள்மீதும் புகார் கூறினர்.

சமூகத்தில் ஒரு நிலையிலிருந்து அதற்கு மேலுள்ள நிலைக்குச் செல்வது என்ற பேச்சுக்கே எக்குவடோரில் இடமில்லை. ரிக்கோக்கள் என்று அழைக்கப்படுகின்ற ஒரு சில பணக்காரக் குடும்பங்கள்தாம், உள்ளூர் தொழில்களிலிருந்து அரசியல்வரை அனைத்தையும் தம்முடைய கட்டுப்பாட்டில் வைத்திருந்தன. அவர்களுடைய முகவர்கள் செங்கற்களைத் தயாரிக்கும் மக்களிடமிருந்து செங்கற்களை அடிமாட்டு விலைக்கு வாங்கி, அதைவிடப் பத்து மடங்கு விலைக்கு அவற்றை விற்றுக் கொண்டிருந்தனர். செங்கல் தயாரிப்புத் தொழிலில் ஈடுபட்டிருந்தவர்களில் ஒருவர் இது குறித்து நகரத் தலைவரிடம் புகார் செய்தார். ஒரு சில நாட்களுக்குப் பிறகு அவர்மீது ஒரு லாரி மோதியது. அதில் அவர் உயிரிழந்தார்.

அச்சமூகத்தை அச்சம் கவ்விக் கொண்டது. அவர் கொலை செய்யப்பட்டார் என்று அம்மக்கள் என்னிடம் அடித்துக் கூறினர். கொல்லப்பட்ட நபர், எக்குவடோரை ஒரு கம்யூனிச நாடாக மாற்றுவதற்குக் கியூபா போட்டிருந்த சதித் திட்டத்தில் தொடர்பு கொண்டிருந்தார் என்று உள்ளூர் காவல்துறைத் தலைவர் அறிவித்தபோது, அம்மக்களின் சந்தேகம் உண்மைதான் என்று நானும் நம்பத் தொடங்கினேன் (அதற்கு முந்தைய மூன்று ஆண்டுகளுக்கு உள்ளாகத்தான் சேகுவாரா பொலிவியாவில் அமெரிக்க சிஐஏ அமைப்பால் படுகொலை செய்யப்பட்டிருந்தார்). செங்கற்களைத் தயாரிக்கின்ற பணியில் ஈடுபட்டிருந்த வேறு யாராவது பிரச்சனை எழுப்பினால், அவர்களும் கலகக்காரர்கள்

என்று முத்திரை குத்தப்பட்டுக் கைது செய்யப்படுவார்கள் என்று அந்த அதிகாரி மேலும் அறிவித்தார்.

நகரில் இருந்த ரிக்கோக்களை நேரில் சந்தித்து அவர்களை சமாதானப்படுத்தும்படி உள்ளூர் மக்கள் என்னை நச்சரித்தனர். அவர்கள் யாரைக் கண்டு வெகுவாகப் பயந்து கொண்டிருந்தார்களோ அவர்களைச் சமாதானப்படுத்திவிட்டால், பிறகு தங்களால் பயமின்றி வாழ முடியும் என்று அவர்கள் நம்பினர்.

இச்சூழலை எப்படிக் கையாள்வது என்று எனக்குத் தெரியவில்லை. நகரத் தலைவரை எனக்குத் தெரியாது. ஓர் இருபத்தைந்து வயது அந்நிய நாட்டு இளைஞன் இதில் தலையிட்டால் அது நிலைமையை மோசமாக்கத்தான் செய்யும் என்று நான் எண்ணினேன். நான் அவர்கள் கூறியதை வெறுமனே கேட்டுக் கொண்டேன். என்னால் அவர்கள்மீது அனுதாபப்பட மட்டுமே முடிந்தது.

ஸ்பெயின் நாட்டவர் படையெடுத்து வந்த காலத்தில் தொடங்கி, ஆன்டிஸ் மலைப்பகுதியில் வசித்து வந்த மக்களை பயத்தின் மூலம் தங்களுடைய கட்டுப்பாட்டில் வைத்து வந்திருந்த ஓர் அமைப்புமுறையில் ரிக்கோக்களும் ஒரு பகுதியினர் என்பதை நான் சில காலத்திற்குப் பின்னர் புரிந்து கொண்டேன். அம்மக்கள்மீது இரக்கம் கொள்வது என்பது, அவர்கள் ரிக்கோக்களை எதிர்த்து எதையும் செய்யாதபடி அவர்களை முடக்கிப் போடத்தான் உதவும் என்பது எனக்குப் புரிந்தது. அவர்கள் தங்களுடைய பயங்களை எதிர்கொள்ளக் கற்றுக் கொள்ள வேண்டியிருந்தது. தாங்கள் அடக்கி வைத்திருந்த கோபம் வெளிப்பட அவர்கள் தங்களை அனுமதிக்க வேண்டியிருந்தது. தங்களுக்கு எதிராக இழைக்கப்பட்டுக் கொண்டிருந்த அநீதிக்கு எதிராக அவர்கள் குரல் எழுப்பக் கற்றுக் கொள்ள வேண்டியிருந்தது. தங்களுடைய விவகாரங்களைச் சீராக்க என்னை அண்ணாந்து பார்ப்பதை அவர்கள் நிறுத்த வேண்டியிருந்தது. ரிக்கோக்களை எதிர்த்து நிற்க அவர்கள் முனைய வேண்டியிருந்தது.

ஒரு நாள் மதியம் நான் அம்மக்களிடம் பேசினேன். அவர்கள் செயலில் இறங்க வேண்டும் என்று நான் அவர்களிடம் வலியுறுத்தினேன். “உங்களுடைய குழந்தைகள் அமைதியாக வாழ வேண்டும் என்று நீங்கள் விரும்பினால், ரிக்கோக்களால் கொல்லப்படக்கூடிய ஆபத்து இருந்தால்கூட நீங்கள் அவர்களை எதிர்க்கத் துணிய வேண்டும்,” என்று நான் அவர்களிடம் கூறினேன்.

அச்சமூகத்தை நான் அப்படி ஊக்குவித்தது எனக்கு ஒரு நல்ல படிப்பினையாகவே இருந்தது. ஏற்கனவே இருந்த

முறையை எதிர்க்காமல் இருந்ததன் மூலம் மக்கள் அதனோடு ஒத்துப் போயிருந்தனர் என்பதையும், செயலில் இறங்குவதுதான் அதற்கான ஒரே தீர்வு என்று அவர்களை நம்ப வைப்பதுதான் ஒரே வழி என்பதையும் நான் புரிந்து கொண்டேன். அது நன்றாக வேலை செய்தது.

செங்கற்களைத் தயாரித்தவர்கள் தங்களுக்குள் ஒரு கூட்டுறவுச் சங்கத்தை அமைத்துக் கொண்டனர். அங்கிருந்த ஒவ்வொரு குடும்பமும் அக்கூட்டுறவுச் சங்கத்திற்குச் செங்கற்களை நன்கொடையாகக் கொடுத்தது. அவற்றை விற்றதிலிருந்து கிடைத்தப் பணத்தைக் கொண்டு அவர்கள் ஒரு லாரியையும், நகரத்தில் ஒரு கிட்டங்கியையும் வாடகைக்கு எடுத்தனர். ரிக்கோக்கள் இந்தக் கூட்டுறவைப் புறக்கணித்தனர். விரைவில், நார்வே நாட்டைச் சேர்ந்த ஒரு கிறித்தவ அமைப்பு, தாங்கள் கட்டிக் கொண்டிருந்த ஒரு பள்ளிக்காக இவர்களிடமிருந்து மொத்தச் செங்கற்களையும் வாங்கிக் கொண்டது. இதனால், அவர்களுக்கு அதுவரை கிடைத்து வந்ததைப்போல ஐந்து மடங்குத் தொகை கிடைத்தது. அந்தக் கிறித்தவ அமைப்பு அதுவரை செங்கற்களை ரிக்கோக்களிடமிருந்து இதைவிட இரு மடங்கு அதிக விலை கொடுத்துத்தான் வாங்கிக் கொண்டிருந்தது. இங்கு இரண்டு தரப்பினரும் இலாபம் அடைந்தனர். அதற்குப் பிறகு அக்கூட்டுறவு கொழிக்கத் தொடங்கியது.

இது நடந்து ஓராண்டுக்குள் பீஸ் கார்ப்ஸுடனான எங்களுடைய ஒப்பந்தம் நிறைவடைந்தது. அப்போது எனக்கு இருபத்தாறு வயது ஆகிவிட்டிருந்ததால், கட்டாய இராணுவச் சேவையிலிருந்து நான் தப்பித்துவிட்டிருந்தேன். அதற்குப் பதிலாக, நான் ஒரு பொருளாதார அடியாளாக மாறினேன்.

நான் முதலில் அந்த வேலையில் சேர்ந்தபோது, நான் சரியான செயல்களைச் செய்து கொண்டிருந்ததாகத்தான் நான் நம்பினேன். தெற்கு வியட்நாம், கம்யூனிச வட வியட்நாமின் கைகளில் வீழ்ந்தது. உலகம் இப்போது சோவியத் ஒன்றியம் மற்றும் சீனாவால் அச்சுறுத்தப்பட்டுக் கொண்டிருந்தது. வளர்ச்சியடைந்து கொண்டிருக்கும் நாடுகள், உலக வங்கி போன்ற சர்வதேச அமைப்புகளிடமிருந்து மலையளவு கடன் வாங்கி, தங்களுடைய நாட்டில் கட்டுமானத் திட்டங்களை நிறைவேற்றினால், அவற்றால் ஏழ்மையிலிருந்து விடுபட முடியும், கம்யூனிசத் தளையில் சிக்காமல் தங்களைப் பாதுகாத்துக் கொள்ளவும் முடியும் என்று வணிகப் பள்ளிப் பேராசிரியர்கள் எனக்குக் கற்றுக் கொடுத்திருந்தனர். உலக வங்கி மற்றும் யூஎஸ்எய்டு நிறுவனத்தில் இருந்த வல்லுநர்கள் இந்த மனப்போக்கை வலுப்படுத்தினர்.

இப்புனைகதையில் ஒளிந்திருந்த பிரம்மாண்டமான

புளுகுகளை நான் கண்டறிவதற்குள் நான் வசமாகச் சிக்கிக் கொண்டேன். என்னுடைய பள்ளிப்பருவத்தில் நான் மாணவர் விடுதியில் தங்கிப் படித்துக் கொண்டிருந்தபோது, நான் வறுமை உணர்வுடன்தான் வளர்ந்து வந்தேன். ஆனால், இப்போது திடீரென்று நான் பெரும் பணம் சம்பாதித்துக் கொண்டிருந்தேன்; நான் கனவு கண்டதுபோலப் பல நாடுகளுக்கு விமானத்தில் முதல் வகுப்பில் பயணித்துக் கொண்டிருந்தேன்; ஆடம்பர ஓட்டல்களில் தங்கிக் கொண்டும், நேர்த்தியான உணவகங்களில் சாப்பிட்டுக் கொண்டும் இருந்தேன்; உலகத் தலைவர்களுடன் தோளோடு தோள் உரசிக் கொண்டிருந்தேன். ஒட்டுமொத்தத்தில், நான் கனவு கண்டிருந்த ஒரு வாழ்க்கையை நான் வாழ்ந்து கொண்டிருந்தேன். அதிலிருந்து வெளியேறுவது குறித்து என்னால் நினைத்துக்கூடப் பார்க்க முடியவில்லை.

அதற்குப் பிறகுதான் கொடுங்கனவுகள் தொடங்கின.

நான் தங்கியிருந்த ஓட்டல் அறைகளில், நடு இரவில், வியர்த்து விறுவிறுத்துத் தூக்கத்திலிருந்து நான் திடுக்கிட்டு எழத் தொடங்கினேன். நான் ஏற்கனவே பார்த்திருந்த காட்சிகள் என் கண்முன் அணிவகுத்து நிற்கத் தொடங்கின: காலில்லாத தொழுநோயாளிகள், சக்கரங்களைக் கொண்டிருந்த மரப்பலகைகளில் அமர்ந்து கொண்டு ஜகார்த்தா நகர வீதிகளில் வலம் வந்து கொண்டிருந்த காட்சி; பாசி படிந்திருந்த அழுக்கான கால்வாய்களில் ஆண்களும் பெண்களும் குளித்துக் கொண்டிருக்க, அதற்கு அருகேயே வேறு சிலர் காலைக் கடன்களை முடித்துக் கொண்டிருந்த அவலம்; ஈக்கள் மொய்த்துக் கொண்டிருக்கும் நிலையில் ஒரு குப்பைத் தொட்டியில் கிடந்த அனாதைப் பிணம்; அட்டைப்பெட்டிகளை விரித்து அவற்றின்மீது படுத்து உறங்கிக் கொண்டிருந்த குழந்தைகள்; குப்பைத் தொட்டிகளில் கிடந்தவற்றைப் பொறுக்குவதற்காக நாய்களுடன் மல்லுக்கு நின்ற மக்கள். உணர்வுரீதியாக நான் என்னை இவர்களிடமிருந்து அந்நியப்படுத்திக் கொண்டிருந்தேன் என்பது எனக்குப் புரிந்தது. பிற அமெரிக்கர்களைப்போலவே நானும் இப்படிப்பட்ட மக்களை ஈனப்பிறவிகளாகப் பார்த்தேன்; அவர்கள் 'பிச்சைக்காரர்கள்,' 'சமூகத்திற்கு ஒவ்வாதவர்கள்.'

நான் இந்தோனேசியாவில் இருந்தபோது, ஒரு நாள், அந்த அரசாங்கம் எனக்குக் கொடுத்திருந்த ஓர் ஆடம்பரக் காரில் நான் பயணித்துக் கொண்டிருந்தேன். அக்கார் ஒரு போக்குவரத்துச் சந்திப்பில் நின்று கொண்டிருந்தது. ஒரு தொழுநோயாளி, சூம்பிப் போயிருந்த தன்னுடைய அருவருப்பான கைகளின் மீதத்தை என் இருக்கையருகே இருந்த சன்னலின் வழியாக உள்ளே நுழைத்தான். என் கார் ஓட்டுநர் அவனைக் கடுமையாகத் திட்டினார். அதைக்

கேட்ட அத்தொழுநோயாளி, எகத்தாளமாகப் பெரிதாகப் புன்னகைத்துக் கொண்டே தன் கைகளை வெளியே எடுத்துக் கொண்டான். பச்சை விளக்குத் தோன்றியவுடன் நாங்கள் அங்கிருந்து கிளம்பிவிட்டோம். ஆனால் அக்காட்சி என் மனத்தில் அப்படியே தங்கிவிட்டது. அவன் வலைவீசித் தேடி என்னைக் கண்டுபிடித்துவிட்டிருந்ததுபோல அக்காட்சி இருந்தது; அவனுடைய சூம்பிப் போயிருந்த கை எனக்கு ஓர் எச்சரிக்கை விடுத்திருந்ததுபோலவும், அவனுடைய ஏளனப் புன்னகை எனக்கு ஒரு தகவலைச் சொல்லியதுபோலவும் நான் உணர்ந்தேன்: ‘உன்னைத் திருத்திக் கொள்’ என்றும், ‘நீ செய்துள்ளவற்றுக்கு வருத்தம் கொள்’ என்றும் கூறுவதுபோல அது இருந்தது.

அதற்குப் பிறகு நான் என்னைச் சுற்றியிருந்த உலகை இன்னும் உன்னிப்பாகக் கவனிக்கத் தொடங்கினேன், என்னையும் ஆழமாக அலசத் தொடங்கினேன். வெற்றி என் காலடியில் வந்து கொட்டியிருந்த அனைத்து வசதிகளும் என்னிடம் இருந்தபோதிலும், நான் பரிதாபகரமானவனாக இருந்தேன். தினமும் தூக்க மாத்திரை சாப்பிடாமல் என்னால் தூங்க முடியவில்லை. நான் மதுவை மூக்கு முட்டக் குடித்துக் கொண்டிருந்தேன். காலையில் படுக்கையிலிருந்து எழுந்து காபி அருந்திவிட்டு, சில மாத்திரைகளை விழுங்கிவிட்டு, கோடிக்கணக்கான டாலர்கள் மதிப்பு வாய்ந்த ஒப்பந்தங்கள் குறித்துப் பேரம் பேச என்னை வலுக்கட்டாயமாக இழுத்துச் சென்று கொண்டிருந்தேன்.

அந்த வாழ்க்கை இயல்பானதுபோல எனக்குத் தோன்றத் தொடங்கியது. என்னைச் சுற்றி உருவாக்கப்பட்டிருந்த கதைகளை நான் நம்பத் தலைப்பட்டேன். என் வாழ்க்கைமுறையைப் பேணுவதற்காக நான் பெருமளவில் கடன் வாங்கத் தொடங்கினேன். பயத்தை அடித்தளமாகக் கொண்டு நான் இயங்கிக் கொண்டிருந்தேன்: கம்யூனிசம் குறித்த பயம், நான் என் வேலையை இழந்துவிடுவேனோ என்ற பயம், தோல்வி குறித்த பயம், எனக்கு அவசியம் என்று பிறர் கூறியிருந்த இன்றியமையாத நுகர்வுப் பொருட்கள் என்னிடம் இல்லாமல் போய்விடுமோ என்ற பயம்.

ஒரு நாள் இரவு நான் வேறு விதமான கனவோடு கண்விழித்தேன்:

தங்களிடம் ஏராளமான எண்ணெய்ப் படிமங்கள் இருந்ததென்று சமீபத்தில் கண்டுபிடித்திருந்த ஒரு நாட்டின் தலைவருடைய அலுவலகத்திற்குள் நான் நுழைகிறேன். நான் அவரிடம் இவ்வாறு கூறுகிறேன்: “எங்களுடைய கட்டுமான நிறுவனங்கள், உங்களுடைய சகோதரர் நடத்திக்

கொண்டிருக்கும் அமெரிக்க ஜான் தீரே நிறுவனத்தின் கிளை உரிம நிறுவனத்திலிருந்து எந்திரங்களைக் குத்தகைக்கு எடுத்துக் கொள்ளும். வழக்கமாக அவருக்குக் கிடைக்கின்ற வாடகையைவிட இரு மடங்கு அதிகமாக நாங்கள் அவருக்குத் தருகிறோம். அதிலிருந்து கிடைக்கின்ற இலாபத்தை உங்களுடைய சகோதரர் உங்களுடன் பங்கு போட்டுக் கொள்ளட்டும்." கனவில் நான் அவருடன் தொடர்ந்து மேலும் பேசுகிறேன். "அதே போன்ற ஒப்பந்தங்கள், கோகோ கோலா தொழிற்சாலைகள், பிற உணவு மற்றும் குளிர்பான நிறுவனங்களை நடத்திக் கொண்டிருக்கும் அவருடைய நண்பர்களுக்கும் கிடைக்கும்படி நாங்கள் பார்த்துக் கொள்கிறோம். நீங்கள் செய்ய வேண்டியதெல்லாம், உங்களுடைய நாட்டில் கட்டுமானப் பணியை மேற்கொள்வதற்கான ஒப்பந்தங்கள் அமெரிக்க நிறுவனங்களுக்குக் கிடைப்பதற்கு வழிவகை செய்கின்ற உலக வங்கிக் கடன் விண்ணப்பத்தில் கையெழுத்துப் போட வேண்டும், அவ்வளவுதான்."

பின்னர் நான் அவரிடம் மிகவும் இயல்பாக, "இதற்கு நீங்கள் மறுத்தால், ஜாக்கல்கள் இங்கு விஜயம் செய்வர். ஈரானின் மொசாடெக், குவாத்தமாலாவின் அர்பென்ஸ், சிலியின் அலன்டே, காங்கோவின் லுமும்பா, வியட்நாமின் டைம் ஆகியோருக்கு என்ன கதி ஏற்பட்டது என்பதை ஒருபோதும் மறந்துவிடாதீர்கள். ஒன்று, அவர்கள் ஆட்சியிலிருந்து தூக்கியெறியப்பட்டனர் அல்லது..." என்று கூறிவிட்டு, என் விரலை என் கழுத்தில் வைத்து அதை அறுப்பதுபோலச் சைகை செய்துவிட்டு, "ஏனெனில், அவர்கள் நாங்கள் கூறியபடி நடக்க மறுத்துவிட்டனர்," என்று முடிக்கிறேன்.

அக்கனவிலிருந்து நான் விழித்தபோது, நான் வியர்வையில் குளித்திருந்தேன். அக்கனவு என்னுடைய எதார்த்தத்தை அப்படியே பிரதிபலித்துக் கொண்டிருந்தது என்பதை நான் உணர்ந்தேன். ஏனெனில், அக்கனவில் வந்தவற்றை நான் ஏற்கனவே செய்திருந்தேன்.

என்னுடைய கனவில் வந்ததுபோல, நாட்டுத் தலைவர்கள் மற்றும் அரசு உயர் அதிகாரிகளிடம், அவர்கள் தாங்கள் வாங்கவிருந்த பெரும் கடன்களைத் தங்கள் நாட்டு மக்களிடம் நியாயப்படுத்தத் தேவையான அனைத்துத் தகவல்களையும் தரவுகளையும் என்னால் எளிதாக வழங்க முடிந்தது. பொருளாதார வல்லுநர்கள், நிதி நிபுணர்கள், புள்ளியியலாளர்கள், மற்றும் கணிதவியலாளர்கள் அடங்கிய ஒரு படை எனக்காக வேலை செய்து கொண்டிருந்தது. பெரும் கடன்களை வாங்கி, மின்சக்தி, நெடுஞ்சாலை, துறைமுகம், விமான நிலையம், தொழிற்பேட்டை ஆகியவை குறித்தத் திட்டங்களில் அவற்றை முதலீடு செய்வது எப்படி அவர்களுடைய நாட்டின் பொருளாதார வளர்ச்சியை

மேம்படுத்தும் என்பதை விளக்குகின்ற நவீனப் பொருளாதார மாதிரிகளைத் தயாரிப்பதில் அவர்கள் கை தேர்ந்தவர்கள்.

என்னுடைய நடவடிக்கைகள் மக்களுக்கு நல்ல பயன்களையே கொடுத்துக் கொண்டிருந்தன என்று என்னை நானே நம்ப வைத்துக் கொள்வதற்கு நானும் பல ஆண்டுகளாக இதே மாதிரிகளைத்தான் சார்ந்திருந்தேன். ஒரு நாட்டில் பிரம்மாண்டமான கட்டுமானப் பணிகள் நிறைவேற்றப்படுகின்றபோது அந்நாட்டின் மொத்த உள்நாட்டு உற்பத்தி உயர்கிறது என்ற புள்ளிவிபரத்தை வைத்து நான் என் வேலையை நியாயப்படுத்தி வந்தேன். இக்கணக்கீடுகளுக்குப் பின்னால் இருந்த உண்மைக் கதையை இப்போது நான் எதிர்கொண்டேன். முன்வைக்கப்பட்டப் புள்ளிவிபரங்கள் அநியாயத்திற்கு ஒருபக்கச் சார்பானவை. எங்களுடைய கட்டுமானப் பணிகளால் கொழித்துக் கொண்டிருந்த தொழிற்துறைகள், வங்கிகள், வணிக வளாகங்கள், பல்பொருள் அங்காடிகள், ஓட்டல்கள் மற்றும் பிற தொழில்களின் உரிமையாளர்களுக்குச் சாதகமாகப் புள்ளிவிபரங்கள் திரிக்கப்பட்டன.

அக்குடும்பங்கள் மட்டும் கொழித்தன.

பிற மக்கள் அனைவரும் பாதிக்கப்பட்டனர்.

ஒரு நாட்டின் வரவு செலவுத் திட்டத்தில், சுகாதாரம், கல்வி, மற்றும் பிற சமூகச் சேவைகளுக்கு ஒதுக்கப்படுகின்ற பணம், நாங்கள் கொடுக்கும் பெரும் கடன்களுக்கு வட்டி செலுத்துவதற்காக மடை மாற்றப்படுகிறது. அசல் ஒருபோதும் திருப்பிக் கொடுக்கப்படுவதில்லை; இதன் மூலம், அந்நாடு, மீள முடியாத கடன் தளைக்குள் மாட்டிக் கொள்கிறது. அதையடுத்து, 'ஐஎம்எஃப்' என்று சுருக்கமாக அழைக்கப்படுகின்ற சர்வதேசப் பண நிதியமைப்பின் பொருளாதார அடியாட்கள் அந்நாட்டுக்குள் நுழைவர். எண்ணெய் மற்றும் பிற வளங்களை அடிமாட்டு விலைக்கு அமெரிக்க நிறுவனங்களுக்குக் கொடுக்கும்படி அவர்கள் அந்நாட்டின் தலைவர்களை வற்புறுத்துவர்; மின்சக்தி, நீர், கழிவுநீர் அகற்றுதல் மற்றும் பிற அரசுச் சேவைகளைத் தனியார்மயப்படுத்த வேண்டும் என்றும், அவற்றையும் அமெரிக்கப் பெருநிறுவனங்களுக்குத் தாரை வார்த்துக் கொடுக்க வேண்டும் என்றும் அந்தப் பொருளாதார அடியாட்கள் அடம் பிடிப்பர்.

இப்படிப் பெரும் கடன் வழங்கப்படுகின்ற ஒவ்வொரு முறையும், அக்கடன் மூலம் உருவாக்கப்படுகின்ற திட்டங்களை அமெரிக்கப் பொறியியல் மற்றும் கட்டுமான நிறுவனங்கள்தாம் கட்டிக் கொடுக்கும் என்பது முக்கிய நிபந்தனையாக முன்வைக்கப்படும். ஒட்டுமொத்தத்தில், பெரும்பாலான பணம் ஒருபோதும் அமெரிக்காவைவிட்டு வெளியேறுவதில்லை.

வாஷிங்டன் நகரில் இருக்கின்ற வங்கிகளிலிருந்து, நியூயார்க், ஹூஸ்டன் அல்லது சான்பிரான்சிஸ்கோவிலுள்ள பொறியியல் நிறுவனங்களின் வங்கிக் கணக்குகளுக்கு அப்பணம் மாற்றப்படும். அதோடு, இப்படிக் கடன் பெறும் நாடுகள், விமானங்கள், மருந்துகள், உழவு இயந்திரங்கள், கணினித் தொழில்நுட்பங்கள், மற்றும் பிற பொருட்கள் மற்றும் சேவைகளை அமெரிக்க நிறுவனங்களிடமிருந்து வாங்குவதை, பொருளாதார அடியாட்களாகிய நாங்கள் உறுதி செய்வோம்.

நாடுகளுக்கு இப்படிக் கடனாக வழங்கப்படுகின்ற பெரும் பணம், பெருநிறுவனத்துவத்தின் அங்கங்களாக இருக்கின்ற நிறுவனங்களுக்குக் கிட்டத்தட்ட உடனடியாக வந்து சேர்ந்துவிடுகிறது என்றாலும், கடனாளி நாடுகள் அவற்றை வட்டியும் முதலுமாகத் திருப்பிச் செலுத்த வேண்டும். ஒரு பொருளாதார அடியாள் தான் எடுத்துக் கொண்ட வேலையில் முழுவதுமாக வெற்றி பெற்றால், அக்கடனுடைய அளவின் பிரம்மாண்டத்தால், ஒரு சில ஆண்டுகளுக்குள், வாங்கிய வட்டியைக்கூடக் கொடுக்க முடியாத நிலைக்கு அந்நாடுகள் தள்ளப்படும். இப்படி நிகழ்ந்தவுடன், பொருளாதார அடியாட்களாகிய நாங்கள், ஒரு மாஃபியா கும்பலைப்போல ஈவு இரக்கமின்றி நடந்து கொள்வோம். அப்படிப்பட்ட சமயங்களில், இவற்றில் ஒன்று அல்லது அதற்கு மேற்பட்டவை அரங்கேறும்: ஐக்கிய நாடுகள் அவையில் அமெரிக்கா கொண்டுவருகின்ற சில முக்கியத் தீர்மானங்களுக்கு ஆதரவாக வாக்களிக்க அந்நாடு நிர்ப்பந்திக்கப்படும்; அந்நாட்டில் அமெரிக்க இராணுவத் தளங்களை அமைக்கக் கட்டாய அனுமதி பெறப்படும்; எண்ணெய் மற்றும் பிற செழிப்பான வளங்களை எடுப்பதற்கான அனுமதியும் அந்நாட்டிடமிருந்து வலுக்கட்டாயமாகப் பெறப்படும். ஆனால், இதற்குப் பிறகும் அந்நாடு கடனாளியாகத்தான் தொடர்ந்து கொண்டிருக்கும் என்பது வெளிப்படை. இவ்வாறு, எங்களுடைய உலகளாவிய சாம்ராஜ்ஜியத்தில் மேலும் ஒரு நாட்டை நாங்கள் சேர்த்துவிடுவோம்.

நான் எப்படி வாழ வேண்டும் என்று விரும்பியிருந்தேனோ, அப்படிப்பட்ட ஒரு வாழ்க்கையை நான் வாழ்ந்து கொண்டிருக்கவில்லை என்பதை, நடு இரவில் என்னைத் திடுக்கிட்டு விழிக்க வைத்தக் கொடுங்கனவுகள் எனக்கு உணர்த்தின. ஆன்டிஸ் மலைப்பகுதியில் வசித்து வந்த, செங்கல் தயாரிப்பில் ஈடுபட்டிருந்த மக்களைப்போலவே, நானும், என் வாழ்க்கைக்குப் பொறுப்பேற்றுக் கொள்ள வேண்டும் என்பதோடு, பிற நாடுகளுக்கும் அந்நாட்டு மக்களுக்கும் நான் இழைத்துக் கொண்டிருந்த துரோகங்களுக்கும் பொறுப்பேற்றுக்

கொள்ள வேண்டும் என்பதும் எனக்குப் புரிந்தது. என்னுள் முளைவிட்டிருந்த இப்புரிதல் குறித்த முக்கியத்துவத்தின் ஆழத்தைப் புரிந்து கொள்வதற்கு முன்பாக நான் ஒரு முக்கியமான கேள்விக்கு விடை காண வேண்டியிருந்தது: அமெரிக்காவிலுள்ள நியூ ஹாம்ஷயர் மாநிலத்தின் கிராமப் பகுதி ஒன்றில் வளர்ந்த ஒரு நல்ல சிறுவன் (நான்தான்!) எப்படி இப்படிப்பட்ட யோக்கியமற்ற ஒரு வேலைக்குள் வந்து மாட்டிக் கொண்டான் என்பதுதான் அக்கேள்வி.

அத்தியாயம் 2

ஒரு பொருளாதார அடியாளின் உதயம்

அது வெகுளித்தனமாகத்தான் தொடங்கியது.

நான் 1945 இல் ஒரு மத்திய வர்க்கக் குடும்பத்தில் பிறந்தேன். என்னுடன் பிறந்தவர்கள் யாரும் கிடையாது. என் பெற்றோர் இருவரும், மூன்று தலைமுறைகளாக அமெரிக்காவின் நியூ இங்கிலாந்துப் பகுதியில் வாழ்ந்து வந்தவர்களுடைய பாரம்பரியத்தைச் சேர்ந்தவர்கள்; தலைமுறை தலைமுறையாக சுயகட்டுப்பாட்டுடன் அங்கு வாழ்ந்து வந்த அவர்களுடைய முன்னோர்களின் கண்டிப்பான, ஒழுக்கம்சார்ந்த, குடியரசுக் கட்சிக்கு விசுவாசமான மனப்போக்கு அவர்களிடம் வெளிப்பட்டது. என் பெற்றோர்கள் அவர்களுடைய குடும்பத்தில் முதன்முறையாகக் கல்லூரிக்குச் சென்றவர்கள். மேலும், அரசின் உதவித் தொகையுடன்தான் அவர்களால் படிக்க முடிந்தது. என் அம்மா உயர்நிலைப் பள்ளியில் லத்தீன் மொழி கற்றுக் கொடுக்கின்ற ஓர் ஆசிரியராக ஆனார். என் அப்பா இரண்டாம் உலகப் போரின்போது அமெரிக்கக் கடற்படையில் சேர்ந்து லெஃப்டினென்டாகப் பணியாற்றினார். நியூ ஹாம்ஷயரிலுள்ள ஹானோவர் நகரில் நான் பிறந்தபோது, டெக்சாஸ் மாநிலத்திலுள்ள ஒரு மருத்துவமனையில் இடுப்பு எலும்பு முறிவுக்காக என் தந்தை சிகிச்சை பெற்றுக் கொண்டிருந்தார். நான் பிறந்து ஓராண்டுக்குப் பிறகுதான் அவரால் என்னைப் பார்க்க முடிந்தது.

அவருடைய உடல்நிலை தேறியதும், நியூ ஹாம்ஷயரின் கிராமப் பகுதி ஒன்றில், விடுதியில் தங்கிப் படிக்கின்ற வசதியுடன் இருந்த டில்ட்டன் என்ற ஆண்கள் உயர்நிலைப் பள்ளி ஒன்றில் மொழிகளைக் கற்றுக் கொடுக்கும் ஆசிரியர் வேலையில் அவர் சேர்ந்தார். அப்பள்ளி ஒரு குன்றின்மேல் அமைந்திருந்தது.

ஒன்பதிலிருந்து பன்னிரண்டாம் வகுப்புவரை இருந்த அப்பள்ளியில், ஒரு வகுப்புக்கு ஐம்பது மாணவர்கள் இருந்தனர். நியூயார்க், பாஸ்டன், புவானஸ் ஏரீஸ், கேரகஸ் போன்ற நகரங்களிலிருந்த பெரும் செல்வந்தர்களின் வாரிசுகள்தாம் அங்கு படித்தனர்.

எங்கள் குடும்பத்தில் பணம் எப்போதும் பற்றாக்குறையாக இருந்து வந்திருந்தபோதிலும், நாங்கள் எங்களை ஏழைகள் என்று ஒருபோதும் கருதியதில்லை. அப்பள்ளியின் ஆசிரியர்களுக்குக் குறைவான சம்பளமே வழங்கப்பட்டு வந்தாலும், அவர்களுக்கு உணவு, வீடு, மின்சாரம், தண்ணீர் ஆகியவை இலவசமாகக் கொடுக்கப்பட்டன. குளிர்காலத்தில் வீட்டைச் சுற்றிலும் குவிந்திருந்த பனியை அகற்றவும், வீட்டுப் புல்வெளியை நிர்வகிக்கவும், பள்ளி நிர்வாகமே ஆட்களை வேலைக்கு அமர்த்தியது. என்னுடைய நான்காவது வயதிலிருந்தே, நான் அப்பள்ளியின் சாப்பாட்டு அறையில்தான் சாப்பிட்டு வந்தேன்; என் அப்பா பயிற்றுவித்தக் கால்பந்து விளையாட்டுக்காரர்களோடு சேர்ந்து நானும் விளையாடினேன்; விளையாட்டு வீரர்களுக்கான அறையில் அவர்களுக்குத் தேவையான உதவிகளைச் செய்தேன்.

உள்ளூர் மக்களைவிடத் தாங்கள் மேலானவர்கள் என்ற மிதப்பு அப்பள்ளியில் வேலை பார்த்து வந்த ஆசிரியர்களிடத்திலும் அவர்களுடைய வாழ்க்கைத் துணைவர்களிடத்திலும் இருந்து வந்தது. உள்ளூர் மக்களை ஆட்சி செய்து கொண்டிருந்த மேன்மக்கள் தாங்கள் என்று என் பெற்றோர் அடிக்கடி நகைச்சுவையாகக் கூறுவது என் காதில் விழும். ஆனால் அது வெறும் நகைச்சுவை மட்டும் அல்ல என்பதை நான் அறிந்திருந்தேன்.

நான் நடுநிலைப் பள்ளியில் படித்தபோது, என்னுடைய சக மாணவர்களாகவும் நண்பர்களாகவும் இருந்தவர்கள் பாட்டாளி வர்க்கத்தைச் சேர்ந்தவர்கள். அவர்கள் பரம ஏழைகளாக இருந்தனர். அவர்களுடைய பெற்றோர்கள் விவசாயிகளாகவும், மரம் அறுப்பவர்களாகவும், ஆலைத் தொழிலாளிகளாகவும் இருந்தனர். குன்றின்மீது அமைந்திருந்த பள்ளிக்கூடத்தின் மாணவர்களை அவர்கள் வெறுத்தனர். மறுபுறம், என் பெற்றோர், நான் என்னுடைய பள்ளி மாணவிகளுடன் ஊர் சுற்றிக் கொண்டிருந்ததைக் கண்டித்தனர், அம்மாணவிகளைப் பற்றி இழிவாகப் பேசினர். நான் என் முதல் வகுப்பிலிருந்து அச்சிறுமியருடன்தான் வளர்ந்து வந்தேன், என்னுடைய பாடப் புத்தகங்களையும் வண்ணப் பென்சில்களையும் அவர்களோடு பகிர்ந்து கொண்டேன். வெவ்வேறு காலகட்டங்களில் அவர்களில் மூன்று பேரை நான் காதலிக்கவும் செய்தேன். அவர்களின்

பெயர்கள்கூட எனக்கு நினைவிருக்கின்றன: ஆன், பிரிசில்லா, மற்றும் ஜூடி. அதனால், அவர்களைப் பற்றி என் பெற்றோர் கொண்டிருந்த கண்ணோட்டத்தைப் புரிந்து கொள்வது எனக்குக் கடினமாக இருந்தது. எது எப்படியோ, இவ்விஷயத்தில் நான் என் பெற்றோரின் விருப்பங்களுக்குச் செவி சாய்க்கவில்லை!

ஒவ்வோர் ஆண்டும் நாங்கள் என் அப்பாவின் கோடை விடுமுறைக் காலத்தை, 1921 இல் என் தாத்தா கட்டி வைத்திருந்த ஏரிக்கரையோர வீட்டில் கழித்தோம். அவ்விடம் காடுகளால் சூழப்பட்டிருந்தது. இரவில் ஆந்தைகளின் அலறல்களையும் மலைச் சிங்கங்களின் உறுமல்களையும் எங்களால் கேட்க முடிந்தது. எங்களுடைய வீட்டிற்கு அருகே யாரும் வசிக்கவில்லை. அதனால் நான் அங்கு தனித்து விடப்பட்டிருந்தேன். நான் ஒரு படைவீரன்போலவும், நான் தங்கியிருந்த ஆண்டுகளைப் பொறுத்து, ஆபத்திலிருக்கும் ஆன், பிரிசில்லா அல்லது ஜூடியை நான் காப்பாற்றுவதுபோலவும் கற்பனை செய்து அங்கு காலத்தை ஓட்டினேன்.

பதினான்கு வயதில், என் அப்பா வேலை பார்த்து வந்த டில்ட்டன் பள்ளியில் கல்விக் கட்டணம் எதுவும் செலுத்தாமல் படிப்பதற்கு எனக்கு வாய்ப்புக் கிடைத்தது. என் பெற்றோரின் உந்துதலின் பேரில், குன்றின் கீழே இருந்த நகருக்குச் செல்வதையும் என்னுடைய பழைய நண்பர்களைப் பார்ப்பதையும் நான் நிறுத்தினேன். என்னுடைய சக மாணவர்கள் விடுமுறைகளின்போது தங்களுடைய மாட மாளிகைகளுக்கும் கோட்டைக் கொத்தளங்களுக்கும் சென்றபோது, நான் அக்குன்றில் தனித்து விடப்பட்டேன். என் சக மாணவர்களுக்கு மேல்தட்டு வர்க்கத்தைச் சேர்ந்த நளினமான பெண்கள் தோழிகளாகக் கிடைத்தனர். ஆனால் எனக்கு மட்டும் யாரும் வாய்க்கவில்லை. கீழே இருந்த நகரில் எனக்குத் தெரிந்த பெண்களை முன்பு நான் கண்டுகொள்ளாமல் இருந்திருந்ததால், அவர்களும் என்னை மறந்துவிட்டிருந்தனர். அதனால் நான் தனிமையிலும் விரக்தியிலும் வாடினேன்.

பிறரைத் தங்கள் இஷ்டத்திற்கு வளைப்பதில் என் பெற்றோர் கைதேர்ந்தவர்களாக இருந்ததால், நான் ஓர் அதிர்ஷ்டசாலி என்றும், எனக்குத் தற்போது கிடைத்திருந்த வாய்ப்புக் குறித்து என்றாவது ஒருநாள் நான் நன்றியுடன் நினைத்துப் பார்ப்பேன் என்றும் அவர்கள் என்னிடம் கூறினர். நாங்கள் கடைபிடித்து வந்த உயர்ந்த நல்லொழுக்கத்திற்கு ஏற்ற ஒரு பெண் எனக்கு மனைவியாகக் கிடைப்பாள் என்றும் அவர்கள் கூறினர். ஆனால் உள்ளுக்குள் நான் குமுறிக் கொண்டிருந்தேன். ஒரு பெண்ணின் நெருக்கத்திற்காக நான் ஏங்கிக் கொண்டிருந்தேன். பாலுறவு

குறித்த யோசனை என்னை வெகுவாக வசீகரித்திருந்தது.

ஆனால், என் பெற்றோருக்கு எதிராகப் போர்க்கொடி தூக்குவதற்குப் பதிலாக, நான் என் ஆத்திரத்தை அடக்கிக் கொண்டு, என் கோபத்தைப் படிப்பின்மீது திருப்பினேன், கல்லூரியில் முதல் நிலை மாணவனாக இருந்தேன், பல்கலைக்கழகத்தில் இரண்டு விளையாட்டு அணிகளின் தலைவனாக மிளிர்ந்தேன். டில்ட்டன் பள்ளியின் செய்திமடலின் ஆசிரியாகப் பணியாற்றினேன். அங்கு என்னுடன் படித்தப் பணக்கார மாணவர்களுக்கு நான் சளைத்தவன் அல்லன் என்று காட்டிக் கொள்ள நான் விழைந்தேன். பள்ளியில் இறுதி ஆண்டு படித்துக் கொண்டிருந்தபோது, முழுக் கல்வி உதவித் தொகையுடன் பிரவுன் பல்கலைக்கழகத்தில் படிப்பதற்கு எனக்கு அழைப்பு வந்தது. 'ஐவி லீக்' என்று அழைக்கப்படுகின்ற, அமெரிக்க மேட்டுக்குடியினருக்கான, பிரவுன் போன்ற பல்கலைக்கழகங்கள், ஒரு மாணவன் விளையாட்டில் சிறந்து விளங்குகின்ற காரணத்திற்காக அங்கு படிக்க வாய்ப்புக் கொடுப்பதில்லை என்றாலும், நான் கல்லூரியில் படிக்கும்போது அக்கல்லூரிக்காகக் கால்பந்து விளையாட வேண்டும் என்பதை அப்பல்கலைக்கழகம் என்னிடம் தெளிவாகக் குறிப்பிட்டிருந்தது. அதே நேரத்தில், விளையாட்டு நிபந்தனைகள் எதுவும் இல்லாமல் மிடில்பர்ரி பல்கலைக்கழகமும் எனக்கு முழு உதவித் தொகை வழங்க முன்வந்தது. நான் விளையாட விரும்பியதால், பிரவுன் பல்கலைகழகத்திற்குச் செல்ல விரும்பினேன். என் அம்மா மிடில்பர்ரியில் இளங்கலைப் பட்டமும், என் அப்பா அங்கு முதுகலைப் பட்டமும் பெற்றிருந்ததால், நான் அங்கே பயில வேண்டும் என்று அவர்கள் இருவருமே விரும்பினர். பிரவுன் பல்கலைக்கழகம் ஒரு ஐவி லீக் பல்கலைக்கழகமாக இருந்தபோதிலும், என் பெற்றோர் மிடில்பர்ரியைத் தேர்ந்தெடுத்தனர்.

"விளையாட்டின்போது உன் கால் உடைந்துவிட்டால் என்னவாகும்?" என்று என் அப்பா கேட்டார். "அதனால் விளையாட்டோடு முடிச்சுப் போடாமல் உதவித் தொகை வழங்குகின்ற பல்கலைக்கழகத்தில் சேர்வதுதான் நல்லது," என்று அவர் அறிவுரை வழங்கினார். வேறு வழியில்லாமல் நானும் அதற்கு அடிபணிந்தேன்.

என்னைப் பொறுத்தவரை, மிடில்பர்ரி, டில்ட்டன் பள்ளியின் ஊதிப் பெரிதாகப்பட்ட ஒரு வடிவம், அவ்வளவுதான். அது நியூ ஹாம்ஷயர் கிராமப்புறத்திற்குப் பதிலாக, வெர்மான்ட் மாநிலக் கிராமப்புறத்தில் அமைந்திருந்தது மட்டும்தான் ஒரே வேறுபாடு. மிடில்பர்ரி, ஆண்களும் பெண்களும் இணைந்து பயின்ற ஒரு கல்லூரியாக இருந்தது. ஆனால் உயர்நிலைப் பள்ளிப் படிப்பை

நான் ஆண்கள் பள்ளியில் படித்திருந்ததால், பெண்களை அணுகுவதற்குத் தேவையான தன்னம்பிக்கை எனக்குக் குறைவாக இருந்தது. மற்றவர்கள் என்னைவிட மேம்பட்டவர்கள் என்ற தாழ்வு மனப்பான்மை எனக்கு இருந்தது. அதனால் நான் மிகவும் பரிதாபகரமாக உணர்ந்தேன். நான் அக்கல்லூரியிலிருந்து விலக விரும்பியதாகவும், படிப்புக்கு ஓராண்டு இடைவெளி கொடுக்க விரும்பியதாகவும் என் தந்தையிடம் நான் கெஞ்சினேன். ஆனால் அவர் அதற்குச் செவி சாய்க்கவில்லை. "என்னுடைய சொந்த மகனே ஒரு கல்லூரியில் நிலையாகப் படிக்காமல் இருந்தால், என்னால் எப்படிப் பிற மாணவர்களைக் கல்லூரிக்குத் தயார்படுத்த முடியும்?" என்று அவர் கேட்டார்.

வாழ்க்கை பல எதேச்சையான நிகழ்வுகளின் தொகுப்பு என்ற புரிதல் எனக்கு ஏற்பட்டிருந்தது. அவற்றுக்கு நாம் எவ்வாறு செயல்விடை அளிக்கிறோம் என்பதில்தான் சகலமும் அடங்கியிருக்கிறது. விதியின் விளையாட்டு எல்லைகளுக்குள் நாம் எத்தகைய தேர்ந்தெடுப்புகளை மேற்கொள்கிறோம் என்பதுதான் நாம் யார் என்பதைத் தீர்மானிக்கிறது. என் வாழ்க்கையோட்டத்தை வடிவமைத்த இரண்டு எதேச்சையான நிகழ்வுகள் நான் மிடில்பர்ரியில் படித்துக் கொண்டிருந்தபோது நிகழ்ந்தன. ஒன்று, ஓர் ஈரானியரின் வடிவில் வந்தது. ஈரானின் அதிபர் ஷாவிற்குத் தனிப்பட்ட ஆலோசனையாளராக இருந்த ஒரு இராணுவத் தளபதியின் மகன் அவன். மற்றொன்று, ஆனின் உருவில் தோன்றியது. நான் நடுநிலைப் பள்ளியில் படித்துக் கொண்டிருந்தபோது என்னுடைய கனவுக்கன்னியாக விளங்கிய ஒருத்தியின் பெயரையே இவளும் கொண்டிருந்தாள்.

முதலாம் நபரை நாம் ஃபர்ஹாத் என்று அழைக்கலாம். அவன் ரோம் நகரில் இருந்தபோது ஒரு தொழில்முறைக் கால்பந்து ஆட்டக்காரனாக இருந்தான். அவன் நல்ல உடற்கட்டும், அழகிய உருவமும், தவிர்க்கப்பட முடியாத குடும்பப் பின்னணியும் கொண்டிருந்ததால், பெண்கள் அவன்பால் உடனடியாக ஈர்க்கப்பட்டனர். பல விதங்களில் அவன் எனக்கு நேரெதிராக இருந்தான். அவனுடைய நட்பைப் பெறுவதற்கு நான் கடுமையாக முயற்சி செய்தேன். நான் அங்குப் படித்துக் கொண்டிருந்தபோது அவன் எனக்குக் கற்றுக் கொடுத்தப் பல விஷயங்கள், பிற்காலத்தில் எனக்கு வாழ்க்கையில் மிகவும் உதவிகரமாக இருந்தன. ஆன் அப்போது வேறொரு கல்லூரியில் படித்து வந்த வேறொரு மாணவனுடன் சுற்றிக் கொண்டிருந்தபோதிலும், என்னையும் தன் நட்பு வட்டத்தில் சேர்த்துக் கொண்டாள். பாலுணர்வு கலக்காத எங்களுடைய நட்புதான் நான் என் வாழ்க்கையில் அனுபவித்திருந்த முதல் அன்பான உறவு.

குடிப்பதற்கும், கேளிக்கை விருந்துகளில் பங்கு கொள்வதற்கும், என் பெற்றோரை உதாசீனப்படுத்துவதற்கும் ஃபர்ஹாத் என்னை ஊக்குவித்தான். வேண்டுமென்று படிக்காமல் இருப்பது என்ற முடிவுக்கு நான் வந்தேன். உண்மையான காலை உடைப்பதற்குப் பதிலாக, என் கல்விக் காலை உடைப்பதன் மூலம் என் அப்பாவுக்குப் பாடம் புகட்ட நான் முடிவு செய்தேன். என்னுடைய மதிப்பெண்கள் கீழ்முகமாகச் சென்றன. நான் என் கல்வி உதவித் தொகையை இழந்தேன். கல்லூரி எனக்குக் கடன் வழங்க முன்வந்தது. என் வாழ்க்கையில் அப்போதுதான் கடனும் நானும் முதன்முறையாகக் கைகுலுக்கினோம். நான் என்னுடைய பட்டப்படிப்பை முடித்ததும், வட்டி என்ற பெயரில் பல குட்டிகளைப் போட்டு இக்கடன் என் கால்களைச் சுற்றிக் கொள்ளும் என்ற நினைப்பே எனக்குக் குமட்டலை ஏற்படுத்தியது.

அக்கல்லூரியில் நான் இரண்டாம் ஆண்டு படித்துக் கொண்டிருந்தபோது, படிப்பைப் பாதியில் நிறுத்திவிட நான் முடிவெடுத்தேன். என்னை ஒட்டுமொத்தமாக நிராகரித்துவிடப் போவதாக அப்பா என்னை பயமுறுத்தினார். ஃபர்ஹாத் என் முடிவுக்குத் தூபம் போட்டான். நான் துணிந்து என் கல்லூரிப் படிப்பைத் துறந்தேன். என் வாழ்க்கையின் திசையைத் தீர்மானித்த ஒரு முக்கியமான தருணம் அது.

அந்த ஊரில் நான் செலவழித்தக் கடைசி நாளை, நானும் ஃபர்ஹாத்தும் ஒரு மதுவிடுதியில் கொண்டாடினோம். அப்போது, கடும் போதையிலிருந்த ஒரு முரட்டு உள்ளூர் விவசாயி, அவனுடைய மனைவியுடன் நான் சுற்றுவதாகப் பழி சுமத்தி என்னைக் கொத்தாகத் தூக்கி அருகிலிருந்த சுவர்மீது எறிந்தான். நான் தடுமாறி எழுந்து நின்றபோது, ஃபர்ஹாத் எங்கள் இருவருக்கும் குறுக்கே புகுந்து, தன் பாக்கெட்டிலிருந்து ஒரு கத்தியை எடுத்து அந்த முரடனின் கன்னத்தை நன்றாகப் பதம் பார்த்துவிட்டான். பிறகு அவன் என்னைத் தரதரவென அந்த அறையின் மறுகோடிக்கு இழுத்துச் சென்று அங்கிருந்த பால்கனிக்குள் என்னைத் தள்ளினான். நாங்கள் இருவரும் கீழே ஓடிக் கொண்டிருந்த ஆற்றில் குதித்தோம். பிறகு அதில் நீந்திச் சென்று எங்களுடைய மாணவர் விடுதியை அடைந்தோம்.

மறுநாள், பல்கலைக்கழகத்தில் இருந்த காவல்துறையினரால் நாங்கள் விசாரிக்கப்பட்டோம். அப்படி ஒரு சம்பவமே நடக்கவில்லை என்று நான் பொய் கூறினேன். ஆனாலும் ஃபர்ஹாத் கல்லூரியிலிருந்து வெளியேற்றப்பட்டான். நாங்கள் இருவரும் பாஸ்டன் நகருக்குச் சென்று அங்கு ஒரு வீட்டை வாடகைக்கு எடுத்து ஒன்றாகத் தங்கினோம். அங்கிருந்த ‘சண்டே அட்வர்டைசர்’ என்ற பத்திரிகையின் ஆசிரியரின் தனிப்பட்ட

உதவியாளராகப் பணியாற்றுகின்ற வேலை எனக்குக் கிடைத்தது.

அந்த ஆண்டின் பின்பாதியில், 1965 இல், அப்பத்திரிகையில் என்னுடன் வேலை பார்த்தப் பலர் வியட்நாம் போருக்காகக் கட்டாய இராணுவச் சேவைக்கு அழைக்கப்பட்டனர். இராணுவத்தில் சேர்வதைத் தவிர்ப்பதற்காக, நான் பாஸ்டன் பல்கலைக்கழகத்தைச் சேர்ந்த வணிக நிர்வாகக் கல்லூரியில் சேர்ந்தேன். இதற்கிடையே, ஆன் தன்னுடைய காதலனுடனான தன் உறவை முறித்துவிட்டிருந்தாள். அவள் அடிக்கடி மிடில்பர்ரியிலிருந்து என்னைச் சந்திக்க வந்தாள். நான் அவளுடைய கவனத்தை வரவேற்றேன். அவள் வேடிக்கையானவள், குதூகலம் நிரம்பியவள். வியட்நாம் போர்மீது நான் கொண்டிருந்த கோபத்தைக் குறைக்க அவள் எனக்கு உதவினாள். அவள் கல்லூரியில் ஆங்கில இலக்கியம் படித்துக் கொண்டிருந்தாள். சிறு கதைகள் எழுத அவள் என்னை ஊக்குவித்தாள். 1967 இல் அவள் தன் பட்டப்படிப்பை முடித்தாள். எனக்கு ஓராண்டு பாக்கியிருந்தது. எங்களுக்குத் திருமணமாகும்வரை என்னுடன் ஒரே வீட்டில் வசிக்க அவள் பிடிவாதமாக மறுத்துவிட்டாள். அவள் என்னை மிரட்டித் திருமணத்திற்குப் பணிய வைப்பதாக நான் அவளிடம் நகைச்சுவையாகக் கூறினாலும், என் பெற்றோரிடமிருந்த அதே பழமைவாத நல்லொழுக்க மனப்பான்மையை அவளும் கொண்டிருந்ததை நான் வெறுத்தேன். ஆனாலும் அவளுடன் நான் செலவழித்த நேரத்தை நான் மிகவும் ரசித்தேன். அதை நான் மேலும் பெற விரும்பினேன். அதனால் நானும் அவளும் திருமணம் செய்து கொண்டோம்.

ஆனின் அப்பா ஒரு மிகச் சிறந்த பொறியாளர். மிகச் சிறப்பாக இயங்கக்கூடிய ஒரு குறிப்பிட்ட வகையான ஏவுகணைகளை வடிவமைப்பதில் அவர் ஒரு வல்லுநராக இருந்ததால், அமெரிக்கக் கடற்படைத் துறையில் அவர் ஓர் உயரதிகாரியாகப் பணியாற்றி வந்தார். ஆனின் அப்பாவின் நண்பர் ஒருவர், ‘என்எஸ்ஏ’ என்று சுருக்கமாக அழைக்கப்படுகின்ற அமெரிக்கப் பாதுகாப்புக் கழகத்தில் மிக உயர்ந்த பதவியில் இருந்தார். அது இருப்பதிலேயே மிகப் பெரிய உளவு நிறுவனமாகத் திகழ்ந்தபோதிலும், அந்நிறுவனத்தைப் பற்றி மக்களுக்கு அவ்வளவாகத் தெரியாது. அந்த நபரை, ஆன், ஃபிராங்க் மாமா என்று அழைத்தாள் என்றாலும், அது அவருடைய உண்மையான பெயரல்ல.

எங்கள் திருமணம் முடிந்த கையோடு, எனக்கு இராணுவத்திலிருந்து உடற்பரிசோதனைக்கு அழைப்பு வந்தது. அதில் நான் தேர்வு பெற்றுவிட்டதால், நான் என் கல்லூரிப் படிப்பை முடித்தவுடன் வியட்நாம் போருக்கு

அழைக்கப்படுவதற்கான அச்சுறுத்தல் மீண்டும் தலைதூக்கியது. போர்கள் எப்போதும் என்னைக் கவர்ந்து வந்தபோதிலும், தென்கிழக்கு ஆசியாவிற்குப் போய் சண்டையிட வேண்டும் என்ற யோசனை என்னைப் புரட்டிப் போட்டது. அமெரிக்கச் சுதந்திரப் போராளிகளான தாமஸ் பெயின், ஈதன் ஆலன் போன்றோரின் கதைகளைக் கேட்டு வளர்ந்தவன் நான். நியூ இங்கிலாந்தில் போர் நடந்த அனைத்து இடங்களுக்கும் நான் சென்றிருக்கிறேன். என் கையில் கிடைத்த அனைத்து வரலாற்றுப் புதினங்களையும் நான் படித்திருக்கிறேன். வியட்நாம் போரின் தொடக்கக் காலகட்டத்தில் அமெரிக்க இராணுவத்தின் சிறப்புப் படைகள் தென்கிழக்கு ஆசியாவுக்குள் நுழைந்த செய்தியை நான் கேள்விப்பட்டபோது, நான் அதில் சேர்ந்து கொள்ள ஆவலாக இருந்தேன். ஆனால், அமெரிக்க வெளியுறவுக் கொள்கையில் இருந்த முரண்பாடுகள் மற்றும் அமெரிக்க இராணுவத்தின் அத்துமீறல்களை ஊடகங்கள் வெளிப்படுத்திய பிறகு, நான் என் மனத்தை மாற்றிக் கொண்டேன். தாமஸ் பெயின் உயிருடன் இருந்திருந்தால், வியட்நாம் போரில் அவர் யார் பக்கம் இருந்திருப்பார் என்று நான் கற்பனை செய்து பார்த்தபோது, அவர் கண்டிப்பாக வியட்நாம் மக்களின் பக்கம்தான் நின்றிருப்பார் என்று எனக்குத் தோன்றியது.

நான் இச்சிக்கலிலிருந்து விடுபடுவதற்கு ஃபிராங்க் மாமா என் உதவிக்கு வந்தார். என்எஸ்ஏவில் பணி புரியும் நபர்களுக்குக் கட்டாய இராணுவச் சேவை கிடையாது என்று தெரிவித்த அவர், எனக்கு என்எஸ்ஏவுடன் பல நேர்முகத் தேர்வுகளை ஏற்பாடு செய்தார். நாள் முழுவதும் நீடித்த, உண்மையைக் கண்டறியும் சோதனையும் அதில் ஒன்று. என்எஸ்ஏவில் சேர்த்துக் கொள்ளப்பட நான் தகுதியானவனா என்பதை இந்தச் சோதனைகள் தீர்மானிக்கும் என்று என்னிடம் கூறப்பட்டது. நடத்தப்பட்டப் பல சோதனைகளின் அடிப்படையில் என்னுடைய பலமும் பலவீனமும் அடங்கிய என் குணாதிசய வரைபடம் ஒன்றை என்எஸ்ஏ உருவாக்கியது. அந்நிறுவனத்தில் நான் சேர்த்துக் கொள்ளப்பட்டால், அதை வைத்து அந்நிறுவனத்தின் எந்த வேலையில் என்னைப் பயன்படுத்திக் கொள்ளலாம் என்பதை அவர்கள் தீர்மானிப்பார்களாம். வியட்நாம் போர் குறித்து நான் கொண்டிருந்த அபிப்பிராயம் காரணமாக அவர்களுடைய சோதனையில் நான் தோற்றுவிடுவேன் என்று நான் உறுதியாக நம்பினேன்.

சோதனையின்போது, நான் ஒரு விசுவாசமான அமெரிக்கக் குடிமகன் என்றாலும் நான் வியட்நாம் போரை எதிர்க்கிறேன் என்ற என்னுடைய கருத்தைத் தெரிவித்தேன். ஆனால் என்னை நேர்முகத் தேர்வு செய்தவர்கள் அதில் அவ்வளவு ஆர்வம்

காட்டாததைக் கண்டு நான் வியப்படைந்தேன். அதற்குப் பதிலாக, நான் வளர்க்கப்பட்ட விதம், என் பெற்றோர் குறித்து நான் கொண்டிருந்த கண்ணோட்டம், உயர்நிலைப் பள்ளியில் படித்தக் காலத்தில் பணக்காரக் குழந்தைகளுக்கு மத்தியில் ஒழுக்கம் சார்ந்த ஏழை மாணவனாக இருந்தது குறித்து நான் கொண்டிருந்த உணர்வுகள் போன்றவற்றில் அவர்கள் கவனம் செலுத்தினர். என் வாழ்வில் இடம் பெற்றிருந்த பணப் பற்றாக்குறை, பெண்கள் பற்றாக்குறை, பாலுறவுப் பற்றாக்குறை மற்றும் அவற்றின் காரணமாக நான் என் மனத்தில் உருவாக்கி வைத்திருந்த கற்பனையுலகம் ஆகியவை குறித்தும் அவர்கள் ஆர்வம் காட்டினர். ஃபர்ஹாத்துடன் நான் கொண்டிருந்த நட்புறவு குறித்தும், பல்கலைக்கழகக் காவல்துறையிடம் அவனைக் காப்பாற்றுவதற்காக நான் பொய் சொல்லத் துணிந்தது குறித்தும் அவர்கள் அளவுக்கு மீறி ஆர்வம் காட்டியதும் எனக்கு வியப்பாக இருந்தது.

முதலில் இவை அனைத்தும் அவர்கள் என்னை என்எஸ்ஏயில் சேர்த்துக் கொள்வதற்கு எதிராக அமைந்துவிடும் என்றுதான் நான் நினைத்திருந்தேன். ஆனால், எனக்கான தேர்வுகள் மேன்மேலும் தொடர்ந்து கொண்டே போனபோது, அப்படியில்லை என்ற முடிவுக்கு நான் வர வேண்டியிருந்தது. நான் எதிர்மறைகள் என்று எண்ணிக் கொண்டிருந்தவை அனைத்தும் என்எஸ்ஏயின் கண்ணோட்டத்தில் நேர்மறையானவை என்பது பல ஆண்டுகளுக்குப் பிறகுதான் எனக்குப் புரிந்தது. நான் என்னுடைய நாட்டுக்கு விசுவாசமாக இருந்தேனா என்பது குறித்து அவர்கள் அக்கறை காட்டவில்லை. வாழ்க்கைமீது நான் கொண்டிருந்த விரக்தி குறித்தே அவர்கள் அதிக ஈடுபாடு காட்டினர். பெற்றோர்மீதான என் கோபம், பெண்கள்மீது நான் கொண்டிருந்த வேட்கை, செல்வச் செழிப்புடன் வாழ வேண்டும் என்று நான் கொண்டிருந்த வெறி ஆகியவற்றில்தான் அவர்கள் அக்கறை காட்டினர். ஏனெனில், ஆசை காட்டி என்னை வளைக்க முடியும் என்பதை அவை வெளிப்படுத்தின. பள்ளியில் படித்தபோது, படிப்பிலும் விளையாட்டிலும் சாதிக்க வேண்டும் என்ற என் இலட்சியம், என் அப்பாவுக்கு எதிராக நான் வெகுண்டெழுந்த போர்க்குணம், வெளிநாட்டவர்களுடன் எளிதாகப் பழகக்கூடிய தன்மை, காவல்துறையினரிடம் பொய் கூறத் தயங்காமை போன்ற குணாதிசயங்களைத்தான் அவர்கள் மெச்சினர். ஃபர்ஹாத்தின் அப்பா, ஈரானிலிருந்த அமெரிக்க உளவு அமைப்பிற்காக வேலை பார்த்துக் கொண்டிருந்தார் என்பதை நான் பின்னர்தான் கண்டுபிடித்தேன். அதனால் என்எஸ்ஏவைப் பொறுத்தவரை, ஃபர்ஹாத்துடனான என் நட்பு

ஓர் அனுகூலமாகவே பார்க்கப்பட்டது.

என்எஸ்ஏ சோதனைகள் முடிந்து சில வாரங்கள் கழித்து, அந்த அமைப்பு எனக்கு ஒரு வேலை வழங்க முன்வந்தது. சில மாதங்கள் கழித்து நான் என் படிப்பை முடித்தவுடன் அவர்களுடன் சேர்ந்து கொள்ள வேண்டும் என்று ஏற்பாடாகியிருந்தது. ஆனால் இந்த வேலையில் நான் சேர்வதற்கு முன்பாக, எங்கள் கல்லூரியில் பீஸ் கார்ப்ஸ் அமைப்பிற்கு ஆள் எடுக்க வந்திருந்தவர்கள் நடத்திய ஒரு கருத்தரங்கில் ஏதோ ஓர் உந்துதலில் நான் கலந்து கொண்டேன். என்எஸ்ஏ வேலையைப்போலவே, பீஸ் கார்ப்ஸும் கட்டாய இராணுவச் சேவையிலிருந்து விலக்கு அளித்தது.

அக்கருத்தரங்கில் கலந்து கொண்டது என் வாழ்க்கையில் நடந்த மற்றொரு முக்கியத்துவமில்லாத எதேச்சையான நிகழ்வாக அப்போது எனக்குப் பட்டது. ஆனால், அது என் வாழ்க்கையையே புரட்டிப் போடுகின்ற தாக்கத்தைக் கொண்டிருந்தது என்பது பின்னர்தான் எனக்குத் தெளிவானது. அந்த அமைப்பில் சேர்ந்து பணியாற்ற முன்வந்த தன்னார்வலர்களுக்கு உலகில் பல இடங்கள் காத்துக் கொண்டிருந்ததாக அக்கருத்தரங்கை நடத்திக் கொண்டிருந்தவர் கூறினார். அவற்றில் ஓரிடம்தான் அமேசான் மழைக்காடுகள். ஐரோப்பியர்கள் அமெரிக்காவுக்கு வருவதற்கு முன்பு அமெரிக்கப் பூர்வீக மக்கள் எப்படி வாழ்ந்து கொண்டிருந்தார்களோ, அதேபோன்ற வாழ்க்கைமுறையை அமேசான் மழைக்காடுகளில் இருந்தவர்கள் இப்போது வாழ்ந்து கொண்டிருந்தனர் என்று அவர் கூறினார்.

என் முப்பாட்டன்கள் முதன்முதலாகக் குடியேறியிருந்த நியூ ஹாம்ஷயர் பகுதியில் நெடுங்காலத்திற்கு முன்பு வாழ்ந்து வந்த ‘அபனாகி’ என்ற பழங்குடியினரைப்போல வாழ வேண்டும் என்று நான் எப்போதும் கனவு கண்டு வந்தேன். அதனால், அக்கருத்தரங்கு முடிந்ததும், அதை நடத்தியவர்களில் ஒருவரிடம், நான் அந்த அமைப்பில் சேர்ந்து கொள்ள முன்வந்தால், அமேசான் மழைக்காடுகளுக்கு என்னை அவர்கள் அனுப்புவார்களா என்று நான் கேட்டேன். அப்பகுதியில் தன்னார்வலர்களுக்கு அதிகமான தேவை இருந்ததால், அது சாத்தியம்தான் என்று அவர் பதிலளித்தார். நான் உடனடியாக ஃபிராங்க் மாமாவைத் தொடர்பு கொண்டேன்.

எனக்கு வியப்பேற்படுத்தும் விதத்தில், நான் பீஸ் கார்ப்ஸில் சேர்வதற்கு ஃபிராங்க் மாமா என்னை ஊக்குவித்தார். எப்படியும் வியட்நாமுக்குப் பிறகு அமேசான்தான் சூடு பறக்கும் இடமாக இருக்கும் என்ற தன்னுடைய கணிப்பை அவர் என்னிடம் பகிர்ந்து கொண்டார்.

“அமேசான் பூமியில் எண்ணெய் கொட்டிக் கிடக்கிறது.

அப்பகுதியிலுள்ள உள்ளூர்வாசிகளைப் புரிந்து வைத்திருக்கின்ற ஏஜென்டுகள் எங்களுக்குத் தேவை. பீஸ் கார்ப்ஸ் அதற்கான ஒரு நல்ல பயிற்சிக் களம்," என்று அவர் என்னிடம் கூறினார். ஸ்பானிஷ் மொழியையும் உள்ளூர் மக்கள் பேசுகின்ற மொழிகளையும் கற்றுக் கொள்ளுமாறு அவர் என்னிடம் கூறினார். "பீஸ் கார்ப்ஸ் சேவைக்குப் பிறகு, ஒரு வேளை, நீ அமெரிக்க அரசாங்கத்திற்கு உழைக்காமல் ஒரு தனியார் நிறுவனத்தில் வேலை பார்க்கக்கூடும், யார் கண்டது?" என்று அவர் கூறி முடித்தார்.

அவர் என்ன அர்த்தத்தில் அதைக் கூறினார் என்பதை அப்போது என்னால் புரிந்து கொள்ள முடியவில்லை. உளவு பார்ப்பதற்குப் பதிலாக ஒரு பொருளாதார அடியாளாக நான் பதவி உயர்த்தப்பட்டிருந்தேன் என்பதைப் பல ஆண்டுகளுக்குப் பிறகுதான் நான் புரிந்து கொண்டேன். அப்போது பொருளாதார அடியாள் என்ற வேலை ஒன்று இருப்பதுகூட எனக்குத் தெரியாது. நூற்றுக்கணக்கானோர் ஆலோசனை நிறுவனங்கள் மற்றும் பெருநிறுவனங்களில் வேலை பார்த்துக் கொண்டு, அமெரிக்க அரசிடமிருந்து நேரடியாக ஒரு டாலர் பணம்கூடப் பெறாமலேயே அமெரிக்க அரசின் நலன்களுக்காக உழைத்துக் கொண்டிருந்தனர் என்பதும் எனக்குத் தெரியாது. அதேபோல, இருபதாம் நூற்றாண்டின் முடிவில் விநோதமான அடைமொழியுடன்கூடிய பதவிகளில் ஆயிரக்கணக்கானோர் வேலை செய்வர் என்பதையும் என்னால் ஊகித்திருக்க முடியாது.

நானும் ஆனும் பீஸ் கார்ப்ஸில் தன்னார்வலர்களாக வேலை பார்ப்பதற்கு விண்ணப்பித்தோம். கூடவே, எங்களை அமேசான் காட்டுப் பகுதிக்கு அனுப்புமாறும் நாங்கள் கேட்டுக் கொண்டோம். எங்களுடைய விண்ணப்பம் ஏற்றுக் கொள்ளப்பட்டதை அறிவித்தக் கடிதம் எனக்குக் கிடைத்தபோது, முதலில் நான் ஏமாற்றமடைந்தேன். நாங்கள் எக்குவடோர் நாட்டுக்கு அனுப்பப்பட இருந்ததாக அக்கடிதம் தெரிவித்தது.

நான் அமேசானைக் கேட்டால் அவர்கள் என்னை ஆப்பிரிக்காவுக்கு அனுப்புகிறார்களே என்று நான் நொந்து கொண்டேன்.

பின்னர் நான் ஓர் அட்லஸை எடுத்து, அதில் எக்குவடோர் எங்கு இருந்தது என்று தேடினேன். அதை ஆப்பிரிக்காவில் என்னால் பார்க்க முடியவில்லை. பின்னர், நாடுகளின் வரிசைப் பட்டியலில் எக்குவடோரைப் பார்த்து அது எந்த வரைபடத்தில் இடம் பெற்றுள்ளது என்று தேடியபோதுதான், அது உண்மையில் லத்தீன் அமெரிக்காவில் இருக்கிறது என்ற தகவல் எனக்குத் தெரிந்தது. ஆன்டிஸ் மலைத்தொடரின் பனிப்பாறைகளில் உதயமாகின்ற நதியமைப்புகள் ஒன்றுகூடி மாபெரும் அமேசானாக

உருவெடுக்கிறது என்பதையும் நான் அந்த வரைபடத்திலிருந்து தெரிந்து கொண்டேன். எக்குவடோர் நாட்டிலிருந்த காடுகள் பரந்துபட்டவையாகவும் யாரும் எளிதில் உள்ளே நுழைய முடியாதவையாகவும் உள்ளன என்பதையும், அங்கிருந்த மக்கள் ஆயிரக்கணக்கான ஆண்டுகளாகத் தங்களுடைய வாழ்க்கைமுறையை மாற்றிக் கொள்ளாமல் அப்படியே வாழ்ந்து கொண்டிருந்தனர் என்பதையும் நான் அறிந்து கொண்டேன். நானும் ஆனும் அங்கு செல்ல ஒத்துக் கொண்டோம்.

நானும் ஆனும், தெற்குக் கலிபோர்னியாவில் பீஸ் கார்ப்ஸ் அமைப்பு அளித்தப் பயிற்சிக்குப் பிறகு, 1968 ஆம் ஆண்டு செப்டம்பர் மாதம் எக்குவடோருக்குப் பயணப்பட்டோம். அங்கு அமேசான் மழைக்காடுகளைச் சேர்ந்த ஷுவார் என்ற பகுதியில் நாங்கள் வசித்தோம். அங்கிருந்த பழங்குடியினரின் வாழ்க்கைமுறை உண்மையிலேயே அமெரிக்காவின் பூர்வீகக் குடிமக்களின் வாழ்க்கைமுறையை ஒத்திருந்தது. பின்னர் நாங்கள், எக்குவடோர் நாட்டைச் சேர்ந்த ஆன்டிஸ் மலைப்பகுதிக்கு இடமாற்றம் செய்யப்பட்டோம். அங்கே செங்கல் தயாரிப்பில் ஈடுபட்டிருந்த உள்ளூர் மக்களோடு நான் வேலை பார்த்தேன். அவர்கள் இன்கா நாகரிகத்தினரின் வழித்தோன்றல்கள். அப்படிப்பட்ட ஓர் உலகம் உண்மையில் இருக்கிறது என்று நான் கற்பனைகூடச் செய்திருந்ததில்லை. அதுவரை நான் அறிந்த லத்தீன் அமெரிக்கர்கள், என் அப்பாவின் பள்ளிக்கூடத்தில் படித்த லத்தீன் அமெரிக்கச் செல்வச் சீமான்களின் வாரிசுகள் மட்டுமே. ஆனால் இங்கே, வேட்டையாடுதல், விவசாயம், உள்ளூர் மண்ணைக் கொண்டு செங்கற்களைத் தயாரித்தல் ஆகிய வேலைகளைச் செய்து வாழ்க்கையை எப்படியோ ஓட்டிக் கொண்டிருந்த உள்ளூர் மக்கள்மீது நான் அனுதாபம் கொண்டேன். அவர்களுடன் எனக்கு இனம் புரியாத ஓர் ஒட்டுறவு ஏற்பட்டது. என்னுடைய சொந்த ஊரில் நான் விட்டுவிட்டு வந்திருந்த நகர மக்களை அவர்கள் எனக்கு நினைவுபடுத்தினர்.

ஒரு நாள், நாங்கள் வசித்து வந்தப் பகுதிக்கு அருகே இருந்த சிறிய விமானத்தளத்தில் கோட்டு சூட்டுடன் எய்னர் கிரேவ் என்ற நபர் வந்து இறங்கினார். சுருக்கமாக மெயின் என்று அழைக்கப்படுகின்ற சாஸ் டி. மெயின் என்ற சர்வதேச ஆலோசனை நிறுவனத்தில் அவர் உதவித் தலைவராக இருந்தார். அந்நிறுவனம் தன்னைப் பெரிதாக விளம்பரப்படுத்திக் கொள்ளவில்லை என்றாலும், எக்குவடோர் மற்றும் அதைச் சுற்றியிருந்த நாடுகளில், நீர்மின்சக்தி வழங்குகின்ற அணைக்கட்டுகள் மற்றும் பிற கட்டுமானத் திட்டங்களுக்குக் கோடிக்கணக்கான டாலர்களை உலக வங்கி வழங்க வேண்டுமா

கூடாதா என்பதை நிர்ணயிக்கின்ற ஆய்வுகளை அந்நிறுவனம் மேற்கொண்டு வந்தது. எய்னர் அமெரிக்க இராணுவ ரிசர்வ் படையில் ஒரு கர்னலாகவும் இருந்தார்.

மெயின் போன்ற ஒரு நிறுவனத்தில் வேலை பார்ப்பதில் இருந்த அனுகூலங்கள் குறித்து அவர் என்னிடம் பேசினார். நான் பீஸ் கார்ப்ஸ் அமைப்பில் சேர்வதற்கு முன்பாக என்எஸ்ஏ எனக்கு அழைப்பு விடுத்திருந்ததாகவும், பீஸ் கார்ப்ஸ் சேவையை முடித்துவிட்டு அதில் சேர்ந்து கொள்ளலாமா என்று நான் யோசித்துக் கொண்டிருந்ததாகவும் நான் அவரிடம் கூறினேன். அதற்கு அவர், தான் சில நேரங்களில் என்எஸ்ஏவுடன் இணைந்து பணியாற்றியதாகக் கூறினார். பிறகு அவர் என்னை உற்றுக் கவனித்தார். அதைப் பார்த்ததும், என் திறன்களை எடைபோடுவது அவருடைய பணிகளில் ஒன்றாக இருக்கக்கூடும் என்ற சந்தேகம் என் மனத்தில் முளைத்தது. பெரும்பாலான வட அமெரிக்கர்கள் தங்களுக்கு எதிராக இருந்ததாக உணர்ந்த மக்களை உள்ளடக்கிய ஒரு சூழலில் நான் எப்படித் தாக்குப்பிடித்துக் கொண்டிருந்தேன் என்பதை அளவிடவே அப்போது அவர் என்னை அணுகியிருந்திருக்க வேண்டும் என்று எனக்குத் தோன்றியது.

நாங்கள் எக்குவடோர் நாட்டில் ஓரிரு நாட்கள் ஒன்றாகச் சேர்ந்து செலவிட்டோம். பின்னர் நாங்கள் கடிதங்கள் வாயிலாகத் தொடர்பு கொண்டோம். எக்குவடோரின் பொருளாதார வளர்ச்சிக்கான வாய்ப்புகள் குறித்து மதிப்பிட்டு ஓர் ஆய்வறிக்கை தயாரிக்குமாறு அவர் என்னைக் கேட்டுக் கொண்டார். எனக்கு எழுதப் பிடிக்கும் என்பதாலும், என்னிடம் ஒரு சிறிய தட்டச்சு இயந்திரம் இருந்ததாலும், அவருடைய யோசனையை நான் உடனே ஏற்றுக் கொண்டேன். ஓராண்டு முழுவதும் நான் அவருக்குப் பதினைந்து நீண்ட கடிதங்களை அனுப்பி வைத்தேன். ஒவ்வொரு கடிதத்திலும் எக்குவடோரின் அரசியல் மற்றும் பொருளாதார எதிர்காலம் குறித்த என்னுடைய கணிப்புகளை நான் பகிர்ந்து கொண்டேன். அதோடு, எண்ணெய் நிறுவனங்கள், சர்வதேச வளர்ச்சி நிறுவனங்கள் மற்றும் பிறவற்றின் மூலம், எக்குவடோர் நாட்டுப் பழங்குடியினரை நவீன உலகிற்கு இழுத்து வர மேற்கொள்ளப்பட்டுக் கொண்டிருந்த முயற்சிகள் அவர்களை எந்த அளவு விரக்தி அடைய வைத்திருந்தன என்பதையும், அந்த விரக்தி எப்படி நாளுக்கு நாள் அதிகரித்துக் கொண்டிருந்தது என்பதையும் நான் அந்த மடல்களில் அவருடன் பகிர்ந்து கொண்டேன்.

என்னுடைய பீஸ் கார்ப்ஸ் சேவை முடிந்தவுடன், பாஸ்டன் நகரில் இருக்கும் மெயின் நிறுவனத்தின் தலைமையகத்தில்

எனக்கு ஒரு வேலைக்கான நேர்காணலுக்கு அவர் ஏற்பாடு செய்தார். நாங்கள் தனிப்பட்ட முறையில் சந்தித்துக் கொண்டபோது, தன்னுடைய நிறுவனத்தின் முதன்மையான பணி பொறியியல் கட்டுமானம்தான் என்றும், அவர்களுடைய வாடிக்கையாளர்களில் முதன்மையானவர்களான உலக வங்கி, தன் நிறுவனத்தின் பொறியியல் திட்டங்களின் சாத்தியக்கூறுகளைத் தீர்மானித்தப் பொருளாதாரக் கணிப்புகளைத் தயாரிப்பதற்கு ஒரு சில பொருளாதார வல்லுநர்களை வேலைக்கு அமர்த்திக் கொள்ளுமாறு பணித்ததாகவும் அவர் கூறினார். அதற்கு முன்பு, மிகச் சிறந்த மூன்று பொருளாதார வல்லுநர்களைத் (அவர்களில் ஒருவர், பொருளாதாரத்தில் முனைவர் பட்டம் பெற்றிருந்தார், மற்ற இருவரும் பொருளாதாரத்தில் முதுகலைப் பட்டம் பெற்றிருந்தனர்) தான் வேலைக்கு அமர்த்தியதாகவும், அவர்கள் அதில் படுதோல்வியைத் தழுவினர் என்றும் அவர் என்னிடம் கூறினார்.

நம்பகமான புள்ளிவிபரங்கள் இல்லாத நாடுகளின் பொருளாதாரப் போக்குகளைக் கணிக்க அவர்கள் அனைவரும் திணறினர் என்பதையும், வேலை ஒப்பந்தத்தின் சில விதிமுறைகளைப் பின்பற்றுவது அவர்களுக்குக் கடினமாக இருந்தது என்பதையும் அவர் என்னிடம் கூறினார். எக்குவடோர், இந்தோனேசியா, ஈரான், எகிப்து போன்ற தொலைதூர நாடுகளுக்குச் சென்று, அங்குள்ள உள்ளூர் தலைவர்களைப் பேட்டி கண்டு, அப்பிராந்தியங்களில் பொருளாதாரத் திட்டங்களுக்கு வாய்ப்பிருக்கிறதா என்பது குறித்தத் தனிப்பட்டக் கணிப்புகளைத் தயாரிப்பதும் அதில் அடங்கும். அவர் வேலைக்கு எடுத்திருந்தவர்களில் ஒருவர் பனாமா நாட்டில் ஒதுக்குப்புறமாக இருந்த ஒரு கிராமத்தில் மனத்தளர்ச்சி ஏற்பட்டு அவதிப்பட்டார். அவரைப் பனாமா நாட்டுக் காவல்துறையினர் விமான நிலையத்திற்கு அழைத்து வந்து ஒரு விமானத்தில் ஏற்றி அமெரிக்காவுக்கு அனுப்பி வைத்தனர்.

“ஒரு நாட்டில் சரியான தரவுகள் இல்லாதிருக்கும் நிலையில்கூட, துணிந்து பொருளாதாரக் கணிப்புகளைக் கொடுக்க நீங்கள் தயாராக இருப்பதை, நீங்கள் எனக்கு அனுப்பி வைத்திருந்த கடிதங்களிலிருந்து நான் அறிந்து கொண்டேன். நீங்கள் எத்தகைய சூழலில் எக்குவடோரில் வசித்து வந்தீர்கள் என்பதை நான் அறிவேன் என்பதால், உங்களால் உலகில் எந்தப் பகுதியில் வேண்டுமானாலும் காலம் தள்ள முடியும் என்று நான் உறுதியாக நம்புகிறேன்,” என்று அவர் கூறினார். தான் ஏற்கனவே வேலைக்கு எடுத்திருந்த ஒரு பொருளாதார வல்லுநரை வீட்டுக்கு அனுப்பிவிட்டதாகவும், நான் இந்த வேலையில் சேர்வதற்கு ஒப்புக் கொண்டால், மற்ற இருவரையும் வேலையிலிருந்து நீக்கிவிடத்

தான் தயாராக இருந்ததாகவும் அவர் என்னிடம் கூறினார்.

இப்படியாக, 1971 ஆம் ஆண்டு ஜனவரியில் மெயின் நிறுவனத்தில் ஒரு பொருளாதார வல்லுநராக எனக்கு வேலை கிடைத்தது. அப்போது எனக்கு இருபத்தாறு வயது ஆகியிருந்தது. கட்டாய இராணுவச் சேவைக்கான வயதையும் நான் வெற்றிகரமாகக் கடந்துவிட்டிருந்தேன். நான் ஆனின் குடும்பத்தாருடன் கலந்து ஆலோசித்தேன். மெயின் வேலையில் சேருமாறு அவர்கள் என்னை ஊக்குவித்தனர். ஆனின் மாமா ஃபிராங்க்கின் நிலைப்பாடும் அதுவாகத்தான் இருக்க வேண்டும் என்று நான் அனுமானித்துக் கொண்டேன். ஒரு தனியார் நிறுவனத்தில் வேலை பார்க்கக்கூடிய வாய்ப்பு எனக்குக் கிட்டலாம் என்று அவர் முன்பு கூறியிருந்ததை நான் நினைவுகூர்ந்தேன். எதுவுமே வெளிப்படையாக எங்களுக்குள் விவாதிக்கப்பட்டிருக்கவில்லை என்றாலும், மூன்று ஆண்டுகளுக்கு முன்பு ஃபிராங்க் மேற்கொண்டிருந்த முயற்சிகள்தாம் மெயின் நிறுவனத்தில் எனக்கு வேலை கிடைத்ததற்குக் காரணம் என்பதில் எனக்கு எந்தவிதமான சந்தேகமும் இருக்கவில்லை.

பல வாரங்களாக இதை நினைத்து எனக்குத் தலை சுற்றிக் கொண்டிருந்தது. என் அகங்காரமும் பல மடங்கு அதிகரித்தது. நான் வணிகத்தில் வெறும் இளங்கலைப் பட்டம் மட்டும்தான் பெற்றிருந்தேன். எந்தக் கோணத்திலிருந்து பார்த்தாலும், பெரிய நிலையிலிருந்த ஓர் ஆலோசனை நிறுவனத்தில் ஒரு பொருளாதார வல்லுநராக வேலை வழங்கப்பட அது கண்டிப்பாகப் போதுமானதல்ல. என்னுடன் இளங்கலை பயின்றுவிட்டு, பின்னர் எம்பிஏ பட்டமும் பெற்றுள்ள என்னுடைய முன்னாள் சக மாணவர்கள் எனக்குக் கிடைத்திருந்த வேலையைக் கேள்விப்பட்டால் கண்டிப்பாகப் பொறாமைப்படுவார்கள். உலகின் பல உல்லாசபுரிகளுக்குப் பயணித்து, அங்குள்ள நட்சத்திர ஓட்டல்களிலுள்ள நீச்சல் குளத்திற்கு அருகில் கையில் மதுக் கோப்பையுடன், நீச்சல் உடையிலிருக்கும் அழகு தேவதைகள் புடைசூழ வலம் வருகின்ற ஒரு வசீகரமான இரகசிய உளவாளியாக என்னை நான் கற்பனை செய்து கொண்டேன்.

அது என்னுடைய கற்பனையாக இருந்தபோதிலும், எதார்த்தத்தில் அதில் நிறைய உண்மைகள் இருந்தன. எய்னர் என்னை ஒரு பொருளாதார வல்லுநராக வேலைக்கு எடுத்துக் கொண்டிருந்தபோதிலும், என்னுடைய உண்மையான வேலை அதையும் தாண்டிய ஒன்று என்பதையும், நான் கற்பனை செய்து வைத்திருந்ததைக் காட்டிலும் அது அதிகமாக ஜேம்ஸ் பான்ட் கதாபாத்திரத்திற்கு நெருக்கமாக இருக்கவிருந்தது என்பதையும் விரைவிலேயே நான் தெரிந்து கொள்ள இருந்தேன்.

🌐 அத்தியாயம் 3

ஒரு-வழிப் பாதை

மெயின் நிறுவனம் ஒரு தனியார் நிறுவனம். அந்நிறுவனத்தில் வேலை பார்க்கின்ற ஊழியர்களில் சுமார் ஐந்து சதவீதத்தினர் அந்நிறுவனத்தின் பங்குகளை வைத்துள்ளனர். அதாவது, அவர்கள்தாம் அந்நிறுவனத்தின் சொந்தக்காரர்கள். அவர்களுக்குப் பங்குதாரர்கள் அல்லது கூட்டாளிகள் என்று பெயர். அந்த நிறுவனத்தில் அப்படிப்பட்டதொரு பங்குதாரராக ஆவது என்பதுதான் அங்கு வேலை பார்க்கின்ற அனைவரின் இலட்சியமாகும். அவர்களால் பிறரைக் கட்டுப்படுத்த முடியும் என்பதோடு, அது அவர்களுக்குப் பெரும் பணத்தையும் கொண்டுவந்து கொடுத்தது. முன்னெச்சரிக்கையாக இருப்பதும் இரகசியத்தைக் காப்பதும்தான் அவர்களுடைய தனிச்சிறப்பு. அவர்கள் தொடர்பு கொண்டுள்ள நபர்கள் ஒரு நாட்டின் தலைவர்களாகவும் உயர் பதவிகளில் இருக்கின்ற அதிகாரிகளாகவும் இருப்பதால், அவர்களுடன் தொடர்பில் இருக்கின்ற அப்படிப்பட்ட நபர்கள், தாங்கள் விவாதிக்கின்ற விஷயங்கள் வெளியே யாருக்கும் தெரிந்துவிடாதபடி இரகசியமாகக் காக்கப்பட வேண்டும் என்று விரும்புவார்கள். வழக்கறிஞர்கள் மற்றும் உளவியலாளர்களிடம் அவர்களுடைய வாடிக்கையாளர்கள் கூறுகின்ற விஷயங்கள் எப்படி இரகசியமாக வைக்கப்படுகின்றனவோ, அதேபோல இவையும் வைக்கப்படுதல் வேண்டும். பத்திரிகையாளர்களிடம் பேசுவதற்கு அவர்களுக்கு உரிமை கிடையாது. அது ஒருபோதும் பொறுத்துக் கொள்ளப்பட மாட்டாது. அதன் விளைவாக, அந்நிறுவனத்திற்கு வெளியே இருக்கின்ற எவருக்கும் எங்களுடைய நிறுவனத்தைப் பற்றி எதுவும் தெரியாது. ஆனால், ஆர்தர் டி. லிட்டில், ஸ்டோன் – வெப்ஸ்டர், பிரவுன் – ரூட், ஹாலிபர்ட்டன், பெக்டெல் போன்ற

எங்களுடைய போட்டி நிறுவனங்களைப் பலர் அறிவர்.

நான் இங்கே போட்டி நிறுவனங்கள் என்று குறிப்பிட்டது ஒரு மேம்போக்கான விதத்தில் மட்டும்தான். ஏனெனில், மெயின் நிறுவனத்திற்கு நிகர் மெயின் நிறுவனம் மட்டும்தான். எங்களுடைய நிறுவனத்தில் பணிபுரிபவர்களில் பெரும்பாலானோர் பொறியாளர்கள் என்றாலும் எங்களிடம் சொந்தமாக எந்தவிதமான இயந்திரங்களோ அல்லது உபகரணங்களோ கிடையாது. நாங்கள் ஒரு கொட்டகையைக்கூடக் கட்டியிருக்கவில்லை. எங்கள் நிறுவனத்தில் பணிபுரிபவர்களில் பலர் அமெரிக்க இராணுவத்தில் பணிபுரிந்தவர்கள். ஆனால் எங்கள் நிறுவனம் அமெரிக்கப் பாதுகாப்பு அமைச்சகத்திற்கோ அல்லது பிற அமெரிக்க இராணுவ அமைப்புகளுக்கோ ஒப்பந்த அடிப்படையில் எந்தவிதமான வேலைகளையும் செய்தது கிடையாது. எங்கள் நிறுவனம் வேலை செய்கின்ற விதம் அலாதியானது. நான் அந்நிறுவனத்தில் வேலைக்குச் சேர்ந்த பிறகு, முதல் சில மாதங்களில், எங்கள் நிறுவனம் என்ன செய்து கொண்டிருந்தது என்பதை என்னால் கண்டுபிடிக்க முடியவில்லை. என்னுடைய முதல் வேலை இந்தோனேசியாவில் இருக்கும் என்பதையும், அந்நாட்டைச் சேர்ந்த தீவுகளில் ஒன்றான ஜாவா தீவின் மின் தேவை முழுவதையும் தீர்ப்பதற்கு முழுமையான திட்டம் ஒன்றை உருவாக்குவதற்காக அங்கு அனுப்பப்படவிருந்த பதினோரு பேர் அடங்கிய ஒரு குழுவில் நானும் இடம் பெற்றிருந்தேன் என்பதையும் மட்டுமே நான் அறிந்திருந்தேன்.

இந்த வேலையைப் பற்றி என்னிடம் விவாதித்த எய்னர் மற்றும் அந்நிறுவனத்தில் இருந்த பிறர், அவர்கள் மேற்கொள்ளத் திட்டமிட்டிருந்த திட்டத்தால் ஜாவாவின் பொருளாதாரம் கொழிக்கும் என்று என்னை நம்ப வைக்கத் தீவிரமாக முயற்சி செய்து கொண்டிருந்தனர். அதோடு, ஒரு நாட்டில் அமல் செய்யப்படவிருக்கின்ற திட்டங்களால் அந்நாட்டில் ஏற்படவிருக்கின்ற பொருளாதாரரீதியான வளர்ச்சியைத் துல்லியமாகக் கணிக்கின்ற ஒருவன் என்று என்னை நான் நிலைநிறுத்திக் கொள்ள விரும்பினால் (அது பதவி உயர்வுகளுக்கு வழி வகுக்கும் என்பது வெளிப்படை), அப்படிப்பட்டக் கணிப்புகளை நான் உருவாக்கிக் கொடுக்க வேண்டும் என்பதை அவர்கள் மறைமுகமாகத் தெரிவித்தனர்.

எய்னர் அடிக்கடிப் பயணங்கள் மேற்கொண்டார். அவை இரண்டு மூன்று நாட்கள் நீடித்தன. அப்பயணங்களைப் பற்றி எவரும் விவாதிக்கவும் இல்லை, அவர் எங்குச் சென்றார் என்பதை எவரும் அறிந்திருக்கவும் இல்லை. அவர் தன் அலுவலகத்தில் இருந்தபோதெல்லாம் என்னை அழைத்து, எனக்குக் காபி

கொடுத்து உபசரித்து, என்னுடன் ஒரு சில நிமிடங்கள் பேசிக் கொண்டிருப்பார். அப்போது, அவர் ஆனைப் பற்றி, எங்களுடைய புதிய வீட்டைப் பற்றி, எக்குவடோரிலிருந்து நாங்கள் எங்களுடன் தூக்கி வந்திருந்த பூனையைப் பற்றி விசாரிப்பார். அவருடன் ஓரளவு நன்றாகப் பழகியவுடன், அவரைப் பற்றியும், என்னுடைய வேலையில் என்னிடமிருந்து என்ன எதிர்பார்க்கப்பட்டது என்பதைப் பற்றியும் மேலும் துருவித் துருவிக் கேட்கின்ற துணிச்சல் எனக்கு ஏற்பட்டது. ஆனால் எனக்குத் திருப்தியளித்த பதிலை நான் அவரிடமிருந்து ஒருபோதும் பெற்றதில்லை. உரையாடல்களை இலாவகமாகத் திசை திருப்புவதில் அவர் வல்லவராக இருந்தார். நான் ஒரு முறை என்னுடைய வேலை குறித்து அவரிடம் கேட்டபோது, அவர் என்னை விநோதமாகப் பார்த்தார்.

பின் என்னிடம், “இது குறித்து நீங்கள் பெரிதாக அலட்டிக் கொள்ள வேண்டாம். நீங்கள் மிகச் சிறப்பாகச் செயல்படுவீர்கள் என்று நாங்கள் எதிர்பார்க்கிறோம். நான் சமீபத்தில் வாஷிங்டன் சென்றிருந்தேன் . . . .” என்று கூறியவர், அதைத் தொடராமல் பாதியிலேயே நிறுத்திவிட்டு ஒரு மர்மப் புன்னகையை உதிர்த்தார். பிறகு அவர் வேறு விஷயத்திற்குத் தாவினார்: “நம் நிறுவனம் குவைத்தில் ஒரு பெரிய திட்டத்தைத் தொடங்க இருப்பதை நீங்கள் அறிவீர்கள்தானே! நீங்கள் இந்தோனேசியா செல்வதற்குச் சிறிது காலம் பிடிக்கும். அதுவரை குவைத்தைப் பற்றிய ஆய்வுகளில் ஈடுபடுங்கள். இதைத் துவக்குவதற்கு பாஸ்டன் பொது நூலகம் ஒரு நல்ல இடம். எம்ஐடி மற்றும் ஹார்வர்டு பல்கலைக்கழக நூலகங்களைப் பயன்படுத்துவதற்கான அனுமதி அட்டைகளையும் நாங்கள் உங்களுக்குப் பெற்றுத் தருகிறோம்.”

அதற்குப் பிறகு நான் பல மணி நேரத்தை அந்த நூலகங்களில் செலவழித்தேன். பாஸ்டன் பொது நூலகம் என் அலுவலகத்திற்கும் வீட்டுக்கும் அருகே இருந்ததால், அங்கு நான் அதிக நேரம் செலவிட்டேன். அங்கு நான் குவைத் பற்றிய பொதுவான நூல்களோடு சேர்த்து, உலக வங்கி, ஐக்கிய நாடுகள் அவை, ஐஎம்எஃப் போன்றவை வெளியிட்டிருந்த, குவைத் பற்றிய பொருளாதாரப் புள்ளிவிபரத் தொகுப்புகளையும் படித்தேன். இந்தோனேசியா மற்றும் ஜாவா தீவு குறித்தப் பொருளாதாரக் கணிப்பு மாதிரிகள் என்னிடமிருந்து எதிர்பார்க்கப்படும் என்பதை நான் அறிந்திருந்ததால், குவைத் குறித்து அப்படிப்பட்டதொரு பொருளாதாரக் கணிப்பு மாதிரியோடு அதைத் தொடங்கலாம் என்று நான் நினைத்தேன்.

ஆனால், நான் கல்லூரியில் படித்திருந்த வணிகக் கல்வி ஒரு பொருளாதார அளவீட்டாளனாக நான் உருவெடுக்க

என்னைத் தயார்படுத்தியிருக்கவில்லை. அதை எப்படிச் செய்வது என்பது குறித்துச் சிந்திக்க நான் ஏராளமான நேரத்தைச் செலவிட்டேன். அது குறித்தச் சில வகுப்புகளில் நான் சேர்ந்தேன். இவற்றின் மூலம், பலதரப்பட்ட முடிவுகளைத் தருவிக்கின்ற விதத்தில் புள்ளிவிபரங்களைத் திரிக்க முடியும் என்பதை நான் கண்டுபிடித்தேன். ஒரு பொருளாதாரக் கணிப்பாளர் கணிக்கின்ற மதிப்பீடுகளை நியாயப்படுத்துகின்ற விதத்தில்கூட புள்ளிவிபரங்களைத் திரிக்க முடியும் என்பதும் அதில் அடங்கும்.

மெயின் நிறுவனம் ஆண்களின் இராஜ்ஜியமாக இருந்தது. 1971 இல் அங்கு நான்கு பெண்கள் மட்டுமே உயர் பதவிகளில் வேலை செய்து வந்தனர். ஆனால் தட்டச்சு செய்பவர்கள், சுருக்கெழுத்துகளில் குறிப்புகள் எடுப்பவர்கள், தனி உதவியாளர்கள் போன்ற வேலைகளில் இருநூற்றுக்கும் மேற்பட்டப் பெண்கள் இருந்தனர். எங்களுடைய அலுவலகத்திற்குள் நிலவிய இந்த ஆண்–பெண் பாகுபாடு எனக்குப் பழகிப் போயிருந்ததால், ஒரு நாள் பாஸ்டன் பொது நூலகத்தில் நிகழ்ந்த சம்பவம் எனக்குப் பெரும் பிரமிப்பை ஏற்படுத்தியது.

மிகுந்த தன்னம்பிக்கையுடன் திகழ்ந்த, ஒரு நிறுவனத்தில் உயர் பதவியில் இருந்தவர்போலக் காட்சியளித்த ஒரு பெண்மணி, நான் அமர்ந்திருந்த மேசையில் எனக்கு எதிர்ப்புறத்திலிருந்த ஒரு நாற்காலியில் வந்து அமர்ந்தார். அவர் நேர்த்தியாக உடையணிந்திருந்தார். அவர் என்னைவிடப் பல ஆண்டுகள் மூத்தவராக இருக்க வேண்டும் என்று நான் நினைத்தேன். ஆனால் அவரைக் கண்டுகொள்ளாமல் இருந்ததுபோல நான் காட்டிக் கொண்டேன். ஒரு சில நிமிடங்களுக்குப் பிறகு, அவர் எதுவும் பேசாமல், திறந்த நிலையிலிருந்த ஒரு புத்தகத்தை என் பக்கம் மெதுவாக நகர்த்தினார். அப்பக்கத்தில் இடம் பெற்றிருந்த ஓர் அட்டவணையில், குவைத் குறித்து நான் தேடிக் கொண்டிருந்த ஒரு புள்ளிவிபரம் இடம் பெற்றிருந்தது. அதோடு, ஒரு முகவரி அட்டையும் அதில் செருகப்பட்டிருந்தது. அவருடைய பெயர் கிளாடின் மார்ட்டின் என்றும், அவர் வகித்து வந்த பதவி, சாஸ் டி மெயின் நிறுவனத்தின் சிறப்பு ஆலோசனையாளர் என்றும் அந்த அட்டை அறிவித்தது. நான் நிமிர்ந்து பார்த்தேன். அவர் என்னை நோக்கிக் கை நீட்டினார்.

“உங்களுடைய பயிற்சிக்கு உதவும்படி நான் கேட்டுக் கொள்ளப்பட்டுள்ளேன்,” என்று அவர் கூறினார். என் வாழ்வில் இப்படிப்பட்ட ஒரு காட்சி அரங்கேறிக் கொண்டிருந்ததை என்னால் நம்பவே முடியவில்லை.

அதற்கு அடுத்த நாளிலிருந்து, எங்கள் அலுவலகத்திற்கு அருகேயிருந்த கிளாடினுடைய வீட்டில் நாங்கள் சந்திக்கத்

தொடங்கினோம். எங்களுடைய முதல் சந்திப்பின்போது, எடுத்த எடுப்பிலேயே, மெயில் நிறுவனத்தில் என்னுடைய பதவி அசாதாரணமான ஒன்று என்பதால், எல்லாவற்றையும் நாங்கள் மிகவும் இரகசியமாக வைத்துக் கொள்ள வேண்டும் என்று அவர் கூறினார். பிறகு சிரித்தவாறே, என்னை ஒரு பொருளாதார அடியாளாக மாற்றுவதே தன்னுடைய வேலை என்று அவர் கூறினார்.

பொருளாதார அடியாள் என்ற பெயரே என்னிடமிருந்த ஜேம்ஸ் பான்ட் கனவுகளை உயிர்த்தெழ வைத்தது. அதைக் கேட்டு நான் பதற்றத்துடன் நெளிந்தேன். அப்பெயரைத் தாங்கள் பயன்படுத்துவதற்குக் காரணமே அது தோற்றுவிக்கின்ற நகைச்சுவை உணர்வுதான் என்று அவர் என்னிடம் கூறினார். “இப்படிப்பட்ட ஒரு வார்த்தையைக் கேட்டால், அதை எவராவது தீவிரமாக எடுத்துக் கொள்வார்களா?” என்று கிளாடின் வினவினார்.

பொருளாதார அடியாள் என்றால் என்ன என்று எனக்குத் தெரியாது என்ற உண்மையை நான் அவரிடம் ஒப்புக் கொண்டேன்.

“உங்களுக்கு மட்டுமல்ல, பல பேருக்குத் தெரியாது. யோக்கியமற்ற ஒரு தொழிலில் ஈடுபட்டுள்ள அரிய பிறவிகள் நாம். இதில் நீங்கள் ஈடுபட்டிருப்பது உங்களுடைய மனைவி உட்பட எவருக்கும் தெரியக்கூடாது,” என்று கூறிய கிளாடின், திடீரென்று தீவிரமானார். பின் தொடர்ந்து அவர் இவ்வாறு கூறினார்: “அடுத்தச் சில வாரங்களில் நான் உங்களுக்கு என்னால் முடிந்த அனைத்தையும் கற்றுத் தருவேன், உங்களிடம் ஒளிவுமறைவின்றி எல்லாவற்றையும் பேசுவேன். அதற்குப் பிறகு முடிவு செய்வது உங்களுடைய பொறுப்பு. உங்களுடைய முடிவுதான் இறுதி முடிவு. ஆனால் நீங்கள் ஒரு முறை இதற்குள் வந்துவிட்டால், இதிலிருந்து உங்களால் வெளியேற முடியாது. இது ஓர் ஒரு–வழிப் பாதை.”

இப்போது எனக்குத் தெரிந்துள்ள, ஆனால் அப்போது எனக்குத் தெரியாமல் இருந்த விஷயம் ஒன்று உள்ளது. என்னுடைய குணாதிசயங்களைப் பற்றி என்எஸ்ஏ தயாரித்து வைத்திருந்த அறிக்கையில் குறிப்பிடப்பட்டிருந்த என்னுடைய பலவீனங்களை கிளாடின் தனக்குச் சாதகமாகப் பயன்படுத்திக் கொண்டார் என்பதுதான் அது. அவருக்கு அத்தகவல்களை யார் கொடுத்தார்கள் என்று எனக்குத் தெரியாது. எய்னர், என்எஸ்ஏ, மெயின் நிறுவனத்தின் மனிதவளத் துறை அல்லது வேறு யாராவது ஒருவர் அவருக்கு அத்தகவல்களை அளித்திருக்கலாம். ஆனால் கிளாடின் அவற்றை மிகவும் திறமையாகப்

பயன்படுத்தினார் என்பது மட்டும் உறுதி. உடல்ரீதியான வசீகரிப்பு, வார்த்தை ஜாலங்களால் தன்னிஷ்டத்திற்கு வளைத்தல் ஆகிய இரண்டையும் அவர் கலவையாகப் பயன்படுத்தினார். அது எனக்காகத் துல்லியமாக வடிவமைக்கப்பட்டிருந்தது. ஆனாலும் இது பொதுவாக வணிகங்கள் பயன்படுத்துகின்ற நடைமுறைகளுக்குள் அடங்குகின்ற ஒன்றாகவே இருந்தது. சாதிக்கப்பட வேண்டிய விஷயம் பிரம்மாண்டமானதாக இருந்து, அதைச் செய்து முடிப்பதற்குக் கொடுக்கப்படுகின்ற அழுத்தங்கள் அளவுக்கதிகமாக இருக்கும்பட்சத்தில், பலதரப்பட்டத் தொழிற்துறைகள் இதை இப்போது பயன்படுத்துவதை நான் பார்த்திருக்கிறேன். என்னுடைய இரகசிய நடவடிக்கைகளை என் மனைவியிடம் தெரிவித்து அதன் மூலம் எங்கள் திருமணத்திற்கு வேட்டு வைக்க நான் துணிய மாட்டேன் என்பதை கிளாடினும் அவருடைய மேலதிகாரிகளும் முதலிலிருந்தே அறிந்திருந்தனர். திரைமறைவில் நடத்தப்படவிருந்த விஷயங்கள் தொடர்பாக என்னிடமிருந்து எவையெல்லாம் எதிர்பார்க்கப்படும் என்பதை கிளாடின் வெளிப்படையாக வெளிப்படுத்தத் தயங்கவேயில்லை.

அவருக்கு யார் சம்பளம் கொடுத்தார்கள் என்று எனக்குத் தெரியாது. ஆனால் அது மெயின் நிறுவனம் அல்ல என்று சந்தேகிப்பதற்கு என்னிடம் போதுமான காரணங்கள் இருந்தன. அக்காலகட்டத்தில், இதைக் கேட்டுத் தெரிந்து கொள்ள வேண்டும் என்ற யோசனைகூட உதிக்காத அளவுக்கு நான் அவ்வளவு வெகுளியாக இருந்தேன், ஒருவிதமான பிரமிப்பில் மிதந்து கொண்டிருந்தேன்.

என் வேலைக்கு இரண்டு குறிக்கோள்கள் இருந்ததாக கிளாடின் என்னிடம் கூறினார். முதலாவது, ஒரு நாட்டுக்குக் கொடுக்கப்படுகின்ற பிரம்மாண்டமான கடன் தொகை, பொறியியல் மற்றும் கட்டுமானத் திட்டங்களின் வழியாக மீண்டும் மெயின் மற்றும் அது போன்ற பிற அமெரிக்கப் பெருநிறுவனங்களுக்கு மடை மாற்றப்படுவதை அவர்களிடம் நியாயப்படுத்துவது. இரண்டாவது, கடன் வாங்கியிருக்கின்ற நாடுகள் திவாலாகின்ற நிலைக்கு அவற்றை தள்ளுவது (மெயின் போன்ற நிறுவனங்களுக்கு வர வேண்டிய பணம் வந்த பிறகு அதைச் செய்ய வேண்டும் என்பது வெளிப்படை); அப்படி அவை ஓட்டாண்டி நாடுகளாக ஆனால்தான், அவை கடன் கொடுத்தவர்களின் காலடியில் விழுந்து கிடக்கும்; அந்நாடுகளில் இராணுவத் தளங்கள் அமைக்க அவற்றை ஒப்புக் கொள்ள வைப்பதற்கும், அமெரிக்கா கொண்டு வருகின்ற தீர்மானங்களுக்கு ஐக்கிய நாடுகள் சபையில் ஆதரவாக ஓட்டளிக்க அவற்றைக் கட்டாயப்படுத்துவதற்கும், அந்நாடுகளிலுள்ள எண்ணெய் மற்றும்

பிற வளங்களைச் சூறையாட அமெரிக்க நிறுவனங்களுக்கு அனுமதி பெற்றுத் தருவதற்கும் அந்நாடுகளைப் பயன்படுத்திக் கொள்வதற்கு அது வசதியாக இருக்கும்.

ஒரு நாட்டில் கொட்டப்படும் கோடிக்கணக்கான டாலர் முதலீடுகளால் ஏற்படக்கூடிய விளைவுகளை முன்கூட்டியே கணிப்பதுதான் என் வேலை என்று கிளாடின் கூறினார். ஒரு நாட்டில் அமல்படுத்தப்படவிருக்கின்ற பலதரப்பட்டத் திட்டங்களின் தாக்கத்தால், அடுத்த இருபது அல்லது இருபத்தைந்து ஆண்டுகளில் அந்நாட்டின் பொருளாதார வளர்ச்சி எப்படி இருக்கும் என்பதைக் கணிக்கின்ற ஆய்வுகளை நான் உருவாக்க வேண்டும். எடுத்துக்காட்டாக, ஒரு நாடு சோவியத் ஒன்றியத்தின் பக்கம் சாயாமல் இருப்பதற்காக அந்நாட்டுக்கு ஒரு பில்லியன் டாலர் கடன் கொடுப்பதென்று முடிவு செய்யப்படுகிறது என்று வைத்துக் கொள்வோம். அந்நாட்டில் ஒரு மின்சக்தித் தயாரிப்பு நிலையத்திற்கு அப்பணம் பயன்படுத்தப்பட்டால் அதனால் என்ன பயன்கள் கிடைக்கும் என்பதை, தேசிய அளவில் அந்நாட்டில் ஒரு புதிய இருப்புப்பாதைத் திட்டமோ அல்லது ஒரு புதிய தொலைத் தொடர்புத் திட்டமோ மேற்கொள்ளப்பட்டால் என்ன பயன்கள் கிடைக்கும் என்பதோடு நான் ஒப்பிட்டுப் பார்க்க வேண்டும். அல்லது, நாடு தழுவிய அளவில் ஒரு நவீன மின் விநியோகத் திட்டத்திற்காக அக்கடன் கொடுக்கப்படுவதாக என்னிடம் கூறப்படலாம். அப்படிப்பட்டதொரு திட்டம் செயல்படுத்தப்பட்டால், அவ்வளவு பெரிய கடன் வாங்குவதை நியாயப்படுத்துகின்ற அளவு அந்நாட்டின் பொருளாதார வளர்ச்சி இருக்கும் என்பதை நான் நிரூபிக்க வேண்டும். இவை அனைத்திலும் இடம் பெறுகின்ற ஒரு முக்கியமான அம்சம் தேசிய மொத்த உற்பத்தியாகும். என்னுடைய கணிப்புப்படி, எந்தத் திட்டத்தில் தேசிய மொத்த உற்பத்தியின் வருடாந்திர சராசரி வளர்ச்சி அதிகமாக இருக்கிறதோ, அத்திட்டத்திற்குப் பச்சைக் கொடி காட்டப்படும். ஒரே ஒரு திட்டம் மட்டுமே கணக்கில் எடுத்துக் கொள்ளப்படுகின்ற சமயங்களில், அத்திட்டத்தைச் செயல்படுத்தினால், அது தேசிய மொத்த உற்பத்தியைப் பெருமளவுக்கு அதிகரிக்கும் என்பதை நான் நிரூபித்தாக வேண்டும்.

இங்கு வெளிப்படையாக விவாதிக்கப்படாமல் இருந்த அம்சங்கள் இவை: அத்திட்டங்கள் ஒவ்வொன்றும் அத்திட்டங்களை நிறைவேற்றுகின்ற நிறுவனங்களுக்குப் பெரும் இலாபத்தைப் பெற்றுக் கொடுக்க வேண்டும்; கடன் வாங்குகின்ற நாடுகளில் இருக்கின்ற, விரல்விட்டு எண்ணப்படக்கூடிய ஒரு சில பணக்கார மற்றும் செல்வாக்குமிக்க மனிதர்களின் குடும்பங்களை

அவை குவிப்படுத்த வேண்டும்; அந்நாடு பொருளாதாரரீதியாக நீண்டகாலம் அமெரிக்காவைச் சார்ந்திருக்க வேண்டும்; இது உலகிலுள்ள நாடுகள் அரசியல்ரீதியாக அமெரிக்காவின் பக்கம் சார்ந்திருப்பதற்கு உத்தரவாதம் அளிக்கும். கடனைத் திருப்பிக் கட்டுவதற்கு அளிக்கப்படும் கால அளவு எந்த அளவுக்கு அதிகமாக இருக்கிறதோ, அந்த அளவுக்கு நல்லது. ஒரு நாட்டின்மீது இப்படித் திணிக்கப்படும் பிரம்மாண்டமான கடன் சுமை, அந்நாட்டில் இருக்கும் ஏழை மக்களுக்குக் கிடைத்துக் கொண்டிருக்கின்ற சொற்பச் சுகாதார வசதிகள், இலவசக் கல்வி, பிற சமூகச் சேவைகள் போன்றவைகூட, வரவிருக்கின்ற பல பத்தாண்டுகளுக்கு அவர்களுக்குக் கிடைக்காதபடி செய்துவிடும் என்ற அப்பட்டமான உண்மை மட்டும் கணக்கில் எடுத்துக் கொள்ளப்படுவதில்லை.

தேசிய மொத்த உற்பத்தியின் இந்த ஏமாற்றுத்தனமான இயல்பு குறித்து நானும் கிளாடினும் வெளிப்படையாகவே விவாதித்தோம். எடுத்துக்காட்டாக, ஒரு திட்டம், ஒரு நாட்டில் இருக்கின்ற ஒரே ஒருவருக்கு மட்டும் (ஒரு மின் விநியோக நிறுவனத்தின் சொந்தக்காரர் போன்ற ஒருவர்) பலனளித்து, பெரும்பாலான மக்கள் அக்கடன் சுமையை ஏற்க வேண்டியிருந்தால்கூட, தேசிய மொத்த உற்பத்தி ஏறுமுகமாக இருப்பதாகவே காட்டும். இது போன்ற நிலைமை ஏற்படும்போது, பணக்காரர்கள் மேலும் மேலும் பணக்காரர்களாக ஆவர், ஏழைகள் மேலும் மேலும் ஏழைகளாக ஆகிக் கொண்டிருப்பர். ஆனாலும், பொருளாதாரப் புள்ளியியல் கண்ணோட்டத்திலிருந்து பார்க்கும்போது, இது பொருளாதார வளர்ச்சி என்றே பதிவு செய்யப்படும்.

பெரும்பாலான அமெரிக்கக் குடிமக்களைப்போலவே, மெயின் நிறுவனத்தில் வேலை பார்த்தவர்களில் பெரும்பாலானோர், ஒரு நாட்டுக்கு மின் உற்பத்தி நிலையங்கள், நெடுஞ்சாலைகள், துறைமுகங்கள் போன்றவற்றை நாங்கள் கட்டிக் கொடுக்கின்றபோது, அவர்களுக்கு நல்லதே செய்கிறோம், வலியப் போய் உதவுகிறோம் என்றே நம்பினர். நம் நாட்டின் செயல்பாடுகள் அனைத்தும் பொதுநல நோக்கோடுதான் செய்யப்படுகின்றன என்ற கண்ணோட்டத்தில் பார்ப்பதற்கு நம்முடைய பள்ளிகளும் நம்முடைய ஊடகங்களும் நமக்குக் கற்றுக் கொடுத்துள்ளன. பல ஆண்டுகளாக, “அந்நாட்டவர் அமெரிக்கக் கொடியை எரித்து நம்முடைய தூதரகங்களுக்கு முன்னால் ஆர்ப்பாட்டத்தில் ஈடுபட்டால், அவர்கள் தங்களுடைய ஏழ்மைக் குட்டையில் கிடந்து தவிக்கட்டும் என்று விட்டுவிட்டு, நம்முடைய தூதரகத்தை இழுத்து மூடிவிட்டு, நாம் ஏன் அந்த நாட்டைவிட்டுக் கிளம்பி வந்துவிடக்கூடாது?” என்று பலர் கூறி நான் கேட்டுள்ளேன்.

இப்படிப்பட்டக் கருத்துகளை உதிர்ப்பவர்கள் நன்றாகப் படித்தவர்கள்தாம் என்பதை நான் இப்போது அறிவேன். ஆனால், உலகமெங்கும் நாம் தூதரகங்களைத் திறப்பது நம்முடைய சொந்த நலன்களைப் பேணுவதற்குத்தான் என்பது அவர்களுக்குத் தெரியாது. இருபதாம் நூற்றாண்டின் இரண்டாவது பாதி முழுவதும், வரலாற்றில் முதன்முதலாக உண்மையிலேயே ஓர் உலகளாவிய பேரரசை நிறுவுவதுதான் அமெரிக்காவின் நோக்கமாக இருந்து வந்துள்ளது. அமெரிக்க அரசின் ஆசீர்வாதத்தோடும் ஆதரவோடும் நடத்தப்பட்டு வருகின்ற பெருநிறுவனங்களின் இராஜாங்கம் அது. பதினெட்டாம் நூற்றாண்டில் அமெரிக்காவில் குடியேறிய காலனியாதிக்கவாதிகளிடமிருந்து தங்களுடைய நிலங்களைப் பாதுகாப்பதற்காக அவர்களை எதிர்த்துப் போராடிய செவ்விந்தியப் பழங்குடியினரைச் சாத்தான்களின் சேவகர்கள் என்று நம்பிய மக்களுக்கும் இந்தப் படித்த மேதாவிகளுக்கும் பெரிய வேறுபாடு இல்லை.

அடுத்தச் சில மாதங்கள் கழித்து நான் இந்தோனேசியாவில் இருந்த ஜாவா தீவுக்குச் செல்லவிருந்தேன். உலகிலேயே மக்கள் நெருக்கடி மிகுந்த ஓரிடம் அது என்று வர்ணிக்கப்பட்டது. அதோடு, இந்தோனேசியா, எண்ணெய் வளமிக்க ஓர் இஸ்லாமிய நாடாகவும், கம்யூனிசம் வேகமாக வளர்ந்து கொண்டிருந்த ஒரு பூமியாகவும் இருந்தது.

“வியட்நாமுக்கு அடுத்து உருட்டப்படவிருக்கின்ற பகடைக் காயாக இந்தோனேசியா உருவெடுக்கவிருக்கிறது. அதனால் நாம் இந்தோனேசியாவை வென்றெடுக்க வேண்டும். அது கம்யூனிஸ்ட்டுகளின் கூடாரத்திற்குப் போய்விட்டால் . . . .” என்று கூறிவிட்டு, கிளாடின் தன் கையைத் தன் கழுத்தில் வைத்து அறுப்பதுபோலச் சைகை செய்தார். பின் அவர் புன்னகைத்தவாறே தன் பேச்சைத் தொடர்ந்தார்: “ஆகவே, நம்பிக்கையளிக்கின்ற ஒரு பொருளாதாரக் கணிப்பை நீங்கள் உருவாக்கியாக வேண்டும். அத்தீவில் புதிய மின் உற்பத்தித் திட்டங்களும் விநியோக அமைப்புகளும் கட்டி முடிக்கப்பட்டவுடன் பொருளாதாரம் எப்படிச் செழித்து வளரும் என்று நீங்கள் காட்ட வேண்டும். நீங்கள் அப்படிச் செய்தால், சர்வதேச வங்கிகளாலும் யுஎஸ்எய்டு அமைப்பாலும் அந்நாட்டுக்குப் பெரும் கடன் வழங்கப்படுவதை நியாயப்படுத்த முடியும். இத்திட்டம் வெற்றிகரமாக நிறைவேறினால் உங்களுக்கும் பல சலுகைகள் கிடைக்கும்; உலகின் வேறு சில பகுதிகளில் உங்களால் கவனம் செலுத்த முடியும். உலகிலுள்ள எந்த நாட்டை வேண்டுமானாலும் நீங்கள் உங்களுடைய வணிகக் கூடையில் எடுத்துப் போட்டுக் கொள்ளலாம்.”

பின் அவர் சிறிது நிறுத்திவிட்டு, என் வேலை அவ்வளவு எளிதானது அல்ல என்று என்னை எச்சரிக்கவும் செய்தார். "சர்வதேச வங்கிகளிலுள்ள வல்லுநர்கள் உங்கள்மீது பாய்ந்து உங்களைக் கடித்துக் குதறத் துடித்துக் கொண்டிருப்பார்கள். உங்களுடைய பொருளாதாரக் கணிப்பீட்டில் ஓட்டைகளைக் கண்டுபிடிப்பதுதான் அவர்களுடைய வேலை. அதற்காகத்தான் அவர்களுக்கு அவர்களுடைய வங்கிகள் பணத்தை வாரி இறைக்கின்றன. உங்களை உரித்துத் தொங்கவிட்டால், அவர்கள் வெற்றியாளர்களாகத் தோற்றமளிப்பார்கள்."

ஜாவா தீவுக்கு அனுப்பப்படவிருந்த குழுவில் என்னைத் தவிர மேலும் பத்துப் பேர் இருந்தது குறித்து ஒரு நாள் நான் கிளாடினிடம் வினவினேன். "நம் நிறுவனம் ஜாவா தீவுக்கு என்னுடன் அனுப்பவிருக்கின்ற பத்துப் பேருக்கும், எனக்குக் கொடுக்கப்பட்டு வருகின்ற அதே பயிற்சியைத்தான் கொடுக்கிறதா?" என்று கேட்டேன். அதற்கு அவர், "இல்லை," என்று திட்டவட்டமாகப் பதிலளித்தார்.

"அவர்கள் அனைவரும் பொறியாளர்கள். அவர்கள் மின் நிலையங்கள், விநியோக அமைப்புமுறைகள், சாலைகள், துறைமுகங்கள் போன்றவற்றை வடிவமைப்பவர்கள். வருங்காலத்தைக் கணிப்பவர் நீங்கள். அப்பொறியாளர்கள் அமைக்கவிருக்கின்ற திட்டங்களின் அளவையும் நாடுகளுக்கு வழங்கப்படவிருக்கின்ற கடன் தொகையையும் உங்களுடைய கணிப்புகள்தாம் தீர்மானிக்கும். நீங்கள்தான் இதில் அச்சாணி," என்று கிளாடின் விளக்கினார்.

கிளாடினின் வீட்டிலிருந்து நான் வெளியேறிய ஒவ்வொரு முறையும், நான் ஒரு தவறான காரியத்தைச் செய்து கொண்டிருந்தேனோ என்ற சந்தேகம் என்னுள் முளைத்தது. நான் தவறு செய்து கொண்டிருந்தேன் என்ற எண்ணம் என் இதயத்தில் எங்கோ ஓரிடத்தில் என்னை உறுத்திக் கொண்டே இருந்தது. ஆனால், என் கடந்தகால விரக்திகள் என்னைத் தொடர்ந்து அலைக்கழித்துக் கொண்டிருந்தன. என் வாழ்க்கையில் எவையெல்லாம் பற்றாக்குறையாக இருந்தனவோ, அவற்றையெல்லாம் மெயின் நிறுவனம் எனக்குக் கொடுக்கத் தயாராக இருந்ததுபோல எனக்குத் தோன்றியது. இந்நிலையில், இதைப் பற்றி இன்னும் தெரிந்து கொண்டால், இதை இன்னும் அனுபவபூர்வமாக உணர்ந்து கொண்டால், பின்னாளில் என்னால் இதை இன்னும் கூடுதலாகத் தோலுரித்துக் காட்ட முடியும் என்று என்னை நானே சமாதானப்படுத்திக் கொண்டேன். "உள்ளேயிருந்து குழி பறிப்பது" என்ற பழமையான நியாயப்படுத்துதல்தான் இது.

இச்சிந்தனையை நான் கிளாடினுடன் பகிர்ந்து கொண்டபோது, அவர் என்னை விநோதமாகப் பார்த்தார். "அபத்தமாக யோசிக்காதீர்கள். நான் முன்பே கூறியதுபோல, இதற்குள் ஒரு முறை நுழைந்துவிட்டால், எந்தக் காலத்திலும் இதிலிருந்து வெளியேற முடியாது. அதனால், இதில் நீங்கள் இன்னும் ஆழமாக மூழ்குவதற்குள், இது குறித்து நீங்கள் ஒரு தெளிவான முடிவுக்கு வர வேண்டும்," என்று கூறினார். அவர் கூறியது எனக்குப் புரிந்தது, ஆனால் அது எனக்கு அச்சமூட்டியது. நான் அங்கிருந்து கிளம்பியவுடன் சிறிது நேரம் காலாற நடந்தேன். பின்னர், இதில் நான் மட்டும் விதிவிலக்காக இருந்ததாக எனக்கு நானே கூறிக் கொண்டேன்.

ஒரு சில மாதங்களுக்குப் பின்னர், நானும் கிளாடினும் அவருடைய வீட்டில் அமர்ந்திருந்தோம். வெளியே பனி பொழிந்து கொண்டிருந்தது. அவர் என்னிடம் இவ்வாறு கூறினார்: "நாம் பிரத்தியேகமான மிகச் சிறிய ஒரு குழு. நமக்கு மிக அதிகமான சம்பளம் அளிக்கப்படுகிறது. உலக நாடுகளைப் பல்லாயிரக்கணக்கான கோடி டாலர்கள் ஏமாற்றுவதற்காக அப்பணம் நமக்கு வழங்கப்படுகிறது. அமெரிக்காவின் வர்த்தக நலன்களைத் தூக்கிப் பிடிக்கின்ற ஒரு மாபெரும் பிணையத்தின் ஓர் அங்கமாக ஆவதற்கு உலகத் தலைவர்களை ஊக்குவிப்பது உங்களுடைய வேலையின் ஒரு பகுதி. இறுதியில் இத்தலைவர்கள் எப்படியும் அமெரிக்காமீதான அவர்களுடைய விசுவாசத்தை உறுதி செய்கின்ற கடன் வலையில் சிக்கிக் கொள்வார்கள். அப்போது, நம்முடைய அரசியல், பொருளாதார மற்றும் இராணுவத் தேவைகளை நிறைவேற்றிக் கொள்வதற்காக அவர்களை நம்மால் எப்போது வேண்டுமானாலும் பயன்படுத்திக் கொள்ள முடியும். பதிலுக்கு அத்தலைவர்கள் தங்களுடைய நாட்டு மக்களுக்குத் தொழிற்பேட்டைகள், மின் உற்பத்தி நிலையங்கள், விமான நிலையங்கள் போன்றவற்றைக் கொடுத்துத் தங்களுடைய அரசியல் நிலையைத் தக்கவைத்துக் கொள்வர். இதற்கிடையே, அமெரிக்கப் பொறியியல் மற்றும் கட்டுமான நிறுவனங்கள் பெரும் பணத்தைச் சம்பாதித்துவிடும்."

அன்று, நான் இறங்கவிருந்த தொழிலின் வரலாற்றை நான் விபரமாகத் தெரிந்து கொண்டேன். வரலாறு நெடுகிலும் மாபெரும் பேரரசுகள் அனைத்தும் இராணுவ ஆற்றலைக் கொண்டும் அல்லது அது குறித்த அச்சுறுத்தலைக் கொண்டுமே தங்களுடைய இராஜ்ஜியங்களைக் கட்டியெழுப்பியிருந்தன. இரண்டாம் உலகப் போரின் முடிவு, சோவியத் ஒன்றியத்தின் உதயம், அணுவாயுதப் போரால் கூண்டோடு அழிந்து போகின்ற சாத்தியக்கூறு ஆகியவற்றைத் தொடர்ந்து, இராணுவத் தீர்வு

ஆபத்து நிறைந்த ஒன்றாக ஆகியிருந்தது.

1951 இல், ஈரானின் இயற்கை வளங்களையும் அதன் மக்களையும் வெகுகாலமாகச் சுரண்டிக் கொண்டிருந்த பிரிட்டிஷ் எண்ணெய் நிறுவனத்திற்கு எதிராக அந்நாடு போர்க்கொடி உயர்த்திய கணம் வரலாற்றில் ஒரு திருப்புமுனையாக அமைந்தது. இன்று பிரிட்டிஷ் பெட்ரோலியம் என்று அழைக்கப்படுகின்ற நிறுவனத்தின் முன்னோடி நிறுவனம் அது. 1951 இல் அமெரிக்க டைம் பத்திரிகையின் ஆண்டு நாயகனாக அறிவிக்கப்பட்டிருந்த, அப்போது ஈரானில் ஜனநாயக முறைப்படி தேர்ந்தெடுக்கப்பட்டிருந்த ஈரானியப் பிரதமர் முகம்மது மொசாடெக், தன் நாட்டிலிருந்த அனைத்துப் பெட்ரோலிய நிறுவனங்களையும் நாட்டுடைமையாக்கினார். இதனால் வெகுண்டெழுந்த பிரிட்டன், இரண்டாம் உலகப் போரில் தன்னுடைய தோழமை நாடாக இருந்த அமெரிக்காவின் உதவியை நாடியது. ஈரான்மீது இராணுவரீதியான நடவடிக்கை எடுத்தால், ஈரான் சார்பாக சோவியத் ஒன்றியம் களத்தில் இறங்கும் என்று அமெரிக்காவும் பிரிட்டனும் பயந்தன.

அதனால், அமெரிக்கா ஈரானுக்குத் தன்னுடைய இராணுவத்தை அனுப்புவதற்குப் பதிலாக, சிஐஏ ஏஜெண்டான கெர்மிட் ரூஸ்வெல்ட்டை (தியோடர் ரூஸ்வெட்டின் பேரன்) அனுப்பி வைத்தது. கெர்மிட் மிகச் சிறப்பாகச் செயல்பட்டார். அங்கிருந்தவர்களுக்கு இலஞ்சம் கொடுத்ததன் மூலமும் மிரட்டல் விடுத்ததன் மூலமும் அவர் பலரைத் தன் பக்கம் இழுத்துக் கொண்டார். பின் அவர் அவர்களை ஈரானியத் தெருக்களில் கலகங்களையும் வன்முறையான போராட்டங்களையும் நடத்த வைத்தார். இது, மொசாடெக் தன்னுடைய மக்களிடம் நம்பிக்கை இழந்துவிட்டிருந்ததுபோலவும் தகுதியற்றவர்போலவும் தோன்றச் செய்தது. இறுதியில் அவர் பதவியிலிருந்து தூக்கியெறியப்பட்டார். அவர் தன் வாழ்வின் இறுதிவரை வீட்டுக் காவலில் வைக்கப்பட்டிருந்தார். அமெரிக்காவிற்கு ஆதரவாகச் செயல்பட்ட முகம்மது ரேஸா ஷா பஹ்லவி எதிர்க்கப்பட முடியாத ஒரு சர்வாதிகாரியாக ஆனார். முற்றிலும் புதியதொரு வேலைப் பிரிவு உருவாவதற்கு கெர்மிட் ரூஸ்வெல்ட் வித்திட்டார். பின்னாட்களில் என்னைப் போன்றவர்கள் அதில் எங்களை இணைத்துக் கொண்டோம்.

கெர்மிட் பயன்படுத்திய புதிய உத்திகள் உலகளாவிய பேரரசு ஒன்றை நிறுவுவதற்கு உதவிய பழைய உத்திகளைச் செல்லாக்காசுகளாக ஆக்கியபோதிலும், அவை மத்தியக் கிழக்கின் வரலாற்றை மாற்றி எழுதின. உலகின் சில பிராந்தியங்களில் அமெரிக்கா மேற்கொண்ட அணு ஆயுதமற்ற

இராணுவத் தலையீடு எனும் பரிசோதனைகளின் தொடக்கக் காலமாகவும் அது அமைந்தது. அப்பரிசோதனைகள் இறுதியில் கொரியாவிலும் வியட்நாமிலும் அமெரிக்காவுக்கு ஏற்பட்ட அவமானகரமான தோல்விகளுக்குக் காரணமாயின. 1968 இல் என்எஸ்ஏ என்னிடம் நேர்முகத் தேர்வு நடத்திய சமயத்தில், லின்டன் ஜான்சன், ரிச்சர்டு நிக்சன் போன்ற அமெரிக்க அதிபர்கள் கனவு கண்ட ஓர் உலகளாவிய அமெரிக்கப் பேரரசை நிறுவ அமெரிக்கா விரும்பினால், கெர்மிட் ரூஸ்வெல்ட் ஈரானில் வெற்றிகரமாகக் கடைபிடித்த உத்திகளைக் கடைபிடிக்க வேண்டும் என்பது தெள்ளத் தெளிவானது. அணு ஆயுதப் போர் என்ற ஆபத்திற்குள் நுழையாமல் சோவியத் ஒன்றியத்தை முறியடிப்பதற்கு அமெரிக்காவுக்கு இருந்த ஒரே வழி அதுதான்.

ஆனால் அதில் ஒரு பிரச்சனை இருந்தது. கெர்மிட் ரூஸ்வெல்ட் ஒரு சிஐஏ ஊழியராக இருந்தார். அவர் மேற்கொண்டிருந்த சதியில் அவர் கையும் களவுமாகப் பிடிக்கப்பட்டிருந்தால், அதன் விளைவுகள் படுபயங்கரமாக இருந்திருக்கும். சுதந்திரமான ஓர் அந்நிய நாட்டின் அரசைக் கவிழ்ப்பதை அவர் முன்னின்று நடத்தியிருந்தார். ஆனால், அதுபோல இல்லாமல், அமெரிக்காவின்மீது நேரடியாகப் பழி விழாமல் இருக்கும் விதத்தில் அதே விஷயங்களை மேற்கொள்ள ஒரு புதிய அணுகுமுறையைக் கண்டுபிடிப்பது இன்றியமையாததாக இருந்தது.

அதிர்ஷ்டவசமாக, 1960களில் நிகழ்ந்த மற்றொரு விதமான புரட்சி, உத்தியாளர்களின் உதவிக்கு வந்தது. பெருநிறுவனங்களும், உலக வங்கி, ஐஎம்எஃப் போன்ற சர்வதேச அமைப்புகளும் பெரும் அதிகார சக்திகளாக உருவெடுத்ததுதான் அது. உலக வங்கி போன்ற சர்வதேச நிதி அமைப்புகளுக்கு அமெரிக்காவும் அதன் பேரரசு அபிலாஷைகளுக்கு உறுதுணையாக இருந்த ஐரோப்பியச் சகோதர நாடுகளுமே பெரும் நிதியை அளித்து வந்தன. இதன் காரணமாக, அரசாங்கங்கள், பெருநிறுவனங்கள், சர்வதேச நிதி அமைப்புகள் ஆகியவற்றுக்கு இடையே ஒரு சகசார்பு உறவு உருவானது.

நான் பாஸ்டன் பல்கலைக்கழகத்தின் வணிகக் கல்லூரியில் சேர்ந்த சமயத்தை ஒட்டி, அமெரிக்க உளவு அமைப்புகள்மீது பழி வராமல் காரியங்களைக் கச்சிதமாக முடிக்க ஒரு தீர்வு கண்டுபிடிக்கப்பட்டிருந்தது. என்எஸ்ஏ உட்பட அமெரிக்க உளவு அமைப்புகள் தகுதியான பொருளாதார அடியாட்களை அடையாளம் காணும்; சர்வதேசப் பெருநிறுவனங்கள் அவர்களை வேலைக்கு அமர்த்திக் கொள்ளும்; இதுதான் அந்த ஏற்பாடு. இப்பொருளாதார அடியாட்களுக்கு அரசாங்கம் ஒருபோதும்

பணம் வழங்காது. அவர்கள் தங்களுடைய சம்பளத்தைத் தனியார் துறையிடமிருந்து பெற்றுக் கொள்வர். தப்பித்தவறி, யோக்கியமற்றச் செயல்களில் ஈடுபடுகின்ற இந்தப் பொருளாதார அடியாட்களின் குட்டு வெளிப்பட்டுவிட்டால், பழி அமெரிக்க அரசாங்கத்தின்மீது விழாது; ஒரு பெருநிறுவனத்தின் பேராசைச் செயல் என்று முத்திரை குத்தி அதை ஒதுக்கித் தள்ளிவிடுவது எளிதாகிவிடும். அமெரிக்க உளவு நிறுவனங்கள் அமெரிக்க மக்களின் வரிப் பணத்தை இவர்களுக்காகச் செலவிட்டாலும், அமெரிக்கக் காங்கிரஸின் கண்காணிப்பு, பொதுவெளியில் அலசி ஆராயப்படுதல் ஆகியவற்றிலிருந்து இப்பெருநிறுவனங்கள் பாதுகாக்கப்படும்.

"ஜான், நீங்கள் முதலாம் வகுப்பில் படித்துக் கொண்டிருந்தபோது தொடங்கப்பட்ட ஒரு பெருமைமிக்கப் பாரம்பரியத்தின் அடுத்தத் தலைமுறையினர் நாம் என்பதை நினைவில் வைத்துக் கொள்ளுங்கள்," என்று கிளாடின் தன் பாடத்தை முடித்தார்.

🌐 அத்தியாயம் 4

இந்தோனேசியா: ஒரு பொருளாதார அடியாளுக்கான படிப்பினைகள்

நான் என்னுடைய புதிய வேலை குறித்துக் கற்றுக் கொண்டிருந்ததோடு சேர்த்து, இந்தோனேசியா பற்றிய புத்தகங்களையும் நான் படித்துக் கொண்டிருந்தேன். "ஒரு நாட்டுக்குப் போவதற்கு முன்பாக அதைப் பற்றி நீங்கள் எவ்வளவு தெரிந்து வைத்திருக்கிறீர்களோ, அந்த அளவு உங்களுடைய வேலை எளிதாக இருக்கும்," என்று கிளாடின் எனக்கு அறிவுறுத்தியிருந்தார். நான் அவர் சொன்னதை வேதவாக்காக எடுத்துக் கொண்டிருந்தேன்.

1492 இல் கொலம்பஸ் தன் கடற்பயணத்தைத் துவக்கியபோது, அக்காலத்தில் மசாலா தீவுகள் என்று அறியப்பட்டிருந்த இந்தோனேசியாவை வந்தடைவதுதான் அவருடைய குறிக்கோளாக இருந்தது. ஐரோப்பியர்களின் காலனியாதிக்கக் காலகட்டம் முழுவதும் அமெரிக்கக் கண்டத்தைவிட இந்தோனேசியாதான் ஒரு பொக்கிஷமாகக் கருதப்பட்டது. நேர்த்தியாக நெய்யப்பட்டத் துணிகள், பிரமாதமான மசாலாப் பொருட்கள், செழிப்பான அரசாங்கங்கள் ஆகியவற்றைத் தங்களுடைய கட்டுப்பாட்டில் கொண்டு வருவதற்காக, கடல் சாகசப் பயணத்தில் ஈடுபட்டிருந்த ஸ்பானியர்கள், போர்ச்சுகீசியர்கள், டச்சுக்காரர்கள் மற்றும் பிரிட்டிஷார் தங்களுக்குள் கடுமையாக மோதிக் கொண்டனர். இதில் 1750 வாக்கில் டச்சுக்காரர்கள் வெற்றி பெற்றனர். அவர்களால் ஜாவா தீவைத் தங்களுடைய கட்டுப்பாட்டின்கீழ் கொண்டுவர முடிந்தது எனினும், அதைச் சுற்றியிருந்த தீவுகளைத் தங்களுடைய கட்டுப்பாட்டுக்குள் கொண்டுவர அவர்களுக்கு 150 ஆண்டுகள்

பிடித்தன.

இரண்டாம் உலகப் போரின்போது ஜப்பான் இந்தோனேசியாமீது படையெடுத்த நேரத்தில், டச்சுப் படை அதைப் பெரிதாக எதிர்க்கவில்லை. அதன் விளைவாக, இந்தோனேசியர்கள், குறிப்பாக, ஜாவா தீவினர் கடுமையாக பாதிக்கப்பட்டனர். போரின் முடிவில் ஜப்பான் சரணடைந்த பிறகு, சுகர்னோ என்ற வசீகரமான ஒரு தலைவர் அங்கு உருவாகி இந்தோனேசியாவை ஒரு சுதந்திர நாடாகப் பிரகடனம் செய்தார். நான்கு ஆண்டுகள் சண்டைக்குப் பிறகு, டச்சுக்காரர்கள், மூன்று நூற்றாண்டு ஆக்கிரமிப்புக்குப் பிறகு அங்கிருந்து மூட்டைக் கட்டினர். அப்புதிய நாட்டின் முதல் குடியரசுத் தலைவராக சுகர்னோ பதவியேற்றுக் கொண்டார்.

ஆனால், டச்சுக்காரர்களைத் தோற்கடிப்பதைவிட இந்தோனேசியாவை ஆள்வது சுகர்னோவுக்கு அதிகச் சிரமமாக இருந்தது. இந்தோனேசியா 17,500 தீவுகளை உள்ளடக்கி இருந்ததால், அவற்றிலிருந்த பல்வேறுபட்டப் பழங்குடியினர் தங்களுக்கென்று சொந்தக் கலாச்சாரங்களையும் மொழிகளையும் நூற்றுக்கணக்கான ஆண்டுகாலப் பகைமை உணர்வுகளையும் கொண்டிருந்தனர். அதனால் அவர்களுக்கிடையே அடிக்கடி பயங்கரமான மோதல்கள் ஏற்பட்டன. அவற்றை சுகர்னோ இரும்புக் கரம் கொண்டு அடக்கினார். 1960 இல் அவர் பாராளுமன்றத்தைக் கலைத்துவிட்டார். 1963 இல் தன்னை ஆயுட்காலக் குடியரசுத் தலைவராக அவர் அறிவித்தார். உலகிலுள்ள கம்யூனிச நாடுகளோடு நெருக்கமான உறவை வளர்த்துக் கொண்டு, தன் நாட்டுக்குத் தேவையான இராணுவத் தளவாடங்களையும் தன் படைகளுக்கு இராணுவப் பயிற்சியையும் அவர் பெற்றுக் கொண்டார். தென்கிழக்கு ஆசியா முழுவதும் கம்யூனிசத்தைப் பரப்பி, உலகக் கம்யூனிஸ்ட்டுத் தலைவர்களிடமிருந்து பாராட்டுகளைப் பெறுவதற்காக, ரஷ்ய ஆயுதங்கள் தரித்தத் தன் படையினரை அருகிலிருந்த மலேசியாவுக்கு அவர் அனுப்பினார்.

அதனால் நாட்டில் அவருக்குக் கடுமையான எதிர்ப்புக் கிளம்பியது. 1965 இல் அவரைக் கவிழ்க்க ஒரு இராணுவப் புரட்சி மேற்கொள்ளப்பட்டது. அவருடைய ஆசைநாயகியின் சமயோசித நடவடிக்கையால், சுகர்னோ படுகொலை செய்யப்படுவதிலிருந்து மயிரிழையில் தப்பினார். ஆனால் அவருடைய நெருங்கிய சகாக்களும் உயர் இராணுவ அதிகாரிகளும் அவரளவுக்கு அதிர்ஷ்டசாலிகளாக இருக்கவில்லை. 1953 இல் ஈரானில் நடைபெற்றச் சம்பவங்களை இந்தோனேசிய நிகழ்வுகள் நினைவுபடுத்தின. இறுதியில் கம்யூனிசக் கட்சி, குறிப்பாகச்

சீன ஆதரவு பெற்றிருந்த கம்யூனிசக் குழுக்கள் பலிகடாக்கள் ஆக்கப்பட்டனர். அதைத் தொடர்ந்து இராணுவத்தின் ஆசியுடன் மேற்கொள்ளப்பட்டப் படுகொலைகளில் மூன்று இலட்சத்திலிருந்து ஐந்து இலட்சம்வரையிலான மக்கள் கொல்லப்பட்டனர். இராணுவத் தலைவராக இருந்த சுகார்த்தோ, 1968 இல் இந்தோனேசியாவின் குடியரசுத் தலைவராகப் பொறுப்பேற்றுக் கொண்டார்.

1971 ஆம் ஆண்டுவாக்கில் வியட்நாம் போரின் முடிவு குறித்த உறுதியின்மை நிலவியதால், இந்தோனேசியாவைக் கம்யூனிச நாடுகளின் அரவணைப்பிலிருந்து விலக்கிக் கூட்டி வர வேண்டும் என்பதில் அமெரிக்கா கொண்டிருந்த உறுதி அதிகரித்தது. 1969 ஆம் ஆண்டையொட்டி அமெரிக்க அதிபர் ரிச்சர்டு நிக்சன் வியட்நாமிலிருந்து அமெரிக்கத் துருப்புகளைப் படிப்படியாக விலக்கிக் கொள்ளும் முயற்சியில் இறங்கியிருந்தார். அப்போது உலகளாவிய விதத்தில் அமெரிக்க ஆதிக்கத்தை விரிவடையச் செய்ய வேண்டும் என்பது அவருடைய எண்ணமாக இருந்தது. அடுத்தடுத்து ஒவ்வொரு நாடாகக் கம்யூனிசத்தின் பிடியில் மாட்டிக் கொள்வதைத் தடுக்க வேண்டும் என்று திட்டம் தீட்டப்பட்டது; முதற்கட்டமாக ஓரிரு நாடுகள்மீது கவனம் செலுத்துவது என்றும் முடிவு செய்யப்பட்டது; அத்திட்டத்தில் இந்தோனேசியாவுக்கு ஒரு முக்கிய இடம் இருந்தது. ஜாவாவில் மேற்கொள்ளப்படவிருந்த மின் உற்பத்தி மற்றும் விநியோகத் திட்டம், தென்கிழக்கு ஆசியாவில் அமெரிக்காவின் ஆதிக்கத்தை உறுதி செய்கின்ற ஒரு பரந்துபட்டத் திட்டத்தின் ஓர் அம்சமாக இருந்தது.

ஈரானின் ஷாவைப்போலவே இந்தோனேசியாவின் சுகார்த்தோவும் வாஷிங்டனுக்கு ஆதரவாகச் செயல்படுவார் என்ற அடிப்படையில்தான் அமெரிக்க வெளியுறவுத் திட்டம் அமைந்திருந்தது. அதோடு, அப்பகுதியிலுள்ள பல நாடுகளுக்கு இந்தோனேசியா ஓர் எடுத்துக்காட்டாகத் தெரியும் என்றும் அமெரிக்கா நம்பியது. இந்தோனேசியாவிலிருந்து பெறப்படும் நன்மைகள், உலகிலுள்ள அனைத்து இஸ்லாமிய நாடுகள்மீது, குறிப்பாக மத்தியக் கிழக்கிலுள்ள இஸ்லாமிய நாடுகள்மீது ஒரு நேர்மறையான தாக்கம் ஏற்படுத்தும் என்ற அனுமானத்தின் அடிப்படையிலேயே அமெரிக்கா தன் உத்தியை வடிவமைத்திருந்தது. இதற்கு மேல் இன்னொரு கூடுதல் அனுகூலமும் அந்நாட்டில் இருந்தது. அங்கிருந்த எண்ணெய் வளம்தான் அது. அங்கு நிலத்திற்கு அடியில் இருந்த எண்ணெய்ப் படிமங்களின் அளவு குறித்தும் அவற்றின் தரம் குறித்தும் எவருக்கும் உறுதியான தகவல்கள் கிடைத்திருக்கவில்லை. ஆனால்

எண்ணெய் நிறுவனங்களைச் சேர்ந்த நிலநடுக்கவியலாளர்கள் அங்கு எண்ணெய்ப் படுகைகள் இருப்பதற்கான சாத்தியக்கூறு குறித்துப் பெரும் மகிழ்ச்சி அடைந்தனர்.

பாஸ்டன் பொது நூலகத்தில் இந்தோனேசியா குறித்த விபரங்களைப் படிக்கப் படிக்க, என்னையும் பரவசம் தொற்றிக் கொண்டது. வருங்காலத்தில் எனக்காக வரிசை கட்டி நின்ற சாகசங்கள் குறித்து நான் என்னுடைய கற்பனைக் குதிரையைத் தட்டிவிடத் தொடங்கினேன். நான் பீஸ் கார்ப்ஸில் இருந்தபோது அனுபவித்தக் கரடுமுரடான வாழ்க்கைமுறைக்கு நேர்மாறான, ஒரு சொகுசான, ஆடம்பரமான வாழ்க்கைமுறையை நான் மெயின் நிறுவனத்தில் அனுபவிக்கவிருந்தேன்.

என் வாழ்க்கையில் மற்றொரு விஷயமும் நிகழ்ந்து கொண்டிருந்தது. சமீப காலமாக எனக்கும் ஆனுக்கும் ஒத்துப் போகவில்லை. நாங்கள் அடிக்கடி வாக்குவாதங்களில் ஈடுபட்டோம். நான் பீஸ் கார்ப்ஸ் காலத்தில் இருந்ததிலிருந்து வெகுவாக மாறிவிட்டிருந்ததாகவும், அவள் திருமணம் செய்திருந்த நபராக நான் இனியும் இருக்கவில்லை என்றும் அவள் புகார் கூறினாள். இப்போது திரும்பிப் பார்க்கின்றபோது, நான் இரட்டை வாழ்க்கையை வாழ்ந்து கொண்டிருந்ததை அவள் உணர்ந்திருக்க வேண்டும் என்பதை என்னால் பார்க்க முடிகிறது.

அவள் என்னைக் கட்டாயப்படுத்தித் திருமணம் செய்ய வைத்தது குறித்து நான் அவள்மேல் கொண்டிருந்த மனக்கசப்பின் இயல்பான விளைவுதான் அது என்று என் நடத்தையை நான் நியாயப்படுத்திக் கொண்டேன். எக்குவடோரில் அவள் என்னை நன்றாகக் கவனித்துக் கொண்டதையும், நான் சவால்களைச் சந்தித்தபோதெல்லாம் அவள் எனக்கு ஆதரவாக இருந்ததையும் நான் கணக்கில் எடுத்துக் கொள்ளவில்லை. என் பெற்றோரின் விருப்பு வெறுப்புகளுக்கு எப்படி நான் அடிபணிந்தேனோ, அதேபோல என்னை அடிபணிய வைத்திருந்த ஒருத்தியாகவே அவளை இப்போதும் நான் பார்த்துக் கொண்டிருந்தேன். என் வாழ்க்கையில் இன்னொரு பெண் இடம் பெற்றிருந்ததை ஏதோ ஒரு விதத்தில் ஆன் உணர்ந்திருக்க வேண்டும் என்பதில் இப்போது எனக்கு எந்தவிதமான சந்தேகமும் இல்லை. எது எப்படியோ, நாங்கள் வெவ்வேறு வீடுகளில் தனித்தனியாக வசிப்பதென்ற முடிவுக்கு வந்தோம்.

நான் இந்தோனேசியாவுக்குக் கிளம்புவதற்கு ஒரு வாரத்திற்கு முன்பாக, 1971 இல் ஒரு நாள், நான் கிளாடினின் வீட்டிற்குச் சென்றபோது, அங்கிருந்த சாப்பாட்டு மேசையில் ரொட்டி, சீஸ் மற்றும் விலையுயர்ந்த ஓர் ஒயின் பாட்டில் எனக்காகக் காத்துக் கொண்டிருந்ததை நான் கண்டேன்.

“நீங்கள் சாதித்துவிட்டீர்கள். இப்போது நீங்கள் எங்களில் ஒருவர்,” என்று கூறி கிளாடின் தன் மதுக் கோப்பையை என்னை நோக்கி உயர்த்திப் பிடித்து, ஒரு புன்னகையுடன் என்னை வாழ்த்தினார். ஆனால் ஏனோ அப்புன்னகை நேர்மையற்றதாக எனக்குத் தோன்றியது.

நாங்கள் ஓர் அரைமணி நேரம் பொதுவாகப் பேசிக் கொண்டிருந்தோம். நாங்கள் எங்களுடைய மது பாட்டிலை முடித்திருந்த சமயத்தில் கிளாடின் என்னை விநோதமாக பார்த்தார். அதுவரை என்னை அவர் அப்படிப் பார்த்திருந்ததில்லை. “நம்முடைய சந்திப்புகள் குறித்து எவரிடமும் மூச்சுவிடாதீர்கள்,” என்று அவர் ஒரு கடுமையான குரலில் என்னிடம் கூறினார். தொடர்ந்து, “ஒருவேளை நீங்கள் அப்படிச் செய்தால், நான் உங்களை ஒருபோதும் மன்னிக்க மாட்டேன். உங்களை நான் ஒருபோதும் சந்தித்ததில்லை என்று நான் உறுதிபடக் கூறுவேன்,” என்று அவர் கூறினார். பின் கிளாடின் என்னை மறுபடியும் உற்றுப் பார்த்தார். கிளாடினால் நான் அச்சுறுத்தப்பட்டதாக நான் உணர்ந்தது அந்த ஒரு முறை மட்டுமே. பின் அவர் ஓர் உணர்ச்சியற்றச் சிரிப்பை உதிர்த்தார். “நம்மைப் பற்றிய பேச்சு உங்களுடைய உயிருக்கு உலை வைக்கக்கூடும்.”

நான் அதிர்ச்சியில் உறைந்து போனேன். நான் படுமோசமாக உணர்ந்தேன். ஆனால் நான் என் வீட்டுக்கு நடந்து சென்று கொண்டிருந்தபோதுதான், அந்த மொத்த ஏற்பாடும் மிகவும் புத்திசாலித்தனமாக மேற்கொள்ளப்பட்டிருந்தது எனக்கு உறைத்தது. நாங்கள் சந்தித்த ஒவ்வொரு முறையும் நாங்கள் கிளாடினுடைய வீட்டில்தான் சந்தித்திருந்தோம். எங்களுடைய உறவு குறித்து எந்தவிதமான சுவடும் எங்கும் இருக்கவில்லை. மெயின் நிறுவனத்தில் இருந்த எவரும் இதில் எந்தவிதத்திலும் சம்பந்தப்படுத்தப்பட்டிருக்கவில்லை. ஆனாலும், என்னுடைய ஒரு பக்கம், கிளாடினுடைய நேர்மையை மெச்சியது. டில்ட்டன் மற்றும் மிடில்பர்ரி குறித்து என் பெற்றோர் என்னை ஏமாற்றியிருந்ததைப்போல கிளாடின் என்னை ஏமாற்றியிருக்கவில்லை.

🌐 அத்தியாயம் 5

கம்யூனிசத்தின் பிடியிலிருந்து ஒரு நாட்டை மீட்டல்

அடுத்த மூன்று மாதங்களை நான் இந்தோனேசியாவில் கழிக்கவிருந்தேன். நான் அந்நாட்டைக் குறித்து ஏதேதோ கற்பனையெல்லாம் செய்து வைத்திருந்தேன். இந்தோனேசியா குறித்து நான் படித்திருந்த சில புத்தங்களில், பிரகாசமான வண்ணங்களில் லுங்கி அணிந்திருந்த பெண்கள், பாலி தீவு நடன மாதர்கள், நெருப்பு விசிறிவிட்டுக் கொண்டிருந்த ஷாமன்கள், புகைந்து கொண்டிருந்த ஓர் எரிமலையின் அடிவாரத்தில் மரகதப் பச்சை நிற நீரில் நீண்ட படகுகளில் துடுப்புப் போட்டுப் போய்க் கொண்டிருந்த வீரர்கள் ஆகியோரின் புகைப்படங்கள் இடம் பெற்றிருந்தன. குறிப்பாக, கருப்பு நிறப் பாய்மரப் போர்க் கப்பல்களில் வலம் வந்து கொண்டிருந்த பயங்கரமான 'பூகி' கடற்கொள்ளைக்காரர்களின் படங்கள் என்னைக் கவர்ந்தன. இன்றும் அவர்கள் அத்தீவுக் கூட்டங்களில் வலம் வந்து கொண்டிருப்பதாகப் பேச்சு உலவுகிறது. ஐரோப்பிய மாலுமிகளை அக்கொள்ளைக்காரர்கள் நிஜமாகவே வெகுவாகப் பயமுறுத்தி இருக்க வேண்டும். ஏனெனில், அவர்கள் தங்களுடைய வீட்டுக் குழந்தைகளைப் பயமுறுத்துவதற்கு, "ஒழுங்காக இருங்கள், இல்லையெனில் பூகிக்கள் வந்து உங்களைப் பிடித்துச் சென்றுவிடுவார்கள்," என்று கூறுமளவுக்குச் சென்றனர். அப்புகைப்படங்கள் என் ஆன்மாவைக் கிளர்ந்தெழச் செய்தன.

இந்தோனேசியாவின் வரலாறும் தொன்மங்களும் பிரம்மாண்டமான உருவங்களைப் பிரதிநுதப்படுத்துகின்றன. அவற்றில், கோபக்காரக் கடவுள்களும், கொமோடோ டிராகன்களும், பழங்குடி சுல்தான்களும், புராதனக் கதைகளும்

ஆசிய மலைகள் மற்றும் பாரசீகப் பாலைவனங்களின் ஊடாகப் பயணித்து, மத்திய தரைக்கடலைக் கடந்து வந்து, இயேசு கிறிஸ்து பிறப்பதற்கு வெகுகாலத்திற்கு முன்பாகவே ஐரோப்பியர்களின் மனங்களில் அரியாசனம் போட்டு அமர்ந்துவிட்டன. ஜாவா, சுமத்ரா, போர்னியோ, சுலவேசி போன்ற தீவுகளின் பெயர்கள் மட்டுமே மனத்தைக் கிறங்கடிக்கப் போதுமானவையாக இருந்தன. மர்மங்கள், தொன்மங்கள், அழகுணர்ச்சி ஆகியவற்றைத் தூண்டுகின்ற ஒரு நிலமாக அது இருந்தது. கொலம்பஸின் தேடலுக்கு ஒருபோதும் அகப்படாத பொக்கிஷமாக அது விளங்கியது. ஸ்பெயின், போர்ச்சுக்கல், நெதர்லாந்து, ஜப்பான் போன்ற நாடுகள் கைவசப்படுத்த விரும்பிய, ஆனால் ஒருபோதும் அவர்களிடம் சிக்காத ஒரு சிங்காரியாக அது இருந்தது.

இந்தோனேசியா குறித்த என்னுடைய எதிர்பார்ப்புகள் விண்ணைத் தொட்டுக் கொண்டிருந்தன. கொலம்பஸ் போன்ற சாகச விரும்பிகளின் கனவுலக எதிர்பார்ப்புகளை அவை ஒத்திருந்தன. கொலம்பஸைப்போலவே நானும் என் கற்பனைகளை மட்டுப்படுத்தி இருந்திருக்க வேண்டும். விதியின் வெளிச்சம் எப்போதும் நாம் எதிர்பார்க்கின்ற இடத்தில் விழ வேண்டும் என்ற கட்டாயமில்லை என்பதை நான் ஊகித்திருந்திருக்க வேண்டும். இந்தோனேசியா எனக்குப் பல பொக்கிஷங்களைக் கொடுக்கத்தான் செய்தது. ஆனால், நான் எதிர்பார்த்திருந்த சர்வரோக நிவாரணிகள் அடங்கிய ஒரு பேழையாக அது இருக்கவில்லை. இன்னும் சொல்லப் போனால், கடும் வெப்பத்துடன் இருந்த இந்தோனேசியாவின் தலைநகரான ஜகார்த்தாவில், 1971 ஆம் ஆண்டின் கோடையில் நான் செலவழித்த முதல் சில நாட்கள் எனக்கு அதிர்ச்சியூட்டின.

இந்தோனேசியாவில் அழகு வலம் வந்து கொண்டுதான் இருந்தது; ஆண்களும் பெண்களும் கண்ணைப் பறிக்கும் வண்ண உடைகளை அணிந்து திரிந்து கொண்டிருந்தனர்; பச்சைப் பசேலென்று இருந்த பூங்காக்களில் வெப்ப மண்டலப் பிரதேசப் பூக்கள் பூத்துக் குலுங்கிக் கொண்டிருந்தன; இரு பக்கங்களும் வண்ணக் காட்சிகள் தீட்டப்பட்டிருந்த சைக்கிள் ரிக்ஷாக்கள்; டச்சுக் காலனியாதிக்கத்தை நினைவுபடுத்திய பங்களாக்கள், மினார்களுடன் இருந்த மசூதிகள். அதே நேரத்தில், அந்நகரத்திற்கு ஓர் அசிங்கமான, சோகமான பக்கமும் இருந்தது. சூம்பிப் போன கைகளுடன் இருந்த தொழுநோயாளிகள்; ஒரு சில நாணயங்களுக்குத் தங்களுடைய உடல்களை விற்கத் தயாராக இருந்த இளம் பெண்கள்; ஒரு காலத்தில் அழகின் உருவமாக இருந்து இறுதியில் கழிவுநீர்க் குட்டைகளாக மாறிப் போயிருந்த டச்சுக் கால்வாய்கள்; குப்பை மேடுகளாக மாறிப்

போயிருந்த ஆற்றங்கரையோரமெங்கும் அட்டைகளை வைத்துக் கட்டப்பட்டிருந்த வீடுகளில் வசித்து வந்த குடும்பங்கள்; காதைச் செவிடாக்கும்படி அலறிய வாகனங்களின் ஹாரன் ஒலிகள்; மூச்சுத் திணறடித்த வாகனப் புகைகள். அழகும் அலங்கோலமும், வசீகரமும் வக்கிரமும், ஆன்மிகமும் லௌகிகமும் அருகருகே கை கோர்த்து நின்றன. அதுதான் ஜகார்த்தா. கிராம்புகளின் மணமும் மலர்களின் சுகந்தமும் திறந்தநிலைக் கழிவுநீர் ஓடைகளிலிருந்து கிளம்பிய நெடியும் மனிதர்களின் மூக்கைத் துளைக்க ஒன்றோடொன்று குஸ்திச் சண்டை போட்டுக் கொண்டிருந்தன.

அதற்கு முன்பு ஏழ்மையை ஒருபோதும் தரிசிக்காதவன் அல்லன் நான். என்னுடன் நியூ ஹாம்ஷயர் பள்ளியில் படித்தவர்களில் சிலர் வீட்டுக் கூரைகள்மீது போர்த்தப் பயன்படுகின்ற காகிதத்தால் ஆன வீடுகளில் வசித்து வந்தனர்; கடுங்குளிர் நிலவிய காலத்தில்கூட அவர்கள் மெல்லிய உடைகளையும் தேய்ந்து போன காலணிகளையும் அணிந்து வந்தனர்; குளிக்காத அவர்களுடைய உடல்களிலிருந்து எப்போதும் வியர்வை மற்றும் எரு நாற்றம் வீசிக் கொண்டிருக்கும். அதேபோல, ஆன்டிஸ் மலைப்பகுதியில் நான் பீஸ் கார்ப்ஸுக்காக வேலை பார்த்து வந்தபோது, அங்கிருந்த விவசாயிகள் மண் வீடுகளில் வசித்து வந்தனர்; காய்ந்த சோளம் மற்றும் உருளைக்கிழங்குகளை மட்டுமே உண்டு அவர்கள் வாழ்க்கை நடத்தி வந்தனர்; பிறந்த குழந்தைகளில் சிலர் ஓராண்டைத் தாண்டுவதே கடினமாக இருந்தது. நான் வறுமையைப் பார்த்திருந்தவன் என்றாலும், ஜகார்த்தாவின் ஏழ்மையை எதிர்கொள்ள அது எந்தவிதத்திலும் என்னைத் தயார்படுத்தியிருக்கவில்லை.

ஆனால், நான் எங்களுடைய குழுவினரோடு, அந்நாட்டின் சொகுசு ஓட்டல்களில் ஒன்றான 'ஓட்டல் இன்டர்கான்டினென்டல் இந்தோனேசியா'வில் தங்கியிருந்தேன். 'பான் அமெரிக்கன் ஏர்லைன்ஸ்' நிறுவனத்திற்குச் சொந்தமான அந்த ஆடம்பர ஓட்டல், செல்வச் சீமான்களின், குறிப்பாக, எண்ணெய் நிறுவனங்களின் உயரதிகாரிகள் மற்றும் அவர்களின் குடும்பத்தாரின் விருப்பங்களை நிறைவேற்றுவதற்காகக் கட்டப்பட்டிருந்தது. நாங்கள் அங்குச் சென்றடைந்த முதல் நாள் மாலையில் எங்களுடைய திட்ட மேலாளர் சார்லி இல்லிங்வொர்த், அந்த ஓட்டலின் மொட்டைமாடியிலிருந்த நேர்த்தியான உணவகத்தில் எங்களுக்காக ஒரு விருந்துக்கு ஏற்பாடு செய்திருந்தார்.

சார்லி போர்க்கலையைப் பெரிதும் இரசித்தார். அவர் தனக்குக் கிடைத்த ஓய்வு நேரத்தின் பெரும்பகுதியை, வரலாற்று நூல்கள், இராணுவத் தலைவர்கள் மற்றும் போர்கள் குறித்த

வரலாற்றுப் புதினங்களைப் படிப்பதில் செலவிட்டார். போர்க்களத்திற்குச் செல்லாமல் ஏதோ ஓர் அலுவலகத்தில் சொகுசாக இருந்தபடி வியட்நாம் போருக்கு ஆதரவாகக் குரல் கொடுக்கின்ற நபர்களின் மொத்த உருவமாக அவர் திகழ்ந்தார். எப்போதும்போல அன்றும் அவர் காக்கி நிற முழுக்கால் சட்டையும், இராணுவச் சீருடையில் இருப்பது போன்ற பட்டையுடன்கூடிய காக்கி நிற அரைக்கைச் சட்டையும் அணிந்திருந்தார்.

எங்களை வரவேற்றப் பிறகு அவர் தன்னுடைய சுருட்டைப் பற்ற வைத்தார். "உங்களுக்கு மிகச் சிறந்த வாழ்வு வாய்க்கட்டும்!" என்று கூறிவிட்டு, அவர் எங்களை நோக்கித் தன்னுடைய ஷாம்பெயின் மதுக் கிண்ணத்தை உயர்த்தினார்.

நாங்களும் அவர் கூறியதை அப்படியே திருப்பிக் கூறி, எங்களுடைய மதுக் கிண்ணங்களை உரசிக் கொண்டோம்.

தன்னைச் சுற்றி வட்டமிட்டுக் கொண்டிருந்த சுருட்டுப் புகையின் ஊடாக, சார்லி தன் தலையைப் பெருமிதமாக அசைத்தபடி, "நாம் இங்கு ஆடம்பரத்தில் குளிப்பாட்டப்படுவோம். இந்தோனேசியர்கள் நம்மைச் சிறப்பாகக் கவனித்துக் கொள்வார்கள். அதேபோல, அமெரிக்கத் தூதரகத்தைச் சேர்ந்தவர்களும் நம்மை நன்றாகப் பார்த்துக் கொள்வார்கள். ஆனால், இங்கு நாம் ஒரு முக்கியமான குறிக்கோளுடன் வந்துள்ளோம் என்பதை நாம் மறந்துவிடக்கூடாது," என்று கூறினார். பிறகு, அவர் தன் கைகளில் வைத்திருந்த சில குறிப்பு அட்டைகளைப் பார்த்தபடி, "ஜாவா தீவு முழுவதையும் மின்வசதியுள்ள ஒன்றாக ஆக்கத் தேவையான ஒட்டுமொத்தத் திட்டம் ஒன்றை உருவாக்குவதற்காக நாம் இங்கு வந்துள்ளோம். இது ஒரு தொடக்கம் மட்டுமே," என்று கூறினார்.

பின் அவருடைய முகபாவம் தீவிரமானதாக மாறியது. "இந்நாடு கம்யூனிசத்தின் நுகத்தடிக்குள் சிக்கிவிடாதவாறு அதைப் பாதுகாப்பது நம் வேலை. இந்தோனேசியாவுக்கு ஒரு நீண்ட, சோகமான வரலாறு உண்டு என்பதை நீங்கள் அறிந்திருப்பீர்கள். இருபதாம் நூற்றாண்டுக்குள் தன்னை நிலைநிறுத்த அது தயாராகிக் கொண்டிருக்கையில் இப்போது அது மீண்டும் சோதனைக்கு உள்ளாகியுள்ளது. இந்தோனேசியா அதன் வடக்கில் இருக்கும் வியட்நாம், கம்போடியா, லாவோஸ் போன்ற அண்டை நாடுகளின் அடியொற்றி நடக்காமல் பார்த்துக் கொள்ள வேண்டிய பொறுப்பு நம்முடையது. ஜாவா தீவுக்குள் கொண்டுவரப்பட இருக்கின்ற ஒருங்கிணைந்த மின் திட்டம் இதற்கு இன்றியமையாதது. எண்ணெய் வளம் போக அந்த ஒரு காரணிதான், இந்நாட்டில் முதலாளித்துவமும் ஜனநாயகமும்

கோலோச்ச வழி செய்யும்," என்று அவர் கூறினார்.

அவர் மீண்டும் ஒரு முறை சுருட்டை உள்ளிழுத்துவிட்டு, தன் கைகளில் இருந்த குறிப்பு அட்டைகளை மீண்டும் பார்த்துவிட்டுத் தொடர்ந்து பேசினார்: "நம் நாடு எந்த அளவுக்கு எண்ணெயை நம்பி இருக்கிறது என்பதை நாம் அனைவரும் அறிவோம். இந்த நோக்கில் பார்த்தால், இந்தோனேசியாவால் நமக்கு ஒரு வலிமையான கூட்டாளியாக இருக்க முடியும். அதனால், நீங்கள் இந்த ஒருங்கிணைந்த திட்டத்தை வடிவமைக்கும்போது, எண்ணெய்த் துறையும், அதற்கு உறுதுணையாக இருக்கின்ற, துறைமுகங்கள், சாலைகள், குழாய்கள், கட்டுமான நிறுவனங்கள் போன்றவையும், அடுத்த இருபது ஆண்டுகளுக்கு மின்சக்தியைத் தொடர்ந்து பெற்றுக் கொண்டிருப்பதை நீங்கள் உறுதி செய்ய வேண்டும்."

பின்னர் அவர் என்னை நேராகப் பார்த்தபடி இவ்வாறு கூறினார்: "குறைவாகக் கணிப்பதைவிட அதிகமாகக் கணக்கிட்டு அதில் ஓரளவு குறைந்தால் பரவாயில்லை. இந்தோனேசியக் குழந்தைகளின் இரத்தம் நம் கரங்களைக் கறைப்படுத்துவதை நீங்கள் விரும்ப மாட்டீர்கள். அக்குழந்தைகள், அரிவாள் மற்றும் சுத்தியலுக்குக் கீழேயோ அல்லது சீனாவின் செங்கொடிக்குக் கீழேயோ வாழ்வதை நீங்கள் விரும்ப மாட்டீர்கள்!"

அன்று இரவு, அந்நகருக்கு மேலே வெகு உயரத்தில் அமைந்திருந்த என்னுடைய ஆடம்பர ஓட்டலறையில் நான் என் படுக்கையில் படுத்தபோது, கிளாடினுடன் நான் செலவிட்ட ஒரு காட்சி என் கண் முன்னால் வந்தது. ஒரு நாட்டின் அந்நியக் கடன் குறித்து அவர் கொடுத்த விளக்கவுரைகள்தான் அது. என் வணிகக் கல்லூரியில் பொருளாதார வகுப்பில் நான் படித்தப் பாடங்களை நினைவுபடுத்திப் பார்த்து என்னை நான் சமாதானப்படுத்திக் கொள்ள முயன்றேன். என்னதான் இருந்தாலும், மத்தியக் காலகட்டப் பொருளாதாரத்தில் இருக்கின்ற இந்தோனேசியா, இந்த நவீனத் தொழில் யுகத்தில் தன் இடத்தைப் பெறுவதற்கு உதவுவதற்காகத்தான் நான் இங்கு வந்திருந்ததாக எனக்கு நானே சொல்லிக் கொண்டு என்னை ஆறுதல்படுத்திக் கொண்டேன். ஆனால், மறுநாள் காலையில் நான் கண்விழிக்கும்போது, என் அறையின் கண்ணாடிச் சன்னல்கள் வழியாக நான் உற்று நோக்கினால், அந்த ஓட்டலின் அழகிய புல்வெளிகள் மற்றும் பளிங்கு போன்ற நீச்சல் குளத்திற்கு அப்பால், மைல் கணக்கில் நீண்டிருக்கின்ற சேரிகள் கண்டிப்பாக என் கண்களில் படத்தான் செய்யும் என்பதையும் நான் உணர்ந்திருந்தேன். அங்கிருக்கும் குழந்தைகள் பாலுக்காக அழுது கொண்டிருக்கும் என்பதும், அங்கிருக்கும் மக்கள் அனைவரும் வயது வித்தியாசமின்றி

மோசமான நோய்களால் பாதிப்புக்குள்ளாகி அவதிப்பட்டுக் கொண்டிருப்பர் என்பதும் எனக்குத் தெரிய வரும்.

நான் படுக்கையில் தூக்கம் வராமல் உழன்று கொண்டிருந்தபோது, சார்லியும் எங்கள் குழுவிலிருந்த அனைவரும் எங்களுடைய சுயநலத்திற்காகத்தான் இங்கு வந்திருந்தோம் என்ற உண்மையை என்னால் உதறித் தள்ள முடியவில்லை. அமெரிக்க அரசின் வெளியுறவுக் கொள்கையையும் பெருநிறுவனங்களின் நலனையுமே நாங்கள் தூக்கிப் பிடித்துக் கொண்டிருந்தோம். பெரும்பாலான இந்தோனேசியர்களின் வாழ்க்கை மேம்பட வேண்டும் என்ற விருப்பத்தினால் அல்லாது, எங்களுடைய சொந்தப் பேராசையால் நாங்கள் உந்தித் தள்ளப்பட்டுக் கொண்டிருந்தோம். அப்போது 'பெருநிறுவனத்துவம்' என்ற வார்த்தை என் மனத்தில் தோன்றியது. அந்த வார்த்தையை அதற்கு முன்பு வேறு எங்காவது நான் கேள்விப்பட்டிருந்தேனா அல்லது நானாகவே அதை உருவாக்கினேனா என்று எனக்குச் சரியாகத் தெரியவில்லை. ஆனால், இந்த உலகை ஆள்வதற்கான முயற்சியில் உறுதியாக இருந்த ஒரு புதிய மேல்தட்டு வர்க்கத்தை அந்த வார்த்தை மிகக் கச்சிதமாக வர்ணித்தது என்பது மட்டும் உறுதி.

தங்களுக்கென்று பொதுவான இலக்குகளைக் கொண்ட, மிகவும் நெருக்கமாகப் பிணைக்கப்பட்ட, வெகுசில ஆண்களைக் கொண்ட மிகச் சிறிய குழு அது. அதன் உறுப்பினர்கள் பெருநிறுவனங்களின் நிர்வாகக் குழுவிலிருந்து அரசாங்க உயர் பதவிகளுக்கும், அரசாங்க உயர் பதவிகளிலிருந்து பெருநிறுவனங்களின் நிர்வாகக் குழுவிற்கும் சர்வ சாதாரணமாக இடம் பெயர்ந்து கொண்டிருந்தனர். உலக வங்கியின் அப்போதைய தலைவராக இருந்த ராபர்ட் மெக்நமாரா இதற்கான ஒரு கச்சிதமான எடுத்துக்காட்டு. அவர் முதலில் ஃபோர்டு மோட்டார் கம்பெனியின் தலைவராக இருந்தார். அடுத்து, ஜான் எஃப் கென்னடி மற்றும் லின்டன் ஜான்சனின் ஆட்சிகளில் பாதுகாப்புத் துறைச் செயலாளராக இருந்தார். அதையடுத்து, உலகிலேயே மிகவும் சக்திவாய்ந்த நிதி நிறுவனத்தின் தலைமைப் பொறுப்பில் அவர் உள்ளார்.

என்னுடைய கல்லூரிப் பேராசிரியர்கள் பருப்பொருளாதாரத்தின் உண்மையான இயல்பு குறித்துச் சரியாகப் புரிந்து கொண்டிருக்கவில்லை என்பது அப்போதுதான் எனக்கு உறைத்தது. பெரும்பாலான நேரங்களில், சமூகப் பிரமிட்டின் உச்சியில் அமர்ந்திருக்கின்ற ஒரு சிலர் மட்டும் மேலும் பணக்காரர்களாக ஆவதற்கு வகை செய்கின்ற விதத்தில் பொருளாதாரம் வளர்வதற்குத்தான் அவர்கள் உதவியுள்ளனர்.

அதே நேரத்தில், அப்பொருளாதாரம் சமூகப் பிரமிட்டின் அடிமட்டத்தில் இருக்கின்ற மக்களை மேலும் மேலும் கீழே அழுத்திக் கொண்டிருந்ததைத் தவிர வேறு எந்தப் பங்களிப்பையும் அவர்களுக்கு அளிக்கவில்லை. இன்னும் சொல்லப் போனால், முதலாளித்துவத்தை ஊக்குவிப்பது என்பது, பெரும்பாலான சமயங்களில், மத்தியக் காலகட்டத்தில் நிலவிய நிலப்பிரபுத்துவச் சமுதாயத்தை ஒத்த ஓர் அமைப்புமுறையை உருவாக்குவதில் போய் முடிகிறது. என்னுடைய பேராசிரியர்கள் இதை அறிந்திருந்தார்களா என்பது எனக்குத் தெரியாது. அப்படி அறிந்திருந்தார்கள் எனினும் அதை அவர்கள் வெளிப்படுத்தியதே இல்லை. பல்கலைக்கழகங்களுக்கு நிதி வழங்கிக் கொண்டிருந்தவர்கள், பெருநிறுவனங்களும் அவற்றை நடத்திக் கொண்டிருந்தவர்களுமாக இருந்தது அதற்குக் காரணமாக இருந்திருக்கலாம். எப்படி என் நிறுவனத்தின் உண்மை முகத்தைத் தோலுரித்துக் காட்டுவது என் வேலைக்கு வேட்டு வைக்குமோ, அதேபோல, பொருளாதாரம் குறித்த உண்மையை வெளிப்படுத்துவது அப்பேராசிரியர்களின் வேலைக்கு உலை வைத்திருக்கும்.

ஜகார்த்தாவில் அந்த ஆடம்பர ஓட்டலில் நான் தங்கியிருந்த ஒவ்வோர் இரவும் இப்படிப்பட்டச் சிந்தனைகள் என்னுடைய தூக்கத்தைக் குலைத்தன. இறுதியில் என்னை நானே இப்படிச் சமாதானப்படுத்திக் கொண்டேன்: என்னுடைய தனிப்பட்ட வாழ்க்கையில் நான் நியூ ஹாம்ஷயர் கிராமத்திலிருந்தும், டில்ட்டன் பள்ளியிலிருந்தும், கட்டாய இராணுவச் சேவையிலிருந்தும் முட்டி மோதி வெற்றிகரமாக வெளியேறியிருந்தேன்; எதேச்சையான நிகழ்வுகள் மற்றும் கடின உழைப்பின் கலவையால் எனக்கு இப்போது நம்புதற்கரிய அருமையானதொரு வாழ்க்கை வாய்த்திருக்கிறது; என் சமூகக் கலாச்சாரத்தின் பார்வையில் நான் சரியான செயல்களையே செய்து கொண்டிருக்கிறேன்; வெற்றிகரமான, மதிக்கத்தக்கதொரு பொருளாதார வல்லுநராக நான் உருவெடுத்துக் கொண்டிருக்கிறேன்; என் வணிகப் பள்ளி என்னை எதற்காகத் தயாரித்திருந்ததோ, அதை நான் செவ்வனே செய்து கொண்டிருக்கிறேன்; உலகின் மிகச் சிறந்த சிந்தனையாளர்களால் அங்கீகரிக்கப்பட்டுள்ள பொருளாதார வளர்ச்சித் திட்டம் ஒன்றை நிறைவேற்றுவதற்கு நான் உதவிக் கொண்டிருக்கிறேன்.

ஆனாலும், நான் நடு இரவில் கண்விழித்து, என் வாழ்க்கையில் என்றாவது ஒருநாள் நான் உண்மையை வெளிக் கொண்டுவருவேன் என்ற வாக்குறுதியை எனக்கு நானே வழங்கிக் கொள்ள வேண்டியிருந்தது. பிறகு, லூயிஸ் எல் அமோர்

எழுதியுள்ள, அமெரிக்காவின் பழைய மேற்கு மாநிலங்களில் சுற்றித் திரிந்த துப்பாக்கிச் சண்டைக்காரர்களின் கதைகளைப் படித்தபடியே நான் தூங்கிவிடுவேன்.

அத்தியாயம் 6

நான் என் ஆன்மாவை அடகு வைக்கிறேன்

பதினோரு பேர் அடங்கிய எங்களுடைய குழு, ஜகார்த்தாவில் ஆறு நாட்களைச் செலவழித்தது. நாங்கள் அமெரிக்கத் தூதரகத்தில் எங்களைப் பதிவு செய்து கொள்வதற்கும், பலதரப்பட்ட அதிகாரிகளைச் சந்திப்பதற்கும், எங்களுடைய திட்டங்களை ஒழுங்குபடுத்திக் கொள்வதற்கும் அந்நாட்களை நாங்கள் செலவிட்டோம். மீதியிருந்த நேரத்தை நாங்கள் எங்களுடைய ஓட்டலிலிருந்த நீச்சல் குளத்திற்கு அருகே செலவழித்தோம். இன்டர்கான்டினென்டல் ஓட்டலில் தங்கியிருந்த அமெரிக்கர்களின் எண்ணிக்கை எனக்கு பிரமிப்பூட்டியது. அங்கு தங்கியிருந்த அமெரிக்க எண்ணெய் மற்றும் பொறியியல் நிறுவனங்களின் உயரதிகாரிகளின் அழகு மனைவிகள் நீச்சல் குளத்திற்கு அருகே பவனி வந்து கொண்டிருந்ததை நான் பார்த்து இரசித்துக் கொண்டிருந்தேன்.

அதற்குப் பிறகு சார்லி எங்களுடைய குழுவினரை பான்டுங் என்ற மலைப்பிரதேச நகருக்கு இடம் மாற்றினார். அங்கே தட்பவெப்ப நிலை ஓரளவு மிதமாக இருந்தது; வறுமையும் அந்த அளவுக்கு வெளிப்படையாகத் தெரியவில்லை; கவனத்தைச் சிதறடிக்கக்கூடிய விஷயங்களும் குறைவாக இருந்தன. அங்கு, விஸ்மா என்று அழைக்கப்பட்ட அரசு விருந்தினர் மாளிகை ஒன்று எங்களுடைய பயன்பாட்டுக்காக ஒதுக்கப்பட்டிருந்தது. அங்கு, ஒரு சமையற்காரர், ஒரு தோட்டக்காரர், ஒரு மேலாளர் மற்றும் சில ஊழியர்கள் எங்களுக்குப் பணிவிடை செய்வதற்காக அமர்த்தப்பட்டிருந்தனர். அந்த விருந்தினர் மாளிகை அருமையாக இருந்தது. அக்கட்டடத்தில் இருந்த வசதியான தாழ்வாரங்கள்,

வெளியே இருந்த அழகான தேயிலைத் தோட்டங்களைப் பார்த்தபடி இருந்தன. அதற்குப் பின்னால் தூரத்தில் ஜாவா தீவுகளின் எரிமலைகள் அடங்கிய மலைப்பகுதிகள் வீற்றிருந்தன. இது தவிர, எங்களுடைய பயன்பாட்டுக்காக, மலைப்புறங்களில் இயங்குவதற்கு ஏற்ற அதிநவீன டொயோட்டா கார்களும், ஓட்டுநர்களும், மொழிபெயர்ப்பாளர்களும் எங்கள் சேவையில் ஈடுபடுத்தப்பட்டிருந்தனர். பான்டுங் கோல்ஃப் மற்றும் டென்னிஸ் கிளப்பில் நாங்கள் உறுப்பினர்களாக ஆக்கப்பட்டிருந்தோம். அரசாங்க மின் வாரிய நிறுவனத்தின் உள்ளூர் தலைமையகத்தில் எங்களுக்கு அழகான அலுவலக அறைகளும் ஒதுக்கப்பட்டிருந்தன.

பான்டுங்கில் நான் என்னுடைய முதல் சில நாட்களைச் சார்லி மற்றும் ஹோவர்டு பார்க்கருடனான சந்திப்புக்கூட்டங்களில் கலந்து கொள்வதில் செலவழித்தேன். தன்னுடைய எழுபதுகளில் இருந்த ஹோவர்டு, நியூ இங்கிலாந்து மின் அமைப்பின் மின் உற்பத்தித் தலைமைக் கணிப்பாளராகப் பணிபுரிந்து ஓய்வு பெற்றவர். அடுத்த இருபத்தைந்து ஆண்டுகளுக்கு ஜாவா தீவின் தேவை முழுவதையும் சமாளிக்க எவ்வளவு மின்சக்தி உற்பத்தி செய்யப்பட வேண்டும் என்பதைக் கணக்கிட வேண்டிய பொறுப்பு ஹோவர்டுக்கு அளிக்கப்பட்டிருந்தது. பின் அவர் அதைப் பகுதி வாரியாகவும் நகர் வாரியாகவும் உடைத்துக் கணித்துக் கொடுக்க வேண்டும். மின்சக்தியின் தேவை என்பது பொருளாதார வளர்ச்சியோடு நேரடியாகத் தொடர்புடையதாக இருந்ததால், அவருடைய கணிப்பு, என்னுடைய பொருளாதாரக் கணிப்புகளைச் சார்ந்திருந்தது. எங்களுடைய குழுவிலிருந்த மற்றவர்கள், எங்களுடைய இந்தக் கணிப்புகளை அடிப்படையாகக் கொண்டு தங்களுடைய ஒருங்கிணைந்த திட்டத்தை வடிவமைப்பர். மின் உற்பத்தி நிலையங்கள் எங்கு நிறுவப்பட வேண்டும், அவற்றின் வடிவமைப்புகள் எப்படி இருக்க வேண்டும், அவை எப்படி விநியோகிக்கப்பட வேண்டும், மின் நிலையங்களுக்குத் தேவையான எரிபொருட்கள் எப்படி அங்கே கொண்டுவரப்பட வேண்டும் போன்றவை அதில் அடங்கும். இவை அனைத்தும், எங்களுடைய கணிப்புகள் செம்மையான முறையில் நடைமுறைப்படுத்தத்தக்க விதத்தில் திறமையாக வடிவமைக்கப்பட வேண்டும். எங்களுடைய சந்திப்புக்கூட்டங்கள் அனைத்திலும், சார்லி, என்னுடைய வேலையின் முக்கியத்துவம் குறித்துத் தொடர்ந்து வலியுறுத்தி வந்தார்; என்னுடைய கணிப்புகள் நம்பிக்கையூட்டுகின்ற விதத்தில் இருக்க வேண்டும் என்று அவர் தொடர்ந்து நச்சரித்துக் கொண்டிருந்தார். இந்த மொத்தத் திட்டத்திற்கும் நான்தான் அச்சாணி என்று கிளாடின் சரியாகத்தான் கூறியிருந்திருக்கிறார்.

"இங்கு நாம் முதல் சில வாரங்களைத் தரவுகளைச் சேகரிக்கச் செலவழிக்கலாம்," என்று சார்லி கூறினார்.

நாங்கள் மூவரும் சார்லியின் ஆடம்பரமான அலுவலக அறையில் அமர்ந்திருந்தோம். இராமாயணக் கதையில் வரும் காட்சிகள் சுவரில் தொங்கவிடப்பட்டிருந்த திரைச்சீலைகளில் 'பத்திக்' ஓவியங்களாக வரையப்பட்டிருந்தன. சார்லி ஒரு சுருட்டை எடுத்துப் புகைக்கத் தொடங்கினார்.

பின் அவர் என்னிடம் இவ்வாறு கூறினார்: "இப்போது இங்கு இருக்கின்ற மின் விநியோக அமைப்புமுறை, துறைமுகங்களின் கையாளும் திறன், சாலைகள், இரயில் பாதைகள் போன்றவை குறித்து ஒரு விரிவான அறிக்கையை நம்முடைய பொறியாளர்கள் உருவாக்குவர். நீங்கள் வேகமாகச் செயலில் இறங்க வேண்டும். நாம் அமைத்துக் கொடுக்கவிருக்கின்ற புதிய மின் உற்பத்தி நிலையம் இயங்கத் தொடங்கியதும் அது கொண்டுவரவிருக்கின்ற பொருளாதார அதிசயங்களின் முழு வீச்சுக் குறித்தப் பொதுக் கணிப்பு ஹோவர்டுக்கு இம்மாத இறுதிக்குள் தேவைப்படும். அதற்கு அடுத்த மாத முடிவில், பிராந்திய அளவிலான புள்ளிவிபரங்களை நீங்கள் அவருக்குக் கொடுக்க வேண்டும். மூன்றாவது மாத முடிவில், ஒட்டுமொத்தத் திட்டத்தில் விடுபட்டுப் போயிருக்கும் விஷயங்கள் குறித்தத் தகவல்கள் தேவைப்படும். இதுதான் இருப்பதிலேயே முக்கியமானது. அப்போது நாம் அனைவரும் சேர்ந்து அதைப் பற்றி அலசலாம். அதனால், நாம் இங்கிருந்து கிளம்புவதற்கு முன்பாக, நமக்குத் தேவையான அனைத்துத் தகவல்களும் நமக்குக் கிடைத்திருப்பது உறுதி செய்யப்பட வேண்டும். நவம்பர் இறுதி வாக்கில் நாம் நம் ஊருக்குத் திரும்பிவிட வேண்டும். அதுதான் என் இலக்கு. அதற்குப் பிறகு நாம் இங்கு மீண்டும் அடியெடுத்து வைக்கப் போவதில்லை."

ஹோவர்டு, வெளிப்பார்வைக்கு ஓர் இணக்கமான, ஒரு தாத்தாவின் தோரணையில் நடந்து கொள்கின்றவர்போலத் தோன்றினாலும், உண்மையில் வாழ்க்கையால் ஏமாற்றப்பட்டிருந்த, இனிமையற்ற ஒரு முதியவராகத்தான் இருந்தார். நியூ இங்கிலாந்து மின் அமைப்பின் உச்சாணிக் கொம்பைத் தான் எட்டாமல் போனது குறித்து அவர் பெரிதும் பின்வருத்தம் கொண்டிருந்தார். "நிறுவனத்தின் கொள்கைகளுக்கு ஏற்ப நடந்து கொள்ள நான் மறுத்துவிட்டதால், எனக்குக் கிடைக்கவிருந்த பதவி உயர்வுகள் எதுவும் எனக்குக் கொடுக்கப்படவில்லை," என்று அவர் பல முறை என்னிடம் புலம்பினார். இறுதியில், அந்நிறுவனத்திலிருந்து விலகும்படி அவர் கட்டாயப்படுத்தப்பட்டார். வீட்டில் வெட்டியாக இருப்பதைச் சகித்துக் கொள்ள முடியாமல்,

மெயின் நிறுவனத்தில் கிடைத்த ஆலோசனையாளர் வேலையை அவர் ஏற்றுக் கொண்டார். இது அவருடைய இரண்டாவது திட்டப்பணி. அவரிடம் எச்சரிக்கையாக இருக்கும்படி எய்னரும் சார்லியும் என்னிடம் வெளிப்படையாகவே கூறியிருந்தனர். ஹோவர்டைப் பற்றிப் பேசியபோது, அவர்கள் இருவரும், அவரைப் 'பிடிவாதக்காரர், மட்டமானவர், பழிவாங்கும் குணமுடையவர்' என்று வர்ணித்தனர்.

ஆனால், உண்மையில் ஹோவர்டு ஒரு புத்திசாலியான ஆசிரியர் என்பதை நான் பின்னால்தான் புரிந்து கொண்டேன். அச்சமயத்தில் அப்படி நான் கருதியிருக்கவில்லை. கிளாடின் எனக்கு அளித்திருந்ததைப் போன்ற பயிற்சி எதையும் ஹோவர்டு பெற்றிருக்கவில்லை. ஒருவேளை அவர் மிகவும் வயதானவர் என்றோ அல்லது பிடிவாதக்காரர் என்றோ அவர்கள் முடிவு கட்டியிருந்திருக்க வேண்டும். அல்லது என்னைப்போல ஒரு முழுநேரக் கணிப்பாளர் கிடைக்கும்வரை அவரைத் தற்காலிகமாகப் பயன்படுத்திக் கொள்ளலாம் என்று அவர்கள் நினைத்திருந்திருக்கலாம். எது எப்படியோ, அவர்களுடைய பார்வையில் அவர் ஒரு பிரச்சனைக்காரராக இருந்தார். ஹோவர்டு தன் பங்குக்கு, அப்போதைய நிலைமையையும், தான் எந்தப் பாத்திரத்தை வகிக்க வேண்டும் என்று அவர்கள் விரும்பினர் என்பதையும் சரியாகவே புரிந்து கொண்டிருந்தார். அதனால், தான் அவர்களுடைய பகடைக்காயாக இருக்கப் போவதில்லை என்பதில் அவர் உறுதியாக இருந்தார். ஹோவர்டைப் பற்றி எய்னரும் சார்லியும் என்னிடம் தெரிவித்திருந்த அடைமொழிகள் அனைத்தும் கச்சிதமாக இருந்தன என்றாலும், அவர்கள் ஆட்டுவித்ததுபோல ஆடத் தயாராக இல்லாத அவருடைய மனப்போக்கிலிருந்துதான் அவருடைய பிடிவாதத்தின் பெரும் பகுதி பிறந்திருந்தது. பொருளாதார அடியாள் என்ற வார்த்தையை அவர் ஒருபோதும் கேள்விப்பட்டிருந்திருக்க மாட்டார் என்றே நான் எண்ணினேன். ஆனால், தன்னால் ஏற்றுக் கொள்ள முடியாத ஒரு ஏகாதிபத்திய வடிவத்தை நடைமுறைப்படுத்துவதற்கு மெயின் நிறுவனம் தன்னைப் பயன்படுத்திக் கொள்ள உத்தேசித்திருந்ததை அவர் நன்றாகவே அறிந்து வைத்திருந்தார்.

ஹோவர்டு, சார்லி மற்றும் நான் கலந்து கொண்ட ஒரு சந்திப்புக் கூட்டத்திற்குப் பிறகு, ஹோவர்டு என்னைத் தனியாக அழைத்துப் பேசினார். காது கேளாதோருக்கான ஒரு கருவியை அவர் அணிந்திருந்தார். அதன் சத்தத்தைச் சிறிது கூட்டிக் கொண்டு கிசுகிசுப்பான குரலில் அவர் என்னிடம் பேசினார்.

"நான் கூறப் போவது நமக்கு இடையில் மட்டும் இருக்கட்டும்," என்று அவர் துவக்கினார். நாங்கள் இருவரும் பகிர்ந்து

கொண்டிருந்த ஓர் அலுவலக அறையின் கண்ணாடிச் சன்னல் வழியாக நான் வெளியே பார்த்தேன். கீழே ஒரு குட்டைபோலத் தேங்கிக் கிடந்த கால்வாயின் அழுக்கு நீரில் ஓர் இளம்பெண் குளித்துக் கொண்டிருந்தாள். ஹோவர்டு தொடர்ந்து பேசினார்: "இந்நாட்டின் பொருளாதாரம் விண்ணைத் தொடப் போகிறது என்று உங்களை நம்ப வைக்க அவர்கள் முயல்வார்கள். சார்லி ஈவு இரக்கமற்றவர். அவர் உங்களைப் பயன்படுத்திக் கொள்ள ஒருபோதும் அனுமதிக்காதீர்கள்."

அவருடைய வார்த்தைகள், நான் எதற்குள்ளாகவோ மூழ்கிக் கொண்டிருந்த உணர்வை எனக்குக் கொடுத்தன. அதே நேரத்தில், சார்லி கூறியது சரிதான் என்று அவரை நம்ப வைக்க வேண்டும் என்ற விருப்பமும் என்னை ஆட்டிப் படைத்தது; என்னதான் இருந்தாலும், மெயின் நிறுவனத்தில் என்னுடைய முன்னேற்றம், நான் என்னுடைய மேலதிகாரிகளை எந்த அளவுக்குத் திருப்திப்படுத்தினேன் என்பதைப் பொறுத்து இருந்தது என்பது மறுக்கப்பட முடியாத உண்மை.

"கண்டிப்பாக இப்பொருளாதாரம் பிரமாதமாகப் பெருகும்," என்று கூறிவிட்டு, வெளியே கால்வாயில் குளித்துக் கொண்டிருந்த இளம் பெண்ணின் பக்கம் மீண்டும் என் பார்வையைத் திருப்பினேன். "இங்கு என்ன நிகழ்ந்து கொண்டிருக்கிறது என்று பாருங்கள்," என்று நான் கூறினேன்.

"அப்படியானால், நீங்கள் ஏற்கனவே அவர்களின் வழிக்கு வந்துவிட்டீர்கள், இல்லையா?" என்று அவர் முணுமுணுத்தார். எங்கள் முன் விரிந்திருந்த காட்சியைக் குறித்து அவருக்கு எந்தப் பிரக்ஞையும் இருக்கவில்லை என்பது எனக்குப் புரிந்தது.

வெளியே கால்வாய்ப் பக்கம் ஏற்பட்ட ஓர் அசைவு என் கவனத்தை ஈர்த்தது. அந்தப் பக்கம் வந்த ஒரு முதியவர், கால்வாய்க் கரையிலிருந்து சிறிது கீழே இறங்கி, தன் காற்சட்டையைக் கீழே இறக்கிவிட்டுவிட்டுத் தன்னுடைய காலைக்கடன்களைக் கழிக்கத் தொடங்கினார். குளித்துக் கொண்டிருந்த அந்த இளம் பெண்ணும் அதைப் பார்த்தாள்; ஆனால் அவள் சிறிதும் சலனப்படவில்லை. அவள் தன் குளியலைத் தொடர்ந்தாள். நான் சன்னலிருந்து என் பார்வையைத் திருப்பி, ஹோவர்டை நேராகப் பார்த்தபடி அவரிடம் பேசினேன்.

"இதில் நான் சில காலமாக இருக்கிறேன். எனக்கு வயது குறைவாக இருக்கலாம். ஆனால், நான் இப்போதுதான் தென் அமெரிக்காவில் மூன்று ஆண்டுகளைக் கழித்துவிட்டுத் திரும்பியுள்ளேன். ஒரு நாட்டில் எண்ணெய் வளம் இருப்பது கண்டுபிடிக்கப்பட்டால், அங்கு என்ன நிகழும் என்பதை நான் அறிவேன். விஷயங்கள் படுவேகமாக அரங்கேறும்."

அவர் என்னிடம், "ஓ! அப்படியா? நானும் சில காலமாக இதில் இருக்கிறேன்," என்று கிண்டலாகக் கூறினார். பின் அவர் தன் பேச்சைத் தொடர்ந்தார். "ஆனால், இதில் நான் பழம் தின்று கொட்டை போட்டவன். ஜான், நான் உங்களிடம் ஒன்றைத் தெரிவித்துக் கொள்ள விரும்புகிறேன். உங்களுடைய எண்ணெய்க் கண்டுபிடிப்புகள் குறித்து எனக்கு எந்த அக்கறையும் கிடையாது. நான் வாழ்நாள் முழுவதும் மின் உற்பத்தி குறித்தக் கணிப்புகளைத் தொடர்ந்து மேற்கொண்டு வந்துள்ளேன். அமெரிக்காவில் தலைவிரித்தாடிய பெரும் பணவீழ்ச்சி, இரண்டாம் உலகப் போர், பெரும் முன்னேற்றம், பெரும் சரிவு என்று அனைத்தையும் நான் கண்டுள்ளேன். எந்தக் காலத்திலும் மின் உற்பத்தியின் அளவு, நீண்டகாலத்திற்குத் தொடர்ந்து, ஆண்டுக்கு 7 முதல் 9 சதவீதத்திற்கு மேல் அதிகரிக்காது. அதுவும் நிலைமை மிகச் சிறப்பாக இருந்தால் மட்டுமே சாத்தியம். ஆண்டுக்கு 6 சதவீத அதிகரிப்பு என்பதுதான் எதார்த்தமாக இருக்கும்."

நான் அவரை வெறித்துப் பார்த்தேன். அவர் கூறுவது சரியாகத்தான் இருக்கும் என்று என்னுடைய ஒரு பகுதி கூறியது. ஆனால் நான் என்னைத் தற்காத்துக் கொள்ள முயன்றேன். கூக்குரலிட்டுக் கொண்டிருந்த என்னுடைய மனசாட்சியைச் சாந்தப்படுத்துவதற்காகவாவது என்னுடைய கூற்றை அவர் ஒப்புக் கொள்ளும்படி செய்தாக வேண்டிய நிர்ப்பந்தம் எனக்கு இருந்தது.

அதனால் நான் அவரிடம், "ஹோவர்டு, இது அமெரிக்கா அல்ல. இப்போதுவரை இங்குள்ள மக்களால் அவ்வளவு எளிதாக மின்சாரத்தைப் பெறக்கூடிய சூழல் இல்லை. இங்குள்ள நிலைமை முற்றிலும் வேறுபட்டது," என்று கூறினேன்.

என்னைத் தன்னால் ஒதுக்கித் தள்ளிவிட முடியும் என்பதுபோல ஹோவர்டு தன் கையை அசைத்தார்.

பின் அவர், "அப்படியானால், நீங்கள் உங்கள் வழியில் போய்க் கொள்ளுங்கள். உங்களை விற்றுக் கொள்ளுங்கள். நீங்கள் உருவாக்குகின்ற கணிப்புகள் குறித்து எனக்கு எந்த அக்கறையும் கிடையாது," என்று உறுமிவிட்டுத் தன்னுடைய நாற்காலியில் தொப்பென்று உட்கார்ந்தார். "மின் உற்பத்தி குறித்த என்னுடைய கணிப்பை, நான் எதை நம்புகிறேனோ அதை அடிப்படையாகக் கொண்டு நான் தயாரிப்பேன். வானத்திலிருந்து குதிக்கவிருக்கின்ற ஏதோ ஒரு பொருளாதாரக் கணிப்பின் அடிப்படையில் அதை நான் உருவாக்க மாட்டேன்," என்று கூறிவிட்டு, அவர் தன் பென்சிலை எடுத்து, தான் வைத்திருந்த காகிதம் ஒன்றில் எதையோ கிறுக்கத் தொடங்கினார்.

அவருடைய சவாலை என்னால் ஒதுக்கித் தள்ள

முடியவில்லை. நான் அவருடைய மேசையின் அருகே சென்று நின்றேன்.

“கலிபோர்னியாவில் நடைபெற்றத் தங்கச் சுரங்கத் தோண்டுதல் காலத்தில் ஏற்பட்டது போன்ற பிரம்மாண்டமான வளர்ச்சி இங்கு உருவாகும் என்று எல்லோரும் எதிர்பார்க்கின்றனர். அதை நியாயப்படுத்துகின்ற ஒரு கணிப்பை நான் வெளியிடும்போது, 1960களில் பாஸ்டனில் நடைபெற்றது போன்ற சிறிய அளவிலான மின் உற்பத்திப் பெருக்கம் மட்டுமே இங்கு இருக்கும் என்ற ரீதியில் நீங்கள் ஓர் அறிக்கையைத் தயாரித்தால், எல்லோருடைய கண்களுக்கும் முன்னால் நீங்கள் ஒரு முட்டாள்போலத் தெரிவீர்கள்,” என்று நான் கூறினேன்.

ஹோவர்டு தன் கையிலிருந்த பென்சிலைக் கோபமாக வீசி எறிந்தார். “நீங்கள் கூறுவது மனசாட்சியற்றது. நீங்கள் இப்படி நடந்து கொள்வீர்கள் என்று நான் எதிர்பார்க்கவில்லை. நீங்கள் சாத்தானிடம் உங்களுடைய ஆன்மாவை விற்றுவிட்டீர்கள். நீங்கள் இதில் பணத்திற்காகத்தான் இருக்கிறீர்கள், அப்படித்தானே?” என்று அவர் ஆவேசப்பட்டார். பின்னர் அவர் என்னை நோக்கி ஒரு போலிப் புன்னகையை உதிர்த்துவிட்டு, தன் சட்டைக்குள் கையைவிட்டு, தன்னுடைய காது கேட்கும் இயந்திரத்தின் ஒலியைக் கட்டுப்படுத்துகின்ற பெட்டியை மீண்டும் வெளியே எடுத்து, “இப்போது நான் என் காது கேட்கும் இயந்திரத்தின் ஒலியை அணைத்துவிட்டு என் வேலையில் கவனம் செலுத்தப் போகிறேன்,” என்று அறிவித்தார்.

அது என்னை உலுக்கிவிட்டது. நான் அந்த அறையிலிருந்து கோபமாக வெளியேறி நேராகச் சார்லியின் அறையை நோக்கி நடக்கத் தொடங்கினேன். பாதி வழியில் நின்று கொண்டு, அங்கு சென்று நான் எதைச் சாதிக்கவிருந்தேன் என்று நான் யோசித்தேன். பிறகு, நான் திரும்பி நடந்து அந்த அலுவலகக் கட்டடத்தைவிட்டு வெளியேறினேன். அந்த இளம்பெண் குளித்து முடித்துவிட்டு வெளியே வந்து கொண்டிருந்தாள். அந்த முதியவரைக் காணவில்லை. அந்தக் கால்வாய் நீரில் ஒரு சில சிறுவர்கள் ஒருவர்மேல் மற்றொருவர் அந்த நீரை அள்ளி வீசியெறிந்து விளையாடிக் கொண்டிருந்தனர். ஒரு முதிய பெண்மணி அந்த நீரில் பல் தேய்த்துக் கொண்டிருந்தாள். மற்றொரு பெண் துணி துவைத்துக் கொண்டிருந்தாள்.

என் தொண்டையில் ஏதோ சிக்கிக் கொண்டிருந்ததைப்போல நான் உணர்ந்தேன். அக்கால்வாயிலிருந்து வந்து கொண்டிருந்த துர்நாற்றத்தை அசட்டை செய்துவிட்டு, அங்கிருந்த உடைந்து போன ஒரு கான்கிரீட் பலகை மேல் நான் உட்கார்ந்தேன். என் கண்ணீரை அடக்கிக் கொள்ள நான் பெருமுயற்சி செய்தேன்;

நான் ஏன் இவ்வளவு மோசமாக உணர்ந்தேன் என்பதை நான் கண்டுபிடிக்க வேண்டியிருந்தது.

"நீங்கள் இதில் பணத்திற்காகத்தான் குதித்திருக்கிறீர்கள்!" என்ற ஹோவர்டின் வார்த்தைகள் என் மனத்தில் மீண்டும் மீண்டும் ஒலித்துக் கொண்டிருந்தன. அவருடைய கூற்று என் மனத்தை ஆழமாகத் தைத்து என்னை உலுக்கியிருந்தது.

அச்சிறுவர்கள் தொடர்ந்து விளையாடிக் கொண்டிருந்தனர். அவர்களுடைய மகிழ்ச்சிக் கூக்குரல் அந்த இடத்தை நிரப்பியது. என்னால் இது குறித்து என்ன செய்ய முடியும் என்று நான் யோசித்தேன். அவர்களைப்போல எந்தக் கவலையும் இல்லாமல் இருக்க நான் என்ன செய்ய வேண்டும்? அச்சிறுவர்களுடைய கள்ளங்கபடமற்ற வெகுளித்தனத்தின் ஆனந்தக் கூத்தை நான் பார்த்துக் கொண்டு உட்கார்ந்திருந்தேன். அந்த மட்டமான நீரில் விளையாடிக் கொண்டிருப்பதில் இருந்த ஆபத்துகளை அவர்கள் உணர்ந்திருக்கவில்லை என்பது வெளிப்படை. கூன் விழுந்த முதுகுடனும் கையில் ஒரு தடியுடனும் வந்த ஒரு முதியவர் அச்சிறுவர்கள் அந்த அழுக்கு நீரில் விளையாடிக் கொண்டிருந்ததைப் பார்த்து ஒரு நிமிடம் நின்று இரசித்தார். அவருடைய பொக்கை வாயில் ஒரு பெரிய புன்னகை அரும்பியது.

நான் ஏன் ஹோவர்டிடம் சென்று உண்மையைக் கூறக்கூடாது என்ற யோசனை எனக்குத் தோன்றியது. இருவரும் சேர்ந்து செயல்பட்டால் இதற்கொரு தீர்வை எட்ட இயலுமே? உடனே என்னிடம் ஒருவிதமான நிம்மதி பரவியது. நான் அருகில் கிடந்த ஒரு சிறிய கல்லைத் தூக்கி அக்கால்வாயில் எறிந்தேன். அதில் தோன்றிய சிற்றலைகள் மறைந்தபோது என்னுடைய உற்சாகமும் கரைந்து போயிருந்தது. என்னால் அப்படிப்பட்ட எந்தக் காரியத்தையும் செய்ய முடியாது என்பதை நான் உணர்ந்திருந்தேன். ஹோவர்டு வயதானவராகவும் மனக்கசப்புடன் வாழ்ந்து வருபவராகவும் இருந்தார். தன்னுடைய சொந்தத் தொழில்வாழ்க்கையில் முன்னேறுவதற்குத் தனக்குக் கிடைத்த ஒரு வாய்ப்பை அவர் ஏற்கனவே இழந்திருந்தார். இப்போது அவர் நிச்சயம் வளைந்து கொடுக்க மாட்டார். நான் ஓர் இளைஞன். நான் இப்போதுதான் வாழ்க்கையைத் தொடங்கியிருந்தேன். வாழ்க்கையில் அவரைப்போல ஆக நான் கண்டிப்பாக விரும்பவில்லை.

மீண்டும் நான் என்னுடைய டில்ட்டன் பள்ளி வாழ்க்கையை நினைவுகூர்ந்தேன். என் சக மாணவர்கள், பள்ளி விடுமுறைகளின்போது, களிப்புத் தருகின்ற இடங்களுக்குச் சென்றபோது, நான் மட்டும் தனிமையில் வாடிக் கொண்டிருந்த காட்சி என் மனத்தில் நிழலாடியது. என்னுடைய அவல நிலையை

நான் புரிந்து கொண்டேன். நான் மனம்விட்டுப் பேசுவதற்கு எனக்கு யாரும் இருக்கவில்லை.

அன்று இரவு நான் என் படுக்கையில் படுத்தபடி, என் வாழ்க்கையில் இடம் பெற்றிருந்த நபர்களைப் பற்றி வெகுநேரம் சிந்தித்துக் கொண்டிருந்தேன். ஹோவர்டு, சார்லி, கிளாடின், ஆன், எய்னர், ஃபிராங்க் என்று ஒவ்வொருவராக வந்து போயினர். இவர்களை நான் ஒருபோதும் சந்தித்திருக்காவிட்டால் என் வாழ்க்கை எப்படி இருந்திருக்கும் என்று நான் யோசித்தேன். இப்போது நான் எங்கு வாழ்ந்து கொண்டிருப்பேன்? கண்டிப்பாக இந்தோனேசியாவில் இருந்திருக்க மாட்டேன் என்பது நிச்சயம். நான் என் வருங்காலம் குறித்தும் சிந்தித்தேன். இங்கிருந்து நான் எங்கு செல்லப் போகிறேன்? நான் எடுக்கவிருந்த தீர்மானங்கள் குறித்தும் நான் யோசித்தேன். ஆண்டுக்குக் குறைந்தபட்சம் 17 சதவீதப் பொருளாதார வளர்ச்சியைக் கொண்டிருந்த ஒரு கணிப்பை என்னிடமிருந்தும் ஹோவர்டிடமிருந்தும் தான் எதிர்பார்த்ததாகச் சார்லி எங்களிடம் தெள்ளத் தெளிவாகக் கூறியிருந்தார். அப்படியானால், நான் எத்தகைய கணிப்பை உருவாக்க வேண்டியிருக்கும்?

திடீரென்று ஒரு யோசனை தோன்றி என் ஆன்மாவை அமைதிப்படுத்தியது. இது ஏன் எனக்கு முன்பே தோன்றவில்லை? இத்தீர்மானம் என்னுடையதே அல்ல. என்னுடைய முடிவுகள் எப்படி இருந்தாலும், தனக்கு எது சரியென்று பட்டதோ, அதைத்தான் தான் செய்யவிருந்ததாக ஹோவர்டு ஏற்கனவே என்னிடம் அறுதியிட்டுக் கூறியிருந்தார். மிக உயர்ந்த பொருளாதார வளர்ச்சி இருக்கும் என்ற கணிப்பை நான் என்னுடைய மேலதிகாரிகளிடம் கொடுத்து என்னால் அவர்களைக் குளிர்விக்க முடியும். அதை வைத்துக் கொண்டு அவர்கள் எந்த முடிவுக்கு வேண்டுமானாலும் வந்து கொள்ளட்டும். ஒருங்கிணைந்த திட்டத்தின்மீது என்னுடைய பணி எந்த பாதிப்பையும் ஏற்படுத்தாது. என் பங்கின் முக்கியத்துவம் குறித்து என் மேலதிகாரிகள் எப்போதும் வலியுறுத்தி வந்திருந்தனர். ஆனால், அவர்கள் கூறியிருந்தது தவறு. என் நெஞ்சிலிருந்து ஒரு பெரிய பாரம் இறங்கியிருந்ததுபோல நான் உணர்ந்தேன். நான் உடனடியாக ஓர் ஆழ்ந்த உறக்கத்திற்குள் மூழ்கினேன்.

ஒரு சில நாட்களுக்குப் பிறகு, ஹோவர்டுக்குத் தீவிர வயிற்றுப்போக்கு ஏற்பட்டது. நாங்கள் அவரை அந்த ஊரிலிருந்த கத்தோலிக்க மிஷனரி மருத்துவமனைக்கு அழைத்துச் சென்றோம். அங்கிருந்த மருத்துவர்கள் அவருக்கு மருந்துகளைக் கொடுத்துவிட்டு, அவரை உடனடியாக அமெரிக்காவுக்குத் திருப்பி அனுப்பும்படி அறிவுறுத்தினர். தனக்குத் தேவையான

அனைத்துத் தரவுகளும் தன்னிடம் இருந்ததாகவும், தன்னால் பாஸ்டனிலிருந்தே கணிப்பு அறிக்கையைத் தயாரித்துக் கொடுக்க முடியும் என்றும் ஹோவர்டு உத்தரவாதம் அளித்தார். அவர் என்னிடமிருந்து விடைபெறுவதற்கு முன்பு உதிர்த்த வார்த்தைகள், அவர் முன்பு கூறியிருந்தவற்றை எதிரொலித்தன:

"நீங்கள் புள்ளிவிபரங்களைத் திரிக்கத் தேவையில்லை. இங்கு நிகழவிருக்கின்ற பொருளாதார அற்புதங்கள் குறித்து நீங்கள் என்னதான் கரடியாகக் கத்தினாலும், நான் இந்த மோசடியில் எந்த விதத்திலும் பங்கு பெற மாட்டேன்."

 பகுதி 2: 1971-1975

🌐 அத்தியாயம் 7

வேண்டாத விருந்தாளி

இந்தோனேசிய அரசாங்கம், ஆசிய வளர்ச்சி வங்கி, யூஎஸ்எய்டு அமைப்பு போன்றவற்றோடு நாங்கள் போட்டிருந்த ஒப்பந்தங்களின்படி, நாங்கள் தயாரித்து அளித்திருந்த ஒருங்கிணைந்த திட்டத்தில் இடம் பெற்றிருந்த முக்கியமான இடங்களுக்கு எங்கள் குழுவிலிருந்து ஒருவர் கண்டிப்பாக விஜயம் செய்ய வேண்டியிருந்தது. அப்பொறுப்பு என் தலையில் விழுந்தது. சார்லி என்னிடம், "நீங்கள் அமேசான் காடுகளையே பார்த்தவராயிற்றே! அதனால், பூச்சிகள், பாம்புகள், மோசமான நீர் போன்றவற்றை எப்படிக் கையாள வேண்டும் என்பது உங்களுக்குக் கண்டிப்பாகத் தெரிந்திருக்கும்," என்று கூறினார்.

ஓர் ஒட்டுநரையும் ஒரு மொழிபெயர்ப்பாளரையும் அழைத்துக் கொண்டு நான் பல அழகான இடங்களுக்குச் சென்றேன்; அங்கிருந்த சுமாரான விடுதிகளில் நான் தங்கினேன்; நான் சென்ற இடங்களிலெல்லாம் அங்கிருந்த உள்ளூர் அரசியல் தலைவர்களையும் தொழிலதிபர்களையும் நான் சந்தித்தேன்; பொருளாதார வளர்ச்சிக்கான சாத்தியக்கூறுகள் குறித்த அவர்களுடைய அபிப்பிராயங்களை நான் கேட்டறிந்தேன். ஆனால், பெரும்பாலானவர்கள் என்னோடு தகவல்களைப் பகிர்ந்து கொள்ளத் தயங்கியதை நான் கண்டேன். என்னுடைய வருகை அவர்களை அச்சுறுத்தியிருந்தது. பெரும்பாலானவர்கள், நான் அவர்களுடைய மேலதிகாரிகளைச் சந்தித்தோ, அரசாங்க அமைப்புகளை அல்லது ஜகார்த்தாவில் இருந்த அவர்களுடைய நிறுவனங்களின் தலைமையகத்தைத் தொடர்பு கொண்டோ தகவல்களைப் பெற்றுக் கொள்ள வேண்டும் என்று கூறிக் கழன்று கொண்டனர். சில சமயங்களில், என்னை நோக்கி ஏதோ ஒரு சதிவலை பின்னப்பட்டுக் கொண்டிருந்ததாக நான் சந்தேகித்தேன்.

பொதுவாக, இப்பயணங்கள் இரண்டு அல்லது மூன்று நாட்கள் நீடித்தக் குறும்பயணங்களாகவே இருந்தன. இடையிடையே, பான்டுங்கில் இருந்த விஸ்மா விருந்தினர் மாளிகைக்கு நான் வந்து போய்க் கொண்டிருந்தேன். அந்த விருந்தினர் மாளிகையை மேற்பார்வை பார்த்துக் கொண்டிருந்த பெண்மணிக்கு ஒரு மகன் இருந்தான். வயதில் அவன் எனக்கு ஒரு சில ஆண்டுகள் இளையவன். அவனுடைய பெயர் ரஸ்மான். அவனுடைய அம்மா தவிர அனைவரும் அவனை ரஸி என்றே அழைத்தனர். உள்ளூர் பல்கலைக்கழகத்தில் பொருளாதாரம் படித்துக் கொண்டிருந்த அவன் என் வேலையில் ஆர்வம் காட்டினான். ஒரு கட்டத்தில், தனக்கு ஒரு வேலை வாங்கித் தருமாறு அவன் என்னை அணுகுவான் என்று நான் சந்தேகித்தேன். அவன் எனக்கு 'பஹாசா இந்தோனேசியா' மொழியைக் கற்றுக் கொடுக்கத் தொடங்கியிருந்தான்.

இந்தோனேசியாவின் முதல் குடியரசுத் தலைவரான சுகர்னோ, பதவி ஏற்றுக் கொண்டவுடன், எளிதில் கற்றுக் கொள்ளக்கூடிய ஒரு மொழியை உருவாக்குவதற்கு உயரிய முன்னுரிமை கொடுத்தார். அத்தீவுக் கூட்டம் முழுவதும் 350க்கும் மேற்பட்ட மொழிகளும் வட்டார வழக்குகளும் பேசப்பட்டு வந்தன. பல தீவுகளையும் பல கலாச்சாரங்களையும் உள்ளடக்கிய தன் நாட்டு மக்களை ஒருங்கிணைப்பதற்கு ஒரு பொதுவான மொழி தேவை என்பதை அவர் உணர்ந்திருந்தார். அதற்காக, மொழியியல் வல்லுநர்கள் அடங்கிய சர்வதேசக் குழு ஒன்றை அவர் உருவாக்கினார். அதன் விளைவாக உருவானதுதான் 'பஹாசா இந்தோனேசியா' மொழியாகும். சுகர்னோவின் அத்திட்டம் மாபெரும் வெற்றி பெற்றது. மலாய் மொழியை அடிப்படையாகக் கொண்ட அம்மொழி, இலக்கணத்தில் காலம் தொடர்பான பல சிக்கலான விஷயங்கள், ஒழுங்கற்ற வினைச்சொற்கள், உலகின் பெரும்பாலான மொழிகளில் இடம் பெற்றுள்ள பிற சிக்கல்கள் ஆகியவற்றை முற்றிலுமாகத் தவிர்த்தது.

பெரும்பாலான இந்தோனேசியர்கள் தங்களுடைய உள்ளூர் மொழிகளைத் தொடர்ந்து பயன்படுத்தி வந்து கொண்டிருந்தாலும், 1970களின் தொடக்கத்தில் பஹாசா இந்தோனேசிய மொழியைப் பேச அவர்கள் கற்றுக் கொண்டனர். ரஸி ஒரு நல்ல ஆசான். அதோடு, அவனுக்கு நல்ல நகைச்சுவை உணர்வும் இருந்தது. எக்குவடோர் நாட்டில் பேசப்பட்டு வந்த ஷுவார் மொழி மற்றும் ஸ்பானிஷ் மொழியோடு ஒப்பிடுகையில் பஹாசா இந்தோனேசியா மொழியை எளிதாகக் கற்றுக் கொள்ளலாம்.

ரஸியிடம் ஒரு ஸ்கூட்டர் இருந்தது. எனக்குத் தன்னுடைய நகரத்தைச் சுற்றிக் காட்டுகின்ற, அந்நகர மக்களை

அறிமுகப்படுத்துகின்ற பொறுப்பை அவன் தன் தலையில் தூக்கிப் போட்டுக் கொண்டான். ஒரு நாள் மாலையில் அவன் என்னிடம், "நீங்கள் இதுவரை பார்த்திராத இந்தோனேசியாவை நான் உங்களுக்குக் காட்டப் போகிறேன்," என்று முழங்கிவிட்டு, அவனுடைய ஸ்கூட்டரின் பின் இருக்கையில் ஏறி அமருமாறு என்னைக் கேட்டுக் கொண்டான்.

பாவைக்கூத்துக் காட்சி, பாரம்பரிய இசைக் கருவிகளை மீட்டிக் கொண்டிருந்த இசைக் கலைஞர்கள், வாயிலிருந்து நெருப்பை உமிழ்ந்து கொண்டிருந்த கலைஞர்கள், தெரு வித்தைக்காரர்கள், அமெரிக்காவிலிருந்து கள்ளத்தனமாகக் கடத்திக் கொண்டுவரப்பட்டிருந்த ஒலிநாடாக்களிலிருந்து உள்ளூர் கலைப் பொருட்கள்வரை சகல விதமான பொருட்களையும் விற்றுக் கொண்டிருந்த நடைபாதை வியாபாரிகள் என்று நாங்கள் ஒவ்வொன்றாகக் கடந்து சென்றோம். இறுதியில் நாங்கள் ஒரு சிறு காப்பிக் கடைக்கு முன்னால் வந்து நின்றோம். அங்கு ஏராளமான இளைஞர்களும் யுவதிகளும் இருந்தனர். அவர்கள் அணிந்திருந்த ஆடைகளும், தொப்பிகளும், அவர்களுடைய சிகையலங்காரங்களும், 1960களில் பீட்டில்ஸ் இசைக் குழுவினர் நடத்திய இசை நிகழ்ச்சிகளில் பங்கு கொள்ளச் சென்றவர்கள் அணிந்திருந்தவற்றைப் பிரதிபலித்தன. ஒரே வேறுபாடு, இங்கிருந்தவர்கள் அனைவரும் இந்தோனேசியர்களாக இருந்தனர். ஒரு மேசையைச் சுற்றி அமர்ந்திருந்த ஒரு குழுவினரை ரஸி எனக்கு அறிமுகப்படுத்தினான். நாங்களும் அவர்களோடு சேர்ந்து அமர்ந்தோம்.

அவர்கள் அனைவரும் ஆங்கிலம் பேசினர். சிலர் சரளமாகவும் சிலர் சிரமப்பட்டும் பேசினர். ஆனால், நான் அவர்களிடம் பஹாசா மொழியைப் பேச முற்பட்டபோது என்னை அவர்கள் ஊக்குவித்தனர், அதற்காகப் பாராட்டினர். அவர்கள் இதைப் பற்றி வெளிப்படையாகப் பேசினர். தாங்கள் ஆங்கிலம் கற்றுக் கொள்ளும்போது அமெரிக்கர்கள் ஏன் பஹாசா மொழியைப் பேசக் கற்றுக் கொள்வதில்லை என்று அவர்கள் என்னிடம் கேட்டனர். அதற்கான பதில் என்னிடம் இருக்கவில்லை. பெரும்பாலான அமெரிக்கர்களும் ஐரோப்பியர்களும், மேட்டுக்குடியினர் செல்கின்ற கேளிக்கை விடுதிகள், உயர்தர உணவகங்கள், திரையரங்குகள், மற்றும் அதிநவீனப் பல்பொருள் அங்காடிகளுக்குச் சென்று கொண்டிருக்கையில் நான் மட்டும் எப்படி அவர்கள் இருந்த அப்பகுதிக்கு வந்தேன் என்று அவர்கள் கேட்டபோது, அதற்கான விளக்கத்தையும் என்னால் அளிக்க முடியவில்லை.

அந்த இரவை நான் எப்போதும் நினைவில் வைத்திருப்பேன்.

ரஸியும் அவனுடைய நண்பர்களும் என்னை அவர்களில் ஒருவனாகவே நடத்தினர். நான் அவர்களுடன் இருந்து கொண்டு, அவர்களுடைய நகரத்தையும், அவர்களுடைய இசை மற்றும் உணவையும் பகிர்ந்து கொண்டு, அங்கிருந்த கிராம்பு சிகரெட் மணத்தையும், அவர்களுடைய வாழ்க்கையின் ஓர் அங்கமாக மாறிவிட்டிருந்த பிற கதம்ப வாசனைகளையும் அனுபவித்துக் கொண்டு, அவர்களுடன் நகைச்சுவையாகப் பேசிக் கொண்டும் சிரித்துக் கொண்டும் இருந்தபோது மிகவும் பரவசமடைந்தேன். பீஸ் கார்ப்ஸ் காலகட்டம் மீண்டும் என் வாழ்க்கையில் புகுந்திருந்ததுபோல எனக்குத் தோன்றியது. நான் ஏன் முதல் வகுப்பில் பயணித்துக் கொண்டு, இது போன்ற மக்களிடமிருந்து என்னை அந்நியப்படுத்திக் கொண்டிருந்தேன் என்று நான் அப்போது யோசித்தேன். எங்களுடைய உரையாடல்கள் நீடித்தபோது, நான் அவர்களுடைய நாட்டைப் பற்றியும், வியட்நாம் போரைப் பற்றியும் என்ன நினைத்தேன் என்பதை அவர்கள் தெரிந்து கொள்ள விரும்பினர். வியட்நாமுக்குள் அமெரிக்கா புகுந்ததை அவர்கள் சட்டத்திற்குப் புறம்பான ஆக்கிரமிப்பு என்று குறிப்பிட்டனர். வியட்நாம் போர் குறித்து நான் கொண்டிருந்த எண்ணங்களை நான் அவர்களுடன் பகிர்ந்து கொண்டபோது அவர்கள் நிம்மதியடைந்தனர்.

நானும் ரஸியும் நான் தங்கியிருந்த விருந்தினர் மாளிகையை அடைந்தபோது வெகுநேரம் ஆகியிருந்தது. அந்த இடம் இருளில் மூழ்கிக் கிடந்தது. அவனுடைய உலகிற்குள் என்னை அனுமதித்ததற்கு நான் அவனுக்கு வெகுவாக நன்றி கூறினேன். பதிலுக்கு, நான் அவனுடைய நண்பர்களுடன் வெளிப்படையாகப் பேசியதற்கு அவன் எனக்கு நன்றி தெரிவித்தான். மீண்டும் அவனுடைய நண்பர்களைச் சந்திக்கலாம் என்று ஒப்புக் கொண்டுவிட்டு, நாங்கள் ஒருவரையொருவர் கட்டியணைத்து விடைபெற்றுக் கொண்டோம்.

அந்த அனுபவம், நான் மெயின் குழுவினரிடமிருந்து என்னால் முடிந்த அளவு அதிக நேரம் விலகியிருக்க வேண்டும் என்ற எண்ணத்திற்குத் தூபம் போட்டது. அடுத்த நாள் காலையில் நான் சார்லியைச் சந்தித்தபோது, உள்ளூர் மக்களிடமிருந்து தகவல்களைப் பெறுவது விரக்தி அளிப்பதாக இருந்ததாக நான் அவரிடம் புலம்பினேன். அதோடு, எனக்கு வேண்டிய புள்ளிவிபரங்களின் பெரும்பகுதி ஜகார்த்தாவிலுள்ள அரசு அலுவலகங்களில்தான் கிடைக்கும் என்ற விஷயத்தையும் நான் சார்லியிடம் தெரிவித்தேன். ஓரிரு வாரங்களை ஜகார்த்தாவில் செலவழிக்க வேண்டிய தேவை எனக்கு இருந்ததை அவரும் ஒப்புக் கொண்டார்.

நல்ல தட்பவெப்ப நிலையுள்ள பான்டுங்கை விட்டுவிட்டு, சுட்டெரிக்கும் ஜகார்த்தாவுக்கு நான் செல்ல வேண்டியிருந்தது குறித்துச் சார்லி என்மீது அனுதாபம் கொண்டார். நானும் அதை வெறுத்ததாக அவரிடம் ஒப்புக்குக் கூறினேன். உண்மையில், தனியாக நேரம் செலவழிப்பதற்கும், ஜகார்த்தாவில் அலைந்து திரிந்து அந்நகரைப் பற்றித் தெரிந்து கொள்வதற்கும், ஆடம்பர இன்டர்கான்டினென்டல் ஓட்டலில் தங்குவதற்கும் எனக்கு ஒரு வாய்ப்புக் கிடைத்திருந்தது குறித்து மனதுக்குள் நான் மகிழவே செய்தேன். ஆனால், நான் ஜாகார்த்தா சென்றடைந்ததும்தான், வாழ்க்கையை இப்போது நான் முற்றிலும் வேறுபட்டதொரு கோணத்தில் பார்த்துக் கொண்டிருந்தது எனக்குப் புரிந்தது. பான்டுங்கில் ரஸியுடனும் அவனுடைய நண்பர்களுடனும் நான் செலவழித்திருந்த இரவும், இந்தோனேசியாவெங்கும் நான் மேற்கொண்டிருந்த பயணங்களும் என்னை வெகுவாக மாற்றியிருந்தன. இப்போது நான் சக அமெரிக்கர்களைப் புதிய நோக்கோடு பார்த்துக் கொண்டிருந்தேன். அந்த ஆடம்பர ஓட்டலில் தங்கியிருந்த பணக்கார அமெரிக்கர்களின் நளினமான இளம் மனைவிமார்கள் இப்போது என் கண்களுக்கு அந்த அளவு அழகாகத் தென்படவில்லை. நீச்சல்குளத்தைச் சுற்றிப் போடப்பட்டிருந்த கம்பி வேலி, கீழ்த்தளங்களில் இருந்த அறைகளுக்கு வெளியே போடப்பட்டிருந்த இரும்புச் சட்டங்கள் போன்ற, அதற்கு முன்பு ஒருபோதும் நான் கவனம் செலுத்தியிருக்காத விஷயங்கள் இப்போது பூதாகரமாக என் கண் முன் தோன்றின. அந்த ஓட்டலிலிருந்த ஆடம்பர உணவகங்களில் எனக்கு அளிக்கப்பட்ட உணவு சுவையற்று இருந்ததுபோல எனக்குப் பட்டது.

நான் வேறு ஒன்றையும் கவனித்தேன். அரசியல்வாதிகள் மற்றும் தொழிலதிபர்கள் என்னை நடத்திய விதத்திலிருந்த நுணுக்கங்களை என்னால் கிரகித்துக் கொள்ள முடிந்தது. அவர்களில் பெரும்பாலானோர் என்னுடைய தலையீட்டை வெறுத்தனர். அதற்கு முன்பு அதை நான் கவனித்திருக்கவில்லை. அவர்களுடைய குழுக்களில் இருந்தவர்களுக்கு அவர்கள் என்னை அறிமுகம் செய்து வைத்தபோது, 'துருவித் துருவி விசாரிப்பவர்' என்று பொருள்படுகின்ற பஹாசா வார்த்தைகளை அவர்கள் பயன்படுத்தினர். என்னுடைய பஹாசா மொழியறிவு பற்றி நான் அவர்களிடம் வேண்டுமென்றே குறிப்பிடவில்லை. பஹாசா மொழியில் எனக்கு, பொதுவாகச் சுற்றுலாப் பயணிகள் பயன்படுத்துகின்ற ஒரு சில வார்த்தைகள் மட்டுமே தெரியும் என்றுதான் என்னுடைய மொழிபெயர்ப்பாளர்கூட நினைத்திருந்தார். நான் ஒரு நல்ல பஹாசா–ஆங்கில அகராதியை

வாங்கி வைத்திருந்தேன். சந்திப்புக்கூட்டங்கள் முடிந்த பிறகு நான் தனியாக இருந்த நேரங்களில் நான் அந்த அகராதியைப் பயன்படுத்தினேன்.

அவர்கள் என்னைப் பற்றிக் குறிப்பிட்டிருந்த வார்த்தைகள் எதேச்சையானவையா? என் அகராதியில் சரியாக மொழிபெயர்க்கப்படாமல் விடப்பட்டவையா? அப்படித்தான் இருக்க வேண்டும் என்று என்னையே நான் சமாதானப்படுத்திக் கொள்ள முயன்றேன். ஆனால், இப்படிப்பட்ட உள்ளூர் மக்களுடன் நான் மேன்மேலும் அதிக நேரம் செலவிட்டபோது, அவர்களுடைய வாழ்க்கையில் தேவையில்லாமல் குறுக்கிட்ட அழையா விருந்தாளி நான் என்று அவர்கள் என்னைக் கருதினர் என்பது எனக்கு உறுதியானது. என்னுடன் ஒத்துழைக்க வேண்டும் என்ற கண்டிப்பான உத்தரவு அவர்களுக்கு மேலிடத்திலிருந்து வந்திருந்ததால், வேறு வழியின்றி அவர்கள் என்னிடம் பேசிக் கொண்டிருந்தனர் என்பதும் எனக்குத் தெளிவானது. அப்படிப்பட்ட உத்தரவைப் பிறப்பித்தது ஓர் அரசு அதிகாரியா, ஒரு வங்கியாளரா, ஒரு இராணுவ உயரதிகாரியா அல்லது அமெரிக்கத் தூதரகமா என்று எனக்குத் தெரியாது. அவர்கள் என்னை அவர்களுடைய அலுவலகத்திற்கு வரவேற்று, எனக்குத் தேநீர் கொடுத்து உபசரித்து, என் கேள்விகளுக்கெல்லாம் கண்ணியமாகப் பதில் கூறி, வெளிப்பார்வைக்கு எல்லா விதங்களிலும் என்னை வரவேற்றதுபோல நடந்து கொண்டிருந்தாலும், உள்ளுக்குள், வேறு வழியின்றி என்னை ஏற்றுக் கொள்ள வேண்டிய கட்டாயத்திற்கு ஆளாகியிருந்ததால் ஏற்பட்டிருந்த இயலாமையும் வெறுப்பும் அவர்களிடம் நிரம்பியிருந்தது மட்டும் எனக்குத் தெரிந்திருந்தது.

அவர்களுடைய அணுகுமுறை இப்படி இருக்கின்ற பட்சத்தில் அவர்கள் என் கேள்விகளுக்கு அளித்தப் பதில்களும் அவர்களுடைய தரவுகளும் எந்த அளவுக்கு நம்பத்தக்கவையாக இருக்கும் என்று நான் சந்தேகித்தேன். எடுத்துக்காட்டாக, நான் என்னுடைய மொழிபெயர்ப்பாளரை அழைத்துக் கொண்டு, என்னைச் சந்திக்க ஒப்புக் கொண்ட ஒருவரின் அலுவலகத்திற்குள் திடுதிப்பென்று நுழைந்துவிட முடியாது; நான் அதற்கு முன்னனுமதி பெற்றாக வேண்டும். மேலோட்டமாகப் பார்த்தால் இது சகஜமான ஒன்றாகத் தோன்றலாம். ஆனால், இப்படிப்பட்ட நடைமுறை ஏராளமான நேரத்தை வீணடித்தது. அந்நாட்டில் அச்சமயத்தில் தொலைபேசிகள் அரிதாகவே வேலை செய்தன என்பதால், நெரிசல்மிக்கத் தெருக்களில் ஊர்ந்து சென்ற போக்குவரத்தின் ஊடாகப் பயணித்துத்தான் நான் ஓர் அலுவலகத்தை அடைய வேண்டியிருக்கும். அங்கே சென்றவுடன் நான் பலதரப்பட்டப் படிவங்களைப் பூர்த்தி செய்யுமாறு கேட்டுக்

கொள்ளப்படுவேன். இறுதியில், நான் சந்திக்கவிருந்த நபரின் ஆண் உதவியாளர் என்னை வந்து சந்திப்பார். இங்கிதத்துடனும், ஜாவா தீவுக்காரர்களுக்கு உரிய மரியாதையான புன்னகையுடனும், நான் எத்தகைய தகவல்களைப் பெற விரும்பினேன் என்று அவர் என்னிடம் விலாவாரியாக விசாரிப்பார். பின்னர் அவர் அந்த அதிகாரியைச் சந்திக்க ஒரு நேரத்தை ஒதுக்கித் தருவார்.

எல்லாச் சமயங்களிலும் அச்சந்திப்புக்கான நேரம் பல நாட்கள் கழித்துத்தான் எனக்கு ஒதுக்கப்படும். இறுதியில் ஒருவழியாக நான் அந்நபரைச் சந்திக்கின்றபோது, ஏற்கனவே தயாரிக்கப்பட்டுள்ள அறிக்கைகள் அடங்கிய ஒரு கோப்பு எனக்கு அளிக்கப்படும். தொழிற்துறைத் தலைவர்கள் ஐந்தாண்டு மற்றும் பத்தாண்டுத் திட்டங்களை எனக்கு வழங்கினர்; வங்கியாளர்கள் வரைபடங்களையும் விளக்கப்படங்களையும் எனக்குக் கொடுத்தனர்; அரசு அதிகாரிகள், பொருளாதார வளர்ச்சிக்கு உந்தித் தள்ளிய திட்டங்களின் பட்டியலை எனக்குக் கொடுத்தனர். இந்த வணிகத் தலைவர்களும் அரசு அதிகாரிகளும் எனக்கு வழங்கிய தகவல்களும், எங்களுடைய சந்திப்புகளின்போது அவர்கள் பேசிய விஷயங்களும், உலகிலேயே மிகச் சிறந்த பொருளாதார வளர்ச்சியை நோக்கி ஜாவா போய்க் கொண்டிருந்தது போன்ற ஒரு பிம்பத்தைத் தோற்றுவித்தன. அவர்களில் ஒருவர்கூட இந்த அடிப்படை அனுமானத்தைக் கேள்வி கேட்கவும் இல்லை, எதிர்மறையான தகவல் எதையும் எனக்குக் கொடுக்கவும் இல்லை.

நான் மீண்டும் பான்டுங் நோக்கிப் பயணித்தபோது, நான் இந்த அனுபவங்களை அசைபோட்டுக் கொண்டிருந்தேன்; அதில் ஏதோ ஒன்று என்னை தொந்தரவு செய்தது. இந்தோனேசியாவில் நான் செய்து கொண்டிருந்த காரியங்கள் அனைத்தும் எதார்த்தமான நிகழ்வுகள்போல இல்லாமல் ஒரு விளையாட்டுப்போல இருந்ததாக எனக்குப் பட்டது. நாங்கள் 'போக்கர்' என்ற ஒரு சீட்டு விளையாட்டை விளையாடிக் கொண்டிருந்ததுபோல நான் உணர்ந்தேன். நாங்கள் எங்களுடைய கைகளில் இருந்த சீட்டுகளை மறைத்து வைத்துக் கொண்டோம். எங்களால் ஒருவரையொருவர் நம்பவும் முடியவில்லை; நாங்கள் ஒருவரோடு ஒருவர் பகிர்ந்து கொண்ட தகவல்கள்மீது எங்களால் நம்பிக்கை வைக்கவும் முடியவில்லை. ஆனால், இது வேடிக்கையான ஒரு விளையாட்டு அல்ல; இதன் விளைவுகள், அடுத்து வரவிருந்த பத்தாண்டுகளில் பல கோடி மக்களின் வாழ்க்கையின்மீது தாக்கம் ஏற்படுத்தக்கூடிய அளவு சக்திமிக்கவையாக இருந்தன.

அத்தியாயம் 8

குற்றவாளிக் கூண்டில் நாகரிகம்

"நான் உங்களை இப்போது ஒரு 'தலாங்கிடம்' கூட்டிச் செல்லப் போகிறேன்," என்று ரஸி என்னிடம் முகமெல்லாம் புன்னகையாகக் கூறினான். "மிகப் பிரபலமான இந்தோனேசியப் பாவைக்கூத்துக் கலைஞர்களுக்குத் தலாங் என்று பெயர்," என்று அவன் விளக்கினான். நான் மீண்டும் பான்டுங் திரும்பியது குறித்து அவன் மகிழ்ச்சியடைந்திருந்தது வெளிப்படையாகத் தெரிந்தது. "இன்று பான்டுங்கில் ஒரு முக்கியமான பாவைக்கூத்து நிகழ்ச்சி நடக்கவிருக்கிறது," என்று அவன் கூறினான்.

இம்முறை, அந்நகரத்தில் நான் அதுவரை பார்த்திராத பகுதிகளின் வழியாக அவன் என்னை அழைத்துச் சென்றான். அவன் அழைத்துச் சென்ற தெருக்களின் இரு பக்கங்களிலும், கம்போங் என்று அழைக்கப்படுகின்ற பாரம்பரிய ஜாவா வீடுகள் காணப்பட்டன. ஓடுகள் வேயப்பட்டிருந்த ஜாவா கோவில்களின் வறிய வடிவங்களாக அவை காட்சியளித்தன. வழக்கமாக என் கண்களில் எதிர்ப்பட்ட டச்சுக் காலனி மாளிகைகளும் பெரிய அலுவலகக் கட்டடங்களும் அங்கு காணப்படவில்லை. அங்கிருந்த மக்கள் ஏழைகளாக இருந்தனர் என்பது வெளிப்படையாகத் தெரிந்தது. ஆனால் அவர்கள் தங்களைக் குறித்துப் பெருமிதம் கொண்டிருந்தவர்கள்போலக் காணப்பட்டனர். அவர்கள் தூய்மையான கைலிகளும், பளிச்சென்று தெரிந்த வண்ணச் சட்டைகளும், அகன்ற ஓலைத் தொப்பிகளும் அணிந்திருந்தனர். நாங்கள் சென்ற இடங்களில் எல்லாம் மக்களுடைய புன்னகைகளும் சிரிப்பொலிகளுமே எங்களை வரவேற்றன. எங்களுடைய ஸ்கூட்டர் நின்ற இடங்களிலெல்லாம் அங்கிருந்த குழந்தைகள் ஓடி வந்து என்னுடைய ஜீன்ஸ் பேன்டைத் தொட்டுப் பார்த்தனர். ஒரு சிறு பெண் ஓடி வந்து நறுமணமிக்கச் சம்பங்கி

மலர் ஒன்றை என் தலையில் செருகிச் சென்றாள்.

நாங்கள் எங்களுடைய ஸ்கூட்டரை ஒரு திடலின் அருகே நடைபாதையோரமாக நிறுத்தினோம். அங்கு ஏற்கனவே பல நூறு பேர் கூடியிருந்தனர். அவர்களில் சிலர் நின்று கொண்டிருந்தனர்; சிலர் அங்கு போடப்பட்டிருந்த மடக்கு நாற்காலிகளில் அமர்ந்திருந்தனர். இரவு வானம் தெளிவாகவும் அழகாகவும் இருந்தது. அப்பகுதி, பான்டுங் நகரின் புராதனப் பகுதி ஒன்றின் நடுவே இருந்தபோதிலும், அங்கு தெரு விளக்குகள் எதுவும் இருக்கவில்லை. அதனால், எங்களுடைய தலைக்கு மேல் நட்சத்திரங்கள் பிரகாசமாகக் கண்சிமிட்டிக் கொண்டிருந்தன. விறகடுப்புகளிலிருந்து வந்த புகையும், நிலக்கடலை மற்றும் கிராம்பின் மணமும் காற்றில் பரவியிருந்தன. ரஸி திடீரென்று கூட்டத்திற்குள் மறைந்தான். அவன் திரும்பி வந்தபோது, முன்பு காபிக் கடையில் நான் சந்தித்திருந்த அவனுடைய நண்பர்கள் புடைசூழ அவன் வந்தான். சூடான தேநீர், கேக்குகள், சட்டாய் என்று அழைக்கப்பட்ட, கடலை எண்ணெயில் பொறிக்கப்பட்டச் சிறு இறைச்சித் துண்டுகளால் செய்யப்பட்ட ஒரு பண்டம் ஆகியவற்றை அவர்கள் எனக்குக் கொடுத்தனர். சட்டாயை வாங்குவதற்கு முன்பு நான் ஒரு கணம் தயங்கினேன்போலும்! ஏனெனில், எங்கள் குழுவிலிருந்த ஒரு யுவதி, அருகிலிருந்த ஒரு நெருப்பைச் சுட்டிக்காட்டி, “இப்போதுதான் பொறிக்கப்பட்டது,” என்று கூறிச் சிரித்தாள்.

அடுத்து இசை தொடங்கியது. கோவில் மணியை நினைவுபடுத்திய கமலாங் என்ற இசைக் கருவியிலிருந்து, மனத்தை மயக்கும் மாயாஜாலமான இசை பீறிட்டுக் கிளம்பியது.

ரஸி ஒரு முணுமுணுப்பான குரலில், “தலாங்தான் எல்லா இசையையும் வாசிப்பார். அதே நேரத்தில், அனைத்துப் பாவைகளையும் அவர் இயக்குவார். பல குரல்களில் அந்த பொம்மைகளுக்காக அவர் குரல் கொடுக்கவும் செய்வார். நாங்கள் உங்களுக்காக அவற்றை மொழிபெயர்க்கிறோம்,” என்று கூறினான்.

பாரம்பரியத் தொன்மக் கதைகளையும் தற்காலத்திய நிகழ்வுகளையும் பிணைத்து மேற்கொள்ளப்பட்ட அற்புதமான நிகழ்ச்சி அது. தலாங் என்பவர்கள் ஒருவிதமான லயிப்பில் இருந்து கொண்டு இந்நிகழ்ச்சிகளை நடத்துகின்ற ஷாமன்கள் என்பதை நான் பிற்பாடு தெரிந்து கொண்டேன். அந்நிகழ்ச்சியில் சுமார் நூறு பொம்மைகள் இடம் பெற்றிருந்தன. அவை ஒவ்வொன்றுக்கும் அவர் வெவ்வேறு குரல்களில் பேசினார். அந்த இரவை என்னால் ஒருபோதும் மறக்க முடியாது. அந்த இரவு என் வாழ்க்கை முழுவதிலும் தாக்கம் ஏற்படுத்திய ஓர் இரவாகும்.

இராமாயணத்திலிருந்து ஒரு காட்சியை நடத்தி முடித்தப் பிறகு, அந்தத் தலாங் மற்றொரு பொம்மையை வெளியே எடுத்தார். அது ரிச்சர்டு நிக்சனின் உருவத்தில் இருந்தது. நிக்சனுக்கே உரிய நீண்ட மூக்குடனும், தொங்கிய தாடையுடனும் அது காட்சியளித்தது. பொதுவாக அமெரிக்காவைப் பிரதிநுதப்படுத்துகின்ற உருவமான, 'அங்கிள் சாம்' என்று அழைக்கப்படுகின்ற உருவத்தில் அது இருந்தது. அமெரிக்கக் கொடியில் இடம் பெற்றிருக்கின்ற நட்சத்திரங்கள் மற்றும் கோடுகள் அடங்கிய உடை, ஓர் உயரமான தொப்பி, மற்றும் வாலுடன்கூடிய கோட்டு என்று நிக்சன் அமர்க்களமாக இருந்தார். அவருடன் மற்றொரு பொம்மையும் தோன்றியது. அது மூன்றடுக்குக் கோட்டு ஒன்றை அணிந்திருந்தது. இந்த இரண்டாவது பொம்மையின் ஒரு கையில் டாலர் குறியீடுகள் போடப்பட்டிருந்த ஒரு வாளி இருந்தது. ஓர் அடிமை எவ்வாறு தன் எஜமானுக்கு வெண்சாமரம் வீசுவானோ, அதுபோல அவன் தன் மற்றொரு கையில் வைத்திருந்த அமெரிக்கக் கொடியை நிக்சனின் தலைக்கு மேலாக ஆட்டிக் கொண்டிருந்தான்.

அந்த இருவருக்கும் பின்னால், மத்தியக் கிழக்கு மற்றும் தெற்காசிய வரைபடம் ஒன்று தோன்றியது. வெவ்வேறு நாடுகளின் பெயர்களைத் தாங்கிய மெல்லிய அட்டைகள் சரியாக அதனதன் இடத்தில் அந்த வரைபடத்தில் தொங்கவிடப்பட்டிருந்தன. நிக்சன் உடனடியாக அந்த வரைபடத்தை அணுகி, வியட்நாம் அட்டையை எடுத்துத் தன் வாயில் திணித்துக் கொண்டார். பிறகு அவர் ஏதோ ஒரு மொழியில் கத்தினார். அதை ரஸியின் குழுவிலிருந்த ஒருவர் மொழிபெயர்த்தார். "கசக்கிறது! மட்டமாக இருக்கிறது! இனிமேலும் இது நமக்கு வேண்டாம்!" பிறகு நிக்சன் அதை உடனிருந்தவர் கையில் வைத்திருந்த வாளிக்குள் எறிந்தார். பின் அதையே அவர் மற்ற நாடுகளுக்கும் செய்தார்.

அந்தத் தலாங்கின் அடுத்தத் தேர்ந்தெடுப்பு தெற்காசியாவில் இருந்த மற்ற நாடுகளாக இல்லாமல் மத்தியக் கிழக்கில் இருந்ததைக் கண்டு நான் வியப்படைந்தேன். பாலஸ்தீனம், குவைத், சவுதி அரேபியா, ஈராக், சிரியா, ஈரான் ஆகிய நாடுகளை நிக்சன் தேர்ந்தெடுத்தார். அதற்கடுத்து, அவர் பாகிஸ்தான் மற்றும் ஆப்கானிஸ்தான் பக்கம் தன் பார்வையைத் திருப்பினார். நிக்சன் சத்தமாக ஏதேதோ வசைமொழிகளை உதிர்த்துவிட்டு, ஒவ்வொரு நாடாக அந்த வாளிக்குள் எறிந்து கொண்டிருந்தார். அந்த வசைமொழிகள் அனைத்தும் இஸ்லாம் எதிர்ப்பு வார்த்தைகளாக இருந்தன: "முஸ்லிம் நாய்கள்!", "முகம்மதுவின் அரக்கர்கள்!", "இஸ்லாமியச் சாத்தான்கள்!"

அங்கிருந்த கூட்டம் பரவசமடைந்தது. ஒவ்வொரு நாடாக அந்த வாளிக்குள் விழ விழ, அங்கே பதற்றம் அதிகரித்துக்

கொண்டிருந்தது. சிரிப்பு, அதிர்ச்சி, கோபம் ஆகிய உணர்ச்சிகளுக்கு இடையே கூட்டத்தினர் ஊசலாடிக் கொண்டிருந்தனர். சில நேரங்களில், தலாங் பயன்படுத்திய வசைமொழிகளைக் கேட்டு அவர்கள் கொதிப்படைந்தனர் என்பதை என்னால் உணர முடிந்தது. எனக்குள் பயம் பரவத் தொடங்கியது. ஒரு வெள்ளைக்காரன் என்ற முறையில் நான் தனித்துத் தெரிந்தேன். அக்கூட்டத்தில் இருந்தவர்களிலேயே நான்தான் உயரமாகவும் இருந்தேன். அவர்கள் தங்களுடைய கோபத்தை என் மேல் காட்டிவிடுவார்களோ என்று நான் அஞ்சினேன். பிறகு நிக்சன் ஏதோ கூறினார். அதை ரஸி மொழிபெயர்த்துக் கூறியபோது என் தலை கிறுகிறுத்தது.

"இதை உலக வங்கியிடம் கொடு. இந்தோனேசியாவிலிருந்து பணத்தைக் கறப்பதற்கு அது என்ன செய்கிறது என்று பார்க்கலாம்." பின் நிக்சன் இந்தோனேசியாவை அந்த வரைபடத்திலிருந்து எடுத்து அந்த வாளிக்குள் எறிய முற்படுகையில், நிழலில் இருந்த வேறு ஒரு பொம்மை திடீரென்று அங்கு தோன்றியது. அந்த பொம்மை ஓர் இந்தோனீசியரைப் பிரதிபலித்தது. அந்த நபர் காக்கி பேன்டும் பத்திக் ஓவியங்கள் பொறிக்கப்பட்டிருந்த சட்டையும் அணிந்திருந்தார். அவருடைய பெயர் தெளிவாக அந்த பொம்மையில் இடம் பெற்றிருந்தது.

"அவர் ஒரு பிரபலமான பான்டுங் அரசியல்வாதி," என்று ரஸி அதற்கு விளக்கமளித்தான்.

இந்த பொம்மை நிக்சனுக்கும் வாளியுடன் நின்று கொண்டிருந்த மனிதருக்கும் இடையே வேகவேகமாகப் போவதும் வருவதுமாக இருந்தது. பிறகு அது தன் கைகளை உயர்த்தியது.

"நிறுத்துங்கள்! இந்தோனேசியா ஒரு சுதந்திர நாடு!" என்று அந்த அரசியல்வாதி கத்தினார்.

கூட்டம் கை தட்டி ஆர்ப்பரித்தது. பிறகு அந்த வாளி மனிதன் தன் கையில் வைத்திருந்த அமெரிக்கக் கொடியைத் திருப்பி அதை ஓர் ஈட்டியைப்போல ஆக்கி, அந்த இந்தோனேசிய அரசியல்வாதியைக் குத்தினான். அந்த அரசியல்வாதி துடிதுடித்துக் கீழே விழுந்து சாகிறார். கூட்டத்தினர் 'ஆ! ஊ!' என்று கூச்சல் எழுப்பினர். அவர்கள் பெருங்குரலில் கத்தினர், தங்களுடைய முஷ்டிகளை மடக்கினர். நிக்சனும் அந்த வாளி மனிதனும் எங்களை நோக்கித் திரும்பி நின்றனர். பிறகு அவர்கள் குனிந்து எங்களை வணங்கிவிட்டு, மேடையிலிருந்து வெளியேறினர்.

"நான் இந்த இடத்தைக் காலி செய்வது நல்லது என்று நினைக்கிறேன்," என்று நான் ரஸியிடம் கூறினேன்.

அவன் என்னைப் பாதுகாப்பதுபோலத் தன் கரங்களை என் தோள்களின்மீது வைத்தவாறு, "ஒன்றும் பிரச்சனையில்லை.

தனிப்பட்ட முறையில் அவர்களுக்கு உங்கள்மீது எந்தவிதமான காழ்ப்புணர்ச்சியும் கிடையாது," என்று உறுதியளித்தான். ஆனால் எனக்கு நம்பிக்கை ஏற்படவில்லை.

பின்னர் நாங்கள் முன்பு சந்தித்தக் காபிக் கடைக்குச் சென்றோம். ரஸியும் அவனுடைய நண்பர்களும், அன்று நடந்த பாவைக்கூத்தில் நிக்சனும் உலக வங்கியும் இடம் பெறுவது குறித்துத் தங்களுக்கு எதுவும் தெரியாது என்று என்னிடம் சத்தியம் செய்தனர். "பாவைக்கூத்து நடத்துபவர்கள் எந்த நேரத்தில் எந்தக் கூத்தை நடத்துவார்கள் என்று எவருக்கும் தெரியாது," என்று எங்களுடன் இருந்த இளைஞன் ஒருவன் தெரிவித்தான்.

அது என் பொருட்டு நடத்தப்பட்டதாக இருக்கலாம் என்று நான் அவர்களிடம் கூறினேன். அவர்களில் ஒருவர் அதைக் கேட்டுப் பலமாகச் சிரித்தவாறே, எனக்கு மமதை அதிகமாக இருந்தது என்று கூறினார். அவர் என் தோள்களை வாஞ்சையுடன் தடவிக் கொடுத்தவாறு, "இந்த அமெரிக்கர்களே இப்படித்தான்!" என்று கூறினார்.

"இந்தோனேசியர்களுக்கு அரசியல் அறிவு அதிகம்," என்று என் பக்கத்தில் அமர்ந்திருந்த இளைஞன் கூறினான். "இப்படிப்பட்ட நிகழ்ச்சிகளுக்கு அமெரிக்கர்கள் போவதில்லையா?" என்று அவன் வினவினான்.

எனக்கு எதிரே அமர்ந்திருந்த ஒரு புத்திசாலி யுவதி என்னிடம், "ஆமாம், நீங்களும் உலக வங்கியில்தானே வேலை செய்கிறீர்கள்?" என்று கேட்டாள். அவள் உள்ளூர் பல்கலைக்கழகத்தில் ஆங்கிலப் பட்டப்படிப்புப் படித்துக் கொண்டிருந்தாள்.

நான் தற்போது ஆசிய வளர்ச்சி வங்கிக்காகவும் யூஎஸ்எய்டு அமைப்புக்காகவும் வேலை பார்த்துக் கொண்டிருந்ததாக அவளிடம் தெரிவித்தேன்.

"எதார்த்தத்தில் எல்லாம் ஒன்றுதானே?" என்று கேட்டுவிட்டு, அவள் என் பதிலுக்குக் காத்திராமல் தொடர்ந்து பேசினாள்: "இன்றைய பாவைக்கூத்தில் காட்டியுள்ளதுபோல நடைமுறையில் நடப்பது இல்லை, அப்படித்தானே? உங்களுடைய அரசு, இந்தோனேசியாவையும் பிற நாடுகளையும் . . . ." என்று கூறியவள் சரியான வார்த்தை கிடைக்காமல் திண்டாடினாள்.

அவர்களில் ஒருவன், "திராட்சையைப்போல நினைக்கிறதா?" என்று எடுத்துக் கொடுத்தான்.

"ஆமாம். உங்கள் அரசு, உலக நாடுகளைத் திராட்சைப் பழங்களைப்போல நினைக்கிறதா? எது பிடித்திருக்கிறதோ அதை எடுத்து வாயில் போட்டுக் கொள்வதைப்போல! இங்கிலாந்தா? வேண்டாம். சீனாவா? வாயில் போட்டுக் கொள்ளலாம். இந்தோனேசியா போன்றவற்றைத் தூக்கியெறிந்துவிடலாம்."

“எங்களிடம் இருக்கின்ற எண்ணெய் வளங்களை முழுமையாக உறிஞ்சிய பிறகு!” என்று மற்றொரு பெண் அவளுடைய வாக்கியத்தை நிறைவு செய்தாள்.

என்னை நான் தற்காத்துக் கொள்ள முயன்றேன். ஆனால் அதைச் செய்வதற்கான தெம்போ மனநிலையோ என்னிடம் இருக்கவில்லை. நான் பான்டுங் நகரின் இப்பகுதிக்கு வந்திருந்தது குறித்தும், அமெரிக்க எதிர்ப்பு நிகழ்ச்சி ஒன்றை முழுமையாகப் பார்த்திருந்தது குறித்தும் நான் பெருமை கொள்ள விரும்பினேன். நான் செய்திருந்த இக்காரியத்திற்குப் பின்னால் இருந்த என்னுடைய துணிச்சலை அவர்கள் மெச்ச வேண்டும் என்று நான் ஆசைப்பட்டேன். எங்களுடைய குழுவில் நான் ஒருவன் மட்டுமே பஹாசா மொழியைக் கற்றுக் கொள்வதிலும், இந்தோனேசியர்களின் கலாச்சாரத்தை அறிந்து கொள்வதிலும் ஆர்வம் காட்டியதையும் அவர்களிடம் நான் சுட்டிக்காட்ட விரும்பினேன். அன்று நடைபெற்றிருந்த காட்சியைக் கண்டுகளித்த ஒரே வெளிநாட்டவன் நான் மட்டுமே என்பதை அவர்களிடம் எடுத்துக்கூறவும் நான் விரும்பினேன். ஆனால் இவற்றில் எதையும் செய்யாமல் இருப்பதே புத்திசாலித்தனம் என்று நான் தீர்மானித்தேன். அதற்குப் பதிலாக நான் அவர்களுடைய உரையாடலில் கவனம் செலுத்த முடிவு செய்தேன். அன்று நடைபெற்றப் பாவைக்கூத்தில், தலாங், வியட்நாம் தவிர்த்து இஸ்லாமிய நாடுகள்மீது மட்டுமே தன் கவனத்தைக் குவித்தது குறித்து அவர்கள் என்ன நினைத்தார்கள் என்று நான் அவர்களிடம் கேட்டேன்.

இதைக் கேட்டுவிட்டு, ஆங்கிலப் படிப்புப் படித்துக் கொண்டிருந்த இளம் பெண் நகைத்தாள். “ஏனெனில், அதுதான் திட்டமே.”

“வியட்நாம் ஒரு தற்காலிகக் கையகப்படுத்தல் மட்டுமே. இரண்டாம் உலகப் போரின்போது நாஜிக்கள் நெதர்லாந்தைப் பிடித்து வைத்திருந்ததைப்போல! உண்மையான இலட்சியத்தை அடைவதற்கான ஒரு படிக்கல் அது, அவ்வளவுதான்,” என்று ஓர் இளைஞன் இடைச் செருகினான்.

அப்பெண் தொடர்ந்தாள்: “உண்மையான இலக்கு இஸ்லாமிய நாடுகள்தாம்.”

இதை அப்படியே விட்டுவிட எனக்கு மனம் வரவில்லை. “அமெரிக்கா, இஸ்லாமியர்களுக்கு எதிரான ஒன்று நீங்கள் உண்மையிலேயே நம்புகிறீர்களா?” என்று நான் ஆட்சேபம் தெரிவித்தேன்.

அதற்கு அப்பெண், “அதிலென்ன சந்தேகம்? நீங்கள் உங்களுடைய சொந்த வரலாற்றியலாளர் கூறியதைச் செவிமடுக்க

வேண்டும். அவர் பெயர் அர்னால்டு டாயின்பீ. அவர் ஒரு பிரிட்டிஷ் வரலாற்றியலாளர். அடுத்த நூற்றாண்டில் நடைபெறவிருக்கும் போர்கள் முதலாளித்துவத்திற்கும் கம்யூனிசத்திற்கும் இடையே இருக்காது, மாறாக, கிறித்தவர்களுக்கும் இஸ்லாமியர்களுக்கும் இடையே இருக்கும் என்று அவர் ஐம்பதுகளிலேயே கணித்துள்ளார்," என்று கூறினாள்.

"என்ன! அர்னால்டு டாயின்பீயா அவ்வாறு கூறியுள்ளார்?" என்று நான் அதிர்ச்சியுடன் கேட்டேன்.

"ஆமாம். அவர் எழுதியுள்ள 'சிவிலைசேஷன் ஆன் டிரையல்' என்ற நூலையும் 'த வேர்ல்டு அன்ட் த வெஸ்ட்' என்ற நூலையும் படியுங்கள்."

"சரி, கிறித்தவர்களுக்கும் இஸ்லாமியர்களுக்கும் இடையே எதற்கு அப்படிப்பட்டப் பகைமையுணர்வு இருக்க வேண்டும்?" என்று நான் கேட்டேன்.

அவர்கள் தங்களுக்குள் ஒருவரையொருவர் பார்த்துக் கொண்டனர். இப்படிப்பட்ட ஒரு முட்டாள்தனமான கேள்வியை எப்படி என்னால் கேட்க முடியும் என்பதுபோல இருந்தது அவர்களுடைய பார்வை.

"ஏனெனில்," என்று மெதுவாக அவள் தொடங்கினாள். காது சரியாகக் கேட்காத ஒருவரிடமோ அல்லது பிறர் கூறுவதைப் புரிந்து கொள்கின்ற திறன் குறைவாக உள்ள ஒருவரிடமோ பேசுவதுபோல இருந்தது அவளுடைய தொனி. அவள் தொடர்ந்து பேசினாள்: "மேற்கு, குறிப்பாக, அதற்குத் தலைமை வகிக்கின்ற அமெரிக்கா, உலகம் முழுவதையும் தன்னுடைய ஆதிக்கத்தின் கீழே கொண்டு வரவும், வரலாற்றில் இடம் பெற்றுள்ளதிலேயே மிகப் பெரிய பேரரசாக உருவாகவும் உறுதி பூண்டுள்ளது. அது வெற்றிக் கோட்டுக்கு மிக அருகில் உள்ளது. அதற்கு இப்போது சோவியத் ஒன்றியம் முட்டுக்கட்டை போட்டுள்ளது. ஆனால், சோவியத்தால் நீண்ட காலத்திற்குத் தாக்குப்பிடிக்க முடியாது. டாயின்பீயால் அதைத் தெளிவாகப் பார்க்க முடிந்தது. சோவியத் நாட்டு மக்களிடம் மதம் இல்லை, நம்பிக்கை இல்லை, அவர்களுடைய சித்தாந்தத்திற்குப் பின்னால் திடமான எதுவும் இல்லை. மத நம்பிக்கை, நம்மை மீறிய ஒரு சக்திமீதான நம்பிக்கை, மக்களுக்கு இன்றியமையாதது என்பதை வரலாறு மீண்டும் மீண்டும் நிரூபித்துள்ளது. இஸ்லாமிய மதத்தைச் சேர்ந்த எங்களுக்கு அது இருக்கிறது. உலகிலேயே தீவிர மதப் பற்றுக் கொண்டவர்கள் நாங்கள்தாம். கிறித்தவர்களைக் காட்டிலும் நாங்கள் அதிகமான மதப் பற்றுக் கொண்டவர்கள். அதனால் நாங்கள் எங்கள் முறைக்காகக் காத்துக் கொண்டிருக்கிறோம். நாங்கள் வலுவடைந்து கொண்டிருக்கிறோம்."

மற்றோர் இளைஞன், "எங்களுக்குத் தேவையான அளவு நேரத்தை நாங்கள் எடுத்துக் கொள்வோம். பின் ஒரு பாம்புபோலச் சீறி எழுந்து தாக்குவோம்," என்று கூறினான்.

என்னால் அதற்கு மேல் பொறுத்துக் கொள்ள முடியவில்லை. "என்னவொரு பயங்கரமான எண்ணம்! அதை மாற்றுவதற்கு அமெரிக்கா என்ன செய்ய வேண்டும்?" என்று நான் கேட்டேன்.

ஆங்கிலம் படித்துக் கொண்டிருந்த பெண் என் கண்களை நேராகப் பார்த்தபடி என்னிடம் பேசினாள்: "பேராசைப்படுவதை நிறுத்த வேண்டும். சுயநலமாகச் செயல்படுவதை ஒழிக்க வேண்டும். உங்களுடைய பெரிய வீடுகளையும் நவீனக் கடைகளையும் தாண்டி உலகில் பல விஷயங்கள் இருக்கின்றன என்பதை நீங்கள் உணர வேண்டும். உலகில் மக்கள் இலட்சக்கணக்கில் பட்டினியால் மடிந்து கொண்டிருக்கிறார்கள்; ஆனால் நீங்கள் உங்களுடைய கார்களுக்குப் பெட்ரோல் கிடைப்பதைப் பற்றிக் கவலைப்பட்டுக் கொண்டிருக்கிறீர்கள். குழந்தைகள் தாகத்தால் செத்துக் கொண்டிருக்கிறார்கள்; நீங்கள் நவீனப் பாணி எதுவென்று ஃபேஷன் பத்திரிகைகளில் தேடிக் கொண்டிருக்கிறீர்கள். எங்களைப் போன்ற நாடுகள் ஏழ்மையில் மூழ்கிக் கொண்டிருக்கின்றன; ஆனால் உங்கள் நாட்டு மக்களுக்கு எங்களுடைய உதவிக் குரல்கூடக் காதில் விழுவதில்லை. இவற்றைப் பற்றிச் சொல்ல முனைகின்ற குரல்களைக் கேட்காமல் இருப்பதற்காக நீங்கள் உங்கள் காதுகளை மூடிக் கொள்கிறீர்கள். அக்குரல்களுக்குச் சொந்தக்காரர்கள்மீது கம்யூனிஸ்டுகள், புரட்சிக்காரர்கள் என்று முத்திரை குத்துகிறீர்கள். ஏழைகளையும் ஒடுக்கப்பட்டுள்ள மக்களையும் மேலும் வறுமைக்குள்ளும் அடிமைத்தளைக்குள்ளும் துரத்துவதற்குப் பதிலாக, உங்களுடைய இதயத்தை அவர்களுக்காக திறவுங்கள். நேரம் மிகக் குறைவாகவே உள்ளது. நீங்கள் மாறாவிட்டால், நீங்கள் பேரழிவுக்கு ஆளாவீர்கள்."

ஒரு சில நாட்களுக்குப் பிறகு, நான் பார்த்திருந்த பாவைக்கூத்தில் நிக்சனுக்கு எதிராக நின்று குரல் கொடுத்த அந்தப் பிரபலமான பான்டுங் அரசியல்வாதி, அவர்மீது மோதிவிட்டு நிற்காமல் சென்றுவிட்ட ஒரு வாகன ஓட்டியால் கொல்லப்பட்டார்.

வெகு விரைவிலேயே நான் அமெரிக்காவுக்குத் திரும்பினேன்.

எங்களுக்குள் சமரசம் செய்து கொள்கின்ற ஒரு முயற்சியாக நானும் ஆனும் பாரீஸ் நகரில் சந்தித்தோம். ஆனால் அங்கும் நாங்கள் தொடர்ந்து சண்டை போட்டுக் கொண்டுதான் இருந்தோம். எங்களுடைய பயணத்தின் இறுதி நாளில், திருமணத்திற்கு வெளியே நான் வேறு ஏதாவது பெண்ணுடன்

உறவு வைத்திருந்தேனா என்று ஆன் என்னைக் கேட்டாள். நான் உண்மையை ஒப்புக் கொண்டபோது, வெகுநாட்களாகத் தனக்கு அப்படிப்பட்ட ஒரு சந்தேகம் இருந்தது என்று அவள் என்னிடம் கூறினாள். சீன் நதியைப் பார்த்தவாறு இருந்த ஒரு பெஞ்சில் அமர்ந்தவாறு நானும் ஆனும் சில மணிநேரம் பேசிக் கொண்டிருந்தோம். நானும் அவளும் எங்களுடைய விமானத்தில் ஏறுவதற்கு முன்பாக, எங்களுக்கு இடையே நிலவிய நீண்டகாலக் கோபமும் மனக்கசப்பும் எங்களுக்கு இடையே தாண்டப்பட முடியாத ஒரு தடையாக உருவெடுத்திருந்தது என்ற முடிவுக்கு வந்தோம். அதனால் நாங்கள் தனித்தனியாக வாழ்வதென்று தீர்மானித்தோம்.

🌐 அத்தியாயம் 9

வாழ்க்கையில் ஒரு பொன்னான வாய்ப்பு

இந்தோனேசியா பல விதங்களில் என்னைச் சோதித்துப் பார்த்த ஓரிடமாக இருந்தது. மேலும் பல பரிசோதனைகள் எனக்காக பாஸ்டனில் காத்துக் கொண்டிருந்தன.

நான் மெயின் நிறுவனத்தின் தலைமை அலுவலகத்திற்குச் சென்றபோது, மெயின் நிறுவனத்தின் தலைமை நிர்வாக அதிகாரியாகப் பணியாற்றிய, எண்பதுகளில் இருந்த மேக் ஹால், எய்னரை ஒரேகானிலுள்ள போர்லேண்ட் கிளையின் தலைவராக ஆக்கியிருந்த செய்தி என்னை வந்தடைந்தது. அதனால், புரூனோ ஜம்போட்டி என்பவர் என்னுடைய மேலதிகாரியாக ஆனார்.

புரூனோவின் தலைமுடி வெள்ளி நிறத்தில் இருந்ததாலும், அலுவலகத்தில் தன்னை எதிர்த்தவர்களைச் சாதுரியமாகக் கையாள்வதில் வல்லமை படைத்தவராக அவர் விளங்கியதாலும், அலுவலகத்தில் அவருக்கு 'வெள்ளி நரி' என்ற பட்டப்பெயர் வழங்கப்பட்டிருந்தது. அவர் ஒரு திரைப்படக் கதாநாயகன்போல ஒரு வசீகரமான தோற்றத்துடன் இருந்தார். பேச்சாற்றல் மிக்கவராகத் திகழ்ந்த புரூனோ, பொறியியல் பட்டத்தோடு எம்பிஏ பட்டமும் பெற்றிருந்தார். பொருளாதாரக் கணிப்புகளைப் பற்றி நன்றாக அறிந்திருந்ததோடு, மெயின் நிறுவனத்தின் மின்சக்தித் துறையின் உதவித் தலைவராகவும் அவர் பணியாற்றியிருந்தார். எங்கள் நிறுவனத்தின் பல வெளிநாட்டுத் திட்டங்களிலும் அவர் பங்கு பெற்றிருந்தார். மெயின் நிறுவனத்திலிருந்த பிற ஊழியர்களைப்போலவே நானும் அவரைக் கண்டு வியப்பும் பயமும் ஒருங்கே கொண்டிருந்தேன்.

மதிய இடைவேளைக்குச் சற்று முன்பாக புரூனோவிடமிருந்து எனக்கு ஓர் அழைப்பு வந்தது. முதலில் அவர் என்னுடைய

இந்தோனேசியப் பயணம் குறித்து விசாரித்தார். பிறகு திடீரென்று அவர் ஒரு குண்டைத் தூக்கிப் போட்டார். எனக்குத் தூக்கிவாரிப் போட்டது.

"நான் ஹோவர்டு பார்க்கரை வேலையிலிருந்து நீக்குகிறேன். அதைப் பற்றி நான் விரிவாக விளக்கப் போவதில்லை. அவர் எதார்த்தத்திலிருந்து வெகுதூரம் விலகி வந்துவிட்டார் என்பதோடு நான் நிறுத்திக் கொள்கிறேன்," என்று கூறிவிட்டு, அவர் தன் முகத்தில் ஒரு புன்னகையைப் படரவிட்டார். ஆனால் அப்புன்னகை என்னை அசௌகரியமாக உணர வைத்தது. பிறகு அவர் தன் மேசையில் இருந்த காகிதங்களின்மீது தன் விரல்களால் தாளம் போட்டபடி, "ஜாவா தீவில் மின் உற்பத்தி ஆண்டுக்கு எட்டு சதவீதம்தான் அதிகரிக்கும் என்று அவர் கணிப்பீடு கொடுத்திருக்கிறார். உங்களால் அதை நம்ப முடிகிறதா? அதுவும், ஏராளமான சாத்தியக்கூறு உள்ள இந்தோனேசியா போன்ற ஒரு நாட்டில்!" என்று உறுமினார்.

பிறகு அவருடைய புன்னகை மறைந்துவிட்டது. அவர் என் கண்களை நேருக்கு நேராகப் பார்த்தபடி இவ்வாறு கூறினார்: "உங்களுடைய பொருளாதாரக் கணிப்பு இலக்கோடு பொருந்துவதாக இருப்பதாகவும், பதினேழிலிருந்து இருபது சதவீதம்வரையிலான மின் உற்பத்தி அதிகரிப்பை நியாயப்படுத்துகின்ற விதத்தில் அது இருப்பதாகவும் சார்லி இல்லிங்வொர்த் என்னிடம் கூறினார்."

அது சரிதான் என்று நான் அவருக்கு உறுதி கூறினேன்.

பின் அவர் எழுந்து நின்று என்னுடன் கைகுலுக்கியவாறு, "வாழ்த்துகள்! உங்களுக்கு நான் ஒரு பதவி உயர்வு அளித்துள்ளேன்!" என்று அறிவித்தார்.

அச்செய்தியைக் கேட்டவுடன், நான் அன்று மதியம் என்னுடைய சக ஊழியர்களுடனோ அல்லது தனியாகவோ ஓர் உயர்தர உணவகத்திற்குச் சென்று அதைக் கொண்டாடியிருந்திருக்க வேண்டும். ஆனால் என் நினைப்பு கிளாடினைச் சுற்றி இருந்தது. என்னுடைய பதவி உயர்வைப் பற்றியும், என்னுடைய இந்தோனேசிய அனுபவங்களைப் பற்றியும், ஆனுடன் நான் பாரீஸில் செலவழித்த நேரம் பற்றியும் கிளாடினிடம் கூற நான் துடித்துக் கொண்டிருந்தேன்.

வெளிநாட்டிலிருந்து தன்னைத் தொடர்பு கொள்ள வேண்டாம் என்று அவர் என்னிடம் கூறியிருந்தார். அதனால், நான் அவரைத் தொடர்பு கொள்ளாமல் இருந்தேன். இப்போது நான் அவரைத் தொடர்பு கொண்டபோது, அவருடைய தொலைபேசி இணைப்புத் துண்டிக்கப்பட்டிருந்ததை அறிந்து நான் திகைத்தேன். அதனால் நான் அவரைத் தேடி நேரில் சென்றேன்.

கிளாடின் குடியிருந்த வீட்டில் இப்போது ஓர் இளம் ஜோடி குடியிருந்தது. அது மதிய உணவு நேரம். நான் அவர்களை அவர்களுடைய படுக்கையிலிருந்து எழுப்பிவிட்டேன்போலும்! அதனால் கடுப்பாகிப் போயிருந்த அவர்கள், கிளாடினைப் பற்றித் தங்களுக்கு எதுவும் தெரியாது என்று கைவிரித்துவிட்டனர். அந்த வீட்டை வாடகைக்கு விட்டிருந்த ஏஜென்சியின் அலுவலகத்திற்கு நான் சென்றேன். நான் என்னை கிளாடினின் உறவினர் என்று அறிமுகப்படுத்திக் கொண்டு அவரைப் பற்றி விசாரித்தேன். அவர்களிடமிருந்த கோப்புப்படி அவர்கள் கிளாடின் என்ற பெயரில் எவருக்கும் அந்த வீட்டை வாடகைக்கு விட்டிருக்கவில்லை; இப்போதிருப்பவர்களுக்கு முன்பு அந்த வீட்டை வாடகைக்கு எடுத்திருந்த நபர் தன்னைக் குறித்தத் தகவல்களை இரகசியமாக வைத்துக் கொள்ளும்படி அவர்களிடம் கேட்டிருந்திருக்கிறார். நான் என்னுடைய அலுவலகத்திற்குத் திரும்பி வந்தவுடன், எங்களுடைய மனிதவளத் துறையைத் தொடர்பு கொண்டேன். அவர்களும் அப்பெயரில் எவரும் எங்களுடைய அலுவலகத்தில் வேலை பார்க்கவில்லை என்று உறுதியாகக் கூறிவிட்டனர். 'சிறப்பு ஆலோசனையாளர்' ஒருவர் இருந்தார் என்பதை மட்டும் ஒப்புக் கொண்ட அவர்கள் அந்தக் கோப்பை நான் பார்க்க அனுமதி மறுத்துவிட்டனர்.

மாலை வேளை நெருங்கியபோது நான் மிகவும் களைத்துப் போயிருந்தேன், என் உணர்ச்சிகள் எல்லாம் வடிந்து போயிருந்தன. அது மட்டுமல்லாமல், அன்றுதான் நான் வெளிநாட்டிலிருந்து திரும்பி வந்திருந்ததால், தூக்க நேர மாற்றம் காரணமாக எனக்குத் தலைவலி வேறு வந்திருந்தது. காலியாக இருந்த என்னுடைய வீட்டுக்கு நான் சென்றபோது மிகவும் தனிமையாகவும் எல்லோராலும் கைவிடப்பட்ட ஒருவனாகவும் நான் உணர்ந்தேன். என்னுடைய பதவி உயர்வு அர்த்தமற்றதாகத் தோன்றியது. அதைவிட மோசமாக, என்னை விற்கத் துணிந்தமைக்காக எனக்கு அளிக்கப்பட்ட விருதாக அது காட்சியளித்தது. நான் கடும் விரக்தி அடைந்தேன். நான் கிளாடினால் பயன்படுத்தப்பட்டுத் தூக்கியெறியப்பட்டிருந்தேன். நான் என்னுடைய வேதனைகளால் துவண்டு போய்விடாமல் இருக்க உறுதி பூண்டு என்னுடைய உணர்ச்சிகளைக் கட்டுப்படுத்திக் கொண்டேன், படுக்கையில் படுத்தபடி வெற்றுச் சுவரைப் பல மணி நேரம் வெறித்துப் பார்த்தபடி உருண்டு கொண்டிருந்தேன்.

பிறகு, நான் எழுந்து சென்று ஒரு பாட்டில் பீர் குடித்துவிட்டு, அந்த பாட்டிலைச் சாப்பாட்டு மேசைமீது போட்டு உடைத்தேன். கண்ணாடிச் சன்னல் வழியாக வெளியே பார்த்தபோது, தூரத்தில் ஓர் உருவம் என் வீட்டை நோக்கி நடந்து வந்து கொண்டிருந்ததை நான் கண்டேன். அது கிளாடின் என்று நினைத்து நான்

வாசற்கதவின் பக்கம் நகர்ந்தேன். பிறகு என் மனத்தை மாற்றிக் கொண்டு சன்னல் பக்கம் வந்து மீண்டும் அந்த உருவத்தை உற்றுப் பார்த்தேன்.

அப்பெண் என் வீட்டின் அருகே வந்துவிட்டிருந்தாள். அப்பெண்ணும் கிளாடினைப்போலவே நவீனமாக உடையணிந்திருந்தாள். அவளுடைய தன்னம்பிக்கையுடன்கூடிய நடையும் கிளாடினை ஒத்திருந்தது. ஆனால் அது கிளாடின் அல்லள். என் மனம் உடைந்தது. முதலில் நான் கோபம் கொண்டேன். பிறகு அக்கோபம் வெறுப்பாக மாறியது. இறுதியில் அது பயத்தில் வந்து நின்றது. அவள் ஒருவேளை கொல்லப்பட்டிருக்கக்கூடுமோ என்று நான் அஞ்சினேன். அதற்குப் பிறகு நான் ஒரு தூக்க மாத்திரையை விழுங்கிவிட்டு, மேலும் மது அருந்திவிட்டு அப்படியே தூங்கிப் போனேன்.

அடுத்த நாள் காலையில் எங்களுடைய அலுவலகத்தின் மனிதவளத் துறையிலிருந்து வந்த தொலைபேசி அழைப்பு என் மயக்கத்தைக் கலைத்தது. என்னிடம் பேசிய அத்துறையின் தலைவர், எனக்கு ஓய்வு தேவை என்பதைத் தான் அறிந்திருந்தாலும், அன்று மதியம் அலுவலகத்திற்கு வந்து தன்னைச் சந்திக்கும்படி என்னிடம் கூறினார்.

“உங்களுக்காகப் பல நல்ல செய்திகள் காத்துக் கொண்டிருக்கின்றன,” என்று அவர் கூறினார்.

நானும் மதியம் அலுவலகம் சென்றேன். புரூனோ எனக்கு வாக்களித்ததைவிட அதிகமாகவே செய்திருந்தார். ஹோவர்டின் பழைய வேலைக்கு நான் பதவி உயர்வு பெற்றிருந்தேன். அது மட்டுமல்லாமல், தலைமைப் பொருளாதார வல்லுநர் என்ற பட்டத்தோடு எனக்கு ஊதிய உயர்வும் வழங்கப்பட்டிருந்தது. அது என்னை ஓரளவு உற்சாகப்படுத்தியது.

அதோடு நான் அலுவலகத்திலிருந்து கிளம்பிவிட்டேன். கையில் ஒரு பீர் பாட்டிலோடு, நான் சார்லஸ் ஆற்றின் கரையில் வந்து அமர்ந்தேன். கிளாடின் தனக்கு அளிக்கப்பட்டிருந்த வேலையை முடித்துவிட்டு அடுத்த வேலைக்குச் சென்றிருப்பார் என்று என்னை நானே தேற்றிக் கொண்டேன். கிளாடின் எப்போதுமே இரகசியம் காப்பவராக இருந்தார். அதனால் அவர் என்னைத் தொலைபேசியில் அழைப்பார் என்று நான் நம்பினேன்.

அடுத்தச் சில வாரங்களுக்கு நான் கிளாடினை என் மனத்திலிருந்து ஒதுக்கி வைத்துவிட்டு, இந்தோனேசியப் பொருளாதாரம் குறித்த என்னுடைய அறிக்கையை எழுதுவதிலும் ஹோவர்டின் கணிப்பைத் திருத்தி எழுதுவதிலும் நான் என் கவனத்தைக் குவித்தேன். என் மேலதிகாரிகள் எப்படிப்பட்ட அறிக்கையைப் பார்க்க விரும்பினார்களோ அப்படிப்பட்ட

ஓர் அறிக்கையை நான் தயார் செய்தேன். என் அறிக்கையில், ஜாவா தீவின் மின் தேவை, திட்டம் நிறைவேற்றப்பட்ட முதல் பன்னிரண்டு ஆண்டுகளுக்கு, ஆண்டுக்கு 19 சதவீதம் அதிகரிக்கும் என்றும், அதற்கடுத்த எட்டு ஆண்டுகளுக்கு அது 17 சதவீதம் அதிகரிக்கும் என்றும், அதற்கு அடுத்த ஐந்து ஆண்டுகளுக்கு அது 15 சதவீதம் அதிகரிக்கும் என்றும் நான் குறிப்பிட்டிருந்தேன்.

சர்வதேசக் கடன் வழங்கும் அமைப்புகளிடம் நான் என் அறிக்கையை முறைப்படி சமர்ப்பித்தேன். அந்த அமைப்புகளைச் சேர்ந்த வல்லுநர்கள் என்னைக் கேள்விகளால் கடுமையாகத் துளைத்தெடுத்தனர். ஆனால் நான் என் நிலைப்பாட்டில் உறுதியாக இருந்தேன். ஆசிய வளர்ச்சி வங்கியைச் சேர்ந்த இளம் வல்லுநர் ஒருவர், தான் பேர் வாங்க வேண்டும் என்பதற்காக அன்று மதியம் முழுவதும் என்னை வறுத்தெடுத்துக் கொண்டிருந்தார். அது போன்ற சூழ்நிலைகளில் நான் எப்படி நடந்து கொள்ள வேண்டும் என்று கிளாடினுடன் நான் நடத்தியிருந்த உரையாடல்களும் அவர் எனக்கு அளித்திருந்த அறிவுரைகளும் அப்போது என் நினைவுக்கு வந்தன.

"இருபத்தைந்து ஆண்டு காலம் கழித்து என்ன நடக்கும் என்று யாரால் கணிக்க முடியும்? உங்களைக் குடைந்து குடைந்து கேட்பவர்களின் ஊகம் எந்த அளவுக்குச் சரியோ, அதே அளவுக்கு உங்களுடைய ஊகமும் சரிதான். அதனால் இங்கே தன்னம்பிக்கைதான் எல்லாவற்றையும்விட மிகவும் முக்கியம்," என்று கிளாடின் என்னிடம் அப்போது கூறியிருந்தார்.

இத்துறையில் நான் ஒரு வல்லுநர் என்று எனக்கு நானே நம்பிக்கையூட்டிக் கொண்டேன். பொருளாதாரரீதியாக வளர்ந்து வரும் நாடுகளில் வாழ்க்கை எப்படி இருக்கும் என்பது குறித்து, அச்சந்திப்புக்கூட்டத்தில் அமர்ந்திருந்த எல்லோரையும்விட எனக்குத்தான் அதிகமான அனுபவம் இருந்தது என்பதையும் எனக்கு நானே நினைவுபடுத்திக் கொண்டேன். இத்தனைக்கும், அவர்களில் பலருக்கு என்னைவிட இரண்டு மடங்கு வயது ஆகியிருந்தது. நான் அமேசான் காட்டுப் பகுதியில் சில ஆண்டுகள் வசித்திருந்தேன். ஜாவாவில் யாரும் போக விரும்பாத பல பகுதிகளுக்கு நான் சென்று வந்திருந்தேன். பொருளாதாரக் கணிப்புகள் குறித்துத் தீவிரமாகக் கற்றுக் கொடுத்தப் பயிற்சி வகுப்புகள் சிலவற்றிலும் நான் கலந்து கொண்டிருந்தேன். புள்ளியியலை அடிப்படையாகக் கொண்டு இயங்கிய, பொருளாதாரக் கணிப்புகளைத் துதித்த, உலக வங்கியின் தலைவரான ராபர்ட் மெக்நமாரா மெச்சிய அதிநவீன இளைய தலைமுறை வட்டத்தைச் சேர்ந்த ஒருவன் நான் என்பதையும் நான் எனக்கு நினைவுபடுத்திக் கொண்டேன். எண்களையும், நிகழ்தகவுக் கோட்பாடுகளையும், கணித மாதிரிகளையும் கொண்டு

– அதோடு, அவர் பெரும் மமதையையும் கொண்டிருந்தார் என்பது என்னுடைய ஊகம் – தனக்கென்று ஒரு பெயரை உருவாக்கிக் கொண்டவர்தான் ராபர்ட் மெக்நமாரா.

நான் ராபர்ட் மெக்நமாராவையும் என் மேலதிகாரி புரூனோவையும் பின்பற்ற முடிவு செய்தேன். நான் ராபர்ட் மெக்நமாராவைப்போலப் பேசவும் புரூனோவைப்போல நடந்து கொள்ளவும் முயன்றேன். இப்போது திரும்பிப் பார்க்கும்போது, என் துணிச்சலைக் கண்டு நானே வியக்கிறேன். உண்மையைக் கூற வேண்டுமென்றால், எனக்குத் துறைசார் அறிவு குறைவாக இருந்தது. ஆனால் அறிவு மற்றும் பயிற்சியில் எனக்கிருந்த பற்றாக்குறையை நான் என்னுடைய அடாவடித்தனமான போக்கால் இட்டு நிரப்பினேன்.

அது வேலை செய்தது. இறுதியில் அக்கூட்டத்திற்கு வந்திருந்த வல்லுநர்கள் என்னுடைய அறிக்கையில் தங்களுடைய அங்கீகார முத்திரையைக் குத்தினர்.

அதற்கு அடுத்தச் சில மாதங்களில், டெஹ்ரான், கேரகஸ், குவாத்தமாலா சிட்டி, லண்டன், வியன்னா, வாஷிங்டன் ஆகிய இடங்களில் நடைபெற்றக் கூட்டங்களில் நான் பங்கெடுத்துக் கொண்டேன். ஈரானின் ஷா, ராபர்ட் மெக்நமாரா, பல்வேறு நாடுகளின் முன்னாள் தலைவர்கள் உட்படப் பல பிரபலமான ஆளுமைகளை நான் சந்தித்தேன். என்னுடைய உயர்நிலைப் பள்ளியைப்போலவே இதுவும் ஆண்களின் உலகமாக இருந்தது. என்னுடைய புதிய பதவிப் பெயரும், சர்வதேசக் கடன் அமைப்புகளின் முன்பு நான் பெற்றிருந்த சமீபத்திய வெற்றிகள் குறித்தக் கதைகளும், பிறர் என்னைக் குறித்துக் கொண்டிருந்த கண்ணோட்டங்களில் ஏற்படுத்தியிருந்த தாக்கத்தைக் கண்டு நான் மிகவும் வியப்படைந்தேன்.

முதலில், இத்தகைய கவனிப்பு என் தலைக்குள் புகுந்துவிட்டிருந்தது.

நான் என்னுடைய மந்திரக்கோலை எடுத்து ஒரு நாட்டின்மீது அசைப்பதன் மூலம் அந்நாட்டுக்குப் பட்டென்று மின்னொளியை வழங்கவும், பூச்செடிகள்போலத் தொழிற்சாலைகள் அங்கு பூத்துக் குலுங்கும்படி செய்யவும் முடிகின்ற ஒரு மந்திரவாதிபோல என்னை நான் நினைத்துக் கொள்ளத் தொடங்கினேன். ஆனால் அதற்குப் பின் நான் ஏமாற்றமும் விரக்தியும் அடைந்தேன். நான் என்னுடைய சொந்த உள்நோக்கத்தையும் என்னுடன் வேலை பார்த்தப் பிறருடைய நோக்கங்களையும் கேள்விக்கு உட்படுத்தினேன். ஜகார்த்தாவில் ஒரு கழிவுநீர்க் குட்டை அருகே வசிக்கின்ற ஒரு தொழுநோயாளியின் நிலையைப் புரிந்து கொள்ள, ஒருவர் வகிக்கின்ற பெருமைமிக்கப் பதவியோ

அல்லது அவர் பெற்றிருக்கின்ற முனைவர் பட்டமோ எந்தவிதத்திலும் உதவுவதுபோலத் தெரியவில்லை. அதேபோல, புள்ளிவிபரங்களைத் தன் இஷ்டத்திற்குத் திரிக்கத் தெரிந்திருக்கின்ற வித்தையை ஒருவர் அறிந்திருக்கின்ற காரணத்தினாலேயே அவரால் வருங்காலத்திற்குள் ஊடுருவிப் பார்த்துவிட முடியாது. இந்த உலகின் போக்கை மாற்றியமைக்கின்ற தீர்மானங்களை மேற்கொள்கின்ற நபர்களைப் பற்றி நான் எவ்வளவு அதிகமாக நன்றாகத் தெரிந்து கொள்கிறேனோ, அந்த அளவு அதிகமாக அவர்களுடைய திறமைகளையும் அவர்களுடைய இலக்குகளையும் நான் சந்தேகிக்கிறேன்.

எண்ணற்ற அமெரிக்கர்கள் அனுபவித்துக் கொண்டிருப்பது போன்ற ஒரு செழிப்பான வாழ்க்கையை மொத்த உலகமும் வாழும்படி செய்வதற்கு நம்மிடம் இருக்கின்ற வளவசதிகள் போதாது என்று நான் சந்தேகிக்கிறேன். கோடிக்கணக்கான அமெரிக்கக் குடிமக்களே வறுமையில் வாடிக் கொண்டிருக்கின்றனர் என்பது தனிக் கதை. அது மட்டுமல்ல, உலகின் பிற பகுதிகளில் வாழ்ந்து கொண்டிருக்கின்ற மக்கள் உண்மையிலேயே அமெரிக்கர்களைப்போல வாழ விரும்புகின்றனரா என்பதே ஒரு கேள்விக்குறிதான். அமெரிக்காவில் நிலவுகின்ற வன்முறை, மனத்தளர்ச்சி, போதை மருந்துக்கு அடிமையாதல், விவாகரத்துகள் மற்றும் குற்றங்கள் குறித்தப் புள்ளிவிபரங்கள், உலக வரலாற்றிலேயே அமெரிக்கா ஒரு செல்வபுரியாக இருந்து வருகின்றபோதிலும், அது மகிழ்ச்சியற்ற ஒரு சமுதாயமாகவும் இருந்து வருகிறது என்பதை எடுத்துரைக்கின்றன. அப்படி இருக்கும்போது, உலகிலுள்ள மற்றவர்கள் அமெரிக்கர்களைப் பின்பற்ற வேண்டும் என்று எதற்காக நாங்கள் ஆசைப்பட வேண்டும்? நான் கலந்து கொண்ட சந்திப்புக்கூட்டங்களில் பங்கு கொண்டவர்களின் முகங்களை உற்றுப் பார்த்தபோது, என்னுடைய நம்பிக்கையின்மை, அவர்களுடைய பாசாங்குத்தனத்தின்மீதான ஊமைக் கோபமாக உருமாறுகிறது.

இறுதியில் அதுவும் மாறிவிட்டது. அவர்களைப் போன்ற மனிதர்களில் பெரும்பாலானோர், தாங்கள் உண்மையிலேயே சரியான காரியங்களைத்தான் செய்து கொண்டிருந்தோம் என்று நம்பிக் கொண்டிருந்தனர் என்ற முடிவுக்கு நான் வந்துவிட்டிருந்தேன். சார்லியைப்போலவே அவர்களும், கம்யூனிசமும் பயங்கரவாதமும் தீய சக்திகள் என்பதில் உறுதியான நம்பிக்கை கொண்டிருந்தனர். அதோடு, மொத்த உலகையும் முதலாளித்துவத்திற்கு மாற்றுவது என்பது தாங்கள் தங்களுடைய நாட்டுக்கும், தங்களுடைய சந்ததியினருக்கும், தங்களுடைய

கடவுளுக்கும் ஆற்ற வேண்டிய கடமை என்று அவர்கள் நம்பினர். வல்லவனே வாழ்வான் என்ற புராதனக் கொள்கையையும் அவர்கள் பிடித்துத் தொங்கிக் கொண்டிருந்தனர்; கழிவுநீர்க் குட்டைக்கு அருகேயுள்ள ஓர் ஓலைக் குடிசையில் பிறக்காமல், செல்வாக்குமிக்க ஒரு வர்க்கத்தில் பிறக்கின்ற பாக்கியம் தங்களுக்குக் கிடைக்கும் பட்சத்தில், தங்களுடைய பரம்பரைச் சொத்துகளைத் தங்களுடைய வாரிசுகளுக்குக் கடத்தத் தாங்கள் கடமைப்பட்டிருந்ததாக அவர்கள் கருதினர்.

இப்படிப்பட்ட மக்களைச் சதியாளர்கள் என்று எடுத்துக் கொள்வதா அல்லது இந்த உலகை ஆக்கிரமிப்பதில் குறியாக இருந்த ஒரு நெருக்கமான குழுவைச் சேர்ந்தவர்கள் என்று கருதுவதா என்ற குழப்பம் எனக்கு இருந்தது. ஆனால், காலப்போக்கில், அமெரிக்காவில் நடைபெற்ற உள்நாட்டுப் போருக்கு முன்பு அந்நாட்டின் தெற்குப் பகுதியிலிருந்த தோட்ட முதலாளிகளாக அவர்களை நான் பார்க்கத் தொடங்கினேன். கெடுநோக்குடன், இரகசியமான இடங்களில் திருட்டுத்தனமாகச் சந்தித்துக் கொண்ட ஒரு சிறு குழுவைச் சேர்ந்தவர்களாக இல்லாமல், ஒரு பொதுவான நம்பிக்கையையும் சுயநலத்தையும் கொண்டிருந்த, திட்டவட்டமான முறையில் அமைக்கப்படாத ஒரு கூட்டத்தைச் சேர்ந்தவர்களாக அத்தோட்ட முதலாளிகள் இருந்தனர். அந்த முதலாளிகள், வேலைக்காரர்கள் மற்றும் அடிமைகள் புடைசூழ இருந்த வாழ்க்கைமுறையை சுவீகரித்துக் கொண்டவர்கள். பிற மதங்களைச் சேர்ந்தவர்களைத் தங்களுடைய மதத்திற்கும் தங்களுடைய வாழ்க்கைமுறைக்கும் மாற்றுவது தங்களுடைய உரிமையும் கடமையும் என்று அவர்கள் நம்பினர். தத்துவார்த்தரீதியாக அடிமைத்துவம் அவர்களுக்கு வெறுப்பூட்டினாலும், தாமஸ் ஜெஃபர்சனைப்போல, அது தேவையான ஒன்று என்றும், அக்கட்டமைப்பு வீழ்த்தப்பட்டால் அது சமூக மற்றும் பொருளாதாரக் குழப்பங்களில் முடியும் என்றும் அவர்கள் அதை நியாயப்படுத்தினர். இன்றைய நவீனப் பெருநிறுவனத் தலைவர்கள் இதன் அச்சு வார்ப்பாக இருப்பதாக நான் கருதுகிறேன்.

அதேபோல, போர் மற்றும் ஆயுதங்களின் பெரும் உற்பத்தியாலும், ஆறுகளின் குறுக்கே கட்டப்படுகின்ற அணைகளாலும், பழங்குடிகளின் சுற்றுச்சூழல் மற்றும் அவர்களுடைய கலாச்சாரங்கள் அழிக்கப்படுவதாலும் யார் பயனடைகின்றனர் என்பது குறித்து அறிந்து கொள்ளவும் நான் விரும்பினேன். உணவுப் பற்றாக்குறை, மாசுபட்ட நீர், குணமாக்கப்படக்கூடிய நோய்கள் ஆகியவற்றால் ஆயிரக்கணக்கானோர் இறக்கும்போது யார் பயனடைகிறார்கள்

என்பதைக் கண்டுபிடிக்கவும் நான் விழைந்தேன். நீண்டகால நோக்கில் எவரும் பயனடைவதில்லை என்றாலும், குறுகியகால நோக்கில், என்னையும் என்னுடைய மேலதிகாரிகளையும் போன்ற, சமூகப் பிரமிட்டின் உச்சியில் அமர்ந்திருப்பவர்கள், குறைந்தபட்சம் பௌதிகரீதியாகவேனும் பயனடைகின்றனர் என்பது எனக்கு மெதுவாகப் புரியத் தொடங்கியது.

இப்புரிதல் மேலும் பல கேள்விகளுக்கு இட்டுச் சென்றது: இந்த நிலைமை ஏன் தொடர்ந்து கொண்டே இருக்கிறது? இது எப்படி இவ்வளவு காலமாகத் தாக்குப்பிடித்துக் கொண்டிருந்தது? இவற்றுக்கான பதில், "வல்லான் வகுப்பதே சரியான வழி" என்ற பழைய பழமொழிக்கும், அதிகாரத்தில் உள்ளவர்கள் தாங்கள் சார்ந்திருக்கும் அமைப்புமுறை என்றென்றும் நீடித்திருப்பதை உறுதி செய்கின்ற விதத்தில் நடந்து கொள்கின்றனர் என்ற கூற்றுக்கும் பின்னால் ஒளிந்து கொண்டுள்ளதா?

இந்த அமைப்புமுறை தொடர்வதற்கு அதிகாரம் மட்டுமே காரணம் என்று குறுக்குவது சரியாக இருக்காது. வல்லான் வகுப்பதே சரியான வழி என்ற முன்மொழிவு ஏராளமான விஷயங்களை விளக்கினாலும், அதைவிட வலுவான சக்தி ஒன்று இதற்குப் பின்னால் இருக்க வேண்டும் என்று நான் சந்தேகித்தேன். நான் வணிகக் கல்லூரியில் படித்துக் கொண்டிருந்தபோது எனக்குப் பாடம் எடுத்தப் பேராசிரியர்களில் ஒருவர் வட இந்தியாவைச் சேர்ந்தவர். அவர் ஒரு விரிவுரையின்போது, மட்டுப்படுத்தப்பட்ட வளங்களைப் பற்றியும், தொடர்ந்து வளர்ந்து கொண்டே இருப்பதற்கான மனிதத் தேவை குறித்தும், அடிமை உழைப்புக் குறித்தும் குறிப்பிட்டார். அவருடைய கருத்துப்படி, வெற்றிகரமாக விளங்கிய அனைத்து விதமான முதலாளித்துவ அமைப்புமுறைகளும், கேள்வி கேட்கப்பட முடியாத, இறுக்கமான அடுக்கதிகார அமைப்புமுறையைக் கொண்டிருந்தன; அந்தப் பிரமிடு அமைப்புமுறையில் ஒரு சிலர் மட்டும் உச்சியில் அமர்ந்து கொண்டு கட்டளைகளைப் பிறப்பித்தனர்; அக்கட்டளைகள் அடுக்கதிகாரத்தின் அடுத்தப் படியில் இருந்தவர்களைச் சென்றடைந்து படிப்படியாகக் கீழே வந்தடைந்தது; இருப்பதிலேயே கீழ்மட்டத்தில் உழைப்பில் மட்டுமே ஈடுபடுத்தப்படுவதற்காக ஒரு பெரும் படையே இருந்தது; பொருளாதாரக் கண்ணோட்டத்தில் பார்த்தால் அவர்களைக் கொத்தடிமைகள் என்றுதான் வரையறை செய்ய வேண்டும். சிலரை இந்த முதலாளித்துவப் பிரமிட்டின் உச்சியில் வைத்திருப்பதற்கும், உலகின் பிற பகுதிகளுக்கு இந்த அமைப்புமுறையை ஏற்றுமதி செய்வதற்குமான உரிமையைக் கடவுள் அமெரிக்கர்களுக்குக் கொடுத்துள்ளார் என்று பெருமுதலாளித்துவம் அமெரிக்க

மக்களை நம்ப வைத்திருப்பதால்தான் அவர்கள் இந்த அமைப்புமுறையை ஊக்குவிக்கின்றனர் என்ற முடிவுக்கு நான் வந்தேன்.

இதை முதன்முதலாகச் செய்தது அமெரிக்கர்கள் இல்லைதான். வட ஆப்பிரிக்காவிலும், மத்தியக் கிழக்கிலும், ஆசியப் பகுதிகளிலும் இருந்த புராதனப் பேரரசுகள் இதைப் பின்பற்றியிருந்தன. பின்னர் பாரசீகம், கிரேக்கம், ரோம், சிலுவைப் போர்களில் ஈடுபட்டவர்கள், கொலம்பஸுக்குப் பிந்தைய ஐரோப்பியப் பேரரசுகள் ஆகியவையும் இதைத் தொடர்ந்தன. இந்த ஏகாதிபத்திய முயற்சிதான் பெரும்பாலான போர்கள், சுற்றுச்சூழல் மாசுபாடு, பட்டினி, உயிரினங்களின் நிரந்தர மறைவு, இன அழிப்பு நடவடிக்கைகள் ஆகியவற்றுக்குத் தொடர்ந்து காரணமாக இருந்து வந்துள்ளது. அப்பேரரசுகளைச் சேர்ந்த குடிமக்களின் மனசாட்சியின்மீதும் அவர்களின் உடல்நலன்மீதும் அது பெரும் தாக்கம் விளைவித்துள்ளது; அது சமூகச் சீரழிவுக்கு இட்டுச் சென்று, அதன் மூலம், செல்வச்செழிப்புடன் இருக்கின்ற நாடுகளில் அதிக அளவு தற்கொலைகளும் போதை மருந்துப் பழக்கமும் வன்முறைகளும் தலைதூக்க வழி வகுத்துள்ளது.

நான் இக்கேள்விகள் குறித்துத் தீவிரமாகவும் விரிவாகவும் சிந்தித்தேன் என்றாலும், இவற்றில் நான் வகித்து வந்த பாத்திரத்தின் இயல்பு என்ன என்பது குறித்துச் சிந்திப்பதை நான் தவிர்த்து வந்தேன். நான் என்னை ஒரு பொருளாதார அடியாளாக அல்லாமல், ஒரு பொருளாதார வல்லுநராகப் பார்க்க முயன்றேன். அப்படிப் பார்த்தபோது, அனைத்தும் சட்டபூர்வமானதாகத் தெரிந்தது. அதற்கு எனக்கு உத்தரவாதம் தேவைப்பட்டால், என்னால் என்னுடைய சம்பளச் சீட்டை எடுத்துப் பார்த்துக் கொள்ள முடியும். என் சம்பளம் அனைத்தும் மெயின் என்ற ஒரு தனியார் நிறுவனத்திலிருந்து எனக்கு வழங்கப்பட்டிருந்தது. என்எஸ்ஏ அமைப்பிலிருந்தோ அல்லது வேறு அமெரிக்க அரசு நிறுவனங்களிலிருந்தோ நான் ஒரு சல்லிக்காசுகூடப் பெற்றிருக்கவில்லை. இப்படி என்னை நானே தேற்றிக் கொண்டேன் – கிட்டத்தட்ட!

ஒரு நாள் மதியம், புரூனோ என்னைத் தன்னுடைய அலுவலக அறைக்கு அழைத்தார். நான் அங்கிருந்த ஒரு நாற்காலியில் அமர்ந்ததும் அவர் தன் இருக்கையைவிட்டு எழுந்து வந்து என் தோள்களைத் தட்டி, "நீங்கள் எல்லாவற்றையும் மிகச் சிறப்பாகச் செய்து கொண்டிருக்கிறீர்கள். அதைக் கௌரவிக்கும் விதமாக, நாங்கள் உங்களுக்கு ஒரு பொன்னான வாய்ப்பை வழங்கவிருக்கிறோம். அப்படிப்பட்ட ஒரு வாய்ப்பு, உங்களைவிட இரண்டு மடங்கு வயது கொண்டவர்களுக்குக்கூட அரிதாகவே கிடைக்கும்," என்று கூறினார்.

அத்தியாயம் 10

பனாமா நாட்டின் மிகப் பிரபலமான அதிபர்

1972 ஆம் ஆண்டு ஏப்ரல் மாதத்தில் ஒரு நாள் இரவு, பனாமா நாட்டுத் தலைநகரிலிருந்த டோகுமென் சர்வதேச விமான நிலையத்தில் போய் நான் இறங்கியபோது அங்கே கோடைமழை கொட்டிக் கொண்டிருந்தது. அந்நாட்களில் எங்கள் அலுவலகத்திலிருந்து பலர் ஒரு நாட்டுக்கு ஒரு குழுவாகச் சென்றால், ஒரே வாடகைக் காரில் ஒன்றாகச் செல்வோம். அன்றும் அப்படித்தான் நடந்தது. எனக்கு ஸ்பானிஷ் மொழி தெரியும் என்பதால் நான் ஓட்டுநருடன் முன்னிருக்கையில் உட்கார்ந்து கொண்டேன். நான் முன்பக்கக் கண்ணாடி வழியாக வெளியே பார்த்துக் கொண்டு வந்தேன். சாலையோரமிருந்த ஒரு விளம்பரப் பலகையில் வசீகரமான ஒரு மனிதர் இடம் பெற்றிருந்ததைக் காரின் விளக்கொளியில் நான் பார்த்தேன். எடுப்பான புருவங்களைக் கொண்டிருந்த அவருடைய கண்கள் மினுமினுத்துக் கொண்டிருந்தன. அவர் அணிந்திருந்த அகலமான தொப்பியின் ஒரு பக்கம் மேலே மடித்துத் தைக்கப்பட்டிருந்தது. அவர் யாரென்பதை நான் அடையாளம் கண்டுகொண்டேன். அவர்தான் நவீனப் பனாமாவின் கதாநாயகன் ஓமர் டோரிஜோஸ்.

இந்தப் பயணத்திற்கும் நான் வழக்கம்போல பாஸ்டன் பொது நூலகத்திற்குச் சென்று அங்கிருந்த நூல்களைப் படித்து என்னைத் தயார்படுத்திக் கொண்டிருந்தேன். தன்னைத் தானே சுயமாக ஆள்வதற்குப் பனாமாவுக்கு இருந்த உரிமையை வலியுறுத்துவதிலும், பனாமா கால்வாய்க்கான முழு உரிமையும் பனாமாவுக்குத் திருப்பிக் கொடுக்கப்பட வேண்டும் என்பதிலும் ஓமர் டோரிஜோஸ் பிடிவாதம் காட்டியதுதான், பனாமா நாட்டு மக்களிடையே அவர் செல்வாக்குடன் திகழ்ந்ததற்குக்

காரணம். கடந்தகாலத்தில் பனாமா செய்த அவமானகரமான பிழைகள் தன்னுடைய தலைமையின் கீழ் அதற்கு ஒருபோதும் நிகழ்ந்துவிடக்கூடாது என்பதில் அவர் உறுதியாக இருந்தார்.

மத்திய அமெரிக்கப் பூசந்தி வழியாக அட்லான்டிக் பெருங்கடலையும் பசிபிக் பெருங்கடலையும் இணைப்பதற்கு ஒரு கால்வாயை வெட்டுவதற்கு, சூயஸ் கால்வாயை உருவாக்கியதில் முக்கியப் பங்கு வகித்த பிரெஞ்சுப் பொறியாளரான ஃபெர்டினான்ட் டி லெஸ்செப்ஸ் தீர்மானித்தபோது, பனாமா, கொலம்பியாவின் ஒரு பகுதியாக இருந்தது. அந்த பிரம்மாண்டமான திட்டத்தை, 1881 இல் அந்தப் பிரெஞ்சுக்காரர் தொடங்கினார். ஆனால், அடுத்தடுத்துப் பெரும் அசம்பாவிதங்கள் ஏற்பட்டன. இறுதியில் 1889 இல் அத்திட்டம் ஒரு பெரும் பொருளாதாரச் சிக்கலில் மாட்டிக் கொண்டது. ஆனால், அது தியோடர் ரூஸ்வெல்ட்டின் மனத்தில் ஒரு கனவு உருவாகக் காரணமானது. இருபதாம் நூற்றாண்டின் தொடக்கத்தில், அந்தப் பூசந்தியை வட அமெரிக்கக் கூட்டமைப்பு ஒன்றிடம் ஒப்படைக்குமாறு கொலம்பியாவை அமெரிக்கா வற்புறுத்தியது. ஆனால் கொலம்பியா அதை மறுத்துவிட்டது.

1903 இல் அமெரிக்க அதிபர் தியோடர் ரூஸ்வெல்ட் 'நாஷ்வில்' என்ற அமெரிக்கப் போர்க்கப்பலைக் கொலம்பியாவுக்கு அனுப்பினார். அங்கே தரையிறங்கிய அமெரிக்க வீரர்கள், அப்பகுதியைத் தங்களுடைய கட்டுப்பாட்டுக்குள் கொண்டு வந்து, அப்பகுதியில் பிரபலமாக இருந்த உள்ளூர் இராணுவத் தலைவரைக் கொன்றனர். அமெரிக்கா பனாமாவை ஒரு சுதந்திர நாடாக அறிவித்தது. தங்களுக்குத் தலையாட்டிய ஒருவரை அரசுக் கட்டிலில் உட்கார வைத்துவிட்டு, பனாமா கால்வாய் தொடர்பான முதல் ஒப்பந்தத்தை அமெரிக்கா அரங்கேற்றியது. வருங்காலத்தில் வரவிருக்கின்ற பனாமா கால்வாயின் இருமருங்கும் இருந்த இடங்கள் அமெரிக்காவைச் சேர்ந்தவையாக அறிவிக்கப்பட்டன. அது அமெரிக்க இராணுவத் தலையீட்டைச் சட்டரீதியாக நியாயப்படுத்தியது. புதிதாக உதயமாகியிருந்த அந்தச் 'சுதந்திர' நாட்டை அமெரிக்கா தன்னுடைய முழுக் கட்டுப்பாட்டுக்குள் கொண்டுவந்தது.

இதில் வேடிக்கை என்னவென்றால், அமெரிக்க உள்துறைச் செயலாளரான ஜான் ஹேயும், முதல் பனாமா கால்வாய்த் திட்டத்தில் பங்கேற்றப் பிரெஞ்சுப் பொறியாளரான பிலிப் புனாவ் வரிலாவும் இந்த ஒப்பந்தத்தில் கையெழுத்திட்டனர்; அதில் எந்தவொரு பனாமா நாட்டுக்காரரும் கையெழுத்திடவில்லை. சுருக்கமாகக் கூற வேண்டுமென்றால், அமெரிக்க நலன்களைப் பாதுகாப்பதற்காக, கொலம்பியாவிலிருந்து பனாமா கட்டாயமாகப்

பிரிய நேர்ந்தது. ஆனால் வரலாற்றைத் திரும்பிப் பார்க்கையில், அது வேறு ஒன்றின் தொடக்கமாக அமைந்துவிட்டதைக் கண்டுகொள்ள முடிகிறது.

அரை நூற்றாண்டுக்கும் மேலாக, அமெரிக்காவோடு வலுவான தொடர்புகளை வைத்திருந்த பெரும் பணக்காரக் குடும்பங்களைச் சேர்ந்த தன்னலக் கூட்டம் ஒன்றால்தான் பனாமா ஆளப்பட்டு வந்தது. அமெரிக்க நலன்களைப் பாதுகாப்பதற்குத் தேவையான அனைத்து நடவடிக்கைகளையும் மேற்கொண்ட வலதுசாரி சர்வாதிகாரிகள் அவர்கள். லத்தீன் அமெரிக்காவிலிருந்த பெரும்பாலான சர்வாதிகாரிகள் எப்படி அமெரிக்காவோடு கை கோர்த்துக் கொண்டார்களோ, அதுபோலவே, பனாமாவை ஆண்டவர்களும், அமெரிக்க நலன்களைப் பாதுகாப்பது என்பது சோசலிச நெடி தூக்கலாக இருந்த ஜனரஞ்சக இயக்கங்களை அடக்கி ஒடுக்குவது என்று அர்த்தப்படுத்திக் கொண்டனர். அதனால், அப்பிராந்தியம் முழுவதும் சிஐஏவும் என்எஸ்ஏவும் மேற்கொண்ட, கம்யூனிசத்திற்கு எதிரான நடவடிக்கைகளுக்கு அவர்கள் முழு ஆதரவு அளித்தனர். ராக்கஃபெல்லருடைய ஸ்டான்டர்டு எண்ணெய் நிறுவனம், அமெரிக்க ஃப்ரூட் நிறுவனம் போன்ற அமெரிக்கப் பெருநிறுவனங்களுக்கு அவர்கள் உதவினர். கிட்டத்தட்டக் கொத்தடிமைகளைப்போல வேலை செய்து கொண்டிருந்த தோட்டத் தொழிலாளர்கள், பெருநிறுவன ஊழியர்கள் மற்றும் பிற ஏழைகளின் வாழ்க்கைத் தரத்தை உயர்த்துவது என்பது அமெரிக்க நலன்களைப் பாதுகாப்பதாக ஆகாது என்று இந்த அரசாங்கங்கள் எண்ணியிருந்தது வெளிப்படை.

பனாமா நாட்டை ஆண்டு கொண்டிருந்த பணக்காரக் குடும்பங்கள் தன்னுடைய நலன்களைப் பாதுகாக்க உதவியதற்காக அமெரிக்கா அவர்களை நன்றாகவே பார்த்துக் கொண்டது. பனாமா சுதந்திரம் அடைந்ததாக அறிவிக்கப்பட்டதிலிருந்து 1968 வரை, பனாமாவின் ஆட்சியாளர்களின் சார்பாக அமெரிக்க இராணுவம் சுமார் பன்னிரண்டு தடவை தலையிட்டது. ஆனால், 1968 இல், பனாமாவுடைய வரலாற்றின் போக்கு திடீரென்று மாறியது. அப்போது நான் பீஸ் கார்ப்ஸ் தன்னார்வலராக எக்குவடோரில் பணியாற்றிக் கொண்டிருந்தேன். அப்போது பனாமாவை அமெரிக்க ஆசீர்வாதத்தோடு ஆண்டு கொண்டிருந்த அர்னுல்ஃபோ அரியாஸ் என்ற சர்வாதிகாரி ஒரு இராணுவப் புரட்சி மூலம் தூக்கியெறியப்பட்டார். ஓமர் டோரிஜோஸ் அந்த இராணுவப் புரட்சியில் தீவிரமாகப் பங்கேற்காமல் இருந்தபோதிலும், அவர் பனாமாவின் தலைவராக ஆனார்.

பனாமா நாட்டின் மத்திய வர்க்கத்தினராலும் ஏழைகளாலும்

டோரிஜோஸ் பெரிதும் மதிக்கப்பட்டார். அவர் சான்டியாகோ என்ற சிறு நகரத்தில் பிறந்து வளர்ந்தவர். அவருடைய பெற்றோர் பள்ளி ஆசிரியர்களாகப் பணியாற்றி வந்தனர். டோரிஜோஸ், பனாமாவின் முக்கிய இராணுவ அமைப்பான நேஷனல் கார்டில் வெகுவேகமாக முன்னேறினார். அப்படைக்கு 1960களில் ஏழை மக்களிடம் பெரும் ஆதரவு இருந்தது. ஒடுக்கப்பட்ட மக்களின் பிரச்சனைகளைக் காது கொடுத்துக் கேட்பவர் என்ற பெயரை டோரிஜோஸ் சம்பாதித்திருந்தார். அவர் சேரித் தெருக்களில் தயங்காது நடந்தார்; அரசியல்வாதிகள் நுழைய அஞ்சிய சேரிகளில் அவர் கூட்டங்களை நடத்தினார்; வேலை இல்லாதவர்கள் வேலை தேடிக் கொள்ள அவர் உதவினார்; நோயாலோ அல்லது வேறு துக்க நிகழ்வுகளாலோ பாதிக்கப்பட்டக் குடும்பங்களுக்கு அவர் தன்னிடமிருந்த சொற்பத் தொகையைக் கொடுத்து உதவினார்.

மக்கள்மீது டோரிஜோஸ் கொண்டிருந்த கருணை, வாழ்க்கைமீது அவர் கொண்டிருந்த நேசம் ஆகியவை பனாமாவின் எல்லைகளுக்கு அப்பாலும் சென்றடைந்தன. அப்பகுதியிலிருந்த நாடுகளிலிருந்து தப்பி வந்தவர்களுக்கு அடைக்கலம் கொடுத்த ஒரு நாடாக டோரிஜோஸ் பனாமாவை மாற்றினார். அதில் அவர் அரசியல் பாகுபாடுகள் எதுவும் காட்டவில்லை. சிலி நாட்டை ஆண்டு கொண்டிருந்த பினோசெட்டை எதிர்த்து வந்த இடதுசாரிகளிலிருந்து, ஃபிடெல் காஸ்ட்ரோவை எதிர்த்து வந்த வலதுசாரிகள்வரை அனைவரையும் அவர் ஏற்றுக் கொண்டார். பலர் அவரை அமைதியின் பாதுகாவலராகப் பார்த்தனர். அதனால் அப்பிராந்தியம் முழுவதும் அவருடைய புகழ் பரவியது. லத்தீன் அமெரிக்க நாடுகள் பலவற்றில் தங்களுக்குள் மோதிக் கொண்டிருந்த குழுக்களுக்கு இடையே இருந்த முரண்பாடுகளைக் களைவதற்குத் தன்னை அர்ப்பணித்துக் கொண்டவராக அவர் அடையாளம் காணப்பட்டார். அந்நாடுகளில், ஹோன்டுராஸ், குவாத்தமாலா, எல் சால்வடோர், நிகராகுவா, கியூபா, கொலம்பியா, பெரு, அர்ஜென்டினா, சிலி, பராகுவே ஆகியவை அடங்கும். இருபது இலட்சம் மக்கட்தொகையை மட்டுமே கொண்டிருந்த அவருடைய சிறிய நாடு, சமூகச் சீர்திருத்தங்களுக்கான ஒரு முன்மாதிரியாக விளங்கியது. சோவியத் ஒன்றியத்தைத் துண்டாடத் திட்டமிட்டிருந்த தொழிற்சங்கங்களிலிருந்து, லிபியாவின் கர்னல் கடாஃபி போன்ற இஸ்லாமியத் தீவிரவாதத் தலைவர்கள்வரை பலருக்கும் அவர் ஓர் உதாரணப் புருஷனாக விளங்கினார்.

பனாமாவில் நான் காலடி எடுத்து வைத்த அந்த முதல் நாள், காரில் சென்று கொண்டிருந்த என்னை நோக்கி, ஒரு விளம்பரப் பலகையிலிருந்து ஒரு புன்னகையை வீசிய அந்த அழகான, வசீகரமான, துணிச்சலான தலைவரால் நான்

உடனடியாகக் கவரப்பட்டேன். பாஸ்டன் பொது நூலகத்தில் நான் செலவழித்திருந்த நேரங்களிலிருந்து, அவர் கொள்கைப் பிடிப்புக் கொண்ட ஒரு தலைவர் என்பதை நான் அறிந்திருந்தேன். பனாமாவின் வரலாற்றில் முதன்முறையாக, அந்நாடு அமெரிக்காவினுடைய அல்லது வேறு எந்த நாட்டினுடைய கைப்பாவையாக இல்லாமல் இருந்தது. மாஸ்கோவும் பீஜிங்கும் காட்டிய சபலங்களுக்கு அவர் பலியாகவில்லை; சமூகச் சீர்திருத்தத்தில் அவர் நம்பிக்கை வைத்திருந்தார்; ஏழ்மையில் வாடிக் கொண்டிருந்தவர்களைக் கைதூக்கிவிட அவர் விரும்பினார். ஆனால், அதற்காக அவர் கம்யூனிசத்தைப் பரிந்துரைக்கவில்லை. ஃபிடெல் காஸ்ட்ரோவைப்போல அல்லாமல், அமெரிக்காவின் எதிரிகளோடு கைகோர்த்துக் கொள்ளாமலேயே அமெரிக்காவிடமிருந்து சுதந்திரம் பெற வேண்டும் என்பதில் அவர் உறுதியாக இருந்தார்.

ஏதோ ஊர் பேர் தெரியாத ஓர் இதழில், அமெரிக்கக் கண்டம் முழுவதிலும் நீண்டகாலமாக நிலவி வந்த அமெரிக்காவின் ஆதிக்கத்தை உடைத்தெறிந்து வரலாறு படைக்கவிருந்த ஒரு மனிதர் டோரிஜோஸ் என்று அவரைப் பாராட்டி வெளியிடப்பட்டிருந்த ஒரு கட்டுரையை நான் எதேச்சையாகப் படிக்க நேர்ந்தது. 1840களில் அமெரிக்கர்களிடையே பிரபலமாக இருந்த 'மேனிஃபெஸ்ட் டெஸ்டினி' என்ற கோட்பாட்டிலிருந்து அக்கட்டுரையாளர் அக்கட்டுரையைத் துவக்குகிறார்: வட அமெரிக்கா வெற்றி கொள்ளப்பட்டது ஒரு தெய்வீகமான செயல்; செவ்விந்தியர்களின் இனப்படுகொலைகள், காடுகள் அழிக்கப்பட்டது, எருமை இனங்கள் கிட்டத்தட்டக் கூண்டோடு அழிக்கப்பட்டது, சதுப்பு நிலங்களில் நீர் வற்றிப் போகச் செய்தது, ஆறுகளின் ஓட்டத்தைத் திசைதிருப்பிவிட்டது, மனித உழைப்பு மற்றும் இயற்கை வளங்களின் தொடர் சுரண்டல்களை நம்பி இருக்கும்படியான பொருளாதாரத்தை வளர்த்தெடுத்தது ஆகியவற்றுக்கு உத்தரவிட்டது கடவுள்தானே அன்றி, மனிதர்கள் அல்லர் என்று அக்கோட்பாடு முன்மொழிகிறது.

என்னுடைய நாடு இந்த உலகத்தைக் குறித்துக் கொண்டிருந்த கண்ணோட்டம் என்னைச் சிந்திக்க வைத்தது. 1823 இல் அமெரிக்க அதிபர் ஜேம்ஸ் மன்ரோவால் கொண்டுவரப்பட்ட மன்ரோ கோட்பாடு, மேனிஃபெஸ்ட் கோட்பாட்டை அடுத்தத் தளத்திற்கு எடுத்துச் செல்ல உதவியது; 1850களிலும் 1860களிலும், அக்கோட்பாடு, வட மற்றும் தென் அமெரிக்கக் கண்டங்கள் முழுவதும் அமெரிக்காவுக்குச் சிறப்புரிமை இருந்தது என்று முழங்கியது; அமெரிக்கக் கொள்கைகளுக்கு ஆதரவளிக்காத மத்திய மற்றும் தென்னமெரிக்க நாடுகளின்மீது

படையெடுத்துச் சென்று அவற்றை ஆக்கிரமிக்கின்ற உரிமையும் அதில் அடங்கும். அமெரிக்க இராணுவம் டொமினிகன் குடியரசுக்குள்ளும் வெனிசுவேலாவுக்குள்ளும் புகுந்ததையும், பனாமாவைப் பிரிப்பதற்காகக் கொலம்பியாவிற்குள் நுழைந்ததையும் நியாயப்படுத்த, தியோடர் ரூஸ்வெல்ட் மன்ரோ கோட்பாட்டைப் பயன்படுத்திக் கொண்டார். அதற்குப் பிறகு வந்த அமெரிக்க அதிபர்கள், குறிப்பாக, வில்லியம் ஹோவர்டு டாஃப்ட், உட்ரூ வில்சன், ஃபிராங்க்ளின் ரூஸ்வெல்ட் ஆகியோர், இருபதாம் நூற்றாண்டின் முற்பாதியில், அமெரிக்கக் கண்டமெங்கும் விஸ்தரித்தத் தங்களுடைய நடவடிக்கைகளை நியாயப்படுத்துவதற்கு இக்கோட்பாட்டைப் பயன்படுத்திக் கொண்டனர். இருபதாம் நூற்றாண்டின் பிற்பாதியில், வியட்நாம் மற்றும் இந்தோனேசியா உட்பட உலகமெங்கும் இக்கோட்பாட்டைக் கொண்டு செல்ல, அமெரிக்கா, கம்யூனிச அச்சுறுத்தலைக் காரணம் காட்டியது.

இப்போது அமெரிக்காவின் வழியில் டோரிஜோஸ் மட்டுமே குறுக்கே நின்றார். அவருக்கு முன்னால், ஃபிடெல் காஸ்ட்ரோ, அலன்டே போன்றவர்கள் அப்பாத்திரத்தை வகித்து வந்திருந்தபோதிலும், டோரிஜோஸ் மட்டுமே கம்யூனிசச் சித்தாந்தத்திற்கு வெளியே நின்று கொண்டு அதைச் செய்து கொண்டிருந்தார். அதோடு, அவர் தன்னுடைய இயக்கத்தை ஒரு புரட்சி என்று கூறிக் கொள்ளவில்லை. அவர் வெறுமனே, பனாமாவுக்குத் தன் சொந்த மக்கள்மீதும், தன் எல்லைக்கு உட்பட்ட நிலத்தின்மீதும், தன் நாட்டு நிலத்தை இரு பகுதிகளாகப் பிரித்துள்ள நீர்வழியின்மீதும் உரிமை இருக்கிறது என்று மட்டுமே கூறிக் கொண்டிருந்தார். அமெரிக்கா தனக்கு இருந்ததாகக் கூறிக் கொண்ட உரிமைகள் எந்த அளவுக்குச் செல்லுபடியாகக்கூடியவையோ, எந்த அளவுக்கு தெய்வீகமானவையோ, அதே அளவுக்குப் பனாமாவின் உரிமைகளும் செல்லுபடியாகக்கூடியவை, தெய்வீகமானவை என்று டோரிஜோஸ் கூறினார்.

அதோடு, பனாமாவில் அமெரிக்காவுக்குச் சொந்தமாக இருந்த கால்வாய்ப் பகுதியில் அமைக்கப்பட்டிருந்த 'த ஸ்கூல் ஆஃப் அமெரிக்காஸ்' (2001 இல் அதன் பெயர் 'த வெஸ்டர்ன் ஹெமிஸ்பியர் இன்ஸ்டிடியூட் ஃபார் செக்யூரிடி கோ–ஆபரேஷன்' என்று மாற்றப்பட்டது), 'யூஎஸ் சதர்ன் கமான்ட்ஸ் டிராப்பிகல் வார்ஃபேர் டிரெயினிங் சென்டர்' ஆகிய இரண்டும் பனாமாவிலிருந்து செயல்படுவதற்கு டோரிஜோஸ் எதிர்ப்புத் தெரிவித்து வந்தார். பல ஆண்டுகளாக, அமெரிக்க இராணுவம், லத்தீன் அமெரிக்கச் சர்வாதிகாரிகள் மற்றும்

அதிபர்களின் வாரிசுகளையும் இராணுவத் தலைவர்களையும் இம்மையங்களுக்கு வரவழைத்தது. வட அமெரிக்காவுக்கு வெளியே இருக்கின்ற மிகச் சிறந்த, மிகப் பெரிய இராணுவப் பயிற்சி முகாம் அது. அங்கு அவர்கள், கைதிகளைக் குறுக்கு விசாரணை செய்வதற்கான நவீன வழிமுறைகள், இரகசிய இராணுவ நடவடிக்கை எடுப்பதற்கான பயிற்சிகள், இராணுவ உத்திகள் போன்றவற்றைக் கற்றுக் கொள்கின்றனர். அங்கு கற்றுக் கொண்டுள்ளவற்றை அவர்கள் கம்யூனிச எதிர்ப்புக்கும் தங்களுடைய சொத்துகள் மற்றும் அதிகாரங்களைப் பாதுகாத்துக் கொள்வதற்கும், அமெரிக்க எண்ணெய் நிறுவனங்கள் மற்றும் பிற பெருநிறுவனங்களைப் பாதுகாப்பதற்கும் பயன்படுத்திக் கொள்கின்றனர். அங்கு வரும்போது, அம்மையங்களில் இருக்கின்ற அமெரிக்க உயரதிகாரிகளோடு பரிச்சயம் ஏற்படுத்திக் கொள்ளவும் அவர்களால் முடிகிறது.

இம்மையங்களால் பயன் பெறுகின்ற ஒரு சில பணக்காரக் குடும்பங்களைத் தவிர, லத்தீன் அமெரிக்காவில் இருக்கின்ற மற்ற அனைவரும் இவற்றை வெறுக்கின்றனர். பல நாடுகளில் சர்வாதிகாரிகளை அரியணையில் அமர வைப்பதற்குக் காரணமாக இருந்துள்ள வலதுசாரிக் கொலைகாரக் குழுக்களுக்கும் சித்திரவதையாளர்களுக்கும் பயிற்சியளிக்கின்ற கூடங்களாக அவை விளங்குகின்றன என்பதை எல்லோரும் அறிவர். இப்பயிற்சி மையங்கள் பனாமாவில் இருந்ததைத் தான் விரும்பவில்லை என்பதை டோரிஜோஸ் அமெரிக்கர்களிடம் தெள்ளத் தெளிவாகக் கூறிவிட்டிருந்தார். பனாமா கால்வாயை ஒட்டி இருக்கின்ற பகுதிகள் பனாமாவைச் சேர்ந்தவை என்பதையும் அவர் வலியுறுத்தினார்.

அந்த விளம்பரப் பலகையில் இடம் பெற்றிருந்த டோரிஜோஸின் உருவத்தையும், அதன் கீழ் இடம் பெற்றிருந்த, "ஓமரின் இலட்சியம் சுதந்திரம்; அதைக் கொல்வதற்கான ஏவுகணை இன்னும் கண்டுபிடிக்கப்படவில்லை !" என்ற வாசகத்தையும் பார்த்தபோது, என் முதுகுத்தண்டு சில்லிட்டது. பனாமாவின் கதை இன்னும் முடியவில்லை என்றும், டோரிஜோஸ் கடுமையான, துக்ககரமான காலகட்டத்தை எதிர்கொள்ள நேரிடும் என்றும் எனக்குத் தோன்றியது.

நாங்கள் நின்று கொண்டிருந்த நிறுத்தத்தில் எங்களுக்குப் பச்சை விளக்குக் கிடைத்ததும் எங்கள் கார் நகர்ந்தது. அப்போது நான் என்னுடைய நிலையைப் பற்றி நினைத்து பார்த்தேன். மெயின் நிறுவனம் வடிவமைத்திருந்த மாபெரும் வளர்ச்சித் திட்டம் ஒன்றைப் பனாமா ஏற்றுக் கொள்ளும்படி செய்வதற்காகவே நான் பனாமாவுக்கு அனுப்பி வைக்கப்பட்டிருந்தேன். இச்சிறிய,

ஆனால் முக்கியமான நாட்டில், மின்சக்தி, போக்குவரத்து, மற்றும் வேளாண்மைத் துறைகளில், உலக வங்கி, இன்டர் அமெரிக்க வளர்ச்சி வங்கி, யூஎஸ்எய்டு அமைப்பு ஆகியவை ஆயிரக்கணக்கான பில்லியன் டாலர்களைக் கொட்ட முன்வருவதை இத்திட்டம் நியாயப்படுத்தும். மற்ற இடங்களில் நடைபெற்றதைப்போலவே இத்திட்டமும் பனாமாவை ஒரு நிரந்தரக் கடனாளி நாடாக ஆக்குவதற்கும், முன்பு இருந்ததைப்போல ஒரு கைப்பாவை அரசை அங்கு நிறுவ அமெரிக்காவுக்கு உதவுவதற்கும் முன்னெடுக்கப்பட்ட ஒரு சாக்குப்போக்குத்தான்.

அன்று எங்களுடைய வாடகை ஊர்தி இரவின் ஊடாகச் சென்று கொண்டிருந்தபோது, என்னால் தாங்கிக் கொள்ள முடியாத ஒரு குற்றவுணர்வு என் உடலுக்குள் ஊடுருவி மறைந்தது. ஆனால் அதை நான் அடக்கி வைத்துவிட்டேன். நான் எதற்குக் கவலைப்பட வேண்டும்? ஜாவாவில் நான் ஏற்கனவே துணிந்து செயலில் இறங்கியிருந்தேன்; என் ஆன்மாவை அடகு வைத்திருந்தேன்; இப்போது எனக்குக் கிடைத்திருந்த ஒரு பொன்னான வாய்ப்பை நான் பயன்படுத்திக் கொள்ள வேண்டும், அவ்வளவுதான். இதைச் சாதித்துவிட்டால், பெரும் செல்வம், பிரபலத்துவம், அதிகாரம் ஆகிய மூன்று மாங்காய்களையும் ஒரே கல்லில் என்னால் கைவசப்படுத்திவிட முடியும்.

அத்தியாயம் 11

பனாமா கால்வாய்ப் பகுதிக் கடற்கொள்ளையர்

என்னை எல்லா இடங்களுக்கும் கூட்டிச் செல்வதற்காக, பனாமா அரசாங்கம் ஒரு நபரை அனுப்பி வைத்திருந்தது. அவருடைய பெயர் ஃபிடெல். பார்த்தவுடனேயே எனக்கு அவரைப் பிடித்துவிட்டது. உயரமாகவும் ஒல்லியாகவும் இருந்த அவர் தன் தாய்நாடு குறித்துப் பெருமை கொண்டிருந்தார். தன்னுடைய எள்ளுத் தாத்தா, பனாமா உட்படப் பல லத்தீன் அமெரிக்க நாடுகளுக்கு ஸ்பானியர்களிடமிருந்து விடுதலை பெற்றுத் தந்த சைமன் பொலிவரோடு போரிட்டவர் என்று ஃபிடெல் பெருமையாக என்னிடம் கூறினார். நான் தாமஸ் பெயினின் சொந்தக்காரன் என்று நான் அவரிடம் கூறினேன். தாமஸ் பெயின் எழுதிய 'காமன் சென்ஸ்' என்ற நூலின் ஸ்பானிஷ் மொழிபெயர்ப்பைத் தான் படித்திருந்ததாக ஃபிடெல் கூறியதைக் கேட்டு நான் மகிழ்ச்சியடைந்தேன். அவருக்கு ஆங்கிலம் பேசத் தெரிந்திருந்தது. அவருடைய நாட்டு மொழியான ஸ்பானிஷ் மொழியை என்னால் சரளமாகப் பேச முடியும் என்பதை அவர் தெரிந்து கொண்டபோது, அவர் உணர்ச்சிவசப்பட்டார்.

"உங்கள் நாட்டுக்காரர்கள் இங்கே பல ஆண்டுகள் இருந்தும் எங்களுடைய மொழியைக் கற்றுக் கொள்ள ஆர்வம் காட்டுவதில்லை," என்று அவர் அங்கலாய்த்துக் கொண்டார்.

ஃபிடெல் என்னை நகரின் செழிப்பான பகுதிக்கு ஒரு காரில் அழைத்துச் சென்று சுற்றிக் காட்டினார். அதை அவர் புதிய பனாமா என்று அழைத்தார். கண்ணாடியாலும் இரும்பாலும் கட்டப்பட்டிருந்த வானுயரக் கட்டடங்களை நாங்கள் கடந்து சென்றபோது, ரியோ கிரான்ட் நதிக்குத் தெற்கே உள்ள நாடுகளில் அதிகமான சர்வதேச வங்கிகளை உடைய நாடு பனாமாதான்

என்று ஃபிடெல் பெருமையுடன் கூறினார்.

"நாங்கள் 'அமெரிக்காவின் சுவிட்சர்லாந்து' என்று அழைக்கப்படுகிறோம். நாங்கள் எங்களுடைய வாடிக்கையாளர்களிடம் ஒரு சில கேள்விகளை மட்டுமே கேட்கிறோம்," என்று அவர் கூறினார்.

மாலை வேளையில் நாங்கள் பனாமா கால்வாய்ப் பக்கம் இருந்த ஒரு சாலை வழியாகச் சென்று கொண்டிருந்தோம். தூரத்தில் ஏராளமான கப்பல்கள் வரிசையாக அணிவகுத்து நின்றதை நான் பார்த்தேன். அதனால் நான் ஃபிடெலிடம், "கால்வாயில் ஏதாவது பிரச்சனையா?" என்று கேட்டேன்.

அதற்கு அவர் சிரித்துக் கொண்டே, "எப்போதும் இங்கு இப்படித்தான் இருக்கும். தங்களுடைய முறைக்காகக் கப்பல்கள் வரிசையாகக் காத்துக் கொண்டிருக்கும். இவற்றில் பாதி, ஜப்பானுக்குச் சென்று கொண்டிருக்கும், அல்லது ஜப்பானிலிருந்து திரும்பிக் கொண்டிருக்கும். அது அமெரிக்காவுக்குச் செல்கின்ற கப்பல்களைவிட அதிகம்," என்று பதிலளித்தார்.

அது எனக்குப் புதிய தகவல் என்று நான் அவரிடம் ஒப்புக் கொண்டேன்.

"இது எனக்கு வியப்பேற்படுத்தவில்லை. பெரும்பாலான வட அமெரிக்கர்களுக்கு, உலகின் பிற பகுதிகளைப் பற்றி எதுவும் தெரியாது," என்று அவர் கூறினார்.

நாங்கள் ஓர் அழகான பூங்கா அருகே நின்றோம். இடிபாடுகளுடன் இருந்த புராதனக் கட்டடங்கள்மீது போகென்வில்லா செடிகள் படர்ந்து கிடந்தன. அங்கிருந்த ஓர் அறிவிப்புப் பலகை, அக்கோட்டை அந்நகரை ஆங்கிலேயக் கடற்கொள்ளையரிடமிருந்து பாதுகாப்பதற்காகக் கட்டப்பட்டது என்று அறிவித்தது. ஒரு தம்பதியும் இரண்டு குழந்தைகளும் அடங்கிய ஒரு குடும்பம் அங்கே தரையில் உட்கார்ந்து 'இளைப்பாறத் தொடங்கினர். அவர்களோடு ஒரு முதியவரும் இருந்தார். அவர் அக்குழந்தைகளின் தாத்தாவாக இருக்க வேண்டும் என்று நான் அனுமானித்துக் கொண்டேன். அந்த ஐவரையும் சூழ்ந்திருந்த அமைதியை நானும் பெற வேண்டும் என்ற ஏக்கம் எனக்குள் திடீரென்று பீறிட்டுக் கிளம்பியது. நாங்கள் அவர்களைக் கடந்து சென்றபோது, அத்தம்பதியர் எங்களை நோக்கிப் புன்னகைத்தனர், கைகளை அசைத்து ஆங்கிலத்தில் வணக்கம் தெரிவித்தனர். அவர்கள் சுற்றுலாப் பயணியரா என்று நான் அவர்களிடம் கேட்டபோது, அதைக் கேட்டு அவர்கள் சிரித்தனர். அந்த நபர் எங்கள் அருகே வந்தார்.

"இந்தக் கால்வாய்ப் பகுதியில் வசிக்கின்ற மூன்றாவது தலைமுறையினர் நாங்கள்," என்று அவர் பெருமையாகக்

கூறினார். "கால்வாய் வெட்டப்பட்டு மூன்று ஆண்டுகள் கழித்து எங்களுடைய தாத்தா இங்கு வந்தார்," என்று கூறிய அவர், அங்கு அமர்ந்திருந்த முதியவரைச் சுட்டிக்காட்டி, "அது என்னுடைய அப்பா. அவர் ஒரு பொறியாளர். அவருடைய வழியைப் பின்பற்றி நானும் ஒரு பொறியாளராக ஆகியுள்ளேன்," என்று கூறினார்.

அவர்கள் அமர்ந்திருந்த இடத்திற்குப் பின்னால் சூரியன் நீல நிற நீரின் பின்னால் மறைந்து கொண்டிருந்தது. மொத்தத்தில் அது மோனெட் ஓவியத்தில் வருகின்ற ஓர் அழகான காட்சியைப்போலத் தோன்றியது. அவர்கள் அமெரிக்கக் குடிமக்களா என்று நான் அவரிடம் கேட்டேன்.

அவர் என்னை ஏற இறங்கப் பார்த்தார். "அதிலென்ன சந்தேகம்? இந்தக் கால்வாய்ப் பகுதி அமெரிக்காவுக்குச் சொந்தமானது." அப்போது அவருடைய மகன் ஓடி வந்து, தாங்கள் கையோடு கொண்டு வந்திருந்த உணவு பரிமாறப்பட்டிருந்ததாகக் கூறினான்.

"உங்களுடைய மகன் நான்காவது தலைமுறையாக இங்கு இருப்பானா?" என்று நான் அவரிடம் கேட்டேன்.

அதற்கு அவர் தன் இரு கரங்களையும் பிரார்த்தனை செய்வதுபோலக் கூப்பி, வானை நோக்கி உயர்த்தினார்.

"அவனுக்கு அப்படி ஒரு வாய்ப்புக் கொடுக்கும்படி நான் தினமும் கடவுளிடம் பிரார்த்தனை செய்து கொண்டிருக்கிறேன். இந்த மண்டலத்தில் வசிப்பது ஓர் அருமையான வாழ்க்கை," என்று கூறிய அவர், தன்னுடைய கைகளைக் கீழே இறக்கிவிட்டு, ஃபிடெலைப் பார்த்து, "இந்தக் கால்வாயை அமெரிக்கர்களாகிய நாங்கள் இன்னும் ஐம்பது ஆண்டுகளுக்கு வைத்திருக்க முடிந்தால் நன்றாக இருக்கும். இந்தக் கொடுங்கோலன் டோரிஜோஸ் பண்ணுகின்ற அலப்பறைகள் தாங்க முடியவில்லை. அவன் ஆபத்தானவன்," என்று கூறினார்.

என்னைத் திடீரென்று ஓர் ஆவேசம் ஆட்கொண்டது. நான் அவரிடம் ஸ்பானிஷ் மொழியில், "வரட்டுமா? நீங்களும் உங்களுடைய குடும்பத்தாரும் இந்நாட்டில் குதூகலமாக நேரத்தைச் செலவிடுவீர்கள் என்று நான் நம்புகிறேன். பனாமா நாட்டுக் கலாச்சாரத்தையும் கற்றுக் கொள்ளுங்கள்," என்று கூறினேன்.

அவர் என்னை வெறுப்புடன் பார்த்துக் கொண்டே, "நான் அவர்களின் மொழியைப் பேசுவதில்லை," என்று கூறினார். பின் அவர் விருட்டென்று திரும்பித் தன் குடும்பத்தார் அமர்ந்திருந்த இடத்தை நோக்கிச் சென்றுவிட்டார்.

ஃபிடெல் என்னருகே வந்து, என் தோள்மீது கை வைத்து லேசாக அழுத்தி, "நன்றி," என்று கூறினார்.

பின்னர் ஃபிடெல், சேரி என்று அவர் அழைத்த ஒரு பகுதியின் வழியாக எங்கள் காரை ஓட்டிச் சென்றார்.

"இது எங்களுடைய மிக மோசமான சேரி அல்ல. ஆனாலும் உங்களுக்கு இது ஒரு கோடி காட்டும்," என்று அவர் கூறினார்.

குண்டும் குழியுமாக இருந்த அத்தெருவெங்கும் அழுக்கு நீர் தேங்கிக் கிடந்தது. மெல்லிய மரப் பலகைகளால் ஆன வீடுகள் இருமருங்கும் இருந்தன. குப்பைகள் மற்றும் கழிவு நீரின் நாற்றம் எங்கள் காருக்குள் புகுந்தது. எங்கள் காரின் வேகம் குறைந்தபோது, பானை வயிற்றுடன் பரிதாபமாக இருந்த குழந்தைகள், என் சன்னலருகே வந்து, "மாமா," என்று என்னை அழைத்துப் பிச்சை கேட்டனர். அக்காட்சி எனக்கு ஜகார்த்தாவை நினைவுபடுத்தியது.

அங்கிருந்த பொதுச் சுவர்களில் ஏராளமான வாசகங்களும் படங்களும் கிறுக்கப்பட்டிருந்தன. வழக்கமான காதல் குறியீடான இதயங்களும் அவற்றுக்குள் இடம் பெற்றிருந்த காதலர்களின் பெயர்களும் ஒரு சில இருந்தன. ஆனால் பெரும்பாலான வாசகங்கள் அமெரிக்க வெறுப்பு மற்றும் எதிர்ப்பு முழக்கங்களாகவே இருந்தன: "வெள்ளை அமெரிக்கனே வெளியேறு," "எங்கள் கால்வாயை அசிங்கப்படுத்துவதை நிறுத்து," "அங்கிள் சாம்! அடிமைகளின் எஜமான்," "நிக்சனே, பனாமா வியட்நாம் அல்ல." அதில் இடம் பெற்றிருந்த வாசகங்களில் என் முதுகுத்தண்டைச் சில்லிட வைத்த வாசகம் இதுதான்: "விடுதலைக்காக உயிரை விடுவது இயேசுவை அடைவதற்கான வழி!" இந்த வாசகங்களுக்கு நடுவே ஆங்காங்கே ஓமர் டோரிஜோஸின் படங்களும் இடம் பெற்றிருந்தன.

"இப்போது நாம் அமெரிக்காவின் வசமிருக்கும் கால்வாய்ப் பகுதிக்குள் செல்லலாம். நீங்கள் ஓர் அமெரிக்கக் குடிமகன். அங்கு நுழைவதற்கான அதிகாரபூர்வமான அனுமதி எனக்கு வழங்கப்பட்டுள்ளது," என்று கூறிய ஃபிடெல் அப்பகுதியை நோக்கித் தன் வாகனத்தைச் செலுத்தினார். அங்கு நுழைவதற்கு முன்பு, அப்பகுதி பனாமாவின் பிற பகுதிகளிலிருந்து வேறுபட்டிருக்கும் என்று நான் எதிர்பார்த்திருந்தபோதிலும், அங்கு நான் கண்ட காட்சியை என்னால் நம்ப முடியவில்லை. செல்வச் செழிப்பு அங்கே குதியாட்டம் போட்டுக் கொண்டிருந்தது; பளிச்சென்ற வெள்ளை நிறத்திலிருந்த பெரிய கட்டடங்கள், அழகான வீடுகள், அவற்றுக்கு முன்னால் நேர்த்தியாக அழகுபடுத்தப்பட்டிருந்த புல் பாத்திகள், கடைகள், திரையரங்குகள் மற்றும் கோல்ஃப் மைதானம் என்று அப்பகுதி அமர்க்களப்பட்டுக் கொண்டிருந்தது.

ஃபிடெல் அது குறித்து விளக்கினார்: "இங்கு இருக்கின்ற அனைத்துச் சொத்துகளும் அமெரிக்காவுக்குச் சொந்தமானவை; இங்கிருக்கின்ற பல்பொருள் அங்காடிகள், சிகையலங்காரக்

கடைகள், அழகு நிலையங்கள், உணவகங்கள் போன்ற அனைத்துக்கும் பனாமா நாட்டுச் சட்டங்களிலிருந்தும் வரி விதிப்பிலிருந்தும் விலக்கு அளிக்கப்பட்டுள்ளன; இங்கே பதினெட்டுக் குழிகளைக் கொண்ட பல கோல்ஃப் மைதானங்கள் இருக்கின்றன; ஏராளமான அமெரிக்க அஞ்சல் நிலையங்கள் இருக்கின்றன; பள்ளிகளும் அமெரிக்க நீதிமன்றங்களும்கூட இருக்கின்றன. இது உண்மையில் ஒரு நாட்டுக்குள் இருக்கின்ற வேறொரு நாடு." பின் நாங்கள் கடந்து வந்திருந்த பனாமா நகரைச் சுட்டிக்காட்டியபடி, "அங்கு, மக்களின் சராசரி ஆண்டு வருமானம் ஆயிரம் டாலர்களுக்கும் குறைவு, வேலை இல்லாதவர்களின் எண்ணிக்கை விகிதம் முப்பது சதவீதம். நாம் கடந்து வந்த சேரியில் இருந்தவர்களில் பெரும்பாலானோர் வேலை இல்லாதவர்கள்," என்று ஃபிடெல் கூறினார்.

"இது குறித்து என்ன நடவடிக்கை எடுக்கப்பட்டுள்ளது?"

ஃபிடெல் என்னை நோக்கித் திரும்பினார். அவருடைய முகத்தில் தென்பட்டக் கோபம் மெதுவாக வருத்தமாக மாறியது.

"எங்களால் என்ன செய்ய முடியும்?" என்று கூறிய அவர் தன் தலையைப் பலமாக ஆட்டினார். "எனக்குத் தெரியாது. ஆனால் இதை மட்டும் என்னால் கூற முடியும்: டோரிஜோஸ் முயற்சி செய்கிறார். அதன் மூலம் அவர் தனக்கு மரணத்தைத் தருவித்துக் கொள்ளக்கூடும். ஆனால், தன் உடல், பொருள், ஆவி அனைத்தையும் அவர் தன் நாட்டுக்குக் கொடுக்கத் தயங்க மாட்டார். தன் மக்களுக்காகக் கடுமையாகப் போராடிய ஒரு மனிதராக டோரிஜோஸை வரலாறு பதிவு செய்யும்."

நாங்கள் கால்வாய் மண்டலப் பகுதியைவிட்டு வெளியேறியதும் ஃபிடெல் என்னிடம், ஒரு புன்னகையுடன், "உங்களுக்கு நடனமாடப் பிடிக்குமா?" என்று கேட்டார். பின் என் பதிலுக்குக் காத்திராமல், "முதலில் நாம் உணவருந்தலாம். அதற்குப் பிறகு நான் உங்களுக்குப் பனாமாவின் மற்றொரு பக்கத்தையும் காட்டுகிறேன்," என்று அவர் கூறினார்.

🌐 அத்தியாயம் 12

இராணுவத்தினரும் விலைமாதரும்

நாங்கள் ஓர் உணவகத்தில் சாப்பிட்டுவிட்டு, ஓர் இருண்ட தெரு வழியாகப் பயணித்தோம். அப்பகுதியில் ஒருபோதும் தனியாக நடக்க வேண்டாம் என்று ஃபிடெல் என்னை எச்சரித்தார். "இங்கு வருவதாக இருந்தால், வாசல்வரை வாடகைக் காரில் வந்து இறங்குங்கள்," என்று கூறிய அவர், பின்னால் இருந்த ஓரிடத்தைச் சுட்டிக்காட்டி, "அந்த வேலிக்குப் பின்னால்தான் கால்வாய் மண்டலப் பகுதி இருக்கிறது," என்று கூறினார்.

அவர் தொடர்ந்து காரை ஓட்டினார். நிறைய கார்கள் நின்று கொண்டிருந்த ஒரு திடலுக்கு நாங்கள் வந்து சேர்ந்தோம். ஒரு முதியவர் நொண்டியபடி நடந்து வந்தார். ஃபிடெல் காரிலிருந்து இறங்கி, அவரின் தோள்மீது தட்டிக் கொடுத்தார். பிறகு அவர் தன் காரை வாஞ்சையுடன் தடவினார்.

"என் காரை ஜாக்கிரதையாகப் பார்த்துக் கொள்ளுங்கள். இது என் பொக்கிஷம்," என்று ஃபிடெல் கூறிவிட்டு, அவரிடம் ஒரு பண நோட்டைக் கொடுத்தார்.

நாங்கள் அந்தக் கார் நிறுத்துமிடத்திலிருந்து வெளியே வந்து நடைபாதையில் சிறிது தூரம் நடந்தோம். நியான் விளக்குகளால் ஜொலித்துக் கொண்டிருந்த ஒரு தெரு எங்களை வரவேற்றது. இரண்டு சிறுவர் ஒருவரையொருவர் துரத்திக் கொண்டு எங்களை நோக்கி ஓடி வந்தனர். பின்னால் வந்த பெரிய பையன் முன்னால் இருந்த சிறுவனை நோக்கித் தன் கையில் வைத்திருந்த ஒரு சிறு பிரம்பால் துப்பாக்கி சுடுவதுபோல பாவனை செய்தான். ஓடி வந்த சிறுவன் ஃபிடெலின்மீது இடித்துவிட்டான். அவன் ஃபிடெலின் தொடை உயரத்திற்கு இருந்தான். பின் அச்சிறுவன் பின்பக்கமாக நகர்ந்து கொண்டான்.

அவன் மூச்சு வாங்கிக் கொண்டே ஃபிடெலிடம், "என்னை

மன்னித்துவிடுங்கள், சார்," என்று கூறினான்.

ஃபிடெல் அப்பையனின் தோளின்மீது கை வைத்து, "பரவாயில்லை, தம்பி," என்று கூறிவிட்டு, அவனைத் துரத்தி வந்து கொண்டிருந்த பெரிய பையனைச் சுட்டிக்காட்டி, "ஆமாம், அவன் ஏன் உன்னை நோக்கிச் சுடுகிறான் என்று சொல்," என்று அச்சிறுவனிடம் கேட்டார்.

அப்போது பெரிய பையனும் எங்கள் அருகே வந்து சேர்ந்தான். எங்கள் முன் இருந்த சிறுவனைப் பாதுகாப்பதுபோல அவன் அச்சிறுவனின் தோள்மீது தன் கைகளைப் போட்டபடி, "இது என் தம்பி," என்று கூறிவிட்டு, "எங்களை மன்னித்துவிடுங்கள்," என்றான்.

"ஒன்றும் பிரச்சனையில்லை," என்று கூறிவிட்டு மென்மையாகச் சிரித்த ஃபிடெல், "அவன் என்னைக் காயப்படுத்தவில்லை. நான் அவனிடம், நீ ஏன் அவனைச் சுடுகிறாய் என்று கேட்டுக் கொண்டிருந்தேன்," என்று கூறினார்.

அச்சகோதரர்கள் இருவரும் ஒருவரை ஒருவர் பார்த்துக் கொண்டனர். பின் பெரிய பையன் எங்களைப் பார்த்துப் புன்னகைத்தான். "அவன், கால்வாய் மண்டலப் பகுதியிலிருந்து வந்துள்ள வெள்ளை அமெரிக்க இராணுவத் தளபதி. அவன் என் அம்மாவைப் பலாத்காரம் செய்ய முயன்றான். அதனால், அவன் எங்கு இருக்க வேண்டுமோ, அங்கு அவனை அனுப்பிக் கொண்டிருக்கிறேன்," என்று அவன் விளக்கமளித்தான்.

ஃபிடெல் ஓரக்கண்ணால் என்னைப் பார்த்தார். பிறகு அவர் அப்பெரிய பையனிடம், "அவன் எங்கு இருக்க வேண்டும்?" என்று கேட்டார்.

"அவனுடைய நாட்டில், அமெரிக்காவில் இருக்க வேண்டும்."

"உங்களுடைய அம்மா இங்கு வேலை செய்கிறார்களா?"

அச்சிறுவர்கள் இருவரும் பெருமையுடன், அத்தெருவில் இருந்த ஒரு நியான் வெளிச்சத்தைச் சுட்டிக்காட்டினர். "அங்கிருக்கின்ற மதுவிடுதியில் மது ஊற்றிக் கொடுப்பவராக அவர் வேலை பார்த்துக் கொண்டிருக்கிறார்."

"சரி போய்க் கொள்ளுங்கள்," என்று ஃபிடெல் அச்சிறுவர்களிடம் கூறிவிட்டு, ஆளுக்கொரு நாணயத்தைக் கொடுத்தார். "ஜாக்கிரதையாக இருங்கள். வெளிச்சம் இருக்கும் இடத்தில் மட்டுமே விளையாடுங்கள்."

"சரி. நன்றி, சார்," என்று கூறிவிட்டு அவர்கள் அங்கிருந்து ஓடிவிட்டனர்.

நாங்கள் நடந்து கொண்டிருந்தபோது, ஃபிடெல் என்னிடம், பனாமாவில் விலைமாதராக இருப்பதைச் சட்டம் தடை செய்துள்ளது என்று விளக்கமளித்தார்.

“அப்பெண்கள் மதுவிடுதியில் வேலை செய்யலாம். ஆனால் அவர்களால் தங்களுடைய உடலை விற்க முடியாது. இறக்குமதி செய்யப்பட்டுள்ள பெண்களுக்கு மட்டுமே அதற்கு அனுமதி உண்டு.”

நாங்கள் ஒரு மதுவிடுதிக்குள் நுழைந்தோம். ஒரு பிரபலமான அமெரிக்கப் பாடல் சத்தமாக எங்களை வரவேற்றது. அச்சூழலுக்குப் பழக்கப்படுத்திக் கொள்ள என்னுடைய கண்களுக்கும் காதுகளுக்கும் ஒரு சில நொடிகள் பிடித்தன. கதவருகே வாட்டசாட்டமான இரண்டு அமெரிக்க வீரர்கள் சீருடையணிந்து நின்று கொண்டிருந்தனர். அவர்களுடைய தோள்பட்டையில் இருந்த குறியீடு அவர்களை இராணுவப் போலீஸ் என்று அறிவித்தது.

ஃபிடெல் என்னை ‘பார்’ அருகே அழைத்துச் சென்றான். அதற்கருகே ஒரு மேடை இருந்ததை நான் கவனித்தேன். அங்கு மூன்று பெண்கள் நடனமாடிக் கொண்டிருந்தனர். அவர்களுடைய தலையைத் தவிர்த்து அவர்கள் முழு நிர்வாணமாக இருந்தனர். ஒருத்தியின் தலையில் ஒரு மாலுமியின் தொப்பியும், அடுத்தவளின் தலையில் இராணுவ வீரர்களின் தொப்பியும் வீற்றிருந்தன. மூன்றாவது பெண் தன் தலையில் ஒரு கௌபாய் தொப்பியை அணிந்திருந்தாள். அவர்கள் சிரித்துக் கொண்டிருந்தனர். அவர்கள் தங்களுக்குள் ஒரு நடனப் போட்டியில் மோதிக் கொண்டிருந்தவர்கள்போல ஆடிக் கொண்டிருந்தனர். அக்காட்சி அமெரிக்காவிலுள்ள பாஸ்டன் போன்ற ஒரு நகரத்தில் உள்ள டிஸ்கோ விடுதியில் இடம் பெறுகின்ற ஒரு காட்சியைப்போலத் தோன்றியது. ஆனால் ஒரே ஒரு வேறுபாடு இங்கு இருந்தது. இங்கு இவர்கள் நிர்வாணமாக இருந்தனர்.

நாங்கள் ஆங்கிலத்தில் பேசிக் கொண்டிருந்த ஒரு சில இளைஞர்களைத் தாண்டிச் சென்றோம். அவர்கள் டி–சர்ட்டும் ஜீன்ஸ் பேன்டும் அணிந்திருந்தபோதிலும், அவர்களுடைய தலைமுடி, அவர்கள் கால்வாய் மண்டலப் பகுதியைச் சேர்ந்த அமெரிக்க இராணுவத்தினர் என்பதை வெளிப்படுத்தியது. அங்கு உணவும் மதுவும் பரிமாறிக் கொண்டிருந்த ஒரு பெண்ணின் பின்னால் சென்று ஃபிடெல் அவளுடைய தோளைத் தட்டினார். திரும்பிப் பார்த்த அவள், மகிழ்ச்சிக் கூச்சலிட்டாள். பின் அவள் அவரை அணைத்துக் கொண்டாள். அதை உன்னிப்பாகப் பார்த்துக் கொண்டிருந்த அந்த அமெரிக்க இராணுவ வீரர்கள், அதைத் தாங்கள் அங்கீகரிக்காததைப்போல ஒருவரை ஒருவர் பார்த்துக் கொண்டனர். இவளும் இறக்குமதி செய்யப்பட்டிருந்த ஒய்யாரி என்று அவர்கள் நினைத்திருக்கக்கூடும் என்று நான் சந்தேகப்பட்டேன். அவள் எங்களை ஒரு மூலைக்கு அழைத்துச்

சென்றாள். எங்கிருந்தோ ஒரு சிறு மேசையையும் இரண்டு நாற்காலிகளையும் அவள் கொண்டுவந்து போட்டாள்.

நாங்கள் உட்கார்ந்து கொண்டிருந்தபோது, ஃபிடெல், அருகிலிருந்த மேசையை ஒட்டி அமர்ந்திருந்த இருவரிடம் ஸ்பானிஷ் மொழியில் வணக்கம் கூறினார். அவர்கள் இருவரும், இராணுவ வீரர்களைப்போல அல்லாது, இஸ்திரி போடப்பட்டப் பேன்ட்டும் பிரின்ட் போடப்பட்ட அரைக்கைச் சட்டையும் அணிந்திருந்தனர். அப்பெண் எங்களுக்கு இரண்டு பாட்டில்கள் பீர் கொண்டுவந்து கொடுத்துவிட்டு அங்கிருந்து அகன்றாள். ஃபிடெல் அவளுடைய பின்புறத்தில் லேசாகத் தட்டினார். அவள் புன்னகைத்துவிட்டு அவரை நோக்கி ஒரு முத்தத்தைக் காற்றில் பறக்கவிட்டாள். நான் திரும்பிப் பார்த்தேன். பார் பக்கம் இருந்த அமெரிக்க இராணுவ இளைஞர்கள் எங்கள் பக்கம் பார்த்துக் கொண்டிருக்கவில்லை என்பதைக் கண்டு நான் சிறிது நிம்மதியடைந்தேன்.

அங்கிருந்தவர்களில் பெரும்பாலானோர் ஆங்கிலத்தில் பேசிக் கொண்டிருந்த அமெரிக்க இராணுவத்தினர். எங்கள் பக்கத்திலிருந்தவர்களைப்போல ஒரு சில பனாமாக்காரர்களும் அங்கு இருந்தனர். அவர்கள் டி–சர்ட் மற்றும் ஜீன்ஸ் அணிந்திருக்கவில்லை என்பதாலும், அவர்களுடைய தலைமுடியின் நிறத்தாலும் அவர்கள் தனித்துத் தெரிந்தனர். அவர்களில் ஒரு சிலர் மேசைகளுக்கு அருகே அமர்ந்திருந்தனர், சிலர் சுவரோரம் நின்று கொண்டிருந்தனர். மேய்ச்சல் ஆடுகளைக் கண்காணிக்கின்ற காவல் நாயைப்போல அவர்கள் மிகுந்த எச்சரிக்கையுடன் இருந்தனர்.

அங்கிருந்த பல பெண்கள் மேசைகளைச் சுற்றிச் சுற்றி வந்தனர்; அடிக்கடி இடம் பெயர்ந்து கொண்டிருந்தனர்; அவர்கள் வாடிக்கையாளர்களின் மடிகள்மீது உட்கார்ந்தனர்; உணவும் மதுவும் பரிமாறிக் கொண்டிருந்தவர்களைச் சத்தம் போட்டு அழைத்தனர்; ஆடிக் கொண்டும் பாடிக் கொண்டும், ஒருவர் மாற்றி மற்றொருவர் மேடைக்குச் சென்று கொண்டும் இருந்தனர். அவர்கள் பல விதமான உடைகளை அணிந்திருந்தனர். உடலைக் கவ்விப் பிடித்த ஸ்கர்ட்டுகள், ஜீன்ஸ் பேன்ட் மற்றும் டி–ஷர்ட்டுகள், தொளதொளவென தொங்கிக் கொண்டிருந்த ஆடைகள், உயரமான குதிகால்களை உடைய காலணிகள் போன்றவை அவற்றில் அடங்கும். அவர்களில் ஒருத்தி பழங்கால கவுனும் முகத்திரையும் அணிந்திருந்தாள்; மற்றொருத்தி நீச்சல் உடை அணிந்திருந்தாள். இங்கே தாக்குப்பிடிப்பதற்கு அவர்கள் தங்களுடைய அழகை மட்டுமே நம்பியிருக்க வேண்டும் என்பது வெளிப்படையாகத் தெரிந்தது. பனாமாவுக்கு வந்து இப்படி

இருக்கத் துணியும் அளவுக்கு அவர்களை விரட்டியிருக்கும் நிலை குறித்து நான் யோசித்தேன்.

அங்கு இசை சத்தமாக ஒலித்துக் கொண்டிருந்ததால், “இவர்கள் அனைவரும் வெளிநாட்டிலிருந்து வந்தவர்களா?” என்று நான் ஃபிடெலிடம் ஓர் உரத்த குரலில் கேட்டேன்.

“ஆமாம்,” என்று தலையசைத்த ஃபிடெல், அங்கு பரிமாறிக் கொண்டிருந்த பெண்களைச் சுட்டிக்காட்டி, “இவர்கள் மட்டும் விதிவிலக்கு. இவர்கள் பனாமாவைச் சேர்ந்தவர்கள்,” என்று கூறினார்.

“மற்றப் பெண்கள் எந்த வெளிநாடுகளிலிருந்து வந்துள்ளனர்?”

“ஹோன்டுராஸ், எல் சால்வடோர், நிகராகுவா மற்றும் குவாத்தமாலா.”

“உங்களுடைய அண்டை நாடுகள், இல்லையா?”

“கோஸ்ட்டா ரிக்காவும் கொலம்பியாவும் மட்டுமே எங்களுடைய நாட்டை ஒட்டியிருக்கின்ற அண்டை நாடுகள்.”

எங்களை அந்த மேசைக்கு அழைத்துச் சென்ற பெண் மீண்டும் வந்து ஃபிடெலின் மடிமீது அமர்ந்தாள். ஃபிடெல் அவளுடைய முதுகை மென்மையாக வருடிக் கொடுத்தார்.

பிறகு, அவர் மேடையில் ஆடிக் கொண்டிருந்த பெண்களைச் சுட்டிக்காட்டி, தன் மடிமீது அமர்ந்திருந்தவளிடம், “கிளாரிசா, அப்பெண்கள் ஏன் தங்களுடைய நாட்டைவிட்டு இங்கு வந்தனர் என்பதை இங்கே அமர்ந்திருக்கும் என்னுடைய வட அமெரிக்க நண்பருக்குச் சொல்,” என்று கேட்டுக் கொண்டார். மேடையில் ஏற்கனவே ஆடிக் கொண்டிருந்த பெண்கள் மேடையிலிருந்து கீழே குதித்தனர். அவர்களிடமிருந்த தொப்பிகளைப் பெற்றுக் கொண்ட வேறு மூன்று பெண்கள் அவர்களுடைய இடங்களை எடுத்துக் கொண்டனர். மேடையிலிருந்து இறங்கிய பெண்கள் உடையணியத் தொடங்கினர். இப்போது சால்சா இசை ஒலிக்கத் தொடங்கியது. புதிதாக மேடையேறியிருந்த பெண்கள், அந்த இசைக்கு ஏற்ப நடனமாடியபடி, தங்களுடைய உடைகளை ஒவ்வொன்றாகக் கழற்றி வீசினர்.

கிளாரிசா தன் வலது கரத்தை என்னை நோக்கி நீட்டி, “உங்களைச் சந்தித்ததில் எனக்கு மகிழ்ச்சி,” என்று கூறினாள். பிறகு அவள் எழுந்து கொண்டு, காலி பாட்டில்களை எடுத்துக் கொண்டு, “இதைவிட மோசமான கொடுமைகளிலிருந்து தப்பிப்பதற்காகவே அப்பெண்கள் இங்கு வந்துள்ளனர். நான் உங்களுக்கு இன்னும் கொஞ்சம் பீர் கொண்டு வருகிறேன்,” என்று கூறிவிட்டு அங்கிருந்து அகன்றாள்.

அவள் போனவுடன் நான் ஃபிடெலிடம், “உண்மையைச் சொல்லுங்கள். அப்பெண்கள் இங்கு அமெரிக்க டாலர்களைச்

சம்பாதிப்பதற்காகத்தானே வந்திருக்கிறார்கள்?" என்று கேட்டேன்.

"அது உண்மைதான். ஆனால் பாசிச சர்வாதிகாரிகள் ஆட்சி செய்கின்ற நாடுகளிலிருந்து ஏன் இத்தனைப் பேர் வர வேண்டும்?"

நான் மேடைப் பக்கம் திரும்பிப் பார்த்தேன். இப்போது ஆடிக் கொண்டிருந்த மூன்று பெண்களும் மாலுமியின் தொப்பியை ஒரு பந்துபோலத் தூக்கிப் போட்டு விளையாடிக் கொண்டிருந்தனர். நான் ஃபிடெலை நேருக்கு நேராகப் பார்த்தபடி, "நீங்கள் இதை வேடிக்கைக்காகச் சொல்லவில்லை, சரிதானே?" என்று கேட்டேன்.

"இல்லை," என்று அவர் தீவிரத்துடன் கூறினார். "இப்பெண்களில் பலர் தங்களுடைய தந்தையர், சகோதரர்கள், கணவன்மார்கள் மற்றும் நண்பர்களை இழந்தவர்கள். அவர்கள் கொலைகளையும் சித்திரவதைகளையும் அருகிலிருந்து பார்த்தவர்கள். இவர்களில் பலர் தங்களுடைய குழந்தைகளைத் தன்னந்தனியாக வளர்த்து வருகின்றனர். ஆட்டம் போடுவதும் விலைமாதர்களாக இருப்பதும்தான் அவர்களுக்கு இருக்கின்ற ஒரே வழி. இங்கு அவர்களால் ஏராளமான பணத்தைச் சம்பாதிக்க முடியும். ஓரளவு பணம் சேர்ந்தவுடன் அவர்களால் வேறு எங்கேனும் போய் ஒரு காபிக் கடை வைத்தோ அல்லது ஏதாவது ஒரு சிறு தொழில் செய்தோ பிழைத்துக் கொள்ள முடியும் . . . ."

அவர் பேச்சை முடிப்பதற்குள்ளாக, பாருக்கு அருகே ஏதோ அமளி உண்டாகியிருந்தது. மது பரிமாறிக் கொண்டிருந்த பெண்களில் ஒருத்தி, அங்கு நின்று கொண்டிருந்த இராணுவத்தினரில் ஒருவனைக் குத்தத் தன் முஷ்டியை மடக்கினாள். ஆனால் அவன் அவளுடைய கையைப் பிடித்து முறுக்கினான். அவள் கத்திக் கொண்டே தரையில் விழுந்தாள். அவன் சிரித்துக் கொண்டே தன் நண்பர்களிடம் ஏதோ கத்தினான். அவர்கள் அனைவரும் சேர்ந்து சிரித்தனர். கீழே விழுந்த பெண் தன்னுடைய மற்றொரு கையால் அவனை மீண்டும் அடிக்க முயன்றாள். இம்முறை அவன் இன்னும் வலுவாக அவளுடைய கையை முறுக்கினான். அவளுடைய முகம் வலியால் கோணியது.

வாசலில் நின்று கொண்டிருந்த அமெரிக்க இராணுவப் போலீஸ் இருவரும் நடந்து கொண்டிருந்தவற்றை அமைதியாக வேடிக்கைப் பார்த்துக் கொண்டிருந்தனர். ஃபிடெல் உடனே துள்ளியெழுந்து பாரை நோக்கிப் பாய்ந்தார். எங்களுடைய மேசைக்கு அருகே இருந்தவர்களில் ஒருவர் தன் கையைக் குறுக்கே நீட்டி ஃபிடலைத் தடுத்தார். "பொறுமையாக இருங்கள். என்ரிக் பார்த்துக் கொள்வார்," என்று அவர் கூறினார்.

மேடைக்குப் பக்கத்தில் மறைவாக நின்று கொண்டிருந்த, உயரமாகவும் நல்ல உடற்கட்டுடனும் இருந்த ஒரு பனாமாக்காரர் வெளியே வந்தார். கண்மூடித் திறப்பதற்குள், அவர் ஒரு பூனையைப்போல விரைவாக அந்த இராணுவ வீரன்மீது பாய்ந்தார். அவருடைய ஒரு கை அந்த வீரனின் கழுத்தை வளைத்துப் பிடித்தது; மறு கையால் அவர் ஒரு டம்ளர் நீரை அவனுடைய முகத்தின்மீது ஊற்றினார். அடிபட்டப் அப்பெண் அங்கிருந்து மெதுவாக நழுவிவிட்டாள். சுவரோரமாக நின்று கொண்டிருந்த பனாமாக்காரர்கள், அந்த வீரனைப் பிடித்திருந்தவரைச் சுற்றி ஒரு பாதுகாப்பு வளையம்போல நின்று கொண்டனர். அவர் அந்த வீரனைக் கொத்தாகத் தூக்கி, அவனிடம் ஏதோ கூறினார். அவர் என்ன கூறினார் என்பது எனக்குக் கேட்கவில்லை. பின் அவர் எல்லோருக்கும் கேட்கும்படி தன் குரலை உயர்த்தி ஆங்கிலத்தில் பேசினார்.

“இங்கு மதுவும் உணவும் பரிமாறிக் கொண்டிருக்கும் பெண்களை அணுக உங்களுக்கு அனுமதி கிடையாது. மற்றவர்களையும் பணம் கொடுத்தப் பிறகே உங்களால் தொட முடியும்.”

இப்போது, வாசலில் நின்று கொண்டிருந்த இரண்டு இராணுவப் போலீஸாரும் களத்தில் குறித்தனர். அவர்கள் அந்த வீரனைச் சூழ்ந்திருந்த பனாமாக்காரர்களை அணுகி, “என்ரிக், இனி நாங்கள் பார்த்துக் கொள்கிறோம்,” என்று கூறினர்.

என்ரிக் தான் பிடித்திருந்த இராணுவ வீரனைக் கீழே இறக்கி விட்டுவிட்டு அவனுடைய கழுத்தைக் கடுமையாக அழுத்தினார். அவன் வலியால் துடித்தான்.

“நான் சொன்னது உனக்குப் புரிந்ததா?” என்று என்ரிக் கேட்டதற்கு அந்த வீரன் தலையை ஆட்டினான். “நல்லது,” என்று கூறிவிட்டு, என்ரிக் அந்த வீரனை அந்த இரண்டு இராணுவப் போலீஸாரின் பக்கம் தள்ளினார். “இவனை இங்கிருந்து வெளியேற்றுங்கள்.”

அத்தியாயம் 13

இராணுவத் தளபதியுடன் நடைபெற்ற உரையாடல்கள்

அந்த அழைப்பு நான் முற்றிலும் எதிர்பார்த்திராத ஒன்று. பனாமாவுக்கு நான் மேற்கொண்டிருந்த அதே *1972* ஆம் ஆண்டுப் பயணத்தின்போது, ஒரு நாள், பனாமா அரசின் மின்வாரிய அலுவலகத்தில் எனக்கு ஒதுக்கப்பட்டிருந்த அறையில் புள்ளிவிபரங்களில் நான் மூழ்கிப் போயிருந்த நேரத்தில், யாரோ ஒருவர் என்னுடைய அறைக் கதவை மென்மையாகத் தட்டினார். என் கால்களைப் பாம்புபோலச் சுற்றிக் கொண்டிருந்த எண்களிடமிருந்து தப்பிப்பதற்கு எனக்கு ஒரு சாக்குப்போக்குக் கிடைத்திருந்ததாக மகிழ்ந்து, உள்ளே வரும்படி நான் அவரிடம் கூறினேன். டோரிஜோஸின் கார் ஓட்டுநர் என்று தன்னை அறிமுகப்படுத்திக் கொண்ட அவர், என்னை டோரிஜோஸின் பங்களாவுக்கு அழைத்துச் செல்வதற்காகத் தான் வந்திருந்ததாகத் தெரிவித்தார்.

ஒரு மணி நேரத்திற்குப் பிறகு நான் ஓமர் டோரிஜோஸுக்கு முன்னால் அமர்ந்திருந்தேன். அவர் பனாமா நாட்டுக்காரர்கள் வழக்கமாக அணிகின்ற உடையான காக்கி பேன்ட் மற்றும் அரைக்கைச் சட்டை அணிந்திருந்தார். அவர் உயரமாகவும் நல்ல உடற்கட்டுடனும் வசீகரமாகவும் இருந்தார். அவருக்கு அவ்வளவு பொறுப்புச் சுமைகள் இருந்தபோதிலும் அவர் ஆசுவாசமாகக் காணப்பட்டார்.

இந்தோனேசியா, குவாத்தமாலா, ஈரான் ஆகிய நாடுகளுக்குச் சமீபத்தில் நான் மேற்கொண்டிருந்த பயணங்களைப் பற்றி அவர் என்னிடம் கேட்டார். அந்த மூன்று நாடுகளும் அவரைக் கவர்ந்திருந்தன. குறிப்பாக ஈரானின் மன்னர் முகமது ரேசா

ஷா பஹ்லவி குறித்து அவர் அதிக ஆர்வம் கொண்டிருந்தார். ஷாவின் தந்தை ஹிட்லருடன் கூட்டுச் சேர்ந்திருந்ததாகக் குற்றம் சாட்டப்பட்டு, பிரிட்டிஷாரும் சோவியத்தும் பதவியிலிருந்து அவரைத் தூக்கியெறிந்தபோது, 1941 இல் ஷா பதவிக்கு வந்தார்.

"தன் சொந்தத் தந்தையையே பதவியிலிருந்து தூக்கியெறிவதற்கான சதித் திட்டத்தில் ஒருவன் ஈடுபடுவதை உங்களால் கற்பனை செய்ய முடிகிறதா?" என்று டோரிஜோஸ் என்னிடம் கேட்டார்.

அந்தப் பனாமா தலைவர், தொலைதூரத்தில் இருந்த ஈரானின் வரலாற்றைப் பற்றி நன்றாகவே அறிந்து வைத்திருந்தார். 1951 இல் எப்படி ஷாவின் நிலை தலைகீழாக மாறியது என்பதைப் பற்றியும், அவர் எப்படித் தன்னுடைய சொந்தப் பிரதம மந்திரியால் நாடு கடத்தப்பட்டார் என்பதைப் பற்றியும் நாங்கள் பேசினோம். பின்னர், முகமது மொசாடெக் ஒரு கம்யூனிஸ்ட் என்று குற்றம் சாட்டி அவரைத் தூக்கியெறிந்துவிட்டு, மீண்டும் ஷாவை அரியணையில் அமர வைத்தது சிஐஏதான் என்பதை டோரிஜோஸும் அறிந்திருந்தார். ஆனால் அதில் கெர்மிட் ரூஸ்வெல்ட் வகித்தப் பங்கு பற்றி அவர் அறிந்திருக்கவில்லை; அல்லது அதைப் பற்றி அவர் என்னிடம் குறிப்பிடவில்லை. ஷாவை மீண்டும் அதிகார பீடத்தில் அமர்த்தியது ஒரு புதிய ஏகாதிபத்திய யுகத்தின் தொடக்கமாக அமைந்தது; அமெரிக்கா கொண்டிருந்த 'உலகப் பேரரசு' கனவையும் அதுதான் பற்ற வைத்தது.

டோரிஜோஸ் தொடர்ந்து பேசினார்: "ஷா மீண்டும் அரியணையில் அமர வைக்கப்பட்டப் பிறகு, அவர் தொழிற்துறையை வளர்த்தெடுத்து, ஈரானை நவீன யுகத்திற்குக் கொண்டுவருவதை நோக்கமாகக் கொண்ட பல புரட்சிகரமான திட்டங்களைத் துவக்கினார்."

ஈரானைப் பற்றி அவருக்கு எப்படி இவ்வளவு விஷயங்கள் தெரியும் என்று நான் அவரிடம் கேட்டேன்.

"அப்படித் தெரிந்து கொள்வதை என் நோக்கமாக நான் வைத்திருக்கிறேன்," என்று பதிலளித்த அவர், தொடர்ந்து பேசினார்: "தன் தந்தையையே தூக்கியெறியத் தயாராக இருந்தமைக்காகவும், சிஐஏவின் கைப்பாவையாக ஆகியிருந்தமைக்காகவும் ஷாமீது எனக்குப் பெரிய மதிப்புக் கிடையாது. ஆனாலும் அவர் தன்னுடைய நாட்டுக்கு ஒரு சில நல்ல விஷயங்களைச் செய்துள்ளதுபோலத் தெரிகிறது. அவர் தொடர்ந்து பதவியில் இருக்கும் பட்சத்தில், அவரிடமிருந்து என்னால் சிலவற்றைக் கற்றுக் கொள்ள முடியும் என்று நான் நம்புகிறேன்."

“அவர் நீண்டகாலம் தாக்குப்பிடிக்க மாட்டார் என்று நீங்கள் நினைக்கிறீர்களா?”

“அவருக்கு வலிமையான எதிரிகள் இருக்கின்றனர்.”

“ஆனால், அவர் உலகிலேயே சிறந்த பாதுகாவலர்களைத் தன்னுடன் வைத்திருக்கிறாரே!”

டோரிஜோஸ் என்னை நக்கலாகப் பார்த்தார். “ஷாவின் இரகசியப் படையினரான சவாக், ஈவு இரக்கமற்றக் குண்டர்கள் என்று பெயரெடுத்துள்ளனர். அது உங்களுக்கு எந்த நட்பையும் பெற்றுக் கொடுக்காது. அவர் வெகுகாலம் தாக்குப்பிடிக்க மாட்டார்.” பின் தன் பேச்சைச் சிறிது நிறுத்திவிட்டு, அவர் என்னை நோக்கித் தன் கண்களை உருட்டினார். “பாதுகாவலர்களா? நான்கூடச் சிலரை வைத்திருக்கிறேன்,” என்று கூறிவிட்டு அவர் தன் அறையின் வாசல் பக்கம் தன் கையை ஆட்டி, “உங்களுடைய நாடு என்னை ஒழித்துக்கட்டத் தீர்மானித்தால், இவர்களால் என்னைக் காப்பாற்ற முடியும் என்று நீங்கள் நினைக்கிறீர்களா?” என்று என்னிடம் கேட்டார்.

“உண்மையிலேயே அப்படிப்பட்ட ஒரு சாத்தியக்கூறு இருக்கிறது என்று நீங்கள் நம்புகிறீர்களா?”என்று நான் அவரிடம் கேட்டேன்.

அவர் தன் புருவங்களை உயர்த்திய விதம், நான் அக்கேள்வியைக் கேட்டது குறித்து என்னை முட்டாள்தனமாக உணரச் செய்தது. “எங்களிடம் பனாமா கால்வாய் இருக்கிறது. அது ஜாக்கோபோ அர்பென்ஸையும் யுனைட்டெட் ஃபுரூட் நிறுவனத்தையும்விட மிகப் பெரியது,” என்று டோரிஜோஸ் கூறினார்.

நான் குவாத்தமாலாவைப் பற்றி ஆய்வு செய்திருந்தேன். அதனால் டோரிஜோஸ் என்ன சொல்ல வந்தார் என்பது எனக்குப் புரிந்தது. பனாமாவுக்குப் பனாமா கால்வாய் எப்படியோ, அதுபோல, குவாத்தமாலாவுக்கு யுனைட்டெட் ஃபுரூட் நிறுவனம் விளங்கியது. 1800களின் இறுதியில் தொடங்கப்பட்ட அந்நிறுவனம் மத்திய அமெரிக்காவிலேயே சக்திமிக்க ஒரு நிறுவனமாக வளர்ந்தது. 1950களின் தொடக்கத்தில், ஜாக்கோபோ அர்பென்ஸ், குவாத்தமாலாவின் அதிபராகத் தேர்ந்தெடுக்கப்பட்டார். வட மற்றும் தென் அமெரிக்கக் கண்டங்களிலேயே ஜனநாயக மரபை முறையாகக் கடைபிடித்து நடத்தப்பட்ட ஒரு தேர்தல் அது என்ற புகழ் அதற்கு உண்டு. அச்சமயத்தில் குவாத்தமாலாவில் இருந்த மொத்த நிலங்களில் 70 சதவீத நிலங்கள் வெறும் 3 சதவீத மக்களின் கைகளில் இருந்தன. ஏழை மக்களைப் பசியிலிருந்தும் பட்டினியிலிருந்தும் தான் மீட்கப் போவதாக அவர் தேர்தலுக்கு முன்பு கூறியிருந்தார். அதனால், தான் தேர்ந்தெடுக்கப்பட்டதும்,

நாடு முழுவதிலும் நிலச் சீர்திருத்த நடவடிக்கைகளை அவர் மேற்கொண்டார்.

“லத்தீன் அமெரிக்கா முழுவதிலும் இருந்த ஏழை மக்களும் நடுத்தர வர்க்கத்து மக்களும் அர்பென்ஸைத் தலையில் வைத்துக் கொண்டாடினர். அவர் என்னுடைய கதாநாயகனும்கூட. ஆனால், நாங்கள் எங்கள் மூச்சைப் பிடித்துக் கொண்டு, என்ன நடக்கப் போகிறதோ என்று காத்துக் கொண்டிருந்தோம். இந்த நடவடிக்கைகளை யுனைட்டெட் ஃபுரூட் நிறுவனம் எதிர்த்து வந்தது என்பதை நாங்கள் அறிவோம். ஏனெனில், குவாத்தமாலாவில் இருந்த நிலவுடைமையாளர்களில் மிகவும் கொடூரமான அடக்குமுறைகளைக் கையாண்டவர்கள் அவர்களாகத்தான் இருந்தனர்; அதோடு, அவர்களிடம் மிகப் பெரிய அளவில் நிலம் இருந்தது. கொலம்பியா, கோஸ்ட்டா ரிக்கா, கியூபா, ஜமைக்கா, நிகராகுவா, சான்டோ டொமிங்கோ, மற்றும் இங்கே பனாமாவில் மிகப் பெரிய பண்ணைத் தோட்டங்களை அவர்கள் கைவசப்படுத்தி வைத்திருந்தனர். எங்களைப் போன்றவர்களின் மனங்களில் புதிய யோசனைகள் உதிப்பதற்கு அர்பென்ஸ் காரணமாக இருப்பதை அனுமதிப்பது அவர்களுக்குக் கட்டுப்படியாகவில்லை. அர்பென்ஸை உயிருடன் விட்டு வைத்தால் அவர் எங்களுடைய நாடுகளில் இருப்பவர்கள்மீது தாக்கம் ஏற்படுத்திவிடுவார் என்று அவர்கள் நினைத்தனர்,” என்று டோரிஜோஸ் கூறினார்.

அதற்குப் பிறகு நடந்த கதையை நான் அறிவேன். யுனைட்டெட் ஃபுரூட் நிறுவனம் அமெரிக்காவில் ஒரு பெரிய அளவில் மக்கள் கருத்துகளைத் தங்கள் பக்கம் திருப்பும் செயல்திட்டத்தைக் கையில் எடுத்தது. அர்பென்ஸ் ரஷ்யர்களின் சதியின் ஓர் அம்சம் என்றும், குவாத்தமாலா சோவியத்தின் தாளத்திற்கு ஏற்ப ஆடுகின்ற ஒரு நாடு என்றும் பொதுமக்களையும் அமெரிக்கக் காங்கிரஸையும் நம்ப வைப்பதே அத்திட்டத்தின் நோக்கம். 1954 இல் சிஐஏ குவாத்தமாலாவில் ஒரு இராணுவப் புரட்சியை மறைமுகமாகத் தோற்றுவித்தது. அமெரிக்கப் போர் விமானங்கள் குவாத்தமாலா நகர்மீது குண்டு மழை பொழிந்தன. முறையான தேர்தல் மூலம் தேர்ந்தெடுக்கப்பட்டிருந்த அர்பென்ஸ் பதவியிலிருந்து அப்புறப்படுத்தப்பட்டார். அவருக்குப் பதிலாக, கர்னல் கார்லோஸ் காஸ்டில்லோ அர்மஸ் என்ற இரக்கமற்ற வலதுசாரி சர்வாதிகாரி அதிபர் பதவியில் அமர்த்தப்பட்டார்.

புதிய அரசாங்கம் எல்லாவற்றுக்கும் யுனைட்டெட் ஃபுரூட் நிறுவனத்திற்குக் கடன்பட்டிருந்தது; அவர்களுக்கு நன்றி தெரிவிக்கும் விதமாக, அந்த அரசாங்கம் நிலச் சீர்திருத்த முயற்சிகள் அனைத்தையும் திரும்பப் பெற்றுக் கொண்டது; அந்நிய முதலீட்டாளர்களுக்குக் கொடுக்கப்பட்ட

டிவிடென்டுக்கும் வட்டிகளுக்கும் போடப்பட்டிருந்த வரிகள் இரத்து செய்யப்பட்டன; தேர்தல்களில் கடைபிடிக்கப்பட்டு வந்த இரகசிய வாக்கெடுப்பு முறை ஒழிக்கப்பட்டது; புதிய அரசை விமர்சித்த ஆயிரக்கணக்கானோர் சிறைக்குள் தள்ளப்பட்டனர். காஸ்டில்லோவுக்கு எதிராகக் குரல் கொடுக்கத் துணிந்தவர்கள் அடக்கி ஒடுக்கப்பட்டனர். இருபதாம் நூற்றாண்டின் பிற்பகுதி முழுக்க அந்நாட்டில் தலைவிரித்தாடிய வன்முறை மற்றும் பயங்கரவாதத்திற்கு, யுனைட்டெட் ஃப்ரூட் நிறுவனம், சிஐஏ, சர்வாதிகாரி காஸ்டில்லோவின் தலைமையில் இயங்கிய இராணுவம் ஆகியவற்றின் கூட்டணிதான் காரணம் என்று வரலாற்றியலாளர்கள் கருதுகின்றனர்.

டோரிஜோஸ் தொடர்ந்து பேசினார்: "அர்பென்ஸ் படுகொலை செய்யப்பட்டார். அது உடல்ரீதியான படுகொலை அல்ல; அது அரசியல்ரீதியான படுகொலை. அவருடைய பண்புநலனின் படுகொலை." பேச்சைச் சிறிது நிறுத்திவிட்டு அவர் தன் புருவத்தைச் சுருக்கினார். பின் என்னிடம், "உங்கள் மக்களால் எப்படி இந்த சிஐஏ கருமாந்திரத்தைப் பொறுத்துக் கொள்ள முடிகிறது? என்னை அவ்வளவு எளிதில் அகற்றிவிட முடியாது. இங்கு என் மக்கள்தான் இராணுவம். அரசியல்ரீதியான படுகொலைச் சதி இங்கு எடுபடாது," என்று கூறிவிட்டு அவர் என்னை நோக்கிப் புன்னகைத்தார். "சிஐஏ நேரடியாக என்னைக் கொன்றால்தான் உண்டு."

நாங்கள் இருவரும் எங்களுடைய சொந்தச் சிந்தனையில் மூழ்கி, ஒரு சில கணங்கள் அமைதியாக இருந்தோம். டோரிஜோஸ்தான் முதலில் மௌனத்தைக் கலைத்தார்.

"யுனைட்டெட் ஃப்ரூட் நிறுவனத்தின் உரிமையாளர் யாரென்று உங்களுக்குத் தெரியுமா?" என்று அவர் என்னிடம் கேட்டார்.

"அமெரிக்கத் தூதுவரான ஜார்ஜ் புஷ்ஷின் நிறுவனமான ஸபாடா எண்ணெய் நிறுவனம்," என்று நான் பதிலளித்தேன்.

டோரிஜோஸ், "எப்படியாவது பிரம்மாண்டமாக முன்னேறிவிட வேண்டும் என்ற பேராவல் கொண்டவர் ஜார்ஜ் புஷ்," என்று கூறிவிட்டு, முன்னால் குனிந்து தன் குரலைத் தணித்துக் கொண்டு, "இப்போது நான் பெக்டெல்லில் இருக்கின்ற அவருடைய நண்பர்களுடன்தான் மல்லுக்கட்டிக் கொண்டு நிற்கிறேன்," என்று கூறினார்.

எனக்குத் தூக்கிவாரிப் போட்டது. பெக்டெல் நிறுவனம் உலகிலேயே சக்திமிக்க ஒரு பொறியியல் நிறுவனமாகும். பல திட்டங்களில் அந்நிறுவனம் அடிக்கடி மெயின் நிறுவனத்துடன் இணைந்து பணியாற்றுகின்ற ஒன்று. பனாமா குறித்தப் பெருந்திட்டத்தில், அவர்கள் எங்களுடைய முக்கியமான

போட்டியாளர்கள் என்றுதான் நான் நினைத்திருந்தேன்.

“நீங்கள் என்ன சொல்கிறீர்கள்?” என்று நான் கேட்டேன்.

“இப்போது இருக்கின்ற பனாமா கால்வாயில் இருப்பது போன்ற தொட்டிகள் இல்லாத, கடல் மட்டத்தில் இருக்கின்ற மற்றொரு புதிய பனாமா கால்வாயைக் கட்டுவது குறித்து நாங்கள் தீவிரமாக யோசித்துக் கொண்டிருக்கிறோம். அதைக் கட்டி முடித்தால், பெரிய கப்பல்கள் அதன் வழியாகப் பயணிக்க முடியும். ஜப்பான் இதற்கு நிதியுதவி அளிக்கத் தயாராக இருக்கக்கூடும்.”

“பனாமா கால்வாயை அதிகமாகப் பயன்படுத்துபவர்கள் ஜப்பானியர்கள்தானே?”

“ஆமாம். அவர்கள் இதற்கு நிதியுதவி அளிக்க முன்வந்தால், அவர்கள்தான் அதைக் கட்டிக் கொடுக்க விரும்புவார்கள்,” என்று டோரிஜோஸ் கூறினார்.

எனக்குப் புரிந்தது. “அப்படிச் செய்தால், பெக்டெல் இதிலிருந்து கழற்றிவிடப்படும்.”

“சமீபத்திய வரலாற்றிலேயே மிகப் பெரிய கட்டுமானத் திட்டத்தை அவர்கள் இழக்க நேரிடும். ரிச்சர்டு நிக்சன், ஜெரால்டு ஃபோர்டு மற்றும் ஜார்ஜ் புஷ்ஷின் நண்பர்களால் பெக்டெல் நிறுவனம் நிரம்பி வழிகிறது,” என்று டோரிஜோஸ் கூறினார். ஐக்கிய நாடுகள் அவைக்கான அமெரிக்கத் தூதுவராக இருந்த புஷ், அமெரிக்கக் காங்கிரஸின் கீழவையில் சிறுபான்மையினரின் தலைவராக இருந்த ஃபோர்டு ஆகிய இருவரையும் குடியரசுக் கட்சியின் செல்வாக்குமிக்கத் தரகர்களாகக் கருதிக் கொண்டிருந்தார் டோரிஜோஸ். “பெக்டெல் குடும்பத்தாருக்கு அமெரிக்கக் குடியரசுக் கட்சியில் மிகுந்த செல்வாக்கு உள்ளதாக நான் கேள்விப்பட்டிருக்கிறேன்,” என்று அவர் கூறினார்.

இந்த உரையாடல் என்னை மிகவும் அசௌகரியப்படுத்தியது. அவர் கடுமையாக வெறுத்த ஓர் அமைப்பு என்றென்றும் தொடர உதவிக் கொண்டிருந்தவர்களில் நானும் ஒருவன். அதை அவர் அறிந்திருந்தார் என்பதில் எனக்கு எந்த சந்தேகமும் இருக்கவில்லை. கட்டுமானத் திட்டங்களுக்காக சர்வதேசக் கடன்களைப் பெற வேண்டுமென்றால், அதற்குப் பதிலீடாக அத்திட்டங்களை நிறைவேற்ற அமெரிக்க நிறுவனங்களை அமர்த்திக் கொள்ள வேண்டும் என்ற நிபந்தனையை ஏற்றுக் கொள்ள அவரைச் சம்மதிக்க வைக்க வேண்டிய என் வேலை ஒரு பெரும் தடையைச் சந்தித்திருந்ததுபோல நான் உணர்ந்தேன். ஆனாலும் அவருடன் நேருக்கு நேர் மோதிப் பார்த்துவிடுவது என்று நான் தீர்மானித்தேன்.

அதனால் நான் அவரிடம், “ஜெனரல், எதற்காக நீங்கள்

என்னை இங்கு அழைத்தீர்கள்?" என்று கேட்டேன்.

அவர் தன் கைக்கடிகாரத்தைப் பார்த்துவிட்டு என்னை நோக்கிப் புன்னகைத்தார். "நாம் நம்முடைய விவகாரத்திற்கு வருவதற்கான வேளை வந்துவிட்டது. பனாமாவுக்கு உங்களுடைய உதவி தேவைப்படுகிறது. எனக்கும் உங்களுடைய உதவி தேவைப்படுகிறது."

நான் வியப்பின் உச்சிக்குச் சென்றேன். "என்ன சொல்கிறீர்கள்? என்னுடைய உதவியா? என்னால் உங்களுக்கு என்ன செய்ய முடியும்?"

"பனாமா கால்வாயை நாங்கள் எங்களுடைய பொறுப்பில் மீண்டும் எடுத்துக் கொள்வோம்," என்று கூறிவிட்டு, அவர் தன் நாற்காலியில் ஆசுவாசமாகச் சாய்ந்தார். "ஆனால், அது போதாது. நாங்கள் ஒரு முன்னுதாரணமாகவும் செயல்பட வேண்டும். எங்களுடைய ஏழை மக்களைக் குறித்து நாங்கள் அக்கறை கொண்டிருக்கிறோம் என்பதை நாங்கள் வெளிப்படுத்த வேண்டும்; எங்களுடைய சுதந்திரத்தை மீட்டெடுப்பதற்கான எங்களுடைய உறுதி, ரஷ்யா, சீனா அல்லது கியூபாவால் தீர்மானிக்கப்படுவதில்லை என்பதைத் தெளிவாக நாங்கள் காட்டியாக வேண்டும். பனாமா ஒரு நியாயமான நாடு என்பதையும், நாங்கள் அமெரிக்காவுக்கு எதிராக நிற்கவில்லை, மாறாக, எங்களுடைய மக்களுக்குப் பக்கத்துணையாக இருக்கிறோம் என்பதையும் உலகிற்கு நாங்கள் நிரூபிக்க வேண்டும்."

அவர் தன் கால் மேல் கால் போட்டுக் கொண்டு தொடர்ந்தார்: "அதைச் சாதிப்பதற்கு, இக்கண்டத்திலேயே இல்லாத அளவுக்குப் பெரியதொரு பொருளாதார அடிப்படைக் கட்டமைப்பை உருவாக்க வேண்டும். ஆமாம், மின்சாரம் வேண்டும். ஆனால் கடைக்கோடி ஏழைக்கும் சென்றடைகின்ற மின்சாரம்தான் வேண்டும். ஆனால் அதற்கு அரசு மானியம் தேவைப்படும். அது போக்குவரத்துக்கும் தகவல் தொடர்புக்கும் பொருந்தும். குறிப்பாக வேளாண்மை. அதற்கு உங்களுடைய பணம், அதாவது, உலக வங்கி மற்றும் இன்டர் அமெரிக்கன் வளர்ச்சி வங்கியிலிருந்து பணம் தேவைப்படும்."

அவருடைய கண்கள் என்னை ஊடுருவின. "உங்களுடைய நிறுவனத்திற்கு மேலும் வேலை தேவை என்பது எனக்குப் புரிகிறது. அது வழக்கமாக, திட்டங்களின் அளவை வேண்டுமென்றே ஊதிப் பெரிதாக்குவதன் மூலம் அதைச் சாதிக்கிறது. தேவையைவிட அதிக அகலமான சாலைகள், தேவையைவிடப் பெரிய மின் உற்பத்தி நிலையங்கள், தேவையைவிட ஆழமான துறைமுகங்கள் போன்றவை அதற்கான எடுத்துக்காட்டுகள். ஆனால் இம்முறை எல்லாம் வித்தியாசமாக இருக்கப் போகிறது. என் மக்களுக்கு

எது சிறந்த பயன்களைக் கொடுக்குமோ அதைக் கொடுங்கள். உங்கள் நிறுவனத்திற்கு அனைத்து வேலைகளையும் நான் கொடுக்கிறேன்."

அவர் முன்மொழிந்தது நான் முற்றிலும் எதிர்பார்க்காத ஒன்று. அது என்னை அதிர்ச்சிக்கு உள்ளாக்கிய அதே நேரத்தில் என்னைப் பரவசப்படுத்தவும் செய்தது. நான் மெயின் நிறுவனத்தில் கற்றுக் கொண்டிருந்த எதுவும் என்னை அதற்குத் தயார்படுத்தி இருக்கவில்லை. வெளிநாட்டு நிதியுதவி என்பது ஒரு மோசடி என்பது அவருக்கு நன்றாகவே தெரிந்திருந்தது. அது தனிப்பட்ட முறையில் அவரைப் பணக்காரராக ஆக்குகின்ற வேளையில் அவருடைய நாட்டைக் கடன் தளையில் மாட்ட வைத்துவிடும் நோக்கில் வடிவமைக்கப்பட்ட ஒன்று; பனாமா என்றென்றும் அமெரிக்காவுக்கும் பெருநிறுவனத்துவத்திற்கும் அடிமைப்பட்டுக் கிடப்பதற்காக உருவாக்கப்பட்ட ஒன்று. அதிகாரத்தில் இருக்கின்ற அனைத்து மனிதர்களையும் ஊழலுக்கு இரையாக்க முடியும் என்ற அனுமானத்தின் அடிப்படையில் இந்த அமைப்புமுறை அமைந்துள்ளது என்பதையும், அதை அவர் தன் தனிப்பட்ட நலனுக்குப் பயன்படுத்த விரும்பவில்லை என்பது ஓர் அச்சுறுத்தலாகப் பார்க்கப்படும் என்பதையும், அது ஒரு புதிய சங்கிலித் தொடர் விளைவை உருவாக்கி, மொத்த அமைப்பும் கவிழ்க்கப்பட வழிவகுத்துவிடும் என்பதையும் அவர் அறிந்திருந்தார் என்பதில் எனக்குச் சந்தேகம் எதுவும் இல்லை.

பனாமா கால்வாயின் காரணமாகத் தான் ஒரு தனித்துவமான, சிறப்பு அதிகாரத்தைக் கொண்டிருந்தோம் என்பதையும், அதே நேரத்தில் அது தன்னை இடர்பாடுகள் நிறைந்த ஓர் இடத்தில் வைத்திருந்தது என்பதையும் தெளிவாகப் புரிந்து வைத்திருந்த அத்தலைவரை நான் நிமிர்ந்து பார்த்தேன். அவர் மிகுந்த எச்சரிக்கையுடன் செயல்பட வேண்டியிருந்தது. பொருளாதாரரீதியாக வளர்ச்சி அடைந்து கொண்டிருந்த நாட்டு தலைவர்களின் தலைவராகத் தன்னை அவர் ஏற்கனவே நிலைநிறுத்திக் கொண்டிருந்தார். அவருடைய கதாநாயகரான அர்பென்ஸைப்போல உறுதியானதொரு நிலைப்பாட்டை எடுக்க அவர் முடிவு செய்தால், கண்டிப்பாக இந்த உலகம் அதை உற்றுக் கவனிக்கும். ஆனால் மெயின் போன்றவை உருவாக்கி வைத்துள்ள அமைப்பு அதற்கு எப்படி எதிர்வினையாற்றும்? லத்தீன் அமெரிக்க வரலாற்றில், மாண்டு போன மாவீரர்களுக்குப் பஞ்சமில்லை.

என்னுடைய சொந்த நடவடிக்கைகளை நியாயப்படுத்த நான் உருவாக்கி வைத்திருந்த அனைத்துக் காரணிகளையும் கேள்விக்கு உள்ளாக்கியிருந்த ஒரு மனிதரின் முன்னால் நான்

அமர்ந்திருந்தேன் என்பதும் எனக்குப் புரிந்தது. இந்த மனிதரிடம் குறைபாடுகளும் இருக்கத்தான் செய்தன. ஆனால் அவர், ஹென்றி மோர்கன் அல்லது பிரான்சிஸ் டிரேக்கைப்போல ஒரு கடற்கொள்ளைக்காரர் அல்லர். மிகச் சிறந்த மாலுமிகளாகவும் சாகச விரும்பிகளாகவும் திகழ்ந்த ஹென்ரியும் பிரான்சிஸும், தங்களுடைய கடற்கொள்ளைகளை நியாயப்படுத்த, ஆங்கிலேய அரசர்களால் வழங்கப்பட்ட அதிகாரபூர்வமான கடிதங்களைப் பயன்படுத்தினர். நான் முதன்முதலாக இந்நாட்டின் விமான நிலையத்திலிருந்து வந்த வழியில் பார்த்த விளம்பரப் பலகையில் இடம் பெற்றிருந்த "ஓமரின் இலட்சியம் சுதந்திரம்; அதைக் கொல்வதற்கான ஏவுகணை இன்னும் கண்டுபிடிக்கப்படவில்லை" என்ற வாசகத்திற்குச் சொந்தக்காரர் ஒரு வழக்கமான அரசியல் பெருச்சாளி அல்லர்.

அது என்னைச் சிந்திக்க வைத்தது. இலட்சியங்கள் மரிப்பதில்லை என்பது உண்மையாக இருக்கக்கூடும். ஆனால் அதற்குப் பின்னால் இருந்த இலட்சிய மனிதர்கள்? சே குவாரா, அர்பென்ஸ், அலன்டே போன்றவர்கள் அதற்கான சிறந்த எடுத்துக்காட்டுகள். இதில் மூன்றாமவர் மட்டுமே விட்டுவைக்கப்பட்டிருக்கிறார். ஆனால் அவர் எவ்வளவு காலம் தாக்குப்பிடிப்பார் என்பது கேள்விக்குறியே. இது மற்றொரு கேள்வியைத் தூண்டியது: டோரிஜோஸ் ஒரு தியாகியின் பாத்திரத்தை வகிக்கின்ற நிர்ப்பந்தத்திற்கு ஆளாக்கப்பட்டால், அதற்கு நான் எப்படி எதிர்வினையாற்றுவேன்?

அன்று அவரிடமிருந்து நான் விடைபெற்றுக் கொண்டபோது, நாங்கள் இருவரும் ஒன்றைப் புரிந்து வைத்திருந்தோம்: பெருந்திட்டத்திற்கான ஒப்பந்தத்தை அவர் மெயின் நிறுவனத்திற்குக் வழங்குவார்; பதிலுக்கு நான் டோரிஜோஸ் முன்வைத்த அம்சங்கள் நிறைவேற்றப்படுவதை உறுதி செய்ய வேண்டும்.

🌐 அத்தியாயம் 14

பொருளாதார வரலாற்றுக்குள் புகுந்த கபடமான காலகட்டம்

மெயின் நிறுவனத்தின் முதன்மைப் பொருளாதார வல்லுநர் என்ற பதவி, அந்நிறுவனத்தில் ஒரு துறையின் தலைவர் என்ற அந்தஸ்தை எனக்கு வழங்கியிருந்தது; அதனால், உலகெங்கும் நடத்தப்பட்டுக் கொண்டிருந்த ஆய்வுகளுக்கு நான் பொறுப்பாளராக இருந்தேன். அதோடு, தற்போதைய பொருளாதாரப் போக்குகள் மற்றும் கோட்பாடுகள் குறித்த விபரங்களை நான் என் விரல்நுனியில் வைத்திருக்க வேண்டும் என்றும் எதிர்பார்க்கப்பட்டது. 1970களின் தொடக்க ஆண்டுகள், சர்வதேசப் பொருளாதாரத்தில் பெரும் மாற்றங்கள் நிகழ்ந்து கொண்டிருந்த ஒரு காலகட்டமாக விளங்கியது.

1960களில் ஒரு சில நாடுகள் சேர்ந்து 'ஒப்பெக்' என்று சுருக்கமாக அழைக்கப்படுகின்ற பெட்ரோலிய ஏற்றுமதி நாடுகளின் கூட்டமைப்பு ஒன்றை உருவாக்கின. பெரும் பெட்ரோலியச் சுத்திகரிப்பு நிறுவனங்களின் அதிகாரத்தை முறியடிக்கவே பெட்ரோலிய உற்பத்தி நாடுகள் அதைத் துவக்கியிருந்தன. அதில் ஈரான் ஒரு முக்கியப் பங்கு வகித்தது. முகம்மது மொசாடெக்கை அப்புறப்படுத்திவிட்டுத் தன்னை அரியணையில் அமர்த்தியிருந்த சிஐஏவுக்கு ஷா பெரும் நன்றிக்கடன் பட்டிருந்தபோதிலும், தனக்கும் அதே கதி நேரலாம் என்பதை அவர் அறிந்திருந்தார். பெட்ரோலியச் செழிப்புமிக்க நாடுகளின் தலைவர்களிடம் இருந்த இந்த விழிப்புணர்வு அவர்களைக் கிலி கொள்ளச் செய்தது. ஏழு சகோதரிகள் என்று அழைக்கப்பட்ட முக்கிய சர்வதேச எண்ணெய் நிறுவனங்கள், பெட்ரோலியப் பொருட்களின் விலையைக் குறைப்பதற்காக நேர்மையற்ற முறையில் ஒன்றோடொன்று

ஒத்துழைத்துக் கொண்டிருந்தன. பெட்ரோலிய உற்பத்தி நாடுகளிடம் அவை வாங்குகின்ற விலையைக் குறைத்ததன் மூலம் அவற்றால் தம்முடைய இலாபத்தைக் கணிசமாக அதிகரித்துக் கொள்ள முடிந்தது. இதற்குப் பதிலடி கொடுக்கத்தான் ஓப்பெக் உருவாக்கப்பட்டது.

1970களில், ஓப்பெக், எண்ணெய் நிறுவனங்களை மண்டியிட வைத்தபோது, அவர்களுக்கு இடையேயான மோதல் உச்சகட்டத்தை அடைந்தது. தொடர்ச்சியாக மேற்கொள்ளப்பட்ட ஒருங்கிணைந்த நடவடிக்கைகள், 1973 இல் மேற்கொள்ளப்பட்டப் பெட்ரோலிய ஏற்றுமதித் தடையில் வந்த நின்றபோது, 1930களில் ஏற்பட்டப் பெரும் பணவீழ்ச்சியை ஒத்த நிலைமை ஏற்படலாம் என்ற அச்சத்தை அது தோற்றுவித்தது. வளர்ச்சியடைந்திருந்த உலகப் பொருளாதாரத்திற்கு அது கடும் அதிர்ச்சியைக் கொடுத்தது. வெகு சிலரால் மட்டுமே புரிந்து கொள்ளப்படக்கூடிய அளவில் அதன் பிரம்மாண்டம் இருந்தது.

அமெரிக்கா ஏற்கனவே மோசமாக இருந்த ஒரு தருணத்தில்தான் எண்ணெய் நெருக்கடியையும் எதிர்கொள்ள நேர்ந்தது. வியட்நாம் போரில் ஏற்பட்டிருந்த அவமானகரமான தோல்வி காரணமாக அந்நாடே ஒருவிதமான குழப்பத்திலும் பயத்திலும் சுய சந்தேகத்திலும் ஆழ்ந்திருந்தது. இருக்கும் பிரச்சனை போதாதென்று அப்போதிருந்த அமெரிக்க அதிபர் தன் பதவியை ராஜினாமா செய்யவிருந்தார். வாட்டர்கேட் ஊழல் மற்றும் வியட்நாம் தோல்வி மட்டுமே நிக்சன் சந்தித்துக் கொண்டிருந்த பிரச்சனைகள் அல்ல. எண்ணற்ற உலகப் பிரச்சனைகள் அவரை நெருக்கிக் கொண்டிருந்தன. இப்போது திரும்பிப் பார்க்கும்போது, அக்காலகட்டம் ஒரு புதிய அரசியல் மற்றும் பொருளாதார யுகத்தின் விளிம்பில் ஊசலாடிக் கொண்டிருந்தது என்பது தெளிவாகிறது. ஓப்பெக் நாடுகள் போன்ற 'சிறிய ஆட்டக்காரர்களின்' கைகள் உயர்ந்திருந்தன.

நடந்து கொண்டிருந்த உலக நிகழ்ச்சிகள் எனக்கு பிரமிப்பூட்டின. பெருநிறுவனத்துவம்தான் எனக்குச் சோறு போட்டுக் கொண்டிருந்தது என்றாலும், என் முதலாளிகள் நாயாய் பேயாய் அலையவிடப்பட்டிருந்ததைக் கண்டு நான் உள்ளூர மகிழ்ந்தேன். அது என் குற்றவுணர்வுக்கு லேசாக ஒத்தடம் கொடுத்திருந்திருக்கும்போலும்!

எண்ணெய் நெருக்கடி அரங்கேறிக் கொண்டிருந்தபோது, அதன் தாக்கம் உண்மையில் எப்படிப்பட்டதாக இருக்கும் என்று எங்களில் எவரும் அறிந்திருக்கவில்லை. அது குறித்து நாங்கள் எங்களுக்கென்று சில கோட்பாடுகளை வைத்திருந்தோம். இப்போது அவற்றைத் திரும்பிப் பார்க்கும்போது, 1950கள்

மற்றும் 1960களோடு ஒப்பிடுகையில் பொருளாதார வளர்ச்சி விகிதம் பாதி அளவுதான் இருந்தது. அப்படியே ஏற்பட்டிருந்த வளர்ச்சியும் கட்டமைப்புரீதியாக முற்றிலும் வித்தியாசமாக இருந்தது. அதனால் போதுமான அளவு வேலை வாய்ப்புகளை உருவாக்க முடியவில்லை என்பதால் வேலையில்லாதவர்களின் எண்ணிக்கை விண்ணைத் தொட்டது. சர்வதேச நிதி அமைப்புமுறைக்கும் ஒரு பெரிய அடி விழுந்தது. இரண்டாம் உலகப் போரின் முடிவிலிருந்து நடைமுறையில் இருந்து வந்த மாறாத அந்நியச் செலாவணி பரிமாற்ற விகித முறை உடைந்து நொறுங்கியது.

அக்காலகட்டத்தில் நான் அடிக்கடி என் நண்பர்களுடன் மதிய உணவு அருந்திக் கொண்டோ அல்லது வேலை முடிந்த பிறகு பீர் குடித்துக் கொண்டோ இந்த விவகாரங்களைப் பற்றி விவாதிப்பேன். அவர்களில் பலர் என் கீழ் வேலை செய்து கொண்டிருந்தவர்கள். எங்கள் நிறுவனத்தில் எனக்குக் கீழே நிறைய பெண்களை நான் வேலைக்கு எடுத்து அங்கிருந்த மரபை உடைத்துக் கொண்டிருந்தது தனிக்கதை. அவர்களில் பலர் இளமையானவர்கள், சுதந்திரமாகச் சிந்திக்கும் மனப்போக்கைக் கொண்டிருந்தவர்கள். சிலர் பாஸ்டன் நகரிலிருந்த பிற பெருநிறுவனங்களில் வேலை பார்த்தவர்கள், சிலர் உள்ளூர் கல்லூரிப் பேராசிரியர்கள். அமெரிக்கக் காங்கிரஸ் உறுப்பினர் ஒருவரின் உதவியாளரும் அவ்வப்போது எங்களுடன் கலந்து கொள்வார். இவை அதிகாரபூர்வமற்றக் கூட்டங்கள். சில நேரங்களில் இரண்டே இரண்டு பேர் மட்டும் கலந்து கொள்வோம். சில நேரங்களில் பத்துப் பன்னிரண்டு பேர் அக்கூட்டத்தில் இருப்பர். அச்சந்திப்புகள் எப்போதும் துடிப்புடனும் சத்தமாகவும் இருக்கும்.

அச்சமயத்தில் அந்த விவாதங்களில் கலந்து கொண்டிருந்தவர்களைவிட நான் மேம்பட்டவன் என்ற ஆணவப் போக்கு என்னிடம் குடிகொண்டிருந்ததை இப்போது அசைபோட்டுப் பார்க்கும்போது அது என்னை அசௌகரியமாக உணரச் செய்கிறது. அவர்களில் சிலர் தங்களுடைய வாஷிங்டன் தொடர்புகளையோ அல்லது தங்களுடைய முனைவர் பட்டத்தையோ சுட்டிக்காட்டிப் பெருமையடித்துக் கொள்ள முயன்றபோது, நான் ஒரு பெருநிறுவனத்தில் பணியாற்றிக் கொண்டிருந்த ஒரு பொருளாதார வல்லுநர் என்றும், உலகெங்கும் விமானத்தில் பறப்பவன் என்றும் கூறி நான் அவர்களுடைய வாயை அடைப்பேன். ஆனாலும், டோரிஜோஸ் போன்ற தலைவர்களைத் தனிப்பட்ட முறையில் சந்திக்கின்ற ஒருவன் நான் என்பதையோ, உலகிலுள்ள பல நாடுகளை நாங்கள் எங்கள்

இஷ்டத்திற்கு வளைத்து வருவதற்குத் துணை போகின்றவன் நான் என்பதையோ என்னால் வெளிப்படுத்திக் கொள்ள முடியாது. அது எனக்குள் ஒருவிதமான அகங்காரத்தையும் விரக்தியையும் ஒருங்கே தோற்றுவித்தது.

சிறிய ஆட்டக்காரர்களின் சக்தி குறித்த விவாதங்கள் எழுந்தபோது, நான் வெகுவாக என்னைக் கட்டுப்படுத்திக் கொள்ள வேண்டியிருந்தது. ஏனெனில், என்னுடன் விவாதித்துக் கொண்டிருந்தவர்களால் ஒருபோதும் அறிய முடியாத பெருநிறுவனத்தும், பொருளாதார அடியாட்களின் செயல்பாடுகள், அச்சிறிய ஆட்டக்காரர்களின் ஆட்டம் தொடராமல் இருப்பதை உறுதி செய்வதற்காக இரகசியமாகக் காத்துக் கொண்டிருக்கின்ற ஜாக்கல்கள் போன்ற விஷயங்கள் பல எனக்குத் தெரிந்திருந்தன. பொதுவெளிக்கு வந்திருந்த அர்பென்ஸ் மற்றும் மொசாடெக், 1973 இல் சிஐஏவால் தூக்கியெறியப்பட்ட, மக்களால் தேர்ந்தெடுக்கப்பட்டிருந்த சிலி நாட்டுத் தலைவர் சல்வடார் அலன்டே போன்றவர்களை மட்டுமே என்னால் எடுத்தாள முடியும். ஓப்பெக் தலைதூக்கியிருந்தும், உலகெங்கும் அமெரிக்காவின் பிடி இறுகிக் கொண்டிருந்ததை நான் புரிந்து கொண்டிருந்தேன். ஆனால், ஓப்பெக் இவர்களை எதிர்க்காமல் இவர்களுக்கு உதவிக் கொண்டிருந்ததோ என்ற சந்தேகம் அப்போது எனக்கு லேசாக இருந்தது; பின்னாளில் அது உறுதி செய்யப்பட்டது.

எங்களுடைய விவாதங்கள் 1970களின் தொடக்கத்திற்கும் 1930களின் தொடக்கத்திற்கும் இடையே இருந்த ஒற்றுமையில் கவனம் செலுத்தின. 1930கள் சர்வதேசப் பொருளாதாரத்தில் ஒரு முக்கியமான திருப்புமுனையாக அமைந்தன. அந்தப் பத்தாண்டுகள், ஜான் மேனார்டு கீன்ஸ் என்ற பொருளாதார வல்லுநரின் கீனீசியப் பொருளாதாரத்திற்கு வாசற்கதவைத் திறந்துவிட்டன. அதோடு, பொதுச் சுகாதாரம், வேலையில்லாதவர்களுக்கு உதவித் தொகை மற்றும் பிற வடிவங்களில் அமைந்திருந்த சமூக நலத் திட்டங்கள் போன்றவற்றை வழங்குவதிலும், சந்தையைக் கட்டுப்படுத்துவதிலும் அரசாங்கம் ஒரு முக்கியப் பங்கு வகிக்க வேண்டும் என்ற யோசனைக்கும் அவை வித்திட்டன.

1930களில் ஏற்பட்டப் பணவீழ்ச்சியும் இரண்டாம் உலகப் போரும், உலக வங்கி, ஐஎம்எஃப், ‘ஜெனரல் அக்ரிமென்ட் ஆன் டேரிஃப்ஸ் அன்ட் டிரேட்’ என்று அழைக்கப்படுகின்ற ‘காட்’ ஒப்பந்தம் ஆகியவை தோன்றக் காரணமாயின. 1960கள் இதில் முக்கியப் பங்கு வகித்தன. இவை அமெரிக்க அதிபர்கள் கென்னடி மற்றும் ஜான்சன் ஆட்சிக் காலங்களில் நடந்தேறின. அதில் குறிப்பிடத்தக்கச் செல்வாக்கைச் செலுத்திய ஒரு மனிதர்

ராபர்ட் மெக்நமாரா.

ராபர்ட் மெக்நமாரா எங்களுடைய விவாதங்களில் அடிக்கடிக் கலந்து கொண்டார் – நேரில் அல்ல, ஒரு விவாதப் பொருளாக! அவருடைய கதையை நாங்கள் அனைவருமே அறிந்திருந்தோம். 1949 இல் ஃபோர்டு மோட்டார் நிறுவனத்தில் ஒரு மேலாளராக வாழ்க்கையைத் துவக்கிய அவர், 1960 இல் அந்நிறுவனத்தின் தலைவராக ஆனார். ஃபோர்டு நிறுவனத்தில் ஃபோர்டு குடும்ப உறுப்பினர்கள் அல்லாத முதல் தலைவர் அவர்தான். விரைவிலேயே கென்னடி அவரைப் பாதுகாப்புத் துறைச் செயலாளராக நியமித்தார்.

மெக்நமாரா, அரசாங்கத்தில் கீனிஸ அணுகுமுறையைப் புகுத்தினார். வியட்நாம் போரின்போது, இராணுவத்தின் அளவைத் தீர்மானிப்பதற்கும், போருக்கான நிதியை ஒதுக்குவதற்கும், வேறு பல யுத்தத் தந்திரங்களைத் தீர்மானிப்பதற்கும் அவர் கணிதரீதியான மாதிரிகளையும் புள்ளிவிபரங்களையும் பயன்படுத்தினார். எடுத்துக் கொண்ட குறிக்கோளை அடைவதில் தீவிரமான அணுகுமுறையைக் கொண்டிருந்த தலைமைத்துவத்தைப் பிரபலப்படுத்தியது அவருடைய முத்திரையாக இருந்தது. அது அரசாங்க நிர்வாகிகளிடம் மட்டுமல்லாமல் பெருநிறுவன நிர்வாகிகளிடமும் பரவியது. நாட்டிலுள்ள முக்கியமான வணிகப் பள்ளிகளில் நிர்வாகத்தைக் கற்றுக் கொடுக்கின்ற அணுகுமுறைக்கான புதிய அடிப்படைச் சித்தாந்தமாகவும் அது உருவெடுத்தது. இறுதியில், அமெரிக்காவை உலகப் பேரரசாக ஆக்குவதற்கான முயற்சியில் முழு மூச்சுடன் இறங்கிய, புதிய முதன்மை நிர்வாக அதிகாரிகளின் மந்தை ஒன்று உருவாகவும் அது காரணமாயிற்று.

மெக்நமாரா, பாதுகாப்புத் துறைச் செயலாளர் பதவியிலிருந்து ஓய்வு பெற்றதும் உடனடியாக உலக வங்கியின் தலைமைப் பொறுப்பை ஏற்றுக் கொண்டார். உலக நிகழ்வுகள் குறித்த எங்களுடைய விவாதங்களின்போது, உலக வங்கியின் தலைவராக மெக்நமாரா பணியாற்றிய காலகட்டம் குறித்து நாங்கள் அதிகமாக ஈர்க்கப்பட்டோம். ஒரு நாட்டின் இராணுவத்திற்கும் அந்நாட்டில் இயங்கி வந்த ஆயுத உற்பத்தித் தொழிற்துறைக்கும் இடையே ஏற்பட்டிருந்த புதிய கூட்டணிக்கு அவர் வித்திட்டது குறித்து என் நண்பர்களில் பலர் அப்போது கவனம் செலுத்தினர். அவர் முதலில் ஒரு தனியார் நிறுவனத்தின் தலைமைப் பொறுப்பில் இருந்தார்; அடுத்து அரசின் பாதுகாப்புத் துறைத் தலைவராகப் பணியாற்றினார்; இறுதியில், உலகிலேயே சக்திமிக்க ஒரு வங்கியின் தலைவராக அவர் நியமிக்கப்பட்டார். தனித்தனியாகச் செயல்பட வேண்டிய துறைகளின் பிணைப்பு என் நண்பர்களில்

பலருக்கு அதிர்ச்சியாக இருந்தது. எங்கள் கூட்டத்தில் இது குறித்து வியப்படையாதவன் நான் ஒருவன் மட்டுமே.

அதற்கு முன்பு ஒருபோதும் இருந்திராத அளவில் உலகளாவிய பேரரசு ஒன்றுக்கு வித்திடும் விதத்தில் உலக வங்கியை வளைத்தது, வரலாற்றுக்கு ராபர்ட் மெக்நமாரா அளித்த ஒரு பெரிய, விஷமத்தனமான பங்களிப்பு என்பதை இப்போது என்னால் பார்க்க முடிகிறது. அதோடு, அது ஓர் ஆபத்தான முன்னுதாரணமாகவும் அமைந்துவிட்டது. அவர் தொடங்கி வைத்தப் பணியை அவருக்குப் பின் அப்பதவிக்கு வந்தவர்கள் அடுத்தத் தளத்திற்கு எடுத்துச் சென்றுவிட்டனர்.

நான் ஒரு பொருளாதார அடியாளாகப் பணியாற்றிக் கொண்டிருந்த காலத்தில் இது நடைபெற்றது என்றாலும் இன்றளவும் இது தொடர்ந்து கொண்டே இருக்கிறது. எடுத்துக்காட்டாக, ஜார்ஜ் ஷுல்ட்ஸ், நிக்சனின் கீழ் அமெரிக்கக் கருவூலத் துறைச் செயலாளராகவும் பொருளாதாரக் கொள்கை வகுப்புக் கவுன்சிலின் தலைவராகவும் பணியாற்றினார். இப்பதவியிலிருந்து ஓய்வு பெற்றதும், அவர் பெக்டெல் நிறுவனத்தின் தலைவராகப் பணியாற்றினார். பின்னர் ரீகனின் கீழ் அமெரிக்க உள்துறைச் செயலாளராகவும் அவர் பணியாற்றினார். பெக்டெல்லின் உதவித் தலைவராகப் பணியாற்றிய காஸ்பர் வெயின்பர்கர், பின்னர் ரீகனின் கீழ் பாதுகாப்புத் துறைச் செயலாளராகப் பணியாற்றினார். ஜான்சனின் கீழ் சிஐஏ இயக்குநராகப் பணியாற்றிய ரிச்சர்டு ஹெல்ம்ஸ் நிக்சனின் கீழ் ஈரானின் அமெரிக்கத் தூதராக நியமிக்கப்பட்டார். ஜார்ஜ் எச். டபிள்யூ. புஷ்ஷின் கீழ் பாதுகாப்புத் துறைச் செயலாளராக இருந்த ரிச்சர்டு செனி அப்பதவியிலிருந்து ஓய்வு பெற்றதும், ஹாலிபர்ட்டன் நிறுவனத்தின் தலைவராகப் பணியாற்றினர். பின்னர் ஜார்ஜ் டபிள்யூ புஷ் அதிபரானபோது, அவர் அமெரிக்காவின் உதவி அதிபராக ஆனார். கான்டலீசா ரைஸ், புஷ்ஷின் கீழ் உள்துறைச் செயலாளராகப் பணியாற்றுவதற்கு முன்பாக, செவ்ரான் நிறுவனத்தின் நிர்வாகக் குழுவில் ஓர் இயக்குநராகப் பணியாற்றினார். பில் கிளின்டனின் கீழ் கருவூலச் செயலாளராகப் பணியாற்றிய ராபர்ட் ரூபின் அதற்கு முன்பு கோல்டுமேன் சாக்ஸ் நிறுவனத்தின் இணைத் தலைவராகப் பணியாற்றினார். அமெரிக்க அதிபரான ஜார்ஜ் எச் டபிள்யூ புஷ்கூட முதலில், ஜபாடா பெட்ரோலியம் நிறுவனத்தைத் தோற்றுவித்தார்; பிறகு நிக்சன் மற்றும் ஃபோர்டின் கீழ் ஐக்கிய நாடுகள் அவையின் அமெரிக்கத் தூதுவராக அவர் பணியாற்றினார்; ஃபோர்டின் ஆட்சிக் காலத்தில் அவர் சிஐஏயின் இயக்குநராக இருந்தார். பராக் ஒபாமாவும் பெருநிறுவனங்கள் மற்றும் வால்

ஸ்டிரீட் நிறுவனங்களில் உயர் பதவிகளில் இருந்தவர்களுக்கு முக்கியப் பதவிகளைக் கொடுத்தார்; ஃபெடரல் ரிசர்வ் பேங்க் ஆஃப் நியூயார்க்கின் முன்னாள் தலைவர் டிமோத்தி கீத்னரைக் கருவூலச் செயலாளராக அவர் நியமித்தார்; அமெரிக்காவின் முதல் *400* பணக்காரர்களில் ஒருவரும் பெரிய ரியல் எஸ்டேட் தொழிலதிபருமான பென்னி பிரிட்ஸ்கரை வர்த்தகத் துறைச் செயலாளராக அவர் நியமித்தார்.

நான் ஒரு பொருளாதார அடியாளாகவும் மெக்நமாரா உலக வங்கித் தலைவராகவும் இருந்த காலகட்டம் இந்த அளவு களேபரமாக இருக்கவில்லை என்பது இப்போது நினைத்துப் பார்க்கும்போது வியப்பாக இருக்கிறது. பல விதங்களில் நாங்கள் பேரரசு உருவாக்கத்திற்கான பழைய அணுகுமுறையில் சிக்கிக் கிடந்தோம். கெர்மிட் ரூஸ்வெல்ட் ஈரானின் அதிபரைத் தூக்கியெறிந்துவிட்டு, சர்வாதிகாரி ஷாவை அந்த இடத்தில் அமர வைத்து ஒரு புதிய வழியை எங்களுக்குக் காட்டினார். இந்தோனேசியா, எக்குவடோர் போன்ற இடங்களில் பொருளாதார அடியாட்களாகிய நாங்கள் எங்களுடைய நோக்கங்களில் பலவற்றைச் சாதித்திருந்தோம். ஆனாலும், பழைய பழக்கங்களுக்குள் எவ்வளவு எளிதாக நம்மால் விழுந்துவிட முடியும் என்பதற்கான ஒரு சிறந்த எடுத்துக்காட்டாக வியட்நாம் விளங்கியது.

அதை மாற்றுவதற்கு, ஓப்பெக்கின் முன்னணி உறுப்பினராக விளங்கிய சவுதி அரேபியா வர வேண்டியிருந்தது.

அத்தியாயம் 15

சவுதி அரேபியப் பணச் சலவைத் திட்டம்

1974 இல் சவுதி அரேபியாவைச் சேர்ந்த ஒரு தூதரக அதிகாரி அந்நாட்டின் தலைநகரான ரியாத்தின் புகைப்படங்கள் சிலவற்றை என்னிடம் காட்டினார். ஓர் அரசாங்கக் கட்டடத்திற்கு வெளியை மலைபோலக் குவிந்து கிடந்த குப்பையைக் கிளறிக் கொண்டிருந்த ஆட்டு மந்தை ஒன்றின் புகைப்படமும் அதில் இருந்தது. அதைப் பற்றி நான் அவரிடம் கேட்டபோது, அதற்கு அவர் அளித்தப் பதில் என்னைப் பெரும் அதிர்ச்சிக்கு ஆளாக்கியது. அந்நகரின் பிரதான குப்பை ஒழிக்கும் முறை அதுதான் என்று அவர் என்னிடம் கூறினார்.

"சுயமரியாதையுடைய சவுதி நாட்டுக்காரன் எவனும் குப்பை அள்ள முன்வர மாட்டான். அதனால் நாங்கள் அதைக் கால்நடைகளிடம் விட்டுவிடுகிறோம்," என்று அவர் கூறினார்.

என்ன சொல்கிறார் இவர்? உலகின் மாபெரும் பெட்ரோலிய உற்பத்தி நாட்டின் தலைநகரில் ஆடுகளா! என்னால் அதை நம்ப முடியவில்லை.

அச்சமயத்தில், உலகளாவிய எண்ணெய் நெருக்கடிக்கு ஒரு தீர்வைக் கண்டுபிடிக்க முயன்று கொண்டிருந்த ஆலோசனையாளர்களில் நானும் ஒருவனாக இருந்தேன். கடந்த மூன்று நூற்றாண்டுகளாக சவுதி அரேபியாவில் நிலவி வந்த வளர்ச்சிமுறையைக் கணக்கில் எடுத்துக் கொண்டபோது, அந்த நெருக்கடிக்கான தீர்வு எப்படி மலரும் என்பது குறித்தப் புரிதலுக்கு அந்த ஆடுகள் என்னை இட்டுச் சென்றன.

பதினெட்டாம் நூற்றாண்டின் தொடக்கத்தில், முகம்மது இபின் சவுத் என்ற உள்ளூர் குறுநிலப் படைத்தலைவர்,

தீவிரப் பழமைவாத வஹாபி பிரிவு ஒன்றோடு கைகோர்த்துக் கொண்டார். அது ஒரு சக்திமிக்க கூட்டணியாக அமைந்தது. அடுத்த இரண்டு நூற்றாண்டுகளுக்கு, அந்த சவுதி குடும்பத்தினரும், அவர்களுடைய வஹாபி கூட்டாளிகளும் அரேபிய தீபகற்பத்தின் பெரும்பகுதியைக் கைப்பற்றினர். இஸ்லாமியர்களின் புனிதத் தலங்களான மெக்காவும் மதினாவும் அதில் அடங்கும்.

சவுதிச் சமுதாயம் அதை நிறுவியவர்களின் தூய்மைவாதச் சித்தாந்தங்களைப் பிரதிபலித்தது. குர்ானிய நம்பிக்கைகள் குறித்தக் கறாரான விளக்கங்கள் நடைமுறைப்படுத்தப்பட்டன. தினமும் ஐந்து முறை தொழுகை நடத்த வேண்டும் என்ற மதக் கட்டளை கண்டிப்பாகக் கடைபிடிக்கப்படுவதை மதக் காவல்துறையினர் உறுதி செய்தனர். பெண்கள், தலையிலிருந்து பாதம்வரை கட்டாயமாகத் தங்களைப் போர்த்திக் கொண்டிருக்க வேண்டும். குற்றவாளிகளுக்குக் கடுமையான தண்டனைகள் வழங்கப்பட்டன; கல்லெறிந்து கொல்லப்படுவதும், பொதுவெளியில் மரண தண்டனைகள் நிறைவேற்றப்படுவதும் சர்வசாதாரணமாக நடைமுறையில் இருந்தன. நான் முதன்முறையாக ரியாத் நகருக்குச் சென்றபோது, என்னை அழைத்துச் சென்ற காரின் ஓட்டுநர் கூறிய ஒரு விஷயம் என்னைப் பெரும் வியப்புக்குள்ளாக்கியது. நாங்கள் எங்களுடைய காரை ஒரு சந்தையில் நிறுத்தியிருந்தோம். அக்காரின் சன்னல்கள் மூடப்படாமல் இருந்தபோதிலும், நான் என்னுடைய கேமரா, கைப்பெட்டி, ஏன், என்னுடைய பர்ஸைக்கூடக் காரின் உள்ளே தாராளமாக விட்டுவிட்டு வரலாம் என்று அவர் என்னிடம் கூறினார்.

“இங்கு எவரும் அவற்றைத் திருடத் துணிய மாட்டார்கள். ஏனெனில், இங்குத் திருடினால் அவர்களுடைய கைகள் வெட்டப்படும்,” என்று அவர் கூறினார்.

பின்னர் அவர் என்னிடம், அன்று மாலையில் ‘சிரச்சேதச் சதுக்கத்தில்’ நிறைவேற்றப்படவிருந்த சிரச்சேதத் தண்டனையை நான் பார்க்க விரும்பினேனா என்று கேட்டார். நாம் தீவிரமான தூய்மைவாதம் என்று கருதுகின்ற ஒன்றை வஹாபிசம் கறாராகக் கடைபிடித்து வருவது அந்நாட்டின் தெருக்களைத் திருடர்களிடமிருந்து பாதுகாக்கிறது. நான் அந்த ஓட்டுநரின் அழைப்பை நிராகரித்துவிட்டேன்.

மதத்தை, அரசியல் மற்றும் பொருளாதாரத்தின் பிரிக்கப்பட முடியாத முக்கிய அம்சமாகப் பார்க்கின்ற சவுதி கண்ணோட்டம், மேற்கத்திய உலகைப் பெரும் அதிர்ச்சிக்கு உள்ளாக்கிய எண்ணெய் ஏற்றுமதித் தடைக்குப் பங்களித்திருந்தது. யூதர்களின் மிக முக்கியமான புனித நாளான யோம் கிப்பூர் அன்று, அதாவது, 1973 அக்டோபர் 6 அன்று, எகிப்தும் சிரியாவும் ஒரே நேரத்தில்

இஸ்ரேலின்மீது படையெடுத்தன. ‘அக்டோபர் போர்’ என்று அழைக்கப்பட்டப் போரின் தொடக்கம் அது. அரேபியர்களுக்கும் இஸ்ரேலியர்களுக்கும் இடையே நடைபெற்ற நான்காவது போரான அது, அதற்கு முன்பு நடைபெற்றப் போர்களைவிட மிக மோசமான அழிவுகளுக்கு இட்டுச் சென்றது. அதோடு, அது ஒட்டுமொத்த உலகின்மீதும் பெரும் தாக்கம் ஏற்படுத்தியது. இஸ்ரேலின் கூட்டாளியாகச் செயல்பட்டுக் கொண்டிருந்த அமெரிக்காவிற்குப் பாடம் புகட்டுவதற்கு எண்ணெய் ஆயுதத்தைப் பயன்படுத்தும்படி சவுதி அரேபிய மன்னர் ஃபைசலுக்கு எகிப்தின் அதிபர் அன்வர் சாதாத் அழுத்தம் கொடுத்தார். அக்டோபர் 16 அன்று, ஈரானும், சவுதி அரேபியா உட்பட ஐந்து அரேபிய நாடுகளும், பெட்ரோலின் விலையை 70 சதவீதம் அதிகரித்தன.

குவைத் சிட்டியில் சந்தித்துக் கொண்ட அரேபிய எண்ணெய் அமைச்சர்கள், அடுத்தக் கட்ட நடவடிக்கைகள் குறித்து ஆலோசித்தனர். அதில் பங்கு கொண்ட ஈரானியப் பிரதிநிதி, அமெரிக்காவைக் குறி வைப்பதில் தீவிரமாக இருந்தார். அரபு நாடுகளில் இருந்த அமெரிக்கச் சொத்துகளை நாட்டுடைமை ஆக்குமாறும், அமெரிக்காவுக்கும் இஸ்ரேலுடன் தோழமையுடன் இருந்த பிற நாடுகளுக்கும் பெட்ரோலியப் பொருட்களை ஏற்றுமதி செய்வதற்கு முழுத் தடை விதிக்குமாறும், அரபு நாடுகள் அமெரிக்க வங்கிகளில் போட்டு வைத்திருந்த அனைத்துப் பணத்தையும் வெளியே எடுத்துவிடுமாறும் அவர் அறைகூவல் விடுத்தார். அமெரிக்க வங்கிகளில் அரபு நாடுகள் போட்டு வைத்திருந்த பணம் பிரம்மாண்டமானது என்றும், அதை அவர்கள் வெளியே எடுத்துவிட்டால், அமெரிக்காவில் 1929 இல் நிகழ்ந்ததுபோல மீண்டும் ஒரு மாபெரும் பணவீழ்ச்சியும் சரிவும் ஏற்படுவது உறுதி என்றும் அவர் கூறினார்.

இவ்வளவு புரட்சிகரமானதொரு திட்டத்திற்கு உடன்பட அரபுத் தலைவர்கள் தயங்கினர். ஆனால் அக்டோபர் 17 அன்று, எண்ணெய் உற்பத்தியில் 5 சதவீதத்தைக் குறைத்துக் கொள்வதென்று அவர்கள் தீர்மானித்தனர். அதோடு, அவர்களுடைய அரசியல் நோக்கம் நிறைவேறும்வரை, கூடுதலாக மாதாமாதம் 5 சதவீத உற்பத்திக் குறைப்பை மேற்கொள்வது என்றும் அவர்கள் முடிவெடுத்தனர். இஸ்ரேலுக்கு ஆதரவாகச் செயல்பட்டப் போக்கிற்காக அமெரிக்கா இப்படிப்பட்ட வழியில் தண்டிக்கப்பட வேண்டும் என்றும் அவர்கள் ஒப்புக் கொண்டனர். அக்கூட்டத்தில் பங்கு கொண்டிருந்த நாடுகளில் சில, தாங்கள் ஐந்து சதவீதத்திற்குப் பதிலாகப் பத்து சதவீத உற்பத்திக் குறைப்பை மேற்கொள்ளவிருந்ததாக அறிவித்தன.

அக்டோபர் 19 அன்று இஸ்ரேலுக்கு 2.2 பில்லியன் டாலர்

நிதியுதவி அளிக்க நிக்சன் அமெரிக்கக் காங்கிரஸைக் கேட்டார். அதற்கு அடுத்த நாள், சவுதி அரேபியாவும் பிற எண்ணெய் உற்பத்தி நாடுகளும் அமெரிக்காவுக்கான எண்ணெய் ஏற்றுமதிக்கு முழுத் தடை விதித்தன.

அத்தடை 1974 ஆம் ஆண்டு மார்ச் 18 அன்று முடிவுக்கு வந்தது. அது குறுகிய காலமே நீடித்திருந்தபோதிலும் அதன் தாக்கம் பலமாக இருந்தது. 1970 ஆம் ஆண்டு ஜனவரி 1 அன்று பீப்பாய்க்கு 1.39 டாலர்களாக இருந்த சவுதி எண்ணெய், 1974 ஆம் ஆண்டு ஜனவரி 1 அன்று, 8.32 டாலர்களாக உயர்ந்திருந்தது. 1970களின் முற்பகுதியில் கற்றுக் கொண்ட பாடத்தை அமெரிக்க அரசியல்வாதிகளும் வருங்கால நிர்வாகிகளும் ஒருக்காலும் மறக்க மாட்டார்கள். ஆனால் நீண்டகால நோக்கில், அந்நெருக்கடி ஏற்படுத்தியிருந்த காயங்கள் பெருநிறுவனத்துவப் போக்கை வலுவாக்கவே உதவின; அந்நெருக்கடிக்குப் பிறகு, பெருநிறுவனத்துவத்தின் மும்மூர்த்திகளாக விளங்கிய அரசாங்கம், பெருநிறுவனங்கள் மற்றும் சர்வதேச வங்கிகள் தங்களுடைய பிணைப்பை முன்னெப்போதையும்விட அதிகமாக வலிமைப்படுத்திக் கொண்டன. அப்பிணைப்பு இன்றளவும் தொடர்ந்து கொண்டிருக்கிறது.

அந்த எண்ணெய் ஏற்றுமதித் தடை, கொள்கை முடிவுகளிலும் மனப்போக்குகளிலும் குறிப்பிடத்தக்க மாற்றங்களை ஏற்படுத்தியது. அதற்குப் பிறகு அப்படிப்பட்ட ஓர் ஏற்றுமதித் தடை ஒருபோதும் பொறுத்துக் கொள்ளப்பட மாட்டாது என்ற நிலைப்பாட்டை அமெரிக்க அரசும் வால் ஸ்டிரீட் நிறுவனங்களும் எடுக்கும்படியும் அது தூண்டியது. எண்ணெய் கையிருப்பை உறுதி செய்து கொள்வது என்பது எப்போதுமே அமெரிக்காவுக்கு ஒரு முன்னுரிமையாக இருந்து வந்திருந்தது; ஆனால் 1973க்குப் பிறகு அது ஒரு தீரா வேட்கையாக மாறிவிட்டது. அந்த நெருக்கடி, உலக அரசியல் அரங்கில் ஒரு முக்கியப் பங்கு வகிக்கின்ற ஒரு நாடாக சவுதி அரேபியாவின் அந்தஸ்தை உயர்த்தியது. தன் சொந்த நலன்களுக்கு சவுதி அரேபியா எவ்வளவு இன்றியமையாதது என்பதைக் கசப்பான முறையில் புரிந்து கொள்ள அமெரிக்காவை அது நிர்ப்பந்தித்தது. எண்ணெய் ஏற்றுமதியின் மூலமாகப் பெறப்படும்பெட்ரோடாலர்களை மீண்டும் அமெரிக்காவுக்குமடை மாற்ற உதவுகின்ற வழிமுறைகளை விரைவாகக் கண்டுபிடிக்க அது பெருநிறுவனத்துவத் தலைவர்களை உந்தித் தள்ளியது. நாளுக்கு நாள் மலைபோலப் பெருகிக் கொண்டிருக்கின்ற செல்வத்தைச் செம்மையாக நிர்வகிக்கத் தேவையான நிர்வாகரீதியான மற்றும் அமைப்புரீதியான கட்டமைப்புகளை சவுதி அரேபிய அரசாங்கம் கொண்டிருக்கவில்லை என்ற உண்மையையும் பெருநிறுவனத்துவத்

தலைவர்கள் கணக்கில் எடுத்துக் கொண்டனர்.

எண்ணெய் விலை ஏற்றத்தால் சவுதி அரேபியாவுக்குக் கிடைத்தக் கூடுதல் வருமானம், அதற்கு ஒரு கலவையான வரப்பிரசாதமாகவே அமைந்தது; அதே நேரத்தில், வஹாபிக்களின் கறாரான மத நம்பிக்கைகள் மட்டுப்படுத்தப்படுவதற்கும் அது அடிகோலியது. சவுதி செல்வச் சீமான்கள் உலகெங்கும் பயணித்தனர். அவர்களுடைய குழந்தைகள் அமெரிக்காவிலும் ஐரோப்பாவிலும் இருந்த பள்ளிகளிலும் பல்கலைக்கழகங்களிலும் பயின்றனர். அவர்கள் ஆடம்பரமான வாகனங்களை வாங்கினர், தங்களுடைய வீடுகளை மேற்கத்தியப் பாணிப் பொருட்களால் நிரப்பினர். பழமைவாத மத நம்பிக்கைகளின் இடத்தைப் புதிய வடிவ அதிநுகர்வுப் போக்கு எடுத்துக் கொண்டது. வருங்கால எண்ணெய் நெருக்கடி ஆபத்துகளுக்கான தீர்வாக இந்த அதிநுகர்வுப் போக்குத்தான் கைகொடுத்தது.

எண்ணெய் ஏற்றுமதித் தடை விலக்கப்பட்ட உடனேயே, அமெரிக்கா, சவுதி அரேபியாவுடன் பேச்சுவார்த்தையைத் துவக்கிவிட்டது. தன்னுடைய பெட்ரோடாலர்களை அமெரிக்க வங்கிகளில் போட்டு வைக்கவும், அதைவிட முக்கியமாக, மீண்டும் எக்காரணம் கொண்டும் எண்ணெய் ஏற்றுமதி தடை செய்யப்பட மாட்டாது என்ற உறுதிமொழியை வழங்கவும் சவுதி அரேபியா ஒப்புக் கொண்டால், அதற்குப் பதிலாக, தொழில்நுட்ப உதவி, இராணுவத் தளவாடங்கள் மற்றும் பயிற்சி, அவர்களுடைய நாட்டை இருபத்தோராம் நூற்றாண்டுக்குக் கொண்டுவருவதற்கான வாய்ப்பு ஆகியவற்றை வழங்கத் தான் தயாராக இருந்ததாக அமெரிக்கா அதனிடம் கூறியது. அப்பேச்சுவார்த்தைகள் மிகவும் அசாதாரணமான ஓர் அமைப்பு உருவாவதற்குக் காரணமாக அமைந்தன. 'அமெரிக்க சவுதி அரேபியப் பொருளாதாரக் கூட்டுறவு ஆணையம்' என்பது அதன் பெயர். சுருக்கமாக அது 'ஜேஇசிஓஆர்' என்று அழைக்கப்படுகிறது. அது வழக்கமான நிதியுதவிக் கோட்பாட்டுக்கு நேரெதிரான புதுமையான அணுகுமுறையைக் கொண்டிருந்தது. சவுதி நாட்டுப் பணத்தை வைத்து, அமெரிக்க நிறுவனங்களைக் கொண்டு சவுதி அரேபியாவை வளர்த்தெடுப்பதுதான் அது.

அத்திட்டத்திற்கான பொது மேலாண்மை மற்றும் நிதி விவகாரங்களின் பொறுப்பு அமெரிக்கக் கருவூலத் துறைக்கு வழங்கப்பட்டிருந்தபோதிலும், இந்த ஆணையம் முற்றிலும் தன்னிச்சையாக இயங்குவதற்கான அதிகாரத்தைப் பெற்றிருந்தது. இறுதியில் அந்த அமைப்பு, இருபத்தைந்து ஆண்டுகளின் ஊடாக, பில்லியன் கணக்கான டாலர்களை அமெரிக்கக் காங்கிரஸின் மேற்பார்வை எதுவும் இல்லாமல் செலவிடவிருந்தது. இதில்

அமெரிக்க அரசின் நிதியுதவி எதுவும் இருக்கவில்லை என்பதால், அமெரிக்கக் கருவூலத் துறை இதில் ஒரு பங்காற்றியிருந்தபோதிலும், அமெரிக்கக் காங்கிரஸுக்கு இதில் எந்த அதிகாரமும் இருக்கவில்லை. இதைப் பற்றி விரிவாக அலசி ஆராய்ந்த டேவிட் ஹோல்டன், ரிச்சர்டு ஜான் ஆகிய இரண்டு ஆய்வாளர்கள் அது பற்றி இவ்வாறு கூறுகின்றனர்: "அமெரிக்கா வளர்ந்து வரும் நாடு ஒன்றுடன் போட்டிருந்த ஒப்பந்தங்களிலேயே தனித்துவமானது இந்த ஒப்பந்தம். சவுதி அரேபியாவில் அமெரிக்கா ஆழமாக வேரூன்றுவதற்கான சாத்தியக்கூறுகளை இந்த ஒப்பந்தம் கொண்டிருந்தது. அதோடு, பரஸ்பரச் சார்பு உறுதிப்படுத்தப்படுவதற்கும் இங்கு இடமிருந்தது."

அமெரிக்கக் கருவூலத் துறை, தொடக்கத்திலேயே மெயின் நிறுவனத்தை ஓர் ஆலோசனையாளராக இதற்குள் கொண்டு வந்துவிட்டது. நான் உடனே அழைக்கப்பட்டேன். இதில் என் பணி மிக முக்கியமானதாக இருக்கும் என்று என்னிடம் கூறப்பட்டது. இதில் நான் கற்றுக் கொள்ளவிருந்தவையும் செய்யவிருந்தவையும் மிகவும் இரகசியமாக வைக்கப்பட வேண்டும் என்று எனக்கு அறிவுறுத்தப்பட்டது. அது ஒரு கள்ளத்தனமான திட்டம் என்பது எனக்கு விளங்கிவிட்டது. முதலில், அதில் மெயின் நிறுவனம்தான் முதன்மையான ஆலோசனையாளர்கள் என்பதுபோல நான் நம்ப வைக்கப்பட்டேன். அத்திட்டத்திற்குள் சேர்த்துக் கொள்ளப்பட்டிருந்த பல ஆலோசனை வழங்கும் நிறுவனங்களில் மெயினும் ஒன்று என்பதைப் பின்னர்தான் நான் தெரிந்து கொண்டேன்.

இத்திட்டத்தில் அனைத்தும் இரகசியமாக மேற்கொள்ளப்பட்டதால், அமெரிக்கக் கருவூலத் துறை பிற ஆலோசனையாளர்களுடன் என்ன விவாதித்தது என்பதை என்னால் தெரிந்து கொள்ள முடியவில்லை. அதனால், ஒரு முன்னுதாரணமாகத் திகழ்ந்த இத்திட்டத்தில் என்னுடைய பங்கின் முக்கியத்துவம் குறித்து எனக்கு உறுதியாகத் தெரிந்திருக்கவில்லை. ஆனால், இத்திட்டத்தின் பொருட்டு, பொருளாதார அடியாட்களின் செயல்முறைகள் குறித்தப் புதிய விதிமுறைகள் ஏற்படுத்தப்பட்டன என்பதை நான் அறிவேன்; அதோடு, உலகப் பேரரசு உருவாக்கத்தின் நலனை முன்னெடுத்துச் செல்வதற்கான பாரம்பரியமான அணுகுமுறைகளுக்கு மாற்றாக, புதுமையான வழிமுறைகள் உருவாக்கப்பட்டன. அந்நாடு குறித்து நான் மேற்கொண்ட ஆய்வுகளின் அடிப்படையில் நான் சமர்ப்பித்திருந்த கணிப்பு முன்மொழிவுகளில் பெரும்பாலானவை இறுதியில் நிறைவேற்றப்பட்டுவிட்டன என்பதையும் நான் அறிந்தேன். ஏனெனில், மெயின் நிறுவனத்திற்கு சவுதி

அரேபியாவில் மிகவும் இலாபகரமான ஒரு பெரிய திட்டத்திற்கான ஒப்பந்தம் கிடைத்திருந்தது. அந்த ஆண்டு எனக்கும் ஒரு பெரிய ஊக்கத் தொகை வழங்கப்பட்டது.

சவுதி அரேபியாவில் கட்டுமானத் திட்டங்களுக்குப் பெரும் பணம் முதலீடு செய்யப்பட்டால் அங்கு என்ன நிகழும் என்பதைக் கணிப்பதும், அப்பணத்தைச் செலவு செய்வதற்கான அனுமானத் திட்டங்களை வகுப்பதும்தான் என் வேலை. சவுதிப் பொருளாதாரத்திற்குள் பில்லியன் கணக்கான டாலர்கள் கொட்டப்படுவதை நியாயப்படுத்தக்கூடிய கணிப்புகளையும் திட்டங்களையும் உருவாக்கும்படி நான் கேட்டுக் கொள்ளப்பட்டேன். அத்திட்டங்கள் அமெரிக்கப் பொறியியல் மற்றும் கட்டுமான நிறுவனங்களை உள்ளடக்கியவையாக இருக்க வேண்டியது கட்டாயம். இதை நான் என் உதவியாளர்களின் துணையின்றித் தனியாகவே மேற்கொள்ள வேண்டும் என்று எனக்கு அறிவுறுத்தப்பட்டது. அதனால், அதற்காக எனக்கு எங்களுடைய அலுவலகத்தில் வேறோர் இடத்தில் வேறோர் அறை ஒதுக்கிக் கொடுக்கப்பட்டது; நான் தனிமைப்படுத்தப்பட்டேன். என் வேலை அமெரிக்க தேசியப் பாதுகாப்பை உள்ளடக்கிய ஒன்று என்பதாலும், அது மெயின் நிறுவனத்திற்குப் பெரும் பணத்தைக் கொண்டு வருவதற்கான சாத்தியக்கூறுகளை உள்ளடக்கிய ஒன்று என்பதாலும் நான் மிகவும் கவனமாகவும் இரகசியமாகவும் செயல்பட வேண்டும் என்று எச்சரிக்கப்பட்டேன்.

இத்திட்டத்தின் முக்கிய நோக்கம் என்ன என்பதை நான் புரிந்து கொண்டேன். அந்நாட்டால் திருப்பிச் செலுத்த முடியாத அளவுக்குப் பெரும் கடன்களை அதன் தலையில் கட்டுகின்ற வழக்கமான திட்டம் அல்ல இது. மாறாக, அமெரிக்காவில் முதலீடு செய்யப்பட்டிருக்கின்ற பெட்ரோடாலர்களில் பெரும்பகுதி மீண்டும் அமெரிக்காவுக்கே திரும்பி வரும்படி செய்வதற்கான வழிமுறைகளைக் கண்டுபிடிக்க வேண்டிய பொறுப்பு இங்கு எனக்கு இருந்தது. இந்த வழிமுறையின் ஊடாக, சவுதி அரேபியா, பிரிக்கப்பட முடியாதபடி அமெரிக்காவுடன் பின்னிப் பிணைந்து மாட்டிக் கொள்ளும், அமெரிக்காவைச் சார்ந்திருக்கும் நிலைக்குத் தள்ளப்படும்; நாளடைவில் அது மேற்கத்தியக் கலாச்சாரத்திற்கு அடிமைப்பட்டு, அமெரிக்க அமைப்புமுறையின்மீது அனுதாபப்பட்டு, இறுதியில் அதனோடு ஐக்கியமாகிவிடவும்கூடும்.

நான் இதில் குதித்ததும், முன்பு ஒரு புகைப்படத்தில் நான் பார்த்த ஆடுகள், தீர்வுக்கான குறியீடுகள் என்பதை நான் புரிந்து கொண்டேன்; உலகத்தை வலம் வந்த சவுதி நாட்டுக்காரர்களுக்கு அது கண்களை உறுத்திக் கொண்டிருந்த ஒரு விஷயமாகவே

இருந்து வந்தது. அந்த ஆடுகள் அப்புறப்படுத்தப்பட்டு, நவீன உலகிற்குள் புகுந்து கொள்ளத் துடித்துக் கொண்டிருந்த இப்பாலைவன இராஜாங்கத்திற்குப் பொருத்தமான ஒன்றால் அவ்விடம் நிரப்பப்பட வேண்டும். ஓப்பெக் நாடுகள் வெறுமனே கச்சா எண்ணெயை ஏற்றுமதி செய்து கொண்டிருக்காமல், தங்களுக்கென சில தொழிற்சாலைகளை அமைத்துக் கொண்டு, கச்சா எண்ணெயை அடிப்படையாகக் கொண்ட பொருட்களை உற்பத்தி செய்து உலக அரங்கில் விற்பனை செய்து அதிக இலாபம் ஈட்ட வேண்டும் என்று அந்நாடுகளில் இருந்த பொருளாதார வல்லுநர்கள் வலியுறுத்தினர்.

இந்த இரண்டும் குறித்தப் புரிதல் ஒரு புதிய உத்தி உருவாவதற்கு வழி வகுத்தது. அது அனைத்துத் தரப்பினருக்கும் இலாபகரமானதாக இருக்கின்ற ஒரு சூழலை உருவாக்கும் என்று நான் நம்பினேன். ஆடுகள் வெறுமனே ஒரு தொடக்கப் புள்ளி மட்டுமே. அதன்படி, எண்ணெய் ஏற்றுமதியிலிருந்து கிடைக்கின்ற வருமானத்தைக் கொண்டு, சவுதி மக்கள் பெருமைப்பட்டுக் கொள்கின்ற அளவில், அமெரிக்க நிறுவனங்களைக் கொண்டு, நவீன முறையில் குப்பைச் சேகரிப்பு மற்றும் குப்பை ஒழிப்புத் திட்டம் ஒன்று எளிதாக உருவாக்கப்படும்.

நாடு முழுவதும் இத்திட்டம் செயல்படுத்தப்படும்போது, சவுதி அரசக் குடும்பம், அமெரிக்கக் கருவூலத் துறை, மெயின் நிறுவனம் ஆகிய எல்லோரையும் இது திருப்திப்படுத்தும். மறுபுறம், கச்சா எண்ணெயைப் பிற பெட்ரோலியப் பொருட்களாக மாற்றுகின்ற தொழிற்துறை ஒன்று உருவாக்கப்படும்; அதில் உருவாக்கப்படுகின்ற பொருட்கள் ஏற்றுமதி செய்யப்படும்; அப்பாலைவனத்திலிருந்து பிரம்மாண்டமான பெட்ரோகெமிக்கல் தொழிற்சாலைகள் முளைக்கும்; அவற்றைச் சுற்றி மாபெரும் தொழிற்பேட்டைகள் உருவாக்கப்படும்; இப்படிப்பட்ட ஒரு பிரம்மாண்டமான அமைப்புக்கு ஆயிரக்கணக்கான மெகாவாட் மின்சக்தியை உற்பத்தி செய்கின்ற மின்நிலையங்கள், விநியாக அமைப்புமுறை ஆகியவை தேவைப்படும்; அதைத் தொடர்ந்து, நெடுஞ்சாலைகள், போக்குவரத்து அமைப்பு, தகவல் தொடர்பு அமைப்பு, புதிய விமான நிலையங்கள், புதிய மற்றும் மேம்பட்டத் துறைமுகங்கள், மற்றும் அவற்றோடு தொடர்புடைய பிற கட்டமைப்புகள் தேவைப்படும்.

ஒரு நாட்டில் விஷயங்கள் எப்படி மேற்கொள்ளப்பட வேண்டும் என்பதற்கான ஒரு முன்மாதிரியாக இத்திட்டம் உருவெடுக்கும் என்று நாங்கள் ஆவலுடன் நம்பினோம். உலகெங்கும் சுற்றிக் கொண்டிருக்கின்ற சவுதி மக்கள், போகிற இடங்களிலெல்லாம் எங்கள் புகழ் பாடுவர்; உலகத் தலைவர்களைத்

தங்களுடைய நாட்டுக்கு அழைத்துத் நாங்கள் சாதித்துள்ள அதிசயங்களை அவர்களுக்குப் பெருமையுடன் காட்டுவர்; பின் அத்தலைவர்களும் எங்களைத் தொடர்பு கொண்டு, தங்களுடைய நாடுகளிலும் அவற்றைப் போன்ற திட்டங்களை அமைத்துத் தரும்படி எங்களிடம் கேட்பர்; அந்நாடுகளில் பெரும்பாலானவை ஓப்பெக் கூட்டமைப்புக்கு வெளியே இருக்கும் என்பதால், நாங்கள் எங்களுடைய பழைய உத்தியான உலக வங்கி அல்லது பிற சர்வதேச நிதி நிறுவனங்களின் மூலம் மாபெரும் கடன்களை அடிப்படையாகக் கொண்ட திட்டத்தை அந்நாடுகளில் செயல்படுத்துவோம். உலகளாவிய பேரரசுக்கு அது நல்ல பலன்களை அளிக்கும்.

நான் இந்த யோசனைகள் குறித்து அலசிக் கொண்டிருந்தபோது, குப்பை மேட்டில் மேய்ந்து கொண்டிருந்த ஆடுகளின் புகைப்படத்தைக் காட்டி, "சுயமரியாதையுடைய சவுதி நாட்டுக்காரன் எவனும் குப்பை அள்ள முன்வர மாட்டான்," என்று என்னிடம் கூறிய தூதரக அதிகாரியின் வார்த்தைகள் என் மனத்தில் நிழலாடின. அதே வார்த்தைகளை நான் பல சந்தர்ப்பங்களில் பல இடங்களில் கேட்க நேர்ந்தது. அப்படியெனில், குப்பை அள்ளுகின்ற வேலையில் மட்டுமல்லாமல், தொழிற்சாலை வேலைகளிலும், கட்டுமானப் பணிகளிலும்கூட, சவுதி மக்கள் தங்களை ஈடுபடுத்திக் கொள்ள மாட்டார்கள் என்பது தெளிவாயிற்று. முதலில் அவர்களுடைய மக்கட்தொகை மிகக் குறைவாக இருந்தது. அதோடு, சவுதி அரசாங்கம் தன்னுடைய குடிமக்களுக்கு உறுதியளித்திருந்த உயர்தர வாழ்க்கைமுறையும் தரமான கல்வியும் சாதாரணத் தொழிலாளர்களின் நிலைக்கு அப்பாற்பட்டவையாக இருந்தன. உள்ளூர் சவுதி மக்கள் பிறரை நிர்வகிக்கின்ற பொறுப்புகளை வேண்டுமானால் எடுத்துக் கொள்வார்களே தவிர, அவர்கள் தொழிற்சாலைத் தொழிலாளர்களாகவோ அல்லது கட்டடத் தொழிலாளர்களாகவோ ஒருக்காலும் ஆக மாட்டார்கள் என்பது உறுதியானது. அப்படியெனில் இதற்காக வெளிநாடுகளிலிருந்து தொழிலாளர்கள் இறக்குமதி செய்யப்பட வேண்டும். மலிவான கூலிக்கு நிறைய ஆட்கள் கிடைக்கின்ற நாடுகளிலிருந்து அவர்கள் இறக்குமதி செய்யப்பட வேண்டும். மத்தியக் கிழக்கு அல்லது எகிப்து, பாலஸ்தீனம், பாகிஸ்தான், ஏமன் போன்ற பிற இஸ்லாமிய நாடுகளிலிருந்து அவர்களைத் தருவிப்பது பொருத்தமாக இருக்கும்.

இந்தச் சாத்தியக்கூறு, வளர்ச்சித் திட்டங்களிலிருந்து கூடுதல் அனுகூலங்களைப் பெறுவதற்கான புதிய உத்திகளை அமைக்க வழிவகுத்தது. புதிதாக இறக்குமதி செய்யப்படவிருந்த

தொழிலாளர்களுக்கான குடியிருப்புத் திட்டங்களோடு கூடவே, புதிய வணிக வளாகங்கள், மருத்துவமனைகள், காவல் நிலையங்கள், குடிநீர் மற்றும் கழிவுநீர்ச் சேகரிப்பு மற்றும் சுத்திகரிப்பு நிலையங்கள், மின் உற்பத்தி நிலையங்கள், தகவல் தொடர்பு அமைப்புகள், போக்குவரத்து அமைப்புகள் போன்றவை தேவைப்படும். சுருக்கமாகச் சொல்ல வேண்டுமென்றால், பாலைவனங்கள் இருந்த இடத்தில் நவீன நகரங்கள் நிர்மாணிக்கப்பட வேண்டியிருக்கும். கடல் நீரைக் குடிநீராக மாற்றுகின்ற நிலையங்கள், கணினித் தொழில்நுட்பங்கள், நுண்ணலைத் தகவல் பரிமாற்றக் கட்டமைப்புகள், நவீன மருத்துவ உபகரணங்கள் அடங்கிய மருத்துவக் கட்டமைப்புகள் போன்ற புதிய தொழில்நுட்பங்களைப் புகுத்துவதற்கும் அங்கு நல்ல வாய்ப்புகள் இருந்தன.

பொறியியல் மற்றும் கட்டுமானத் தொழிலில் ஈடுபட்டுள்ள எவரொருவரும், ஒரு பிரம்மாண்டமான கனவுத் திட்டத்தை நடைமுறையாக்குவதற்குக் கிடைத்த ஒரு பொன்னான வாய்ப்பாகவே சவுதி அரேபியாவைப் பார்ப்பர். வரலாற்றில் அதுவரை எவருக்கும் கிட்டியிருக்காத பிரம்மாண்டமான பொருளாதார வாய்ப்பை அது முன்மொழிந்தது: கிட்டத்தட்ட எல்லையில்லாத நிதி வளங்களைக் கொண்டிருந்த, நவீன யுகத்தை விரைவாகவும் பெரிய அளவிலும் அடையத் துடித்துக் கொண்டிருந்த, பொருளாதாரரீதியாக வளர்ந்து கொண்டிருந்த ஒரு நாடு பெருநிறுவனத்துவக்காரர்களின் தூண்டிலில் மாட்டியிருந்தது.

அந்த வேலையை நான் மிகவும் இரசித்தேன் என்பதை நான் இங்கு ஒப்புக் கொண்டாக வேண்டும். இப்படிப்பட்ட ஒரு சூழ்நிலைக்குப் பொருந்துகின்ற ஒரு பொருளாதாரக் கணிப்பு மாதிரி ஒன்றின் பயன்பாட்டை நியாயப்படுத்தக்கூடிய வலுவான தரவுகள் எனக்கு சவுதி அரேபியாவிலும் கிடைக்கவில்லை, பாஸ்டன் பொது நூலகம் மற்றும் வேறு எங்கும் கிடைக்கவில்லை. அதற்கு முன்பு ஒருபோதும் முயற்சி செய்யப்பட்டிருக்காத விதத்தில் ஓர் ஒட்டுமொத்த நாட்டையும் பரிபூரணமாகவும் உடனடியாகவும் மாற்ற முனைந்த அத்திட்டத்தின் பிரம்மாண்டத்தின் முன்னால், தப்பித்தவறி எப்படியோ தரவுகள் கிடைத்திருந்தாலும் அவை எந்த விதத்திலும் போதுமானவையாகவோ அல்லது பொருத்தமானவையாகவோ இருந்திருக்காது.

அதோடு, குறைந்தபட்சம் தொடக்கக் கட்டத்தில் இப்படிப்பட்ட விலாவாரியான புள்ளிவிபர ஆராய்ச்சிகளை எவரும் எதிர்பார்க்கவுமில்லை. அதனால், நான் வெறுமனே என்னுடைய கற்பனைக் குதிரையைத் தட்டிவிட்டு, சவுதி

அரேபியாவுக்கு ஓர் ஒளிமயமான வருங்காலத்திற்கு உத்தரவாதம் அளித்த அறிக்கைகளை எழுதித் தள்ளினேன். ஒரு மெகாவாட் மின்சக்தியை உற்பத்தி செய்வதற்கு சராசரியாக எவ்வளவு செலவாகும், ஒரு மைல் நீளச் சாலையைப் போடுவதற்கு சராசரியாக எவ்வளவு செலவாகும், ஒரு தொழிலாளிக்குத் தேவையான குடிநீர், கழிவுநீர்ச் சுத்திகரிப்பு, குடியிருப்பு வசதி, உணவு, மற்றும் பொதுச் சேவைகளை அளிப்பதற்கு சராசரியாக எவ்வளவு செலவாகும் போன்றவற்றை நான் ஏற்கனவே அறிந்து வைத்திருந்தேன். இந்த மதிப்பீடுகளை நான் செம்மைப்படுத்த வேண்டும் என்றோ அல்லது இறுதி முடிவுகளை எட்ட வேண்டும் என்றோ என்னிடம் எதிர்பார்க்கப்படுவதில்லை. சாத்தியக்கூறுகள் குறித்த ஒரு சில திட்டங்களை, இன்னும் துல்லியமாகச் சொல்ல வேண்டுமென்றால், ஒரு சில 'முன்னோக்குகளை' முன்மொழிய வேண்டும் என்பதும், உத்தேசமாக அத்திட்டங்களுக்கு எவ்வளவு செலவாகும் என்பதும் மட்டும்தான் என்னிடமிருந்து எதிர்பார்க்கப்பட்டது.

நான் என்னுடைய உண்மையான நோக்கங்களிலிருந்து என் கண்களை விலக்கிக் கொள்ளவே இல்லை. அமெரிக்க நிறுவனங்கள் உச்சபட்ச இலாபம் அடைய வழிவகுப்பதும், சவுதி அரேபியா மேன்மேலும் அதிகமாக அமெரிக்காவை நம்பி இருக்கும்படி செய்வதும்தான் என்னுடைய நோக்கங்களாக இருந்தன. இந்த இரண்டும் எவ்வளவு நெருக்கமாகச் சென்று கொண்டிருந்தன என்பதை நான் விரைவிலேயே கண்டுகொண்டேன். புதிதாக வடிவமைக்கப்பட்டிருந்த அனைத்துத் திட்டங்களும் தொடர்ந்து மேம்படுத்தப்பட வேண்டிய தேவை இருந்தது, தொடர் பராமரிப்புகளும் தேவைப்பட்டன. அவை உயர் தொழில்நுட்பங்களை அடிப்படையாகக் கொண்டு அமைக்கப்பட்டிருந்ததால், அவற்றை முதலில் எந்த நிறுவனங்கள் வடிவமைத்து உருவாக்கிக் கொடுத்திருந்தனவோ, அதே நிறுவனங்களின் உதவி, அவற்றை நவீனப்படுத்துவதற்கும் அவற்றை நிர்வகிப்பதற்கும் தேவைப்பட்டது. அதனால், சிறிது காலத்திற்குப் பிறகு நான் இரண்டு பட்டியல்களைத் தயாரிக்கும் முயற்சியில் இறங்கினேன். வடிவமைத்துக் கொடுப்பதோடு அவற்றைக் கட்டிக் கொடுப்பதற்கான ஒப்பந்தமும் அமெரிக்க நிறுவனங்களுக்குக் கொடுக்கப்படும் வகையான திட்டங்களுக்கென்று ஒரு பெருநிறுவனப் பட்டியலையும், அத்திட்டங்களின் பராமரிப்பு மற்றும் நிர்வாகச் சேவை வழங்குவதற்கென்று தனியாக மற்றொரு பெருநிறுவனப் பட்டியலையும் நான் தயாரிக்கத் தொடங்கினேன். இதன் விளைவாக, மெயின், பெக்டெல், பிரவுன்–ரூட், ஹாலிபர்ட்டன், ஸ்டோன்–வெப்ஸ்டர் மற்றும் பிற பொறியியல்

மற்றும் கட்டுமானப் பணிகளில் ஈடுபட்டிருந்த அமெரிக்கப் பெருநிறுவனங்கள், அடுத்து வரவிருந்த பல பத்தாண்டுகளுக்குக் கொழுத்த இலாபம் அடையவிருந்தன.

சவுதி அரேபியா, அமெரிக்காவைப் பொருளாதாரரீதியாக மட்டுமல்லாமல், முற்றிலும் வேறுபட்ட ஒரு வழியிலும் சார்ந்திருப்பதற்கான ஒரு சூழல் உருவாவதற்கான ஓர் அம்சமும் அதில் பிணைந்திருந்தது. எண்ணெய் வளமிக்க இந்த நாட்டை நவீனப்படுத்துவது எதிர்மறையான எதிர்வினைகளுக்கு வித்திடும். எடுத்துக்காட்டாக, பழமைவாத இஸ்லாமியர் இதனால் கோபம் கொள்வர்; இஸ்ரேலும் பிற அண்டை நாடுகளும் அச்சுறுத்தலுக்கு ஆளாகும். இந்த நாட்டின் பொருளாதார வளர்ச்சி, மற்றொரு தொழிற்துறையின் வளர்ச்சிக்கு வித்திடக்கூடும். அரேபிய தீபகற்பத்தைப் பாதுகாப்பதுதான் அது. இது போன்ற நடவடிக்கைகளில் சிறந்து விளங்குகின்ற தனியார் நிறுவனங்கள், அமெரிக்க இராணுவம், பாதுகாப்புத் தொழிற்துறை போன்றவை பெரும் தொகைகளுக்கான ஒப்பந்தங்களைப் பெறக்கூடும். இங்கும் பராமரிப்பு மற்றும் நிர்வாகத்திற்கான நீண்டகால ஒப்பந்தங்களுக்கு இடமுண்டு. அவர்களின் வருகை, புதிய விமான நிலையங்கள், ஏவுகணைத் தளங்கள், இராணுவ வீரர்களின் முகாம்கள் போன்றவற்றுக்குத் தேவைப்படுகின்ற புதிய பொறியியல் மற்றும் கட்டுமானத் திட்டங்களுக்கு அடிகோலும்.

நான் என்னுடைய அறிக்கைகளை மூடி முத்திரையிடப்பட்ட உறைகளில் இட்டு, கருவூலத் துறையின் திட்ட மேலாளருக்கு அனுப்பி வைத்தேன். நான் எப்போதாவது மெயின் நிறுவனத்தின் உதவித் தலைவர்கள் மற்றும் என்னுடைய மேலதிகாரிகளைச் சந்தித்தேன். அப்போது அத்திட்டப்பணி ஆய்வுக் கட்டத்தில் இருந்ததால், அதற்கு நாங்கள் எந்தப் பெயரும் இட்டிருக்கவில்லை.; அதோடு, அது ஜெக்கோரின் ஓர் அங்கமாகவும் ஆகியிருக்கவில்லை. அதனால் நாங்கள் அத்திட்டத்தை எங்களுக்குள் ஒரு கிசுகிசுப்பான குரலில் ‘சாமா’ என்று அழைத்துக் கொண்டோம். சவுதி அரேபியப் பணச் சலவைத் திட்டம் என்று பொருள்படுகின்ற ஆங்கில வார்த்தைகளின் முதல் எழுத்துகளின் கூட்டுதான் ‘சாமா’. இதில் ஒரு வார்த்தை விளையாட்டும் இருந்தது. ஏனெனில், சவுதி அரேபியாவின் மத்திய வங்கியின் பெயரிலுள்ள ஆங்கில வார்த்தைகளின் முதல் எழுத்துகளின் கூட்டும் ‘சாமா’தான்!

சில நேரங்களில் கருவூலத் துறையின் பிரதிநிதி ஒருவரும் எங்களுடன் கலந்து கொள்வார். இச்சந்திப்புக் கூட்டங்களில் நான் அரிதாகவே கேள்விகள் கேட்டேன். பெரும்பாலும் நான் என் பணிகளை விவரித்தேன்; அவர்கள் அது குறித்து ஏதாவது கூறினால் அதற்கு நான் விளக்கமளித்தேன்; என்னிடம் கேட்டுக்

கொள்ளப்பட்ட விஷயங்களை நான் நிறைவேற்றிக் கொடுத்தேன். எங்களுடைய நிறுவன உதவித் தலைவர்களும் கருவூலத் துறைப் பிரதிநிதிகளும் என் யோசனைகளால் கவரப்பட்டனர்; குறிப்பாக, நீண்டகாலப் பராமரிப்பு மற்றும் நிர்வாகச் சேவை ஒப்பந்தங்கள் குறித்த யோசனைகள் அவர்களை வெகுவாகக் கவர்ந்தன. எங்களுடைய நிறுவன உதவித் தலைவர்களில் ஒருவர், சவுதி அரேபியாவை, “நாம் வேலையிலிருந்து ஓய்வு பெறும்வரை நாம் பால் கறக்கக்கூடிய ஒரு மாடு,” என்று வர்ணித்தார். அதை நாங்கள் எங்களுக்குள் அடிக்கடிப் பயன்படுத்திக் கொண்டோம். என்னைப் பொறுத்தவரை, அந்தச் சொற்றொடர், மாடுகளைவிட ஆடுகளையே என் கண் முன்னால் கொண்டுவந்து நிறுத்தியது.

இப்படிப்பட்டக் கூட்டங்களில் ஒன்றில்தான், இதே போன்ற வேலைகளில் எங்களுடைய போட்டியாளர்களும் ஈடுபட்டிருந்ததை நான் புரிந்து கொண்டேன். இறுதியில், எங்களுடைய முயற்சிகளின் காரணமாக எங்களுடைய நிறுவனங்கள் சுளையான ஒப்பந்தங்களைப் பெறும் என்று நாங்கள் அனைவரும் எதிர்பார்த்தோம். சின்ன மீனைப் போட்டுப் பெரிய மீனைப் பிடிக்கும் முயற்சியாக, இந்தப் பூர்வாங்க வேலைகளுக்கான செலவுகளை மெயின் நிறுவனமும் அதைப் போன்ற நிறுவனங்களும் ஏற்றுக் கொண்டன என்று நான் அனுமானித்துக் கொண்டேன். நான் என்னுடைய வேலைகளுக்காகச் சமர்ப்பித்த பில்கள் அனைத்தும் மெயின் நிறுவனத்தில் பொது நிர்வாகக் கணக்கிலிருந்து செலுத்தப்பட்டன. இது பொதுவான வழக்கம்தான் என்றாலும், இதில் கொட்டப்பட்டிருந்த முதலீடு மிகவும் அதிகமாக இருந்தபோதிலும், இதற்கான பலன் வட்டியும் முதலுமாகப் பல மடங்காகத் திரும்பி வரும் என்று எங்களுடைய உதவித் தலைவர்கள் உறுதியாக நம்பினர்.

இத்திட்டத்தில் எங்களுடைய போட்டியாளர்களும் ஈடுபடுத்தப்பட்டிருந்தனர் என்பதை நாங்கள் தெரிந்து வைத்திருந்தபோதிலும், எல்லோரும் பெரும் பணம் பார்ப்பதற்கு ஏற்ற அளவு ஏராளமான வேலைகள் இதில் இருக்கும் என்று நாங்கள் அனைவரும் அனுமானித்தோம். எங்களுடைய பூர்வாங்க வேலைகளை அமெரிக்கக் கருவூலத் துறை எந்த அளவு ஏற்றுக் கொள்கின்றதோ, அந்த அளவு அதிகமான வெகுமதிகள் எங்களுக்குக் கிடைக்கும் என்பதைப் புரிந்து கொள்கின்ற அளவுக்கு எனக்கு இதில் அனுபவம் இருந்தது. எந்த ஆலோசனையாளர்கள் முன்மொழிகின்ற திட்டங்கள் இறுதியில் நடைமுறைப்படுத்தப்படுகின்றனவோ, அவற்றைக் கொடுத்திருக்கும் நிறுவனங்களுக்கு மிகச் சிறப்பான ஒப்பந்தங்கள் கிடைக்கும். இதை நான் தனிப்பட்ட ஒரு சவாலாக எடுத்துக்

கொண்டு, எங்களுடைய நிறுவனத்திற்கு இறுதி ஒப்பந்தங்கள் கிடைப்பதற்காக அரும்பாடு பட்டேன். ஏற்கனவே மெயின் நிறுவனத்திற்குள் நான் படுவேகமாக வளர்ந்து கொண்டிருந்தேன். நாங்கள் இதில் வெற்றி பெற்றால், சாமா திட்டத்தில் ஒரு முக்கியப் பங்காற்றுவது எங்களுடைய வளர்ச்சி வேகத்தைத் துரிதப்படுத்தும்.

இத்திட்டம் நடைமுறைப்படுத்தப்பட்டால், அது ஒரு புதிய முன்னுதாரணமாக அமையும் என்று நாங்கள் எங்களுடைய சந்திப்புக்கூட்டங்களில் வெளிப்படையாகவே பேசிக் கொண்டோம். சர்வதேச வங்கிகள் மூலம் பெரும் கடனாளிகளாக ஆக்கப்பட வேண்டிய தேவையில்லாத நிலையில் இருக்கின்ற நாடுகளில் வசீகரமான திட்டங்களைத் தீட்டி, அந்த வேலைகளுக்கான ஒப்பந்தங்களைப் பெறுவதற்கான ஒரு புதுமையான அணுகுமுறையை இது பிரதிநுதப்படுத்தியது. இதற்கான சிறந்த எடுத்துக்காட்டுகளாக ஈரானும் ஈராக்கும் என் கண் முன்னால் வந்தன. மனித இயல்பைக் கணக்கில் எடுத்துக் கொண்டால், இது போன்ற நாடுகளின் தலைவர்கள், சவுதி அரேபியாவின் வெற்றிக் கதையைத் தங்களுடைய நாட்டிலும் அரங்கேற்றத் துடிப்பார்கள். ஓர் எதிர்மறை விளைவாகப் பார்க்கப்பட்ட 1973 ஆம் வருடத்திய எண்ணெய் ஏற்றுமதித் தடை, இறுதியில், பொறியியல் மற்றும் கட்டுமான நிறுவனங்களுக்கு எதிர்பாராத கொடையை அளிப்பதில் போய் முடியப் போகிறது என்பதில் எள்ளளவும் சந்தேகம் இருக்கவில்லை.

அந்த முன்னோக்குத் திட்டவரைவுக் கட்டத்தில் நான் எட்டு மாதங்கள் வேலை செய்தேன். என் கீழ் பணிபுரிந்தவர்களுக்கு வேறு வேலைகள் வழங்கப்பட்டன. அவர்கள் தனித்தனியாக இயங்கிக் கொண்டிருந்தனர் என்றாலும், நான் அவ்வப்போது அவர்கள் எப்படி வேலை பார்த்துக் கொண்டிருந்தனர் என்பதைச் சோதித்தேன். என்னுடைய வேலையில் இருந்த இரகசிய அம்சம் படிப்படியாகக் குறையத் தொடங்கியது. சவுதி அரேபியாவை ஈடுபடுத்துகின்ற ஒரு பெரிய திட்டம் அடைகாக்கப்பட்டுக் கொண்டிருந்தது என்பது பலருக்கும் தெரியலாயிற்று. பரவசம் எல்லோரையும் தொற்றிக் கொண்டது; வம்பளப்புகளுக்கும் பஞ்சமில்லாமல் போயிற்று. உதவித் தலைவர்களும் கருவூலப் பிரதிநிதிகளும் மேன்மேலும் வெளிப்படையாக இருக்கத் தொடங்கினர். இத்திட்டம் குறித்து அவர்களுக்கும் கூடுதல் தகவல்கள் கிடைக்கத் தொடங்கியிருந்தது இதற்கு ஒரு காரணமாக இருக்கலாம் என்று நான் சந்தேகித்தேன்.

இத்திட்டத்தின் கீழ், எண்ணெயின் விலை எவ்வளவுதான் ஏறி இறங்கினாலும், அது எப்போதும் அமெரிக்காவும் அதன் தோழமை

நாடுகளும் ஏற்றுக் கொள்ளக்கூடிய எல்லைகளுக்குள் இருப்பதை சவுதி அரேபியா உறுதி செய்ய வேண்டும் என்று அமெரிக்கா விரும்பியது. ஈரான், ஈராக், இந்தோனேசியா, வெனிசுவேலா போன்ற எண்ணெய் உற்பத்தி நாடுகள் அமெரிக்காமீது ஏற்றுமதித் தடை விதிக்கப் போவதாக அச்சுறுத்தினால், சவுதி அரேபியா தன்னிடம் அபரிமிதமாக இருக்கின்ற எண்ணெயைக் கொண்டு அமெரிக்காவின் உதவிக்கு வர முடியும்; இந்த ஒரு சாத்தியக்கூறு மட்டுமே அந்நாடுகளை அப்படிப்பட்ட ஒரு காரியத்தில் இறங்கத் துணிய வைக்காது. இந்த உத்தரவாதத்திற்குப் பதிலீடாக, அமெரிக்கா சவுதி அரேபியாவுக்கு ஓர் அருமையான உதவியைச் செய்ய முன்வரும். அமெரிக்கா எப்போதும் சவுதி அரேபியாவுக்கு அரசியல்ரீதியாகவும், தேவைப்பட்டால் இராணுவரீதியாகவும் உதவ ஓடோடி வரும். இது அந்நாட்டை ஆண்டு கொண்டிருக்கின்ற இராஜ பரம்பரை என்றென்றும் தங்களுடைய ஆட்சியைத் தொடர்வதை உறுதி செய்யும்.

சவுதி அரேபியாவின் புவியிட நிலையையும், அதனுடைய இராணுவ பலமின்மையையும், சுற்றியிருக்கின்ற ஈரான், ஈராக், சிரியா, இஸ்ரேல் போன்ற நாடுகளால் தாக்கப்படக்கூடிய அபாயத்தையும் கணக்கில் எடுத்துக் கொள்ளும்போது, அமெரிக்காவின் இத்தகைய ஒரு முன்மொழிவைத் தட்டக்கூடிய நிலையில் சவுதி அரேபியா இருக்கவில்லை என்பது தெளிவாகும். அமெரிக்கா தன்னுடைய சாதகமான நிலையைப் பயன்படுத்தி மற்றொரு முக்கிய நிபந்தனைக்கும் சவுதி அரேபியாவை ஒப்புக் கொள்ள வைத்தது. அந்த நிபந்தனை, பொருளாதார அடியாட்கள் ஆற்றி வந்த பாத்திரத்தை மறுவடிவமைப்பு செய்தது. இங்கு பயன்படுத்தப்பட்ட அதே மாதிரியை நாங்கள் பின்னாளில் வேறு நாடுகளில், குறிப்பாக ஈராக்கில் பயன்படுத்தவிருந்தோம். இதைத் திரும்பிப் பார்த்தபோது, சவுதி அரேபியா எப்படி இப்படிப்பட்ட ஒரு நிபந்தனைக்கு ஒப்புக் கொண்டது என்பதைப் புரிந்து கொள்ள முடியாமல் நான் திண்டாடியிருக்கிறேன். அமெரிக்காவுக்கும் சவுதி அரேபியாவுக்கும் இடையே ஏற்பட்ட இந்த ஏற்பாடு குறித்தும், அமெரிக்காவுக்கு சவுதி அரேபியா மண்டியிட்ட விதத்தையும் பின்னர் தெரிந்து கொண்ட அரபு உலகமும் ஒப்பெக் நாடுகளும் பிற இஸ்லாமிய நாடுகளும் திகைப்பும் அதிர்ச்சியும் அடைந்தன.

சவுதி அரேபியா தன்னுடைய எண்ணெயை விற்றுக் கிடைக்கின்ற பெட்ரோடாலர்களை அமெரிக்க அரசின் பாதுகாப்புப் பத்திரங்களில் முதலீடு செய்ய வேண்டும் என்பதே அந்த நிபந்தனையாகும்; பதிலுக்கு, அமெரிக்கக் கருவூலத் துறை, அந்த முதலீடுகளிலிருந்து கிடைக்கின்ற வட்டியை சவுதி அரேபியாவை நவீனப்படுத்துவதற்குப் பயன்படுத்திக் கொள்ளும்.

நான் முன்மொழிந்த முன்னோக்குகளைச் செயல்படுத்துவதற்காக அமெரிக்க நிறுவனங்களுக்கு அத்தொகை அளிக்கப்படும். அதாவது, சவுதி அரேபியாவின் பணத்தைக் கொண்டு அந்நாட்டில் மாபெரும் கட்டமைப்புத் திட்டங்களை நிறைவேற்றுவதற்கு அமெரிக்கக் கருவூலத் துறை அமெரிக்க நிறுவனங்களை அமர்த்திக் கொள்ளும் என்று அதற்கு அர்த்தம்.

இத்திட்டங்கள் குறித்துப் பொதுவான பின்னூட்டக்கருத்துகளைத் தெரிவிக்கின்ற உரிமை சவுதி அரேபியாவுக்கு இருந்தாலும், அது ஏட்டளவில்தான் இருந்தது. ஆனால் நடைமுறையில், இஸ்லாம் மதத்தினர் அசுவாசிகள் என்று கருதுகின்ற வெளிநாட்டுக்காரர்களின் உயர்மட்டக் குழு ஒன்றுதான் அரேபிய தீபகற்பத்தின் வருங்காலத் தோற்றத்தையும் அதன் பொருளாதாரத் தலைவிதியையும் தீர்மானித்துக் கொண்டிருந்தது. பழமைவாத வஹாபி கோட்பாடுகளின் அடிப்படையில் அமைக்கப்பட்டு, பல நூற்றாண்டுகளாக அக்கோட்பாடுகளின்படி ஆளப்பட்டு வந்த ஒரு இராஜாங்கத்திற்குத்தான் இப்படிப்பட்ட ஒரு நிலை ஏற்பட்டிருந்தது. அவர்களைப் பொறுத்தவரை, அது மதரீதியான ஒரு பெருந்தாவல் என்றாலும், அப்போதிருந்த சூழலில், அமெரிக்க அரசின் அரசியல் மற்றும் இராணுவரீதியான அழுத்தங்களுக்கு அடிபணிவதைத் தவிரத் தங்களுக்கு வேறு வழி இல்லை என்று சவுதி இராஜ குடும்பத்தினர் முடிவு கட்டியிருந்திருக்க வேண்டும் என்று நான் கருதினேன்.

எங்கள் கண்ணோட்டத்தில், கொள்ளை இலாபம் ஈட்டுவதற்கான வாய்ப்பு எல்லையற்று இருந்தது. அது ஓர் இனிப்பான ஏற்பாடு. அதோடு, அது ஓர் அருமையான முன்னுதாரணமாகவும் அமையவிருந்தது. அதில் இனிப்புக்கு இனிப்புக் கூட்டுகின்ற வேறோர் அம்சமும் இருந்தது. இத்திட்டங்கள் எதற்கும் அமெரிக்கப் பெருநிறுவனங்கள் அமெரிக்கக் காங்கிரஸின் ஒப்புதலைப் பெற வேண்டிய அவசியம் இருக்கவில்லை. அமெரிக்கப் பெருநிறுவனங்கள், குறிப்பாக, மெயின், பெக்டெல் போன்ற நிறுவனங்கள், அந்த ஒப்புதல் செயல்முறையை வெறுத்தன. ஏனெனில், அவை தம்முடைய கணக்குகளையோ அல்லது இரகசியங்களையோ வேறு எவரோடும் பகிர்ந்து கொள்வதை அறவே வெறுத்தன.

வரலாறு காணாத இத்திட்டத்திற்கான விதிமுறைகளை வகுப்பதற்கு நாங்கள் எதிர்பார்த்ததைவிடக் குறைவான காலமே தேவைப்பட்டது. அதற்குப் பிறகு, நாங்கள் அதை நடைமுறைப்படுத்துவதற்கான வழிமுறைகளைக் கண்டுபிடித்தாக வேண்டியிருந்தது. மிகவும் இரகசியமாக வைக்கப்பட்டிருந்த

இத்திட்டத்தைத் துவக்குவதற்கு அமெரிக்க அரசின் மிக உயர்ந்த பதவியில் இருந்த ஒருவர் சவுதி அரேபியாவுக்கு அனுப்பப்பட்டார். அவர் யாரென்று என்னால் உறுதியாகக் கூற முடியாவிட்டாலும், அது ஹென்ரி கிஸ்ஸிங்கர் என்று நான் நம்புகிறேன்.

அங்கு யார் சென்றிருந்தாலும் சரி, ஈரானில் பிரிட்டிஷ் பெட்டோலியத்தைத் தூக்கியெறிய முயன்ற மொசாடெக்கிற்கு என்ன கதி ஏற்பட்டது என்பதை சவுதி இராஜ குடும்பத்தினருக்கு நினைவுபடுத்துவது அவருடைய முதல் வேலையாக இருந்தது. அதற்கு அடுத்ததாக, சவுதி அரேபியாவால் மறுக்க முடியாத விதத்தில் அத்திட்டத்தின் சாராம்சத்தை ஒரு வசீகரமான முறையில் அவர்களிடம் முன்வைப்பது அவருடைய வேலையாக இருந்தது. மொத்தத்தில், அவர்களுக்கு அதை விட்டால் வேறு வழியில்லை என்பது நாசூக்காகத் தெரிவிக்கப்பட வேண்டியிருந்தது. ஒன்று, அவர்கள் அமெரிக்கா நீட்டுகின்ற ஆதரவுக் கரத்தைப் பற்றிக் கொண்டு தங்களுடைய இராஜ குடும்பத்தின் ஆட்சி தொடர்வதை உறுதி செய்து கொள்ளலாம், அல்லது அமெரிக்கத் திட்டத்தை மறுப்பதன் மூலம் மொசாடெக்கின் வழியைத் தேர்ந்தெடுத்துக் கொள்ளலாம் என்ற ஒரு கட்டாயச் சூழலுக்குள் அவர்கள் தள்ளப்பட்டிருந்தனர் என்று நான் உறுதியாக நம்புகிறேன். அந்தத் தூதுவர் அமெரிக்காவுக்குத் திரும்பி வந்தபோது, சவுதி அரேபியா, அமெரிக்கா முன்மொழிந்திருந்த திட்டத்தை ஏற்றுக் கொண்டுவிட்டது என்ற தகவலுடன் வந்தார்.

இதற்கு ஒரே ஒரு சிறிய தடை இருந்தது. சவுதி அரசாங்கத்தில் இருந்த பிற முக்கியமான நபர்களை இத்திட்டத்திற்கு ஒப்புக் கொள்ள வைக்க வேண்டியிருந்தது. ஆனால், அது ஒரு குடும்ப விவகாரம் என்று எங்களிடம் கூறப்பட்டது. சவுதி அரேபியா ஒரு ஜனநாயக நாடாக இல்லாமல் இருந்தபோதிலும், அவர்களிடையே கருத்து ஒற்றுமை இருக்க வேண்டியிருந்தது.

1975 இல் அப்படிப்பட்ட முக்கியமான நபர்களில் ஒருவர் எனக்கு ஒதுக்கப்பட்டார். அவர் ஒரு பட்டத்து இளவரசரா என்று எனக்குத் தெரியாது. ஆனால் அவரை நான் எப்போதும் இளவரசர் டபிள்யூ என்றே நினைவுகூர்ந்தேன். இந்த சாமா திட்டம் சவுதி அரேபியாவுக்கும் தனிப்பட்ட முறையில் அவருக்கும் பெரும் பயன்களைக் கொண்டுவரும் என்று கூறி அவரை எங்களுடைய வழிக்குக் கொண்டு வருவதுதான் எனக்குக் கொடுக்கப்பட்டிருந்த பணியாகும்.

முதலில் தோன்றியதுபோல அது அவ்வளவு எளிதாக இருக்கவில்லை. இளவரசர் டபிள்யூ தான் ஒரு விசுவாசமான வஹாபி என்று தன்னை அழைத்துக் கொண்டார். அதனால் தன்னுடைய நாடு மேற்கத்திய அதிநுகர்வுக் கலாச்சாரத்தை

அடியொற்றி நடப்பதைத் தான் விரும்பவில்லை என்று அவர் வலியுறுத்தினார். நாங்கள் முன்மொழிந்த திட்டத்தின் பின்னால் ஒளிந்திருந்த நயவஞ்சக நோக்கத்தைத் தன்னால் புரிந்து கொள்ள முடிந்தது என்றும் அவர் கூறினார். ஆயிரமாண்டுகளுக்கு முன் சிலுவைப் போர்களில் பங்கு பெற்றச் சிலுவைப் போராளிகளுக்கு இருந்த, அரபு நாடுகளைக் கிறித்தவமயப்படுத்துதல் என்ற அதே நோக்கத்தைத்தான் நாங்களும் கொண்டிருந்தோம் என்று அவர் எங்கள்மீது குற்றம் சுமத்தினார். அவர் கூறியதில் பாதியளவு உண்மை இருந்தது. என்னுடைய கண்ணோட்டத்தின்படி, சிலுவைப் போராளிகளுக்கும் எங்களுக்கும் நூலிழை வேறுபாடுதான் இருந்தது. இஸ்லாமியர்கள், இறந்த பின் நேராக சொர்க்கத்திற்குச் செல்வதற்குமுன்பு தூய்மைப்படுத்தப்படுவதற்காக அனுப்பப்படுகின்ற ஓரிடத்திற்குச் செல்வதிலிருந்து அவர்களைக் காப்பாற்றுவதே தங்களுடைய நோக்கம் என்று ஐரோப்பாவில் மத்தியக் காலத்தில் இருந்த கத்தோலிக்கர்கள் முழங்கினர்; சவுதி அரேபியர்கள் நவீனப்படுத்தப்பட உதவுவதே எங்கள் நோக்கம் என்று நாங்கள் முழங்கிக் கொண்டிருந்தோம். ஆனால் உண்மையில், பெருநிறுவனத்துவத்தைப்போலவே, சிலுவைப் போராளிகளும் அடிப்படையில் தங்களுடைய பேரரசை விரிவாக்குவதையே தங்களுடைய நோக்கமாகக் கொண்டிருந்தனர்.

மத நம்பிக்கைகளை ஒருபுறம் தள்ளிவிட்டுப் பார்த்தால் இளவரசர் டபிள்யூவுக்கு ஒரு பலவீனம் இருந்தது. பொன்னிறத் தலைமுடியுடன் இருந்த யுவதியர்தாம் அந்த பலவீனம். இப்போது பரவலாக நடைமுறையில் இருக்கின்ற ஒரு பழக்கத்தைப் பற்றி நான் குறிப்பிடுவது நகைப்புக்குரியதாக இருக்கலாம். ஆனால், நான் அறிந்திருந்த சவுதிக்காரர்களில் இளவரசர் டபிள்யூவிடம் மட்டும்தான் இப்படிப்பட்ட ஓர் ஆசை இருந்தது என்பதையும் நான் இங்குக் குறிப்பிட்டாக வேண்டும். அல்லது தங்களுக்கு அப்படிப்பட்ட ஆசை இருந்தது என்பதை இளவரசர் டபிள்யூவைப்போல மற்றவர்கள் வெளிப்படையாக என்னிடம் தெரிவிக்காமல் இருந்திருக்கலாம். ஆனால், வரலாற்று முக்கியத்துவம் வாய்ந்த இந்த ஒப்பந்தத்தை வடிவமைப்பதில் அது ஒரு முக்கியப் பங்கு வகித்தது. என் நோக்கத்தை அடைவதற்கு நான் எந்த அளவுக்குத் துணிவேன் என்பதையும் அது வெளிப்படுத்தியது.

அத்தியாயம் 16

ஒசாமா பின் லேடனுக்குப் பண உதவியும் ஊக்குவிப்பும்

இளவரசர் டபிள்யூ என்னைப் பார்க்க பாஸ்டனுக்கு வந்தபோதெல்லாம், தனக்குப் பிடித்தமான ஒரு பெண் தன்னை மகிழ்விக்க வேண்டும் என்பதை அவர் முதலிலேயே என்னிடம் தெரிவித்துவிடுவார். அப்பெண், தொழில்முறைரீதியாகப் பிரபலங்களுடன் சுற்றித் திரிகின்ற பெண்களைப்போல அல்லாமல், கூடுதலாகத் தான் எதிர்பார்த்தச் சில 'பணிவிடைகளையும்' தனக்குச் செய்ய வேண்டும் என்பதையும் அவர் என்னிடம் கூறினார். ஆனால் தொழில்முறைரீதியான விலைமாதர் தனக்கு வேண்டாம் என்பதில் அவர் உறுதியாக இருந்தார். ஏனெனில், அப்படிப்பட்ட நபரை ஏதாவது ஒரு கேளிக்கை விருந்திலோ அல்லது வேறு இடங்களிலோ அவரோ அல்லது அவருடைய குடும்ப உறுப்பினர்களோ எதிர்கொள்ள நேரிடுகின்ற அபாயம் அதில் இருந்ததுதான் அதற்குக் காரணம். இளவரசர் டபிள்யூவுடனான என்னுடைய சந்திப்புகள் அனைத்தும் இரகசியமாக வைக்கப்பட்டிருந்ததால், அவருடைய விருப்பங்களைப் பூர்த்தி செய்வது எனக்குக் கடினமாக இருக்கவில்லை.

சாலி என்ற பெண் பாஸ்டன் பகுதியில் வசித்து வந்தாள். சாலியின் பொன்னிறக் கூந்தலாலும் அவளுடைய நீல நிறக் கண்களாலும் இளவரசர் கண்டிப்பாகக் கவரப்படுவார் என்பதை நான் அறிந்திருந்தேன். யுனைட்டெட் ஏர்லைன்ஸில் ஒரு விமானியாக வேலை பார்த்து வந்த அவளுடைய கணவர் தன்னுடைய வேலை நிமித்தமாகவும் தனிப்பட்ட முறையிலும் அடிக்கடி வெளியூருக்குப் பயணிக்க வேண்டியிருந்தது.

அப்பயணங்களின்போது தான் பிற பெண்களுடன் உல்லாசமாக இருந்ததைப் பற்றிய செய்தியை அவர் தன்னுடைய மனைவியிடம் மறைக்கப் பெரிதாக முயன்றதில்லை. சாலியும் தன்னுடைய கணவரின் நடவடிக்கைகள் குறித்துப் பெரிதாகச் சட்டை செய்யவில்லைபோலத் தோன்றியது. அவளுடைய கணவர் வாங்கிக் கொண்டிருந்த பெரும் சம்பளம், அவர்கள் குடியிருந்த ஆடம்பர வீடு, அக்காலத்தில் ஒரு விமானியின் மனைவி அனுபவித்துக் கொண்டிருந்த சில அனுகூலங்கள் ஆகியவற்றை அவள் விரும்பினாள். ஒரு நிபந்தனையுடன் இளவரசரைச் சந்திக்க அவள் ஒப்புக் கொண்டாள். அவர் எப்படி அவளுடன் நடந்து கொள்கிறார் என்பதையும், அவளைக் குறித்து அவர் எத்தகைய கண்ணோட்டத்தைக் கொண்டிருக்கிறார் என்பதையும் பொறுத்து அவரை மீண்டும் சந்திப்பதா வேண்டாமா என்பதை அவள் முடிவு செய்வாள் என்பதுதான் அது.

என் அதிர்ஷ்டம், அவர்கள் இருவருக்கும் நன்றாக ஒத்துப் போய்விட்டது.

சாமா திட்டத்தின் ஒரு கிளைக் கதையாக அமைந்துவிட்டிருந்த இந்த இளவரசர்–சாலி விவகாரம், எனக்குச் சில பிரச்சனைகளை உண்டு பண்ணியது. மெயின் நிறுவனத்தின் ஊழியர்கள் சட்டத்திற்குப் புறம்பான காரியங்களில் ஈடுபடுவது தடை செய்யப்பட்டிருந்தது. நான் ஈடுபட்டிருந்த காரியம் மசாசூசெட்ஸ் மாநிலத்தில் சட்டத்திற்குப் புறம்பான ஒன்று. அதனால், சாலியின் சேவைக்குப் பணம் கொடுக்க நான் ஒரு வழியைக் கண்டுபிடிக்க வேண்டியிருந்தது. அதிர்ஷ்டவசமாக, என்னுடைய செலவுக் கணக்குகள் குறித்து என்னுடைய நிறுவனத்தின் கணக்கியல் துறை எனக்கு ஏகப்பட்ட சுதந்திரத்தை வழங்கியிருந்தது. உணவகங்களில் எனக்குப் பரிமாறுபவர்களுக்கு நான் எப்போதுமே தாராளமாக 'டிப்ஸ்' கொடுப்பேன். அதனால், பாஸ்டனில் இருந்த பல உயர்தர உணவகங்களில் இருந்த வெயிட்டர்களிடம், எதுவும் எழுதப்பட்டிருக்காத ரசீதுகளை நான் வாங்கி வைத்துக் கொள்வேன். இது கணினி யுகத்திற்கு முற்பட்டக் காலம்; அப்போது மனிதர்கள்தாம் ரசீதுகளை நிரப்புவர்.

நாட்கள் செல்லச் செல்ல இளவரசரின் துணிச்சலும் அதிகமாகிக் கொண்டே போனது. இறுதியில், சவுதி அரேபியாவில் இருந்த தன்னுடைய குடியிருப்புகளில் ஒன்றில் சாலி நிரந்தரமாகத் தங்குவதற்கு ஏற்பாடு செய்யும்படி அவர் என்னிடம் கேட்டார். அக்காலத்தில் இப்படிப்பட்ட வேண்டுகோள்களை எவரும் கேள்விப்பட்டதுகூட இல்லை. ஐரோப்பிய நாடுகளுக்கும் மத்தியக் கிழக்கு நாடுகளுக்கும் இடையே இளம் பெண்களை வைத்து வியாபாரம் செய்வது சுறுசுறுப்பாக நடைபெற்றுக்

கொண்டிருந்தது. அந்த இளம் பெண்களுடன் ஒரு குறிப்பிடக் காலத்திற்கு ஓர் ஒப்பந்தம் செய்து கொள்ளப்படும். அக்காலம் முடிவடைந்ததும், அவர்கள் ஏராளமான பணத்துடன் தங்களுடைய தாய்நாட்டுக்குத் திரும்பிச் சென்றுவிடுவர். சிஐஏவில் இருபது ஆண்டுகளாக ஓர் அதிகாரியாகப் பணியாற்றிக் கொண்டிருந்த ராபர்ட் பாயர் மத்தியக் கிழக்கு விவகாரங்களில் ஒரு வல்லுநராக இருந்தார். அவர் இதைப் பற்றி இவ்வாறு விவரிக்கிறார்: "பெட்ரோடாலர்கள் கொட்டத் தொடங்கியவுடன், லெபனானிலிருந்து இளம் பெண்களை அரேபிய இளவரசர்களுக்கு அனுப்புகின்ற வணிகம் சூடு பிடிக்கத் தொடங்கியது. இதில் லெபனான் நாட்டுக்காரர்கள் பெரும் பணம் சம்பாதித்தனர்."

எனக்கு இவ்விவகாரங்களில் நல்ல பரிச்சயம் இருந்தது. இது போன்ற ஒப்பந்தங்களைப் போடுகின்ற சிலரையும் நான் தெரிந்து வைத்திருந்தேன். ஆனால் எனக்கு இதில் மூன்று இடைஞ்சல்கள் இருந்தன. முதலாவது, சாலி; இரண்டாவது, பணம் கொடுத்தல்; மூன்றாவது, சட்டத்திற்குப் புறம்பான ஒன்றை, மனசாட்சிக்கு எதிரான ஒன்றை நான் செய்ய வேண்டியிருந்தது. பாஸ்டன் நகரை விட்டுவிட்டுப் பாலைவனத்தில் இருந்த ஒரு மாளிகையில் வசிக்க சாலி முன்வருவாள் என்று நான் நினைக்கவில்லை. எதுவும் எழுதப்படாத உணவக ரசீதுகள் இதற்குக் கண்டிப்பாகப் போதுமானவையாக இருக்காது என்பதை நான் அறிந்திருந்தேன்.

பணம் தொடர்பான பிரச்சனைகளை இளவரசரே தீர்த்துவிட்டார். சாலிக்குப் பணம் கொடுப்பது தன் பொறுப்பு என்று அவர் என்னிடம் கூறினார். தனக்கு பாஸ்டன் நகர சாலி தேவையில்லை, மாறாக, அவளைப் போன்ற ஒரு பெண் இருந்தால் போதும் என்று இளவரசர் என்னிடம் கூறியபோது நான் நிம்மதியடைந்தேன். இதற்கான ஏற்பாடுகளை மட்டுமே நான் செய்ய வேண்டியிருந்தது. என்னுடைய நண்பர்களின் உதவியுடன், லண்டன் மற்றும் ஆம்ஸ்டர்டாமில் இவ்விவகாரங்களில் ஈடுபட்டிருந்த லெபனான் நாட்டுக்காரர்கள் சிலரை நான் தொடர்பு கொண்டேன். ஒரு சில நாட்களில் மற்றொரு சாலி மத்தியக் கிழக்கு நாட்டுக்குச் சென்று இளவரசருடன் வசிப்பதற்கான ஒப்பந்தத்தில் கையெழுத்திட்டாள். இங்கிலாந்து மற்றும் நெதர்லாந்தில் இருந்தவர்கள் மூலமாக இந்த ஏற்பாடுகள் நடைபெற்றதால், அமெரிக்கச் சட்டச் சிக்கல்கள் குறித்தக் கவலைகளிலிருந்து நான் விடுபட்டேன். நான் தாஜா செய்ய வேண்டியிருந்தது என்னுடைய மனசாட்சியை மட்டுமே. இதில் ஈடுபட்டிருந்தவர்கள் அனைவரும் வளர்ந்தவர்கள், சுயமாகச் சிந்திக்கத் தெரிந்தவர்கள், தங்களுடைய தீர்மானங்களுக்குத் தாங்களே பொறுப்பேற்றுக் கொள்பவர்கள் என்று என்னை

நானே சமாதானப்படுத்திக் கொண்டேன்.

இளவரசர் ஒரு சிக்கலான நபர். சாலி அவருடைய இச்சைகளுக்குத் தீனி போட்டாள். இவ்விஷயத்தில் நான் அவருக்கு உதவியதன் மூலம் நான் அவருடைய நம்பிக்கையைப் பெற்றேன். ஆனால் அதற்காக, சாமா திட்டத்தைத் தன் நாட்டுக்குப் பரிந்துரைக்க அவர் ஒப்புக் கொள்ளவில்லை. என் தரப்பை எடுத்துரைத்து அவரை என் வழிக்குக் கொண்டுவர நான் கடுமையாக உழைக்க வேண்டி இருந்தது. நான் சேகரித்திருந்த புள்ளிவிபரங்களை அவரிடம் காட்டி, நான் தயாரித்திருந்த அறிக்கைகளை அவரிடம் விளக்க நான் பல மணி நேரத்தைச் செலவிட்டேன். குவைத் உட்பட வேறு பல நாடுகளின் பொருளாதார வளர்ச்சிக் கணிப்புகள் குறித்து நான் தயாரித்திருந்த சில அறிக்கைகளையும் நான் அவரிடம் காட்டினேன். இறுதியில் ஒருவழியாக, சாமா திட்டத்தைப் பரிந்துரைக்க அவர் ஒப்புக் கொண்டார்.

என்னுடைய சக பொருளாதார அடியாட்களுக்கும் அவர்கள் கையாண்ட சவுதிக்காரர்களுக்கும் இடையில் என்ன நடந்தது என்பது எனக்குத் தெரியாது. எது எப்படியோ, இறுதியில் மொத்தத் திட்டமும் சவுதி அரசக் குடும்பத்தாரால் ஏற்றுக் கொள்ளப்பட்டது. இதில் மெயின் நிறுவனம் வகித்திருந்த பாத்திரத்திற்கு வெகுமதி அளிக்கும் விதத்தில், அமெரிக்கக் கருவூலத் துறை அதற்கு மிகவும் இலாபகரமான ஒப்பந்தங்கள் பலவற்றை வழங்கியது. அந்நாட்டில் இருந்த பழங்கால மின்திட்ட முறை குறித்து ஒரு முழுமையான ஆய்வு நிகழ்த்தி, அமெரிக்காவில் இருப்பதுபோன்ற நவீன மின்திட்டம் ஒன்றை அங்கு நிறுவுவதற்கான ஒரு திட்டத்தை வடிவமைக்கும்படி மெயின் நிறுவனம் கேட்டுக் கொள்ளப்பட்டது.

அந்நாட்டுக்கு முதல் குழுவை அனுப்புதல், அந்நாட்டிலுள்ள பிராந்தியங்கள் ஒவ்வொன்றுக்கும் தேவைப்படுகின்ற மின் அளவு, அத்தேவையை ஈடுகட்டுவதற்குத் தேவையான பொருளாதாரக் கணிப்பு மாதிரிகள் போன்றவற்றை ஏற்பாடு செய்யும் பொறுப்பு வழக்கம்போல என்னிடம் விடப்பட்டது. என் கீழ் வேலை பார்த்தவர்களில், சர்வதேசத் திட்டங்களில் வேலை பார்த்திருந்த மூன்று பேரை நான் தேர்ந்தெடுத்து அவர்களை ரியாத் நகருக்கு அனுப்ப நான் தயாராகிக் கொண்டிருந்தபோது எங்களுக்கு ஒரு புதிய தகவல் கிடைத்தது. எங்களுடைய ஒப்பந்தத்தின்படி, அடுத்தச் சில வாரங்களில், முழுமையாக இயங்கிய ஓர் அலுவலகத்தை நான் நிறுவியாக வேண்டியிருந்தது என்று எங்களுடைய சட்டத்துறை கூறியது. இது எப்படியோ ஒரு மாதத்திற்கும் மேலாக யாருடைய கண்களிலும் படாமல்

இருந்துவிட்டது. மேலும், அமெரிக்கக் கருவூலத் துறையோடு நாங்கள் போட்டிருந்த ஒப்பந்தப்படி, எங்களுக்குத் தேவையான அனைத்துச் சாமான்களும் அமெரிக்காவிலோ அல்லது சவுதி அரேபியாவிலோதான் தயாரிக்கப்பட்டிருக்க வேண்டும். சவுதி அரேபியாவில் அப்பொருட்கள் தயாரிக்கப்படுவதில்லை என்பதால், அவற்றை நாங்கள் அமெரிக்காவிலிருந்துதான் எடுத்துச் செல்ல வேண்டியிருந்தது. ஆனால் அரேபியத் துறைமுகங்களில், தங்களுடைய பொருட்களைத் தரையிறக்குவதற்காகப் பல கப்பல்கள் நீண்ட வரிசையில் காத்துக் கொண்டிருந்ததைக் கேள்விப்பட்டதும் நாங்கள் நொந்து போனோம். அச்சூழ்நிலையில் எங்களுக்குத் தேவையான பொருட்களைக் கப்பல் வழியாக அனுப்பினால் அது அங்கு போய்ச் சேரப் பல மாதங்கள் ஆகும் என்பது எங்களுக்குத் தெரிந்தது.

அலுவலகச் சாமான்களை அனுப்புவதில் இருந்த பிரச்சனைகளின் பொருட்டு அது போன்ற ஒரு முக்கியமான ஒப்பந்தத்தை இழக்க மெயின் நிறுவனம் விரும்பவில்லை. இதில் சம்பந்தப்பட்டிருந்த அனைவரோடும் நாங்கள் பல மணி நேரம் கலந்தாலோசித்தோம். இறுதியில் ஒரு போயிங்–747 விமானத்தை வாடகைக்கு அமர்த்தி, அனைத்துப் பொருட்களையும் அங்கு கொண்டு செல்வது என்று முடிவாயிற்று. அந்த விமானம் யுனைட்டெட் ஏர்லைன்ஸுக்குச் சொந்தமாக இருந்து, சவுதி அரசப் பரம்பரையைச் சேர்ந்த ஒருவரை எங்களுடைய வழிக்குக் கொண்டு வருவதில் ஒரு முக்கியப் பங்காற்றியிருந்த ஒரு பெண்மணியின் கணவரால் அது ஓட்டப்பட்டால் பொருத்தமாக இருக்கும் என்று அப்போது நான் நினைத்துக் கொண்டது இப்போதும் எனக்கு நன்றாக நினைவிருக்கிறது.

அமெரிக்காவுக்கும் சவுதி அரேபியாவுக்கும் இடையே போடப்பட்ட ஒப்பந்தம் சவுதி அரேபியாவைக் கிட்டத்தட்ட ஒரே இரவில் மாற்றிவிட்டது. ஆடுகள் குப்பைகளைக் கிளறிக் கொண்டிருந்த இடத்தில் இப்போது பிரகாசமான மஞ்சள் நிறத்தில் இருநூறு அமெரிக்கக் குப்பை லாரிகள் வலம் வந்து கொண்டிருந்தன. அந்தக் குப்பைகளை அள்ளுகின்ற வேலைக்காக, 'வேஸ்ட் மேனேஜ்மென்ட் இங்க்' என்ற அமெரிக்க நிறுவனம் 200 மில்லியன் டாலர் தொகைக்கான ஒப்பந்தத்தைப் பெற்றிருந்தது. அதேபோல, வேளாண்மை, மின்சக்தி, தகவல் தொடர்பு, கல்வி உட்பட, சவுதி அரேபியாவின் ஒவ்வொரு துறையும் நவீனப்படுத்தப்பட்டது. மத்தியக் கிழக்குக் குறித்துத் தெளிவாகத் தெரிந்து வைத்திருந்த தாமஸ் லிப்மேன் என்ற அமெரிக்கப் பத்திரிகையாளர் 2004 இல் இது குறித்து இவ்வாறு குறிப்பிட்டார்:

நாடோடிகளின் கூடாரங்களும் விவசாயிகளின் மண்
குடிசைகளும் இருந்த வறண்ட பாலைவனத்தை
அமெரிக்கர்கள் தங்களுடைய பூமியைப்போல அப்படியே
மாற்றி அமைத்துள்ளனர். தெருமுனை ஸ்டார்பக்ஸ்
காபிக் கடையிலிருந்து, புதிய கட்டடங்களுக்குள்
சக்கரநாற்காலிகளில் அமர்ந்தவாறே செல்வதற்கு வசதியான
சரிவான மேடைகள்வரை அனைத்தும் அங்கு உள்ளன.
விரைவுச் சாலைகள், கணினிகள், அமெரிக்காவில்
கிடைக்கின்ற அதே பொருட்களை விற்கின்ற கடைகள்
அடங்கிய குளிரூட்டப்பட்ட வணிக வளாகங்கள், நவநாகரிக
ஓட்டல்கள், துரித உணவு உணவகங்கள், செயற்கைக்கோள்
தொலைக்காட்சி, நவீன வசதிகள் நிரம்பிய மருத்துவமனைகள்,
விண்ணுயரத்திற்கு அடுக்குமாடிக் கட்டடங்கள், கேளிக்கைப்
பூங்காக்கள் போன்றவை அடங்கிய ஒரு நாடாக இன்று சவுதி
அரேபியா விளங்குகிறது.

1974 இல் நாங்கள் வடிவமைத்திருந்த திட்டங்கள், பிற
எண்ணெய் வள நாடுகளிடம் வருங்காலத்தில் நடத்தவிருந்த
பேரப்பேச்சுகளுக்கான முன்மாதிரிகளாக அமைந்திருந்தன. ஒரு
விதத்தில், ஈரானில் கெர்மிட் ரூஸ்வெல்ட் சாதித்திருந்த ஒன்றின்
அடுத்தக் கட்டம்தான் சாமா திட்டம் என்று கூறலாம். இது
ஒரு சர்வதேசப் பேரரசுக்காக ஒரு புதிய வகையான வீரர்களால்
பயன்படுத்தப்படும் அரசியல்–பொருளாதார ஆயுதங்களை
நவீனமயமாக்கியது.

சாமா திட்டம் சர்வதேச நிதி நிர்வாகத்திலும் புதிய
முன்னுதாரணங்களை ஏற்படுத்தியது. இடி அமீனின் விஷயத்தில்
இது தெளிவாகப் புலப்பட்டது. 1979 இல் உகாண்டாவின்
சர்வாதிகாரி இடி அமீன் தன் நாட்டைவிட்டு ஓடியபோது,
கடைசியில் சவுதி அரேபியாதான் அவருக்குப் புகலிடம்
கொடுத்தது. கிட்டத்தட்ட மூன்று இலட்சம் பேர்வரை கொன்று
குவித்த மாபாதகன் என்று கருதப்பட்ட அந்த சர்வாதிகாரிக்கு,
சவுதி அரேபிய அரசப் பரம்பரை, பணியாட்கள், விலையுயர்ந்த
கார்கள் போன்றவற்றோடு ஓர் ஆடம்பர மாளிகையையும்
கொடுத்து உபசரித்தது. இதை அமெரிக்கா மென்மையாகக்
கண்டித்ததோடு நின்றுவிட்டது. சவுதிகளுடன் தனக்கு இருந்த
உறவைப் பாழாக்க அமெரிக்கா விரும்பாததுதான் அதற்குக்
காரணம். இடி அமீன் தன் கடைசிக் காலத்தை சவுதியில்
உல்லாசமாகக் கழித்துவிட்டு, 2003 இல் சிறுநீரகக் கோளாறு
காரணமாக இறந்து போனார்.

சர்வதேச பயங்கரவாதத்திற்கு நிதியுதவி அளிப்பதற்கு
சவுதி அரேபியா அனுமதிக்கப்பட்டது பல மோசமான

விளைவுகளுக்குக் காரணமாகியது. 1980களில் சோவியத் ஒன்றியத்திற்கு எதிராகச் சண்டையிட்டுக் கொண்டிருந்த ஓசாமா பின் லேடனுக்கு சவுதி அரேபியா நிதியுதவி அளிப்பதில் தான் விருப்பம் கொண்டிருந்ததை மறைக்க அமெரிக்கா எந்தவிதத்திலும் முயற்சிக்கவில்லை. அமெரிக்காவும் சவுதி அரேபியாவும் சேர்ந்து முஜாஹிதீன் படைகளுக்கு 3.5 பில்லியன் டாலர்களுக்கும் மேலாகக் கொடுத்திருந்தன. ஆனால் உண்மையில், அமெரிக்கா மற்றும் சவுதி அரேபியாவின் பங்கு இதையும் தாண்டி இருந்தது.

2003 இல் 'யூஎஸ் நியூஸ் & வேர்ல்டு ரிப்போர்ட்' என்ற இதழ், 'சவுதித் தொடர்பு' என்ற தலைப்பில் ஒரு விரிவான ஆய்வை நடத்தியது. அந்த இதழ் ஆயிரக்கணக்கான பக்கங்கள் அடங்கிய நீதிமன்ற ஆவணங்கள், அமெரிக்கா மற்றும் அந்நிய நாட்டு உளவு நிறுவனங்களின் அறிக்கைகள் மற்றும் ஆவணங்களை அலசி ஆராய்ந்தது; அதோடு, மத்தியக் கிழக்கு மற்றும் பயங்கரவாதம் குறித்த விஷயங்களில் கரை கண்டிருந்த டஜன் கணக்கான வல்லுநர்கள் மற்றும் அரசாங்க அதிகாரிகளிடம் அது பேட்டி எடுத்தது. இறுதியில் அது சமர்ப்பித்த அறிக்கையில் பின்வருபவையும் அடங்கியிருந்தன:

> *அமெரிக்காவின் நீண்டகால நட்பு நாடாக விளங்கிக் கொண்டிருக்கின்ற சவுதி அரேபியா, உலக பயங்கரவாதிகளுக்கு நிதியளிக்கின்ற ஒரு மையமாகச் செயல்பட்டு வந்துள்ளது என்பதற்கு அசைக்க முடியாத ஆதாரங்கள் இருக்கின்றன.*
>
> *ஈரானியப் புரட்சிக்கும் ஆப்கான்மீதான சோவியத் ஆக்கிரமிப்புக்கும் பிறகு, 1980களின் இறுதியில், சவுதி அரேபியாவின் அரசுசார் அறக்கட்டளைகள், வெகுவேகமாக வளர்ந்து கொண்டிருந்த ஜிகாத் இயக்கங்களுக்கு நிதியுதவி அளித்த முதன்மையான மூலாதாரமாக உருவெடுத்தன. கிட்டத்தட்ட 20 நாடுகளில், துணை இராணுவப் படை வீரர்களுக்கான பயிற்சி முகாம்கள் அமைப்பதற்கும், ஆயுதங்கள் வாங்குவதற்கும், புதிய உறுப்பினர்களைச் சேர்ப்பதற்கும் அப்பணம் பயன்படுத்தப்பட்டது.*
>
> *அமெரிக்க அதிகாரிகளுக்குத் தனிப்பட்ட முறையில் இதன் மூலம் பெரும் பணம் கிடைத்ததால், அவர்கள் இதைக் கண்டும் காணாததுபோல இருந்துவிட்டனர் என்று அனுபவம் வாய்ந்த உளவுத் துறை அதிகாரிகள் தெரிவிக்கின்றனர். ஒப்பந்தங்கள், மானியங்கள், சம்பளம் போன்ற பல வடிவங்களில் பில்லியன் கணக்கான டாலர்கள் முன்னாள் அமெரிக்க உயரதிகாரிகளுக்கு வழங்கப்பட்டிருந்தன. அமெரிக்கத் தூதர்கள், சிஐஏ உயரதிகாரிகள், அமெரிக்க அரசுத் துறைச் செயலாளர்கள் போன்றோர் இதில் அடங்குவர்.*

சவுதி அரேபியாவின் அரசக் குடும்பத்தார், அல் கொய்தா அமைப்புக்கு மட்டுமல்லாமல் பிற பயங்கரவாதக் கும்பல்களுக்கும் ஆதரவு அளித்துள்ளதை, ஒட்டுக் கேட்கப்பட்ட உரையாடல்கள் வெளிப்படுத்துகின்றன.

2001 இல் நிகழ்ந்த இரட்டைக் கோபுரத் தாக்குதலுக்குப் பிறகு, அமெரிக்காவுக்கும் சவுதி அரேபியாவுக்கும் இடையே நிலவி வந்திருந்த கள்ள உறவு குறித்தச் சான்றுகள் ஏராளமாக வெளியாகியுள்ளன. 2003 அக்டோபர் மாதத்தில் 'வேனிட்டி ஃபேர்' என்ற இதழ், 'சவுதிகளைக் காப்பாற்ற' என்ற தலைப்பில், அதற்கு முன்பு பொதுவெளியில் வெளியாகி இருக்காத பல தகவல்கள் அடங்கிய ஒரு கட்டுரையைப் பிரசுரித்தது. புஷ் குடும்பத்தார், சவுதி அரசக் குடும்பத்தார், பின் லேடன் குடும்பத்தார் ஆகியோருக்கு இடையே நிலவிய உறவை அது அம்பலப்படுத்தியது. ஆனால் அது எனக்கு எந்தவிதத்திலும் வியப்பளிக்கவில்லை. சவுதி அரேபியாவுக்கும் அமெரிக்காவுக்கும் இடையே இருந்த உறவு 1974 இல் சாமா திட்டக் காலத்திலேயே தொடங்கிவிட்டிருந்தது என்பதை நான் அறிந்திருந்தேன். ஜார்ஜ் எச் டபிள்யூ புஷ்ஷுடனான உறவு, அவர் ஐக்கிய நாடுகள் அவைக்கான அமெரிக்கத் தூதுவராகப் பணியாற்றிய காலத்தில் (1971லிருந்து 1973வரை) தொடங்கி, அவர் சிஐஏவின் தலைவராக இருந்த காலகட்டத்தில் (1976லிருந்து 1977வரை) நன்றாக வளர்ந்தது. அது பத்திரிகையில் வெளியானதுதான் என்னை ஆச்சரியப்படுத்தியது. வேனிட்டி ஃபேர் இதழ் அக்கட்டுரையை இவ்வாறு முடித்திருந்தது:

உலகில் உள்ள இரண்டு அதிகாரமிக்கப் பரம்பரைகளான புஷ் குடும்பத்திற்கும் சவுதி அரசக் குடும்பத்திற்கும் இடையே, இருபது ஆண்டுகளுக்கும் மேலாக, தனிப்பட்ட, தொழில்ரீதியான, மற்றும் அரசியல்ரீதியான பிணைப்புகள் இருந்து வந்துள்ளன.

தனியார் துறையைப் பொறுத்தவரை, சவுதி அரேபியா, தடுமாறிக் கொண்டிருந்த எண்ணெய் நிறுவனமான ஹார்க்கென் நிறுவனத்திற்கு ஆதரவு கொடுத்தது. ஜார்ஜ் டபிள்யூ புஷ் அதில் ஒரு முக்கியமான முதலீட்டாளர். வெகு சமீபத்தில் முன்னாள் அதிபர் ஜார்ஜ் எச் டபிள்யூ புஷ்ஷும் அவருடைய நீண்டகால நண்பரும் முன்னாள் உள்துறைச் செயலாளருமான ஜேம்ஸ் ஏ பேக்கரும், கார்லைல் குழுமத்திற்கு சவுதி அரேபியாவில் நிதி திரட்டுவதற்காகக் கூட்டப்பட்ட ஒரு கூட்டத்தில் பங்கேற்றிருந்தனர். இன்று புஷ் அதன் மூத்த ஆலோசனையாளராகப் பணியாற்றிக் கொண்டிருக்கிறார்.

பயங்கரவாதக் குழுக்களுக்கு ஆதரவளித்ததாகக் குற்றம் சாட்டப்பட்ட சவுதி பெரும்புள்ளி ஒருவரும் அந்நிறுவனத்தில் முதலீடு செய்துள்ளார்.

2001 செப்டம்பர் 11 நிகழ்வு நடைபெற்ற ஒரு சில நாட்களுக்கு உள்ளாகவே, பின் லேடன் குடும்பத்தினர் உட்பட, பல சவுதி செல்வந்தர்கள், தனி விமானங்களில் அமெரிக்காவிலிருந்து இரகசியமாக அழைத்துச் செல்லப்பட்டிருந்தனர். அந்த விமானங்கள் அமெரிக்காவைவிட்டு வெளியே போக யார் அனுமதி கொடுத்தனர் என்பது குறித்து எவரும் வாயைத் திறக்க மாட்டார்கள். அந்த விமானங்களில் பயணம் செய்திருந்தவர்கள் எவரும் கேள்விக்கு உட்படுத்தப்படவில்லை. சவுதிக்களுடன் புஷ் குடும்பத்தாருக்கு இருந்த நீண்டகால நெருக்கம் இது நடந்தேற உதவியதா?

 **பகுதி 3: 1975-1981**

🌐 அத்தியாயம் 17

பனாமா கால்வாய் பேச்சுவார்த்தைகளும் எழுத்தாளர் கிரஹாம் கிரீனும்

பலர் தங்களுடைய பதவிகளில் முன்னேற சவுதி அரேபியா உதவியுள்ளது. ஏற்கனவே என் வேலை சிறப்பாகத்தான் சென்று கொண்டிருந்தது என்றாலும், சவுதி அரேபியாவில் கிடைத்த வெற்றி எனக்குப் பல புதிய கதவுகளைத் திறந்துவிட்டது. 1977 ஆம் ஆண்டுவாக்கில், மெயின் நிறுவனத்தின் தலைமை அலுவலகத்தில் நான் எனக்கென்று ஒரு சிற்றரசை உருவாக்கிக் கொண்டிருந்தேன். அதில் சுமார் இருபது வல்லுநர்கள் இருந்தனர். அது தவிர, மெயின் நிறுவனத்திற்கு உலகெங்கும் இருந்த அலுவலகங்களில் பணிபுரிந்து கொண்டிருந்த பலரும் என் மேற்பார்வையின் கீழ் இருந்தனர். அந்நிறுவனத்தின் ஒரு நூற்றாண்டுகால வரலாற்றில் அந்நிறுவனத்தில் மிகவும் இளவயதில் ஒரு பங்குதாரராக ஆனவன் நான்தான். முதன்மைப் பொருளாதார வல்லுநர் என்ற பதவியோடு, பொருளாதாரம் மற்றும் பிராந்தியத் திட்டமிடுதல் துறையின் மேலாளராகவும் நான் ஆக்கப்பட்டேன். ஹார்வர்டு மற்றும் வேறு சில இடங்களில் நான் விரிவுரையாற்றினேன். நடப்பு நிகழ்வுகள் குறித்துக் கட்டுரைகள் எழுதிக் கொடுக்குமாறு நாளிதழ்கள் என்னைக் கேட்டன. எனக்கென்று சொந்தமாக ஓர் உல்லாசப் படகை வாங்கி, நான் அதை பாஸ்டன் துறைமுகத்தில் நிறுத்தி வைத்திருந்தேன். எனக்குக் கொழுத்தச் சம்பளம் கொடுக்கப்பட்டு வந்தது. நிறுவனத்தில் எனக்கு இருந்த பங்குகளையும் கணக்கிட்டால், நாற்பது வயதுக்கு உள்ளாகவே ஒரு கோடீஸ்வரனாக ஆக எனக்கு ஓர் அருமையான வாய்ப்பு இருந்தது. என் மணவாழ்க்கை தோல்வியில் முடிந்திருந்தது

என்பது உண்மைதான் என்றாலும், உலகின் பல நாடுகளிலும் பல பெண்களுடன் நான் என் நேரத்தைச் செலவழித்துக் கொண்டிருந்தேன்.

பொருளாதாரக் கணிப்புகள் தொடர்பாக ஒரு புதுமையான அணுகுமுறைக்கான யோசனையை புரூனோ முன்மொழிந்தார். இருபதாம் நூற்றாண்டின் தொடக்கத்தில் ஆந்த்ரே மார்க்கோவ் என்ற ரஷ்யக் கணிதவியலாளர் உருவாக்கியிருந்த கணிதக் கோட்பாடு ஒன்றை அது அடிப்படையாகக் கொண்டிருந்தது. எந்தக் குறிப்பிட்டத் துறைகளில் பொருளாதார வளர்ச்சி ஏற்படுவதற்கான சாத்தியக்கூறுகள் அதிகம் இருந்தன என்பதைக் கண்டுபிடிக்க அது உதவியது. இது எங்களுடைய பணிகளுக்கு மிகவும் உதவிகரமாக இருக்கும் என்று நாங்கள் நினைத்தோம்.

நதிப்புரம் பிரசாத் என்ற எம்ஐடி கணிதவியலாளரை நான் வேலைக்கு எடுத்துக் கொண்டு, மார்க்கோவ் மாதிரி ஒன்றை உருவாக்கிக் கொடுக்குமாறு அவரிடம் கேட்டுக் கொண்டேன். ஆறு மாதங்களில் அவர் ஓர் அருமையான மாதிரியை உருவாக்கினார். அதைத் தூக்கிப் பிடித்தச் சில தொழில்நுட்ப ஆய்வுக் கட்டுரைகளையும் நாங்கள் சேர்ந்து உருவாக்கினோம்.

துல்லியமாக இப்படிப்பட்ட ஒன்றைத்தான் நாங்கள் தேடிக் கொண்டிருந்தோம். எங்கள் மூலமாகப் பெரும் கடன் பெற்று ஒரு நாடு நிரந்தரக் கடனாளியாக ஆவதற்கு நாங்கள் உதவினாலும், அது அந்த நாட்டுக்கு நாங்கள் செய்கின்ற பெரும் சேவை என்பது போன்ற தோற்றத்தை உருவாக்க அறிவியல்ரீதியாக நிரூபிக்கப்பட்ட இப்படிப்பட்ட மாதிரிகள் எங்களுக்கு வெகுவாக உதவும். அதோடு, பெரும் பணத்தையும் ஏராளமான நேரத்தையும் தங்கள் வசம் வைத்திருக்கின்ற பொருளாதாரக் கணிப்பீட்டாளர்களால்தான் நாங்கள் உருவாக்கியிருந்த கணிப்பீட்டைக் கேள்வி கேட்கவோ அல்லது அதன் நுணுக்கங்களைப் புரிந்து கொள்ளவோ முடியும். நாங்கள் எழுதியிருந்த ஆய்வுக் கட்டுரைகளைப் புகழ்பெற்றப் பல நிறுவனங்கள் பிரசுரித்தன. நாங்கள் அதை உலகெங்கும் பல பல்கலைக்கழகங்களிலும் கருத்தரங்குகளிலும் சமர்ப்பித்தோம். இத்துறையில், எங்களுடைய ஆய்வுக் கட்டுரைகளோடு சேர்ந்து நாங்களும் பிரபலமானோம்.

ஓமர் டோரிஜோஸும் நானும் எங்களுக்குள் ஏற்படுத்திக் கொண்டிருந்த இரகசிய ஒப்பந்தத்தை நிறைவேற்றினோம். என்னைப் பொறுத்தவரை, என்னுடைய ஆய்வுகளும் அவற்றை அடிப்படையாகக் கொண்டு உருவாக்கப்பட்டக் கணிப்புகளும் நேர்மையாக இருப்பதையும், அவை ஏழைகளின் நலன்களைக் கருத்தில் எடுத்துக் கொள்வதையும் நான் உறுதி செய்தேன்.

பனாமாவைப் பொறுத்தவரை, என்னுடைய கணிப்புகள் வழக்கமாக ஊதிப் பெரிதாக்கப்படும் அளவில் இருக்கவில்லை என்றும், அதில் ஒருவிதமான சோசலிச நெடி வீசியது என்றும் முணுமுணுப்புகள் எழுந்தன. ஆனால், பெயின் நிறுவனம் தொடர்ந்து டோரிஜோஸ் அரசிடமிருந்து பல ஒப்பந்தங்களை வெற்றிகரமாகப் பெற்றுக் கொண்டிருந்தது. எங்களுக்குக் கிடைத்திருந்த ஒப்பந்தங்களில் ஒன்று நாங்கள் அதுவரை இறங்கியிருக்காத ஒரு துறையாக இருந்தது. வேளாண் துறைதான் அது. வழக்கமான திட்டங்களோடு சேர்த்து, வேளாண் துறையின் வளர்ச்சிக்காக ஒரு பெரிய திட்டத்தைத் தயாரித்துக் கொடுக்கும்படி மெயின் நிறுவனம் கேட்டுக் கொள்ளப்பட்டது. ஓமர் டோரிஜோஸும் ஜிம்மி கார்ட்டரும் ஏற்கனவே இரு நாடுகளுக்கும் இடையே போடப்பட்டிருந்த பனாமா கால்வாய் ஒப்பந்தத்தை மறுபரிசீலனை செய்து கொண்டிருந்த வரலாற்று நிகழ்வை நான் வெகு அருகில் இருந்து பார்த்தேன்.

அவர்கள் இருவருக்கும் இடையே நிகழ்ந்து கொண்டிருந்த பனாமா கால்வாய் பேச்சுவார்த்தைகள் உலகெங்கும் பெரும் ஆர்வத்தைத் தூண்டின. ஒட்டுமொத்த உலகமும் சரியான செயல் என்று கருதிக் கொண்டிருந்த ஒன்றை, அதாவது, பனாமா கால்வாயின் உரிமையைப் பனாமா நாட்டுக்குத் திருப்பிக் கொடுத்துவிடுகின்ற செயலை, அமெரிக்கா செய்யப் போகிறதா அல்லது அதை மறுக்கப் போகிறதா என்பதை அறிந்து கொள்ள மொத்த உலகமும் இமை கொட்டாமல் பார்த்துக் கொண்டிருந்தது. நியாயமான, கனிவான குணமுடைய ஒருவர் சரியான நேரத்தில் அமெரிக்க அதிபராகத் தேர்ந்தெடுக்கப்பட்டிருந்தார் என்று பலர் கருதினர். ஆனால் அமெரிக்கப் பழமைவாதக் கோட்டையில் கோலோச்சிக் கொண்டிருந்தவர்களும், வலதுசாரி மதப் பிரசங்க மேடையில் முழங்கிக் கொண்டிருந்தவர்களும் இதை எதிர்த்துக் குரல் எழுப்பிக் கொண்டிருந்தனர். அமெரிக்க தேசிய அரண் ஒன்றை, அமெரிக்கச் சாணக்கியத்தனத்தின் குறியீடாக விளங்கிய ஒன்றை, தென் அமெரிக்காவின் தலைவிதியை அமெரிக்க வர்த்தக நலன்கள் முடிவு செய்ய உதவிய இந்த முக்கிய நீர்வழியை எப்படி நம்மால் விட்டுக்கொடுக்க முடியும் என்று அவர்கள் கேள்வி எழுப்பினர்.

நான் பனாமாவுக்குச் சென்றபோதெல்லாம், அங்கிருந்த கான்டினென்டல் ஓட்டலில் தங்குவதை நான் வழக்கமாகக் கொண்டிருந்தேன். ஐந்தாவது முறையாக நான் அங்கே சென்றபோது, அந்த ஓட்டலில் பழுதுபார்ப்பு வேலைகள் நடைபெற்றுக் கொண்டிருந்ததால், நான் அதற்கு நேரெதிரே இருந்த பனாமா ஓட்டலில் தங்கினேன். கான்டினென்டல் எனக்கு

வெகுவாகப் பழகிப் போயிருந்ததால், அது எனக்கு இன்னொரு வீடுபோலவே ஆகியிருந்தது. ஆனாலும் நான் பனாமா ஓட்டலின் பெரிய வரவேற்பறையில் அங்கிருந்த ஒரு பிரம்பு நாற்காலியில் அமர்ந்து கொண்டு, மேலே சுற்றிக் கொண்டிருந்த பழைய மின்விசிறியைப் பார்த்துக் கொண்டிருந்தபோது, அது என்னை மெதுவாக வசீகரிக்கத் தொடங்கியது. பழைய ஹாலிவுட் படமான ‘கேஸபிளாங்கா’ திரைப்படத்தின் செட்போல அது எனக்குக் காட்சியளித்தது. அப்படத்தின் கதாநாயகனான ஹம்ப்ரி போகார்ட் எந்நேரமும் அந்த அறைக்குள் அடியெடுத்து வைக்கக்கூடும் என்று நான் கற்பனை செய்து கொண்டிருந்தேன். ‘நியூயார்க் ரிவ்யூ ஆஃப் புக்ஸ்’ பத்திரிகையில், கிரஹாம் கிரீன் பனாமாவைப் பற்றி எழுதியிருந்த ஒரு கட்டுரையைப் படித்து முடித்துவிட்டு அப்பத்திரிகையைக் கீழே வைத்தேன். மேலே ஓடிக் கொண்டிருந்த மின்விசிறியை நிமிர்ந்து பார்த்தபோது, என் நினைவு இரண்டாண்டுகளுக்குப் பின்னால் உருண்டோடியது.

1975 இல் பனாமா சிட்டியிலிருந்த தனியார் கிளப் ஒன்றில் ஓமர் டோரிஜோஸ் பேசியபோது, “அமெரிக்க அதிபர் ஜெரால்டு ஃபோர்டு ஒரு பலவீனமான அதிபர். அவர் மீண்டும் தேர்ந்தெடுக்கப்பட மாட்டார்,” என்று சரியாகக் கணித்தார். செல்வாக்குமிக்கப் பனாமா நாட்டுக்காரர்கள் சிலரின் மத்தியில் அவர் பேசிக் கொண்டிருந்தார். அந்த நேர்த்தியான கிளப்பிற்கு அந்நிகழ்ச்சிக்காக அழைக்கப்பட்டிருந்த வெகு சில அந்நிய நாட்டுக்காரர்களில் நானும் ஒருவன். டோரிஜோஸ் தொடர்ந்து பேசினார்: “அதனால்தான் நான் பனாமா கால்வாய் குறித்தப் பேச்சுவார்த்தையை முடுக்கிவிட்டுள்ளேன். தடாலடியான அரசியல் போர் ஒன்றைத் துவக்கி அதில் வெற்றி பெறுவதற்கு இது ஒரு சரியான சமயம்.”

அவருடைய அன்றைய பேச்சு எனக்கு மிகவும் உத்வேகமளித்தது. அன்று இரவு நான் என்னுடைய ஓட்டல் அறைக்குத் திரும்பி வந்ததும், சூட்டோடு சூடாக ஒரு கடிதம் எழுதி, அதை ‘பாஸ்டன் குளோப்’ பத்திரிகைக்குத் தபாலில் அனுப்பி வைத்தேன். நான் பாஸ்டன் நகருக்குத் திரும்பியதும், அப்பத்திரிகை நிறுவனத்தினர் என்னைத் தொடர்பு கொண்டு, தங்களுக்காக ஒரு கட்டுரை எழுதித் தருமாறு என்னிடம் கேட்டனர். அது கொஞ்சம் விவகாரமான விஷயம் என்று எனக்குத் தெரியும் என்றாலும், பனாமா கால்வாய் குறித்து நான் தீவிரமான எண்ணங்களைக் கொண்டிருந்தேன். இப்போது திரும்பிப் பார்க்கின்றபோது, என் வேலை குறித்து நாளுக்கு நாள் என்னிடம் அதிகரித்துக் கொண்டிருந்த விரக்தியின் வெளிப்பாடாக அது இருந்திருக்க வேண்டும் என்பதை என்னால்

புரிந்து கொள்ள முடிகிறது. மேலும், அக்கட்டுரையை டோரிஜோஸ் பாராட்டுவார் என்றும், அதைப் பயன்படுத்திப் பனாமாவில் மெயின் நிறுவனத்திற்கு மேலும் பல ஒப்பந்தங்களை என்னால் பெற்றுக் கொடுக்க முடியும் என்றும் நான் நினைத்தேன்.

1975 செப்டம்பர் 19 அன்று, பாஸ்டன் குளோப் பத்திரிகையில், '1975 இல் பனாமாவில் காலனித்துவத்திற்கு இடமில்லை' என்ற தலைப்பில் நான் எழுதியிருந்த கட்டுரை ஒரு நடுப் பக்கக் கட்டுரையாகப் பிரசுரமானது.

பனாமா கால்வாயைப் பனாமாவிடம் ஏன் ஒப்படைக்க வேண்டும் என்பதற்கு அக்கட்டுரை மூன்று முக்கியக் காரணங்களைக் குறிப்பிட்டது. "தற்போதைய சூழல் நியாயமற்றது," என்பது முதல் காரணம். எந்தவொரு முடிவை எடுப்பதற்கும் அது நியாயமானதாக இருக்க வேண்டியது அவசியம். "அக்கால்வாயைப் பனாமா நாட்டுக்காரர்களிடம் ஒப்படைக்காமல் இருந்தால் விளையக்கூடிய அமெரிக்க தேசியப் பாதுகாப்புத் தொடர்பான ஆபத்து, அக்கால்வாயை ஒப்படைப்பதைவிட மிக அதிகமாக இருக்கும்," என்பது இரண்டாவது காரணம். 'இன்டர்வோசியானிக் கேனல் கமிஷன்' என்ற அமைப்பு வெளியிட்டிருந்த அறிக்கை ஒன்றை நான் அதற்கு ஆதாரமாகக் காட்டினேன். 'காட்டுன்' அணைப் பகுதியில் ஒருவன் ஒரு வெடிகுண்டை வெடிப்பித்தால், பனாமா கால்வாயின் போக்குவரத்தை இரண்டு ஆண்டுகளுக்கு அவனால் நிறுத்திவிட முடியும் என்று அந்த அறிக்கையில் குறிப்பிடப்பட்டிருந்தது. இக்கருத்தை டோரிஜோஸும் ஒரு கூட்டத்தில் வலியுறுத்தியிருந்தார். "ஏற்கனவே பிரச்சனையில் இருக்கின்ற அமெரிக்க–லத்தீனமெரிக்க உறவைத் தற்போதைய சூழல் மேலும் சிக்கலாக்கும்," என்பது மூன்றாவது காரணம். நான் அக்கட்டுரையை இவ்வாறு முடித்திருந்தேன்.

> *பனாமா கால்வாய் தொடர்ந்து சிறப்பாகச் செயல்பட்டுக் கொண்டிருப்பதை உறுதி செய்வதற்கான சிறந்த வழி, பனாமா நாடு அதைத் தன் கட்டுப்பாட்டிற்குள் எடுத்துக் கொண்டு அக்கால்வாய்க்குப் பொறுப்பேற்றுக் கொள்ள அதற்கு உதவுவதுதான். அப்படிச் செய்வதன் மூலம், 200 ஆண்டுகளுக்கு முன்னால் அமெரிக்கர்களாகிய நாம், நாடுகளுக்கு இருக்கின்ற எந்த சுயநிர்ணய உரிமைக்காகக் குரல் கொடுத்தோமோ, அதை உறுதி செய்கின்ற நடவடிக்கைகளைத் துவக்கியுள்ளோம் என்று பெருமைப்பட்டுக் கொள்ளலாம்.*
>
> *1775 இல் இருந்ததைப்போலவே, பனாமா கால்வாய் ஒப்பந்தம் போடப்பட்ட 1900களின் தொடக்கத்திலும் காலனியாதிக்கம் நடைமுறையில் இருந்து வந்திருந்தது. அக்காலகட்டத்திற்கு*

அது பொருத்தமானதாக இருந்திருக்கலாம். ஆனால், இன்று அதை நம்மால் நியாயப்படுத்த முடியாது. 1975 இல் கண்டிப்பாகக் காலனியாதிக்கத்திற்குத் துளிகூட இடமில்லை. அமெரிக்கச் சுதந்திரத்தின் இருநூறாண்டுகளைக் கொண்டாடுகின்ற நாம், இதைப் புரிந்து கொண்டு, அதன்படி நடந்து கொள்ள வேண்டும்.

அக்கட்டுரையை எழுதியது, தனிப்பட்ட முறையில் என்னைப் பொறுத்தவரை ஒரு துணிச்சலான முடிவுதான். அதுவும் அப்போதுதான் நான் மெயின் நிறுவனத்தில் ஒரு பங்குதாரராகச் சேர்த்துக் கொள்ளப்பட்டிருந்தேன். அந்நிறுவனத்தின் பங்குதாரர்கள் ஊடகங்களைத் தவிர்க்க வேண்டும் என்று எதிர்பார்க்கப்பட்டது. குறிப்பாக, அவர்களுடைய பங்குதாரர்கள், ஒரு பிரபலமான பத்திரிகையில் அரசியல் கண்ணோட்டத்துடன்கூடிய ஒரு நடுப்பக்கக் கட்டுரையை எழுதுவதை அவர்களால் ஏற்றுக் கொள்ள முடியாது. என்னுடைய அலுவலகத்தில் என்னுடன் வேலை பார்த்தப் பலர் என்னை மோசமாக விமர்சித்துக் குறிப்புகள் எழுதி எனக்கு அனுப்பினர். அவற்றை எழுதியிருந்தவர்களில் பெரும்பாலானோர் தங்களுடைய பெயர்களைக் குறிப்பிட்டிருக்கவில்லை. ஆனால், அந்த அநாமதேயக் குறிப்புகளில் ஒன்றில் இருந்த கையெழுத்தை வைத்து அதை எழுதியிருந்த நபரின் பெயரை என்னால் எளிதாக ஊகிக்க முடிந்தது. அவர் சார்லி இல்லிங்வொர்த். என்னுடைய முதல் திட்ட மேலதிகாரி. அவர் மெயின் நிறுவனத்தில் பத்தாண்டுகளாக வேலை பார்த்தும் அவர் எங்கள் நிறுவனத்தின் பங்குதாரர்களில் ஒருவராக ஆக்கப்பட்டிருக்கவில்லை (ஆனால் நான் ஐந்து ஆண்டுகளில் ஒரு பங்குதாரராக ஆக்கப்பட்டிருந்தேன்). அக்குறிப்பில் ஒரு பயங்கரமான மண்டையோடும் அதன் கழுத்தின் கீழ் குறுக்காக இரண்டு எலும்புகளும் வரையப்பட்டிருந்தன. அதற்கு அடியில், "இந்தக் கம்யூனிசவாதியும் நம்முடைய நிறுவனத்தில் ஒரு பங்குதாரனா?" என்று எழுதப்பட்டிருந்தது.

புரூனோ என்னைத் தன்னுடைய அலுவலக அறைக்கு அழைத்து என்னிடம் இவ்வாறு கூறினார்: "இதனால் நீங்கள் நிறையக் கண்டனங்களைச் சந்திக்க வேண்டி வரும். நம் நிறுவனம் ஒரு பழமைவாத நிறுவனம். ஆனால் நீங்கள் ஒரு புத்திசாலி என்று நான் கருதுகிறேன். டோரிஜோஸ் இக்கட்டுரையை மிகவும் விரும்புவார். நீங்கள் இதன் பிரதி ஒன்றை அவருக்கு ஏற்கனவே அனுப்பி இருப்பீர்கள் என்று நான் நம்புகிறேன். நம் அலுவலகத்தில் இருக்கும் கோமாளிகள், டோரிஜோஸ் ஒரு சோசலிசவாதி என்று நம்புகின்றனர். ஆனால், அவரிடமிருந்து

நமக்கு ஒப்பந்தங்கள் தொடர்ந்து கிடைத்துக் கொண்டிருந்தால், அவர் யாராக இருந்தாலும் அதைப் பற்றி அவர்கள் எள்ளளவும் கவலைப்பட மாட்டார்கள்."

புரூனோவின் கணிப்பு எப்போதும்போலச் சரியாகவே இருந்தது. அது 1977 ஆம் ஆண்டு. ஜிம்மி கார்ட்டர் வெள்ளை மாளிகையில் குடியேறியிருந்தார். பனாமா கால்வாய் குறித்தப் பேச்சுவார்த்தைகள் சீராகச் சென்று கொண்டிருந்தன. மெயின் நிறுவனத்தின் போட்டியாளர்களில் பலர் தவறான பக்கத்தைத் தேர்ந்தெடுத்திருந்தனர். அதனால், அவர்களுக்குப் பனாமாவிலிருந்து ஒப்பந்தங்கள் எதுவும் கிடைக்கவில்லை. ஆனால், பனாமாவிலிருந்து எங்களுடைய நிறுவனத்திற்குக் கிடைத்துக் கொண்டிருந்த வேலை அதிகரித்துக் கொண்டே இருந்தது. அப்போது நான் ஓட்டல் பனாமாவின் வரவேற்பறையில் அமர்ந்து கொண்டு 'நியூயார்க் ரிவ்யூ ஆஃப் புக்ஸ்' இதழில் வெளிவந்திருந்த கிரஹாம் கிரீனின் கட்டுரையைப் படித்துக் கொண்டிருந்தேன்.

'ஐந்து எல்லைகளைக் கொண்ட ஒரு நாடு' என்பது அக்கட்டுரையின் தலைப்பு. அது ஒரு துணிச்சலான கட்டுரை. பனாமாவின் இராணுவத்திலிருந்த உயரதிகாரிகளின் ஊழல்களைப் பற்றியும் அது விவாதித்தது. தன்னுடைய இராணுவ அதிகாரிகளுக்கு உயர்தரக் குடியிருப்பு வசதிகள் போன்ற சிறப்புச் சலுகைகளைத் தான் வழங்கியிருந்ததாக டோரிஜோஸே ஒப்புக் கொண்டிருந்ததாகவும், "என்னுடைய இராணுவ அதிகாரிகளுக்கு நான் அவற்றை வழங்காவிட்டால், சிஐஏ அவற்றை வழங்கும்!" என்று அவர் கூறியிருந்ததாகவும் கிரஹாம் கிரீன் அக்கட்டுரையில் குறிப்பிட்டிருந்தார். பனாமா கால்வாயைப் பனாமா அரசிடமே ஒப்படைப்பதற்கான ஒப்பந்த ஏற்பாடுகளை மேற்கொண்டிருந்த அமெரிக்க அதிபர் கார்ட்டரின் முயற்சிகளுக்கு எதிராக அமெரிக்க உளவுத் துறை செயல்பட்டுக் கொண்டிருந்தது என்றும், அந்த ஒப்பந்தத்தை உடைக்க, தேவையெனில் பனாமாவின் இராணுவ அதிகாரிகளுக்கு இலஞ்சம் கொடுக்கவும் அது தயாராக இருந்தது என்பதையும் அக்கட்டுரை மறைமுகமாகக் குறிப்பிட்டிருந்தது. ஜாக்கல்கள் இப்போது டோரிஜோஸை வட்டமிடத் தொடங்கியிருப்பார்களோ என்று என்னால் சந்தேகிக்காமல் இருக்க முடியவில்லை.

'டைம்' அல்லது 'நியூஸ்வீக்' பத்திரிகையில் டோரிஜோஸும் கிரஹாம் கிரீனும் ஒன்றாக உட்கார்ந்திருந்த ஒரு புகைப்படத்தை நான் பார்த்திருந்தேன். அப்புகைப்படத்தின் கீழே, டோரிஜோஸின் விருந்தாளியாக அழைக்கப்பட்டிருந்த கிரீன் பின்னர் அவருடைய நண்பராகவும் ஆகிவிட்டிருந்தார் என்று குறிப்பிடப்பட்டிருந்தது.

தான் மிகவும் நம்பிய கிரீன் தன்னுடைய இராணுவ அதிகாரிகளை விமர்சித்து இவ்வாறு எழுதியிருந்ததைப் பற்றி டோரிஜோஸ் என்ன நினைத்தார் என்று நான் யோசித்தேன்.

கிரஹாம் கிரீனின் கட்டுரை மற்றொரு கேள்வியையும் எழுப்பியது. அக்கேள்வி, 1972 இல் நான் டோரிஜோஸுடன் அமர்ந்து பேசிக் கொண்டிருந்த அந்த நாளோடு தொடர்புடையதாக இருந்தது. அந்நேரத்தில், வெளிநாட்டு நிதியுதவி என்பது ஒரு மோசடி என்பது டோரிஜோஸுக்கு நன்றாகவே தெரியும் என்றும், அது தனிப்பட்ட முறையில் அவரைப் பணக்காரராக ஆக்குகின்ற அதே வேளையில் அவருடைய நாட்டைக் கடன் தளையில் மாட்ட வைத்துவிடும் நோக்கில் வடிவமைக்கப்பட்ட ஒன்று என்பதை அவர் அறிவார் என்றும் நான் அனுமானித்திருந்தேன்; அதிகாரத்தில் இருக்கின்ற அனைத்து மனிதர்களையும் ஊழலுக்கு இரையாக்க முடியும் என்ற அனுமானத்தின் அடிப்படையில் இந்த அமைப்புமுறை அமைந்துள்ளது என்பதையும், அதை அவர் தன்னுடைய தனிப்பட்ட நலனுக்குப் பயன்படுத்த விரும்பவில்லை என்பது ஓர் அச்சுறுத்தலாகப் பார்க்கப்படும் என்பதையும், அது ஒரு புதிய சங்கிலித் தொடர் விளைவை உருவாக்கி, மொத்த அமைப்பும் கவிழ்க்கப்பட வழிவகுத்துவிடும் என்பதையும் அவர் அறிந்திருந்தார் என்பதில் எனக்குச் சந்தேகம் எதுவும் இருக்கவில்லை. இந்த உலகம் இந்த மனிதரை உற்றுக் கவனித்துக் கொண்டிருந்தது; அவருடைய நடவடிக்கைகள், பனாமா நாட்டின் எல்லைகளைத் தாண்டி அதிர்வலைகளை ஏற்படுத்தக்கூடியவையாக இருந்ததால், அதை லேசாக எடுத்துக் கொள்ள முடியாது.

பனாமவைப் பெரும் கடனுக்குள் தள்ளிவிடாமல், அதற்குக் கொடுக்கப்பட்டக் கடன்கள் அந்நாட்டு ஏழைகளுக்கு உதவியுள்ளதை அறிகின்றபோது பெருநிறுவனத்துவம் எவ்வாறு எதிர்வினையாற்றும் என்று நான் யோசித்தேன். டோரிஜோஸுக்கும் எனக்கும் இடையே ஏற்பட்ட உடன்பாடு குறித்து டோரிஜோஸ் இப்போது வருத்தப்பட்டுக் கொண்டிருப்பாரோ என்று நான் அஞ்சினேன். அது குறித்து நான் எவ்வாறு உணர்ந்தேன் என்பது குறித்து எனக்குத் தெளிவு இருக்கவில்லை. பனாமாவைப் பொறுத்தவரை நான் ஒரு பொருளாதார அடியாள் என்ற பாத்திரத்தை வகித்திருக்கவில்லை. அந்நாட்டில் நான் என்னுடைய வழக்கமான பாணியில் எதையும் செய்திருக்கவில்லை. மாறாக, நான் டோரிஜோஸின் விருப்பப்படியே செயல்பட்டேன். எங்களுடைய நிறுவனத்திற்கு மேலும் அதிகமான ஒப்பந்தங்களை அவரிடமிருந்து பெற்றுக் கொடுப்பதற்குப் பதிலாக, நான் அவரிடம் நேர்மையாக நடந்து

கொண்டேன். வெறும் பொருளாதார நோக்கில் பார்த்தால், மெயின் நிறுவனத்திற்காக நான் மேற்கொண்ட அறிவார்ந்த செயல் அது என்பதில் எனக்கு ஐயமில்லை. ஆனாலும் அது கிளாடின் எனக்குள் விதைத்திருந்த அம்சங்களோடு முரண்பட்டது. அதாவது, அமெரிக்காவின் பேரரசுக் கனவை முன்னெடுக்க அது உதவியிருக்கவில்லை. அது ஒருவேளை ஜாக்கல்களைக் கட்டவிழ்த்துவிட்டிருக்குமோ என்று நான் பயந்தேன்.

அன்று நான் டோரிஜோஸின் மாளிகையிலிருந்து வெளியேறியபோது, லத்தீன் அமெரிக்க வரலாறு, மாண்டு போன மாவீரர்களின் மயான பூமியாக இருந்து வந்திருந்தது என்று நான் நினைத்ததை நான் நினைவுகூர்ந்தேன். பொது வாழ்க்கையில் இருப்பவர்கள் அனைவரையும் ஊழலுக்கு இரையாக்கிவிட முடியும் என்று தீர்மானமாக இருக்கின்ற ஓர் அமைப்புமுறை, அதற்கு உடன்பட மறுக்கின்ற தலைவர்களை நீண்ட நாட்கள் உயிருடன் விட்டுவைக்காது.

திடீரென்று அந்த அறையில் நான் கண்ட ஒரு காட்சியை என்னால் நம்ப முடியவில்லை. நான் கனவு கண்டு கொண்டிருந்தேனோ என்று நான் முதலில் சந்தேகப்பட்டேன். ஒரு பரிச்சயமான உருவம் அந்த ஓட்டலின் வரவேற்பறைக்குள் நுழைந்து கொண்டிருந்தது. எனக்கிருந்த குழப்பத்தில், அது ஹம்ப்ரி போகார்ட் என்று நான் எண்ணிவிட்டேன். ஆனால், அவர் இறந்து மாமாங்கம் ஆகியிருந்தது. அந்த உருவம் என்னைக் கடந்து சென்ற பிறகுதான் அவர் யார் என்பது எனக்கு உறைத்தது. நவீன ஆங்கில இலக்கியத்தின் ஜாம்பவானாகத் திகழ்ந்த, நோபல் பரிசுக்கு இரண்டு முறை பரிந்துரைக்கப்பட்ட, விருதுகள் பல பெற்ற, பல பிரபலமான புதினங்களை எழுதிய, நான் அப்போது படித்து முடித்திருந்த கட்டுரையை எழுதியிருந்த கிரஹாம் கிரீன்தான் அது. கிரஹாம் கிரீன், அங்குமிங்கும் நோட்டம் விட்டுவிட்டு நேராக அந்த ஓட்டலிலிருந்த உணவகத்திற்குள் நுழைந்தார்.

அவருடைய பெயரைச் சத்தமாகக் கூவிக் கொண்டே அவர் பின்னால் ஓட வேண்டும் என்று எனக்குள் எழுந்த உணர்வை நான் கட்டுப்படுத்திக் கொண்டேன். அவரைத் தனியாக விட்டுவிடும்படி எனக்குள் ஒரு குரல் கூறியது; அப்படியே அவரை நான் நெருங்கினாலும் அவர் என்னை வெறுத்து ஒதுக்குவார் என்று மற்றொரு குரல் கூறியது. எனக்கு அருகில் இருந்த 'நியூயார்க் ரிவ்யூ ஆஃப் புக்ஸ்' இதழை நான் என் கையில் எடுத்துக் கொண்டேன். மறுகணம் நான் அந்த உணவகத்தின் வாசலில் நின்று கொண்டிருந்ததைக் கண்டு நானே வியப்படைந்தேன்.

அன்று காலையில் நான் ஏற்கனவே காலை உணவு

அருந்தியிருந்ததால், அந்த உணவகத்தின் மேலாளர் நான் மறுபடியும் அங்கு தலைகாட்டியதைக் கண்டதும் தன்னுடைய புருவத்தை உயர்த்தினார். நான் சுற்றும்முற்றும் பார்த்தேன். கிரீன் ஒரு சுவரோரமாகத் தனியாக ஒரு மேசை அருகே அமர்ந்திருந்தார்.

கிரீன் அமர்ந்திருந்த இடத்திற்கு அருகே இருந்த மேசையை நான் அந்த மேலாளருக்குச் சுட்டிக்காட்டிவிட்டு, “நான் அந்த இடத்தில் அமர்ந்து கொண்டு மறுபடியும் காலை உணவு உட்கொள்ளலாமா?” என்று கேட்டேன்.

நான் ஏற்கனவே கூறியிருந்தபடி, உணவகத்தில் தாராளமாக டிப்ஸ் கொடுப்பவனாக நான் இருந்ததால், அந்த மேலாளர் என்னைப் பார்த்து அர்த்தமுள்ள ஒரு புன்னகையை வீசிவிட்டு, என்னை அந்த மேசைக்கு அழைத்துச் சென்றார்.

கிரீன் தன் கையில் இருந்த தினசரியில் மூழ்கியிருந்தார். நான் ஓரிரு சிற்றுண்டி வகைகளையும் ஒரு காபியையும் ஆர்டர் செய்தேன். பனாமா நாட்டைப் பற்றியும், டோரிஜோஸைப் பற்றியும், பனாமா கால்வாய் விவகாரங்களைப் பற்றியும் கிரீன் என்ன கருத்துகளைக் கொண்டிருந்தார் என்பதை நான் தெரிந்து கொள்ள விரும்பினேன். ஆனால் அவருடன் எப்படி ஓர் உரையாடலைத் துவக்குவது என்று தெரியாமல் நான் முழித்தேன். பின் அவர் தன் தினசரியிலிருந்து தன் பார்வையை விலக்கிவிட்டுத் தன்னுடைய காபிக் கோப்பையைக் கையில் எடுத்தார்.

“என்னை மன்னித்துக் கொள்ளுங்கள்,” என்று நான் அவரிடம் கூறினேன்.

அவர் என் பக்கமாகப் பார்வையை லேசாகத் திருப்பி, “என்ன?” என்று கேட்டார்.

“உங்களைத் தொந்தரவு செய்வதற்கு மன்னிக்கவும். நீங்கள் பிரபல எழுத்தாளர் கிரஹாம் கிரீன்தானே?” என்று நான் கேட்டேன்.

“ஆமாம்,” என்று கூறிவிட்டு அவர் பிரகாசமாகப் புன்னகைத்தார். “பனாமாவில் உள்ளவர்களில் பெரும்பாலானோர் என்னை அடையாளம் கண்டுகொள்வதில்லை.”

அவர் எனக்கு மிகவும் பிடித்தமான எழுத்தாளர் என்று கூறிவிட்டு, நான் மெயின் நிறுவனத்தில் வேலை செய்தது, டோரிஜோஸைச் சந்தித்தது ஆகியவை உட்பட, என்னைப் பற்றிச் சுருக்கமாகக் கடகடவென அவரிடம் ஒப்பித்தேன். பனாமாவைவிட்டு அமெரிக்கா வெளியேற வேண்டும் என்ற கட்டுரையை எழுதிய ஆலோசனையாளர் நான்தானா என்று அவர் என்னிடம் கேட்டார். பிறகு, “என் நினைவு சரியாக இருந்தால், அது பாஸ்டன் குளோப் பத்திரிகை என்று

நினைக்கிறேன்," என்று அவர் கூறினார்.

நான் வாயடைத்துப் போனேன்.

"உங்களுடைய நிலையைக் கணக்கில் எடுத்துக் கொண்டால், நீங்கள் செய்தது ஒரு துணிச்சலான காரியம்," என்று கூறிவிட்டு, "இங்கு, என் மேசைக்கு வந்து என்னோடு சேர்ந்து கொள்ள முடியுமா?" என்று கேட்டார்.

நான் அவருடைய மேசைக்கு இடம் பெயர்ந்தேன். நாங்கள் சுமார் ஒன்றரை மணி நேரம் பேசிக் கொண்டிருந்தோம். அந்த உரையாடலின்போதுதான், அவர் எந்த அளவுக்கு டோரிஜோஸுக்கு நெருக்கமானவராக மாறியிருந்தார் என்பதை நான் புரிந்து கொண்டேன். ஓர் அப்பா தன்னுடைய மகனைப் பற்றிப் பெருமையாகப் பேசுவதுபோல அவர் டோரிஜோஸைப் பற்றிப் பேசினார்.

"தன்னுடைய நாட்டைப் பற்றி ஒரு புத்தகம் எழுதிக் கொடுக்குமாறு ஜெனரல் என்னிடம் கேட்டுள்ளார். அக்காரியத்தில்தான் நான் இப்போது ஈடுபட்டுள்ளேன். இது ஓர் அபுதினமாக இருக்கும். பொதுவாக நான் புதினங்கள் எழுதுவதால், இது எனக்கு முற்றிலும் வேறுபட்ட ஓர் அனுபவமாக இருக்கும்," என்று அவர் கூறினார்.

"நீங்கள் ஏன் பொதுவாகப் புதினங்களையே எழுதுகிறீர்கள்?" என்று நான் அவரிடம் கேட்டேன்.

"புதினங்கள் பாதுகாப்பானவை. என்னுடைய கதைக் கருக்கள் அனைத்துமே வில்லங்கமானவை. வியட்நாம், ஹெயிட்டி, மெக்சிகோ புரட்சி போன்றவை அதற்கான எடுத்துக்காட்டுகள். இந்த விவகாரங்கள் குறித்த அபுதினங்களை வெளியிடப் பெரும்பாலான பதிப்பகத்தார் தயங்குவர்," என்று அவர் கூறினார். பிறகு, நான் முன்பு உட்கார்ந்திருந்த இடத்தின் மேசைமீது கிடந்த நியூயார்க் ரிவ்யூ ஆஃப் புக்ஸ் இதழைச் சுட்டிக்காட்டி, "அதில் நான் எழுதியுள்ள வார்த்தைகளால் ஏராளமான பாதகங்களை ஏற்படுத்த முடியும்," என்று கூறிவிட்டு அவர் புன்னகைத்தார். "அது மட்டுமல்ல. எனக்குப் புதினங்கள் எழுதப் பிடிக்கும். அது எனக்கு ஏராளமான சுதந்திரத்தை வழங்குகிறது. இதில் முக்கியமான விஷயம் என்னவென்றால், எழுதப்படுபவை அர்த்தமுள்ளவையாக இருக்க வேண்டும். பனாமா கால்வாயைப் பற்றி பாஸ்டன் குளோபில் நீங்கள் எழுதிய கட்டுரையைப்போல!"

ஏழைகளையும் ஆதரவற்றவர்களையும் டோரிஜோஸ் எந்த அளவு ஈர்த்திருந்தாரோ, அதே அளவு, உலகப் புகழ் பெற்ற ஒரு நாவலாசிரியரையும் அவர் ஈர்த்திருந்தார். தன் நண்பரின் பாதுகாப்புக் குறித்து கிரீன் அச்சம் கொண்டிருந்ததும் வெளிப்படையாகத் தெரிந்தது.

"அந்த வட அமெரிக்க ஜாம்பவானோடு மல்லுக்கு நிற்பது என்பது ஒரு மாபெரும் சவால்," என்று கூறிவிட்டு, அவர் வருத்தத்துடன் தலையசைத்தார். "நான் அவருடைய பாதுகாப்புக் குறித்து மிகவும் கலக்கமடைந்துள்ளேன்."

பிறகு அவர் கிளம்புவதற்கான வேளை வந்தது.

அவர் மெதுவாகத் தன்னுடைய இருக்கையிலிருந்து எழுந்து என்னுடன் கைகுலுக்கிவிட்டு, "பிரான்ஸுக்குச் செல்லும் ஒரு விமானத்தை நான் பிடிக்க வேண்டியுள்ளது," என்று கூறினார். பிறகு அவர் என்னுடைய கண்களுக்குள் ஊடுருவிப் பார்த்துவிட்டு, "நீங்கள் ஏன் ஒரு புத்தகம் எழுதக்கூடாது?" என்று கேட்டார். அவர் என்னை ஊக்குவிக்கும் விதமாகத் தலையசைத்துவிட்டு, "உங்களுக்குள் அது ஊறிப் போயுள்ளது. ஆனால், அர்த்தமுள்ளவற்றை மட்டுமே எழுத வேண்டும் என்பதை நினைவில் கொள்ளுங்கள்," என்று கூறிவிட்டு அங்கிருந்து புறப்பட்டுச் சென்றார். பிறகு அவர் மீண்டும் என்னிடம் திரும்பி வந்தார்.

"கவலைப்படாதீர்கள். ஜெனரல் எப்படியாவது அமெரிக்காவை இணங்கச் செய்து பனாமா கால்வாயை மீண்டும் பெற்றுவிடுவார்," என்று அவர் கூறினார்.

அது அப்படியே நடந்தது. டோரிஜோஸ் பனாமா கால்வாயைப் பெற்றுவிட்டார். அதே 1977 இல், பனாமா கால்வாயையும் பனாமா கால்வாய் மண்டலப் பகுதியையும் பனாமாவிடம் ஒப்படைப்பதற்கான இரண்டு உடன்படிக்கைகளை அவர் அமெரிக்க அதிபர் ஜிம்மி கார்ட்டருடன் வெற்றிகரமாக ஏற்படுத்திக் கொண்டார். அதற்குப் பிறகு கார்ட்டர் அதற்கான ஒப்புதலை அமெரிக்கக் காங்கிரஸிடமிருந்து பெற வேண்டியிருந்தது. அது நீண்டகாலம் இழுத்தடிக்கப்பட்டது. இறுதியில் ஒரே ஓர் ஓட்டு வித்தியாசத்தில் பனாமா கால்வாய் உடன்படிக்கைக்குக் காங்கிரஸின் ஒப்புதல் கிடைத்தது. அதற்குப் பழிவாங்கப் போவதாகப் பழமைவாதிகள் சூளுரைத்தனர்.

பல ஆண்டுகள் கழித்து, கிரஹாம் கிரீன் எழுதிய 'கெட்டிங் டு நோ த ஜெனரல்' புத்தகம் வெளிவந்தது. கிரீன் அப்புத்தகத்தில், "நிகராகுவா, எல் சால்வடோர் மற்றும் பனாமாவில் உள்ள, என்னுடைய நண்பர் ஓமர் டோரிஜோஸின் நண்பர்களுக்குக் காணிக்கையாக்குகிறேன்," என்று எழுதியிருந்தார்.

அத்தியாயம் 18

ஈரானின் 'மன்னாதி மன்னர்'

1975க்கும் 1978க்கும் இடையே நான் ஈரானுக்கு அடிக்கடிச் சென்றேன். சில நேரங்களில் நேரடியாக லத்தீன் அமெரிக்காவிலிருந்தோ அல்லது இந்தோனேசியாவிலிருந்தோ நான் டெஹ்ரானை அடைந்தேன். ஈரானை ஆட்சி செய்தவர் தன்னை மன்னர்களின் மன்னர் (ஷாக்களின் ஷா) என்று அழைத்துக் கொண்டார் (அதுதான் அவருடைய அதிகாரபூர்வமான பதவிப் பெயர்). மற்ற நாடுகளில் நிலவிய சூழல்களிலிருந்து முற்றிலும் வித்தியாசமான ஒரு சூழல் அங்கு நிலவியது.

சவுதி அரேபியாவைப்போலவே ஈரானும் எண்ணெய் வளமிக்க ஒரு நாடாக இருந்ததால், தன்னுடைய கனவுத் திட்டங்களுக்கு உலக நிதி நிறுவனங்களிடம் கையேந்த வேண்டிய நிலையில் அது இருக்கவில்லை. ஆனால், சவுதி அரேபியாவோடு ஒப்பிடுகையில், ஈரானின் மக்கட்தொகை மிகவும் அதிகம். அந்நாட்டு மக்கள் மத்தியக் கிழக்கு நாடுகளைச் சேர்ந்தவர்களாகவும் இஸ்லாமியர்களாகவும் இருந்தாலும் அவர்கள் அரேபியர்கள் அல்லர். அதோடு, அவர்கள் ஷியா இஸ்லாமியப் பிரிவைச் சேர்ந்தவர்கள்; பெரும்பாலான ஈரானியப் பெண்கள் பர்தா அணியவில்லை; இன்னும் சொல்லப் போனால், பல பெண்கள் குட்டைப் பாவாடைகூட அணிந்திருந்தனர். அது மட்டுமல்லாமல், அந்நாட்டில் எப்போதும் உள்நாட்டு அரசியல் பிரச்சனைகள் இருந்து கொண்டே இருந்தன; அதோடு, அதன் அண்டை நாடுகளுடனும் அதற்கு எப்போதும் சச்சரவு இருந்து வந்திருந்தது. அதனால், நாங்கள் இந்நாட்டைப் பொறுத்தவரை ஒரு வித்தியாசமான அணுகுமுறையைக் கையாண்டோம்: அமெரிக்க அரசு தனியார் நிறுவனங்களுடன் கைகோர்த்துக் கொண்டு ஷாவை முன்னேற்றத்திற்கான ஒரு குறியீடாகச்

சித்தரிக்க முனைந்தது.

அமெரிக்கப் பெருநிறுவன நலன்களுக்கும் அமெரிக்க அரசுக்கும் சாதகமாகச் செயல்படுகின்ற நண்பராக விளங்குகின்ற ஒரு ஜனநாயகவாதியால் என்னவெல்லாம் சாதிக்க முடியும் என்பதை உலகிற்கு எடுத்துக்காட்ட நாங்கள் ஒரு பெருந்திட்டத்தை வகுத்தோம். ஜனநாயகத்திற்கு முற்றிலும் புறம்பான ஷாவின் பட்டம் உட்பட, அவருக்கு முன்பு ஜனநாயக முறையில் பதவிக்கு வந்தவர்கள் சிஐஏவின் உதவியோடு நடைபெற்ற இராணுவக் கலகத்தின் மூலம் தூக்கியெறியப்பட்டு அவர் அரியணையில் அமர்த்தப்பட்டது போன்ற, ஜனநாயகத்திற்கு ஒத்துவராத விஷயங்கள் கணக்கில் எடுத்துக் கொள்ளப்படவில்லை. அமெரிக்க எதிர்ப்பு நடவடிக்கைகள் தலைதூக்கியிருந்த ஈராக், லிபியா, சீனா, கொரியா மற்றும் பிற நாடுகளுக்கான ஒரு மாற்றாக ஷாவின் அரசாங்கத்தை முன்னிறுத்துவதில் அமெரிக்காவும் அதன் ஐரோப்பியத் தோழமை நாடுகளும் தீவிரமாக இறங்கின.

வெளிப் பார்வைக்கு, தாழ்த்தப்பட்ட மக்களின் நலன்கள்மீது அக்கறை கொண்டிருந்த ஒரு முற்போக்கான நண்பராகத்தான் ஷா காணப்பட்டார். 1962 இல், ஈரானில் இருந்த பெரிய நிலங்களைச் சிறிய நிலங்களாகக் கூறுபோட்டு, அவற்றை அவர் விவசாயிகளிடம் ஒப்படைத்தார். அதற்கு அடுத்த ஆண்டு அவர் வெள்ளைப் புரட்சியைத் துவக்கி வைத்தார். எண்ணற்றச் சமூகப் பொருளாதாரச் சீர்திருத்தங்கள் அதில் அடங்கியிருந்தன. 1970களில் எண்ணெய் ஏற்றுமதி நாடுகளின் சக்தி விசுவரூபம் எடுக்கத் தொடங்கியது. அதன் காரணமாக, செல்வாக்குமிக்க ஓர் உலகத் தலைவராக ஷா உருவெடுத்தார். அதே நேரத்தில், இஸ்லாமிய மத்தியக் கிழக்கில் மிகவும் வலிமை வாய்ந்த ஒரு இராணுவ சக்தியாக ஈரான் உருவெடுத்தது.

ஈரானின் வடக்குப் பகுதியில், காஸ்பியன் கடலை ஒட்டியிருந்த பகுதிகளில் மேற்கொள்ளப்பட்டச் சுற்றுலாத் திட்டங்களில் தொடங்கி, ஹார்முஸ் நீர்ச்சந்தியை நோக்கி அமைக்கப்பட்டிருந்த இரகசிய இராணுவத் தளங்கள்வரை, நாடு முழுவதும் மேற்கொள்ளப்பட்ட எண்ணற்றத் திட்டங்களில் மெயின் நிறுவனம் பங்கெடுத்தது. இங்கும் நாங்கள், இராணுவம், தொழிற்துறை மற்றும் வர்த்தக வளர்ச்சி குறித்தக் கணிப்பீடுகளை உருவாக்குவதிலும், இத்துறைகளுக்குத் தேவைப்பட்ட மின்திட்டங்களை வடிவமைப்பதிலும் எங்களுடைய கவனத்தைக் குவித்தோம்.

ஏதோ ஒரு நேரத்தில் நான் ஈரானின் அனைத்துப் பிராந்தியங்களுக்கும் விஜயம் செய்தேன். பாலைவன மலைப்பகுதிகளின் ஊடாகச் சென்ற ஒட்டக வழித்தடங்களில்

நான் பயணித்தேன்; பழைய உலக அதிசயங்களில் ஒன்றாகக் கருதப்படுகின்ற, பழங்கால அரசர்களின் அரண்மனையான பெர்செப்பொலிஸ் இடிபாடுகளை நான் பார்வையிட்டேன்; ஷாவுக்கு முடிசூட்டு விழா நடந்த, பெர்செப்பொலிஸுக்கு அருகேயிருந்த பிரமாண்டமான கூடார நகரத்தையும், அந்நாட்டில் இருந்த பல அற்புதமான இடங்களையும் நான் சுற்றிப் பார்த்தேன். அதன் விளைவாக, அந்நாட்டையும் அதன் சிக்கலான மக்களையும் நான் உண்மையிலேயே நேசிக்கத் தொடங்கினேன்.

மேலோட்டமாகப் பார்த்தபோது, ஈரான், கிறித்தவ–இஸ்லாமியக் கூட்டுறவுக்கான ஒரு சிறந்த எடுத்துக்காட்டாக இருந்ததுபோலத் தோன்றியது. ஆனால், அது ஆழமான மனக்கசப்பைப் போர்த்தியிருந்த ஒரு மெல்லிய திரை என்பதை நான் விரைவில் கண்டுகொண்டேன்.

1977 இல் ஒரு நாள், நான் தங்கியிருந்த ஓட்டலுக்கு நான் திரும்பியபோது, என்னுடைய அறைக் கதவின் அடிவழியாக ஒரு துண்டுச் சீட்டு நுழைக்கப்பட்டிருந்ததை நான் கண்டேன். அது யாமின் என்பவரால் எழுதப்பட்டிருந்ததைக் கண்டு நான் அதிர்ந்தேன். அவரை நான் ஒருபோதும் சந்தித்திருக்கவில்லை. ஆனால், அரசாங்க அதிகாரிகள் அவரை ஒரு பிரபலமான, ஆனால் நாசகாரத் தீவிரவாதி என்று என்னிடம் வர்ணித்திருந்தனர். அழகான கையெழுத்தில் ஆங்கிலத்தில் அக்குறிப்பு எழுதப்பட்டிருந்தது. நான் அவரைச் சந்திக்க விரும்பினால், ஒரு குறிப்பிட்ட உணவகத்திற்கு ஒரு குறிப்பிட்ட நேரத்தில் வரும்படி அது எனக்கு அழைப்பு விடுத்திருந்தது. ஆனால், அதனுடன் ஓர் எச்சரிக்கையும் இடம் பெற்றிருந்தது. ‘என் நிலையில்’ இருப்பவர்கள் ஒருபோதும் பார்த்திருக்காத ஈரானின் பக்கத்தைப் பார்க்க நான் ஆவலாக இருந்தால் மட்டுமே அங்கு வரும்படி அது என்னை எச்சரித்தது. நான் உண்மையில் என்ன செய்து கொண்டிருந்தேன் என்பது யாமினுக்குத் தெரிந்திருக்குமோ என்று நான் சந்தேகப்பட்டேன். அவரைச் சந்திக்க நான் முடிவு செய்தேன். அதில் ஆபத்து ஒளிந்திருந்ததை நான் அறிந்திருந்தேன் என்றாலும், அந்தப் புதிரான மனிதரைச் சந்திக்க எனக்குள் எழுந்த சபலத்தை என்னால் கட்டுப்படுத்திக் கொள்ள முடியவில்லை.

என்னுடைய வாடகைக் கார் ஒரு கட்டடத்தின் வாசலில் என்னை இறக்கிவிட்டது. அந்தக் கட்டடத்தின் வாசற்கதவு சாதாரணமான அளவில் இருந்தபோதிலும் அதன் சுவர்கள் மிகவும் நெடிதுயர்ந்து இருந்தன. என்னால் உள்ளே இருந்த கட்டடத்தைப் பார்க்க முடியாத அளவுக்கு அவை உயரமாக இருந்தன. ஓர் ஈரானியப் பெண்மணி என்னை உள்ளே அழைத்துச் சென்றாள்.

அவள் என்னை ஒரு தாழ்வாரத்தின் வழியாகக் கூட்டிச் சென்றாள். அதன் கூரையிலிருந்து தொங்கிக் கொண்டிருந்த அலங்கார எண்ணெய் விளக்குகள் பிரகாசமாக எரிந்து கொண்டிருந்தன. அந்தத் தாழ்வாரத்தின் முடிவிலிருந்த ஓர் அறை வைரத்தின் உட்பகுதிபோலப் பிரகாசமாக ஜொலித்துக் கொண்டிருந்தது. அதன் ஒளி என் கண்களைக் கூசச் செய்தது. என் கண்கள் அந்த அறையின் வெளிச்சத்திற்குப் பழக்கப்பட்டபோது, அந்த அறையின் சுவர்களில், அதிக விலையில்லாத மணிக்கற்களும் முத்துகளும் பதிக்கப்பட்டிருந்ததை நான் கண்டேன். அந்த உணவகம், கூரையிலிருந்து தொங்கிக் கொண்டிருந்த, வேலைப்பாடுகள் நிறைந்த பித்தளைச் சரவிளக்குகளில் செருகப்பட்டிருந்த மெழுகுவர்த்திகளால் ஒளிர்ந்து கொண்டிருந்தது.

நீண்ட கருத்த முடியுடன் உயரமாக இருந்த ஒருவர் என்னை நோக்கி வந்து என்னுடன் கைகுலுக்கினார். அவர் கருநீல நிறத்தில் நேர்த்தியான ஒரு கோட்டு அணிந்திருந்தார். அவர் தன்னை யாமின் என்று அறிமுகப்படுத்திக் கொண்டார். அவருடைய உச்சரிப்பை வைத்து, பிரிட்டனில் கல்வி பயின்ற ஓர் ஈரானியர் அவர் என்பதை நான் கிரகித்துக் கொண்டேன். ஆனால் அவர் எந்தவிதத்திலும் ஒரு தீவிரவாதியைப்போலத் தோன்றவில்லை என்பது முதலில் என் கண்களுக்குப் பட்டது. மக்கள் ஜோடி ஜோடியாக அமர்ந்திருந்த பல மேசைகளைக் கடந்து, தனியாக உணவருந்துவதற்கான ஒரு பகுதிக்கு அவர் என்னை அழைத்துச் சென்றார். அங்கு எங்களால் முழு இரகசியத்தன்மையுடன் பேச முடியும் என்று அவர் என்னிடம் உறுதியளித்தார். இந்த உணவகம் திருட்டுத்தனமாகச் சந்தித்த ஜோடிகளுக்கு மட்டுமே சேவை புரிந்து கொண்டிருந்தது என்ற உணர்வு எனக்கு ஏற்பட்டது. அப்படி இல்லாமல் இருந்தவர்கள் நாங்கள் இருவர் மட்டுமே.

யாமின் மிகவும் கனிவாக நடந்து கொண்டார். அவர் என்னை வெறுமனே ஒரு பொருளாதார ஆலோசனையாளராக மட்டுமே பார்த்தார், உள்நோக்கங்கள் கொண்டிருந்த ஒருவராகப் பார்க்கவில்லை என்பதை எங்களுடைய உரையாடல்களின் ஊடாக நான் அறிந்து கொண்டேன். அவர் என்னை மட்டும் தனியாகச் சந்திக்க விரும்பியதற்குக் காரணம், நான் பீஸ் கார்ப்ஸ் அமைப்பில் ஒரு தன்னார்வலராக இருந்ததும், அவருடைய நாட்டைப் பற்றியும் அவருடைய மக்களைப் பற்றியும் தெரிந்து கொள்ள எனக்குக் கிடைத்திருந்த அனைத்து வாய்ப்புகளையும் பயன்படுத்திக் கொண்ட ஒருவனாக இருந்ததும்தான் என்று அவர் என்னிடம் விவரித்தார்.

“உங்களுடைய தொழிலில் உள்ள மற்றவர்களோடு ஒப்பிடுகையில் நீங்கள் மிகவும் இளையவராக இருக்கிறீர்கள்.

எங்களுடைய வரலாறு குறித்தும் இன்றைய பிரச்சனைகள் குறித்தும் அறிந்து கொள்ள நீங்கள் உண்மையான ஆர்வம் காட்டுகிறீர்கள்," என்று அவர் கூறினார்.

அவருடைய நடத்தை, அந்த இடத்தின் நேர்த்தி, அவருடைய மேற்கத்திய உடை, அந்த உணவகத்தில் எங்களைத் தவிர மேலும் பலர் இருந்தது ஆகியவை என்னை ஓரளவு சௌகரியமாக உணரச் செய்தன. ஜாவாவில் ரஸி, பனாமாவில் ஃபிடெல்போல, மக்கள் என்னிடம் தோழமை பாராட்ட முனைவது எனக்குப் பழகிப் போயிருந்தது. அதை நான் எனக்குக் கிடைத்த ஒரு மரியாதையாகவும் ஒரு நல்வாய்ப்பாகவும் எடுத்துக் கொண்டேன். நான் பார்த்த இடங்கள்மீது நான் காதல் கொண்ட காரணத்தால், நான் பிற அமெரிக்கர்களிடமிருந்து வேறுபட்டுத் தனித்துவமாகத் தெரிந்தேன் என்பதை நான் அறிந்திருந்தேன். நீங்கள் பிறருடைய கலாச்சாரம் குறித்து உங்களுடைய கண்களையும், உங்களுடைய காதுகளையும், உங்களுடைய இதயத்தையும் திறந்து வைத்தால், அவர்கள் வெகு விரைவில் உங்களிடம் கனிவாக நடந்து கொள்ளத் தொடங்குவர் என்பதை நான் கண்டுபிடித்து வைத்திருந்தேன்.

யாமின் என்னிடம், "உங்களுக்குப் 'ஃபிளவரிங் டெஸர்ட்' திட்டத்தைப் பற்றி ஏதாவது தெரியுமா?" என்று கேட்டுவிட்டு அதைப் பற்றி விவரித்தார்: "எங்களுடைய பாலைவனங்கள் ஒரு காலத்தில் செழிப்பான சமவெளிகளாகவும், செறிவான காடுகளாகவும் இருந்து வந்திருந்தன என்று ஷா நம்புகிறார். அல்லது, தான் அப்படி நம்புவதாக அவர் சொல்லிக் கொள்கிறார். இக்கோட்பாட்டின்படி, மாவீரன் அலெக்சாண்டரின் ஆட்சியின் கீழ், அவருடைய பெரும் படை எங்களுடைய இந்த நிலங்கள் வழியாகச் சென்றபோது, அது தன்னுடன் ஆடுகளையும் அழைத்துச் சென்றதாம். அந்த விலங்குகள் அனைத்துப் புற்களையும் பிற செடி, கொடிகளையும் தின்றுவிட்டதாம். அத்தாவரங்களின் மறைவால் இங்கு வறட்சி ஏற்பட்டு, மொத்தப் பகுதியும் ஒரு பாலைவனமாக ஆகிவிட்டதாம். அதனால், இப்போது இப்பகுதியில் இலட்சக்கணக்கான மரங்கள் நடப்பட வேண்டும் என்று ஷா கூறுகிறார். அதற்குப் பிறகு ஒரே கொண்டாட்டம்தான்! மழை கொட்டத் தொடங்கும், பாலைவனம் மீண்டும் மலரும். ஆனால் இதற்கு நாங்கள் மில்லியன் கணக்கான டாலர்களைச் செலவழிக்க வேண்டி வரும்." பிறகு அவர் என்னை நோக்கி மிடுக்குடன் ஒரு புன்னகையை உதிர்த்துவிட்டு, "உங்களுடையதைப் போன்ற நிறுவனங்கள் இதில் கொள்ளை இலாபம் சம்பாதிக்கும்," என்று கூறினார்.

"உங்களுக்கு இக்கோட்பாட்டில் நம்பிக்கையில்லை என்று எனக்குத் தோன்றுகிறது," என்று நான் கூறினேன்.

"பாலை நிலங்கள் ஒரு குறியீடு. அவற்றைப் பசுஞ்சோலைகளாக மாற்றுவது என்பது வேளாண்மையையும் தாண்டிய ஒன்று."

ஈரானிய உணவுப் பதார்த்தங்கள் அடங்கிய தாம்பாளங்களுடன் பல ஊழியர்கள் எங்களைச் சூழ்ந்து கொண்டனர். யாமின் முதலில் என்னுடைய அனுமதியைப் பெற்றுக் கொண்டு, அவற்றிலிருந்து சில பதார்த்தங்களை எடுத்துத் தன் தட்டில் வைத்துக் கொண்டார். பின் அவர் என்னை நோக்கித் திரும்பினார்.

"பெர்க்கின்ஸ் அவர்களே, நான் துணிச்சலை வரவழைத்துக் கொண்டு உங்களிடம் ஒன்றைக் கேட்கிறேன். உங்களுடைய நாட்டில் இருந்த பூர்வீகக் குடிமக்களான செவ்விந்தியர்களின் கலாச்சாரத்தை எது அழித்தது?"

"அதற்குப் பல காரணங்கள் இருப்பதாக நான் உணர்கிறேன். பேராசையும் மேம்பட்ட ஆயுதங்களும் அவற்றில் அடக்கம்," என்று நான் பதிலளித்தேன்.

"அது உண்மைதான். எல்லாவற்றையும்விட, சுற்றுச்சூழலை அழித்தது ஒரு முக்கியமான காரணி என்று உங்களுக்குத் தோன்றவில்லையா?" என்று கேட்டுவிட்டு அதைப் பற்றி அவர் என்னிடம் விவரிக்கத் தொடங்கினார். காடுகளும் எருமை மாடுகள் போன்ற விலங்குகளும் அழிக்கப்பட்டால், பூர்வீகக் குடிகள் அவர்களுக்கென்று ஒதுக்கப்படுகின்ற இடங்களில் அடைக்கப்பட்டால், அம்மக்களுடைய கலாச்சாரத்தின் அடித்தளம் எவ்வாறு நிலைகுலையும் என்பதை அவர் விளக்கினார்.

பிறகு அவர் தொடர்ந்து, "அதேபோலத்தான் இங்கும். பாலைவனம் என்பது எங்களுடைய சுற்றுச்சூழல். அச்சூழலின் ஒட்டுமொத்த இழையையும் அழிக்கவே ஃபிளவரிங் டெஸர்ட் திட்டம் முனைகிறது. இதை எப்படி எங்களால் அனுமதிக்க முடியும்?" என்று கேட்டார்.

"இத்திட்டத்திற்கான மொத்த யோசனையும் இந்நாட்டு மக்களிடமிருந்துதான் வந்துள்ளது என்றுதான் நான் புரிந்து வைத்துள்ளேன்," என்று கூறியபோது அவர் எகத்தாளமாகச் சிரித்தார்.

"ஷாவின் மனத்தில் அத்தகைய யோசனையை விதைத்தது உங்களுடைய அரசுதான். அவர் உங்களுடைய ஒரு கைப்பாவை."

அதற்குப் பிறகு அவர், "உண்மையான பாரசீகன் இப்படிப்பட்ட ஒன்றை ஒருக்காலும் அனுமதிக்க மாட்டான்," என்று கூறிவிட்டு, பாலைவனத்தில் வாழ்கின்ற அரேபிய நாடோடிகளான பெடோயின் என்ற தன் மக்களுக்கும் பாலைவனத்திற்கும் இடையேயான உறவைப் பற்றி அவர்

ஒரு நீண்ட விரிவுரையை நிகழ்த்தினார். நகரத்தில் வசித்த ஈரானியர்களில் பலர் இப்போதெல்லாம் தங்களுடைய உல்லாச விடுமுறைக்காகத் தங்கள் குடும்பத்துடன் பாலைவனங்களுக்குச் சென்று அங்கு ஒரு பெரிய கூடாரத்தில் சுமார் ஒரு வார காலம்வரை தங்குவதை வழக்கமாகக் கொண்டிருந்தனர் என்று அவர் குறிப்பிட்டார்.

"நானும் என் மக்களும் இப்பாலைவனத்தின் ஒரு பகுதி. தன்னுடைய இரும்புக் கரம் கொண்டு எந்த மக்களைத் தான் ஆண்டு கொண்டிருப்பதாக ஷா முழங்குகிறாரோ, அந்த மக்கள் வெறுமனே இப்பாலைவனத்தைச் சேர்ந்தவர்கள் அல்லர். மாறாக, நாங்கள்தான் இந்தப் பாலைவனமே!"

அதன் பிறகு, பாலைவனத்தில் தனக்கு ஏற்பட்ட அனுபவங்களை அவர் என்னுடன் பகிர்ந்து கொண்டார். எங்கள் உரையாடல் நிறைவடைந்தபோது, அவர் அந்த உணவகத்தின் சிறிய கதவுவரை என்னுடன் வந்து என்னை வழியனுப்பி வைத்தார். வெளியே என்னுடைய வாடகைக் கார் எனக்காகக் காத்துக் கொண்டிருந்தது. அவர் என்னுடன் கைகுலுக்கிவிட்டு, நான் அவருடன் நேரம் செலவிட்டதற்காக எனக்கு நன்றி கூறினார். அவர் மீண்டும் என்னுடைய இளவயது, என்னுடைய திறந்த மனம் ஆகியவற்றைக் குறிப்பிட்டுவிட்டு, நான் அனுபவித்துக் கொண்டிருந்த பதவி, வருங்காலம் குறித்துத் தனக்கு நம்பிக்கையூட்டியிருந்ததாகத் தெரிவித்தார்.

அவர் தொடர்ந்து என் கையைப் பிடித்துக் கொண்டு, "உங்களைப் போன்ற ஒரு மனிதரோடு நான் இன்று நேரம் செலவழித்தது குறித்து மிகவும் மகிழ்ச்சியடைகிறேன். நான் உங்களிடம் மேலும் ஓர் உதவியை எதிர்பார்க்கிறேன். நான் இதை மேலோட்டமாகக் கேட்கவில்லை. அது உங்களுக்கு அர்த்தமுள்ளதாக இருக்கும் என்ற நம்பிக்கையில் கேட்கிறேன். அதிலிருந்து நீங்களும் நல்ல பயன் பெறுவீர்கள்," என்று கூறினார்.

"என்னால் உங்களுக்கு என்ன செய்ய முடியும்?"

"நான் உங்களை என்னுடைய நெருங்கிய நண்பர் ஒருவருக்கு அறிமுகப்படுத்த விரும்புகிறேன். ஷாவைப் பற்றி இன்னும் ஏராளமான விஷயங்களை அவரால் கூற முடியும். அவர் கூறுவது உங்களுக்கு அதிர்ச்சியூட்டக்கூடும். ஆனால் அவரைச் சந்திப்பதற்கு நீங்கள் செலவழிக்கின்ற நேரம் உண்மையிலேயே பயனுள்ளதாக இருக்கும்."

அத்தியாயம் 19

சித்திரவதைக்கு உள்ளாக்கப்பட்ட ஒருவரின் வாக்குமூலம்

பல நாட்களுக்குப் பிறகு ஒரு நாள், யாமின் என்னை டெஹ்ரானுக்கு வெளியே ஒரு காரில் அழைத்துச் சென்றார். வறுமை தாண்டவமாடிக் கொண்டிருந்த, புழுதி படிந்திருந்த ஒரு சாலை வழியாக, பழைய ஒட்டகச் சவாரிப் பாதையின் ஊடாக, பாலைவனத்தின் முனைவரை நாங்கள் பயணித்தோம். சூரியன் நகரத்திற்குப் பின்னால் மறைந்து கொண்டிருந்தபோது, அவர் தன் காரை, சில மண் குடிசைகள் இருந்த இடத்தில் நிறுத்தினார். அந்த இடத்தைச் சுற்றி ஈச்சமரங்கள் வளர்ந்திருந்தன.

"இது மிகப் பழையதொரு பாலைவனச் சோலை. பல நூற்றாண்டுகள் பழமையானது இது. மார்க்கோ போலோ காலத்திற்கும் முந்தையது," என்று அதைப் பற்றி அவர் விவரித்தார். பிறகு அவர் அந்த மண் வீடுகளை நோக்கி எனக்கு முன்னால் நடந்தார். "இந்த வீட்டுக்குள் இருக்கின்ற நபர் உங்கள் நாட்டில் இருக்கின்ற ஒரு பிரபலமான பல்கலைக்கழகத்தில் முனைவர் பட்டம் பெற்றவர். அவருடைய பெயரை நான் உங்களுக்குக் கூறப் போவதில்லை. அது ஏன் என்பதை நீங்களே விரைவில் புரிந்து கொள்வீர்கள். அவரை நீங்கள் 'டாக்டர்' என்று அழைக்கலாம்."

அவர் அந்த வீட்டின் மரக் கதவைத் தட்டினார். உள்ளேயிருந்து ஒரு முணுமுணுப்பான குரல் கேட்டது. யாமின் அக்கதவைத் திறந்து என்னை உள்ளே அனுமதித்தார். அச்சிறிய அறையில் சன்னல்கள் எதுவும் இருக்கவில்லை. அந்த அறையின் ஒரு மூலையில் தாழ்வாக இருந்த ஒரு மேசையிலிருந்து ஓர் எண்ணெய் விளக்கின் ஒளி மட்டுமே வந்து கொண்டிருந்தது. என் கண்கள் அதற்குப் பழகியவுடன், அந்த மண் தரையில் பாரசீகக் கம்பளங்கள்

விரிக்கப்பட்டிருந்ததை நான் கண்டேன். பின்னர் அங்கிருந்த ஒரு மனிதரின் உருவம் மெதுவாக வெளிப்பட்டது. அவருடைய உருவத்தை என்னால் சரியாகப் பார்க்க முடியாத விதத்தில், அந்த விளக்கு வெளிச்சத்திற்குப் பின்னால் அவர் அமர்ந்திருந்தார். அவர் தன் உடலைப் போர்வையால் போர்த்தியிருந்தார் என்பதையும், தலையில் எதையோ அணிந்திருந்தார் என்பதையும் மட்டுமே என்னால் பார்க்க முடிந்தது. அவர் ஒரு சக்கரநாற்காலியில் அமர்ந்திருந்தார். அதையும் அந்தத் தாழ்வான மேசையையும் தவிர அந்த அறையில் வேறு எந்தப் பொருளும் இருக்கவில்லை. தரையில் விரிக்கப்பட்டிருந்த கம்பளத்தில் அமருமாறு யாமின் எனக்குச் சைகை காட்டினார். யாமின் அந்த மனிதரின் அருகே சென்று அவரை மென்மையாக கட்டிப் பிடித்தார். பிறகு அவர் அவருடைய காதில் ஒரு சில வார்த்தைகளை முணுமுணுத்துவிட்டு என்னருகே வந்து உட்கார்ந்து கொண்டார்.

பிறகு அவர் அந்நபரிடம், "ஐயா, நான் உங்களிடம் ஏற்கனவே பெர்க்கின்ஸ் அவர்களைப் பற்றிக் கூறியுள்ளேன். எங்கள் இருவரையும் சந்திக்க நீங்கள் ஒப்புக் கொண்டதை எங்களுக்குக் கிடைத்த ஒரு பெரிய கௌரவமாக நாங்கள் கருதுகிறோம்," என்று கூறினார்.

"பெர்க்கின்ஸ் அவர்களே, நான் உங்களை வரவேற்கிறேன்," என்று அந்நபர் கூறினார். அவருடைய குரல் மெல்லியதாகவும் கரகரப்பாகவும் இருந்தது. அவருடைய பேச்சுத் தொனியை வைத்து அவர் எந்த நாட்டைச் சேர்ந்தவர் என்பதை என்னால் கண்டுபிடிக்க முடியவில்லை. அவர் பேசியதை உன்னிப்பாகக் கேட்பதற்காக என்னை அறியாமலேயே நான் அவரை நோக்கிச் சாய்ந்தேன். "இப்போது நீங்கள் உங்கள் முன்னே பார்ப்பது உடைந்து போன ஒரு மனிதரைத்தான்! ஆனால் நான் எப்போதும் இப்படி இருக்கவில்லை. ஒரு காலத்தில் நானும் உங்களைப் போன்ற ஒரு வலுவான மனிதனாகத்தான் இருந்தேன். ஷாவிற்கு நெருக்கமான, அவருடைய நம்பிக்கைக்குப் பாத்திரமான ஒருவனாக இருந்தேன்," என்று அவர் கூறினார். அதைத் தொடர்ந்து ஒரு நீண்ட மௌனம் நிலவியது. "மன்னாதி மன்னர் ஷா!" அவருடைய குரலில் கோபத்தைவிட வருத்தமே அதிகமாக இருந்ததாக எனக்குப் பட்டது.

"தனிப்பட்ட முறையில் உலகத் தலைவர்கள் பலரை நான் அறிவேன். ஐசன்ஹோவர், நிக்சன், டி கோல் போன்றவர்கள் அதில் அடங்குவர். இந்த நாட்டை முதலாளித்துவ முகாமுக்குள் அழைத்துச் செல்ல நான் உதவுவேன் என்று அவர்கள் என்மீது நம்பிக்கை வைத்திருந்தனர். ஷாவும் என்னை நம்பினார். ஆனால்..." என்று கூறிவிட்டு, அவர் லேசாகக் கனைத்தார். அது

ஓர் இருமலைப்போலத் தோன்றினாலும், அவர் சிரித்ததாகவே நான் எடுத்துக் கொண்டேன். "நான் ஷாவை நம்பினேன். அவருடைய வார்த்தை ஜாலங்களை நம்பினேன். ஈரான், இஸ்லாமிய உலகை ஒரு புதிய யுகத்திற்குள் எடுத்துச் செல்லும் என்றும், பாரசீகம் தன் வாக்குறுதியைக் காப்பாற்றும் என்றும் நான் உறுதியாக நம்பினேன். இதுதான் ஷாவின் தலைவிதி என்றும், இதுவே என்னுடைய தலைவிதி என்றும், இப்படிப்பட்ட ஒன்றை நிறைவேற்றவே தாங்கள் பிறந்திருந்ததாக நம்பிக் கொண்டிருந்த ஏனையோருடைய தலைவிதியும் இதுவே என்றும் எங்களுக்குத் தோன்றியது."

அவர்மீது போர்த்தப்பட்டிருந்த போர்வை லேசாக அசைந்தது; அவருடைய சக்கரநாற்காலி லேசான ஒலியுடன் சிறிது நகர்ந்தது. அதில் அமர்ந்திருந்த மனிதரின் முகத்தை என்னால் இப்போது பக்கவாட்டில் பார்க்க முடிந்தது. அவருடைய தாடி அலங்கோலமாக வளர்ந்திருந்தது. அவருடைய முகம் தட்டையாக இருந்ததைக் கண்டு நான் அதிர்ச்சியில் உறைந்தேன். அவருக்கு மூக்கே இருக்கவில்லை! எனக்குள்ளிருந்து வீறிட்டக் குரலை நான் அடக்கிக் கொண்டேன்.

"பார்க்க அகோரமாக இருக்கிறது, இல்லையா பெர்க்கின்ஸ்? முழு வெளிச்சத்தில் என்னை உங்களால் பார்க்க முடியாமல் போவது துரதிர்ஷ்டம்தான். உண்மையிலேயே அது பயங்கரமாக இருக்கும்." மீண்டும் ஒரு கமறல் கலந்த சிரிப்பு அவரிடமிருந்து வெளிப்பட்டது. "பெயரைத் தெரிவித்துக் கொள்ள விரும்பாத ஒருவனாகவே நான் இருந்துவிட்டுப் போவதை நீங்கள் ஏற்றுக் கொள்வீர்கள் என்று நான் நம்புகிறேன். நீங்கள் முயற்சி செய்தால் நான் யார் என்பதை உங்களால் கண்டுபிடித்துவிட முடியும். ஆனாலும் நீங்கள் அதைச் செய்யத் துணிய மாட்டீர்கள் என்று நான் நம்புகிறேன். ஏனெனில், அதிகாரபூர்வமாக, நான் இறந்துவிட்ட ஒருவன். நான் யார் என்பதை நீங்கள் அறியாமல் இருப்பது உங்களுக்கும் உங்களுடைய குடும்பத்தாருக்கும் நல்லது. ஷா மற்றும் அவருடைய நம்பிக்கைக்குரிய 'சவாக்'கின் கைகள் மிகவும் நீளமானவை. அவற்றால் வெகுதூரம் எட்ட முடியும்."

அவருடைய சக்கரநாற்காலி மீண்டும் லேசாக அசைந்து பழைய இடத்திற்குச் சென்றது. அவருடைய முகத்தைப் பார்க்காமல் இருப்பது என்பது அவர்மீது கட்டவிழ்த்துவிடப்பட்டிருந்த வன்முறையை ஒன்றுமில்லாததாக்கிவிடும் என்பதுபோல, அது எனக்குள் ஒருவிதமான ஆசுவாச உணர்வை ஏற்படுத்தியது. ஒரு சில இஸ்லாமியக் கலாச்சாரங்களில் இப்படிப்பட்ட ஒரு வழக்கம் இருப்பது எனக்குத் தெரியாது. தங்களுடைய சமுதாயத்திற்கோ அல்லது அதன் தலைவர்களுக்கோ அவமானத்தையும்

அவமதிப்பையும் கொண்டுவருகின்ற நபர்களுடைய மூக்கு துண்டிக்கப்படும். இப்படிச் செய்வதன் மூலம் அந்நபர் தன் வாழ்நாள் முழுவதும் அடையாளம் காட்டப்படுகிறார். எனக்கு முன்னால் அமர்ந்திருந்த மனிதரின் முகம் அதற்கான ஓர் எடுத்துக்காட்டாக இருந்தது.

சக்கரநாற்காலியில் அமர்ந்திருந்த அந்நபர், "பெர்கின்ஸ், உங்களை நாங்கள் இங்கே எதற்காக அழைத்தோம் என்று நீங்கள் யோசித்துக் கொண்டிருக்கக்கூடும்," என்று கூறிவிட்டு, என் பதிலுக்குக் காத்திராமல் தன் பேச்சைத் தொடர்ந்தார். "தன்னை மன்னாதி மன்னன் என்று மார்தட்டிக் கொண்டிருக்கின்ற இந்த மனிதர் உண்மையில் ஒரு சாத்தான். அவருடைய தந்தை நாஜிக்களோடு கை கோர்த்துக் கொண்டார் என்று பழி சுமத்தப்பட்டு, உங்களுடைய சிஐஏவின் உதவியுடன் பதவியிலிருந்து அப்புறப்படுத்தப்பட்டார். அதற்கு நானும் உடந்தை என்பதை நினைத்து நான் வெட்கப்படுகிறேன். அதற்கு அடுத்து மொசாடெக் விவகாரம் தோன்றியது. இன்று, எங்களுடைய 'மன்னாதி மன்னர்', கொடூரத்தில் ஆனானப்பட்ட ஹிட்லரையே விஞ்சிவிடுகின்ற நிலைக்குச் சென்றுவிட்டார். இதை அவர் உங்களுடைய அரசாங்கத்தின் முழு ஆசீர்வாதத்தோடும் ஆதரவோடும்தான் செய்து கொண்டிருக்கிறார்."

"எதற்காக இப்படி?" என்று நான் கேட்டேன்.

"இதற்கான காரணம் எளிது. மத்தியக் கிழக்கில் உங்களுக்கு இருக்கின்ற ஒரே ஓர் உண்மையான நண்பர் அவர் மட்டும்தான். தொழிலுலகம் எண்ணெய் என்ற அச்சாணியால்தான் சுழன்று கொண்டிருக்கிறது. அந்த எண்ணெய் மத்தியக் கிழக்கிலிருந்துதான் கிடைத்துக் கொண்டிருக்கிறது. ஓ! நான் இஸ்ரேலை மறந்துவிட்டேன். ஆனால், இஸ்ரேல் உங்களுக்கு ஒரு பலம் அல்ல, அது ஒரு பலவீனம் மட்டுமே. அதோடு, அங்கு எண்ணெயும் கிடையாது. உங்களுடைய அரசியல்வாதிகளுக்கு யூதர்களின் ஓட்டுகளும், தேர்தல் பிரச்சாரங்களுக்கு அவர்கள் அள்ளி இறைக்கின்ற பணமும் தேவைப்படுகின்றன. அதனால்தான் நீங்கள் இஸ்ரேலைக் கட்டிக் கொண்டு அழுகிறீர்கள் என்று நான் நினைக்கிறேன். ஆனால் ஈரானின் கதை வேறு. யூதர்களைவிட அதிக சக்தி வாய்ந்த அமெரிக்க எண்ணெய் நிறுவனங்களுக்கு நாங்கள் தேவைப்படுகிறோம். அதனால் உங்களுக்கு எங்களுடைய ஷா தேவைப்படுகிறார். அல்லது அப்படி நீங்கள் நினைத்துக் கொண்டிருக்கிறீர்கள் – தெற்கு வியட்நாமின் ஊழல் தலைவர்கள் உங்களுக்குத் தேவைப்பட்டனர் என்று நீங்கள் நினைத்திருந்ததுபோல!

"அப்படியானால், ஈரான் அமெரிக்காவின் மற்றொரு

வியட்நாமாக மாறப் போகிறது என்று நீங்கள் கூற வருகிறீர்களா?"

"அதைவிட மோசமாக ஆகப் போகிறது என்று நான் கூறுகிறேன். ஷா நீண்டகாலம் தாக்குப்பிடிக்க மாட்டார். இஸ்லாமிய உலகம் அவரை அடியோடு வெறுக்கிறது. அரேபியர்கள் மட்டுமல்லாது, இந்தோனேசியா, அமெரிக்கா போன்ற இடங்களில் இருக்கின்ற இஸ்லாமியர்களும் அவரை வெறுக்கின்றனர். எல்லாவற்றையும்விட முக்கியமாக, இங்கு இருக்கின்ற அவருடைய சொந்த மக்களே அவரை வெறுக்கின்றனர்." திடீரென்று யாரோ எதையோ தட்டிய சத்தம் கேட்டது. அவர்தான் தன்னுடைய சக்கரநாற்காலியின் ஒரு பக்கத்தைத் தட்டியிருந்தார். "அவர் தீவினையின் மொத்த உருவம்! பாரசீகர்களாகிய நாங்கள் அவரை வெறுக்கிறோம்!" அதற்குப் பிறகு அங்கு அமைதி நிலவியது. ஆவேசத்துடன் அவர் பேசிய பேச்சு அவரைக் களைப்புறச் செய்திருந்ததைப்போல, அவர் பெருமூச்சு வாங்கிக் கொண்டிருந்த சத்தம் மட்டுமே கேட்டது.

யாமின் என்னிடம், "இவர் முல்லாக்களுக்கு மிகவும் நெருக்கமானவர்," என்று கூறினார். அவருடைய குரல் மெல்லியதாகவும் அமைதியாகவும் இருந்தது. "இங்கு இருக்கின்ற மதக் குழுக்களுக்கு இடையே இரகசியமாக ஓர் உணர்வு ஓடிக் கொண்டிருக்கிறது. அது நாடெங்கும் பரவியுள்ளது. ஷாவின் முதலாளித்துவ நடவடிக்கையால் பயன் பெறுகின்ற வர்த்தக வர்க்கத்தினர் மட்டுமே அதற்கு விதிவிலக்கு."

"நீங்கள் கூறுவதை நான் சந்தேகிக்கவில்லை. ஆனால், இங்கு நான் மேற்கொண்ட நான்கு விஜயங்களின்போதும், அதற்கான அறிகுறி எதையும் நான் பார்க்கவில்லை. நாங்கள் சந்தித்த அனைவரும் ஷாவை நேசித்ததுபோலவும், அவர் கொண்டுவந்த பொருளாதார வளர்ச்சியைப் பாராட்டியதுபோலவுமே எனக்குப் பட்டது," என்று நான் கூறினேன்.

அதற்கு யாமின், "உங்களுக்குப் பார்சி மொழி தெரியாது. இப்போது நடைபெற்றுக் கொண்டிருக்கின்ற விஷயங்களிலிருந்து பயன் பெற்றுக் கொண்டிருக்கின்ற நபர்களின் கூற்றுகளை மட்டுமே நீங்கள் கேட்டுள்ளீர்கள். அவர்கள் அனைவரும் அமெரிக்காவிலோ அல்லது இங்கிலாந்திலோ படித்துவிட்டு, இப்போது ஷாவுக்காக வேலை பார்த்துக் கொண்டிருப்பவர்கள். இந்த டாக்டர் அதற்கான விதிவிலக்கு," என்று கூறினார்.

அடுத்த வார்த்தைகள் குறித்து யோசிப்பதுபோல அவர் சிறிது நிறுத்திவிட்டுத் தொடர்ந்து பேசினார்: "உங்களுடைய ஊடகங்களுக்கும் இது பொருந்தும். அவர்களும் ஷாவின் உறவினர்கள் மற்றும் அவருடைய வட்டத்தில் இருப்பவர்களிடம் மட்டுமே பேசுகின்றனர். என்னதான் இருந்தாலும்,

பெருமளவுக்கு, உங்களுடைய ஊடகங்களும் எண்ணெயால் கட்டுப்படுத்தப்படுபவைதானே? அதனால், தாங்கள் என்ன கேட்க வேண்டும் என்று விரும்புகிறார்களோ, அதைத்தான் அவர்கள் கேட்கின்றனர்; அவர்களுடைய விளம்பரதாரர்கள் எதைப் படிக்க விரும்புகிறார்களோ, அதையே அவர்கள் எழுதுகின்றனர்."

"இதையெல்லாம் நாங்கள் ஏன் உங்களிடம் கூறிக் கொண்டிருக்கிறோம் என்று யோசிக்கிறீர்களா?" என்று கேட்ட டாக்டரின் குரல் முன்பைவிட அதிகக் கரகரப்பாக இருந்தது. இந்தச் சந்திப்புக்காக அவர் தன் உடலில் திரட்டி வைத்திருந்த அனைத்து சக்திகளும் அவரிடமிருந்து வடிந்துவிட்டிருந்ததைப்போல இருந்தது. "ஏனெனில், நீங்கள் எங்களுடைய நாட்டைவிட்டு வெளியேறுவதற்கு உங்களை ஒப்புக் கொள்ள வைக்க வேண்டும் என்றும், எங்களுடைய நாட்டைவிட்டு உங்களுடைய நிறுவனம் விலகி இருப்பதற்கு அதை நீங்கள் வற்புறுத்த வேண்டும் என்றும் நாங்கள் விரும்புகிறோம். இந்நாட்டில் உங்களால் கொள்ளை கொள்ளையாகப் பணம் பண்ண முடியும் என்று நீங்கள் நினைத்துக் கொண்டிருப்பது வெறும் மாயை என்று உங்களை நாங்கள் எச்சரிக்க விரும்புகிறோம். இந்த அரசாங்கம் வெகுநாட்கள் தாங்காது." மீண்டும் அவருடைய கை, அந்தச் சக்கரநாற்காலியைத் தட்டிய சத்தத்தை நான் கேட்டேன். "அவருடைய அரசு கவிழ்ந்து அதனிடத்தை எடுத்துக் கொள்ளப் போகின்ற ஒன்று, உங்களிடமோ அல்லது உங்களைப் போன்றவர்களிடமோ இரக்கம் காட்டாது."

"எங்களுக்குப் பணம் கொடுக்கப்பட மாட்டாது என்று நீங்கள் கூறுகிறீர்களா?" என்று நான் கேட்டேன்.

டாக்டர் தொடர்ச்சியாக வந்த இருமலால் திணறினார். யாமின் அவரருகே சென்று அவருடைய முதுகைத் தடவிக் கொடுத்தார். அவருடைய இருமல் நின்றதும், யாமின் டாக்டருடன் பார்சி மொழியில் பேசிவிட்டு என்னருகே வந்து மீண்டும் அமர்ந்தார்.

"நாம் இந்த உரையாடலை இத்துடன் முடித்துக் கொள்ளலாம். நீங்கள் கேட்டக் கேள்விக்கான பதில் இதுதான்: ஆமாம், உங்களுக்குப் பணம் கொடுக்கப்பட மாட்டாது. நீங்கள் எல்லா வேலையையும் செய்து முடிப்பீர்கள். அதற்கான பணத்தைக் கேட்கும்போது, அங்கு ஷா இருக்க மாட்டார்."

நாங்கள் யாமினின் காரில் திரும்பி வந்து கொண்டிருந்தபோது, நான் அவரிடம், "உங்களுடைய கணிப்புப்படி மெயின் நிறுவனத்திற்கு ஏற்படவிருக்கும் பெரும் நஷ்டத்திலிருந்து அதைக் காப்பாற்ற நீங்களும் டாக்டரும் ஏன் முனைகிறீர்கள்?" என்று கேட்டேன்.

“உங்கள் நிறுவனம் திவாலாவதை நாங்கள் விரும்புவோம், அதைக் கண்டு மகிழ்வோம் என்பது உண்மைதான். ஆனால், உங்களுடைய நிறுவனம் இந்நாட்டைவிட்டு வெளியேறுவதை நாங்கள் அதைவிட அதிகமாக விரும்புகிறோம். உங்களைப் போன்ற ஒரு நிறுவனம் ஈரானைவிட்டு வெளியேறினால், அது ஒரு போக்கைத் துவக்கும். அப்படி நடக்கும் என்று நாங்கள் ஆசைப்படுகிறோம். இங்கு ஒரு இரத்த ஆறு ஓடுவதை நாங்கள் விரும்பவில்லை. ஆனால், ஷா அப்புறப்படுத்தப்பட்டே ஆக வேண்டும். அதை எளிதாக்குகின்ற அனைத்தையும் செய்ய நாங்கள் முயற்சி செய்வோம். காலம் கடப்பதற்குள் இங்கிருந்து நீங்கள் கிளம்பிவிடுவதுதான் நல்லது என்று நீங்கள் திரு. புரூனோவைச் சம்மதிக்க வைப்பீர்கள் என்று நாங்கள் அல்லாவை வேண்டிக் கொள்கிறோம்.”

“எதற்காக இதற்கு நீங்கள் என்னைத் தேர்ந்தெடுத்தீர்கள்?”

“நாம் அன்று உணவருந்திக் கொண்டிருந்தபோது ஃபிளவரிங் டெஸர்ட் திட்டத்தைப் பற்றிய பேச்சை நான் எடுத்தபோது, நீங்கள் திறந்த மனத்துடன் இருந்ததை நான் அறிந்து கொண்டேன். உங்களைப் பற்றி நாங்கள் கேள்விப்பட்டிருந்தது சரிதான் என்பது எனக்கு நிரூபணமாயிற்று. நீங்கள் இந்த இரண்டு உலகங்களுக்கும் நடுவில் மாட்டிக் கொண்டிருக்கின்ற ஒரு நபர் என்பது எங்களுக்குப் புரிந்தது.”

என்னைப் பற்றி அவருக்கு எதுவரை தெரிந்திருக்கும் என்று நான் யோசித்தேன்.

🌐 அத்தியாயம் 20

ஒரு மன்னரின் வீழ்ச்சி

1978 இல் ஒரு நாள் மாலையில், டெஹ்ரானின் இன்டர் கான்டினென்டல் ஓட்டலிலிருந்த ஆடம்பரமான மதுவிடுதியில் நான் அமர்ந்திருந்தேன். என் தோளை யாரோ தட்டினார்கள். நான் திரும்பிப் பார்த்தேன். ஒரு நேர்த்தியான கோட்டு அணிந்திருந்த, வாட்டசாட்டமான ஒருவர் என்னருகே நின்று கொண்டிருந்தார்.

"ஜான் பெர்க்கின்ஸ்! உனக்கு என்னை நினைவில்லையா?"

அந்த முன்னாள் கால்பந்தாட்டக்காரன் ஏகப்பட்டச் சதை போட்டிருந்தான். ஆனால் அவனுடைய குரல் மட்டும் அப்படியே இருந்தது. மிடில்பர்ரியில் என்னோடு படித்த ஃபர்ஹாத்தான் அவன். நான் அவனைப் பார்த்துப் பத்து ஆண்டுகளுக்கு மேல் ஆகியிருந்தது. நாங்கள் இருவரும் ஒருவரையொருவர் ஆரத் தழுவிக் கொண்டோம். பின்னர் நாங்கள் ஒன்றாக அமர்ந்து பேசத் தொடங்கினோம். என்னைப் பற்றிய அனைத்து விபரங்களும் அவனுக்குத் தெரிந்திருந்தது என்பதும், அவன் தன்னைப் பற்றிய எந்த விபரத்தையும் என்னுடன் பகிர்ந்து கொள்ள விரும்பவில்லை என்பதும் விரைவிலேயே எனக்குத் தெளிவாயிற்று. ஈரானில் வெகு விரைவில் 'ஆபத்தான' ஒன்று நிகழவிருந்தது என்றும், என்னைப் பத்திரமாக ஈரானைவிட்டு வெளியேற்ற வேண்டிய பொறுப்பு தன்னுடையது என்றும் அவன் என்னிடம் தெரிவித்தான். அவன் சிஐஏவுக்கோ அல்லது வேறு ஏதாவது ஓர் அமெரிக்க உளவு நிறுவனத்திற்கோ வேலை பார்த்துக் கொண்டிருந்தான் என்பது எனக்கு அப்போது புலனாகியது.

"நான் நேரடியாக விஷயத்திற்கு வருகிறேன். நான் நாளை ரோம் நகருக்குச் செல்லப் போகிறேன். என்னுடைய பெற்றோர் அங்கு வசித்து வருகின்றனர். நான் செல்கின்ற அதே விமானத்தில்

உனக்கும் நான் ஒரு பயணச்சீட்டு வாங்கி வைத்துள்ளேன்," என்று கூறிவிட்டு, அவன் அந்த விமானப் பயணச்சீட்டை என்னிடம் கொடுத்தான். அவனை நான் ஒருகணம்கூடச் சந்தேகிக்கவில்லை. செய்வதற்கு எனக்கு ஈரானில் வேலை இருந்தது எனினும், உயிரோடு இருப்பதுதான் இப்போது முக்கியம் என்பதை நான் புரிந்து கொண்டேன்.

ரோமில் நாங்கள் ஃபர்ஹாத்தின் பெற்றோருடன் உணவருந்தினோம். இப்போது பதவியிலிருந்து ஓய்வு பெற்றிருந்த அந்த இராணுவத் தளபதி, ஒரு கொலையாளியின் துப்பாக்கிக் குண்டிலிருந்து ஷாவைக் காப்பாற்றுவதற்காக, குறுக்கே புகுந்து அந்தக் குண்டைத் தன் உடலில் வாங்கிக் கொண்டவர். ஆனால், இப்போது தன்னுடைய முன்னாள் தலைவர்மீது அவர் கடும் விரக்தி அடைந்திருந்தார். கடந்த சில ஆண்டுகளில் ஷா தன் உண்மையான முகத்தையும், தன் அகங்காரத்தையும், தன் பேராசையையும் வெளிப்படுத்திவிட்டார் என்று அவர் கூறினார். மத்தியக் கிழக்கு முழுவதும் இப்போது கவிழ்ந்திருந்த வெறுப்பு மேகங்களுக்கு அமெரிக்கக் கொள்கைகள், குறிப்பாக, இஸ்ரேலை ஆதரித்தல், ஊழல் பெருச்சாளிகளாகத் திகழ்ந்த உலகத் தலைவர்களுக்கும் சர்வாதிகாரிகளுக்கும் ஆதரவாகச் செயல்படுதல் போன்றவைதான் காரணம் என்று அந்த இராணுவத் தளபதி கூறினார். ஒரு சில மாதங்களுக்குள் ஷா வீழ்ந்துவிடுவார் என்று அவர் கணித்தார்.

"1950களில் மொசாடெக்கைத் தூக்கியெறிந்தபோதே அமெரிக்கர்களாகிய நீங்கள் இந்தக் கலகத்திற்கான விதையை விதைத்துவிட்டீர்கள். அது ஒரு புத்திசாலித்தனமான காரியம் என்று நீங்கள் அப்போது நினைத்திருந்தீர்கள். நானும் அப்படித்தான் எண்ணியிருந்தேன். இப்போது அது உங்களோடு சேர்த்து எங்களையும் பழிவாங்கப் புறப்பட்டு வந்துள்ளது."

அவருடைய பேச்சைக் கேட்டு நான் பிரமித்தேன். இதே கருத்தை நான் யாமினிடமிருந்தும் டாக்டரிடமிருந்தும் கேட்டிருந்தபோதிலும், இவருடைய வாயிலிருந்து அந்த வார்த்தைகள் வந்தபோது, அக்கருத்து புதிய முக்கியத்துவம் பெற்றது. அடிப்படைவாத இஸ்லாமியக் குழு ஒன்று ஈரானில் தலைமறைவாக இயங்கிக் கொண்டிருந்தது என்பதை அக்கட்டத்தில் எல்லோரும் அறிந்திருந்தனர் என்றாலும், பெரும்பாலான ஈரானிய மக்களிடம் ஷா இன்னும் பிரபலமாக இருந்தார் என்பதால் அவரை அரசியல்ரீதியாக வீழ்த்த முடியாது என்று எங்களை நாங்களே நம்ப வைக்க முயன்று கொண்டிருந்தோம். ஆனால் இத்தளபதி தன்னுடைய கருத்தில் பிடிவாதமாக இருந்தார்.

"என் வார்த்தையைக் குறித்துக் கொள்ளுங்கள். ஷாவின் வீழ்ச்சி வெறும் ஒரு தொடக்கமாகத்தான் இருக்கும். இஸ்லாமிய உலகம் எதை நோக்கிச் சென்று கொண்டிருக்கிறது என்பதற்கான ஒரு சிறு வெள்ளோட்டம்தான் அது. எங்களுடைய ஆவேசம் இந்தப் பாலைவன மணலுக்குக் கீழே வெகுகாலமாகப் புதைந்து கிடந்துள்ளது. வெகு விரைவில் அது ஓர் எரிமலையைப்போலச் சீறப் போகிறது," என்று அவர் கூறினார்.

நாங்கள் உணவருந்திக் கொண்டிருந்தபோது, அயதுல்லா ருஹோல்லா கொமேனியைப் பற்றி நான் நிறையத் தெரிந்து கொண்டேன். ஃபர்ஹாத்தும் அவனுடைய அப்பாவும் கொமேனியின் அடிப்படைவாத ஷியாயிசத்தைத் தாங்கள் ஆதரிக்கவில்லை என்பதைத் தெளிவாக எடுத்துரைத்திருந்தாலும், ஷாவுக்கு எதிராக அவர் மேற்கொண்டிருந்த முன்னெடுப்புகளால் தாங்கள் கவரப்பட்டிருந்ததை ஒப்புக் கொண்டனர். கொமேனி என்றால், 'கடவுளால் ஈர்க்கப்பட்டவர்' என்று பொருள் என்றும், அவர் 1902 இல் டெஹ்ரானுக்கு அருகேயிருந்த ஒரு கிராமத்தில் ஷியாயிச அறிஞர்கள் அடங்கிய ஒரு குடும்பத்தில் பிறந்தார் என்றும் அவர்கள் என்னிடம் கூறினர்.

1950களில் ஷாவுக்கும் மொசாடெக்குக்கும் இடையே ஏற்பட்ட மோதலில் கொமேனி தன்னை ஈடுபடுத்திக் கொள்ளவில்லை என்றாலும், 1960களில் அவர் ஷாவை எதிர்க்கத் தொடங்கினார். ஷாவை வெறித்தனமாக எதிர்த்தமைக்காக அவர் துருக்கிக்கு நாடு கடத்தப்பட்டார். பின்னர் அவர் அங்கிருந்து ஈராக்கிலுள்ள அன் நஜஃப் என்ற இடத்திற்குச் சென்றார். அங்கே அவர் ஈரானில் ஷாவை எதிர்த்தவர்களின் தலைவராக உருவெடுத்தார். அங்கிருந்து கொண்டே கடிதங்கள், கட்டுரைகள் மற்றும் ஒலிப்பதிவு நாடாக்கள் மூலமாக ஈரானிய மக்கள் ஷாவுக்கு எதிராகக் கிளர்ந்தெழவும், அவரைத் தூக்கியெறியவும், அங்கு மதவாதிகளின் தலைமையில் ஓர் அரசை நிறுவவும் அவர் அறைகூவல் விடுத்துக் கொண்டிருந்தார்.

நான் ஃபர்ஹாத்துடனும் அவனுடைய பெற்றோருடனும் உணவருந்தியதற்கு இரண்டு நாட்கள் கழித்து, ஈரானில் குண்டுவெடிப்புகளும் கிளர்ச்சிகளும் நிகழ்ந்த செய்தி வெளியே வந்தது. அதைத் தொடர்ந்து, கொமேனியும் பிற முல்லாக்களும் முன்னேறித் தாக்கத் தொடங்கியிருந்தனர் என்றும், விரைவில் ஈரான் அவர்களுடைய கட்டுப்பாட்டுக்குள் வந்துவிடும் என்றும் ஒரு செய்தி வெளிவந்தது. அதற்குப் பிறகு விஷயங்கள் சூடு பிடிக்கத் தொடங்கின. ஃபர்ஹாத்தின் அப்பா குறிப்பிட்டிருந்த ஆவேசம், வன்முறையான இஸ்லாமிய எழுச்சியாக வெடித்தது. 1979 ஜனவரியில் ஷா எகிப்துக்குத் தப்பியோடினார். அதற்குப்

பிறகு, புற்றுநோயால் பாதிக்கப்பட்ட அவர் நியூயார்க் நகர மருத்துவமனை ஒன்றுக்குக் கொண்டு செல்லப்பட்டார்.

கொமேனியைப் பின்பற்றியவர்கள், ஷா ஈரானுக்குத் திருப்பி அனுப்பப்பட வேண்டும் என்று முழங்கினர். 1979 நவம்பர் மாதத்தில் தீவிரவாத இஸ்லாமியக் கும்பல் ஒன்று டெஹ்ரானில் இருந்த அமெரிக்கத் தூதரகத்தைக் கைப்பற்றி அங்கிருந்த 52 அமெரிக்கர்களைப் பிணைக்கைதிகளாகப் பிடித்து வைத்துக் கொண்டது. அக்கைதிகள் அனைவரும் 144 நாட்கள் அவர்களிடம் மாட்டிக் கொண்டிருந்தனர். அவர்களை விடுவிக்க அமெரிக்க அதிபர் கார்ட்டர் முயற்சி செய்தார். அது தோல்வியடைந்தவுடன், அவர் இராணுவத் தலையீட்டுக்கு அனுமதி வழங்கினார். 1980 இல் அது நடைபெற்றது. அது கடும் தோல்வியில் முடிந்தது. இரண்டாவது முறை அதிபராக ஆக வேண்டும் என்ற கார்ட்டரின் கனவுக்கும் அது சாவுமணி அடித்துவிட்டது.

அமெரிக்க வர்த்தக மற்றும் அரசியல் குழுக்கள், ஷாவை அமெரிக்காவிலிருந்து வெளியேற்றக் கடும் அழுத்தம் கொடுத்தன. அவர் டெஹ்ரானைவிட்டு வெளியேறிய நாளிலிருந்து, ஒரு நாட்டில் அடைக்கலம் பெறுவது அவருக்குக் கடும் சிக்கலானதாக இருந்தது; அவருடைய முன்னாள் நண்பர்கள் அனைவரும் அவரைக் கைவிட்டுவிட்டனர். டோரிஜோஸுக்கு ஷாவின் கொள்கைகளில் உடன்பாடு இருக்கவில்லை என்றபோதிலும், அவருடைய வழக்கமான இரக்க குணத்தின் அடிப்படையில், பனாமாவில் ஷாவுக்கு அடைக்கலம் கொடுக்க அவர் முன்வந்தார். அதனால் ஷா பனாமாவுக்கு அழைத்து வரப்பட்டு, அங்கிருந்த உல்லாச விடுதி ஒன்றில் தங்க வைக்கப்பட்டார்.

ஷாவைத் தங்களிடம் ஒப்படைத்தால் டெஹ்ரானிலுள்ள அமெரிக்கத் தூதரகத்தில் பிணைக் கைதிகளாகப் பிடித்து வைக்கப்பட்டிருந்த கைதிகளை விடுவிக்கத் தாங்கள் தயாராக இருந்ததாக ஈரானிய முல்லாக்கள் கூறினர். பனாமா கால்வாய் ஒப்பந்தத்தை எதிர்த்தவர்கள், டோரிஜோஸ் ஓர் ஊழல் பேர்வழி என்றும், அவர் ஷாவுடன் கூட்டுச் சேர்ந்திருந்தார் என்றும், அமெரிக்கக் குடிமக்களின் உயிர்களோடு அவர் விளையாடிக் கொண்டிருந்தார் என்றும் அவர்மீது குற்றம் சாட்டினர். ஷாவைக் கொமேனியிடம் ஒப்படைக்க வேண்டும் என்று அவர்களும் குரல் கொடுத்தனர். இதில் வேடிக்கை என்னவென்றால், ஒரு சில வாரங்களுக்கு முன்பு, அவர்களில் பலர் ஷாவின் தீவிர ஆதரவாளர்களாக இருந்திருந்தனர். ஒரு காலத்தில் பெரும் செல்வாக்கோடு இருந்த அந்த மன்னாதி மன்னர், எகிப்துக்குப் புறப்பட்டுச் சென்றார். புற்றுநோயால் அவர் அங்கு இறந்து போனார்.

டாக்டரின் கணிப்புகள் உண்மையாயின. மெயின் நிறுவனம் ஈரானில் பல மில்லியன் டாலர்களை இழந்தது. அதன் போட்டியாளர்களுக்கும் அதே கதிதான் ஏற்பட்டது. கார்ட்டரால் இரண்டாவது முறையாக அதிபராக வர முடியாமல் போனது. டெஹ்ரானில் மாட்டிக் கொண்டிருந்த பிணைக்கைதிகளை விடுவிப்போம், முல்லாக்களைப் பதவியிலிருந்து இறக்கி ஈரான் ஜனநாயகத்திற்குத் திரும்ப வழிவகுப்போம், பனாமா கால்வாய்ப் பிரச்சனையைச் சீர் செய்வோம் போன்ற வாக்குறுதிகளை அள்ளி வீசி, தேர்தலில் வெற்றி பெற்று, ரீகன் அதிபராகவும் புஷ் துணை அதிபராகவும் பதவியேற்றனர்.

என்னைப் பொறுத்தவரை, அதிலிருந்து கிடைத்தப் படிப்பினைகள் மறுக்கப்பட முடியாதவையாக இருந்தன. தான் உலகின் நாட்டாண்மையாகச் செயல்பட்டுக் கொண்டிருந்தோம் என்ற உண்மையை மறுக்க அமெரிக்கா பெரும் பிரயத்தனம் செய்து கொண்டிருந்தது என்பதைத்தான் ஈரான் விவகாரம் வெளிப்படுத்தியிருந்தது. ஷாவைப் பற்றியும் அவருக்கு எதிராகப் பெருகிக் கொண்டிருந்த வெறுப்பைக் குறித்தும் தவறான தகவல்கள் எங்களுக்குக் கொடுக்கப்பட்டிருந்தன என்பது நினைத்துப் பார்க்கப்பட முடியாததாக இருந்தது. டெஹ்ரானில் ஏராளமான ஊழியர்களுடன் ஓர் அலுவலகத்தை நடத்திக் கொண்டிருந்த மெயின் போன்ற நிறுவனங்களுக்கே அதைப் பற்றிய எந்த விபரங்களும் தெரிந்திருக்கவில்லை. 1972 ஆம் ஆண்டிலேயே டோரிஜோஸுக்குத் தெரிந்திருந்த ஒன்று சிஐஏவுக்கும் என்எஸ்ஏவுக்கும் கண்டிப்பாகத் தெரிந்திருக்காமல் இருந்திருக்க வாய்ப்பில்லை என்று நான் உறுதியாக நம்பினேன். ஆனால், அமெரிக்காவின் சொந்த உளவுத் துறையே எங்களைப் போன்றவர்கள் அது குறித்து எங்களுடைய கண்களை மூடிக் கொள்வதை வேண்டுமென்றே ஊக்குவித்திருந்தது.

அத்தியாயம் 21

கொலம்பியா: லத்தீன் அமெரிக்காவின் அச்சாணி

சவுதி அரேபியா, ஈரான், பனாமா போன்ற நாடுகள், ஆர்வத்தைத் தூண்டுகின்ற அதே நேரத்தில் சங்கடத்திற்கு உள்ளாக்குகின்ற ஆய்வுகளுக்கு வழிவகுத்தாலும், அவை விதிவிலக்குகளாகத் தனித்தும் நின்றன. முதல் இரண்டு நாடுகளில் எண்ணெய் வளங்கள் இருந்ததாலும், மூன்றாவதில் ஒரு கால்வாய் இருந்ததாலும், அவை எங்களுடைய வழமையான பாணிக்குள் பொருந்தவில்லை. அப்படிப் பார்க்கும்போது, கொலம்பியாவின் கதை எங்களுடைய கதையமைப்போடு கச்சிதமாக ஒத்துப் போனது. அந்நாட்டில் மேற்கொள்ளப்பட்ட பிரம்மாண்டமான நீர்மின் திட்டத்தை வடிவமைத்துக் கொடுத்து, அதை முன்னின்று நடத்திக் கொடுத்த நிறுவனமாகவும் மெயின் நிறுவனம் விளங்கியது.

வட மற்றும் தென் அமெரிக்கக் கண்டங்களிலிருந்த அனைத்து நாடுகளுக்கு இடையேயும் நிலவிய உறவுகளின் வரலாற்றைப் பற்றி ஒரு நூலை எழுதிக் கொண்டிருந்த கொலம்பிய நாட்டுக் கல்லூரிப் பேராசிரியர் ஒருவர், ஒரு முறை என்னிடம், தியோடர் ரூஸ்வெல்ட் கொலம்பியாவின் முக்கியத்துவத்தை நன்றாக உணர்ந்திருந்தார் என்று குறிப்பிட்டார். ரூஸ்வெல்ட் ஒரு வரைபடத்தில் கொலம்பியாவைச் சுட்டிக்காட்டி "தென்னமெரிக்கா எனும் வளைவின் தலைக்கல் அது," என்று குறிப்பிட்டாராம். அது உண்மையா என்று என்னால் கண்டுபிடிக்க முடியவில்லை. ஆனால், தென்னமெரிக்காவின் வரைபடத்தில் அது தலைப்பக்கமாக, அக்கண்டத்தில் இருக்கும் மற்ற நாடுகளைத் தாங்கிப் பிடித்துக் கொண்டு நின்று கொண்டிருப்பதுபோலக் காட்சியளிக்கிறது என்பது உண்மைதான். அதோடு, பனாமா

பூசந்தியின் வழியாக, தென்னமெரிக்க நாடுகளை மத்திய மற்றும் வட அமெரிக்க நாடுகளோடு இணைக்கின்ற ஒன்றாகவும் அது விளங்குகிறது.

ரூஸ்வெல்ட் உண்மையிலேயே அப்படிக் கூறினாரோ இல்லையோ, ஆனால், கொலம்பியாவின் புவியியல்ரீதியான முக்கியத்துவத்தைப் புரிந்து கொண்டிருந்த பல அமெரிக்க அதிபர்களில் அவரும் ஒருவராக இருந்தார். இரண்டு நூற்றாண்டுகளுக்கும் மேலாக, அமெரிக்கா கொலம்பியாவைத் தென்னமெரிக்காவின் நுழைவு வாயிலாகக் கருதி வந்திருந்தது. இதில் வர்த்தகக் கண்ணோட்டத்தோடு அரசியல் கண்ணோட்டமும் கலந்திருந்தது.

கொலம்பியா இயற்கையாகவே வனப்புமிக்க ஒரு நாடாக விளங்கியது; அட்லாண்டிக் மற்றும் பசிபிக் கரைகளில் அமைந்திருந்த அதன் கடற்கரைகளை ஒட்டி ஈச்சமரங்கள் அணிவகுத்து நின்றன; கம்பீரமான மலைகள், வளமிக்கச் சமவெளிப் பகுதிகள், பல்லுயிர்களால் நிறைந்திருந்த மழைக்காடுகள் என்று அந்நாட்டிலுள்ள வளங்களை அடுக்கிக் கொண்டே போகலாம். அங்கிருந்த மக்களிடமும் ஒரு தனித்துவம் இருந்தது. உள்ளூர் தய்ரோனா இனத்தில் தொடங்கி, இறக்குமதி செய்யப்பட்ட ஆசிய, ஆப்பிரிக்க, ஐரோப்பிய மற்றும் மத்தியக் கிழக்கத்திய இனங்கள்வரை, பல்வகைப்பட்ட இனக்குழுக்களின் கலாச்சாரரீதியான, கலைரீதியான, மற்றும் உடல்வாகுரீதியான கூட்டுக் கலவையாக அவர்கள் இருந்தனர்.

கொலம்பியா காலங்காலமாக லத்தீன் அமெரிக்காவின் வரலாற்றிலும் கலாச்சாரத்திலும் ஒரு குறிப்பிடத்தக்கப் பங்கு ஆற்றி வந்திருந்தது. காலனியாதிக்கக் காலகட்டத்தில், பெரூவுக்கு வடக்கேயும் கோஸ்டா ரிக்காவுக்குத் தெற்கேயும் இருந்த அனைத்துப் பகுதிகளையும் உள்ளடக்கியிருந்த ஸ்பானிஷ் காலனியாதிக்க அரசின் வைஸ்ராய் கொலம்பியாவிலிருந்து ஆட்சி செய்தார். சிலி மற்றும் அர்ஜென்டினாவிலிருந்து கிடைத்தப் பொக்கிஷங்களை ஸ்பெயினுக்குக் கொண்டு சென்ற கப்பல்கள், கொலம்பியாவின் கர்த்தகெனா துறைமுகத்தில் இருந்துதான் புறப்பட்டன. ஸ்பெயினுக்கு எதிரான சுதந்திரப் போர்களில் நடைபெற்ற முக்கியமான நிகழ்வுகளில் பெரும்பாலானவை கொலம்பியாவில்தான் நடந்தேறின. 1819 இல் சைமன் பொலிவரின் தலைமையில் நடைபெற்ற போஜக்கா போர் இதற்கான ஒரு நல்ல எடுத்துக்காட்டாகும்.

நவீன காலகட்டத்தில், லத்தீன் அமெரிக்காவின் தலைசிறந்த எழுத்தாளர்கள், கலைஞர்கள், தத்துவவியலாளர்கள் மற்றும் பிற அறிவுஜீவிகளில் பலரை உருவாக்கிய பெருமை

கொலம்பியாவுக்கு உண்டு. பொருளாதாரரீதியாகப் பொறுப்பாக இயங்குகின்ற ஜனநாயகரீதியான அரசாங்கங்களை உருவாக்கிய பெருமையும் அதற்கு உண்டு. லத்தீன் அமெரிக்கா நெடுகிலும் உள்ள நாடுகளை வளர்ச்சிப் பாதையில் கொண்டு சேர்ப்பதற்குக் கென்னடி முன்னெடுத்தத் திட்டங்கள் கொலம்பிய மாதிரியை முன்னுதாரணமாகக் கொண்டிருந்தன. குவாத்தமாலாவைப்போல சிஐஏயால் உருவாக்கப்பட்ட நாடு என்ற அவதூறுக்குக் கொலம்பியா ஆளாகவில்லை; நிகராகுவாவைப்போல அல்லாது, கொலம்பியா ஜனநாயகரீதியாகத் தேர்ந்தெடுக்கப்பட்ட ஓர் அரசைக் கொண்டிருந்தது; மொத்தத்தில், இடதுசாரி கம்யூனிஸ்டுகள், வலதுசாரி சர்வாதிகாரிகள் ஆகிய இருவருக்குமே ஒரு மாற்றாக அது அமைந்திருந்தது. இறுதியாக, வலுவான பிரேசில் மற்றும் அர்ஜென்டினா உட்படப் பல லத்தீன் அமெரிக்க நாடுகளைப்போல அன்றி, கொலம்பியா அமெரிக்காமீது அவநம்பிக்கை கொண்டிருக்கவில்லை. கொலம்பியாவில் இருந்து கொண்டு போதை மருந்து தயாரித்து விற்பனை செய்து வந்த பயங்கரக் கும்பல்களினால் அந்நாட்டுக்கு மிக மோசமான அவப்பெயர் கிடைத்திருந்தபோதிலும், அமெரிக்காவின் நம்பத்தக்க ஒரு தோழமை நாடாகக் கொலம்பியா தொடர்ந்து இருந்து வருகிறது.

கொலம்பியாவின் பெருமைமிக்க வரலாற்றின் மறுபக்கத்தில் வெறுப்பும் வன்முறையும் இருந்து வருகின்றன. ஸ்பானியர்களின் காலத்தில் கட்டப்பட்ட பிரம்மாண்டமான கோட்டைகளும் கொத்தளங்களும் நகரங்களும் பூர்வீக மற்றும் ஆப்பிரிக்க அடிமைகளின் எலும்புகளின்மீது நிர்மாணிக்கப்பட்டிருந்தன. ஸ்பானியக் கப்பல்களில் வண்டி வண்டியாக ஏற்றிச் செல்லப்பட்டப் பொக்கிஷங்கள் அனைத்தும் உள்ளூர் மக்களின் இதயங்களிலிருந்து குதறி எடுக்கப்பட்டவையே. காலனிப்படுத்தியவர்களின் வாட்களாலும் அவர்கள் தங்களோடு கொண்டுவந்த வியாதிகளாலும், பெருமைமிக்க உள்ளூர் கலாச்சாரங்கள் சீரழிவுக்கு உள்ளாயின. 1945 இல் நடைபெற்ற, சச்சரவுக்கு உள்ளான ஓர் அதிபர் தேர்தலின் காரணமாக வெடித்த வன்முறை 1948லிருந்து 1957வரை சுமார் பத்தாண்டுகள் வெறியாட்டம் போட்டது. அக்காலகட்டத்தில் இரண்டு இலட்சத்திற்கும் அதிகமான மக்கள் கொல்லப்பட்டனர்.

கொலம்பியா தனக்கே உரிய முரண்பாடுகளையும் நகைமுரண்களையும் கொண்டிருந்தபோதிலும், அமெரிக்க அரசும் சரி, அமெரிக்க வணிகப் பீடமும் சரி, ஒட்டுமொத்த அமெரிக்கக் கண்டத்தில் தம்முடைய அரசியல் மற்றும் பொருளாதார ஆதாயங்களைப் பெருக்கிக் கொள்ள உதவிய ஒரு நாடாகவே

கொலம்பியாவைப் பார்த்தன. புவியியல்ரீதியாக அது ஒரு முக்கியமான இடத்தில் அமைந்திருந்தது என்பதோடு கூடவே, வேறு பல முக்கியமான காரணிகளும் அதற்குக் காரணமாக இருந்தன. லத்தீன் மற்றும் மத்திய அமெரிக்க நாடுகளின் தலைவர்கள் ஊக்குவிப்பிற்காகவும் வழிகாட்டுதலுக்காகவும் கொலம்பியாவை அண்ணாந்து பார்த்தனர். அமெரிக்கர்களால் பயன்படுத்தப்பட்டக் காபி, வாழைப்பழம், துணிகள், மரகதக் கற்கள், பூக்கள், எண்ணெய், கோக்கெயின் போன்ற பொருட்களின் ஆதாரமாக அந்நாடு விளங்கியது. அமெரிக்காவில் உற்பத்திச் செய்யப்பட்டப் பொருட்கள் மற்றும் சேவைகளுக்கான சந்தையாகவும் அந்நாடு விளங்கியது.

இருபதாம் நூற்றாண்டின் இறுதிப் பகுதியில் அமெரிக்கா கொலம்பியாவுக்கு வழங்கிய சேவைகளில் முக்கியமானது, பொறியியல் மற்றும் கட்டுமானச் சேவையாகும். எங்கள் நிறுவனத்தின் வழக்கமான பாணியில்தான் கொலம்பியாவில் நான் மேற்கொண்டிருந்த பல வேலைகள் இருந்தன. அந்நாடு பெருமளவுக்குக் கடன்பட்டாலும், அக்கடன்களை, அதன் உதவியுடன் தீட்டப்பட்டப் பணித்திட்டங்களிலிருந்து கிடைக்கக்கூடிய நன்மைகளிலிருந்தும் அந்நாட்டின் இயற்கை வளங்களிலிருந்தும் எளிதாகத் திருப்பிச் செலுத்திவிடலாம் என்று விளக்கிக் காட்டுவது எனக்கு எளிதாக இருந்தது. அதனால், பெரிய மின்திட்டங்கள், நெடுஞ்சாலைகள், தகவல் தொழில்நுட்பங்கள் போன்றவற்றில் அந்நாடு பெரும் முதலீடுகள் செய்வது, அதனுடைய எண்ணெய் மற்றும் இயற்கை எரிவாயு வளங்களை மேலும் பயன்படுத்துவதற்குப் பெருமளவில் உதவும் என்றும், அதிக வளர்ச்சி கண்டிராத அமேசான் காட்டுப் பகுதிகளில் இருக்கின்ற வளங்களைப் பயன்படுத்தி அப்பகுதிகளை வளர்த்தெடுப்பதற்கும் அந்த முதலீடுகள் உதவும் என்றும், கடனை வட்டியும் முதலுமாகத் திருப்பிக் கொடுப்பதற்குத் தேவையான வருவாயை இப்பணித்திட்டங்கள் உற்பத்தி செய்து கொடுக்கும் என்றும் நான் விளக்க வேண்டியிருந்தது.

கோட்பாட்டளவில் அது ஏற்றுக் கொள்ளத்தக்க ஒன்றாகத்தான் இருந்தது. ஆனால் நடைமுறையில், உலகெங்கும் நாங்கள் மேற்கொண்டிருந்த பிற திட்டங்களைப்போலவே, இங்கும், அமெரிக்காவின் பேரரசுக் கனவுக்குச் செழிப்பூட்ட மட்டுமே அது உதவும். பிற இடங்களைப்போலவே இங்கும் தேவைக்கு அதிகமான மிகப் பெரிய கடன்களை வாங்க அந்நாட்டைச் சம்மதிக்க வைப்பதுதான் என் வேலையாக இருந்தது. கொலம்பியாவிற்குப் பயனளிக்கின்ற விதத்தில் எதையும் செய்ய அங்கு ஒரு டோரிஜோஸ் இருக்கவில்லை. அதனால், நான்

வழக்கம்போல மின் தேவைக் கணிப்புகளையும் பொருளாதாரக் கணிப்புகளையும் மிகைப்படுத்துவதைத் தவிர எனக்கு வேறு வழி இருக்கவில்லை.

அவ்வப்போது எனக்குள் குற்றவுணர்வு தலைதூக்கியது என்றாலும், தனிப்பட்ட முறையில் நான் தஞ்சமடைந்த ஓரிடமாகக் கொலம்பியா ஆனது. 1970களின் தொடக்கத்தில் நானும் ஆனும் இங்கு ஒரு சில மாதங்களைச் செலவிட்டோம். கரீபியக் கடலோரமாக இருந்த மலைப்பகுதியில் ஒரு சிறிய காபித் தோட்டத்தை வாங்குவதற்கு நான் முன்பணம்கூடக் கொடுத்திருந்தேன். அதற்கு முன்பு பல ஆண்டுகள் நான் ஆனுக்கு ஏற்படுத்தியிருந்த மனக்காயங்களுக்கு மருந்து போடுவது போன்ற ஒரு முயற்சியை நான் எடுத்திருந்தேன் என்று சொல்லிக் கொள்ள வேண்டுமென்றால், கொலம்பியாவில் நாங்கள் இருவரும் சேர்ந்து செலவழித்திருந்த அந்தச் சில மாதங்களைத்தான் சொல்ல வேண்டும். இறுதியில் எங்களுடைய உறவு முறிந்தது. நான் தனியாகக் கொலம்பியாவுக்கு வரத் தொடங்கியதும்தான் அந்நாட்டைப் பற்றி நான் உண்மையிலேயே நன்றாகத் தெரிந்து கொள்ளத் தொடங்கினேன்.

1970களில் கொலம்பியாவிடமிருந்து மெயின் நிறுவனம் ஏகப்பட்ட ஒப்பந்தங்களைப் பெற்றது. கட்டுமானப் பணிகள், நீர்மின் திட்டங்கள், அத்திட்டங்கள் அமைக்கப்பட்டிருந்த மலைப்பகுதிகளிலிருந்து நகரங்களுக்கு மின்சக்தியைக் கொண்டுவருவதற்கான திட்டங்கள் போன்றவை அவற்றில் அடங்கும். கடற்கரையோரமாக இருந்த பாரன்குவில்லா என்ற நகரில் எனக்கு ஓர் அலுவலகம் ஒதுக்கப்பட்டிருந்தது. 1977 இல் அங்கேதான் நான் மிக அழகான ஒரு கொலம்பியப் பெண்ணைச் சந்தித்தேன். பின்னாட்களில் அவள் என் வாழ்வில் பல முக்கிய மாற்றங்களை ஏற்படுத்தவிருந்தாள்.

அவள் பெயர் பவுலா. அவள் ஓர் அரசியல் போராளி மற்றும் சமூகப் போராளி. நீண்ட பொன்னிறக் கூந்தலுடனும் பச்சை நிறக் கண்களுடனும் அவள் வசீகரமாக இருந்தாள். பொதுவாக வேற்று நாட்டவர் அவற்றை ஒரு கொலம்பியப் பெண்ணிடம் எதிர்பார்த்திருக்க மாட்டார்கள். அவளுடைய அப்பாவும் அம்மாவும் இத்தாலியிலிருந்து கொலம்பியாவுக்குக் குடிபெயர்ந்தவர்கள். அவர்களுடைய பாரம்பரியத்தின்படி, பவுலா ஒரு ஃபேஷன் வடிவமைப்பாளராக ஆனாள். அதோடு நிறுத்திக் கொள்ளாமல் அவள் ஒரு தொழிற்சாலையையும் துவக்கினாள். அதில் அவளுடைய வடிவமைப்புகள் ஆடைகளாக மறுஉருவம் பெற்றன. தன்னுடைய தயாரிப்புகளை, கொலம்பியாவெங்கும் இருந்த நவீன ஆடைகளை விற்பனை

செய்த நவநாகரிகக் கடைகளுக்கு அவள் விற்றாள். பனாமா மற்றும் வெனிசுவேலாவுக்கும் அவள் தன்னுடைய தயாரிப்புகளை ஏற்றுமதி செய்தாள். அவள் கருணையின் மொத்த உருவமாக இருந்தாள். என்னுடைய முறிந்து போன மணவாழ்க்கையால் எனக்கு ஏற்பட்டிருந்த மனக்காயத்திலிருந்து நான் மீள அவள் எனக்கு உதவினாள். என்னை எதிர்மறையாகப் பாதித்துக் கொண்டிருந்த, பெண்கள் குறித்து நான் கொண்டிருந்த மனப்போக்குகள் சிலவற்றைக் கையாளவும் அவள் எனக்கு உதவினாள். என் வேலையின் பொருட்டு நான் மேற்கொண்ட நடவடிக்கைகளின் பின்விளைவுகளை எதிர்கொள்ளவும் அவள் எனக்குக் கற்றுக் கொடுத்தாள்.

நான் ஏற்கனவே கூறியிருந்ததுபோல, வாழ்க்கை என்பது நம்முடைய கட்டுப்பாட்டில் இல்லாத பல எதேச்சையான நிகழ்வுகளின் சங்கமத்தால் உருவாகின்ற ஒன்று. என்னுடைய வாழ்க்கையைப் பொறுத்தவரை, நான் ஆண்களுக்கான பள்ளியில் படித்தது, ஆனையும் அவளுடைய மாமா ஃபிராங்க்கையும் சந்தித்தது, வியட்நாம் போர், எய்னர் கிரீவைச் சந்தித்தது போன்றவை அவற்றில் அடங்கும். ஆனால், நம் வாழ்க்கையில் இப்படிப்பட்ட எதேச்சையான சம்பவங்கள் அரங்கேறுகின்றபோது, நம் முன்னால் பல தேர்ந்தெடுப்புகள் தோன்றுகின்றன. நாம் எப்படிச் செயல்விடை அளிக்கிறோம், அச்சூழலில் எந்த மாதிரியான நடவடிக்கைகளை நாம் எடுக்கிறோம் ஆகியவைதாம் அனைத்து வித்தியாசங்களையும் ஏற்படுத்துகின்றன. எடுத்துக்காட்டாக, அப்பள்ளியில் நான் படிப்பில் சிறந்து விளங்கியது, ஆனைத் திருமணம் செய்து கொண்டது, பீஸ் கார்ப்ஸில் ஒரு தன்னார்வலராகச் சேர்ந்தது, ஒரு பொருளாதார அடியாளாக ஆவதைத் தேர்ந்தெடுத்தது ஆகிய அனைத்துத் தீர்மானங்களும் சேர்ந்துதான் இன்று என் வாழ்க்கையில் நான் நின்று கொண்டிருக்கின்ற இடத்திற்கு என்னைக் கொண்டுவந்து சேர்த்துள்ளன.

பவுலா என் வாழ்க்கையில் நிகழ்ந்த மற்றோர் எதேச்சையான நிகழ்வு. அவளுடைய தாக்கம், என் வாழ்க்கையின் போக்கை மாற்றிய நடவடிக்கைகளில் நான் இறங்க என்னைத் தூண்டியது. அவளை நான் பார்க்கின்றவரைக்கும், என் வாழ்க்கை தான் தேர்ந்தெடுத்திருந்த வழியில் போய்க் கொண்டிருந்தது. நான் செய்து கொண்டிருந்த காரியங்கள் குறித்து அவ்வப்போது என்னை நானே கேள்வி கேட்டுக் கொள்வேன்; சில நேரங்களில் அவற்றை நினைத்துக் குற்றவுணர்வு கொள்வேன்; ஆனால் நான் செய்து கொண்டிருந்த காரியங்களைத் தொடர்வதற்கு தேவையான நியாயப்படுத்தல்களை நான் எப்போதும்

மேற்கொண்டுவிடுவேன். ஒருவேளை பவுலா என் வாழ்க்கையில் சரியான நேரத்தில் குறுக்கிட்டிருக்கலாம். சவுதி அரேபியா, ஈரான், பனாமா ஆகிய இடங்களில் எனக்கு ஏற்பட்ட அனுபவங்கள், அது குறித்து ஏதாவது நடவடிக்கை எடுக்குமாறு என்னை நச்சரித்துக் கொண்டிருந்ததால், எப்படியும் நான் அத்தகைய முடிவுகளை எடுத்திருக்கக்கூடும். நான் ஒரு பொருளாதார அடியாளாக ஆவதற்கு எப்படி கிளாடின் என்ற பெண் காரணமாக இருந்திருந்தாரோ, அதுபோலவே, எனக்கு அவசியம் தேவைப்பட்ட ஒரு கிரியா ஊக்கியாகப் பவுலா என்ற மற்றொரு பெண் என் வாழ்வில் தோன்றியதாக நான் நம்புகிறேன். நான் எனக்குள் ஆழமாகச் சென்று தேடுவது எவ்வளவு முக்கியம் என்பதை அவள் எனக்கு உணர்த்தினாள். அதன் மூலம், நான் அப்போது செய்து கொண்டிருந்த வேலையைத் தொடர்ந்து செய்து கொண்டிருந்தால் என்னால் ஒருபோதும் மகிழ்ச்சியாக இருக்க முடியாது என்பதை நானே சொந்தமாகக் கண்டுணரவும் அவள் எனக்கு வழிகாட்டினாள்.

🌐 அத்தியாயம் 22

எதிரும் புதிருமாக அமெரிக்க ஜனநாயகமும் சர்வதேச சக்திகளும்

நானும் பவுலாவும் ஒருநாள் ஒரு காபிக் கடையில் அமர்ந்து உரையாடிக் கொண்டிருந்தோம். அப்போது பவுலா என்னிடம் இவ்வாறு கூறினாள்: “உங்களுக்குப் பிடித்திருக்கிறதோ இல்லையோ, நான் சில விஷயங்களை உங்களிடம் நேரடியாகவே கூறிவிடுகிறேன். நீங்கள் அணை கட்டிக் கொண்டிருக்கின்ற ஆற்றங்கரையோரம் வசிக்கின்ற இந்நாட்டுப் பூர்வீகக் குடிகளும் விவசாயிகளும் உங்களை வெறுக்கின்றனர். அந்த அணைகளால் நேரடியாகப் பாதிக்கப்படாத நிலையில் இருக்கின்ற நகரவாசிகள்கூட, உங்களுடைய நிறுவனத்தின் கட்டுமான முகாமைத் தாக்குகின்ற கொரில்லா படைவீரர்கள்மீது அனுதாபம் கொண்டுள்ளனர். இவர்களை உங்களுடைய அரசு, கம்யூனிஸ்டுகள், பயங்கரவாதிகள், போதைப் பொருள் கடத்துபவர்கள் என்று அழைக்கிறது. ஆனால், உங்கள் நிறுவனம் அழித்துக் கொண்டிருக்கின்ற நிலங்களில் தங்களுடைய குழந்தை குட்டிகளோடு வாழ்ந்து கொண்டிருக்கின்ற அப்பாவி மக்கள் இவர்கள் என்பதுதான் உண்மை.”

எங்களுடைய நிறுவனத்தில் பணியாற்றிக் கொண்டிருந்த மானுவெல் டோரஸ் என்பவரைப் பற்றி அப்போதுதான் நான் அவளிடம் கூறியிருந்தேன். கொலம்பிய நாட்டுக்காரரான அவர், மெயின் நிறுவனத்தில் ஒரு பொறியாளராகப் பணியாற்றிக் கொண்டிருந்தார். நாங்கள் கட்டிக் கொண்டிருந்த நீர்மின் திட்டக் கட்டுமானப் பகுதி ஒன்றின்மீது கொலம்பியக் கொரில்லா படையினர் தாக்குதல் நடத்தியபோது தாக்குதலுக்கு ஆளாகியிருந்தவர்களில் அவரும் ஒருவர். அமெரிக்க அரசு, அமெரிக்கர்களை இது போன்ற ஆபத்தான இடங்களில்

வேலைக்கு அமர்த்துவதைத் தடை செய்திருந்ததால், உள்ளூர்க்காரரான அவருக்கு அங்கு ஒரு பொறியாளராக வேலை கிடைத்திருந்தது. ‘கொலம்பியப் பலியாடுகள்’ என்று நாங்கள் அவர்களுக்குப் பட்டப்பெயர் சூட்டியிருந்தோம். நான் வெறுக்கத் தொடங்கியிருந்த ஒரு மனப்போக்கின் குறியீடாக அது அமைந்திருந்தது. இத்தகைய கொள்கைகள் குறித்த என்னுடைய உணர்வுகளும் என்னுடைய மனசாட்சியும் சேர்ந்து நாளுக்கு நாள் என்னை உள்ளூரக் குத்திக் கிழித்துக் கொண்டிருந்தன.

நான் பவுலாவிடம், “மானுவெலின் கூற்றுப்படி, அந்தக் கொரில்லாக்கள் தங்களுடைய ஏகே–47 துப்பாக்கிகளை எடுத்து முதலில் வானத்தை நோக்கிச் சுட்டனர், பின்னர் அவருடைய காலடியில் சுட்டனர். மானுவெல் என்னிடம் இதைக் கூறியபோது அமைதியாகக் காணப்பட்டாலும், அவர் கடும் மன உளைச்சலுக்கு ஆளாகியிருந்திருக்க வேண்டும் என்று எனக்குப் பட்டது. அந்தக் கொரில்லாக்கள் எவரையும் சுட்டுக் கொல்லவில்லை. மாறாக, அவர்கள் அங்கே வேலை செய்த மக்களிடம் ஒரு கடிதத்தைக் கொடுத்து, அவர்களைத் தங்களுடைய படகுகளில் ஏற்றி ஆற்றின் வழியாக அனுப்பி வைத்தனர்,” என்று கூறினேன்.

“ஐயோ! பாவம் அந்த மனிதர்! அவர் மிகவும் பயந்து நடுங்கியிருந்திருப்பார், இல்லையா?” என்று பவுலா கூறினாள்.

“அதிலென்ன சந்தேகம்?” என்று நான் கேட்டேன். அந்தக் கொரில்லாக்கள், எஃப்ஏஆர்சி கொரில்லாக்களா அல்லது எம்–19 கொரில்லாக்களா என்று நான் மானுவெலிடம் கேட்டதாக நான் பவுலாவிடம் கூறினேன். கொலம்பியாவில் எல்லோரையும் அச்சுறுத்திக் கொண்டிருந்த இரண்டு கொரில்லா படையினர் அவர்கள்.

“அதற்கு அவர் என்ன சொன்னார்?” என்று பவுலா கேட்டார்.

“அவர்கள் இந்த இரண்டு குழுக்களில் எதுவொன்றையும் சேராதவர்கள் என்று அவர் என்னிடம் கூறினார். ஆனால் அவர்கள் கொடுத்திருந்த கடிதத்தில் எழுதப்பட்டிருந்ததைத் தான் நம்புவதாக அவர் தெரிவித்தார்.”

அக்கடிதம் முழுமையாக ஒரு செய்திப் பத்திரிகையில் பிரசுரமாகியிருந்தது. நான் அப்பத்திரிகையை என்னோடு கொண்டு வந்திருந்தேன். பவுலா அதை எடுத்துச் சத்தமாகப் படிக்கத் தொடங்கினாள்.

“வயிற்றுப் பிழைப்புக்காகத் தினசரி வேலை பார்த்துக் கொண்டிருக்கும் நாங்கள், எங்களுடைய முன்னோர்களின் இரத்தத்தின்மீது ஆணையாக இதைச் சொல்கிறோம்: நாங்கள் எக்காரணத்தைக் கொண்டும் எங்களுடைய ஆறுகளின் குறுக்காக

அணைகளைக் கட்ட ஒருபோதும் அனுமதிக்க மாட்டோம். நாங்கள் மிகச் சாதாரணமான பூர்வீகக் குடிகள். எங்களுடைய நிலங்கள் நீருக்குள் மூழ்குவதை வேடிக்கைப் பார்த்துக் கொண்டிருப்பதைவிட இறப்பதை நாங்கள் தேர்ந்தெடுப்போம். எங்களுடைய கொலம்பியச் சகோதரர்களுக்கு நாங்கள் விடுக்கின்ற எச்சரிக்கை இதுதான்: 'கட்டுமான நிறுவனங்களுக்கு வேலை செய்வதை நிறுத்திக் கொள்ளுங்கள்.' "

பவுலா அச்செய்தியைப் படித்து முடித்தப் பிறகு, "மானுவெலிடம் நீங்கள் என்ன கூறினீர்கள்?" என்று என்னிடம் கேட்டாள்.

நான் தயங்கினேன். ஆனால் இது ஒரு கணநேரம்தான் நீடித்தது. "எனக்கு வேறு வழி கிடையாது. நான் என்னுடைய நிறுவனம் சொல்கிறபடிதான் நடந்தாக வேண்டும். அக்கடிதம் ஒரு விவசாயி எழுதக்கூடிய ஒரு கடிதம்போல அவருக்குத் தோன்றியதா என்று நான் அவரிடம் கேட்டேன்."

பவுலா என்னைப் பொறுமையாகப் பார்த்துக் கொண்டிருந்தாள்.

"மானுவெல் வெறுமனே தன்னுடைய தோள்களைக் குலுக்கிக் கொண்டார்," என்று நான் கூறினேன். எங்களுடைய கண்கள் சந்தித்துக் கொண்டன. "ஓ! பவுலா! இப்படிப்பட்ட ஒரு வேலையைச் செய்வதை நான் வெறுக்கிறேன்!"

"அதற்கு அடுத்து நீங்கள் என்ன செய்தீர்கள்?" பவுலா மேலும் துருவினாள்.

"நான் என் கைகளை மேசையின்மீது ஓங்கி அடித்தேன். அது அவரைப் பயமுறுத்தியது. விவசாயிகள் ஏகே–47 துப்பாக்கிகளுடன் திரிவதில் ஏதாவது அர்த்தம் இருந்ததாக அவருக்குத் தோன்றியதா என்று நான் மானுவெலைக் கேட்டேன். பிறகு, ஏகே–47 ரகத் துப்பாக்கிகளைக் கண்டுபிடித்தது யார் என்பதை அவர் அறிவாரா என்று நான் அவரிடம் கேட்டேன்."

"அதற்கு அவர் என்ன சொன்னார்?"

"அதைக் கண்டுபிடித்தது யார் என்பது அவருக்குத் தெரிந்திருந்தது. ஒரு ரஷ்யர் என்று அவர் ஈனசுரத்தில் பதிலளித்தார். அவர் கூறியது சரிதான் என்று அவருக்கு உறுதியளித்துவிட்டு, அதைக் கண்டுபிடித்தவர் ஒரு கம்யூனிஸ்ட் என்றும், ரஷ்யாவின் புகழ் பெற்றச் செம்படையில் பணிபுரிந்து பல பதக்கங்கள் பெற்ற அவருடைய பெயர் கலாஷ்னிகோவ் என்றும் நான் மானுவெலிடம் தெரிவித்தேன். அதன் மூலம், அக்கடிதத்தை எழுதியவர்கள் கம்யூனிஸ்டுகள் என்பதை அவருக்கு நான் புரிய வைத்தேன்."

"நீங்கள் அப்படி நம்புகிறீர்களா?" என்று பவுலா கேட்டாள்.

அவளுடைய கேள்வி என்னை யோசிக்க வைத்தது. அதற்கு எப்படி நேர்மையாகப் பதிலளிப்பது என்று நான் யோசித்தேன். நான் ஈரானில் இருந்தபோது, நடுவில் மாட்டிக் கொண்டு திண்டாடிக் கொண்டிருந்த ஒருவராக யாமின் என்னை வர்ணித்தது என் நினைவுக்கு வந்தது. கொரில்லாக்கள் எங்களுடைய முகாமைத் தாக்கியபோது நான் அந்த முகாமில் இருந்திருந்தால் நன்றாக இருந்திருக்கும் என்று நான் நினைத்தேன். அல்லது அந்தக் கொரில்லாக்களில் ஒருவனாக நான் இருந்திருந்தால்கூட நன்றாக இருந்திருக்கும் என்று நான் ஏங்கினேன். விநோதமாக, யாமின், அந்த டாக்டர், மற்றும் கொலம்பியக் கொரில்லாக்கள்மீது திடீரென்று ஒருவிதமான பொறாமையுணர்வு என்னுள் தலைதூக்கியது. இவர்கள் கொள்கைப் பிடிப்புடன் இருந்த மனிதர்கள். இவர்கள் நிஜ உலகில் நடமாடிக் கொண்டிருந்தனர். இவர்கள் என்னைப்போல ஓர் இரண்டுங்கெட்டான் நிலையில் இருந்து கொண்டிருக்கவில்லை.

இறுதியில் நான், "நான் என்னுடைய வேலையைச் செய்தாக வேண்டியிருந்தது," என்று கூறினேன்.

பவுலா மென்மையாகச் சிரித்தாள்.

"நான் என் வேலையை வெறுக்கிறேன்," என்று அவளிடம் கூறினேன். கடந்த சில ஆண்டுகளாக அடிக்கடி என் நினைவுக்கு வந்த தாமஸ் பெயின் மற்றும் அவரைப் போன்ற பிற அமெரிக்கச் சுதந்திரப் போராட்ட வீரர்களைப் பற்றி நான் நினைத்துப் பார்த்தேன். அவர்கள் தங்களுக்கென்று ஓர் இடத்தைத் தேர்ந்தெடுத்திருந்தனர். அவர்கள் என்னைப்போல அங்கும் இல்லாமல் இங்கும் இல்லாமல் நடுவில் நின்று கொண்டிருக்கவில்லை. அவர்கள் தங்களுக்கென்று ஒரு நிலைப்பாட்டை எடுத்தனர். அதனால் ஏற்பட்டப் பின்விளைவுகளை அவர்கள் மனதார ஏற்றுக் கொண்டனர். "என் வேலைமீது எனக்கு இருக்கின்ற வெறுப்பு நாளுக்கு நாள் அதிகரித்துக் கொண்டே போகிறது."

பவுலா என் கைகளைப் பிடித்துக் கொண்டு, "உங்களுடைய வேலை என்ன?" என்று கேட்டாள்.

எங்களுடைய கண்கள் மீண்டும் சந்தித்துக் கொண்டன. அப்படியே நாங்கள் ஒருவரையொருவர் சிறிது நேரம் பார்த்துக் கொண்டிருந்தோம். அவளுடைய கேள்வியின் உள்ளர்த்தத்தை நான் புரிந்து கொண்டேன். "சரி, என் வேலைமீது அல்ல. என்மீது!" என்று நான் கூறினேன்.

அவள் என் கைகளை இலேசாக அழுத்திவிட்டு மெதுவாகத் தன் தலையை அசைத்தாள். நான் அவளிடம் அப்படி ஒப்புக் கொண்டது ஒரு பெரிய பாரம் என் நெஞ்சிலிருந்து இறங்கியதைப்போல இருந்தது. நான் ஒருவித நிம்மதியை

உணர்ந்தேன்.

"ஜான், அப்படியானால், நீங்கள் என்ன செய்வீர்கள்?"

அதற்கு என்னிடம் பதில் எதுவும் இருக்கவில்லை. சற்று முன் எனக்குக் கிடைத்திருந்த நிம்மதியின் இடத்தை, தற்காத்துக் கொள்ளுதல் எடுத்துக் கொண்டது. நான் தட்டுத்தடுமாறியவாறு, வழக்கமான நியாயப்படுத்தல்களை ஒவ்வொன்றாக எடுத்துவிட்டேன்: நான் நல்லது செய்ய முயன்று கொண்டிருந்தேன் என்றேன்; அமைப்புமுறையை உள்ளே இருந்து கொண்டு மாற்றுவதற்கு நான் முனைந்து கொண்டிருந்தேன் என்றேன்; அப்படியே நான் என்னுடைய வேலையைத் தூக்கியெறிந்துவிட்டாலும், என் இடத்திற்கு என்னைவிட மோசமான ஒருவர் வரக்கூடும் என்றேன். ஆனால், பவுலா என்னைப் பார்த்தப் பார்வையிலிருந்தே, என்னுடைய இந்தச் சாக்குப்போக்குகளை அவள் ஏற்றுக் கொள்ளவில்லை என்பது எனக்குப் புரிந்தது. அதைவிட மோசம், அவை எனக்கே அபத்தமாகத் தெரிந்தன. குற்றம் சாட்டப்பட வேண்டியது என் வேலை அல்ல, நான்தான் என்ற கசப்பான உண்மையை நானே புரிந்து கொள்ளுமாறு அவள் செய்தாள்.

இறுதியில் நான் அவளிடம், "நீ எப்படி? நீ எதில் நம்பிக்கை வைத்திருக்கிறாய்?" என்று கேட்டேன்.

அவள் ஓர் ஆசுவாசப் பெருமூச்செறிந்துவிட்டு என் கையையும் விடுவித்தாள். "நீங்கள் பேச்சை மாற்ற முற்படுகிறீர்கள், இல்லையா?"

நான் ஆமாம் என்பதுபோலத் தலையசைத்தேன்.

"நான் என்னைப் பற்றிச் சொல்கிறேன். ஆனால் ஒரு நிபந்தனை. இதைப் பற்றி மீண்டும் மற்றொரு முறை நாம் பேச வேண்டும். சரியா?" என்று அவள் கேட்டுவிட்டு, மேசையிலிருந்த ஒரு தேக்கரண்டியை எடுத்து அதை ஆராய்வதுபோலப் பார்த்தாள். "இங்குள்ள கொரில்லாக்களில் சிலர் ரஷ்யாவிலும் சீனாவிலும் பயிற்சி பெற்றவர்கள் என்பதை நான் அறிவேன்." அவள் தன் கையில் இருந்த தேக்கரண்டியைக் கொண்டு காபியைக் கலக்கினாள். "அவர்களால் வேறு என்ன செய்ய முடியும்? உங்களுடைய பயிற்சி மையங்களில் பயிற்சி பெற்றுள்ள கொலம்பிய இராணுவத்தினரை எதிர்கொள்வதற்கும் நவீன ஆயுதங்களைக் கையாள்வதைப் பற்றித் தெரிந்து கொள்வதற்குமான தேவை அவர்களுக்கு இருக்கிறது. ஆயுதங்களை வாங்குவதற்காக அவர்கள் சில நேரங்களில் கோக்கெயினை விற்கத்தான் செய்கின்றனர். சண்டையிடத் தேவையான துப்பாக்கிகளை அவர்களால் வேறு எந்த வழியில் வாங்க முடியும்? முறியடிக்கப்பட முடியாத சக்திகளை எதிர்த்து அவர்கள் போராடிக் கொண்டிருக்கின்றனர்.

அவர்கள் தங்களைப் பாதுகாத்துக் கொள்ள உங்களுடைய உலக வங்கி அவர்களுக்கு உதவுவதில்லை. இன்னும் சொல்லப் போனால், இப்படிப்பட்ட ஒரு நிலைக்குள் அந்தக் கொரில்லாக்களைத் தள்ளியதே அவர்கள்தான்.” அவள் தன் காபிக் கோப்பையிலிருந்து ஒரு மடக்குக் குடித்தாள். “அவர்களுடைய போராட்டம் நியாயமானது என்று நான் நம்புகிறேன். அந்த நீர்மின் திட்டங்களிலிருந்து பெறப்படவிருக்கின்ற மின்சக்தி, ஒரு சிலருக்கு, பணக்காரக் கொலம்பியர்களுக்கு மட்டுமே பயனளிக்கும். நீங்கள் உங்களுடைய அணையைக் கட்டிய பிறகு, அந்த நீரும் மீன்களும் நஞ்சாகும். அதனால் ஆயிரக்கணக்கானோர் இறந்து போவர்.”

எங்களை எதிர்த்துக் கொண்டிருந்த மக்களைப் பற்றிப் பவுலா அவ்வளவு அக்கறையுடனும் பரிவுடனும் பேசியதைக் கேட்டபோது என் உடலில் ஏதோ சில ஜந்துக்கள் ஊர்ந்து கொண்டிருந்தது போன்ற உணர்வு எனக்கு ஏற்பட்டது.

“பவுலா, உனக்குக் கொரில்லாக்களைப் பற்றி எப்படி இவ்வளவு விபரங்கள் தெரியும்?” என்று நான் அவளிடம் கேட்டேன். நான் அக்கேள்வியைக் கேட்டுக் கொண்டிருந்தபோதே, அவள் அதற்கு என்ன பதிலைச் சொல்வாள் என்பதும், அந்தப் பதில் எனக்குப் பிடிக்காது என்பதும் எனக்குத் தெரிந்துவிட்டது.

“அவர்களில் சிலருடன் நான் பள்ளியில் படித்திருக்கிறேன்,” என்று கூறிய பவுலா, சிறிது தயங்கினாள். பிறகு, அவள் தன்னுடைய காபிக் கோப்பையைச் சிறிது நகர்த்தி வைத்துவிட்டு, “என் சகோதரன் அந்த இயக்கத்தில் இணைந்துள்ளான்,” என்று தெரிவித்தாள்.

நான் காற்றுப் பிடுங்கப்பட்ட பலூன்போல ஆனேன். என் சக்தியெல்லாம் வடிந்துவிட்டது. அவளைப் பற்றி எனக்கு எல்லாம் தெரியும் என்று நான் நினைத்திருந்தேன். ஆனால் இது? அவள் எனக்கு நம்பிக்கைத் துரோகம் இழைத்துவிட்டதுபோல நான் உணர்ந்தேன்.

“இதுவரை இதைப் பற்றி நீ ஏன் என்னிடம் எதுவும் கூறியிருக்கவில்லையே?”

“அது பொருத்தமற்றது என்று எனக்குப் பட்டது. அதோடு, எதற்காக நான் இதைப் பற்றி உங்களிடம் சொல்ல வேண்டும்? நான் எல்லோரிடமும் வெளிப்படையாகப் பெருமையடித்துக் கொள்கின்ற விஷயம் இல்லையே இது!” என்று கூறிவிட்டுப் பவுலா சிறிது நிறுத்தினாள். பின்னர், “கடந்த இரண்டு ஆண்டுகளாக நான் அவனைச் சந்திக்கவேயில்லை. அவன் மிகவும் எச்சரிக்கையாக இருக்க வேண்டியிருக்கிறது,” என்று கூறினாள்.

“அவன் உயிருடன் இருக்கிறான் என்பது உனக்கு எப்படித் தெரியும்?”

"எனக்குத் தெரியாது என்பது உண்மைதான். சமீபத்தில் கொலம்பிய அரசு வெளியிட்டிருந்த, தேடப்பட்டு வருவோர் பட்டியலில் அவனுடைய பெயரும் இடம் பெற்றிருந்தது. அதை நான் ஒரு நல்ல அறிகுறியாக எடுத்துக் கொண்டேன்."

என்னைத் தற்காத்துக் கொள்வதற்கும் அவளை எடைபோடுவதற்கும் எனக்குள் எழுந்த துடிப்பை நான் அடக்கி கொண்டேன். எனக்குள் துளிர்விட்டிருந்த பொறாமையை அவளால் கண்டுபிடிக்க முடியாது என்று நம்பிக் கொண்டு, "அவன் எப்படி அவர்களில் ஒருவனாக ஆனான்?" என்று நான் கேட்டேன்.

நல்ல வேளையாக அவள் தன் காபிக் கோப்பையின்மீது தன் பார்வையைக் குவித்திருந்தாள். "ஒரு முறை அவன் ஓர் அமெரிக்க எண்ணெய் நிறுவனத்தின் அலுவலகத்திற்கு முன்பு – அதன் பெயர் ஆக்சிடென்டல் என்று நினைக்கிறேன் – ஓர் ஆர்ப்பாட்டத்தில் ஈடுபட்டிருந்தான். கொலம்பியப் பூர்வீகக் குடிமக்களின் காட்டுப் பகுதியிலிருந்த நிலத்திற்கு அடியில் புதைந்திருந்த எண்ணெயை எடுப்பதற்காக அங்கு துளையிடப்படுவதைக் கண்டித்து, என் சகோதரனும் அவனுடைய நண்பர்கள் சிலரும் கோஷம் போட்டுக் கொண்டிருந்தனர். இராணுவம் அவர்களைக் கண்மூடித்தனமாகத் தாக்கிச் சிறைக்குள் அடைத்தது. எதற்காக? அவர்கள் சட்டத்திற்குப் புறம்பாக எதையும் செய்திருக்கவில்லை; அக்கட்டடத்திற்கு வெளியே கையில் சில பதாகைகளை வைத்துக் கொண்டு வெறுமனே கோஷம் போட்டுக் கொண்டிருந்தனர், அவ்வளவுதான்." அருகிலிருந்த சன்னல் வழியாக அவள் சிறிது நேரம் வெளியே பார்த்தாள். "கிட்டத்தட்ட ஆறு மாதங்கள் அவன் சிறையில் அடைக்கப்பட்டிருந்தான். அங்கு என்ன நடந்தது என்பதை அவன் ஒருபோதும் எங்களிடம் கூறவில்லை. ஆனால், அவன் வெளியே வந்தபோது, முற்றிலும் வித்தியாசமான ஒருவனாக மாறிப் போயிருந்தான்."

அதைத் தொடர்ந்து காலப்போக்கில் நான் பவுலாவுடன் அது போன்ற பல உரையாடல்களில் ஈடுபட்டேன். என் வாழ்க்கையில் பின்னால் நிகழவிருந்தவற்றுக்கான களத்தை அந்த உரையாடல்கள் அமைத்துக் கொடுத்தன என்பது இப்போது எனக்குத் தெரிகிறது. என் ஆன்மாவுடன் நான் ஓர் இழுபறிப் போராட்டம் நடத்திக் கொண்டிருந்தபோதிலும், பணத்தின்மீதான மோகமும், பத்தாண்டுகளுக்கு முன்னால், 1968 இல், என்எஸ்ஏ என்னிடம் இருந்ததாகக் கண்டுபிடித்திருந்த பிற பலவீனங்களும் தொடர்ந்து என்னை ஆட்டிப் படைத்துக் கொண்டிருந்தன. நான் இதைப் பார்க்கவும், என் ஆழ்மன உணர்வுகளை எதிர்கொள்ளவும் செய்ததன் மூலம், பவுலா, மீட்சியை நோக்கிய

பாதையில் நான் அடியெடுத்து வைக்க உதவினாள்.

என்னுடைய இந்தச் சொந்தத் தடுமாற்றங்கள் தவிர, கொலம்பியாவில் நான் செலவழித்திருந்த நேரமும், பழைய அமெரிக்கக் குடியரசுக்குப் பின்னால் இருந்த இலட்சியவாதத்திற்கும் புதிய உலகப் பேரரசின் கொள்கைகளுக்கும் இடையே இருந்த வித்தியாசத்தைப் புரிந்து கொள்ள எனக்கு உதவின.

பழைய அமெரிக்கக் குடியரசு இவ்வுலகிற்கு ஒரு நம்பிக்கையை வழங்கியது. அதன் அடித்தளம் பொருளாசையால் அமைக்கப்பட்டிருக்கவில்லை; மாறாக, அறநெறிரீதியான, தத்துவார்த்தரீதியான ஒன்றின்மீது அது அமைக்கப்பட்டிருந்தது. அனைவருக்கும் சமநீதி, சமத்துவம் என்ற கோட்பாட்டின் அடிப்படையில் அது அமைந்திருந்தது. அதே சமயத்தில், அது ஒரு வெறும் வறட்டுக் கனவுச் சித்தாந்தமாக இருக்கவில்லை. மாறாக, அது எதார்த்தமான ஒன்றாக, ஜீவனுள்ள ஒன்றாக அமைந்திருந்தது. ஆனாலும், ஒரு நூற்றாண்டுக்கும் மேலாகப் பெண்களுக்கும் நிலமற்றவர்களுக்கும் சிறுபான்மையினருக்கும் ஓட்டுரிமையை மறுத்தது போன்ற நடவடிக்கைகள் மூலம் அது பெரிய தவறுகளைச் செய்தது. ஏழைகளுக்கு அடைக்கலம் கொடுத்துவிட்டு, அவர்களுடைய குழந்தைகளைத் தன்னுடைய தொழிற்சாலைகளில் கொத்தடிமைகளைப்போல நடத்தியது. பிற நாடுகளுக்கு உத்வேகமூட்டுகின்ற ஒன்றாகவும், அதே நேரத்தில் யாரும் அதனிடம் வாலாட்டிப் பார்க்கத் துணியாத விதத்தில் பலம் பொருந்திய ஒன்றாகவும் அது விளங்கியது. இரண்டாம் உலகப் போரில் நிகழ்ந்ததைப்போல, எந்தக் கொள்கைகளின்மீது அது அமைக்கப்பட்டிருந்ததோ அவற்றைக் காப்பாற்றுவதற்காக இக்கட்டான நேரத்தில் அது களத்தில் குதித்தது. அந்த இலட்சியங்களுக்கு அச்சுறுத்தலாக விளங்குகின்ற பெருநிறுவனங்கள், வங்கிகள், அரசு இயந்திரம் ஆகியவற்றை உலகில் அடிப்படை மாற்றங்களை ஏற்படுத்துவதற்காக முடுக்கிவிட முடியும் – குறைந்தபட்சம் கொள்கையளவில்! பட்டினி, நோய்கள், மற்றும் போர்களை ஒழிக்கத் தேவையான தகவல் தொழில்நுட்பங்கள், போக்குவரத்து வசதிகள் போன்றவற்றைத் தம் வசம் வைத்திருக்கின்ற பெருநிறுவனங்கள் அப்போக்கைப் பின்பற்றுவதற்கு அவற்றைச் சம்மதிக்க வைத்துவிட்டால், பல விந்தைகளை நிகழ்த்த முடியும்.

ஆனால் உலகப் பேரரசு அதற்கு நேரெதிரானது. அது குடியரசின் விரோதி. அது சுயநலப்போக்குடையது, தனக்கு மட்டுமே சேவை செய்து கொள்கின்ற ஒன்று, பேராசை கொண்டது, பொருளாசை கொண்டது, வணிகத்தை

அடிப்படையாகக் கொண்ட அமைப்புமுறையைக் கொண்டது. இப்போது இருக்கின்ற உலகப் பேரரசு, அதற்கு முன்பு இருந்த உலகப் பேரரசுகளைப்போலவே, வளங்களைப் பெருக்கிக் கொள்ள மட்டுமே தன் கைகளை அகல விரிக்கும், கண்ணில் பட்ட அனைத்தையும் வாரிச் சுருட்டி, திருப்திப்படுத்தவே முடியாத தன் வாயில் அடைத்துக் கொள்ளும். அதன் ஆட்சியாளர்கள் தங்களுடைய அதிகாரங்களையும் செல்வத்தையும் பெருக்கிக் கொள்ள உதவுவதற்கு எது தேவைப்பட்டாலும் இது அதைச் செய்யத் தயங்காது.

இந்த இரண்டுக்கும் இடையே இருந்த வேறுபாட்டைப் புரிந்து கொள்ள நான் கற்றுக் கொண்டதன் மூலம், இதில் நான் வகித்துக் கொண்டிருந்த பாத்திரம் குறித்தத் தெளிவான பார்வையையும் நான் வளர்த்துக் கொண்டேன். கிளாடின் என்னை எச்சரித்தார்; மெயின் நிறுவனம் எனக்கு அளிக்க முன்வந்த வேலையை நான் ஒப்புக் கொண்டால் என்னிடமிருந்து என்னவெல்லாம் எதிர்பார்க்கப்படும் என்பதை அவர் நேர்மையாக என்னிடம் விளக்கினார். ஆனால் அதன் ஆழமான தாக்கத்தைப் புரிந்து கொள்ள, இந்தோனேசியா, பனாமா, ஈரான், கொலம்பியா போன்ற நாடுகளில் என் வேலையின் மூலம் எனக்குக் கிடைத்திருந்த அனுபவங்கள் எனக்குத் தேவைப்பட்டன. அதோடு, பவுலா போன்ற ஒரு பெண்ணின் பொறுமை, அன்பு, சொந்தக் கதைகள் ஆகியவையும் அதற்குத் தேவைப்பட்டன.

நான் அமெரிக்கக் குடியரசுக்கு விசுவாசமாக இருந்தேன். ஏகாதிபத்தியத்தின் இப்புதிய, மறைமுகமான வடிவத்தை வலுக்கட்டாயமாக நடைமுறைப்படுத்தி நாங்கள் சாதித்துக் கொண்டிருந்தவை, அமெரிக்கா வியட்நாமில் இராணுவரீதியாகச் சாதிக்க முயன்றிருந்த விஷயங்களுக்கு இணையான பொருளாதாரரீதியான விஷயங்களாகும். இராணுவ பலத்திற்கு வரம்புகள் இருப்பதைத் தென் கிழக்கு ஆசியா அமெரிக்காவுக்குக் கற்றுக் கொடுத்திருந்ததால், பொருளாதார வல்லுநர்கள் அதே காரியத்தைச் செய்து முடிப்பதற்கு ஒரு மேம்பட்டத் திட்டத்தை உருவாக்கியதோடு மட்டுமல்லாமல், அதை வெற்றிகரமாக நிறைவேற்றியும் காட்டினர். அதில் சர்வதேச நிதி நிறுவனங்களும் பெருநிறுவனங்களும் உடந்தையாக இருந்தன.

உலகிலுள்ள அனைத்து நாடுகளிலும் அமெரிக்கப் பெருநிறுவனங்களுக்காக வேலை செய்து வந்தவர்கள் அனைவரும் அதிகாரபூர்வமாகப் பொருளாதார அடியாள் அமைப்பில் பங்கு பெறாமல் இருந்தாலும்கூட, எப்படி, சதியாலோசனைக் கோட்பாடுகளில் இடம் பெற்றுள்ளவற்றைவிடத் தீங்கு விளைவிக்கின்ற காரியங்களில் ஈடுபட்டு வந்தனர் என்பதை நான்

கண்கூடாகப் பார்த்தேன். பொருளாதார அடியாட்களாகிய நாங்கள் வடிவமைத்திருந்த அமைப்புமுறை என்றென்றும் தொடர்வதற்கு எவையெல்லாம் தேவை என்று அவர்கள் நினைத்தார்களோ அல்லது எவையெல்லாம் தேவை என்று அவர்களிடம் கூறப்பட்டதோ, அவற்றைச் செய்வதற்குத் தங்களால் முடிந்த அனைத்தையும் அவர்கள் செய்தார்கள். மெயின் நிறுவனத்தில் பணியாற்றிய பொறியாளர்களைப்போலவே இவர்களும் தங்களுடைய செயல்நடவடிக்கைகளின் பின்விளைவுகள் குறித்து எதுவும் தெரியாதவர்களாக இருந்தனர். தங்களுடைய நிறுவனங்களுக்குக் காலணிகளையும் கார் உதிரிப் பாகங்களையும் தயாரித்துக் கொடுத்தத் தொழிற்சாலைகள், அவற்றின் வேலைச் சூழல் எவ்வளவு மோசமாக இருந்தாலும், அவற்றில் வேலை பார்த்துக் கொண்டிருந்த ஏழை மக்களை அவை மெதுவாகக் கொன்று கொண்டிருந்தாலும், அந்த ஏழைகள் தங்களுடைய வறுமையிலிருந்து மேலே வருவதற்கு அவை உதவிக் கொண்டிருந்ததாக அவர்கள் உண்மையிலேயே நம்பினர்.

நான் மெயின் நிறுவனத்தில் தொடர்ந்து வேலை செய்ய வேண்டுமா அல்லது அதிலிருந்து விலகிவிட வேண்டுமா என்ற கேள்வி எனக்குள் ஒரு பெரும் போராட்டமாக உருவெடுத்திருந்தது. வேலையிலிருந்து விலகிவிடும்படி என் மனசாட்சி என்னை நச்சரித்தது. ஆனால், என்னுடைய வணிகப் பட்டப் படிப்பால் செதுக்கப்பட்டிருந்த என்னுடைய மனப்போக்கு அப்படி நினைக்கவில்லை. இதற்கிடையே என்னுடைய இராஜாங்கம் விரிவடைந்து கொண்டிருந்தது; என்னுடைய குழுவில் நான் மேன்மேலும் ஊழியர்களைச் சேர்த்துக் கொண்டிருந்தேன்; நான் விஜயம் செய்து கொண்டிருந்த நாடுகளின் எண்ணிக்கை அதிகரித்துக் கொண்டிருந்தது. என்னுடைய பங்குச் சந்தை முதலீடுகளும் கூடிக் கொண்டே இருந்தன. எல்லாவற்றுக்கும் மேலாக, என் அகங்காரமும் விசுவரூபம் எடுத்துக் கொண்டிருந்தது. பெரும் பணமும் ஓர் ஆடம்பரமான வாழ்க்கைமுறையும் கொண்டுவந்த கவர்ச்சியோடு, போதையேற்றிய அதிகாரமும் என்னைத் தன் கட்டுப்பாட்டுக்குள் வைத்திருந்தது. இதற்குள் ஒரு முறை நுழைந்துவிட்டால், இதிலிருந்து வெளியேறுவது கடினம் என்று கிளாடின் கூறியதை நான் அடிக்கடி நினைத்துப் பார்த்தேன்.

கிளாடின் பல விஷயங்கள் குறித்துச் சரியாகவே கூறியிருந்தார்.

"ஆனால், அது நீண்டகாலத்திற்கு முன்பு நடந்த கதை," என்று பவுலா கூறினாள். "வாழ்க்கை மாறிக் கொண்டுதான் இருக்கிறது. எப்போதோ நடந்த அந்த விஷயம் இப்போது என்ன பெரிய வித்தியாசத்தை ஏற்படுத்திவிடப் போகிறது? உங்களைக்

குறித்து நீங்கள் மகிழ்ச்சியாக இல்லை. இதைவிட மோசமான
ஒன்றை யாரால் உங்களுக்குச் செய்துவிட முடியும்?"

இதே வாதத்தைத்தான் பவுலா அவ்வப்போது முன்வைத்துக்
கொண்டிருந்தாள்.   இறுதியில்   நானும்   அதை   ஏற்றுக்
கொண்டேன்.   என்னுடைய   பணத்தையும்   சாகசத்தையும்
ஆடம்பர   வாழ்க்கைமுறையையும்   கொண்டு   என்னுடைய
கொந்தளிப்புகளுக்கும் குற்றவுணர்வுக்கும் மன அழுத்தத்திற்கும்
ஒத்தடம் கொடுக்க முயல்வது நாளுக்கு நாள் கடினமாகிக் கொண்டு
வந்ததை நான் பவுலாவிடம் ஒப்புக் கொண்டேன், அதை நான்
என்னிடமும் ஒப்புக் கொண்டேன். மெயின் நிறுவனத்தில் ஒரு
பங்குதாரர் என்ற முறையில் நான் வேகமாக ஒரு செல்வந்தனாக
ஆகிக் கொண்டிருந்தேன். இன்னும் அதிகமான காலம் இதை
நான் தொடர்ந்தால், இப்பொறியில் நான் நிரந்தரமாக மாட்டிக்
கொள்வேன் என்பதை நான் அறிந்திருந்தேன்.

நானும் பவுலாவும் கர்த்தகெனோவில் இருந்த ஒரு பழைய
ஸ்பானிஷ் கோட்டைக்கு அருகே இருந்த கடற்கரையோரமாகக்
காலாற நடந்து கொண்டிருந்தபோது, அதுவரை எனக்குத்
தோன்றியிருக்காத ஓர் அணுகுமுறையைப் பவுலா திடீரென்று
என்னிடம் கூறினாள். "நீங்கள் உங்களுடைய தற்போதைய
வேலையிலிருந்து விலகிக் கொண்டு, உங்களுக்குத் தெரிந்த
விஷயங்களைப் பற்றி நீங்கள் எவரிடமும் எதுவும் பேசாமல்
இருந்தால் எப்படி இருக்கும்?" என்று அவள் கேட்டாள்.

"வெறுமனே   அமைதியாக   இருந்துவிடலாம்   என்று
கூறுகிறாயா?"

"ஆமாம். அவர்கள் உங்களைத் தேடி வர வாய்ப்பு எதையும்
கொடுக்காதீர்கள். இன்னும் சொல்லப் போனால், நீங்கள்
குட்டையைக் குழப்பாமல் இருப்பதற்கு அவர்கள் உங்களை
எந்தவிதத்திலும் தொந்தரவு செய்யாமல் இருப்பது நல்லது
என்பதற்கான அனைத்துக் காரணங்களையும் அவர்களுக்குத்
தெரியப்படுத்துங்கள்."

அவள்   கூறியது   அர்த்தமுள்ளதாக   இருந்தது.   அது
ஏன் எனக்கு அதுவரை தோன்றவேயில்லை என்று நான்
வியந்தேன். நான் மெயின் நிறுவனத்திலிருந்து விலகிய பிறகு,
நான் அறிந்து வைத்திருந்த விஷயங்களைப் பற்றிப் புத்தகங்கள்
எழுதாமல் இருப்பேன். அதேபோல, வேறு விதங்களில்
உண்மையை அம்பலப்படுத்தாமல் இருப்பேன். நான் ஓர்
உண்மை விளம்பியாகவோ, ஒரு விசிலூதியாகவோ, அல்லது
ஒரு மீட்பராகவோ இருக்க மாட்டேன். மாறாக, வெறுமனே
வாழ்க்கையை இரசித்து வாழ்கின்ற ஒரு சாதாரணமானவனாக,
உல்லாசப் பயணங்கள் மேற்கொள்பவனாக, பவுலா போன்ற

ஒருத்தியைத் திருமணம் செய்து கொண்டு குடும்பம், குழந்தைகள் என்று வாழ்க்கையை ஓட்டிக் கொண்டிருப்பவனாக இருப்பேன். இதுவரை பட்டது போதும். இதற்கு மேல் தாங்காது. நான் இதிலிருந்து விடுபட விரும்பினேன், அவ்வளவுதான்.

"நீங்கள் உங்கள் வாழ்க்கையில் கற்றுக் கொண்ட அனைத்தும் ஒரு பொய். உங்கள் வாழ்க்கையே ஒரு பொய்," என்று கூறிய பவுலா, திடீரென்று, "உங்களுடைய தன்விபரக் குறிப்பை நீங்கள் சமீபத்தில் படித்தீர்களா?" என்று கேட்டாள்.

நான் படிக்கவில்லை என்பதை நான் ஒப்புக் கொண்டேன்.

"அதை முதலில் செய்யுங்கள். அன்றொரு நாள், உங்களுடைய தன்விபரக் குறிப்பின் ஸ்பானிஷ் வடிவத்தை நான் படித்தேன். அது சுவாரசியமான ஒன்றாக இருப்பதை நீங்களும் ஒப்புக் கொள்வீர்கள்," என்று அவள் கூறினாள்.

அத்தியாயம் 23

கபடமான தன்விபரக் குறிப்பு

நான் கொலம்பியாவில் இருந்தபோது, அதுவரை மெயின் நிறுவனத்தின் தலைவராகப் பணியாற்றி வந்த ஜேக் டாபர் ஓய்வு பெற்றிருந்த செய்தியும், எல்லோரும் எதிர்பார்த்திருந்தபடி, நிறுவனத்தின் முதன்மை நிர்வாக அதிகாரியான மேக் ஹால், புரூனோவை மெயின் நிறுவனத்தின் தலைவராக ஆக்கியிருந்த செய்தியும் என்னை வந்தடைந்தன. பாஸ்டனிலிருந்து எனக்கு ஏகப்பட்டத் தொலைபேசி அழைப்புகள் வந்து கொண்டிருந்தன. வெகு விரைவில் எனக்கும் ஒரு பெரிய பதவி உயர்வு கிடைக்கும் என்று ஏராளமானோர் கணித்தனர். என்னதான் இருந்தாலும், நான் புரூனோவின் நம்பிக்கைக்கு உகந்த செல்லப் பிள்ளை ஆயிற்றே!

எங்கள் நிறுவனத்தில் நிகழ்ந்த இந்த மாற்றமும் என் பதவி உயர்வுகள் குறித்த வதந்திகளும், நான் என் நிலைமை குறித்து மறுபரிசீலனை செய்ய என்னை உந்தித் தள்ளின. நான் கொலம்பியாவில் இருந்தபோதே, பவுலாவின் அறிவுரைப்படி என்னுடைய தன்விபரக் குறிப்பின் ஸ்பானிஷ் வடிவத்தைப் படித்தேன். அது எனக்கு அதிர்ச்சியூட்டியது. நான் பாஸ்டன் நகருக்குத் திரும்பியவுடன், என் தன்விபரக் குறிப்பின் ஆங்கில வடிவத்தை வெளியே எடுத்துப் பார்த்தேன். அதோடு, 1978 நவம்பர் மாதத்திய ‘மெயின்லைன்ஸ்’ என்ற பெருநிறுவன வணிக இதழில் வெளிவந்திருந்த ஒரு குறுங்கட்டுரையையும் படித்தேன். என்னைப் பற்றி அதில் குறிப்பிடப்பட்டிருந்தது. அக்கட்டுரையின் தலைப்பு: “மெயின் நிறுவனத்தின் வல்லுநர்கள் அதன் வாடிக்கையாளர்களுக்கு வழங்குகின்ற புதிய சேவைகள்.”

என்னுடைய தன்விபரக் குறிப்புப் பற்றியும் அந்த இதழில் வெளியாகியிருந்த கட்டுரை குறித்தும் அச்சமயத்தில் நான் மிகவும் பெருமை கொண்டிருந்தேன். இப்போது அதை நான்

பவுலா பார்த்திருந்ததைப்போலப் பார்த்தபோது, எனக்குள் கோபம் கொந்தளித்தது. அந்த ஆவணங்களில் இடம் பெற்றிருந்த விஷயங்கள் சர்வதேச மோசடிகளைப் பிரதிநுதப்படுத்தின. அவற்றில் இருந்த அடிப்படையான விஷயங்கள் உண்மையானவையே. ஆனால் அத்தகவல்களுக்குப் பின்னால் இருந்த முக்கியமான கதைகள் அவற்றில் இடம் பெறவில்லை. உண்மையை மறைப்பதற்காக அவற்றுக்கு ஒரு மேற்பூச்சுப் பூசப்பட்டிருந்தது. ஒரு விநோதமான வழியில், அக்கணம் வரையிலான என்னுடைய வாழ்க்கைக் கதையின் ஒரு குறியீடாக அது விளங்கியது.

எங்கள் நிறுவனத்தின் கொள்கைகளின்படி, நான் என்னுடைய தன்விபரக் குறிப்பை அவ்வப்போது புதுப்பித்துக் கொண்டே இருக்க வேண்டும். அவற்றில் நான் எந்த மாதிரியான வேலைகளை மேற்கொண்டிருந்தேன் என்பதும் எந்த வாடிக்கையாளர்களுக்கு நான் சேவை புரிந்தேன் என்பதும் குறிப்பிடப்பட்டிருக்க வேண்டும். எங்களுடைய நிறுவனத்தைச் சந்தைப்படுத்துகின்ற ஒருவரோ அல்லது ஒரு திட்ட மேலாளரோ அவர்களுடைய திட்ட வரைவில் என்னுடைய தன்விபரக் குறிப்பைச் சேர்த்துக் கொள்ள விரும்பினால், அவர்கள் என்னுடைய அடிப்படைத் தன்விபரக் குறிப்பை எடுத்துக் கொண்டு, அவர்களுடைய தற்போதைய தேவைகளுக்கு ஏற்றாற்போல மற்ற விபரங்களுக்கு முக்கியத்துவம் கொடுத்து அதை மாற்றியமைத்துக் கொள்வார்கள்.

எடுத்துக்காட்டாக, ஒரு திட்ட மேலாளர் என்னுடைய மத்தியக் கிழக்கு அனுபவத்தையோ அல்லது உலக வங்கிக்கு நான் அளித்திருந்த விளக்கவுரைகளையோ அடிக்கோடிட்டுக் காட்ட விரும்பலாம். இப்படி என்னுடைய தன்விபரக் குறிப்பு மாற்றப்படுகின்ற ஒவ்வொரு முறையும் அந்த நபர் என்னுடைய ஒப்புதலைப் பெற வேண்டும் என்பது எங்களுடைய நிறுவனத்தின் விதி. மற்றச் சில மெயின் நிறுவன ஊழியர்களைப்போலவே நானும் அடிக்கடி வெளிநாடுகளுக்குப் பயணம் சென்று கொண்டிருந்ததால், அடிக்கடி விதிவிலக்குகள் மேற்கொள்ளப்பட்டன. பவுலா பார்த்திருந்த என்னுடைய தன்விபரக் குறிப்பு, நான் சேகரித்து வைத்திருந்த விபரங்களிலிருந்து தொகுக்கப்பட்டிருந்தபோதிலும் நிறையவே வேறுபட்டிருந்தது.

மேலோட்டமாகப் பார்க்கின்றபோது, என்னுடைய தன்விபரக் குறிப்பு வெகுளித்தனமாகத்தான் இருந்தது. 'அனுபவங்கள்' என்ற தலைப்பின் கீழ், அமெரிக்கா, ஆசியா, லத்தீன் அமெரிக்கா மற்றும் மத்தியக் கிழக்கில் எங்கள் நிறுவனம் மேற்கொண்டிருந்த பல திட்டங்களுக்கு நான் பொறுப்பாளராக இருந்ததாகக் குறிப்பிடப்பட்டிருந்தது. நான்

என்னென்ன விதமான திட்டங்களில் பணி புரிந்தேன் என்பதும்
அதில் வரிசைப்படுத்தப்பட்டிருந்தது: வளர்ச்சித் திட்டங்கள்,
பொருளாதாரக் கணிப்புகள், மின்தேவைக் கணிப்புகள்
போன்றவை அவற்றில் அடங்கும். அதில் எக்குவடோரில் நான்
பெற்றிருந்த அனுபவங்கள் பட்டியலிடப்பட்டிருந்தன. ஆனால்
அதில் பீஸ் கார்ப்ஸ் பற்றி எங்குமே குறிப்பிடப்படவில்லை.
எக்குவடோரில் நான் பெற்றிருந்த உண்மையான அனுபவங்கள்
மறைக்கப்பட்டு, அதற்குப் பதிலாக, நான் அங்கு கட்டடப்
பொருட்கள் தயாரிப்பு நிறுவனம் ஒன்றில் ஒரு மேலாளராகப்
பணியாற்றிக் கொண்டிருந்ததாகக் குறிப்பிடப்பட்டிருந்தது.

      அதைத் தொடர்ந்து, நான் சேவை புரிந்திருந்த என்னுடைய
வாடிக்கையாளர்களின் நீண்ட பட்டியல் ஒன்றும் அதில் இடம்
பெற்றிருந்தது. அதில் உலக வங்கி, ஆசிய வளர்ச்சி வங்கி, குவைத்
அரசு, ஈரானிய மின்சக்தி அமைச்சகம், சவுதி அரேபியாவின்
அரேபிய அமெரிக்க எண்ணெய் நிறுவனம் மற்றும் பிற
அமைப்புகள் குறிப்பிடப்பட்டிருந்தன. ஆனால் அப்பட்டியலில்
அமெரிக்கக் கருவூலத் துறை, சவுதி அரேபிய இராஜ்ஜியம்
என்று குறிக்கப்பட்டிருந்தது என்னை ஆச்சரியப்படுத்தியது.
அது உண்மைதான் என்றாலும், அது என் பட்டியலில்
குறிக்கப்பட்டிருந்ததை என்னால் நம்ப முடியவில்லை.

      நான் மீண்டும் மெயின்லைன்ஸ் பத்திரிகையில் இடம்
பெற்றிருந்த கட்டுரையைக் கையிலெடுத்தேன். அக்கட்டுரையை
எழுதிய பெண்மணிக்கு நான் அளித்திருந்த பேட்டி எனக்கு நன்றாக
நினைவிருந்தது. அவர் ஒரு திறமைசாலி. நல்ல நோக்கத்துடனேயே
அவர் அக்கட்டுரையை எழுதியிருந்தார். அதைப் பிரசுரிப்பதற்கு
முன்பாக என் ஒப்புதலுக்கு அக்கட்டுரையை அவர்
அனுப்பியிருந்தார். என்னைப் பற்றி அவர் குறிப்பிட்டிருந்த விதம்
எனக்குப் போதையூட்டி என்னைக் குளிர்வித்திருந்தது. அதனால்
அதை நான் அப்படியே அங்கீகரித்திருந்தேன். அக்கட்டுரை
இவ்வாறு தொடங்கியது:

மெயின் நிறுவனத்தின் பொருளாதார மற்றும்
பிராந்தியத் திட்டமிடுதல் துறை சமீபத்தில்தான்
உருவாக்கப்பட்டுள்ளபோதிலும், மிக வேகமாக வளர்ந்து
கொண்டிருந்த ஒரு துறையாக அது இருக்கிறது.

அந்நிறுவனத்தின் பொருளாதாரக் குழுவின் உருவாக்கத்தில்
பலருடைய பங்கு இருந்தபோதிலும், ஒரே ஒரு மனிதரின்
முயற்சியால்தான் அது ஒரு துறையாக உருவாகியிருக்கிறது.
இப்போது அத்துறையின் தலைவராக இருக்கின்ற அவருடைய
பெயர் ஜான் பெர்க்கின்ஸ்.

1971 ஜனவரியில் அப்போதிருந்த மின்தேவைக் கணிப்பாளரின் உதவியாளராக ஜான் வேலைக்கு எடுக்கப்பட்டபோது, மெயின் நிறுவனத்தில் ஒரு சில பொருளாதார வல்லுநர்கள் மட்டுமே வேலை பார்த்துக் கொண்டிருந்தனர். அவருடைய முதல் பணிக்காக அவர் இந்தோனேசியாவுக்குப் பதினொரு பேர் அடங்கிய ஒரு குழுவில் ஒருவராக அனுப்பப்பட்டார்.

அதற்குப் பிறகு அக்கட்டுரை, எக்குவடோரில் என்னுடைய மூன்றாண்டுகால அனுபவத்தைப் பற்றிச் சுருக்கமாக விவரித்திருந்தது. பிறகு அக்கட்டுரை பின்வருமாறு தொடர்ந்தது:

ஜான் எக்குவடோரில் இருந்தபோதுதான் மெயின் நிறுவனத்தில் வேலை பார்த்து வந்த எய்னர் கிரீவைச் சந்தித்தார். அவர்கள் இருவரும் அங்கு நெருங்கிய நண்பர்களாக ஆயினர். பின்னர் அவர்கள் தங்களுடைய நட்பைக் கடிதங்கள் மூலம் தொடர்ந்தனர். இறுதியில் மெயின் நிறுவனம் ஜானுக்கு ஒரு வேலையை வழங்க முன்வந்தது.

ஜான் ஓராண்டுக்குள் மெயின் நிறுவனத்தின் தலைமை மின்தேவைக் கணிப்பாளராக உயர்ந்தார். மெயின் நிறுவனத்தின் வாடிக்கையாளர்களும் உலக வங்கியின் தேவைகளும் அதிகரித்தபோது, மெயின் நிறுவனத்திற்கு மேலும் சில பொருளாதார வல்லுநர்கள் தேவை என்று ஜான் தீர்மானித்தார்.

இந்த இரண்டு ஆவணங்களில் இருந்த விஷயங்கள் எதுவுமே முழுக்க முழுக்கப் பொய்யானவை அல்ல. அவற்றில் இடம் பெற்றிருந்த தகவல்கள் என்னுடைய கோப்புகளில் பதியப்பட்டிருந்தவைதாம். ஆனால் அவை வெளிப்படுத்தியிருந்த கண்ணோட்டத்தை இப்போது திரும்பிப் பார்க்கும்போது, அவை திட்டமிட்ட முறையில் தணிக்கை செய்யப்பட்டு வளைக்கப்பட்டிருந்தன என்பது எனக்குப் புரிந்தது. அதிகாரபூர்வமான ஆவணங்களைப் பூஜிக்கின்ற ஒரு கலாச்சாரத்தில் பயங்கரமானதொரு கபடத்தனத்தை அவை வெளிப்படுத்தின. முழுப் பொய்களை எளிதாக அம்பலப்படுத்திவிட முடியும். ஆனால் நான் மேலே குறிப்பிட்டிருந்த இரண்டு ஆவணங்களில் இடம் பெற்றிருந்த பொய்களை அம்பலப்படுத்துவது கிட்டத்தட்ட இயலாத காரியம். ஏனெனில், அவை உண்மைகளின் கதகதப்பில் குளிர்காய்ந்து கொண்டிருந்தன. அவை முழுமையான மோசடிகளாக இருக்கவில்லை. அதோடு, அந்த ஆவணங்கள், சர்வதேச நிதி நிறுவனங்கள், அரசாங்கங்கள் மற்றும் பிற பெருநிறுவனங்களின் நம்பிக்கையைப் பெற்றிருந்த ஒரு பெருநிறுவனத்தால் தயாரிக்கப்பட்டிருந்தன.

இது என்னுடைய தன்விபரக் குறிப்புக்கு அதிகமாகப் பொருந்தும். ஏனெனில், அது எங்கள் நிறுவனத்தின் அதிகாரபூர்வமான ஆவணம். அதிலும், பொதுவாக அதன் இணைப்பாக இடம் பெறுகின்ற அறிக்கைகள் மற்றும் திட்ட முன்வரைவுகளின் முதல் பக்கத்தில் இடம் பெற்றிருந்த மெயின் நிறுவன வணிகச் சின்னத்திற்கு சர்வதேச வணிக உலகில் பெரும் மதிப்பு இருந்தது. கல்விச் சான்றிதழ்களுக்கு இருந்த அதே நம்பகத்தன்மையையும் மதிப்பையும் அது கொண்டிருந்தது.

இந்த ஆவணங்கள் என்னை ஒரு திறமையான பொருளாதார வல்லுநராகச் சித்தரித்தன. கௌரவமான ஒரு பெருநிறுவனத்தில் ஒரு துறையின் தலைவராகப் பணியாற்றிய ஒருவனாகவும், உலகெங்கும் சுற்றி, இவ்வுலகை ஒரு நாகரிகமான, செழிப்புமிக்க இடமாக மாற்றுவதற்குத் தேவையான பல்வேறு விதமான ஆய்வுகளை மேற்கொண்ட ஒருவனாகவும் அவை என்னைக் காட்டின. மோசடி அவற்றில் குறிப்பிடப்பட்டிருந்த விஷயங்களில் இருக்கவில்லை. மாறாக, விடுபட்டுப் போயிருந்த விஷயங்களில் இருந்தன. நான் அவற்றை ஒரு மூன்றாவது மனிதரின் நிலையிலிருந்து பாரபட்சமின்றிப் பார்த்தால், அவற்றில் விடுபட்டிருந்தவை பல கேள்விகளை எழுப்ப வல்லவை என்பதை நான் ஒப்புக் கொள்ள வேண்டியிருக்கும்.

எடுத்துக்காட்டாக, என்எஸ்ஏயால் நான் தேர்ந்தெடுக்கப்பட்டிருந்த விபரமோ, எய்னருக்கும் அமெரிக்க இராணுவத்திற்கும் இருந்த தொடர்போ, அல்லது அவர் என்எஸ்ஏ தொடர்பாளராகப் பணியாற்றிய விபரமோ அவற்றில் இடம் பெற்றிருக்கவில்லை. அளவுக்கதிகமாக ஊதிப் பெரிதாகப்பட்டப் பொருளாதாரக் கணிப்புகளைக் கொடுக்க நான் வற்புறுத்தப்பட்டது பற்றியோ, இந்தோனேசியா, பனாமா போன்ற வளர்ந்து வருகின்ற நாடுகளை நிரந்தரக் கடனாளிகளாக ஆக்குகின்ற நோக்கத்தில் உருவாக்கப்படுகின்ற திட்டங்களுக்கு அந்நாடுகளை ஒப்புக் கொள்ள வைப்பதுதான் என் வேலையின் முக்கிய அம்சம் என்பதைப் பற்றியோ அதில் எதுவும் குறிப்பிடப்பட்டிருக்கவில்லை. நேர்மையாகச் செயல்பட்ட ஹோவர்டு பார்க்கரைப் பற்றியும், அவர் தன்னுடைய முடிவில் தீவிரமாக இருந்த காரணத்தால் பதவியிலிருந்து தூக்கியெறியப்பட்டார் என்பதைப் பற்றியும் எந்தக் குறிப்பும் அதில் இடம் பெறவில்லை. என்னுடைய மேலதிகாரிகள் விரும்பிய திரிக்கப்பட்டக் கணிப்பீடுகளை வழங்க நான் முன்வந்ததால்தான் எனக்குப் பதவி உயர்வு வழங்கப்பட்டது என்பதும் அதில் இடம் பெறவில்லை.

அமெரிக்கக் கருவூலத் துறையும் சவுதி அரேபிய இராஜ்ஜியமும் என்னுடைய வாடிக்கையாளர்கள் என்று குறிப்பிடப்பட்டிருந்த

வரிகளை நான் மீண்டும் மீண்டும் வாசித்தேன். அதை மக்கள் எப்படி எடுத்துக் கொள்வார்கள் என்று நான் யோசித்தேன். அமெரிக்கக் கருவூலத் துறைக்கும் சவுதி அரேபிய இராஜ்ஜியத்திற்கும் என்ன தொடர்பு என்று அவர்கள் கேட்கக்கூடும். ஒரு சிலர் அது தட்டச்சுப் பிழை என்று எண்ணிக் கொள்ளக்கூடும்; இரண்டு வரிகளில் இடம் பெற வேண்டியது ஒரே வரியில் தவறுதலாக இடம் பெற்றுவிட்டது என்று அவர்கள் நினைத்துக் கொள்ளக்கூடும். அது ஒரு குறிப்பிட்டக் காரணத்திற்காகச் சேர்க்கப்பட்டிருந்தது என்ற உண்மையை அதைப் படிக்கின்ற பெரும்பாலானோர் ஒருபோதும் ஊகிக்க மாட்டார்கள். உலக வரலாற்றை மாற்றி எழுதியிருந்த, ஆனால் ஒருபோதும் ஊடகங்களைச் சென்றடைந்திருக்காத, அந்த நூற்றாண்டின் மாபெரும் ஒப்பந்தமாகத் திகழ்ந்த ஒன்றை உருவாக்கியிருந்த ஒரு குழுவில் நானும் ஒரு முக்கியப் பங்கு வகித்திருந்தேன் என்பதை, நான் புழங்கிக் கொண்டிருந்த வட்டாரத்தில் இருந்தவர்கள் தெரிந்து கொள்ள வேண்டும் என்பதற்காகத்தான் அது அங்கு நுழைக்கப்பட்டிருந்தது. அமெரிக்காவுக்குத் தொடர்ந்து எண்ணெய் கிடைத்துக் கொண்டிருப்பதற்கு உத்தரவாதமளித்த, சவுதி அரசப் பரம்பரையின் ஆட்சி என்றென்றும் பாதுகாப்பாகத் தொடர்ந்து கொண்டிருப்பதற்கு உறுதியளித்த, ஒசாமா பின் லேடனுக்குப் பெரும் நிதியுதவியும், உகான்டாவின் இடி அமீன் போன்ற சர்வதேசக் குற்றவாளிகளுக்குப் பாதுகாப்பும் கிடைக்க உதவிய, வரலாற்று முக்கியத்துவம் வாய்ந்த ஒரு சாசனம் உருவாக்கப்பட நான் உதவியிருந்தேன். என் தன்விபரக் குறிப்பில் இருந்த அந்த ஒற்றை வரி, விஷயம் அறிந்தவர்களுக்கு இவ்வளவையும் சொல்லியது. மெயின் நிறுவனத்தின் முதன்மைப் பொருளாதார வல்லுநர் பெரிய பெரிய காரியங்களை முடிப்பதில் கில்லாடி என்று அது கூறியது.

மெயின்லைன்ஸ் இதழின் கட்டுரையின் கடைசிப் பத்தி, என்னைப் பற்றி அக்கட்டுரையாளர் கொண்டிருந்த அவதானிப்புடன் முடிந்திருந்தது. அது என்னை மிகவும் தொந்தரவு செய்தது:

> *மெயின் நிறுவனத்தின் பொருளாதாரம் மற்றும் பிராந்தியத் திட்டமிடுதல் துறையின் வளர்ச்சி பிரமிக்கத்தக்கதாக இருக்கிறது. ஆனால், கடின உழைப்பாளிகளாக இருக்கின்ற, பெரும் படிப்புப் படித்துள்ள ஊழியர்களைத் தான் பெற்றிருப்பது தன் அதிர்ஷ்டம் என்று பெர்க்கின்ஸ் நம்புகிறார். அவர் தன் கீழ் வேலை பார்ப்பவர்கள்மீது காட்டிக் கொண்டிருக்கும் ஈடுபாட்டையும் ஆதரவையும் என்னால் எளிதாகப் பார்க்க முடிந்தது. அது பாராட்டத்தக்க ஒரு பண்பு.*

நான் ஒருபோதும் என்னை ஓர் உண்மையான பொருளாதார வல்லுநராக எண்ணியதில்லை. நான் வணிக நிர்வாகத்தில் இளங்கலைப் பட்டப்படிப்புப் படித்திருந்தேன். அப்படிப்பு, சந்தையியலுக்குத்தான் முக்கியத்துவம் கொடுத்தது. நான் எப்போதுமே கணிதத்திலும் புள்ளியியலிலும் மோசமாக இருந்தேன். மிடில்பர்ரி கல்லூரியில் நான் அமெரிக்க இலக்கியம் படித்தேன்; எழுதுவது எனக்கு இயல்பாக வந்தது. என்னுடைய நிறுவனத்தில் எனக்கு அளிக்கப்பட்டிருந்த 'முதன்மைப் பொருளாதார வல்லுநர்' என்ற பட்டத்திற்கும், பொருளாதாரம் மற்றும் பிராந்தியத் திட்டமிடுதல் துறைத் தலைவர் பதவிக்கும் என்னுடைய பொருளாதார நிபுணத்துவமோ அல்லது என்னுடைய திட்டமிடுதல் திறமையோ காரணமல்ல. என்னுடைய மேலதிகாரிகளும் என்னுடைய வாடிக்கையாளர்களும் விரும்பிய விதத்தில் ஆய்வுகளை மேற்கொண்டு, முடிவுகளை வழங்க நான் தயாராக இருந்ததுதான் அதற்குக் காரணம். பிறரை என் கூற்றுக்குச் செவிசாய்க்க வைக்க என்னிடம் இயல்பாகவே இருந்த பேச்சு மற்றும் எழுத்துத் திறமைகள் அதற்கு உதவின. மேலும், என் துறை சார்ந்த நுணுக்கமான விஷயங்களை நன்றாக அறிந்து வைத்திருந்த, என்னைவிடக் கூடுதலாகப் படித்திருந்தவர்களை எனக்காக வேலை செய்வதற்கு அமர்த்திக் கொள்கின்ற புத்திசாலித்தனமும் என்னிடம் இருந்தது. அதனால்தான் மெயின்லைன்ஸ் கட்டுரை ஆசிரியர் தன் கட்டுரையை, "அவர் தன் கீழ் வேலை பார்ப்பவர்கள்மீது காட்டிக் கொண்டிருக்கும் ஈடுபாட்டையும் ஆதரவையும் என்னால் எளிதாகப் பார்க்க முடிந்தது. அது பாராட்டத்தக்க ஒரு பண்பு," என்று என்னைப் பற்றிய ஒரு புகழுரையுடன் முடித்திருந்தார்.

இந்த இரண்டு ஆவணங்களையும் நான் என்னுடைய மேசையின் முதல் இழுப்பறையிலேயே வைத்திருந்தேன். அவற்றை நான் அவ்வப்போது எடுத்துப் பார்த்துக் கொள்வேன். அவற்றைப் படிக்கும் தருணங்களில், நான் என் அலுவலக அறையைவிட்டு வெளியே வந்து, என் கீழ் வேலை பார்த்தவர்களை அவதானிப்பேன். அடடா, அவர்களை நான் எதில் கொண்டுவந்து இறக்கிவிட்டுள்ளேன் என்ற குற்றவுணர்ச்சி என்னை ஆட்கொள்ளும். பணக்காரர்களுக்கும் ஏழைகளுக்கும் இடையே இருந்த பிளவை மேலும் விரிவாக்கியதில் நாங்கள் அனைவரும் ஆற்றியிருந்த பங்கைப் பற்றி எனக்குள் நான் அங்கலாய்த்து கொண்டேன். நானும் என் ஊழியர்களும் ஆடம்பரமான ஓட்டல்களில் தங்கிக் கொண்டும், உயர்தர உணவகங்களில் உண்டு கொண்டும், எங்களுடைய சொத்துகளைப் பெருக்கிக் கொண்டும் இருக்கையில் தினமும் பசியால் துடித்துக்

கொண்டிருக்கும் மக்களைப் பற்றி நான் நினைத்துப் பார்த்தேன்.

நான் பயிற்றுவித்திருந்த பலர் இப்போது பொருளாதார அடியாட்களாகப் பணிபுரிந்து கொண்டிருந்ததை நான் நினைத்துப் பார்த்தேன். நான்தான் அவர்களை வேலைக்கு எடுத்துப் பயிற்சியும் கொடுத்திருந்தேன். ஆனால் நான் வேலையில் சேர்ந்தபோது இருந்ததைப்போல இப்போது எதுவும் இருக்கவில்லை. உலகம் மாறியிருந்தது. பெருநிறுவனத்துவம் வெகுவாக முன்னேறியிருந்தது. என்னிடம் வேலை பார்த்தவர்கள் என்னிடமிருந்து முற்றிலும் வேறுபட்டவர்களாக இருந்தனர். அவர்களுடைய வாழ்க்கையில் என்எஸ்ஏவின் உண்மைப் பரிசோதனைகளோ அல்லது கிளாடின்களோ இடம் பெறவில்லை. உலகப் பேரரசின் நோக்கத்தை நிறைவேற்றுவதற்காக அவர்கள் என்ன செய்ய வேண்டும் என்றோ அல்லது அவர்களிடமிருந்து என்ன எதிர்பார்க்கப்பட்டது என்றோ எவரும் அவர்களிடம் வெளிப்படையாகச் சொல்லவில்லை. 'பொருளாதார அடியாள்' என்ற சொல்லாடலைக்கூட அவர்கள் ஒருபோதும் கேட்டிருக்க மாட்டார்கள். என்னுடைய முன்னுதாரணத்திலிருந்து, வெகுமதியையும் தண்டனையையும் அளிக்கின்ற என் செயல்முறையிலிருந்து அவர்கள் தாங்களாகவே அவற்றைக் கற்றுக் கொண்டனர். நான் விரும்புகின்ற முடிவுகளையும் ஆய்வுகளையும் தாங்கள் உருவாக்கித் தர வேண்டும் என்பதை அவர்கள் அறிந்து வைத்திருந்தனர். அவர்களுடைய சம்பளங்கள், அவர்களுடைய வருடாந்திர ஊக்கத் தொகைகள், இவ்வளவு ஏன், அவர்கள் வேலையில் தொடர்ந்து நீடித்திருப்பதுகூட, அவர்கள் என்னைத் திருப்திப்படுத்துவதைச் சார்ந்திருந்தது.

என்னைப் பொறுத்தவரை, அவர்களுடைய சுமையைக் குறைக்க என்னால் முடிந்த அனைத்தையும் நான் செய்தேன். கணிப்பீடுகளை மேம்படுத்துதல், பெரும் கடன்களை வழங்குதல், தேசிய மொத்த உற்பத்தியைப் பெருக்கி, பணக்காரர்களை மேலும் மேலும் பணக்காரர்களாக ஆக்க உதவுகின்ற விதத்தில் மூலதனத்தைப் புகுத்துதல் போன்றவற்றின் முக்கியத்துவத்தை அவர்களுக்குப் புரிய வைப்பதற்காக, நான் ஆய்வுக் கட்டுரைகள் எழுதினேன், பல இடங்களில் சொற்பொழிவாற்றினேன், எனக்குக் கிடைத்த அனைத்து வாய்ப்புகளையும் பயன்படுத்திக் கொண்டேன். அக்கட்டத்திற்கு வருவதற்கு எனக்குக் கிட்டத்தட்டப் பத்தாண்டுகள் ஆயின. அவர்கள்மீது பிரயோகிக்கப்பட்ட வற்புறுத்தல்களும் அவர்களுக்குக் காட்டப்பட்ட ஆசைகளும் மறைமுகமாக இருந்தன. அதை ஒருவிதமான மென்மையான மூளைச்சலவை என்று வர்ணிக்கலாம். இப்போது, என் கீழ் வேலை பார்த்தவர்கள் உலகப் பேரரசின் நோக்கங்களைத்

தூக்கிப் பிடிப்பதற்காக வெளியுலகிற்குச் செல்லவிருக்கிறார்கள். வெளிப்படையாகச் சொல்ல வேண்டுமென்றால், கிளாடின் என்னை எப்படி உருவாக்கியிருந்தாரோ, அதைப்போல நான் அவர்களை உருவாக்கியிருந்தேன். என்னைப்போல அல்லாமல், அவர்களுக்கு இந்த விஷயங்கள் வெளிச்சம் போட்டுக் காட்டப்பட்டிருக்கவில்லை.

நான் பல இரவுகள் இந்த விஷயங்கள் குறித்து யோசித்துக் கொண்டும் மனத்திற்குள் குமைந்து கொண்டும் தூக்கம் வராமல் புரண்டு கொண்டிருந்தேன். என்னுடைய தன்விபரக் குறிப்புப் பற்றிப் பவுலா குறிப்பிட்டது என்னைப் பல விதங்களில் யோசிக்க வைத்துவிட்டது. தாங்கள் உண்மையிலேயே என்ன செய்து கொண்டிருந்தோம், யாருக்கு உதவிக் கொண்டிருந்தோம் என்பதை அறியாமல் இயங்கிக் கொண்டிருந்த என்னுடைய ஊழியர்களின் வெகுளித்தனத்தைக் கண்டு நான் பொறாமைப்பட்டேன். நான் அவர்களை வேண்டுமென்றே ஏமாற்றினேன். ஆனால் அப்படிச் செய்ததன் மூலம் அவர்கள் தங்களுடைய சொந்த மனசாட்சிக்குப் பதிலளிக்க வேண்டிய இக்கட்டிலிருந்து அவர்களை நான் காப்பாற்றினேன். என்னை வாட்டி வதைத்துக் கொண்டிருந்தது போன்ற தார்மீகக் குடைச்சல்களோடு அவர்கள் போராட வேண்டியிருக்கவில்லை.

தொழில் நாணயம் குறித்தும் நான் ஆழமாக யோசித்தேன். வெளித்தோற்றத்திற்கும் எதார்த்தத்திற்கும் இடையே இருந்த வேறுபாட்டைப் பற்றி நான் நிறையவே சிந்தித்தேன். மனித வரலாற்றின் தொடக்கத்திலிருந்தே மக்கள் ஒருவரையொருவர் ஏமாற்றிக் கொண்டுதான் இருந்திருக்கின்றனர். புராணக் கதைகளிலும் நாட்டுப்புறக் கதைகளிலும் திரிக்கப்பட்ட உண்மைகளும் பித்தலாட்டமான வணிகச் செயல்முறைகளும் மண்டிக் கிடந்தன; தரமற்றக் கம்பளங்களை ஏமாற்றி விற்கின்ற வணிகர்கள், கந்துவட்டிக்காரர்கள் போன்றவர்கள் இதில் அடங்குவர்.

விஷயங்கள் வழக்கமாக எப்படி இருந்தனவோ அப்படித்தான் இருந்து கொண்டிருக்கின்றன என்று என்னை நான் எவ்வளவுதான் தேற்றிக் கொள்ள முனைந்தாலும், அது உண்மையல்ல என்பதை என் இதயம் அறிந்திருந்தது. எல்லாமே மாறியிருந்தது. இப்போது நாங்கள் ஏமாற்றுதலில் ஒரு புதிய உச்சத்தை அடைந்திருந்தோம். பயம், கடன், அதிநுகர்வுக்கு இட்டுச் செல்கின்ற கொள்கைகள், பிரித்தாளும் சூழ்ச்சி போன்றவற்றின் மூலம் ஏழை–பணக்காரன் இடைவெளியை அகலப்படுத்துகின்ற ஓர் அமைப்பைத் தூக்கி நிறுத்துவதற்கு எதை வேண்டுமானாலும் செய்யலாம் என்று எங்களை ஏற்றுக் கொள்ள வைக்கின்ற ஒன்றாக அது

இருந்தது. நாங்கள் குறிப்பிடத்தக்க மாற்றங்களை விரைவில் மேற்கொள்ளவிட்டால், இந்த ஏமாற்றுப் போக்கு, தார்மீகரீதியாக மட்டுமல்லாமல், கலாச்சாரரீதியாகவும் எங்களுடைய அழிவுக்கு வழிவகுத்துவிடும்.

சமூகத்தில் இருக்கின்ற தொழில்முறைக் குற்றக் குழுக்களோடு இதை ஒப்பிடுவது பொருத்தமாக இருக்கும். பெரும்பாலான மாஃபியா குழுத் தலைவர்கள், தெருவில் வம்பிழுப்பவர்களாகத்தான் தங்களுடைய வாழ்க்கையைத் துவக்குகின்றனர். குற்றச் செயல்களில் ஈடுபடுவது படிப்படியாக அதிகரித்து உச்சத்தை அடையும்போது, அவர்களுடைய நடை, உடை, பாவனை அனைத்தும் மாறிவிடுகின்றன. நாளடைவில், அவர்கள் நேர்த்தியாக உடையணிகின்றனர், சட்டபூர்வமான தொழில்களுக்கு அதிபதிகளாகின்றனர், சமூகத்தில் செல்வாக்கு உள்ளவர்களாகத் தங்களை உயர்த்திக் கொள்கின்றனர். அவர்கள் உள்ளூர் தொண்டு நிறுவனங்களுக்கு ஆதரவு அளிக்கின்றனர். அதன் மூலம், அவர்கள் தாங்கள் சார்ந்துள்ள சமூகத்தின் நன்மதிப்பைப் பெறுகின்றனர். சிக்கலில் இருப்பவர்களுக்கு அவர்கள் ஓடோடி வந்து உதவுகின்றனர். மெயின் நிறுவனத்தின் தன்விபரக் குறிப்பில் இருக்கின்ற ஜான் பெர்க்கின்ஸைப்போல அவர்கள் தங்களுடைய சமூகத்தில் உதாரணப்புருஷர்களாக உலா வருகின்றனர். ஆனால் அவர்களின் அழகிய கையுறைகளுக்கு உள்ளே இருக்கின்ற கரங்கள் இரத்தக்கறை படிந்தவை. அவர்களிடம் கடன் பெற்றவர்கள் தவணையைக் கட்டாவிட்டால், ஈவு இரக்கமின்றிச் செயல்படுகின்ற அடியாட்கள் அவர்கள்மீது ஏவிவிடப்படுவர். முதலில் அவர்களுக்கு அரக்கத்தனமான அடி உதைகள் விழும்; இறுதியில் துப்பாக்கிகள் குண்டுகளைக் கக்கும்.

மெயின் நிறுவனத்தின் முதன்மைப் பொருளாதார வல்லுநர் என்ற முறையில் நான் ஆற்றியிருந்த காரியங்களை, தரமற்றக் கம்பளங்களை ஏமாற்றி விற்கின்ற ஒரு வியாபாரியின் மோசடிகளோடு ஒப்பிடவே முடியாது. எச்சரிக்கையாக இருக்கின்ற ஒரு நபரால் அப்படிப்பட்ட வணிகர்களிடம் மாட்டிக் கொள்ளாமல் தப்பித்துவிட முடியும். ஆனால் என் பணியோ, உலகம் இதுவரை கண்டிராத, முற்றிலும் புதியதொரு ஏகாதிபத்திய வடிவத்தைத் தூக்கி நிறுத்துவதற்குத் துணை போகின்ற ஒன்றாக இருந்தது. என் கீழ் வேலை பார்த்து வந்தவர்களுக்கு, பொருளாதார ஆய்வாளர், சமூகவியலாளர், பொருளாதார வல்லுநர், பொருளாதாரக் கணிப்பாளர் போன்ற பல கண்ணியமான பெயர்கள் சூட்டப்பட்டிருந்தன. ஆனால் அவர்கள் அனைவருமே ஏதோ ஒரு வழியில் ஒரு பொருளாதார அடியாள் வேலையைத்தான் செய்து வந்தனர், உலகப் பேரரசின்

நலன்களைத் தூக்கிப் பிடித்துக் கொண்டிருந்தனர் என்பதை அந்த அலங்காரப் பதவிப் பெயர்கள் வெளிப்படுத்தவில்லை.

அது மட்டுமல்ல; தன் கழுத்தை மட்டும் இலேசாக வெளியே நீட்டிக் கொண்டு ஆழ்கடலுக்குள் புதைந்திருக்கின்ற பனிப்பாறைகளைப் போன்றவர்கள் நாங்கள் என்பதையும் எங்களுடைய பதவிப் பெயர்கள் வெளிப்படுத்தவில்லை. காலணிகள் உட்பட, விளையாட்டு வீரர்கள் பயன்படுத்துகின்ற பொருட்களை விற்கின்ற நிறுவனங்களிலிருந்து, கனரக இயந்திரங்களை விற்கின்ற நிறுவனங்கள்வரை அனைத்துப் பன்னாட்டு நிறுவனங்களும் ஏதோ ஒரு வடிவில் தங்களுக்கென்று சொந்தமாகப் பொருளாதார அடியாட்களை வைத்திருந்தனர். இது உலகம் முழுவதும் இப்போது பரவியுள்ளது. பழைய வேஷங்கள் களையப்பட்டு, நேர்த்தியான கோட்டும் சூட்டும் அணிந்த நபர்கள் அந்த இடங்களை எடுத்துக் கொண்டுள்ளனர். மரியாதைக்குரிய நபர்களாக அவர்கள் தங்களை வரித்துக் கொண்டுள்ளனர். நியூயார்க், சிகாகோ, சான்பிரான்சிஸ்கோ, லண்டன், பீஜிங், டோக்கியோ போன்ற நகரங்களிலுள்ள பன்னாட்டு நிறுவனங்களில் வேலை பார்த்துக் கொண்டிருக்கின்ற ஆண்களும் பெண்களும், தங்களுடைய ஒய்யாரத் தலைமை அலுவலகங்களிலிருந்து கீழே இறங்கி வந்து, உலகிலுள்ள அனைத்து நாடுகளிலும் இருக்கின்ற ஊழல் அரசியல்வாதிகளை வளைத்துப் போடுவதிலும், அங்குள்ள ஏழை மக்கள் மலிவான கூலிக்குத் தங்களை விற்க அவர்களைத் தூண்டுவதிலும் ஈடுபட்டுக் கொண்டிருக்கின்றனர்.

என்னுடைய தன்விபரக் குறிப்புக்குப் பின்னால் ஒளிந்திருந்த இது போன்ற விஷயங்களை நான் உற்றுப் பார்க்கும்படி செய்ததன் மூலம், பவுலா, இறுதியில் என் வாழ்க்கையை முற்றிலுமாக மாற்றிய ஒரு பாதைக்குள் நான் அடியெடுத்து வைக்க என்னைத் தூண்டியிருந்தாள்.

அத்தியாயம் 24

எக்குவடோர் நாட்டு அதிபரின் கச்சா எண்ணெய்க்கான போராட்டம்

பனாமாவிலும் கொலம்பியாவிலும் நான் மேற்கொண்டிருந்த வேலை காரணமாக, நான் முதன்முதலாகச் சென்ற வெளிநாடான எக்குவடோருக்கு அடிக்கடி விஜயம் செய்யும் வாய்ப்பு எனக்குக் கிடைத்தது. அமெரிக்காவின் அரசியல் மற்றும் வர்த்தக நலன்களுக்குச் சேவை செய்வதற்காகக் கைப்பாவைகளாக ஆக்கப்பட்டப் பல சர்வாதிகாரிகள் மற்றும் வலதுசாரிச் சார்புடைய பெருநிறுவன முதலைகளால் எக்குவடோர் நீண்டகாலம் துன்புற்றிருந்தது. அதன் காரணமாக 'டோல் ஃபுட் கம்பெனி' போன்ற பன்னாட்டு நிறுவனங்கள் அங்கு ஆட்டம் போட்டுக் கொண்டிருந்தன.

1960களின் இறுதியில் எக்குவடோர் நாட்டு அமேசான் பகுதியில் எண்ணெய் வளம் இருந்தது கண்டுபிடிக்கப்பட்டதும், அந்த நாட்டை ஆண்டு வந்த ஒரு சில குடும்பங்கள், சர்வதேச வங்கிகள் விரித்த வலையில் விழுந்துவிட்டன. எடுக்கப்படவிருந்த எண்ணெயைக் கொண்டு கடனை அடைத்துவிடலாம் என்று நம்ப வைக்கப்பட்டு, பெருங்கடன் அந்நாட்டின் தலையில் கட்டப்பட்டது. நெடுஞ்சாலைகள், தொழிற்பேட்டைகள், நீர்மின் நிலையங்கள், பிற மின் உற்பத்தித் திட்டங்கள், மின் விநியோகத் திட்டங்கள் போன்றவை நாடெங்கும் புற்றீசல்களாக முளைத்தன. மீண்டும் ஒரு முறை, பன்னாட்டுப் பொறியியல் மற்றும் கட்டுமான நிறுவனங்கள் கொழுத்த இலாபம் சம்பாதித்தன.

இத்தகைய ஒரு சூழலில் அந்நாட்டில் அப்பழுக்கற்ற ஒரு நபர் அரசியல் வானில் உதயமானார். அவர் பெயர் ஜெயிம் ரோல்டோஸ். நாற்பது வயதை நெருங்கிக் கொண்டிருந்த அவர் ஒரு கல்லூரிப் பேராசிரியராகவும் வழக்கறிஞராகவும் பணியாற்றினார்.

நான் அவரைப் பல சந்தர்ப்பங்களில் சந்தித்திருந்தேன். அவர் வசீகரமானவர், இதமாகப் பழகக்கூடியவர். ஒரு முறை, அவர் கேட்டால் நான் எப்போது வேண்டுமானாலும் அவருடைய நாட்டுக்கு வந்து அவருக்கு இலவசமாக ஆலோசனைகள் வழங்கத் தயாராக இருந்ததாக நான் அவரிடம் கூறினேன். நான் அதை வேடிக்கைக்காக அவரிடம் கூறியிருந்தபோதிலும், தனிப்பட்ட முறையில் அவரை எனக்குப் பிடிக்கும் என்பதால், என்னுடைய சொந்த விடுமுறையின்போது அவருக்காக நான் அதைச் செய்திருப்பேன். அதோடு, அவருடைய நாட்டுக்கு வருவதற்கு நான் எப்போதும் ஏதாவது ஒரு சாக்குப்போக்கைத் தேடிக் கொண்டிருந்தேன் என்று நான் அவரிடம் தெரிவித்தேன். அதைக் கேட்டு அவர் சிரித்துவிட்டு, பதிலுக்கு என்னிடம் வேடிக்கையாக, என்னுடைய நிறுவனத்தின் பில்கள் தொடர்பாகப் பேரம் பேச வேண்டியிருந்தால், தன்னை எப்போது வேண்டுமானாலும் நான் தொடர்பு கொள்ளலாம் என்று என்னிடம் கூறினார்.

அவர் அந்நாட்டின் ஜனரஞ்சகமான ஒரு தேசியவாதியாகத் தன்னை நிலைநிறுத்திக் கொண்டார். ஏழை மக்களின் உரிமைகளை அவர் பெரிதும் மதித்தார். ஒரு நாட்டின் இயற்கை வளங்களைச் சாமர்த்தியமாகப் பயன்படுத்த வேண்டிய பொறுப்பு அரசியல்வாதிகளுக்கு இருந்ததாக அவர் முழங்கினார். 1978 இல் அவர் எக்குவடோரின் அதிபர் பதவிக்குப் போட்டியிட்டபோது, அவர் தன்னுடைய நாட்டு மக்களின் கவனத்தைப் பெரிதும் கவர்ந்தார். வெளிநாட்டு ஆதிக்க சக்திகளால் தங்களுடைய எண்ணெய் வளங்கள் சுரண்டப்படுவதைச் சகித்துக் கொள்ள முடியாமல் இருந்த, அல்லது அதிலிருந்து விடுதலை பெற விரும்பிய எண்ணற்ற நாடுகளிலிருந்த மக்களின் கவனத்தை அவர் ஈர்த்தார். ஏற்கனவே இருந்த ஓர் அமைப்பை அசைத்துப் பார்க்கத் தயங்காத ஒரு நவீன அரசியல்வாதியாக அவர் திகழ்ந்தார். தன்னுடைய நாட்டில் முகாமிட்டிருந்த எண்ணெய் நிறுவனங்களோடும், அதை ஓரளவு வெளிப்படையாகவே ஆதரித்துக் கொண்டிருந்த அமைப்புகளோடும் அவர் நேரடியாக மோதத் தயங்கவில்லை.

எடுத்துக்காட்டாக, 'சம்மர் இன்ஸ்டிடியூட் ஆஃப் லிங்விஸ்டிக்' (சுருக்கமாக 'சில்') என்ற அமைப்பு எண்ணெய் நிறுவனங்களுடன் சேர்ந்து சதி செய்ததாக அவர் அதன்மீது குற்றம் சாட்டினார். அது அமெரிக்காவைச் சேர்ந்த ஒரு கிறித்தவ மத அமைப்பு. பீஸ் கார்ப்ஸ் காலத்திலிருந்து எனக்கு அந்த அமைப்போடு பரிச்சயம் உண்டு. அது மற்ற நாடுகளில் நுழைந்ததைப்போலவே, பூர்வீகக் குடிகளின் மொழியை ஆராய்ந்து, அதை ஆவணப்படுத்தி மொழிபெயர்ப்பதுதான் தன்னுடைய நோக்கம் என்று கூறித்தான் எக்குவடோருக்குள்ளும் அது நுழைந்தது.

எக்குவடோரில் எண்ணெய் வளம் கண்டுபிடிக்கப்பட்டுக் கொண்டிருந்த துவக்கக் காலகட்டத்தில் அந்நாட்டின் அமேசான் பகுதியில் வசித்து வந்த ஹுவோரனி என்ற பழங்குடியினரின் மத்தியில் அந்த அமைப்பு வேலை பார்த்து வந்தது. ஒரு பகுதியில் பூமிக்கு அடியில் எண்ணெய் வளங்கள் இருக்கலாம் என்று நிலநடுக்கவியலாளர்கள் கண்டுபிடித்து அதைத் தங்களுடைய நிறுவனத்திற்கு அறிவித்தவுடன், சில் அமைப்பைச் சேர்ந்த சிலர் அங்கு சென்று, அங்கிருந்த பழங்குடி மக்களை அப்புறப்படுத்தி, அந்த மத அமைப்பினர் ஏற்பாடு செய்திருந்த முகாம்களுக்கு இடம் பெயருமாறு அவர்களை வற்புறுத்தியதாகப் பரவலாகச் செய்திகள் வந்தன; அப்படி அவர்கள் இடம் பெயர்ந்தால், அவர்களுக்கு, உணவு, உறைவிடம், ஆடைகள், மருத்துவ வசதிகள், மதப் பரப்புரையாளர்களின் பாணியில் அமைந்த கல்வி ஆகியவை இலவசமாக வழங்கப்படும் என்று அப்பழங்குடியினரிடம் கூறப்பட்டது. இச்செய்திகளின்படி, பதிலுக்கு அப்பழங்குடியினர் தங்களுடைய நிலங்களின் உரிமையை எண்ணெய் நிறுவனங்களுக்குக் கொடுத்துவிட வேண்டும்.

அப்பழங்குடியினர் தங்களுடைய இடத்தைக் காலி செய்வதற்கு சில் அமைப்பு அடாவடியான பல்வேறு வழிமுறைகளைக் கையாண்டதாக வதந்திகள் உலா வந்தன. அவற்றில் இவையும் அடங்கும்: சில் அமைப்பினர், அம்மக்களுக்குப் பேதி உண்டாக்குகின்ற பொருட்கள் கலந்த உணவை வழங்கிவிட்டு, பிறகு அந்தப் பேதியைக் குணப்படுத்துவதற்காக அவர்களைத் தங்களுடைய இடத்திற்கு அழைத்துச் சென்றனர். சில இடங்களில் அவர்கள் ஹெலிகாப்டர்கள் மூலம் வானிலிருந்து போட்ட உணவுக் கூடைகளில், பழங்குடியினரின் பேச்சுகளை ஒட்டுக் கேட்பதற்காக ரேடியோ டிரான்ஸ்மிட்டர்கள் மறைத்து வைக்கப்பட்டிருந்தன; அவர்களுடைய பேச்சுகளை அமெரிக்க இராணுவம் ஒட்டுக் கேட்டது; அங்கிருந்த பழங்குடியினரில் யாரேனும் நோய்வாய்ப்பட்டாலோ அல்லது அவரை ஒரு விஷப் பாம்பு கடித்தாலோ, எண்ணெய் நிறுவனத்தின் ஹெலிகாப்டர் மூலம் சில் அமைப்பினர் அங்கே சென்று அவர்களுக்கு மருத்துவ உதவிகளை அளித்தனர்.

எண்ணெய் வளம் கண்டுபிடிக்கப்பட்டத் தொடக்கக் காலகட்டங்களில் சில் அமைப்பினர் ஐவர் ஹுவோரனி மக்களின் அம்புகளால் கொல்லப்பட்டனர். மதப் பரப்புரையாளர்கள் தங்களுடைய இடத்திற்கு வருவதில் தங்களுக்கு உடன்பாடில்லை என்பதை வெளிப்படுத்துவதற்குத்தான் தாங்கள் அவர்களைச் சாகடித்திருந்ததாக அம்மக்கள் கூறினர். ஆனால் அதை அந்த அமைப்பு அலட்சியம் செய்துவிட்டது. இன்னும் சொல்லப்

போனால், அது அதற்கு நேரெதிரான விளைவையே ஏற்படுத்தியது. அப்படிக் கொல்லப்பட்டவர்களில் ஒருவரின் சகோதரியான ரேச்சல் செயின்ட், அமெரிக்காவெங்கும் சுற்றுப்பயணம் செய்து சில் அமைப்புக்கும் எண்ணெய் நிறுவனங்களுக்கும் நன்கொடை வசூலித்தார். அந்தக் 'காட்டுமிராண்டிகளுக்குக்' கல்வியளித்து அவர்களை நாகரிகப்படுத்துவதற்காகத்தான் அப்பணம் என்று அவர் கூறினார். சில தகவல்களின்படி, ராக்கஃபெல்லர் அறக்கட்டளையிலிருந்து சில் அமைப்புக்கு ஏராளமான பணம் கிடைத்தது. ராக்கஃபெல்லருக்குச் சொந்தமான ஸ்டான்டர்டு எண்ணெய் நிறுவனம் பின்னர் செவ்ரான், எக்ஸான் மற்றும் மோபில் எண்ணெய் நிறுவனங்களில் பெரும் பணத்தை முதலீடு செய்தது.

டோரிஜோஸ் காட்டியிருந்த பிரகாசமான பாதையில் நடந்து கொண்டிருந்த ஒரு மனிதராகவே நான் ரோல்டோஸைப் பார்த்தேன். அவர்கள் இருவருமே, உலகிலேயே அதிகாரமிக்கதொரு நாட்டைத் துணிச்சலாக எதிர்த்தனர். டோரிஜோஸ், பனாமா கால்வாயை மீண்டும் தன் நாட்டுக்குப் பெற்றுக் கொடுக்க விரும்பினார். ரோல்டோஸோ, உலகிலேயே பெரும் சக்தி வாய்ந்த எண்ணெய் நிறுவனங்களை எதிர்த்தார். டோரிஜோஸைப்போலவே ரோல்டோஸும் ஒரு கம்யூனிஸ்டு அல்லர். தன் சொந்தத் தலைவிதியை நிர்ணயித்துக் கொள்வதற்கு ஒரு நாட்டுக்கு இருக்கும் உரிமையை அவர் வலியுறுத்தினார். அமெரிக்கப் பெருநிறுவனங்களும் அமெரிக்க அரசும் ரோல்டோஸ் பதவிக்கு வருவதை விரும்ப மாட்டா என்றும், அப்படியே அவர் தேர்ந்தெடுக்கப்பட்டாலும், குவாத்தமாலாவின் அர்பென்ஸுக்கும், சிலியின் அலன்டேக்கும் நேர்ந்த கதிதான் அவருக்கும் ஏற்படும் என்று அரசியல் நோக்கர்கள் கணித்தனர்.

அந்த இரண்டு தலைவர்களும் சேர்ந்து லத்தீன் அமெரிக்க அரசியலில் ஒரு புதிய இயக்கத்தைத் தோற்றுவிக்கக்கூடும் என்றும், அந்த இயக்கம் உலகிலுள்ள நாடுகள் ஒவ்வொன்றிலும் தாக்கம் ஏற்படுத்துகின்ற மாற்றத்திற்கான அடித்தளமாக அமையும் என்றும் நான் நம்பினேன். அந்த இருவரும் காஸ்ட்ரோவைப்போலவோ அல்லது கடாஃபியைப்போலவோ இருக்கவில்லை. அவர்கள் ரஷ்யாவோடோ, சீனாவோடோ அல்லது அலன்டேயின் விஷயத்தில் நடந்ததுபோல சர்வதேச சோசலிச இயக்கத்தோடோ தங்களை இணைத்துக் கொண்டிருக்கவில்லை. அவர்கள் இருவரும் மக்கள் மத்தியில் மிகவும் பிரபலமாக இருந்த, அறிவார்ந்த, வசீகரமான தலைவர்கள். அவர்கள் வறட்டுச் சித்தாந்தவாதிகளாக இல்லாமல், எதார்த்தவாதிகளாக இருந்தனர். அவர்கள் தேசியவாதிகளாக இருந்தனர், ஆனால் அமெரிக்க

எதிர்ப்பாளர்களாக இருக்கவில்லை. பெருநிறுவனங்கள், சர்வதேச வங்கிகள் மற்றும் அவர்களோடு கூட்டுச் சேர்ந்து கொள்கின்ற அரசாங்கங்கள் என்ற முக்கூடலாக உருவாகியிருந்த பெருநிறுவனத்துவத்தில் இடம் பெற்றிருந்த அரசாங்கம் என்ற கண்ணியை அறுத்தெறிய டோரிஜோஸும் ரோல்டோஸும் முனைந்தனர்.

ரோல்டோஸின் கொள்கை பின்னர் 'ஹைட்ரோகார்பன் கொள்கை' என்று அழைக்கப்பட்டது. எக்குவடோர் நாட்டின் மிகச் சிறந்த இயற்கை வளம் பெட்ரோலியம் என்பதால், அதை வெளியே கொண்டு வந்து அதனால் கிடைக்கவிருக்கும் பயன்களின் பெரும்பகுதி பெரும்பான்மையான மக்களுக்குச் செலவிடப்பட வேண்டும் என்ற கருத்தாக்கத்தின் அடிப்படையில் அக்கொள்கை அமைந்திருந்தது. ஏழைகள் மற்றும் உரிமை பறிக்கப்பட்டிருந்த மக்களுக்கு உதவுவது ஓர் அரசாங்கத்தின் அத்தியாவசியக் கடமை என்பதில் ரோல்டோஸ் உறுதியான நம்பிக்கை கொண்டிருந்தார். தன்னுடைய ஹைட்ரோகார்பன் கொள்கையைச் சமூகச் சீர்திருத்தத்திற்கான ஒரு வாகனமாகப் பயன்படுத்திக் கொள்ள முடியும் என்று ரோல்டோஸ் நம்பினார். ஆனால் அவர் இதில் மிகவும் எச்சரிக்கையாக நடந்து கொள்ள வேண்டியிருந்தது. ஏனெனில், மற்றப் பல நாடுகளைப்போல, எக்குவடோரிலும், செல்வாக்குமிக்க ஒரு சில குடும்பங்களின் உதவியின்றித் தன்னால் தேர்தலில் வெல்ல முடியாது என்பதை அவர் அறிந்திருந்தார். அப்படித் தப்பித் தவறி அவர்களுடைய உதவியின்றித் தன்னால் ஆட்சிக்கு வர முடிந்தாலும், அவர்களுடைய உதவியின்றித் தன்னால் தன்னுடைய கொள்கைகளை அமல் செய்ய முடியாது என்பதையும் அவர் புரிந்து வைத்திருந்தார்.

இந்த இக்கட்டான நேரத்தில் ஜிம்மி கார்ட்டர் அமெரிக்க அதிபராக இருந்தது தனிப்பட்ட முறையில் எனக்கு ஆறுதலாக இருந்தது. டெக்சாகோ மற்றும் பிற பெரிய எண்ணெய் நிறுவனங்கள் கடும் அழுத்தம் கொடுத்து வந்தபோதிலும், அவர் இதில் குதிக்காமல் இருந்தார். அப்போது அமெரிக்காவில் வேறு எந்த அதிபர் ஆட்சியில் இருந்திருந்தாலும், அவர் குடியரசுக் கட்சியைச் சேர்ந்தவரோ அல்லது ஜனநாயகக் கட்சியைச் சேர்ந்தவரோ, நிலைமை இப்படி இருந்திருக்காது என்பது உறுதி.

மற்ற அனைத்தையும்விட, மக்கள் ரோல்டோஸை எக்குவடோரின் அதிபராகத் தேர்ந்தெடுத்ததற்குக் காரணம் அவருடைய ஹைட்ரோகார்பன் கொள்கைதான். பல சர்வாதிகாரிகள் அடுத்தடுத்து ஆட்டம் போட்டுக் கொண்டிருந்த அந்நாட்டில், நெடுங்காலத்திற்குப் பிறகு ஜனநாயகரீதியாகத் தேர்ந்தெடுக்கப்பட்டிருந்த முதல் தலைவர் அவர். அதிபரான

பிறகு, 1979 ஆகஸ்ட் 10 அன்று அவர் நிகழ்த்திய முதல் உரையில் இவ்வாறு குறிப்பிட்டார்:

> **நம் நாட்டின் ஆற்றல் வளங்களைத் தற்காத்துக் கொள்ள நாம் தேவையான நடவடிக்கைகளை எடுக்க வேண்டும். வெளிநாடுகளுக்கு நாம் இன்னும் பரவலான பொருட்களை ஏற்றுமதி செய்ய முயற்சி செய்ய வேண்டும். நம்முடைய பொருளாதாரச் சுதந்திரத்தை எக்காரணம் கொண்டும் நாம் இழந்துவிடக்கூடாது. நம்முடைய தேசிய நலன் மற்றும் நம்முடைய இறையாண்மை உரிமையை முன்னிறுத்துகின்ற விதத்திலேயே நம்முடைய அனைத்துத் தீர்மானங்களும் அமையும்.**

பதவியில் அமர்ந்தவுடன், ரோல்டோஸ், டெக்சாகோ நிறுவனத்தின்மீது கவனம் செலுத்த வேண்டியிருந்தது. ஏனெனில், அச்சமயத்தில் எண்ணெய் வர்த்தகத்தில் டெக்சாகோ முடிசூடா மன்னனாக ஆகியிருந்தது. டெக்சாகோவுக்கும் எக்குவடோருக்கும் இடையே இருந்த உறவு ஆட்டம் கண்டு கொண்டிருந்தது. அந்நிறுவனம் அப்புதிய அதிபரை நம்பவில்லை. புதிய முன்னுதாரணங்களைத் தோற்றுவிக்கக்கூடிய எந்தவொரு கொள்கையிலும் பங்கெடுத்துக் கொள்ள அந்நிறுவனம் விரும்பவில்லை. அப்படிப்பட்டத் திட்டங்கள் பல நாடுகளுக்கு முன்மாதிரியாக அமைந்துவிடக்கூடும் என்பதை டெக்சாகோ அறிந்திருந்தது.

ரோல்டோஸின் ஆலோசனையாளராக இருந்த ஜோஸ் கார்வஜால், புதிய நிர்வாகத்தின் மனப்போக்கை இவ்விதமாகச் சித்தரித்திருந்தார்:

> **எங்களுடன் உறவு வைத்திருக்கின்ற டெக்சாகோ போன்ற ஒரு நிறுவனம் புதிய இடங்களில் எண்ணெய் இருக்கிறதா என்பதைத் தெரிந்து கொள்கின்ற ஆய்வுகளில் முதலீடு செய்ய விரும்பாவிட்டால், அல்லது நாங்கள் போடுகின்ற சில ஒப்பந்த விதிகளைக் கடைபிடிக்க முன்வராவிட்டால், அவற்றுக்கான உரிமைகள் பிற நிறுவனங்களுக்குக் கொடுக்கப்படும்.**
>
> **அந்நிய நிறுவனங்களுடனான நம்முடைய உறவுகள் நியாயமானவையாக இருக்க வேண்டும்; நம்முடைய போராட்டத்தில் நாம் உறுதியாக இருக்க வேண்டும்; அனைத்து விதமான அழுத்தங்களையும் எதிர்கொள்ள நாம் தயாராக இருக்க வேண்டும்; இந்த அந்நியர்களிடம் பேச்சுவார்த்தைகள் நடத்துகின்றபோது, நாம் எக்காரணம் கொண்டும் பயத்தையோ அல்லது தாழ்வு மனப்பான்மையையோ வெளிப்படுத்தக்கூடாது.**

1980 ஆம் ஆண்டு பிறந்த அன்று நான் ஒரு முக்கியமான தீர்மானத்தை எடுத்தேன். அது ஒரு புதிய பத்தாண்டுகளின் தொடக்கமாக இருந்தது. அடுத்த இருபத்தெட்டு நாட்களில் நான் என்னுடைய முப்பத்தைந்தாவது பிறந்தநாளைக் கொண்டாடவிருந்தேன். அடுத்த ஆண்டில் நான் என்னுடைய வாழ்க்கையில் ஒரு பெரிய மாற்றத்தைக் கொண்டு வருவதென்று தீர்மானித்தேன். வருங்காலத்தில் என்னுடைய கதாநாயகர்களான ஓமர் டோரிஜோஸ், ஜெயிம் ரோல்டோஸ் ஆகிய இருவரையும் முன்மாதிரியாகக் கொண்டு நான் என் வாழ்க்கையை அமைத்துக் கொள்ள முயற்சிப்பேன்.

அதோடு, அதற்கு ஒரு சில மாதங்களுக்கு முன்பு எங்கள் நிறுவனத்தில் அதிர்ச்சிகரமான சம்பவம் ஒன்றும் நிகழ்ந்திருந்தது. புரூனோதான் மெயின் நிறுவனத்தின் வரலாற்றிலேயே அதிக இலாபம் ஈட்டிக் கொடுத்திருந்த தலைவராக இருந்தார். ஆனால், மெயின் நிறுவனத்தின் முதன்மை நிர்வாக அதிகாரியாக இருந்த மேக் ஹால், முன்னறிவிப்பு ஏதுமின்றி புரூனோவைத் திடீரென்று வேலையிலிருந்து நீக்கினார்.

🌐 அத்தியாயம் 25

நான் பதவி விலகுகிறேன்

மேக் ஹால் புரூனோவைப் பதவியிலிருந்து தூக்கியெறிந்தது எங்கள் நிறுவனத்திற்குள் பூகம்பங்களை ஏற்படுத்தியது. அது ஊழியர்களிடம் பெரும் கொந்தளிப்புகளையும் கருத்து வேறுபாடுகளையும் தோற்றுவித்தது. நிறுவனத்திற்குள்ளேயே புரூனோவுக்குச் சில எதிரிகள் இருந்தனர். அவர்களில் சிலர்கூட இச்செய்தியைக் கேட்டுத் திகைத்தனர். இதற்கான நோக்கம் பொறாமைதான் என்பது வெளிப்படையாகத் தெரிந்தது. தன்னைவிடப் பதினைந்து வயது குறைவாக இருந்த புரூனோ அந்நிறுவனத்தின் இலாபத்தைப் புதிய உச்சங்களுக்கு எடுத்துச் சென்றதை மேக் ஹாலால் ஜீரணித்துக் கொள்ள முடியவில்லை என்றும், வெகுவிரைவிலேயே புரூனோ தன்னுடைய இடத்தை எடுத்துக் கொண்டுவிடக்கூடும் என்று அவர் அஞ்சியதாகவும் எங்கள் நிறுவனத்தின் ஊழியர்கள் வெளிப்படையாகவே பேசிக் கொண்டனர்.

ஊழியர்களின் வம்புப்பேச்சுகளை நிரூபிப்பதுபோல, மேக் ஹால், பால் பிரிடி என்பவரைத் தலைவராக ஆக்கினார். அவர் வெகு நாட்களாக உதவித் தலைவராகப் பணி புரிந்து வந்தார். பொறியாளரான அவருக்கு எங்களுடைய நிறுவனத்தின் அனைத்து விஷயங்களும் அத்துப்படியாக இருந்தன. அவர் அனைவரையும் அனுசரித்துப் போகின்றவர். ஆனால் அவரை நான் மந்தமானவராகவும், மேக் ஹாலின் 'ஆமாம் சாமியாக' இருந்த ஒருவராகவுமே பார்த்தேன். அவர் எங்கள் நிறுவனத்திற்குப் பெரும் இலாபங்களைக் கொண்டு வந்து மேக் ஹாலை ஒருபோதும் அச்சுறுத்த மாட்டார் என்று நான் கருதினேன். என் சகாக்கள் பலரும் அவரைப் பற்றி இதே போன்ற அபிப்பிராயங்களைக் கொண்டிருந்தனர்.

புரூனோவின் நீக்கம் என்னைப் பொறுத்தவரை ஒரு பேரிடியாக இருந்தது. அவர் தனிப்பட்ட முறையில் என்னுடைய வழிகாட்டியாக இருந்திருந்தார். எங்களுடைய சர்வதேச விவகாரங்களைக் கையாள்வதில் அவர் மிக முக்கியப் பங்கு வகித்தார். பிரிடியோ பெரும்பாலும் உள்நாட்டுக்குள்ளேயே இயங்கி வந்தார். வெளிநாடுகளில் எங்களுடைய நிறுவனம் வகித்து வந்த உண்மையான பாத்திரம் குறித்து அவருக்கு மிகவும் குறைவாகவே தெரியும். இனி இந்நிறுவனம் எந்தத் திசையில் செல்லும் என்பது குறித்து எனக்கு எந்த சந்தேகமும் இருக்கவில்லை. நான் புரூனோவை அவருடைய வீட்டுத் தொலைபேசியில் அழைத்தேன். அவர் தத்துவார்த்தமாகப் பேசினார்.

“ஜான், என்னைப் பதவி நீக்கம் செய்யப் போதுமான காரணங்கள் தன்னிடம் இல்லை என்பதை மேக் ஹால் அறிவார். எனவே, ஒரு மிகப் பெரிய தொகையைக் கொடுத்தால் நான் என் வேலையை இராஜினாமா செய்துவிடுவதாக அவரிடம் கூறினேன். அவர் அதை ஏற்றுக் கொண்டு அத்தொகையை எனக்குக் கொடுத்துவிட்டார். மெயின் நிறுவனத்தின் பங்குகளில் பெரும்பான்மைப் பங்குகள் அவர் வசம் உள்ளன. எனவே, நிர்வாகக் குழுவில், என்னைப் பதவி நீக்கம் செய்வது தொடர்பான முன்மொழிவை அவர் கொண்டு வந்தால், அதை எவராலும் தடுத்து நிறுத்த முடியாது. இது குறித்து என்னால் எதுவும் செய்ய முடியாத நிலையில்தான் நான் இருந்தேன்,” என்று அவர் கூறினார். பின்னர் தொடர்ந்து, “நம்முடைய நிறுவனத்தின் வாடிக்கையாளர்களான பல பன்னாட்டு வங்கிகள் எனக்கு மிக உயர்ந்த பதவிகளை வழங்கக் காத்துக் கொண்டிருக்கின்றன. அவற்றில் ஏதாவது ஒன்றை நான் தேர்ந்தெடுப்பேன்,” என்று அவர் கூறினார்.

“நான் என்ன செய்ய வேண்டும் என்று நீங்கள் நினைக்கிறீர்கள்?” என்று நான் அவரிடம் கேட்டேன்.

“உங்கள் கண்களையும் காதுகளையும் திறந்து வைத்துக் கொள்ளுங்கள். மேக் ஹால் எதார்த்தத்துடனான தொடர்பை இழந்துவிட்டார். ஆனால் அதை அவரிடம் எவரும் சுட்டிக்காட்ட மாட்டார்கள். அதுவும் இப்போது எனக்கு நேர்ந்த கதியைப் பார்த்தப் பிறகு, எவரும் அதற்குத் துணிய மாட்டார்கள்.”

1980 ஆம் மார்ச் மாதக் கடைசியில், நான் விடுமுறை எடுத்துக் கொண்டு விர்ஜின் தீவுகளுக்குச் சென்றேன். குறிப்பாக அங்கு செல்வதை நான் ஏன் தேர்ந்தெடுத்தேன் என்பதை அப்போது நான் பெரிதாக யோசித்திருக்கவில்லை. ஆனால், இப்போது திரும்பிப் பார்க்கும்போது, என்னுடைய புத்தாண்டுத் தீர்மானங்களின் நிறைவேற்றத்தைத் துவக்குவதற்கு வழிவகுத்த

ஒரு தீர்மானத்தை நான் எடுப்பதற்கு அப்பகுதியின் வரலாறும் ஒரு காரணியாக இருந்திருந்தது என்பதை என்னால் புரிந்து கொள்ள முடிகிறது.

அங்கே ஒரு நாள், சர் பிரான்சிஸ் டிரேக் கால்வாயில் நான் ஒரு படகை ஓட்டிக் கொண்டு சென்று கொண்டிருந்தேன். அப்போது, வானவில் நிறங்களுடன் ஒரு கொடியைப் பறக்கவிட்டுக் கொண்டு ஒரு பாய்மரப் படகு என்னை நோக்கி வந்தது. அதில் ஓர் அரை டஜன் இளம் ஆண்களும் பெண்களும் இருந்தனர். அவர்கள் என்னை நோக்கி உற்சாகமாகத் தங்களுடைய கைகளை ஆட்டி மகிழ்ச்சிக் கூச்சல் போட்டனர். அவர்கள் வண்ணமயமான ஆடைகளை அணிந்திருந்தனர். பார்த்த உடனேயே அவர்கள் ஹிப்பிகள் என்பதும், அவர்கள் எந்தக் கவலையும் கட்டுப்பாடுகளுமற்ற ஒரு கூட்டுச் சமுதாயமாக வாழ்ந்து கொண்டிருந்தனர் என்பதும் எனக்குத் தெரிந்துவிட்டது.

அவர்கள்மீது எனக்கு ஒரு பொறாமையுணர்வு ஏற்பட்டது. நானும் அது போன்ற சுதந்திரத்தை விரும்பினேன். பிறகு எனக்குப் புரிந்தது. என்னுடைய மனக்கசப்புகளும் என்னுடைய கோபதாபங்களும் என்னுடைய பெற்றோரைப் பற்றியவை அல்ல. நான் யார்மீது அடிக்கடிக் குற்றப்பத்திரிகை வாசித்துக் கொண்டிருந்தேனோ, அப்பெற்றோர் எனக்குக் கொடுத்திருந்த பரிசுதான் இந்த வாழ்க்கை என்பது அக்கணத்தில் எனக்குப் புரிந்தது. தற்போது நான் இருக்கின்ற இந்த இடத்திற்கு என்னை அழைத்து வந்துள்ள பாதையில் நான் பயணிக்க எனக்கு உத்வேகமளித்து என்னைத் தயார்படுத்தியிருந்த என் பெற்றோருக்கு நான் வெகுவாகக் கடமைப்பட்டிருந்தேன். அதோடு, என் வாழ்க்கையில் நான் செய்திருந்த அனைத்துத் தவறுகளுக்கும் நான் தனிப்பட்ட முறையில் பொறுப்பேற்றுக் கொள்ள வேண்டியிருந்தது. நான் பல முறை செய்திருந்ததுபோல அவர்கள் மேல் பழி போடுவது முட்டாள்தனம் மட்டுமல்ல, அது நியாயமற்றதும்கூட; அது எனக்கு நானே பறித்துக் கொள்கின்ற ஒரு குழியாகும்.

அடுத்து நான் செயின்ட் ஜான் தீவை ஒட்டியிருந்த லெய்ன்ஸ்டர் விரிகுடாவை அடைந்தேன். ஒரு காலத்தில், அவ்வழியாக வந்த கப்பல்களைக் கொள்ளையடிப்பதற்காகக் கடற்கொள்ளையர் பதுங்கியிருந்த இடம் அது. நான் என் படகிலிருந்த நங்கூரத்தை எடுத்து, பளிங்குபோலத் தெள்ளத் தெளிவாக இருந்த அந்த நீருக்குள் மெதுவாக நழுவவிட்டேன். என் படகு நின்றது.

நான் என்னுடைய படகில் இருந்த மிதவைப் படகைக் கீழிறக்கி, கடலில் துடுப்பு வலித்துக் கடற்கரையை அடைந்தேன். ஒரு

காலத்தில் அங்கிருந்த கரும்புத் தோட்டங்களின் சிதிலங்களுக்குக் கீழே, எதுவும் சிந்திக்காமல், என் உணர்ச்சிகள் அனைத்தையும் வடித்துவிடுவதில் கவனத்தைக் குவித்தவாறு நான் நீண்ட நேரம் அமர்ந்திருந்தேன். ஆனால் அது வேலை செய்யவில்லை.

மாலையை ஒட்டி, நான் அந்தச் செங்குத்தான மலையில் சிரமப்பட்டு ஏறி அந்தத் தோட்டங்களின் மதில் சுவர் ஒன்றின் மேல் ஏறி நின்றேன். அங்கிருந்து, கடலில் நங்கூரமிடப்பட்டிருந்த என் படகை நான் பார்த்தேன். கரீபியத் தீவுகளுக்கு அருகே சூரியன் வேகமாகக் கீழே இறங்கிக் கொண்டிருந்ததை நான் பார்த்துக் கொண்டிருந்தேன். எல்லாமே ரம்மியமாகக் காட்சியளித்தது. ஆனால், என்னைச் சுற்றியிருந்த அந்தக் கரும்புத் தோட்டச் சிதிலங்கள், வார்த்தைகளில் வடிக்க இயலாத துயரங்களின் சாட்சிகளாக நின்று கொண்டிருந்தன. ஆயிரக்கணக்கான ஆப்பிரிக்க அடிமைகள் அங்கு இறந்திருந்தனர். தோட்ட உரிமையாளர்களின் மாளிகைகளைக் கட்டும்படியும், கரும்புகளை நட்டு அறுவடை செய்யும்படியும், அங்கிருந்த இயந்திரங்களை இயக்கும்படியும், மது தயாரிப்பதற்குத் தேவையான கச்சாச் சர்க்கரையாக அந்தக் கரும்புகளை மாற்றும்படியும் துப்பாக்கி முனையில் அவர்கள் வற்புறுத்தப்பட்டிருந்தனர். அந்த இடத்தில் அப்போது நிலவிய அமைதி, அதன் கொடூரமான வரலாற்றை மூடி மறைத்திருந்தது.

ஒரு தீவிலிருந்த மலைமுகடுகளுக்குப் பின்னால் சூரியன் இறங்கியபோது, செந்நீலத் தூரிகையைக் கொண்டு வானத்தை யாரோ வண்ணமயமாக்கியதுபோல இருந்தது. கீழே கடல் கருநிறத்திற்கு மாறத் தொடங்கியது. திடீரென்று அந்த அதிர்ச்சியான உண்மை என்னைத் தாக்கியது. நானும் அடிமை எஜமான்தான் என்ற உண்மைதான் அது. மெயின் நிறுவனத்தில், நான் கடன் என்ற ஆயுதத்தைப் பயன்படுத்தி, ஓர் உலகப் பேரரசுக்குள் ஏழை நாடுகளை வலுக்கட்டாயமாக இழுத்து வந்த வேலையை மட்டும் செய்து கொண்டிருக்கவில்லை. மிகைப்படுத்தப்பட்ட என்னுடைய பொருளாதாரக் கணிப்புகள், அமெரிக்காவுக்கு எண்ணெய் தேவைப்பட்டபோதெல்லாம், நாங்கள் கடன் கொடுத்த நாடுகளின்மீது நாங்கள் கொண்டிருந்த கட்டுப்பாட்டைப் பயன்படுத்தி, அதைப் பெறுவதற்கான வாகனங்கள் மட்டும் அல்ல. என் நிறுவனத்தில் எனக்கு அளிக்கப்பட்டிருந்த பங்குதாரர் என்ற அந்தஸ்து, வெறுமனே எங்களுடைய இலாபத்தை அதிகரிப்பதைப் பற்றியது மட்டுமல்ல. என்னுடைய வேலை, மக்களையும் அவர்களுடைய குடும்பங்களையும் பற்றியது. நான் அப்போது உட்கார்ந்து கொண்டிருந்த சுவரைக் கட்டுவதற்காகத் தங்களுடைய

இன்னுயிர்களைத் தியாகம் செய்திருந்த மக்களைப் பற்றியது, நான் சுரண்டியிருந்த மக்களைப் பற்றியது.

கடந்த பத்து ஆண்டுகளாக, நான் அந்தப் பழைய அடிமை எஜமானர்களின் வாரிசாகச் செயல்பட்டு வந்திருந்தேன். ஒரே வேறுபாடு, என்னுடைய அணுகுமுறை மறைமுகமானது, நவீனமானது. மடிந்து கொண்டிருந்த மனிதர்களை நான் ஒருபோதும் பார்க்க வேண்டியிருக்கவில்லை; அழுகிக் கொண்டிருந்த அவர்களுடைய சதைகளின் நாற்றத்தை நான் முகர வேண்டியிருக்கவில்லை; அவர்களுடைய மரண ஓலங்களை நான் செவிமடுக்க வேண்டியிருக்கவில்லை. ஆனால் நானும் அடிமை எஜமானர்கள் செய்திருந்த அதே பாவத்தைத்தான் செய்திருந்தேன். அவர்களுடைய உடல்களிலிருந்து, அவர்களுடைய நாற்றங்களிலிருந்து, அவர்களுடைய ஓலங்களிலிருந்து என்னைத் தள்ளி வைத்துக் கொள்ள முடிந்திருந்த காரணத்தினால், நான் அவர்களைவிடப் பெரிய பாவி என்றுதான் நான் கருதப்பட வேண்டும்.

கடலிலிருந்தும், அந்த விரிகுடாவிலிருந்தும், அந்தச் செவ்வானத்திலிருந்தும் நான் என் பார்வையைத் திருப்பினேன். தங்களுடைய பூர்வீக ஆப்பிரிக்க வீடுகளிலிருந்து பலவந்தமாகக் கொண்டுவரப்பட்ட அடிமைகளால் கட்டப்பட்டிருந்த அந்தச் சுவரைப் பார்க்காமல் நான் என் கண்களை மூடிக் கொண்டேன். எல்லாவற்றையும் என் பார்வையிலிருந்து அப்புறப்படுத்த நான் முயன்றேன். நான் என் கண்களைத் திறந்தபோது, எனக்கு எதிரே இருந்த ஒரு புதரில் இருந்த ஒரு தடி போன்ற ஒரு மரக்கட்டை என் கண்களில் பட்டது. நான் அதை எடுத்து, அந்தக் கருங்கல் சுவரை அடிக்கத் தொடங்கினேன். நான் களைப்புற்றுக் கீழே விழும்வரை அடித்துக் கொண்டே இருந்தேன். பின் அந்தப் புல் தரையில் மல்லாந்து படுத்துக் கொண்டு, வானில் மேய்ந்து கொண்டிருந்த மேகங்களை நெடுநேரம் பார்த்துக் கொண்டிருந்தேன்.

இறுதியில் ஒருவழியாக நான் கீழே இறங்கி வந்தேன். என் மிதவைப் படகருகே நின்று கொண்டு, அந்த அழகிய கடலில் மெதுவாக அசைந்து கொண்டிருந்த என்னுடைய படகைச் சிறிது நேரம் பார்த்துக் கொண்டிருந்தேன். அடுத்து நான் என்ன செய்ய வேண்டும் என்பது எனக்குத் தெரிந்துவிட்டது. என் வாழ்க்கைக்கு நான் பொறுப்பேற்றுக் கொள்ள வேண்டும் என்பதுதான் அது. நான் மீண்டும் என்னுடைய பழைய வாழ்க்கைமுறைக்கு, அதாவது, மெயின் நிறுவனத்தில் என்னுடைய பழைய வேலைக்குச் சென்றால், அதற்குப் பிறகு அதிலிருந்து ஒருபோதும் மீளவே முடியாத அளவுக்கு நான் அதில் சிக்கிக் கொள்வேன்.

சம்பள உயர்வுகள், ஓய்வூதியங்கள், காப்பீடுகள், பங்குதாரர் என்ற முறையில் கிடைக்கின்ற நிறுவனப் பங்குகள், மற்றும் பிற அனுகூலங்கள் என்னை வளைத்துப் போட முயற்சிக்கும். நான் எவ்வளவு அதிக காலம் அங்கு இருக்கிறேனோ, அங்கிருந்து வெளியேறுவது அவ்வளவு அதிகச் சிரமமானதாக மாறிவிடும். ஒன்று, நான் அந்தக் கருங்கல் சுவரை அடித்ததுபோல என்னை நானே அடித்துக் கொண்டிருக்கலாம் அல்லது இதிலிருந்து தப்பிக்கலாம்.

இரண்டு நாட்களுக்குப் பிறகு நான் பாஸ்டன் நகருக்குத் திரும்பினேன். 1980 ஆம் ஆண்டு ஏப்ரல் 1 அன்று, பால் பிரிடியின் அலுவலக அறைக்குள் நுழைந்து என்னுடைய இராஜினாமா கடிதத்தை நான் அவரிடம் கொடுத்தேன்.

 பகுதி 4: 1981-2004

🌐 அத்தியாயம் 26

எக்குவடோர் அதிபரின் மரணம்

மெயின் நிறுவனத்திலிருந்து வெளியேறுவது அவ்வளவு எளிதாக இருக்கவில்லை. பால் பிரிடி என்னை நம்பவில்லை. "முட்டாள்கள் தினத்தன்று நீங்கள் என்னை முட்டாளாக்கப் பார்க்கிறீர்களா?" என்று கேட்டுவிட்டு அவர் என்னை நோக்கிக் கண் சிமிட்டினார்.

"இல்லை. நான் நிஜமாகவே இராஜினாமா செய்கிறேன்," என்று நான் அவரிடம் வலியுறுத்தினேன். நான் என்னுடைய பொருளாதார அடியாள் வேலையில் தெரிந்து கொண்டிருந்தவற்றை வெளியே சொல்லிவிடக்கூடும் என்ற சந்தேகம் எவருக்கும் தோன்றிவிடாதவாறு நான் காரியங்களைச் செய்ய வேண்டும் என்ற பவுலாவின் அறிவுரையை நான் நினைவுபடுத்திக் கொண்டேன். மெயின் நிறுவனம் எனக்குச் செய்திருந்த அனைத்திற்கும் நான் நன்றிக்கடன் பட்டிருந்தேன் என்றாலும், நான் என் வாழ்க்கையை வேறு விதமாகச் செலவழிக்க முடிவு செய்திருந்ததாக நான் அவரிடம் தெரிவித்தேன். மெயின் நிறுவனம் மூலமாக எனக்கு அறிமுகமான நபர்களைப் பற்றி நான் எழுதவிருந்ததாகவும், எதுவும் அரசியல்ரீதியானது அல்ல என்றும் நான் அவரிடம் தெளிவுபடுத்தினேன். நான் தொடர்ந்து உலகெங்கும் பயணிக்கவும், நேஷனல் ஜியோகிராஃபிக் போன்ற பத்திரிகைகளுக்குத் தனிப்பட்ட முறையில் எழுதவும் நான் விரும்பியதாகக் கூறினேன். நான் மெயின் நிறுவனத்திற்கு எப்போதும் விசுவாசமானவனாக இருப்பேன் என்றும், வாய்ப்புக் கிடைக்கும் இடங்களிலெல்லாம் அதன் புகழ் பாடுவேன் என்றும் அவரிடம் கூறினேன். அச்சமயத்தில் நான் அவரிடம் கூறியிருந்த அனைத்திலும் நான் நம்பிக்கை வைத்திருந்தேன். நான் அங்கிருந்து

வெளியேற விரும்பினேன், அவ்வளவுதான். நான் ஓர் அடிமை எஜமானனாகத் தொடர விரும்பவில்லை. இறுதியில் பால் என் இராஜினாமாவை ஏற்றுக் கொண்டார்.

அதற்குப் பிறகு, நான் என்னுடைய இராஜினாமாவை வாபஸ் பெற்றுக் கொள்ள ஒவ்வொருவரும் என்னை வற்புறுத்தினர். அங்கு நான் என்னவெல்லாம் அனுபவித்துக் கொண்டிருந்தேன் என்பதைச் சிலர் எனக்கு நினைவுபடுத்தினர். சிலர் எனக்குப் பைத்தியம் பிடித்துவிட்டிருந்ததாக நினைத்துக் கொண்டனர். நான் என் சொந்த விருப்பத்தின் பேரில் அங்கிருந்து வெளியேறிக் கொண்டிருந்தேன் என்பதை ஏற்றுக் கொள்ள எவரும் தயாராக இருக்கவில்லை என்பதை நான் புரிந்து கொண்டேன். ஏனெனில், தங்களை உள்முகமாகப் பார்க்க அது அவர்களைக் கட்டாயப்படுத்தியது. வெளியேறுகின்ற எனக்குப் பைத்தியம் இல்லை என்று அவர்கள் ஒப்புக் கொண்டால், தாங்கள் அங்கு இருப்பது அறிவார்ந்த செயலா என்று அவர்கள் தங்களைத் தாங்களே கேட்டுக் கொள்ள வேண்டியிருக்கும். அதனால் எனக்குப் பைத்தியப் பட்டம் கட்டுவது அவர்களுக்கு வசதியாக இருந்தது.

என் கீழ் பணி புரிந்தவர்கள் ஆற்றிய எதிர்வினைதான் என்னைச் சங்கடப்படுத்தியது. நான் அவர்களை அம்போ என்று விட்டுவிட்டுச் செல்வதாக அவர்கள் நினைத்தனர். என் இடத்தை இட்டு நிரப்புவதற்கு ஒரு வலுவான நபரும் அங்கு அப்போது இருக்கவில்லை. எது எப்படியோ, நான் எடுத்த முடிவில் நான் உறுதியாக இருந்தேன். பல ஆண்டுகளாக ஊசலாடிக் கொண்டிருந்த நான், இப்போது ஓர் உறுதியான தீர்மானத்திற்கு வந்திருந்தேன்.

துரதிர்ஷ்டவசமாக, எல்லாமே நான் திட்டமிட்டிருந்த முறையில் நடக்கவில்லை. மெயின் நிறுவனம் நான் வேலையிலிருந்து விலகிக் கொள்ள என்னை அனுமதித்தது. ஆனால், நான் அங்கே சுமார் பத்து ஆண்டுகள் மட்டுமே இருந்ததால், என் வசமிருந்த நிறுவனத்தின் பங்குகளைக் காசாக்கியபோது, அது என்னுடைய ஓய்வுக்குப் போதுமானதாக இருக்கவில்லை. நான் மேலும் ஐந்து ஆண்டுகள் மெயின் நிறுவனத்தில் தொடர்ந்திருந்தால், நான் எதிர்பார்த்திருந்தபடி, நாற்பது வயதில் ஒரு கோடீஸ்வரனாக ஆகியிருந்திருப்பேன். ஆனால், முப்பத்தைந்து வயதில் நான் என் வேலையை விட்டுவிட்டக் காரணத்தால், நான் அடைய விரும்பிய இலக்கு வெகு தூரத்தில் இருந்தது.

பின் திடீரென்று ஒரு நாள், பால் பிரிடி என்னைத் தொலைபேசியில் தொடர்பு கொண்டு, "நம்முடைய வாடிக்கையாளர்களில் ஒருவர் நம்முடனான தன் உறவைத்

துண்டித்துக் கொள்ளப் போவதாகப் பயமுறுத்துகிறார். அவர்கள் நம்மோடு ஒப்பந்தம் செய்து கொண்டதே நீங்கள் அவர்களுக்காக ஆஜராகி, ஒரு வல்லுநர் என்ற முறையில் அவர்கள் சார்பாகச் சாட்சி அளிக்க வேண்டும் என்பதற்காகத்தான் என்று அவர்கள் இப்போது கூறுகின்றனர். நீங்கள் என் அலுவலகத்திற்கு வந்து என்னைப் பாருங்கள்," என்று கூறினார்.

அதைப் பற்றி நான் சிந்தித்தேன். பிறகு நான் அவருடைய அலுவலகத்திற்குச் சென்று அவருக்கு எதிரே அமர்ந்தபோது, நான் ஒரு தீர்மானத்திற்கு வந்திருந்தேன். அவர்கள் கூறியதை நான் செய்யத் தயார் என்று கூறிய நான், அதற்கு அவர்கள் எனக்கு எவ்வளவு கொடுக்க வேண்டும் என்பதையும் கூறினேன். நான் இராஜினாமா செய்வதற்கு முன்பு மெயின் நிறுவனத்தில் ஒரு மாதத்திற்கு எவ்வளவு சம்பளம் வாங்கிக் கொண்டிருந்தேனோ அதைவிட மூன்று மடங்கு கேட்டேன். என்னை ஆச்சரியப்படுத்துகின்ற வகையில் பால் அதற்கு உடனே ஒப்புக் கொண்டார். எதிர்பாராத விதமாக, என்னுடைய புதிய தொழில் வாழ்க்கை இப்படித் துவங்கியது.

அடுத்தப் பல ஆண்டுகளுக்கு, வல்லுநராகச் சாட்சியளித்த ஒருவனாக ஒப்பந்த அடிப்படையில் நான் பெரும் வருவாய் ஈட்டிக் கொண்டிருந்தேன். குறிப்பாக, மின்சாரம் போன்ற பொதுச் சேவை புரிந்த தனியார் நிறுவனங்களுக்காக நான் சேவையாற்றிக் கொண்டிருந்தேன். அவர்கள் புதிய மின்திட்டங்களை அமைத்தபோது அது குறித்து ஒரு வல்லுநர் என்ற முறையில் கருத்துகளைத் தெரிவிக்குமாறு நான் அழைக்கப்பட்டேன். அவற்றில் ஒன்று நியூ ஹாம்ஷயர் பொதுச் சேவை நிறுவனம். அங்கு வரவிருந்த மிகுந்த சர்ச்சைக்குரிய சீபுரூக் அணுமின் நிலையம் பொருளாதாரரீதியாக இலாபகரமானது என்று அந்நிறுவனத்தின் சார்பில் நான் நீதிமன்றத்தில் சாட்சியளிக்க வேண்டியிருந்தது.

எனக்கு லத்தீன் அமெரிக்காவோடு தொழில்ரீதியான எந்தத் தொடர்பும் இல்லை என்றாலும், அங்கு நடந்து கொண்டிருந்தவற்றை நான் உன்னிப்பாகக் கவனித்து வந்தேன். சாட்சியளிக்கின்ற வல்லுநர் என்ற முறையில் நான் வேலை பார்த்து வந்ததால், எனக்கு நேரம் நிறைய இருந்தது. அதனால் நான் பவுலாவுடன் தொடர்ந்து தொடர்பில் இருந்தேன். எக்குவடோரில் பீஸ் கார்ப்ஸ் காலத்தில் எனக்கு அறிமுகமாகியிருந்த தொடர்புகளையும் நான் புதுப்பித்துக் கொண்டேன். சர்வதேச அரசியலில் எக்குவடோர் திடீரென்று பெரும் முக்கியத்துவம் பெற்ற ஒரு நாடாக உருவெடுத்திருந்தது.

ஜெயிம் ரோல்டோஸ் வெகு வேகமாக முன்னேறிக்

கொண்டிருந்தார். அவர் தேர்தலில் மக்களுக்கு அளித்திருந்த வாக்குறுதிகளைத் தீவிரமாக எடுத்துக் கொண்டிருந்தார். அதனால், எண்ணெய் நிறுவனங்களுக்கு எதிராக அவர் களமிறங்கினார். பனாமா கால்வாய்க்கு இருபுறமும் இருந்த நாடுகளில் இருந்தவர்கள் தவறவிட்டுவிட்டிருந்த அல்லது அலட்சியப்படுத்தத் திட்டமிட்டிருந்த விஷயங்களை ரோல்டோஸ் தெளிவாகப் பார்த்தார். உலகை ஓர் உலகளாவிய பேரரசாக மாற்றத் தீவிரமாக முனைந்து கொண்டிருந்த சக்திகளை அவர் அடையாளம் கண்டுகொண்டார். அதோடு, தன் நாட்டு மக்களைக் கொத்தடிமைகளாகச் சுருக்க அந்த சக்திகள் தீட்டியிருந்த திட்டத்தையும் அவர் புரிந்து கொண்டார். அவரைப் பற்றிப் பத்திரிகைகளில் வெளிவந்த கட்டுரைகளைப் படித்தபோது, நான் அவருடைய அர்ப்பணிப்பை மட்டுமல்லாமல், ஆழமான விஷயங்களைச் சட்டென்று கிரகித்துக் கொண்ட அவருடைய புத்திசாலித்தனத்தையும் கண்டு வியந்தேன். உலக அரசியலில் நாம் ஒரு புதிய சகாப்தத்தை நோக்கிச் சென்று கொண்டிருந்ததை அந்த ஆழமான விஷயங்கள் சுட்டிக்காட்டின.

1980 ஆண்டு அமெரிக்க அதிபர் தேர்தலில் கார்ட்டர் ரொனால்டு ரீகனிடம் தோற்றுப் போய், தன் பதவியைத் தக்கவைத்துக் கொள்வதற்கான வாய்ப்பை இழந்தார். பனாமா கால்வாயைப் பனாமாவுக்குத் தாரை வார்த்துக் கொடுக்க அவர் முனைந்தது, டெஹ்ரானில் அமெரிக்கத் தூதரகப் பிணைக்கைதிப் பிரச்சனையைக் கையாண்டதில் ஏற்பட்டக் குளறுபடிகள் ஆகியவை அவருடைய தோல்விக்கான முக்கியக் காரணங்களாக முன்வைக்கப்பட்டன. ஆனால், மறைவான விதத்தில் சில காரியங்களும் நடைபெற்றுக் கொண்டிருந்தன. உலக அமைதியைத் தன்னுடைய முக்கியமான இலக்காகக் கொண்டிருந்த, அமெரிக்கா பெட்ரோல்மீது கொண்டிருந்த சார்பைக் குறைக்கத் தன்னை அர்ப்பணித்துக் கொண்டிருந்த ஓர் அதிபரின் இடத்தில், எண்ணெய்ப் படுகைகள் உலகில் எங்கிருந்தாலும் அவற்றை அமெரிக்காவின் கட்டுப்பாட்டில் கொண்டுவருவதிலும், இராணுவ வலிமையைக் கொண்டு உருவாக்கப்பட்ட ஓர் உலகப் பிரமிட்டின் உச்சத்தில் அமர்ந்திருப்பதற்கான உரிமை அமெரிக்காவுக்கு இருக்கிறது என்ற நினைப்பிலும் நம்பிக்கை வைத்திருந்த ஒருவர் வந்து அமர்ந்தார். வெள்ளை மாளிகையின் கூரைகளில் சூரிய மின் தகடுகளை நிர்மாணித்த ஓர் அதிபரின் இடத்தை, அங்கு குடியேறியதும் முதல் காரியமாக அங்கு நிறுவப்பட்டிருந்த சூரிய மின் தகடுகளை அப்புறப்படுத்திய ஓர் அதிபர் ஆக்கிரமித்துக் கொண்டார்.

கார்ட்டர் ஒரு திறமையற்ற அரசியல்வாதியாக

இருந்திருக்கலாம். ஆனால், அவர் கொண்டிருந்த முன்னோக்கு, அமெரிக்கச் சுதந்திரப் பிரகடனம் முன்மொழிந்தவற்றோடு கச்சிதமாக ஒத்துப் போன ஒன்றாக இருந்தது. இப்போது திரும்பிப் பார்க்கின்றபோது, காலத்திற்கு ஒவ்வாத பழமைவாத இலட்சியங்களைத் தூக்கிப் பிடித்த ஒருவராக அவர் இருந்திருந்தார் என்பது புரிகிறது. கார்ட்டரை அவருக்கு முன்பும் பின்பும் இருந்தவர்களோடு ஒப்பிட்டால், அவர் ஒரு விசித்திரப் பிறவியாக இருந்தார். பொருளாதார அடியாட்களின் உலகக் கண்ணோட்டங்களோடு கார்ட்டரின் உலகக் கண்ணோட்டங்கள் எந்தவிதத்திலும் ஒத்துப் போகவில்லை.

ஆனால், ரீகன் ஓர் உலகப் பேரரசைக் கட்டியெழுப்ப முனைந்தவர், பெருநிறுவனத்துவத்தின் சேவகர். அவர் ஒரு ஹாலிவுட் நடிகராக இருந்தது அப்பதவிக்கு மிகப் பொருத்தமாக இருந்ததாக நான் நினைத்தேன். ஏனெனில், பிறருடைய கட்டளைகளுக்குக் கீழ்ப்படிந்து நடப்பதற்கும், பிறருடைய இயக்கத்திற்கு ஏற்ப ஆடுவதற்கும் அவர் ஏற்கனவே பழகியிருந்தார். அதுதான் அவருடைய முத்திரை. அதனால்தான் அவர் பெருநிறுவன உயரதிகாரிகளையும் பன்னாட்டு வங்கிகளில் பணி புரிந்தவர்களையும் அரசவையில் வைத்து அழகு பார்த்தார். வெளிப்பார்வைக்கு அவருக்குக் கீழே வேலை பார்த்தவர்கள்போலக் காணப்பட்ட நபர்களுக்கு உண்மையிலேயே அவர்தான் சேவகம் செய்து கொண்டிருந்தார். அவர்கள்தாம் உண்மையில் அரசாங்கத்தை நடத்திக் கொண்டிருந்தனர். துணை அதிபர் ஜார்ஜ் எச் டபிள்யூ புஷ், உள்துறைச் செயலாளர் ஜார்ஜ் ஷுல்ட்ஸ், பாதுகாப்புத் துறைச் செயலாளர் காஸ்பர் வெயின்பெர்கர், ரிச்சர்டு செனி, ரிச்சர்டு ஹெல்ம்ஸ், ராபர்ட் மெக்நமாரா போன்றவர்கள் அவர்களில் குறிப்பிடத்தக்கவர்கள். இந்த மனிதர்கள் விரும்பியவற்றுக்காக ரீகன் வாதாடினார். உலகையும் உலகின் மொத்த வளங்களையும் தன்னுடைய கட்டுப்பாட்டில் வைத்திருக்கின்ற அமெரிக்கா; அமெரிக்காவின் கட்டளைகளுக்குக் கீழ்ப்படிந்து நடக்கின்ற ஓர் உலகம்; அமெரிக்கா வகுக்கின்ற சட்டங்களுக்கு உலக நாடுகள் கீழ்ப்படிந்து நடப்பதை உறுதி செய்கின்ற ஓர் அமெரிக்க இராணுவம்; உலகப் பேரரசின் முதன்மை நிர்வாக அதிகாரியாக அமெரிக்காவை ஏற்றுக் கொள்கின்ற ஒரு சர்வதேச வர்த்தக அமைப்பு மற்றும் வங்கி அமைப்பு ஆகியவை அவற்றில் அடங்கும்.

அப்போது நான் வருங்காலத்திற்குள் எட்டிப் பார்த்தபோது, பொருளாதார அடியாட்களுக்கு மிகவும் வசதியாக இருந்த ஒரு காலகட்டத்திற்குள் உலகம் நுழைந்து கொண்டிருந்ததை என்னால் தெளிவாகப் பார்க்க முடிந்தது. நான் மெயின் நிறுவனத்தைவிட்டு

வெளியேறுவதற்கு, வரலாற்று முக்கியத்துவம் வாய்ந்த ஒரு காலகட்டத்தைத் நான் தேர்ந்தெடுத்ததும் என் வாழ்க்கையில் நிகழ்ந்த விதியின் விளையாட்டுகளில் ஒன்று. அதைப் பற்றி நான் அதிகமாகச் சிந்திக்கச் சிந்திக்க, நான் மேன்மேலும் சிறப்பாக உணர்ந்தேன். நான் மெயின் நிறுவனத்திலிருந்து சரியான நேரத்தில்தான் வெளியேறியிருந்தேன் என்பது எனக்குப் புரிந்தது.

நீண்டகால நோக்கில் அது எப்படி இருக்கப் போகிறது என்பதை உற்று நோக்க என்னிடம் மாயக் கண்ணாடிகள் எதுவும் இருக்கவில்லை. ஆனால் இது மட்டும் எனக்குத் தெரிந்திருந்தது: வரலாற்றில், எந்தவொரு பேரரசும் என்றென்றைக்குமாகத் தொடர்ந்து நீடித்ததில்லை. என் கண்ணோட்டத்தில், ரோல்டோஸ் போன்ற தலைவர்கள் நம்பிக்கையளித்தனர். தற்போதைய சூழலில் மறைந்திருந்த பலவற்றை எக்குவடோர் அதிபர் புரிந்து வைத்திருந்தார் என்பதில் சந்தேகம் ஏதுமில்லை. அவர் டோரிஜோஸின் அபிமானி என்பதையும், துணிகரமான பனாமா கால்வாய் நிலைப்பாட்டுக்காக அவர் கார்ட்டரைப் பாராட்டினார் என்பதையும் நான் அறிந்திருந்தேன். ரோல்டோஸ் ஒருபோதும் தடுமாற மாட்டார் என்பதில் நான் அசைக்க முடியாத நம்பிக்கை வைத்திருந்தேன். அவருடைய துணிச்சல் அது தேவைப்பட்டப் பிற நாட்டுத் தலைவர்களுக்கு உந்துதலைக் கொடுக்கும் என்று நம்ப மட்டுமே என்னால் முடிந்தது.

1981 இன் துவக்கத்தில் ரோல்டோஸின் நிர்வாகம் முறைப்படி ஹைட்ரோகார்பன் சட்டத்தை அந்நாட்டுக் காங்கிரஸின் முன் வைத்தது. அது அமலாக்கப்பட்டால், அந்நாடு அதுவரை எண்ணெய் நிறுவனங்களோடு கொண்டிருந்த உறவில் பல சீர்திருத்தங்களைக் கொண்டுவரும். பல விதங்களில் அது புரட்சிகரமான ஒன்றாகப் பார்க்கப்பட்டது. அதுவரை வணிகங்கள் மேற்கொள்ளப்பட்ட முறையை மாற்ற அது முனைந்தது என்பது உறுதி. அதன் தாக்கம் கண்டிப்பாக லத்தீன் அமெரிக்காவின் பெரும் பகுதியிலும், உலகின் பிற பகுதிகளிலும் எதிரொலிக்கும்.

அதற்கு எண்ணெய் நிறுவனங்கள் ஆற்றிய எதிர்வினை எதிர்பார்த்தபடிதான் இருந்தது. அதைத் தடுக்க அவர்கள் தங்களிடமிருந்த அனைத்து அஸ்திரங்களையும் பயன்படுத்தினர். அவர்களுடைய பொதுத் தொடர்பு அதிகாரிகள், ஜெயிம் ரோல்டோஸை ஒரு வில்லனாகச் சித்தரிக்க முயன்றனர். அவர்களுடைய அரசியலதிகாரத் தரகர்கள் அமெரிக்கத் தலைநகர் வாஷிங்டனிலும், எக்குவடோர் தலைநகர் கீட்டோவிலும் அச்சுறுத்தல்களுடனும் அமெரிக்க டாலர்களால் நிரம்பி வழிந்த பணப் பெட்டிகளுடனும் சுற்றிக் கொண்டிருந்தனர்.

நவீன காலகட்டத்தில் எக்குவடோரில் ஜனநாயகரீதியாகத் தேர்ந்தெடுக்கப்பட்ட முதல் அதிபரை அவர்கள் மற்றொரு ஃபிடெல் காஸ்ட்ரோவாகச் சித்தரிக்க முயன்றனர். ஆனால், மிரட்டல் சலசலப்புகளுக்கு அஞ்சுகின்ற ஆள் இல்லை ரோல்டோஸ். பதிலுக்கு அவர், எண்ணெய் நிறுவனங்களுக்கும் கிறித்தவ மதத்திற்கும் இடையே இருந்த இரகசியக் கூட்டை அம்பலப்படுத்தினார். அவர் சான்றுகள் எதையும் கொடுக்கவில்லை என்றபோதிலும் சில் அமைப்பு அமெரிக்க எண்ணெய் நிறுவனங்களுடன் கொஞ்சிக் குலாவுவதாகப் பகிரங்கமாகக் குற்றம் சாட்டினார். சில் அமைப்பை அவர் தன் நாட்டிலிருந்து துணிச்சலாகத் தூக்கியெறிந்தார்.

சில் அமைப்பை நாடு கடத்தி இரண்டு நாட்கள் கழித்து, எண்ணெய் நிறுவனங்கள் மட்டுமல்லாது, எக்குவடோரில் இருந்த அந்நிய நிறுவனங்கள் அனைத்தும் எக்குவடோரின் மக்களுக்கு உதவக்கூடிய திட்டங்களைச் செயல்படுத்தாவிட்டால், அவையும் தன் நாட்டிலிருந்து துரத்தியடிக்கப்படும் என்று அவர் எச்சரித்தார். கீட்டோவில் அவர் ஒரு முக்கிய உரை நிகழ்த்திவிட்டு, தெற்கு எக்குவடோரில் இருந்த ஒரு சிறு சமூகக் குழுவைப் பார்க்கச் சென்றார்.

அங்கு, *1981* ஆம் ஆண்டு மே *24* அன்று, கோரமான ஒரு விமான விபத்தில் அவர் கொல்லப்பட்டார்.

அதைக் கேட்டு உலகமே அதிர்ந்தது. லத்தீன் அமெரிக்கா கொதித்தெழுந்தது. வட மற்றும் தென் அமெரிக்கக் கண்டங்கள் முழுவதுமிருந்த அனைத்துப் பத்திரிகைகளும், "ரோல்டோஸ் சிஐஏவால் படுகொலை செய்யப்பட்டார்!" என்று அலறின. அமெரிக்காவும் எண்ணெய் நிறுவனங்களும் அவரை வெறுத்தன என்பதோடு, வேறு பல சூழல்களும் இந்தக் குற்றச்சாட்டுக்கு ஆதரவாக இருந்தன. எதுவுமே நிரூபிக்கப்படவில்லை. தன்மீது இப்படிப்பட்டக் கொலை முயற்சி நடத்தப்பட இருந்ததை முன்கூட்டியே அறிந்த ரோல்டோஸ், தேவையான முன்னெச்சரிக்கை நடவடிக்கைகளை மேற்கொண்டிருந்தார் என்று கண்ணால் கண்ட சாட்சிகள் தெரிவித்தனர். அதற்காகவே அவர் இரண்டு விமானங்களில் மாற்றி மாற்றிப் பயணம் செய்தார் என்றும், விபத்து நடந்த நாளில் அவருடைய பாதுகாவலர்களில் ஒருவர் கடைசி நிமிடத்தில் அவரை மாற்று விமானத்தில் பயணிக்குமாறு கேட்டுக் கொண்டார் என்றும், அது சில நிமிடங்களில் வெடித்துச் சிதறியது என்றும் கூறப்பட்டது.

அச்செய்தி குறித்து உலகம் அவ்வளவு கொதித்தபோதிலும், அமெரிக்க ஊடகம் அதைக் கண்டுகொள்ளக்கூட இல்லை.

ஓஸ்வால்டோ ஹர்டாடோ எக்குவடோரின் புதிய

அதிபராகப் பதவியேற்றுக் கொண்டார். அவருடைய ஆட்சியின் கீழ் சில அமைப்பு எக்குவடோரில் தொடர்ந்து செயல்பட்டுக் கொண்டிருந்தது. அந்த அமைப்பின் உறுப்பினர்களுக்குச் சிறப்பு விசாக்கள் வழங்கப்பட்டன. அந்த ஆண்டின் இறுதியில், எக்குவடோரின் புதிய அதிபர், அமேசான் படுகையிலும் கயாகுவில் வளைகுடாப் பகுதியிலும் டெக்சாகோவும் பிற அந்நிய எண்ணெய் நிறுவனங்களும் கூடுதலாக எண்ணெய்க் கிணறுகள் அமைக்க ஒரு பிரம்மாண்டமான திட்டத்தை அறிவித்தார்.

ரோல்டோஸுக்கு ஓமர் டோரிஜோஸ் தெரிவித்த இரங்கலில் அவர் ரோல்டோஸைத் தன் சகோதரர் என்று குறிப்பிட்டார். தானும் இதுபோலக் கொல்லப்படுவது போன்ற கெட்டக் கனவுகளால் தன்னுடைய தூக்கம் கெட்டுக் கொண்டிருந்ததாக அவர் வெளிப்படையாகவே ஒத்துக் கொண்டார்; அவருடைய கனவுகளில், வானில் ஒரு பெரிய தீப்பந்திலிருந்து அவர் கீழே விழுந்து கொண்டிருந்தது போன்ற ஒரு காட்சி தோன்றியது. அது ஒரு துரதிர்ஷ்டவசமான தீர்க்கதரிசனமாக அமைந்துவிட்டதுதான் கொடுமை.

அத்தியாயம் 27

பனாமா: இன்னுமொரு நாட்டு அதிபரின் மரணம்

ரோல்டோஸின் மரணச் செய்தியைக் கேட்டு நான் அதிர்ந்து போனேன். நான் அப்படி அதிர்ந்து போயிருக்கக்கூடாதுதான். ஏனெனில், நான் ஒன்றும் அந்த அளவு வெகுளியல்ல. அர்பென்ஸ், மொசாடெக் மற்றும் அலன்டேக்கு என்ன கதி ஏற்பட்டது என்பதை நான் ஏற்கனவே அறிந்திருந்தேன். அதோடு, பெருநிறுவனத்துவத்திற்கு எதிராகக் குரல் கொடுத்தமைக்காகப் படுகொலை செய்யப்பட்டிருந்த, வரலாற்றுப் புத்தகங்களின் பக்கங்களிலோ அல்லது செய்தித்தாள்களின் பத்திகளிலோ இடம் பிடித்திராத எண்ணற்றோரையும் நான் அறிவேன். ஆனாலும் ரோல்டோஸின் மரணச் செய்தி என்னை உலுக்கியது. ஏனெனில், அது ஓர் அப்பட்டமான கொடுஞ்செயல்.

சவுதி அரேபியாவில் எங்களுக்குக் கிடைத்திருந்த மாபெரும் வெற்றிக்குப் பிறகு இப்படிப்பட்ட வெளிப்படையான நடவடிக்கைகள் இனி நடைபெறாது என்று நான் நினைத்திருந்தேன். ஜாக்கல்கள் விலங்குக் காட்சிச்சாலைகளில் அடைக்கப்பட்டுவிட்டதாக நான் நம்பினேன். என் கணிப்பு எவ்வளவு தவறு என்பது இப்போது எனக்குப் புரிந்தது. ரோல்டோஸின் மரணம் ஒரு விபத்து அல்ல என்பதில் எனக்கு எந்த சந்தேகமும் இருக்கவில்லை. சிஐஏவால் திட்டமிடப்பட்டு அரங்கேற்றப்பட்ட நடவடிக்கைகளின் முத்திரை அதில் அழுத்தமாகப் பதிந்திருந்தது. அப்படுகொலை இவ்வளவு பட்டவர்த்தனமாகச் செய்யப்பட்டதற்குக் காரணம், அவர்கள் அதன் மூலம் ஒரு செய்தியைப் பறையறிவிக்க விரும்பியிருந்ததுதான். வெள்ளை மாளிகையில் உட்கார

வைக்கப்பட்டிருந்த ஹாலிவுட்டின் 'கௌபாய்' கதாநாயகன் ரீகன் இப்படிப்பட்டதொரு தகவலை உலகிற்குக் கொண்டு செல்ல ஒரு பொருத்தமான நபராக இருந்தார். ஜாக்கல்கள் மீண்டும் வந்துவிட்டிருந்தனர். டோரிஜோஸும் பெருநிறுவனத்துவத்திற்கு எதிராக வாளெடுக்கலாம் என்ற யோசனையோடு இருந்த பிறரும் அதை அறிந்து கொள்ள வேண்டும் என்று அவர்கள் விரும்பினர்.

ஆனால் டோரிஜோஸ் இதனால் முடங்கிவிடவில்லை. ரோல்டோஸைப்போலவே அவரும் மிரட்டல்களுக்கு அடிபணிய மறுத்தார். அவரும் சில் அமைப்பைத் தன்னுடைய நாட்டிலிருந்து துரத்தினார். பனாமா கால்வாய் ஒப்பந்தத்தை மறுபரிசீலனை செய்ய ரீகன் நிர்வாகம் வைத்தக் கோரிக்கைகளை அவர் பிடிவாதமாக நிராகரித்துவிட்டார்.

ரோல்டோஸ் கொல்லப்பட்டு இரண்டு மாதங்களுக்குப் பிறகு டோரிஜோஸின் கொடுங்கனவு பலித்துவிட்டது; 1981 ஆம் ஆண்டு ஜூலை 31 அன்று அவர் ஒரு விமான விபத்தில் கொல்லப்பட்டார்.

லத்தீன் அமெரிக்காவும் உலகின் பிற பகுதிகளும் அதைக் கேட்டுக் குமுறின. டோரிஜோஸ் உலக அளவில் பிரபலமானவராக இருந்தார். பனாமா கால்வாயை அதன் உண்மையான உரிமையாளர்களிடம் ஒப்படைக்க அமெரிக்காவை அடிபணிய வைத்ததற்காகவும், தொடர்ந்து ரீகனை எதிர்த்து வந்தமைக்காகவும் அவர் பெரிதும் மதிக்கப்பட்டார். அவர் மனித உரிமைகளுக்காகப் போராடிய ஒருவராகவும் இருந்தார். ஒரு நாட்டின் தலைவர் என்ற முறையில் பாகுபாடுகள் எதுவுமின்றி, ஈரானின் ஷா உட்பட, அனைத்து விதமான அகதிகளுக்கும் அவர் தன் நாட்டின் கதவுகளைத் திறந்துவிட்டார். சமூக நீதிக்காகக் குரல் கொடுத்து வந்த ஒரு வசீகரமான தலைவராக அவர் திகழ்ந்தார். நோபல் அமைதிப் பரிசுக்காக அவர் பரிந்துரைக்கப்படுவார் என்று பலரும் எதிர்பார்த்தனர். இப்போது அவரும் கொல்லப்பட்டிருந்தார். "சிஐஏ செய்த படுகொலை!" என்று உலகெங்கிலுமுள்ள ஊடகங்கள் அலறின.

டோரிஜோஸைப் பற்றித் தான் எழுதிய 'கெட்டிங் டு நோ த ஜெனரல்' நூலை கிரஹாம் கிரீன் இவ்வாறு துவக்குகிறார்:

> **1981 ஆகஸ்ட் முதல் நாளன்று, ஐந்தாவது முறையாகப் பனாமாவிற்குச் செல்வதற்காக நான் பயணப் பெட்டியில் என் துணிமணிகளை அடுக்கிக் கொண்டிருந்தபோதுதான், என்னுடைய நண்பரான ஜெனரல் டோரிஜோஸ் கொல்லப்பட்டிருந்த செய்தி தொலைபேசி வழியாக என்னை வந்தடைந்தது. கோக்லெசிட்டோ என்ற மலைப்பகுதியில் அமைந்திருந்த தன்னுடைய வீட்டுக்கு அவர் ஒரு சிறிய**

விமானத்தில் சென்று கொண்டிருந்தபோது அவருடைய விமானம் விபத்துக்குள்ளாகியது. அந்த விமானத்தில் பயணித்த எவரும் உயிர் பிழைக்கவில்லை. ஒரு சில நாட்கள் கழித்து, டோரிஜோஸின் பாதுகாவலராகப் பணியாற்றிய முன்னாள் கல்லூரிப் பேராசிரியர் ஜோஸ் டி ஜீசஸ் மார்ட்டினெஸ் என்னைத் தொலைபேசியில் அழைத்து, "டோரிஜோஸ் பயணித்த விமானத்தில் ஒரு குண்டு இருந்ததை நான் அறிவேன். ஆனால் அது குறித்தக் கூடுதல் விபரங்களை என்னால் தொலைபேசியில் சொல்ல முடியாது," என்று கூறினார்.

ஏழை மக்களுக்கும் ஆதரவற்றவர்களுக்கும் பாதுகாவலராக விளங்கியவர் என்ற நற்பெயரைச் சம்பாதித்திருந்த ஒருவர் கொல்லப்பட்டதற்கு மொத்த உலகமே துக்கம் கொண்டாடியது. சிஐஏவின் நடவடிக்கைகளை அமெரிக்கா விசாரிக்க வேண்டும் என்று அவர்கள் கூச்சலிட்டனர். ஆனால், அது நடப்பதற்கு எந்தவிதமான சாத்தியக்கூறுகளும் இருக்கவில்லை. டோரிஜோஸை வெறுத்தவர்களின் பட்டியல் பெரிதாக இருந்தது. அதில் சர்வ அதிகாரங்களும் படைத்த நபர்களும் அடக்கம். டோரிஜோஸ் இறப்பதற்கு முன்பு, ரீகன், ஜார்ஜ் புஷ், வெயின்பெர்கர் மற்றும் அதிகாரமிக்கப் பெருநிறுவனங்களின் பல தலைவர்கள், அவர்மீது தாங்கள் கொண்டிருந்த வெறுப்பை வெளிப்படையாகவே காட்டிக் கொண்டனர்.

டோரிஜோஸுக்கும் கார்ட்டருக்கும் இடையே போடப்பட்டிருந்த பனாமா கால்வாய் ஒப்பந்தத்தின்படி, பனாமா கால்வாய் மண்டலப் பகுதியில் இருந்த அமெரிக்க இராணுவப் பயிற்சிப் பள்ளிகள் அங்கிருந்து அப்புறப்படுத்தப்பட வேண்டியிருந்தது. அது அமெரிக்க இராணுவ உயரதிகாரிகளுக்குப் பிடிக்கவில்லை. ஒன்று, போடப்பட்டிருந்த ஒப்பந்தத்திற்குள் ஏதாவது ஓட்டைகளைக் கண்டுபிடித்து, அப்பயிற்சிப் பள்ளிகள் பனாமாவில் தொடர்ந்து செயல்படுவதற்கு அவர்கள் ஒரு வழியைக் கண்டுபிடிக்க வேண்டும். அல்லது, அவற்றை அப்பிராந்தியத்தில் இருக்கின்ற வேறு ஏதாவது ஒரு நாட்டுக்கு அவர்கள் மாற்ற வேண்டும். ஆனால் 1980களில் அதற்கான சாத்தியம் மிகவும் குறைவாகவே இருந்தது. இவை இரண்டும் இல்லாமல் மற்றொரு வழியும் இருந்தது: டோரிஜோஸைக் காலி செய்துவிட்டு, அவருக்குப் பிறகு வருபவரைச் சரிக்கட்டி, ஒப்பந்தத்தை மாற்றி எழுதுவது.

டோரிஜோஸுக்கு இருந்த பெருநிறுவன எதிரிகளில் பல பன்னாட்டு நிறுவனங்கள் இடம் பெற்றிருந்தன. அவற்றில் பெரும்பாலானவை அமெரிக்க அரசியல்வாதிகளுடன் நெருங்கிய

தொடர்புடையவையாக இருந்தன. அதோடு, எண்ணெய், மரங்கள், தகரம், செம்பு, பாக்சைட், வேளாண் நிலங்கள் போன்ற, லத்தீன் அமெரிக்காவின் இயற்கை வளங்களையும் அந்நாட்டுப் பாட்டாளி மக்களின் உழைப்பையும் அவை சுரண்டிக் கொண்டிருந்தன. உற்பத்தி நிறுவனங்கள், தகவல் தொடர்பு நிறுவனங்கள், கப்பல் போக்குவரத்து நிறுவனங்கள், பொறியியல் நிறுவனங்கள் மற்றும் பிற தொழில்நுட்ப நிறுவனங்கள் அவற்றில் அடங்கும்.

பெக்டெல் நிறுவனம், அமெரிக்க அரசிற்கும் பெருநிறுவனங்களுக்கும் இடையே நிலவிய சிருங்கார உறவுக்கான ஒரு நல்ல எடுத்துக்காட்டாகும். எனக்குப் பெக்டெல் நிறுவனத்தைப் பற்றி நிறையவே தெரியும். மெயின் நிறுவனம் அடிக்கடி பெக்டெல் நிறுவனத்துடன் இணைந்து செயல்பட்டது. நான் மெயினில் பணியாற்றிக் கொண்டிருந்தபோது, பெக்டெல்லின் முதன்மை வடிவமைப்பாளர் எனக்கு நெருங்கிய நண்பராக ஆகியிருந்தார். அமெரிக்காவில் மிகுந்த செல்வாக்குப் பெற்றிருந்த பொறியியல் மற்றும் கட்டுமான நிறுவனம் பெக்டெல். அந்நிறுவனத்தின் நிர்வாகக் குழுவில் ஷுல்ட்ஸும் வெயின்பெர்கரும் இடம் பெற்றிருந்தனர். டோரிஜோஸ் வெளிப்படையாகவே ஜப்பானின் உதவியுடன் பனாமா கால்வாயை அகலப்படுத்தப் போவதாகக் கூறியிருந்தார். அவர்கள் டோரிஜோஸை வெறுத்ததற்கு அதுவும் ஒரு முக்கியக் காரணம். அப்படி நடந்தால், இந்த நூற்றாண்டின் மிகப் பெரிய பொறியியல் கட்டுமானப் பணியில் தங்களுடைய நிறுவனத்தால் பங்கேற்க முடியாமல் போய்விடும் என்று அவர்கள் பயந்தனர்.

டோரிஜோஸ் இத்தகைய மனிதர்களை எதிர்த்து நின்றார். அதை அவர் வசீகரமாகவும் கம்பீரமாகவும் அற்புதமான நகைச்சுவையுணர்வோடும் செய்தார். அவர் கொல்லப்பட்டப் பிறகு அவருடைய இடத்தை ஒரு சர்வாதிகாரி கைப்பற்றிக் கொண்டார். அவருடைய பெயர் மானுவெல் நோரிகா. அவர் தன்னைத் தேசிய விடுதலையின் உச்சகட்டத் தலைவர் என்று அழைத்துக் கொண்டார். டோரிஜோஸிடம் இருந்த சாமர்த்தியமோ, வசீகரமோ, அல்லது அறிவாற்றலோ அவருக்கு இருக்கவில்லை. ரீகன்கள், புஷ்கள், மற்றும் பெக்டெல்களைக் கண்டிப்பாக அவரால் எதிர்த்து நிற்க முடியாது என்று பலரும் கருதினர்.

அந்த இழப்பு என்னைத் தனிப்பட்ட முறையில் பெரிதும் பாதித்தது. டோரிஜோஸுடன் நான் மேற்கொண்டிருந்த உரையாடல்களை நான் பல மணி நேரம் என் மனத்தில் அசைபோட்டுப் பார்த்தேன். நான் முதன்முதலாகப் பனாமாவுக்குச் சென்றபோது, அந்த மழை இரவில் நான்

அவருடைய பிரம்மாண்டமான விளம்பரப் பலகைகளைப் பார்த்து வியந்தது என் நினைவில் ஓடியது.

அப்போது, பின்னாளில் டோரிஜோஸ் கார்ட்டருடன் ஓர் உடன்படிக்கை செய்து கொண்டு பனாமா கால்வாயின் உரிமையை மீட்டெடுப்பார் என்று என்னால் ஊகித்திருக்க முடியாது. அந்த வெற்றியும், லத்தீன் அமெரிக்க சோசலிஸ்டுகளுக்கும் சர்வாதிகாரிகளுக்கும் பாலம் அமைக்க அவர் மேற்கொண்ட முயற்சிகளும் அவரைப் படுகொலை செய்யும் அளவுக்கு ரீகனையும் புஷ்ஷையும் தூண்டும் என்பதையும் என்னால் அறிந்திருக்க முடியாது. அதே போன்ற இன்னோர் இருண்ட இரவில் அவர் விமானத்தில் பயணிக்கின்றபோது கொல்லப்பட்டுவிடுவார் என்பதையும் என்னால் அறிந்திருக்க முடியாது. அமெரிக்காவின் சிஐஏ உளவு நிறுவனம் நடத்தியிருந்த எண்ணற்றப் படுகொலைகளில் ஐம்பத்தைந்து வயதில் டோரிஜோஸின் மரணமும் ஒன்று என்பதில் அமெரிக்காவுக்கு வெளியே உள்ள உலகத்திற்கு எந்த சந்தேகமும் இருக்காது என்பதையும் என்னால் எதிர்பார்த்திருக்க முடியாது.

டோரிஜோஸ் மட்டும் உயிரோடு இருந்திருந்தால், மத்திய மற்றும் தென்னமெரிக்காவில் தலைவிரித்தாடிக் கொண்டிருந்த வன்முறையை அவர் தடுக்க முனைந்திருப்பார். எக்குவடோர், பிரேசில், கொலம்பியா, பெரூ ஆகிய நாடுகளைச் சேர்ந்த அமேசான் பகுதிகளை சர்வதேச எண்ணெய் நிறுவனங்கள் நாசமாக்குவதைத் தடுக்க அவர் ஏதாவது செய்திருப்பார். பயங்கரவாதத்திற்கும் போதை மருந்துக் கடத்தலுக்கும் எதிரான போர் என்று அமெரிக்கா வர்ணிக்கின்ற ஒன்றை அவர் தடுத்திருப்பார். ஏனெனில், அவற்றை அவர், தங்களுடைய குடும்பங்களையும் வீடுகளையும் பாதுகாத்துக் கொள்ள வேறு வழியில்லாமல் உள்ளூர் மக்கள் எடுத்த நடவடிக்கையாகவே எப்போதும் பார்த்து வந்தார். எல்லாவற்றுக்கும் மேலாக, அமெரிக்கா, ஆசியா, ஆப்பிரிக்கா ஆகிய கண்டங்களிலிருந்த நாடுகளின் புதிய தலைமுறைத் தலைவர்களுக்கு மிகச் சிறந்ததொரு முன்னுதாரணமாக அவர் திகழ்ந்திருப்பார். ஆனால், சிஐஏ, என்எஸ்ஏ, மற்றும் பொருளாதார அடியாட்களால் அதைக் கண்டிப்பாக அனுமதித்திருக்க முடியாது.

அத்தியாயம் 28

என் சொந்த நிறுவனமும், என்ரான் நிறுவனமும், ஜார்ஜ் டபிள்யூ புஷ்ஷும்

டோரிஜோஸ் படுகொலை செய்யப்பட்டிருந்த சமயத்தில் நான் பவுலாவைச் சந்தித்துப் பல மாதங்கள் ஆகியிருந்தன. நான் அப்போது பல பெண்களுடன் சுற்றிக் கொண்டிருந்தேன். அதில் வினிஃபிரட் கிரான்ட் என்ற பெண்ணும் அடக்கம். அவள் சுற்றுச்சூழல் திட்ட ஆய்வாளராகப் பணியாற்றி வந்தாள். அவளை நான் மெயின் நிறுவனத்தில் இருந்தபோது சந்தித்தேன். அவளுடைய அப்பா, பெக்டெல் நிறுவனத்தில் முதன்மை வடிவமைப்பாளராக இருந்தார். பவுலா கொலம்பிய நாட்டுப் பத்திரிகையாளர் ஒருவருடன் சுற்றிக் கொண்டிருந்தாள். ஆனால், நாங்கள் இருவரும் தொடர்ந்து நண்பர்களாக இருந்து வந்தோம்.

சாட்சியளிக்கின்ற வல்லுநர் வேலையின் இயல்பு குறித்து நான் என் மனத்திற்குள் போராடிக் கொண்டிருந்தேன். குறிப்பாக, சீபுரூக் அணுமின் நிலைய விவகாரத்தில்! நான் மீண்டும் என்னை விற்றுவிட்டிருந்ததுபோல நான் உணர்ந்தேன்; பணத்திற்காக நான் என்னுடைய பழைய பாத்திரத்திற்குள் விழுந்துவிட்டதுபோல எனக்குத் தோன்றியது. அச்சமயத்தில் வினிஃபிரெட் எனக்கு மிகவும் ஆதரவாக இருந்தாள். அவள் ஒரு தீவிரமான சுற்றுச்சூழலியலாளராக இருந்தபோதிலும், நாளுக்கு நாள் அதிகரித்துக் கொண்டிருந்த மின் தேவையைப் பூர்த்தி செய்வதற்கு எடுக்கப்பட வேண்டிய யதார்த்தமான நடவடிக்கைகளைப் பற்றி அவள் புரிந்து வைத்திருந்தாள். அவள் சான்பிரான்சிஸ்கோவில் இருந்த பெர்க்கிலீ பகுதியைச் சேர்ந்தவள். பெர்க்கிலீ பல்கலைக்கழகத்தில் பட்டம் வாங்கியிருந்த அவள்,

சுதந்திரச் சிந்தனைப் போக்கைக் கொண்டிருந்தாள். ஒழுக்கத்திற்கு முக்கியத்துவம் கொடுத்த என்னுடைய பெற்றோரும் ஆனும் வாழ்க்கை குறித்துக் கொண்டிருந்த கண்ணோட்டத்திலிருந்து வினிஃபிரட்டின் கண்ணோட்டம் முற்றிலும் வேறுபட்டு இருந்தது.

நாளுக்கு நாள் எங்களுடைய உறவு வளர்ந்து கொண்டிருந்தது. அவள் மெயின் நிறுவனத்தில் ஒரு நீண்ட விடுப்பு எடுத்துக் கொண்டாள். நாங்கள் என்னுடைய படகில் அட்லான்டிக் கடலோரமாக ஃப்ளோரிடாவை நோக்கிப் பயணித்தோம். நாங்கள் நின்று நிதானித்து அப்பயணத்தை மேற்கொண்டோம். பல துறைமுகங்களில் நாங்கள் சில காலம் தங்கினோம். ஒரு சில இடங்களிலிருந்து, சாட்சியளிப்பதற்காக நான் விமானத்தில் பாஸ்டனுக்குச் சென்று வந்தேன். இறுதியில் நாங்கள் ஃப்ளோரிடாவிலிருந்த மேற்குப் பாம் பீச் பகுதியை அடைந்து, அங்கு ஒரு வீட்டை வாடகைக்கு எடுத்தோம். அங்கு நாங்கள் திருமணமும் செய்து கொண்டோம். 1982 மே 17 அன்று எங்களுடைய மகள் ஜெசிக்கா பிறந்தாள். அப்போது எனக்கு முப்பத்தாறு வயது. தாய்மை மற்றும் மகப்பேறு குறித்துப் பெற்றோர்களுக்குக் கற்றுக் கொடுத்த ஒரு வகுப்பில் நானும் என் மனைவியும் சேர்ந்தோம். அங்கிருந்த ஆண்களில் நான்தான் வயதில் மூத்தவனாக இருந்தேன்.

நியூ ஹாம்ஷயர் மாநிலத்தின் மின் தேவையைப் பூர்த்தி செய்வதற்கு ஏற்ற ஒரு சிறந்த, மலிவான மின் உற்பத்தி நிலையம் சீபுரூக் அணுமின் நிலையம்தான் என்று அம்மாநிலத்தின் ஆற்றல் துறை அதிகாரிகளை நான் நம்ப வைக்க வேண்டியிருந்தது. இதில் வேடிக்கை என்னவென்றால், அது குறித்து நான் அதிகமாகப் படிக்கப் படிக்க, என்னுடைய சொந்த வாதங்களின்மீது நான் சந்தேகம் கொள்ளத் துவங்கினேன். அணுசக்தி குறித்து மேற்கொள்ளப்பட்டுக் கொண்டிருந்த ஆய்வுகள் அதிகரித்தபோது, அதைவிட மேம்பட்ட, மலிவான மாற்று மின் உற்பத்தி முறைகள் இருந்ததற்கான ஆதாரங்கள் அதிகரித்தன.

அணுசக்தி பாதுகாப்பானது என்று கூறப்பட்டு வந்த பழைய வாதங்களும் வலுவிழந்து கொண்டிருந்தன. அணு உலை மூடப்படும்போது, அதைக் குளிர்ச்சியாக வைத்துக் கொள்ளத் தொடர்ந்து தேவைப்படுகின்ற மின்சக்திக்குச் செய்யப்பட்டுள்ள ஏற்பாடுகளின் ஆற்றல், அணுமின் நிலையங்களை இயக்குபவர்களுக்கு வழங்கப்படுகின்ற பயிற்சிகள், தவறுகள் இழைப்பதற்கான மனித இயல்பு, இயந்திரங்கள் பழுதடைதல், அணுக் கழிவுகளைப் பாதுகாப்பாக அகற்றுவதில் இருக்கின்ற போதாமை போன்றவை குறித்து ஆழமான, தீவிரமான கேள்விகள் எழுப்பப்பட்டிருந்தன. நான் வாங்கிக்

கொண்டிருந்த பணத்திற்காக நான் எடுக்க வேண்டியிருந்த மற்றும் என்னிடமிருந்து எதிர்பார்க்கப்பட்ட நிலைப்பாடு குறித்து நான் மிகவும் அசௌகரியம் அடைந்தேன். அதோடு, என் வாக்குமூலங்களை நான் சத்தியப் பிரமாணத்தின் அடிப்படையில் வழங்க வேண்டியிருந்தது. அதே நேரத்தில், அச்சமயத்தில் உருவாகிக் கொண்டிருந்த சில மாற்று மின் உற்பத்தித் தொழில்நுட்பங்கள் சுற்றுச்சூழலுக்கு நன்மை பயப்பவையாகவும் இருந்தன என்பதையும் நான் அறிந்திருந்தேன். கழிவுப் பொருட்கள் என்று நாம் முன்பு கருதியிருந்த பொருட்களிலிருந்து மின்சாரம் தயாரிக்கின்ற தொழில்நுட்பங்கள் இதற்கான ஒரு நல்ல எடுத்துக்காட்டாகும்.

ஒரு நாள், நான் வேலை பார்த்து வந்த மின் வாரிய அதிகாரிகளிடம், என்னால் இனியும் வல்லுநர் சாட்சியம் அளிக்க முடியாது என்று கூறிவிட்டு வந்துவிட்டேன். நன்றாக வருவாய் கொடுத்துக் கொண்டிருந்த ஒரு வேலையை நான் உதறித் தள்ளிவிட்டு, என்னுடைய சொந்த நிறுவனம் ஒன்றை நான் துவக்கினேன். சுற்றுச்சூழலைப் பாதிக்காத வகையில் மின் உற்பத்தி செய்கின்ற சில புதிய தொழில்நுட்பங்களைச் சந்தைக்குக் கொண்டு வருவது என் திட்டமாக இருந்தது. என் மனைவி அதற்கு நூறு சதவீதம் ஆதரவு கொடுத்தாள். அப்போது எங்களுக்கு ஒரு சிறு குழந்தை இருந்தபோதிலும், என்னுடைய புதிய முயற்சி எவ்வளவு தூரம் வெற்றியடையும் என்பது தெரியாமல் இருந்தபோதிலும் அவள் எனக்கு உறுதுணையாக இருந்தாள்.

1982 இல், ஜெசிக்கா பிறந்து சில மாதங்கள் கழித்து, சுருக்கமாக ஐபிஎஸ் என்று அழைக்கப்பட்ட 'இன்டிபென்டென்ட் பவர் சிஸ்டம்' என்ற நிறுவனத்தை நான் துவக்கினேன். சுற்றுச்சூழலுக்கு ஆதரவான மின் உற்பத்தி நிறுவனங்களை உருவாக்குதல், பிறரும் அதைப் போன்ற முயற்சிகளில் ஈடுபடுவதற்கு அவர்களை உந்தித் தள்ளுகின்ற மாதிரிகளைத் தயாரித்தல் ஆகியவை என்னுடைய நிறுவனத்தின் இலக்குகளாக இருந்தன. அது ஓர் ஆபத்தான முயற்சியாக இருந்தது. ஏனெனில், என்னுடைய போட்டியாளர்களில் பெரும்பாலானோரால் இதில் நிலைத்து நிற்க முடியவில்லை. ஆனால், பல 'எதேச்சையான நிகழ்வுகள்' என் உதவிக்கு வந்தன. பல முறை யாரோ எனக்கு உதவி செய்தனர் என்பதில் எனக்குச் சந்தேகமில்லை. என்னுடைய கடந்தகாலச் சேவைகளுக்காகவும், நான் அமைதி காத்தமைக்காகவும் எனக்கு அளிக்கப்பட்ட வெகுமதிகள் அவை.

புரூனோ, 'இன்டர் அமெரிக்கன் வளர்ச்சி வங்கியில்' ஓர் உயர் பதவியில் வேலைக்குச் சேர்ந்திருந்தார். அவர்

என்னுடைய ஐபிஎஸ் நிறுவனத்தின் நிர்வாகக் குழுவில் சேர்ந்து கொள்ளவும், என் புதிய நிறுவனத்திற்கு நிதியுதவி பெற்றுத் தரவும் ஒப்புக் கொண்டார். பேங்கர்ஸ் டிரஸ்ட், இஎஸ்ஜ எனர்ஜி, புரூடென்சியல் இன்ஸ்சூரன்ஸ் கம்பெனி, பெரிதும் மதிக்கப்பட்டச் சட்ட நிறுவனமான சாட்போர்ன் மற்றும் பார்கே, ஆஷ்லேன்ட் எண்ணெய் சுத்திகரிப்பு நிறுவனத்திற்குச் சொந்தமான பொறியியல் நிறுவனமான ரைலி ஸ்டோக்கர் கார்ப்பரேஷன் ஆகியவற்றின் ஆதரவு எங்கள் நிறுவனத்திற்குக் கிட்டியது. அமெரிக்கக் காங்கிரஸின் ஆதரவுகூட எங்களுக்குக் கிட்டியது. எங்களுடைய நிறுவனத்திற்கு மட்டும் ஒரு குறிப்பிட்ட வரியிலிருந்து விலக்கு அளிக்கப்பட்டது. அது எங்களுடைய போட்டியாளர்களுக்குக் கிடைக்கவில்லை என்பதால், அது எங்களுக்குப் பெரும் அனுகூலமாக அமைந்தது.

1986 ஆம் ஆண்டுவாக்கில் ஐபிஎஸ் நிறுவனமும் பெக்டெல் நிறுவனமும் ஒரே நேரத்தில், ஆனால் தனித்தனியாக, புதுமையான, அதிநவீனமான தொழில்நுட்பத்தைப் பயன்படுத்தி, கழிவாகக் கருதப்பட்டக் கரியிலிருந்து மின்சாரம் தயாரிக்கின்ற மின் உற்பத்தி நிலையங்களைக் கட்டியெழுப்பத் துவங்கின. அந்த மின் நிலையங்களால் அமில மழை ஏற்படாது என்பது அவற்றின் கூடுதல் சிறப்பு. அக்காலகட்டத்தில் எல்லோருமே கரியமில வாயுவின் வெளியேற்றத்தைவிட அமில மழைக்கு அதிக முக்கியத்துவம் கொடுத்தனர். எண்பதுகளின் இறுதியில் இந்த இரண்டு நிறுவனங்களும் மின் உற்பத்தித் துறையையே புரட்சிகரமானதாக மாற்றியிருந்தன. அமெரிக்காவில் ஒரு புதிய மாசுக் கட்டுப்பாட்டுச் சட்டம் உருவாக அது வழி வகுத்தது. கழிவுப் பொருட்கள் என்று முத்திரை குத்தப்படுகின்ற பல பொருட்களிலிருந்து மின்சாரம் தயாரிப்பது சாத்தியமில்லை என்று அதுவரை முழங்கி வந்திருந்த பெருநிறுவனங்களின் கூற்றை எங்களுடைய நிறுவனங்கள் தவிடுபொடியாக்கி, அந்த வாதத்திற்கு நிரந்தரமாக ஒரு முற்றுப்புள்ளி வைத்தன. அதோடு, உயர் தொழில்நுட்பங்களை அடிப்படையாகக் கொண்டு இயங்கிய இந்த மின் உற்பத்தி நிலையங்களுக்குத் தேவையான நிதியைச் சிறு நிறுவனங்கள் மூலமோ அல்லது வழமையான நிதி நிறுவனங்கள் மூலமோ பெற்றுக் கொள்ள முடியும். எல்லாவற்றையும்விட முக்கியமாக, எங்களுடைய மின் நிலையங்களிலிருந்து வெளிப்பட்டச் சூடான காற்று, வழமையான குளிர்விக்கும் கோபுரங்கள் மற்றும் குளிர்விக்கும் குட்டைகளுக்குப் பதிலாக, மூன்றரை ஏக்கரில் அமைக்கப்பட்டிருந்த, மண் இல்லாமல் பயிரிடப்படுகின்ற பசுமைக் குடில் தோட்டங்களுக்குத் திருப்பிவிடப்பட்டது.

ஐபிஎஸ் நிறுவனத்தின் தலைவர் என்ற பாத்திரத்தை நான் வகித்து வந்த காரணத்தினால், மின்சக்தித் துறை உள்ளுக்குள் எப்படி இயங்குகிறது என்பது குறித்து முழுமையாக அறிந்து கொள்ள எனக்கு ஒரு வாய்ப்புக் கிடைத்தது. இத்தொழிலில் செல்வாக்குச் செலுத்திய வழக்கறிஞர்கள், அரசியலதிகாரத் தரகர்கள், முதலீட்டு வங்கியாளர்கள், மற்றும் பெருநிறுவன உயரதிகாரிகள் போன்றோருடன் நெருங்கிப் பழகும் வாய்ப்பும் எனக்குக் கிடைத்தது. அதோடு, என் மாமனார், பெக்டெல் நிறுவனத்தின் தலைமை வடிவமைப்பாளராக இருந்ததோடு, சவுதி அரேபியாவில் ஒரு நகரை வடிவமைப்பதற்கும் பொறுப்பேற்றிருந்தார். நான் 1970களில் சவுதி அரேபியாவில் மேற்கொண்டிருந்த 'விளையாட்டுகளின்' நேரடி விளைவாக அது இருந்தது. வினிஃபிரெட் தன்னுடைய கல்லூரிப் படிப்பை முடித்ததும் முதலில் பெக்டெல்லில்தான் வேலை பார்த்தாள்.

மின்சக்தித் துறை பெரும் மறுசீரமைப்புகளுக்கு உள்ளானது. முன்பு உள்ளூரில் ஏகபோக ஆதிக்கம் செலுத்திக் கொண்டிருந்த மின் வாரியங்களின் இடத்தைப் பெரிய பொறியியல் நிறுவனங்கள் எடுத்துக் கொள்ளத் துவங்கியிருந்தன. 'கட்டுப்பாடுக் களைவு' என்ற வார்த்தைகள்தாம் எல்லா இடங்களிலும் மந்திரம்போல ஒலித்துக் கொண்டிருந்தன. விதிமுறைகள் ஒரே இரவில் மாற்றமடைந்தன. மாற்றங்களின் வேகம் எல்லோரையும் திகைக்க வைத்தது.

இதில் பலியானவற்றில் ஒன்று மெயின் நிறுவனம். புரூனோ கூறியிருந்தபடி, மேக் ஹால் யதார்த்தத்துடனான தொடர்பை இழந்திருந்தார்; அதை அவரிடம் சொல்கின்ற துணிவும் எவருக்கும் இருக்கவில்லை. பால் பிரிடி எப்போதுமே உறுதியாக இயங்கிப் பழக்கப்பட்டவர் அல்லர். மின்னாற்றல் துறையைக் கலக்கிக் கொண்டிருந்த மாற்றங்களை மெயின் நிறுவனம் தனக்குச் சாதகமாகப் பயன்படுத்திக் கொள்ளத் தவறியிருந்ததோடு, தொடர்ச்சியாகப் பல பெரிய தவறுகளையும் செய்தது. மெயின் நிறுவனத்திலிருந்து புரூனோ விலகிய ஒரு சில ஆண்டுகளுக்கு உள்ளாகவே, அந்நிறுவனம் தான் பார்த்து வந்த பொருளாதார அடியாள் வேலையிலிருந்து விலகியது. அதோடு, அது கடும் பண நெருக்கடியிலும் மாட்டிக் கொண்டது. இறுதியில், அதன் பங்குதாரர்கள், மெயின் நிறுவனத்தை மற்றொரு பெரிய பொறியியல் மற்றும் கட்டுமானத் தொழிலில் ஈடுபட்டிருந்த நிறுவனத்திடம் விற்றுவிட்டனர்.

1980 இல் நான் மெயின் நிறுவனத்தைவிட்டு விலகியபோது எனக்கு அந்நிறுவனத்தின் பங்கு ஒன்றுக்கு ஏறத்தாழ முப்பது டாலர்கள் கிடைத்தன. நான்கு ஆண்டுகள் கழித்து அதில்

தொடர்ந்து இருந்தவர்களுக்கு அதில் பாதித் தொகைதான் கிடைத்தது. இப்படியாக, நூறாண்டுகள் இருந்து வந்த ஒரு நிறுவனத்தின் கதை அவலமாக முடிந்தது. நான் அந்நிறுவனம் மூடப்பட்டது குறித்து வருத்தப்பட்டபோதிலும், சரியான நேரத்தில் நான் அதிலிருந்து விலகியிருந்தது குறித்து மகிழ்ச்சியடைந்தேன். புதிய எஜமானர்கள் ஒரு சில ஆண்டுகள் மெயின் நிறுவனத்தின் பெயரைப் பயன்படுத்திவிட்டு, பிறகு அதையும் தூக்கியெறிந்துவிட்டனர். உலகெங்கும் பல நாடுகளில் செல்வாக்கோடு விளங்கிய ஒரு நிறுவனம் சுவடே இல்லாமல் போய்விட்டது.

மின் துறையில் நிகழ்ந்து கொண்டிருந்த அதிவேக மாற்றங்களுக்கு ஈடு கொடுக்கத் தவறிய நிறுவனங்கள் மண்ணைக் கவ்வியதற்கான ஓர் எடுத்துக்காட்டுதான் மெயின் நிறுவனம். இதற்கு நேரெதிர் முனையில் இருந்தது என்ரான் நிறுவனம். வர்த்தக வரலாற்றில் மிக வேகமாக வளர்ந்து வந்த ஒரு நிறுவனம் அது. அது திடீரென்று எங்கிருந்தோ முளைத்து விரைவில் பெரும் ஒப்பந்தங்களைப் பெற்றுக் கொண்டிருந்தது. பெரும்பாலான நிர்வாகச் சந்திப்புக்கூட்டங்கள் தொடங்குவதற்கு முன்பாக அங்கு கூடியிருப்பவர்கள் நாட்டு நடப்புகளைப் பற்றிப் பேசிக் கொண்டிருப்பது வழக்கம். ஆனால் அவற்றில் பெரும்பாலும் என்ரான் நிறுவனத்தின் பெயர்தான் அதிகமாக அடிபட்டது. அந்நிறுவனத்திற்கு வெளியே இருந்த எவரொருவராலும் அந்நிறுவனத்தால் எப்படி இப்படிப்பட்ட மாயாஜாலங்களை நிகழ்த்த முடிந்தது என்பதைப் புரிந்து கொள்ள முடியவில்லை. என்ரானில் வேலை பார்த்தவர்கள் எங்களைக் கண்டால் வெறுமனே ஒரு புன்னகையை உதிர்த்துவிட்டு மௌனமாக இருந்துவிடுவர். மிகவும் அழுத்திக் கேட்டால், தாங்கள் ஒரு புது விதமான நிர்வாக அணுகுமுறையைப் பின்பற்றியதாகவும், நூதனமான நிதிக் கொள்கை ஒன்றைக் கடைபிடித்ததாகவும், உலகிலுள்ள நாடுகளின் அரசியல் பீடங்களுக்கு அருகே நடமாடத் தெரிந்திருந்தவர்களைத் தாங்கள் வேலைக்கு அமர்த்தியிருந்ததாகவும் அவர்கள் கூறினர்.

என்னைப் பொறுத்தவரை, இது ‘பொருளாதார அடியாள்’ உத்திகளின் நவீன வடிவமாகத் தென்பட்டது. உலகப் பேரரசு படுவேகமாக முன்னோக்கிப் பீடுநடை போட்டுக் கொண்டிருந்தது.

எண்ணெய் மற்றும் சர்வதேச அரசியலில் ஈடுபாடு கொண்டிருந்த என்னைப் போன்றவர்களின் விவாதங்களுக்குள் மற்றொரு நபர் அடிக்கடித் தலைகாட்டினார். அமெரிக்கத் துணை அதிபரின் மகனான ஜார்ஜ் டபிள்யூ புஷ்தான் அவர். அவருடைய முதல் மின்சக்தி நிறுவனமான அர்புஸ்டோ (புஷ்

என்பதன் ஸ்பானிஷ் வார்த்தை!) தோல்வியில் முடிந்தபோது, 'ஸ்பெக்ட்ரம் 7' என்ற நிறுவனம் 1984 இல் அதைத் தத்தெடுத்துக் கொண்டது. பின் ஸ்பெக்ட்ரம் 7 நிறுவனமும் திவாலாகின்ற நிலைக்கு வந்தபோது, 1986 இல் அதை 'ஹார்க்கன் எனர்ஜி கார்ப்பரேஷன்' விலைக்கு வாங்கியது; ஜார்ஜ் டபிள்யூ புஷ் அதன் நிர்வாகக் குழு உறுப்பினராக ஆக்கப்பட்டார். ஆண்டுக்கு 1,20,000 டாலர்கள் (1986 நிலவரப்படி) சம்பளத்தில் அவர் ஓர் ஆலோசனையாளராகவும் நியமிக்கப்பட்டார்.

அவரின் அப்பா துணை அதிபராக இருந்தது அவருடைய புதிய நியமனத்திற்கு உதவியிருந்தது என்று நாங்கள் அனுமானித்துக் கொண்டோம். ஏனெனில், எண்ணெய்த் துறையைப் பொறுத்தவரை, இளைய புஷ்ஷின் அனுபவங்கள் பெரிதாகச் சொல்லிக் கொள்ளும்படி இருக்கவில்லை. அந்நிறுவனத்தின் வரலாற்றில் முதன்முறையாக அந்நிறுவனம் வெளிநாடுகளுக்குத் தன் சிறகுகளை விரிக்கத் துவங்கியிருந்ததை எதேச்சையான ஒன்றாக எடுத்துக் கொள்ள முடியாது. மத்தியக் கிழக்கு நாடுகளில் எண்ணெய் வளத்தில் முதலீடு செய்ய அது முயன்று கொண்டிருந்தது. வேனிடி ஃபேர் இதழ் அது குறித்து இவ்வாறு எழுதியது: "இளைய புஷ் ஹார்க்கென் நிறுவனத்தின் நிர்வாகக் குழுவில் இடம் பெற்ற உடனேயே, அந்நிறுவனத்திற்கு அற்புதமான விஷயங்கள் மளமளவென நடைபெறத் துவங்கின; புதிய முதலீடுகள் குவிந்தன, எதிர்பாராத நிதி ஆதாரங்கள் தோன்றின, அருமையான எண்ணெய் தோண்டும் உரிமைகள் கிடைத்தன."

1989 இல் அமோகோ நிறுவனம் பஹ்ரைனின் கடல் பகுதியில் எண்ணெய் தோண்டியெடுக்கும் உரிமையைப் பெறுவதற்காக அந்நாட்டு அரசுடன் பேரம் பேசிக் கொண்டிருந்தது. அப்போதுதான் மூத்த புஷ் அமெரிக்க அதிபர் நாற்காலியில் அமர்ந்திருந்தார். சிறிது காலத்திற்குள்ளாகவே, பஹ்ரைனுக்கான அப்போதைய அமெரிக்கத் தூதர் அந்நாட்டின் அரசாங்க அதிகாரிகளை ஹார்க்கன் எனர்ஜி நிறுவன அதிகாரிகள் சந்திக்க ஏற்பாடு செய்து கொடுத்தார். திடீரென்று, ஒப்பந்தம் அமோகோவிற்குப் பதிலாக ஹார்க்கனுக்குக் கொடுக்கப்பட்டது. ஹார்க்கன் நிறுவனம் அதுவரை அமெரிக்காவுக்கு வெளியே எண்ணெய் தோண்டுகின்ற வேலையில் ஈடுபட்டிராதபோதிலும், அதற்கு பஹ்ரைன் அரசு எண்ணெய் தோண்டுவதற்கான ஏகபோக உரிமையை வழங்கியது. அரபு உலகில் அதற்கு முன்பு அப்படியொரு நிகழ்வை எவரும் கேள்விப்பட்டிருக்கவில்லை. ஒரே வாரத்தில் ஹார்க்கன் நிறுவனத்தின் பங்கு விலை பங்குச் சந்தையில் இருபது சதவீதம் உயர்ந்தது.

மின்சக்தித் துறையில் பழம் தின்று கொட்டை போட்டிருந்தவர்களுக்குக்கூட பஹரைன் ஒப்பந்தம் அதிர்ச்சியளித்தது. "இளைய புஷ் ஈடுபட்டிருந்த ஒன்றிற்கு அவருடைய அப்பா ஒரு விலையைக் கொடுக்க வேண்டி வராது என்று நான் நம்புகிறேன்," என்று என்னுடைய வழக்கறிஞர் நண்பர் ஒருவர் கூறினார். இத்தனைக்கும் அவர் புஷ்ஷின் குடியரசுக் கட்சிக்கு வாக்களித்தவர், அதன் பெரும் ஆதரவாளர். அப்போது நாங்கள் உலக வர்த்தக மையக் கட்டடத்தின் மேல் மாடிகளில் ஒன்றில் இருந்த மதுவிடுதியில் அமர்ந்திருந்தோம். "தன்னுடைய அதிபர் பதவிக்கு வேட்டு வைக்கின்ற அளவு ஆபத்தான இச்செயல் மூத்த புஷ்ஷுக்குத் தேவையா?" என்று அவர் அங்கலாய்த்தார்.

அது குறித்து என் நண்பர்கள் அளவுக்கு நான் வியப்படையவில்லை. எனக்கு ஒரு தனித்துவமான கண்ணோட்டம் இருந்தது. ஏனெனில், நான் ஏற்கனவே குவைத், சவுதி அரேபியா, எகிப்து, மற்றும் ஈரான் அரசுகளுக்காகப் பணியாற்றியிருந்தேன்; அதோடு, மத்தியக் கிழக்கு நாடுகளின் அரசியலோடும் எனக்கு நல்ல பரிச்சயம் இருந்தது; புஷ் குடும்பமும், என்ரான் நிறுவனத்தின் நிர்வாகிகளைப்போலவே, என்னுடைய சக பொருளாதார அடியாட்களும் நானும் உருவாக்கியிருந்த பிணையத்தின் ஒரு பகுதியாக ஆகியிருந்தனர்; அவர்கள் நிலப்பிரபுக்கள் மற்றும் பண்ணைத் தோட்ட எஜமானர்கள்.

🌐 அத்தியாயம் 29

நான் வாங்கிய இலஞ்சம்

என் வாழ்வின் இக்கட்டத்தில், உலகப் பொருளாதாரத்தில் நாம் உண்மையிலேயே ஒரு புதிய யுகத்திற்குள் நுழைந்திருந்தோம் என்பதை நான் உணர்ந்தேன். ராபர்ட் மெக்நமாரா அமெரிக்கப் பாதுகாப்புத் துறைச் செயலாளராகவும், பின்னர் உலக வங்கியின் தலைவராகவும் பணியாற்றியபோது, அவர் கட்டவிழ்த்துவிட்டிருந்த நிகழ்வுகள், என்னால் கற்பனை செய்து பார்க்க முடியாத அளவுக்குத் தீவிரமடைந்திருந்தன. பொருளாதாரம் குறித்து அவர் கொண்டிருந்த கீனீசிய அணுகுமுறையும், முரட்டுத்தனமான தலைமைத்துவம் குறித்த அவருடைய பரிந்துரையும் சகல இடங்களிலும் பரவலாக ஊடுருவியிருந்தன. பொருளாதார அடியாள் கருத்தாக்கம் அனைத்துத் தொழில்களிலும் பரவியிருந்தது; சகலவிதமான நிர்வாக அதிகாரிகளும் அதில் ஈடுபடுத்தப்பட்டனர். அவர்கள் என்எஸ்ஏவால் ஆய்வுக்கு உட்படுத்தப்படாமல் இருந்திருக்கலாம்; ஆனால், பொருளாதார அடியாட்கள் செய்து கொண்டிருந்த அதே வேலைகளைத்தான் அவர்களும் பார்த்து வந்தனர்.

பெருநிறுவன உயரதிகாரிகளாக இருக்கின்ற பொருளாதார அடியாட்கள், சர்வதேச வங்கிகளின் பணத்தின் பயன்பாட்டில் தங்களை ஈடுபடுத்திக் கொள்வதில்லை என்பது மட்டும்தான் இப்போதுள்ள ஒரே வேறுபாடு. அதே நேரத்தில், என் காலத்தில் இருந்தது போன்ற பொருளாதார அடியாட்கள் இன்றும் தொடர்ந்து கொழித்துக் கொண்டுதான் இருக்கின்றனர். ஆனால், இப்புதிய படை இன்னும் தீங்கான, கபடமான வழிமுறைகளைத் தழுவிக் கொண்டுள்ளது. *1980*களில் பெருநிறுவனங்களில் வேலை பார்த்துக் கொண்டிருந்த ஆடவரும் பெண்டிரும் பதவி ஏணிகளில் மேலே ஏறிக் கொண்டிருந்தபோது, மேலே

செல்வதற்கு எதைச் செய்தாலும் அதில் தப்பில்லை என்ற மனப்போக்கு அவர்களிடம் இருந்தது. உலகப் பேரரசுதான் அதிக இலாபத்திற்கான நிச்சயமான வழி என்பது அதன் அடிநாதமாக இருந்தது.

இப்புதிய போக்கிற்கு வித்திட்டது நான் வேலை பார்த்து வந்த மின்சக்தித் துறைதான். 1978 இல் அமெரிக்கக் காங்கிரஸ் 'த பப்ளிக் யுடிலிடி ரெகுலேட்டரி பாலிசி ஆக்ட்' என்ற சட்டத்தின் முன்வரைவைக் கொண்டுவந்தது. அதை எதிர்த்துப் பல முறையீடுகள் செய்யப்பட்டன. ஆனால் இறுதியில் ஒருவழியாக, 1982 இல் அது சட்டமானது. மின்சாரத்தை உருவாக்குவதற்கு மாற்று எரிபொருட்களைப் பயன்படுத்துகின்ற, புதுமையான அணுகுமுறைகளைக் கொண்டிருக்கின்ற என்னுடைய நிறுவனத்தைப் போன்ற, சுதந்திரமாகச் செயல்பட்டுக் கொண்டிருக்கின்ற சிறிய நிறுவனங்களை ஊக்குவிக்கவே முதலில் காங்கிரஸ் திட்டமிட்டிருந்தது. அச்சட்டத்தின்படி, பெரிய நிறுவனங்கள் இது போன்ற நிறுவனங்களிடமிருந்து மின்சக்தியை நியாயமான விலைக்கு வாங்கிக் கொள்ள வேண்டும். அமெரிக்கா, அளவுக்கதிகமாக எண்ணெயைச் சார்ந்திருப்பதைக் குறைத்துக் கொள்வதற்காகக் கார்ட்டரால் உருவாக்கப்பட்டக் கொள்கையின் விளைவு இது. அச்சட்டம், மின்சக்தித் தயாரிப்புக்கு மாற்று எரிபொருட்களின் பயன்பாட்டை அதிகரிக்கச் செய்வதையும், சிறிய நிறுவனங்களை வளர்த்தெடுப்பதையும் நோக்கமாகக் கொண்டிருந்தது. ஆனால் நடைமுறையில் எல்லாமே தலைகீழாக மாறிப் போனது.

1980களிலும் 1990களிலும் முக்கியத்துவம் தொழில்முனைவோரிடமிருந்து கட்டுப்பாடுகளின் நீக்கத்திற்கு தாவியது. 1976 இல் பொருளாதாரத்திற்காக நோபல் பரிசு பெற்ற அமெரிக்கப் பொருளாதார வல்லுநரான மில்ட்டன் ஃபிரைடுமேன், உச்சபட்ச இலாபத்தை ஈட்டுவது மட்டுமே தொழில்களின் ஒரே இலக்காக இருக்க வேண்டும் என்று முழங்கினார்; அதற்குக் கொடுக்கப்பட வேண்டிய சமுதாய, சுற்றுச்சூழல் விலைகள் ஒரு பொருட்டல்ல; அரசாங்க மேற்பார்வை தேவையற்றது, அது எதிர்விளைவையே ஏற்படுத்தும். மெக்நமாராவின் மூர்க்கத்தனமான தலைமைத்துவ அணுகுமுறையோடு சேர்ந்து இக்கோட்பாட்டால் உத்வேகம் பெற்ற முதன்மை நிர்வாக அதிகாரிகள், இலாபத்தை மட்டும் கருத்தில் எடுத்துக் கொள்கின்ற விதத்தில் தங்களுடைய நிறுவனங்களைத் தயார் செய்தனர். மின்சக்தித் துறையில் ஈடுபட்டிருந்த மிகப் பெரிய நிறுவனங்கள், மாற்று எரிபொருட்களைக் கண்டுபிடித்தல் மற்றும் புதுமையான அணுகுமுறைகளைப் புகுத்துதல் போன்றவற்றில் ஈடுபடுவதற்குப்

பதிலாக, இலாபத்தைப் பெருக்கிக் கொள்வதற்கும், தங்களுடைய கட்டுப்பாடுகளை அதிகரித்துக் கொள்வதற்கும், சந்தையில் தங்களுடைய பங்கை உயர்த்திக் கொள்வதற்கும் தங்களுக்கு வழங்கப்பட்டிருந்த அனுமதியாக இக்கருத்துகளைத் திரித்துக் கொண்டனர்.

சுதந்திரமாக இயங்கிக் கொண்டிருந்த மற்றப் பிற சிறிய நிறுவனங்களைப் பெரிய பொறியியல் மற்றும் கட்டுமான நிறுவனங்கள் ஒவ்வொன்றாகக் கபளீகரம் செய்து கொண்டிருந்ததை நான் பீதியுடன் பார்த்துக் கொண்டிருந்தேன். அவர்கள் இதற்குச் சட்டத்தில் இருந்த ஓட்டைகளைப் பயன்படுத்திக் கொண்டனர். பல பெருநிறுவனங்கள், சுதந்திரமாக இயங்கிக் கொண்டிருந்த சிறிய நிறுவனங்களைத் திவால் நிலைக்குத் தள்ளுவதற்கு ஏற்றத் திட்டங்களைத் தயாரித்து அவற்றைத் தீவிரமாக அமல் செய்தன. வேறு சிலர் முதலிலிருந்தே சுதந்திரமாக இயங்குகின்ற நிறுவனங்களை நிறுவினர்.

எண்ணெயைச் சார்ந்து இருப்பதைக் குறைத்துக் கொள்ள வேண்டும் என்ற யோசனை எப்போதோ காணாமல் போயிருந்தது. ரீகன் எண்ணெய் நிறுவனங்களுக்கு வெகுவாக நன்றிக்கடன் பட்டிருந்தார். மூத்த புஷ் தன்னுடைய சொந்த எண்ணெய் நிறுவனங்களின் மூலம் கொழுத்தப் பணக்காரராக ஆகியிருந்தார். இவ்விருவரின் அமைச்சரவைகளில் இடம் பெற்றிருந்தவர்களில் பெரும்பாலானோர், ஒன்று, எண்ணெய் நிறுவனங்களோடு தொடர்புடையவர்களாக இருந்தனர் அல்லது பொறியியல் கட்டுமான நிறுவனங்களோடு தொடர்பு கொண்டிருந்தனர். எண்ணெய் மற்றும் பொறியியல் கட்டுமான நிறுவனங்கள் அரசியல் சார்புடையவையாக இருக்கவில்லை. ஏராளமான ஜனநாயகக் கட்சித் தலைவர்களும் இவற்றின் அங்கமாக இருந்தனர், இவற்றால் பெரும் பலனடைந்தனர்.

சுற்றுச்சூழலுக்கு நன்மை பயக்கின்ற மின்சக்தியை அளிக்க வேண்டும் என்ற தன்னுடைய நிலைப்பாட்டில் என்னுடைய ஐபிஎஸ் நிறுவனம் தொடர்ந்து உறுதியாக இருந்து வந்தது. தப்பிப் பிழைத்திருந்த ஒரு சில சிறிய நிறுவனங்களில் நாங்களும் ஒன்றாக இருந்ததோடு மட்டுமல்லாமல், நாங்கள் மிகவும் செழிப்பாக இருந்தோம். பெருநிறுவனத்துவத்திற்கு நான் அளித்திருந்த கடந்தகாலச் சேவைதான் இதற்குக் காரணம் என்பதில் எனக்கு எந்த சந்தேகமும் இருக்கவில்லை.

மின்சக்தித் துறையில் நடைபெற்றுக் கொண்டிருந்த மாற்றங்கள், மொத்த உலகையும் பாதித்துக் கொண்டிருந்த ஒரு போக்கின் குறியீடாகவே இருந்தன. "இலாபத்தை உச்சபட்சமாகப் பெருக்குவோம்!" என்ற ஃபிரைடுமேனின் முழக்கத்தை இவ்வுலகின்

ஒவ்வொரு கண்டத்திலுமிருந்த அரசும் தொழிற்துறைத் தலைவர்களும் ஊக்குவித்தனர். சமூக நலன், சுற்றுச்சூழல் மற்றும் வாழ்க்கைமுறை தொடர்பான பிற விஷயங்களைப் பின்னுக்குத் தள்ளிவிட்டுப் பேராசை முன்வரிசையில் நின்று கொண்டது. இதன் காரணமாக, தனியார் துறையைத் தூக்கிப் பிடிப்பதற்கு அளவுக்கதிகமான முக்கியத்துவம் கொடுக்கப்பட்டது. முதலில் இது கோட்பாட்டுரீதியாக நியாயப்படுத்தப்பட்டது. முதலாளித்துவம் மேன்மையானது, அது கம்யூனிசத்தைத் தடுத்து நிறுத்தும் என்ற வாதமும் அதில் அடங்கும். இறுதியில் அப்படிப்பட்ட நியாயப்படுத்தல்கள்கூடத் தேவைப்படாமல் போய்விட்டன. அரசுத் திட்டங்களைவிட, பணக்கார முதலீட்டாளர்களின் திட்டங்கள் இயல்பாகவே மேம்பட்டவை என்ற ஒரு பார்வை பரவலாக ஏற்றுக் கொள்ளப்பட்டுவிட்டது. உலக வங்கி போன்ற சர்வதேச நிதி நிறுவனங்கள் இக்கண்ணோட்டத்தை ஏற்றுக் கொண்டு, குடிநீர், கழிவுநீர் அகற்றல், தகவல் தொடர்பு, மின் உற்பத்தி, மின் விநியோகம் ஆகியவை உட்பட, அதுவரை அரசாங்கங்களால் நடத்தி வரப்பட்டப் பல துறைகள்மீது அரசு கொண்டிருந்த கட்டுப்பாடுகள் நீக்கப்பட்டு அத்துறைகள் தனியார்மயமாக்கப்பட வேண்டும் என்று வாதிட்டன.

இதன் விளைவாக, பொருளாதார அடியாள் கருத்தாக்கம் பரந்துபட்ட அளவில் எடுத்துச் செல்லப்பட்டது. முன்பு ஒரு சிறப்புக் குழுவாக எங்களைப் போன்ற பொருளாதார அடியாட்கள் செய்த வேலைகளுக்கு இப்போது பெருநிறுவன நிர்வாகிகளும் அனுப்பப்பட்டனர். இந்த நிர்வாகிகள் உலகெங்கும் பரவிப் படர்ந்தனர். அவர்கள், மிக மலிவான தொழிலாளர்கள் கூட்டத்தையும், வளங்களைச் சுரண்டுவதற்கான உரிமையையும், பெரும் சந்தைகளையும் நாடிச் சென்றனர். அவர்கள் ஈவு இரக்கமற்ற அணுகுமுறையைக் கொண்டிருந்தனர். முன்பு இந்தோனேசியா, பனாமா, கொலம்பியா போன்ற நாடுகளுக்கு அனுப்பப்பட்ட என்னைப் போன்ற பொருளாதார அடியாட்களைப்போல, தங்களுடைய குற்றச் செயல்களை நியாயப்படுத்துவதற்கு அவர்கள் பல வழிகளைக் கண்டுபிடித்தனர். எங்களைப்போலவே அவர்களும் நாடுகளையும் சமூகங்களையும் தங்களுடைய பிடிக்குள் கொண்டுவந்தனர், நாட்டில் தங்க மழை பெய்யும் என்று ஆசை காட்டினர். அரசாங்கங்கள் தம்முடைய கடன்களிலிருந்து மீள்வதற்குத் தனியார்மயமாக்கம் உதவும் என்று அவற்றின் காதுகளில் ஓதினர். அந்த நிர்வாகிகள் பள்ளிகளைக் கட்டிக் கொடுத்தனர்; நெடுஞ்சாலைகளை அமைத்துக் கொடுத்தனர்; தொலைபேசிகள், தொலைக்காட்சிப் பெட்டிகள், மருத்துவச் சேவைகள் போன்றவற்றை நன்கொடையாக அளித்தனர். ஒரு

கட்டத்தில், அங்கு இருந்ததைவிட மலிவான தொழிலாளர்களோ அல்லது அதிகமான வளங்களோ வேறோர் இடத்தில் இருந்தது தெரிய வந்தால், அந்த நிர்வாகிகள் அம்மக்களைப் பாதியில் தவிக்க விட்டுவிட்டு, அந்த மற்றோர் இடத்திற்கு ஓடிவிட்டனர். அவர்கள் ஒரு சமூகத்திற்குள் நுழைந்து அச்சமூகத்தின் எதிர்பார்ப்பையும் நம்பிக்கையையும் தூண்டிவிட்டுவிட்டு, திடீரென்று அச்சமூகத்தை நிராதரவாக விட்டுவிட்டு அங்கிருந்து சென்றுவிடுகின்றபோது, அச்சமூகத்தின்மீது அது ஏற்படுத்துகின்ற விளைவுகள் மிக மோசமாக இருக்கின்றன. ஆனால் அது குறித்து அந்த நிர்வாகிகள் ஒரு கணம்கூட யோசிப்பதில்லை, அவர்களுடைய மனசாட்சியும் அதைக் கண்டுகொள்வதில்லை.

அது அவர்களுடைய அகமனத்தின்மீது எந்த அளவு தாக்கம் ஏற்படுத்திக் கொண்டிருந்தது என்றும், எனக்கிருந்ததுபோல அவர்களுக்கும் சந்தேகம் இருந்திருக்குமா என்றும் நான் யோசித்தேன். இந்தோனேசியா போன்ற ஒரு நாட்டின் தலைநகரில் ஒரு கழிவு நீர் ஓடை அருகே நின்று கொண்டு, அதில் குளித்தாக வேண்டிய பரிதாப நிலைக்கு ஆளாகியிருந்த ஏழை மக்களின் அவலங்களை அவர்கள் எப்போதாவது பார்த்திருந்தார்களா? கடினமான கேள்விகளைக் கேட்பதற்கு வேறு ஹோவர்டு பார்க்கர்ஸ் எவரும் இல்லையா?

என்னுடைய நிறுவனம் வெற்றிகரமாக இயங்கிக் கொண்டிருந்தது குறித்தும், நான் ஒரு குடும்பஸ்தனாக வாழ்க்கை நடத்திக் கொண்டிருந்தது குறித்தும் நான் மகிழ்ச்சி கொண்டிருந்தேன் என்றாலும், என்னை வாட்டி வதைத்துக் கொண்டிருந்த விரக்திக் கணங்களை விரட்டியடிக்க முடியாமல் நான் தவித்தேன். இப்போது ஒரு சிறுமிக்குத் தந்தையாக இருந்த நான், அவள் தத்தெடுக்கவிருந்த வருங்காலம் குறித்து அஞ்சினேன். அதன் உருவாக்கத்தில் நான் வகித்திருந்த பங்கு குறித்தக் குற்றவுணர்வு என்னைக் குதறிக் கொண்டிருந்தது.

அதோடு, கடந்தகாலத்தைத் திரும்பிப் பார்த்து அதில் இழையோடிய அச்சுறுத்தலான வரலாற்றுப் போக்கையும் என்னால் பார்க்க முடிந்தது. நவீன சர்வதேச நிதி அமைப்புமுறையானது, இரண்டாம் உலகப் போரின் இறுதிக் கட்டத்தில், அமெரிக்காவிலுள்ள பிரெட்டன் உட்ஸ் என்ற இடத்தில் நடந்த கூட்டத்தில்தான் உருவாக்கப்பட்டது. பேரழிவுக்கு உள்ளாகியிருந்த ஐரோப்பாவை மீண்டும் கட்டியெழுப்புவதற்காக உலக வங்கியும் ஐஎம்எஃபும் நிறுவப்பட்டன. அவை பெரும் வெற்றி பெற்றன. வெகு விரைவில் அந்த அமைப்புமுறை எல்லா இடங்களிலும் பரவியது. அமெரிக்க நட்பு நாடுகள் அனைத்தும் அடக்குமுறைக்கு எதிரான சர்வரோக நிவாரணியாக அதை

ஏற்றுக் கொண்டன. தீமையின் மொத்த உருவமாக விளங்கிய கம்யூனிசத்தின் பிடியிலிருந்து அது நம்மைக் காப்பாற்றும் என்று நமக்கு உறுதியளிக்கப்பட்டது.

ஆனால் இது நம்மை எங்கே கொண்டு போய் நிறுத்தும் என்ற சஞ்சலம் என்னை விடாமல் துரத்திக் கொண்டே இருந்தது. 1980களின் இறுதியில் சோவியத் ஒன்றியம் மற்றும் உலகக் கம்யூனிச இயக்கத்தின் வீழ்ச்சி நிகழ்ந்த பிறகு, கம்யூனிசத்தைத் தடுப்பது என்பது இனியும் ஓர் இலக்காக இருக்கவில்லை என்பது தெளிவானது; முதலாளித்துவத்தில் முத்துக்குளித்திருந்த உலகப் பேரரசுச் சித்தாந்தம் இனி எந்தவிதமான கட்டுப்பாடுகளுமின்றிச் செயல்படும். 'ஸ்டேட் ஆஃப் த வேர்ல்டு ஃபோரம்' என்ற அமைப்பின் தலைவரான ஜிம் காரிசன் இவ்வாறு கூறுகிறார்:

> *உலகம் நெடுகிலும் பொருளாதார உலகமயமாக்கல் கொள்கையை, கட்டற்றச் சந்தையை அடித்தளமாகக் கொண்ட முதலாளித்துவத்தோடு ஐக்கியப்படுத்தும்போது, அது நிஜமான உலகப் பேரரசைப் பிரதிபலிக்கும் ஒன்றாக உருவெடுக்கும். உலகமயமாக்கலின் வசீகரத்தை எதிர்க்கின்ற ஆற்றல் எந்த நாட்டுக்கும் இருக்காது. உலக வங்கி, ஐஎம்எஃப் போன்ற சர்வதேச நிதி நிறுவனங்கள் திணிக்கின்ற கட்டுப்பாடுகள் மற்றும் மறுசீரமைப்புகள், உலக வர்த்தக அமைப்பின் நாட்டாண்மை ஆகியவற்றின் பிடியிலிருந்து தப்பிப்பது பெரும்பாலான நாடுகளுக்கு இயலாத காரியமாகிவிடும். இந்த சர்வதேச நிதி நிறுவனங்கள்தாம் உலகமயமாக்கல் குறித்த விதிமுறைகளையும், அவற்றுக்கு அடிபணிந்து போகின்றவர்களுக்கு எப்படி வெகுமதி வழங்க வேண்டும் என்பதையும், அவற்றை எதிர்ப்பவர்களை எப்படித் தண்டிக்க வேண்டும் என்பதையும் தீர்மானிக்கின்றன. அனைத்து நாடுகளின் தேசியப் பொருளாதாரங்கள், ஓர் உலகளாவிய சுதந்திரச் சந்தையோடு ஐக்கியப்படுவதை நம் வாழ்நாளுக்கு உள்ளாகவே பார்த்துவிடக்கூடிய அளவு சக்தி வாய்ந்த ஒன்றாக இந்த உலகமயமாக்கல் விளங்குகிறது.*

1987 ஆம் ஆண்டுவாக்கில் நான் இந்த விஷயங்களை அசைபோட்டுக் கொண்டிருந்தபோது, அனைத்தையும் அம்பலப்படுத்துவதற்கான வேளை வந்துவிட்டது என்று நான் தீர்மானித்தேன். அதனால், 'ஒரு பொருளாதார அடியாளின் மனசாட்சியின் குரல்' என்ற தலைப்பில் நான் ஒரு புத்தகம் எழுதத் துவங்கினேன். ஆனால் அதை இரகசியமாக வைத்துக் கொள்ள நான் எந்த முயற்சியும் மேற்கொள்ளவில்லை. இப்போதுகூட, தனிமையில் அமர்ந்து எழுதுகின்ற ஓர் எழுத்தாளன் அல்லன்

நான். நான் எழுதிக் கொண்டிருப்பவற்றை யாருடனாவது எனக்கு விவாதிக்க வேண்டும். நான் பிறரிடமிருந்து உத்வேகம் பெறுகிறேன். என்னுடைய கடந்தகால விஷயங்களை நினைவுகூர எனக்கு உதவவும், அது குறித்த அவர்களுடைய கண்ணோட்டங்களை என்னோடு பகிர்ந்து கொள்ளவும் நான் பலருடன் தொடர்பு கொள்கிறேன். இப்புத்தகத்தில் நான் பிற பொருளாதார அடியாட்கள் மற்றும் ஜாக்கல்களின் கதைகளையும் சேர்த்துக் கொள்ள விரும்பியதால், எனக்குத் தெரிந்த நபர்களை நான் தொடர்பு கொண்டேன்.

சீக்கிரத்திலேயே எனக்கு ஓர் அனாமதேயத் தொலைபேசி அழைப்பு வந்தது. அதில் பேசிய நபர் எனக்குக் கொலை மிரட்டல் விடுத்ததோடு, என் மகள் ஜெசிக்காவையும் கொன்றுவிடப் போவதாக எச்சரித்தார். அதைத் தொடர்ந்து மற்றொரு நபரிடமிருந்தும் எனக்கு இதே போன்ற ஓர் அழைப்பு வந்தது. நான் பயந்து நடுங்கிவிட்டேன். ஜாக்கல்களால் என்ன செய்ய முடியும் என்பதை நேரில் கண்டவன் நான். இதற்குள் ஒரு முறை நுழைந்துவிட்டால், வெளியே வர முடியாது என்று தொடக்கத்திலேயே கிளாடின் என்னை எச்சரித்திருந்தது என் நினைவுக்கு வந்தது. என்ன செய்வதென்று தெரியாமல் நான் விழித்தேன்.

இரண்டாவது தொலைபேசி மிரட்டல் அழைப்பு வந்ததற்கு மறுநாள், முன்பு மெயின் நிறுவனத்தில் பங்காளியாக இருந்த ஒரு நபர் என்னை அழைத்து, எஸ்டபிள்யூஇசி என்ற நிறுவனத்திடமிருந்து எனக்கு ஏராளமாகப் பணம் பெற்றுத் தரக்கூடிய ஒப்பந்தம் ஒன்றை அளிக்க முன்வந்தார். உலகிலுள்ள பெரிய பொறியியல் மற்றும் கட்டுமான நிறுவனங்களில் அந்நிறுவனமும் ஒன்று. வேகமாக மாறிக் கொண்டிருந்த ஆற்றல் துறையில் தானும் கால் பதிக்க அது முயன்று கொண்டிருந்தது. என்னுடைய சொந்த நிறுவனமான ஐபிஎஸ்ஸைப்போலவே வடிமைக்கப்பட்டிருந்த அந்நிறுவனத்தின் கிளை நிறுவனம் ஒன்றுடன் இணைந்து நான் பணியாற்ற வேண்டியிருக்கும் என்று அவர் என்னிடம் கூறினார். அக்கிளை நிறுவனம் தனித்துவமாக இயங்கிய ஆற்றல் வளர்ச்சி நிறுவனம் என்றும் அவர் தெரிவித்தார். நான் அந்த வேலையை ஒப்புக் கொண்டால், சர்வதேசப் பணித்திட்டங்களிலும் பொருளாதார அடியாள் வேலையை உள்ளடக்கிய பணித்திட்டங்களிலும் நான் ஈடுபட வேண்டியிருக்காது என்பதை அறிந்து நான் நிம்மதியடைந்தேன்.

இன்னும் சொல்லப் போனால், அந்நிறுவனத்தில் எனக்கு அவ்வளவாக வேலை இருக்காது என்று அவர் குறிப்பிட்டார். மாற்று ஆற்றல் துறையில் ஒரு நிறுவனத்தைத் துவக்கி அதை

வெற்றிகரமாக இயக்கிக் கொண்டிருந்த ஒரு சில நபர்களில் நானும் ஒருவனாக இருந்தேன். அத்துறையில் எனக்கு நல்ல பெயர் இருந்தது. அடிப்படையில், எஸ்டபிள்யூஇசி நிறுவனம் என்னுடைய பெயரைத் தங்களுடைய ஆலோசனையாளர்களில் ஒருவராகக் குறிப்பிட்டுக் கொள்வதன் மூலம் ஆதாயம் தேட முனைந்தது. அது சட்டபூர்வமான ஒன்றுதான். அதோடு, பெரும்பாலான நிறுவனங்கள் அப்படிப்பட்ட ஒரு நடைமுறையைக் கடைபிடித்து வந்தன. பல காரணங்களுக்காக, நான் ஏற்கனவே என்னுடைய ஐபிஎஸ் நிறுவனத்தை விற்றுவிடலாம் என்று தீர்மானித்திருந்தேன். எஸ்டபிள்யூஇசி போன்ற ஒரு பெரிய நிறுவனத்தில் வேலையில் சேர்வது எனக்கு சௌகரியமாக இருக்கும் என்பதோடு, அதில் எனக்குப் பெரும் பணமும் கிடைக்கும் என்பதால், அவருடைய அழைப்பு என்னைக் கவர்ந்திழுத்தது.

எஸ்டபிள்யூஇசி நிறுவனம் என்னை அவர்களுடைய ஆலோசனையாளர்களில் ஒருவராக நியமித்த நாளன்று, அந்நிறுவனத்தின் முதன்மை நிர்வாக அதிகாரி, மதிய உணவருந்த என்னைத் தன்னுடன் அழைத்துச் சென்றார். நாங்கள் பொதுவாகப் பேசிக் கொண்டிருந்தபோது, ஆற்றல் நிறுவனம் ஒன்றை நடத்துகின்ற சுமையிலிருந்து என்னை விடுவித்துக் கொண்டு, வெறும் ஆலோசனையாளராகப் பணியாற்ற நான் துடித்துக் கொண்டிருந்ததை நான் உணர்ந்தேன். ஏனெனில், ஓர் ஆற்றல் நிறுவனத்தை நடத்துவது ஏராளமான பொறுப்புகளை உள்ளடக்கியிருந்தது, அதில் ஏகப்பட்ட நடைமுறைச் சிக்கல்கள் இருந்தன. அவர்கள் எனக்கு அளிக்கவிருந்த பெரும் பணத்தை எப்படிப் பயன்படுத்தலாம் என்பது குறித்து நான் ஏற்கனவே தீர்மானித்திருந்தேன். எழுதுவதற்கும் தொண்டு நிறுவனம் ஒன்றைத் தொடங்குவதற்கும் அதைப் பயன்படுத்திக் கொள்ள நான் விரும்பினேன்.

பேச்சுவாக்கில், எழுதுவதில் எனக்கு இருந்த விருப்பத்தை நான் அவரிடம் பகிர்ந்து கொண்டபோது, அவர் என் கண்களை நேராகப் பார்த்து, “நம்முடைய தொழிலைப் பற்றிய நூல்களை எழுத நீங்கள் உத்தேசித்துள்ளீர்களா?” என்று கேட்டார்.

எனக்கு வயிற்றைப் பிசைந்தது. இவை அனைத்தும் எது தொடர்பானவை என்பது சட்டென்று எனக்குத் தெளிவானது. எனக்கு வந்திருந்த கொலை மிரட்டல்கள் குறித்து நான் நினைத்துப் பார்த்தேன். அதற்கு மேல் நான் தயக்கம் காட்டவில்லை. “இல்லை. பழங்குடி மக்கள் மன அழுத்தத்தை எவ்வாறு கையாள்கின்றனர் என்பது குறித்தப் புத்தகம் ஒன்றை நான் எழுதிக் கொண்டிருக்கிறேன். நம்முடைய தொழிலைப் பற்றிய எந்தவொரு புத்தகத்தையும் எழுதுகின்ற உத்தேசம் எனக்கு

இல்லை," என்று நான் அவரிடம் கூறினேன்.

"மிக்க மகிழ்ச்சி. மெயின் நிறுவனத்தைப்போலவே இங்கும் நாங்கள் எங்களுடைய அந்தரங்கத்தைப் பேணிக் காப்பதில் உறுதியாக இருக்கிறோம்," என்று அவர் கூறினார்.

"எனக்கு அது புரிகிறது."

அவர் பின்னால் சாய்ந்து அமர்ந்து கொண்டு புன்னகைத்தார். அவர் ஆசுவாசம் அடைந்திருந்ததுபோலக் காணப்பட்டார். "மன அழுத்தம் தொடர்பான நூல்களை நீங்கள் எழுதுவதில் எந்தப் பிரச்சனையும் இல்லை. எங்களுடைய ஆலோசனையாளர்களில் ஒருவர் என்ற முறையில் அப்படிப்பட்ட நூல்களை நீங்கள் எழுதுவதை நாங்கள் முழுமையாக ஏற்றுக் கொள்கிறோம்," என்று கூறிவிட்டு, என்னிடமிருந்து ஏதோ ஒரு பதிலை எதிர்பார்த்ததுபோல அவர் என்னை உற்று நோக்கினார்.

"மகிழ்ச்சி," என்று நான் கூறினேன்.

"அதே நேரத்தில், இதை நான் தனியாகக் குறிப்பிட வேண்டிய அவசியமில்லை என்று நான் நினைக்கிறேன்: உங்களுடைய புத்தங்கள் எதிலும் இந்நிறுவனத்தைப் பற்றியோ, இந்நிறுவனத்தின் வேலைகளைப் பற்றியோ, அல்லது மெயின் நிறுவனத்தில் நீங்கள் செய்திருந்த வேலைகளைப் பற்றியோ நீங்கள் எழுதாமல் இருக்க வேண்டும். அதேபோல, வளர்ச்சித் திட்டங்கள் மற்றும் சர்வதேச நிதி நிறுவனங்களில் நீங்கள் வகித்தப் பாத்திரங்கள் பற்றியும் நீங்கள் மூச்சுவிடக்கூடாது. அந்தரங்கமான விஷயங்கள் பாதுகாக்கப்பட வேண்டும் என்பதுதான் இதன் நோக்கம்," என்று அவர் கூறினார்.

"அதற்கு நான் உடன்படுகிறேன்," என்று கூறி நான் அவருக்கு உத்தரவாதம் அளித்தேன். ஒரு கணம் என் இதயம் அப்படியே நின்றுவிட்டது. ஒரு பழைய உணர்வு மீண்டும் எட்டிப் பார்த்தது. நான் இந்தோனேசியாவில் ஹோவர்டு பார்க்கருடன் இருந்தபோதும், பனாமா சிட்டியில் ஃபிடெலுடன் காரில் வலம் வந்தபோதும், கொலம்பியாவில் பவுலாவுடன் இருந்தபோதும் நான் அனுபவித்திருந்த அதே உணர்வு இப்போது மீண்டும் தலைதூக்கியது. என்னை நான் மீண்டும் விற்றுக் கொண்டிருந்தேன் என்ற உணர்வுதான் அது! அந்நிறுவனம் என்னை ஓர் ஆலோசனையாளராகச் சேர்த்துக் கொண்டு என்னுடன் செய்து கொண்ட ஒப்பந்தத்தை அவர்கள் எனக்குக் கொடுத்த இலஞ்சம் என்று கூற முடியாது. ஆனால் அவர்கள் என்னைச் சேர்த்துக் கொண்டதற்கான உண்மையான காரணம் இப்போதுதான் எனக்குப் புரிந்தது.

அவர்கள் எனக்கு அளிக்க ஒப்புக் கொண்டிருந்த தொகை ஒரு பெரிய நிர்வாகியின் ஆண்டுச் சம்பளத்திற்கு ஒப்பானது.

அன்று மாலையில் நான் வீடு திரும்புவதற்காக விமான நிலையத்தில் காத்துக் கொண்டிருந்தபோது, நான் ஒரு விலைமாதைப்போல உணர்ந்தேன். அதைவிட மோசமாக, நான் என்னுடைய மகளுக்கும், என்னுடைய குடும்பத்திற்கும், என்னுடைய நாட்டிற்கும் துரோகம் இழைத்திருந்ததுபோல உணர்ந்தேன். ஆனாலும் இதைத் தேர்ந்தெடுப்பதைத் தவிர எனக்கு வேறு வழி இருக்கவில்லை என்பதும் எனக்குப் புரிந்தது. நான் இந்த இலஞ்சத்தைப் பெற்றுக் கொள்ள மறுத்திருந்தால், ஜாக்கல்களை அனுப்பி என்னையும் என் மகளையும் கொலை செய்ய அவர்கள் சிறிதளவும் தயங்கியிருக்க மாட்டார்கள். அவர்களுடைய சுயரூபத்தை அம்பலப்படுத்தப் போவதாக அச்சுறுத்துகின்ற எவருக்கும் இந்தக் கதிதான் ஏற்படும்.

🌐 அத்தியாயம் 30

பனாமாவுக்குள் படையெடுக்கும் அமெரிக்கா

டோரிஜோஸ் இறந்த பிறகும் பனாமா என் இதயத்தில் ஒரு சிறப்பான இடத்தைப் பிடித்து வைத்திருந்தது. நான் தெற்கு ஃப்ளோரிடாவில் வசித்து வந்ததால், மத்திய அமெரிக்காவில் நடந்து கொண்டிருந்த விஷயங்கள் குறித்தத் தகவல்கள் பல வழிகளில் என்னை வந்தடைந்தன. டோரிஜோஸுக்குப் பின்னால் வந்தவர்கள் அவர் அளவுக்கு மக்கள்பால் இரக்கம் கொண்டிருக்கவில்லை என்றாலும்கூட, பனாமா கால்வாய் ஒப்பந்தத்தை நிறைவேற்ற அமெரிக்காவை அந்நாடு தொடர்ந்து வற்புறுத்தி வந்தது.

டோரிஜோஸுக்குப் பின் அவருடைய இடத்திற்கு வந்த மானுவெல் நோரிகா, டோரிஜோஸின் வழியைப் பின்பற்றி நடப்பதில் உறுதியாக இருந்ததுபோல தோன்றியது. நான் நோரிகாவை நேரில் சந்தித்ததில்லை என்றாலும், லத்தீன் அமெரிக்க ஏழை மக்களின் நலனைப் பேணிக் காப்பதில் அவர் குறியாக இருந்ததுபோலத்தான் துவக்கத்தில் தென்பட்டது. ஜப்பானின் நிதியுதவி மற்றும் கட்டுமான ஒத்துழைப்புடன் ஒரு புதிய கால்வாயை நிர்மாணிப்பதில் அவர் தீவிரம் காட்டி வந்தார். எதிர்பார்த்தபடியே, அதற்கு அமெரிக்க அரசிடமிருந்தும் அமெரிக்கப் பெருநிறுவனங்களிடமிருந்தும் கடும் எதிர்ப்பு வந்தது.

ஆனால் நோரிகா டோரிஜோஸ் அல்லர். டோரிஜோஸிடம் இருந்த வசீகரமும் நேர்மையும் அவரிடம் இருக்கவில்லை. போகப் போக அவர் பல குற்றச்சாட்டுகளுக்கு ஆளானார். ஊழலில் ஈடுபட்டது, போதைப் பொருட்கள் கடத்தலில் ஈடுபட்டது போன்றவை அவற்றில் அடங்கும். டோரிஜோஸின்

கொலையில்கூட அவர் அமெரிக்க சிஐஏவுடன் சேர்ந்து செயல்பட்டதாகக் கூறப்பட்டது. அவருடைய அரசியல் எதிரியான ஹியூகோ ஸ்பாடாஃபோராவின் படுகொலையிலும் அவர் சம்பந்தப்பட்டிருந்ததாக சந்தேகிக்கப்பட்டது.

நோரிகா பனாமா இராணுவத்தின் ஜி–2 என்று அழைக்கப்பட்ட உளவுப் பிரிவின் தலைவராக இருந்தபோது, சிஐஏவுடன் நல்ல உறவுகளை வளர்த்துக் கொண்டிருந்தார். குறிப்பாக, அப்போது சிஐஏவின் தலைவராக இருந்த வில்லியம் கேசியுடன் அவர் ஒரு நெருக்கமான நட்புறவைப் பேணி வந்தார். சிஐஏ அவரைப் பயன்படுத்தி, மத்திய அமெரிக்கா, தென்னமெரிக்கா மற்றும் கரீபியப் பகுதிகளில் தன்னுடைய ஆதிக்கத்தை வளர்த்துக் கொண்டது. கொலம்பியா மற்றும் பிற லத்தீன் அமெரிக்க நாடுகளில் இருந்த போதை மருந்துக் கடத்தல் கும்பல்களுக்குள்ளும் அது ஊடுருவியது.

1984 இல் நோரிகா பனாமா இராணுவத்தின் தலைவராக ஆனார். அவர் அமெரிக்காவுக்குச் சென்றபோது, அவரும் கேசியும் தனியாகச் சந்தித்துக் கொண்டனர். தான் பனாமா கால்வாய் குறித்து அமெரிக்க நலன்களுக்கு எதிராகச் செயல்பட்டுக் கொண்டிருந்தபோதிலும் கேசி தன்னைப் பாதுகாப்பார் என்று நோரிகா உறுதியாக நம்பினார்.

டோரிஜோஸுக்கு நேரெதிராக, நோரிகா ஊழலின் மொத்தக் குறியீடாக உருவெடுத்தார். 1986 ஜூன் 12 இல் நியூயார்க் டைம்ஸ் பத்திரிகை, 'போதை மருந்து மற்றும் கள்ளப்பணக் கடத்தலில் ஈடுபட்டுள்ள பனாமா இராணுவத் தலைவர்' என்ற தலைப்பில் முதல் பக்கக் கட்டுரையை வெளியிட்டது. புலிட்சர் பரிசு பெற்ற ஒரு பத்திரிகையாளர் எழுதியிருந்த அக்கட்டுரை, நோரிகாமீது அடுக்கடுக்காகப் பல குற்றச்சாட்டுகளைச் சுமத்தியது: 'பல லத்தீன் அமெரிக்க நிறுவனங்களில் அவர் ஒரு இரகசியப் பங்காளியாக இருந்தார்; இரட்டை உளவாளியாகச் செயல்பட்ட அவர் அமெரிக்காவின் சார்பிலும் கியூபாவின் சார்பிலும் உளவு பார்த்து வந்தார்; நோரிகாவின் தலைமையில் செயல்பட்டு வந்த பனாமா இராணுவத்தின் ஜி–2 பிரிவுதான் ஹியூகோ ஸ்பாடாஃபோராவைப் படுகொலை செய்திருந்தது; பனாமாவின் முக்கியமான போதை மருந்துக் கடத்தல் கும்பல் நோரிகாவின் நேரடி மேற்பார்வையின் கீழ் செயல்பட்டு வந்தது.' அக்கட்டுரையின் தொடர்ச்சியாக மறுநாள் வெளிவந்த கட்டுரை, நோரிகா குறித்த மேலும் அதிர்ச்சிகரமான தகவல்களை வெளிப்படுத்தியது.

நோரிகாவுக்கு இருந்த பிரச்சனை போதாதென்று, பிரபலத்துவ மோகத்தில் சிக்கியிருந்த ஒருவர் அப்போது

அமெரிக்காவின் அதிபராகப் பதவியேற்றார். ஜார்ஜ் எச் டபிள்யூ புஷ்தான் அவர். டோரிஜோஸ் போட்டிருந்த புதிய பனாமா ஒப்பந்தத்தின்படி, பனாமாவில் செயல்பட்டுக் கொண்டிருந்த அமெரிக்க இராணுவப் பயிற்சிப் பள்ளி அங்கிருந்து அகற்றப்பட வேண்டும். டோரிஜோஸின் மரணத்திற்குப் பிறகு, அப்பள்ளி மேலும் பதினைந்து ஆண்டுகளுக்குப் பனாமாவிலேயே நீடிக்க அமெரிக்கா விரும்பியது. ஆனால் அதை ஏற்றுக் கொள்ள நோரிகா பிடிவாதமாக மறுத்துவிட்டார். இது அமெரிக்காவுக்கும் நோரிகாவுக்கும் இடையில் பெரும் உரசலை உண்டு பண்ணியது. நோரிகா இதைப் பற்றி 1997 இல் பீட்டர் எய்ஸ்னருடன் சேர்ந்து எழுதிய 'அமெரிக்காஸ் பிரிசனர்: த மெமோயர்ஸ் ஆஃப் மானுவெல் நோரிகா' நூலில் இவ்வாறு குறிப்பிட்டுள்ளார்:

டோரிஜோஸின் இலட்சியங்களை நிறைவேற்ற நாங்கள் உறுதியாக இருந்தபோதிலும், அமெரிக்கா அதைத் துளிகூட விரும்பவில்லை. பனாமாவிலிருந்த அமெரிக்க இராணுவப் பயிற்சிப் பள்ளி மேலும் பதினைந்து ஆண்டுகளுக்குத் தொடர்ந்து பனாமாவிலேயே இருக்க வேண்டும் என்று அமெரிக்காவற்புறுத்தியது. மத்திய அமெரிக்காவில் போருக்குத் தங்களைத் தயார்படுத்திக் கொள்ள அது தங்களுக்குத் தேவை என்று அதற்கு ஒரு சாக்குப்போக்கையும் அது கூறியது. ஆனால் அமெரிக்காவின் அந்தப் பயிற்சிப் பள்ளி, எங்கள் நாட்டுக்கு ஒரு களங்கமாக விளங்கியது. கொலைகாரக் கும்பல்களுக்கும் தீவிர வலதுசாரி இராணுவத்திற்கும் பயிற்சியளிக்கின்ற ஒரு பாசறையாகப் பனாமா இருப்பதை நாங்கள் விரும்பவில்லை.

இந்தப் போக்கை உற்றுக் கவனித்துக் கொண்டிருந்தவர்களுக்கு அச்செய்தி வியப்பு ஏற்படுத்தி இருக்கக்கூடாது என்றாலும், அச்செய்தியைக் கேட்டு உலகம் அதிர்ந்தது. 1989 ஆம் ஆண்டு டிசம்பர் 20 அன்று அமெரிக்கப் படைகள் பனாமா சிட்டியைத் தாக்கின. இரண்டாம் உலகப் போருக்குப் பின்னால், அதுவரை அந்த அளவு பெரிய வான்வழித் தாக்குதல் எதுவும் எந்தவொரு நகரத்தின்மீதும் நடத்தப்பட்டிருக்கவில்லை. அப்பாவிப் பொதுமக்கள்மீது நடத்தப்பட்ட ஒரு தாக்குதல் அது. பனாமாவும் அதன் மக்களும் அமெரிக்காவுக்கோ அல்லது வேறு எந்த நாட்டுக்கோ எந்தவிதத்திலும் அச்சுறுத்தலாக இருக்கவில்லை. பனாமாமீது அமெரிக்கா மேற்கொண்டிருந்த தான்தோன்றித்தனமான இராணுவ நடவடிக்கை சர்வதேசச் சட்டங்களின் அத்துமீறல் என்று உலக நாடுகளும் அரசியல்வாதிகளும் ஊடகங்களும் கடுமையாக விமர்சித்தன.

பினோசெட்டின் சிலி, ஸ்ட்ரோயெஸ்னரின் பராகுவே, சோமோசாவின் நிகராகுவா, டி அபுய்சனின் எல் சால்வடோர், சதாம் உசைனின் ஈராக் போன்ற, மக்களைக் கொன்று குவித்த அல்லது தீவிர மனித உரிமை மீறல்களில் ஈடுபட்ட நாடுகளில் ஏதாவது ஒன்றின்மீது அமெரிக்கா இப்படிப்பட்ட ஒரு இராணுவ நடவடிக்கையை மேற்கொண்டிருந்தால், உலகம் அதைப் புரிந்து கொண்டிருந்திருக்கும். ஆனால், பனாமா அது போன்ற எதிலும் ஈடுபட்டிருக்கவில்லை. பனாமா செய்திருந்த குற்றமெல்லாம் இவைதாம்: விரல்விட்டு எண்ணப்படக்கூடிய, சக்திமிக்க அமெரிக்க அரசியல்வாதிகள் மற்றும் பெருநிறுவன நிர்வாகிகளின் சுயநலமான விருப்பங்களுக்கு அது செவி சாய்க்க மறுத்தது; ஏற்கனவே போடப்பட்டிருந்த ஒப்பந்தம் அமலாக்கப்பட வேண்டும் என்று அது வற்புறுத்தியது; சமூகச் சீர்திருத்தவாதிகளுடன் அது கலந்துரையாடியது; ஜப்பானிய நிதியுதவியுடனும் அந்நாட்டுக் கட்டுமான நிறுவனங்களின் ஒத்துழைப்புடனும் ஒரு புதிய பனாமா கால்வாயைக் கட்டுவதற்கான சாத்தியக்கூறுகளை அது ஆராய்ந்தது. அவை அந்நாட்டுக்குப் பயங்கரமான பின்விளைவுகளை ஏற்படுத்தின. இங்கு நான் மீண்டும் நோரிகாவின் நினைவலைகள் புத்தகத்திலிருந்து கீழ்க்கண்டவற்றை மேற்கோள் காட்டக் கடமைப்பட்டுள்ளேன். நோரிகா அதில் இவ்வாறு கூறுகிறார்:

> *நான் இதைத் தெளிவுபடுத்த விரும்புகிறேன்: பனாமா நாட்டின் ஸ்திரத்தன்மையைக் குலைப்பதற்கான முயற்சியை அமெரிக்கா 1986 ஆம் ஆண்டிலேயே துவக்கிவிட்டது. 1989 இல் பனாமாமீது மேற்கொள்ளப்பட்டப் படையெடுப்பில் போய் அது முடிந்தது. இவை அனைத்திற்கும் ஒரே ஒரு காரணம்தான் இருந்தது. ஜப்பானின் ஆசியோடு பனாமா மேற்கொள்ளத் திட்டமிட்டிருந்த புதிய கால்வாய் உருவாக்கத்தின் மூலம், வருங்காலத்தில் பனாமா கால்வாயை நிர்வகிக்கின்ற பொறுப்பு முழுவதும் சுதந்திர நாடான பனாமாவிடம் போய்விடும் என்ற பயம்தான் அது. இதற்கிடையே ஷுல்ட்ஸும் வெயின்பெர்கரும், இதில் தங்களுக்கு இருந்த பொருளாதார ஆதாயங்கள் குறித்துப் பொதுமக்களுக்கு இருந்த அறியாமையைப் பயன்படுத்திக் கொண்டு, பொதுமக்களின் நலன்பால் அக்கறையுள்ள அதிகாரிகள் என்ற போர்வையில், என்னைக் கவிழ்த்துவதற்குப் பல ஆண்டுகளாக ஒரு நீண்ட பிரச்சாரத்தைத் திட்டமிட்ட முறையில் உருவாக்கி வந்தனர்.*

தன்னுடைய பனாமா அத்துமீறலை ஒரே ஒருவரை அடிப்படையாகக் கொண்டே அமெரிக்கா நியாயப்படுத்தியது.

தன்னுடைய இளம் இராணுவ வீரர்களின் உயிர்களுக்கு ஆபத்து விளைவிக்கின்ற விதத்தில் அவர்களைப் பனாமா நாட்டுக்கு அனுப்பி வைத்ததற்கும், அங்கே குழந்தைகள் உட்பட ஆயிரக்கணக்கான அப்பாவி மக்களைக் கொன்று குவித்ததற்கும், பனாமா சிட்டியின் பெரும்பகுதியைத் தீ வைத்து கொளுத்தியதற்கும் நியாயம் கற்பிக்க அமெரிக்கா ஒரே ஒரு நபர்மீதுதான் பழி சுமத்தியது. நோரிகாதான் அந்த நபர். கொடூரத்தின் மொத்த உருவமாக, மக்களின் எதிரியாக, போதை மருந்துக் கடத்தல் அரக்கனாக அது அவரைச் சித்தரித்தது. அதைச் சாக்குப்போக்காக வைத்து, வெறும் இருபது இலட்சம் மக்கட்தொகையைக் கொண்டிருந்த அச்சிறிய நாட்டுக்கு அமெரிக்கா தன்னுடைய பெரும்படையை அனுப்பியது.

அமெரிக்காவின் அப்படையெடுப்பு எனக்குப் பெரும் மன உளைச்சலைக் கொடுத்தது. நோரிகா தன்னைச் சுற்றித் தனிப் பாதுகாவலர்களை வைத்திருந்தார் என்பதை நான் அறிவேன். ஆனால், ஜாக்கல்களால் ரோல்டோஸும் டோரிஜோஸும் படுகொலை செய்யப்பட்டதுபோல நோரிகாவும் கொல்லப்படுவார் என்று நான் அஞ்சினேன். அவருடைய பாதுகாவலர்களில் பெரும்பாலானோர் அமெரிக்க இராணுவத்தினரால் பயிற்றுவிக்கப்பட்டவர்கள். ஒன்று, அவர்கள் பணம் வாங்கிக் கொண்டு, அவர்மீது நடத்தப்படக்கூடிய தாக்குதலைக் கண்டுகொள்ளாமல் இருக்கலாம், அல்லது அவர்களே அப்படுகொலையைச் செய்யத் துணியலாம்.

அமெரிக்காவின் பனாமா படையெடுப்பைப் பற்றி அதிகமாகப் படிக்கப் படிக்க, அதைப் பற்றிக் கூடுதலாகச் சிந்திக்கச் சிந்திக்க, உலகப் பேரரசு ஒன்றை நிர்மாணிக்க அமெரிக்கா கொண்டிருந்த பழைய கனவுக்குப் புத்துயிர் கொடுத்த அமெரிக்க வெளியுறவுக் கொள்கையின் ஓர் அறிகுறியாகவே அதை நான் பார்க்கத் துவங்கினேன். புஷ்ஷின் தலைமை, அதற்கு முன்பிருந்த ரீகனின் தலைமையைவிட ஒரு படி மேலே செல்லத் தயாராக இருந்ததையும், தன்னுடைய இலக்கை அடைய அது தன்னுடைய ஆற்றல்மிக்க இராணுவ பலத்தைப் பயன்படுத்தத் தயங்காது என்பதையும் உலகிற்கு வெளிப்படுத்திய ஓர் அம்சமாகவே அது எனக்குப் பட்டது. பனாமாமீதான அமெரிக்காவின் படையெடுப்பு, டோரிஜோஸின் இலட்சியங்களுக்கு நேரெதிராகச் செயல்படுகின்ற ஒருவரை அங்கே பதவியில் அமர்த்தித் தன்னுடைய கைப்பாவையாக அவரைப் பயன்படுத்துவதை மட்டுமே நோக்கமாகக் கொண்டிருக்கவில்லை. ஈராக் போன்ற நாடுகள் தனக்கு அடிபணியாவிட்டால் அவற்றுக்கு என்ன நேரும் என்பதை எடுத்துரைப்பதையும் அது நோக்கமாகக்

கொண்டிருந்தது.

நூலாசிரியரும் பிரபல எழுத்தாளருமான டேவிட் ஹாரிஸ் இது குறித்து ஒரு சுவாரசியமான கண்ணோட்டத்தைக் கொண்டிருந்தார். 2001 ஆம் ஆண்டில் வெளியான தன்னுடைய 'ஷூட்டிங் த மூன்' என்ற நூலில் அவர் இவ்வாறு குறிப்பிட்டுள்ளார்:

அமெரிக்கா இதற்குமுன்பு நூற்றுக்கணக்கான ஆட்சியாளர்கள், சர்வாதிகாரிகள், இராணுவக் கலகப் படையினர், குறுநிலத் தலைவர்கள் ஆகியோரைக் கையாண்டிருந்தபோதிலும், நோரிகாவை அது கையாண்டிருந்ததைப்போல வேறு எவரையும் கையாண்டிருக்கவில்லை. அமெரிக்காவின் 225 ஆண்டுகால வரலாற்றில், அது வேறொரு நாட்டுக்குள் படையெடுத்துச் சென்று, அந்நாட்டுத் தலைவரைச் சிறைபிடித்து வந்து, அவர் தன்னுடைய சொந்த நாட்டில் அமெரிக்கச் சட்டங்களை மீறிய நடவடிக்கைகளை மேற்கொண்டதற்காக அமெரிக்க மண்ணில் அவரைச் சிறையில் அடைத்தது அதற்கு முன்பு ஒருபோதும் நிகழ்ந்திருக்கவில்லை.

உலக நாடுகளின் ஏகோபித்தக் கண்டனக் கணைகளால் தாக்கப்பட்டவுடன், தான் ஓர் இக்கட்டான நிலையில் மாட்டிக் கொண்டிருந்ததை அமெரிக்க உணர்ந்தது. அனைத்தும் அதற்கு எதிராகத் திரும்பும் என்பது போன்ற ஒரு சூழல் சிறிது காலத்திற்கு நிலவியது. சொங்கித்தனமான நிர்வாகம் என்று பெயரெடுத்திருந்த புஷ் நிர்வாகத்திற்கு இது தெம்பை அளித்திருந்தபோதிலும், கையுங்களவுமாகப் பிடிபட்டிருந்த, ஆடு திருடிய கள்வனைப்போல அது திருதிருவென விழித்தது. அமெரிக்கா பனாமாவுக்குள் புகுந்த முதல் மூன்று நாட்கள் வரை சர்வதேச ஊடகங்கள், செஞ்சிலுவைச் சங்கம் மற்றும் பிற அவதானிப்பாளர்கள் உள்ளே அனுமதிக்கப்படவில்லை. அதற்குள் அமெரிக்க இராணுவத்தினர் அத்தாக்குதலில் உயிரிழந்தவர்களை எரித்திருந்தனர் அல்லது புதைத்திருந்தனர். தாக்குதலின்போது சரியான மருத்துவ வசதி கிடைக்காததால் எத்தனைப் பேர் இறந்தனர், அமெரிக்க இராணுவத்தினரின் அட்டூழியங்கள் தொடர்பான எத்தனைத் தடயங்கள் அழிக்கப்பட்டன போன்ற கேள்விகளை ஊடகங்கள் எழுப்பியபோதிலும், அவற்றுக்கு அவர்களுக்கு ஒருபோதும் பதில் கிடைக்கவில்லை.

அப்படையெடுப்புக் குறித்த உண்மையான தகவல்களையும், உண்மையில் அங்கு எவ்வளவு பேர் கொல்லப்பட்டனர் என்பது குறித்த விபரங்களையும் நம்மால் ஒருபோதும் அறிந்து கொள்ள முடியாது. அப்போது அமெரிக்காவின் பாதுகாப்புத் துறைச்

செயலாளராக இருந்த ரிச்சர்டு செனி, அங்கு இறந்தவர்களின் எண்ணிக்கை ஐந்நூறிலிருந்து அறுநூற்றுக்குள் இருக்கும் என்று தெரிவித்தார். அத்தொகை மூவாயிரத்திலிருந்து ஐயாயிரம்வரை இருக்கும் என்று மனித உரிமை ஆர்வலர்கள் கூறினர். அதோடு, அத்தாக்குதல் காரணமாக வீடிழந்து நடுத்தெருவுக்கு வந்திருந்தவர்களின் எண்ணிக்கை சுமார் இருபத்தைந்தாயிரம் இருக்கும் என்று அவர்கள் கணக்கிட்டனர். நோரிகா கைது செய்யப்பட்டு, மயாமிக்குக் கொண்டு செல்லப்பட்டு விசாரிக்கப்பட்டார். அவருக்கு நாற்பதாண்டுகாலச் சிறைத் தண்டனை வழங்கப்பட்டது. அச்சமயத்தில் அமெரிக்காவால் போர்க் குற்றவாளி என்று அதிகாரபூர்வமாக அறிவிக்கப்பட்டிருந்த ஒரே நபராக அவர் மட்டுமே இருந்தார்.

அமெரிக்காவின் இத்தகைய சர்வதேசச் சட்ட மீறல்கள் மற்றும் அப்பாவி மக்களின் படுகொலைகள் குறித்து உலகமே கொதித்தெழுந்தபோதிலும், அமெரிக்க மக்கள் அது குறித்துப் பெரிதாக அறிந்திருக்கவில்லை அல்லது அது குறித்துத் கொதித்தெழவில்லை. அது குறித்த ஊடகச் செய்திகள் மிகவும் குறைவாகவே இருந்தன. அரசின் கொள்கை, வெள்ளை மாளிகையிலிருந்து ஊடக உரிமையாளர்களுக்குப் பறந்த தொலைபேசி அழைப்புகள், அது தங்களுடைய பிரச்சனை அல்ல என்று பேசாமல் இருந்துவிட்ட அமெரிக்கக் காங்கிரஸ் உறுப்பினர்கள், பொதுமக்களுக்குக் கதாநாயகர்கள்தான் தேவை, நடுநிலையான கண்ணோட்டங்கள் தேவையில்லை என்று தாங்களாகவே தீர்மானித்துவிட்டிருந்த பத்திரிகையாளர்கள் போன்ற பல காரணிகள் இதற்கு வித்திட்டிருந்தன.

இதற்கு ஒரே ஒரு விதிவிலக்காக பீட்டர் எய்ஸ்னர் மட்டுமே இருந்தார். நியூஸ்டேவின் எடிட்டராகவும், அசோசியேட்டட் பிரெஸ்ஸின் நிருபராகவும் பணியாற்றி வந்த அவர், அமெரிக்கா பனாமாவிற்குள் அத்துமீறி நுழைந்தது குறித்து உடனடியாகச் செய்திகளையும் கட்டுரைகளையும் வெளியிட்டதோடு, பல ஆண்டுகளுக்கு அதைப் பற்றித் தொடர்ந்து எழுதியும் வந்தார். நான் முன்பு குறிப்பிட்டிருந்த, நோரிகாவுடன் சேர்ந்து அவர் எழுதியிருந்த நோரிகாவின் நினைவலைகள் நூலில் அவர் இவ்வாறு எழுதியுள்ளார்:

> **நோரிகாவுக்கு எதிராகத் தொடுக்கப்பட்டப் போர் என்ற போர்வையில் பனாமா நாட்டு அப்பாவி மக்களைப் படுகொலை செய்தது, அந்நாட்டில் நடத்தப்பட்டப் பேரழிவுகள், அநீதிகள் மற்றும் அமெரிக்கப் படையெடுப்பைச் சுற்றிக் கட்டி எழுப்பப்பட்டிருந்த பொய் மாளிகைகள் ஆகியவை அமெரிக்க**

அடிப்படை ஜனநாயகக் கொள்கைகளுக்கு அச்சுறுத்தலாக விளங்குபவை. ஒரு கொடூரமான சர்வாதிகாரியின் பிடியிலிருந்து பனாமா மக்களை விடுவிப்பதற்காக அங்கே பலரைக் கொல்ல வேண்டியிருக்கும் என்று கூறப்பட்டு அங்கு அழைத்துச் செல்லப்பட்ட அமெரிக்க இராணுவத்தினர் அந்த உத்தரவுகளுக்குக் கீழ்ப்படிந்தனர். அப்படிச் செய்தால் அமெரிக்க மக்கள் அவர்கள் பின்னால் அணிவகுத்து நிற்பர் என்றும் அவர்களிடம் கூறப்பட்டது.

மயாமி சிறையில் அடைக்கப்பட்டிருந்த நோரிகாவை பீட்டர் பல முறை பேட்டி கண்டார். அதோடு, இவ்விவகாரம் குறித்து அவர் நீண்ட ஆய்வுகளையும் மேற்கொண்டார். இறுதியில் அவர் கீழ்க்கண்ட முடிவுகளுக்கு வந்தார்:

சான்றுகளின்படி பார்த்தால், நோரிகாவுக்கு எதிராகச் சுமத்தப்பட்டக் குற்றச்சாட்டுகளில் உண்மை இல்லை என்ற முடிவுக்கே வர வேண்டியுள்ளது. ஒரு சுதந்திர நாட்டின் தலைவர் என்ற முறையில் அவர் செய்திருந்த காரியங்களுக்காக அமெரிக்கா அவருடைய நாட்டின்மீது படையெடுத்ததிலோ அல்லது அவர் அமெரிக்காவின் தேசியப் பாதுகாப்புக்கு அச்சுறுத்தலாக விளங்கினார் என்ற குற்றச்சாட்டிலோ எந்தவிதமான நியாயங்களும் இருக்கவில்லை என்றே நான் நினைக்கிறேன்.

பனாமாவின்மீது மேற்கொள்ளப்பட்டப் படையெடுப்பின்போதும் அதற்குப் பிறகும் நான் சேகரித்திருந்த தகவல்களின் அடிப்படையில், அமெரிக்காவின் பனாமா படையெடுப்பு, கடைந்தெடுத்த அதிகாரத் துஷ்பிரயோகம் என்ற முடிவுக்குத்தான் வர வேண்டியுள்ளது. அப்படையெடுப்பு, ஆணவமிக்க அமெரிக்க அரசியல்வாதிகள் மற்றும் அவர்களுடைய பனாமா பங்காளிகளின் சொந்த இலக்கை எட்டுவதற்கு மட்டுமே பயன்படுத்தப்பட்டுள்ளது. மனசாட்சிப்படி எந்தவிதத்திலும் நியாயப்படுத்தப்பட முடியாத அப்பாவி மக்களின் இரத்த ஆறு இதற்கு விலையாகக் கொடுக்கப்பட்டிருக்கிறது.

பனாமா நாடு உருவாக்கப்பட்ட நாளிலிருந்து டோரிஜோஸ் பதவியேற்கும்வரை, அமெரிக்காவின் தலையாட்டி பொம்மைகளாக அந்நாட்டை ஆண்டு கொண்டிருந்த அரியாஸ் குடும்பத்தினர் மீண்டும் ஆட்சிப் பீடத்தில் அமர்த்தி வைக்கப்பட்டனர். பனாமா கால்வாய் குறித்தப் புதிய ஒப்பந்தம் கிடப்பில் போடப்பட்டது. ஒட்டுமொத்தத்தில், அமெரிக்கா பனாமா கால்வாயை மீண்டும் தன் முழுக் கட்டுப்பாட்டுக்குள் கொண்டுவந்தது.

இந்நிகழ்வுகளையும் மெயின் நிறுவனத்தில் வேலை பார்த்துக் கொண்டிருந்தபோது எனக்குக் கிடைத்திருந்த அனுபவங்களையும் நான் அசைபோட்டுப் பார்த்தபோது, மீண்டும் மீண்டும் ஒரே கேள்விகளைத்தான் என்னை நானே கேட்டுக் கொண்டிருந்தேன்: இலட்சக்கணக்கான மக்கள்மீது பெரும் தாக்கம் விளைவிக்கின்ற, வரலாற்று முக்கியத்துவம் வாய்ந்த நடவடிக்கைகள் உட்பட, முக்கியமான முடிவுகளில் எத்தனை முடிவுகள், சரியான காரியங்களைச் செய்ய வேண்டும் என்ற நோக்கத்தின் அடிப்படையில் அல்லாமல், தனிநபர்களுடைய சொந்த நலனின் அடிப்படையில் எடுக்கப்படுகின்றன? நம்முடைய அரசு உயரதிகாரிகளில் எத்தனைப் பேர் தேசிய விசுவாசத்தின் காரணமாக அல்லாமல், தங்களுடைய சொந்தப் பேராசையின் காரணமாக உந்தப்பட்டு முடிவுகளை எடுக்கின்றனர்? தன்னுடைய மக்கள் தன்னை ஒரு பலவீனன் என்று நினைத்துவிடக்கூடாது என்று ஓர் அமெரிக்க அதிபர் விரும்புகிறார் என்பதால் எத்தனைப் படையெடுப்புகள் நிகழ்த்தப்படுகின்றன?

எஸ்டபிள்யூஇசி நிறுவனத்திற்கு நான் உறுதியளித்திருந்தபோதிலும், அமெரிக்காவின் பனாமா படையெடுப்புக் குறித்து நான் அடைந்திருந்த விரக்தி மீண்டும் என்னை எழுதத் தூண்டியது. ஆனால் இம்முறை நான் டோரிஜோஸ்மீது மட்டும் கவனம் செலுத்த முடிவு செய்தேன். அவருடைய கதை, நம் உலகின்மீது கட்டவிழ்த்துவிடப்படுகின்ற அநியாயங்களை அம்பலப்படுத்துகின்ற விதமாக அமையும் என்று நான் நினைத்தேன். அதோடு, என்னுடைய குற்றவுணர்விலிருந்து நான் சிறிது விடுதலை பெறவும் அது வழிவகுக்கும் என்றும் நான் நம்பினேன். இம்முறை இதை எழுதுவதற்கு நான் என்னுடைய நண்பர்கள் மற்றும் எனக்குத் தெரிந்தவர்களின் உதவியை நாடவில்லை. அதை இரகசியமாக எழுத நான் முடிவு செய்தேன்.

அப்புத்தகம் குறித்த ஆய்வுகளில் நான் இறங்கியபோதுதான், பொருளாதார அடியாட்களாகிய நாங்கள் பல இடங்களில் மேற்கொண்டிருந்த நடவடிக்கைகளின் தாக்கத்தின் பிரம்மாண்டம் எனக்குப் புரிந்தது. தனித்து நின்ற சில நாடுகளில் நான் கவனத்தைச் செலுத்தலாம் என்றுதான் நான் முதலில் நினைத்திருந்தேன். ஆனால் நான் வேலை பார்த்திருந்த இடங்கள் அதற்குப் பின்னர் எந்த அளவு படுமோசமான நிலையை அடைந்திருந்தன என்பதைக் கணக்கிட்டபோது எனக்குத் தலை சுற்றியது. அதில் என்னுடைய பங்கு மிகப் பெரிதாக இருந்ததைக் கண்டு நான் அதிர்ந்தேன். அதற்கு முன்பும் பல நேரங்களில் நான் என்னுடைய மனசாட்சியுடன் உரையாடல்கள் நிகழ்த்தியிருந்தேன் என்றாலும், அந்த நடவடிக்கைகளை நான்

மேற்கொண்டபோது நான் அவற்றுக்குள்ளேயே உழன்று கொண்டிருந்ததால், ஒட்டுமொத்தப் படத்தை நான் பார்க்கத் தவறியிருந்தேன். எடுத்துக்காட்டாக, நான் இந்தோனேசியாவில் இருந்தபோது, ஹோவர்டு பார்க்கரும் நானும் விவாதித்திருந்த விஷயங்களைப் பற்றியும் ரஸியும் அவனுடைய இந்தோனேசிய நண்பர்களும் முன்வைத்தப் பிரச்சனைகளைப் பற்றியுமே நான் அதிகமாக அலட்டிக் கொண்டிருந்தேன். நான் பனாமாவில் இருந்தபோது ஃபிடெல் எனக்கு அறிமுகப்படுத்தியிருந்த அந்நாட்டின் சேரிப் பகுதி, கால்வாய் மண்டலப் பகுதி, மதுவிடுதி ஆகியவற்றின் நிலை என்னைப் பெரிதும் பாதித்திருந்தது. நான் ஈரானில் இருந்தபோது, யாமின் மற்றும் டாக்டருடன் நான் நடத்திய உரையாடல்கள் என்னைப் பெரிதும் பாதித்தன. ஆனால் இப்புத்தகத்தை எழுதுகின்ற இப்பணி, எல்லாவற்றையும் ஒரு தொகுப்பாகப் பார்க்க எனக்கு உதவியது. ஒட்டுமொத்தப் படத்தைப் பார்க்க முடியாமல் இருந்தது எனக்கு அப்போது ஏன் சுலபமாக இருந்தது என்பதையும், அதன் விளைவாக என்னுடைய நடவடிக்கைகளின் உண்மையான தாக்கத்தை நான் கவனிக்கத் தவறியிருந்ததையும் என்னால் புரிந்து கொள்ள முடிந்தது.

என்னுடைய அனுபவங்கள் எந்த அளவுக்கு நயவஞ்சகமாக இருந்தன என்பதையும் என்னால் உணர முடிந்தது. இது இராணுவ வீரர்களின் நிலையை என் கண் முன்னால் கொண்டுவந்தது. துவக்கத்தில் அவர்கள் வெகுளிகளாக இருக்கின்றனர். பிறரைக் கொல்வது குறித்தத் தார்மீகக் கேள்விகளை அவர்கள் எழுப்பக்கூடும். ஆனாலும் அவர்கள் முதலில் தங்களுடைய பயங்கள் குறித்தும், உயிர்பிழைத்திருத்தல் குறித்துமே அதிக கவனம் செலுத்த வேண்டிய நிலையில் இருப்பர். அவர்கள் முதன்முதலாகத் தங்களுடைய எதிரி ஒருவனைக் கொன்றவுடன் அவர்கள் உணர்ச்சிக் கொந்தளிப்புகளுக்கு ஆளாவர். தங்களால் சாகடிக்கப்பட்ட வீரனின் குடும்பத்தின் கதி குறித்து அவர்கள் கவலையும் வருத்தமும் கொள்வர். காலப்போக்கில் அவர்கள் அதிகமான போர்களில் பங்கேற்று அதிகமான எதிரிகளைக் கொன்று குவித்தப் பிறகு, அவர்கள் இறுகிப் போய்விடுவர். அவர்கள் தொழில்முறை இராணுவத்தினராக மாறிவிடுவர்.

சில வழிகளில் நான்கூட ஒரு தொழில்முறை இராணுவத்தினனாகத்தான் மாறியிருந்தேன். எனக்கு நானே இதை ஒப்புக் கொண்டது, குற்றங்கள் எப்படி நிகழ்த்தப்படுகின்றன, பேரரசுகள் எப்படிக் கட்டியெழுப்பப்படுகின்றன ஆகியவை குறித்தச் செயல்முறைகளைப் புரிந்து கொள்வதற்கான கதவை எனக்குத் திறந்துவிட்டது. ஏன் ஏராளமானவர்கள் குற்றச் செயல்களில் ஈடுபடுகின்றனர் என்பதை இப்போது என்னால்

புரிந்து கொள்ள முடிந்தது. எடுத்துக்காட்டாக, நல்லவர்களாக இருந்த, தங்களுடைய குடும்பங்களை மிகவும் நேசித்த ஈரானியர்களால் எப்படி அந்நாட்டின் கொடிய இரகசியக் காவல்படையில் பணியாற்ற முடிந்தது என்பதைப் பற்றியும், எப்படி நல்லவர்களாக இருந்த ஜெர்மானியர்களால் ஹிட்லரின் ஆணைகளுக்கு அடிபணிய முடிந்தது என்பதைப் பற்றியும், எப்படி நல்லவர்களாக இருந்த அமெரிக்கப் படையினரால், நிராயுதபாணிகளாக இருந்த பனாமா சிட்டி மக்களைக் குண்டுகளால் துளைக்க முடிந்தது என்பதைப் பற்றியும் என்னால் புரிந்து கொள்ள முடிந்தது.

ஒரு பொருளாதார அடியாள் என்ற முறையில் நான் ஒரு சல்லிக்காசைக்கூட என்எஸ்ஏவிடமிருந்தோ அல்லது வேறு அமெரிக்க அரசு அமைப்புகளிடமிருந்தோ பெற்றதில்லை; என்னுடைய சம்பளத்தை மெயின் நிறுவனம்தான் எனக்கு வழங்கி வந்தது. ஒரு தனியார் நிறுவனத்தால் வேலைக்கு அமர்த்தப்பட்டிருந்த ஒரு சாதாரணக் குடிமகனாக நான் இருந்தேன். இதைப் புரிந்து கொண்டதன் மூலம், இப்போது, ஒரு பொருளாதார அடியாள்போலச் செயல்பட்டுக் கொண்டிருந்த பெருநிறுவன ஊழியர்களின் பாத்திரங்களை என்னால் தெளிவாகப் புரிந்து கொள்ள முடிந்தது. உலக அரங்கில் ஒரு புத்தம்புதிய இராணுவ வர்க்கம் உருவாக்கப்பட்டுக் கொண்டிருந்தது. இவர்களுக்குத் தங்களுடைய சொந்த நடவடிக்கைகள் குறித்த உணர்வுகள்கூட மரத்துப் போய்க் கொண்டிருந்தன. நான் என்னுடைய புத்தகத்தில் இவ்வாறு எழுதினேன்:

வேலைக்காக நாக்கைத் தொங்கப் போட்டுக் கொண்டு காத்திருக்கின்ற மக்களைத் தங்களால் கண்டுபிடிக்க முடியும் என்ற நம்பிக்கையோடு, தாய்லாந்து, பிலிப்பைன்ஸ், போட்ஸ்வானா, பொலீவியா மற்றும் இன்னும் சில நாடுகளுக்கு எண்ணற்ற ஆண்களும் பெண்களும் இன்றும் படையெடுத்துக் கொண்டிருக்கின்றனர். ஊட்டச்சத்துக் குறைவால் கடுமையாகப் பாதிக்கப்பட்டிருக்கின்ற குழந்தைகளைக் கொண்டிருக்கின்ற, நல்ல வாழ்க்கை குறித்த நம்பிக்கையை முற்றிலுமாகத் தொலைத்துவிட்டு மிக மோசமான சேரிகளில் வாழ்ந்து கொண்டிருக்கின்ற இந்த மக்களைச் சுரண்ட வேண்டும் என்ற வெளிப்படையான நோக்கத்தோடுதான் அவர்கள் அங்கே செல்கின்றனர். இந்த நபர்கள், நியூயார்க், சான்பிரான்சிஸ்கோ, சிகாகோ போன்ற நகரங்களில் இருக்கின்ற தங்களுடைய ஆடம்பர அலுவலகங்களை விட்டுவிட்டு, விமானத்தில் முதல் வகுப்பில் பயணித்து, கடல் கடந்து பல கண்டங்களைத் தாண்டிச்

சென்று, அங்கிருக்கின்ற உயர்தர ஓட்டல்களில் தங்கி, அங்குள்ள ஆடம்பர உணவகங்களில் உணவருந்துகின்றனர். பின்னர், தங்களுடைய நிலையிலிருந்து மீள வழி தெரியாமல் தவித்துக் கொண்டிருக்கின்ற மக்களைத் தேடி இவர்கள் செல்கின்றனர்.

இன்றும் நம்மிடம் அடிமை வியாபாரிகள் இருக்கின்றனர். சார்ல்ஸ்டன், கார்த்தகெனா மற்றும் ஹவானாவில் நடக்கின்ற ஏலங்களில் பெரும் டாலர்களைப் பெற்றுத் தருகின்ற அடிமைகளைத் தேடி ஆப்பிரிக்கக் காடுகளுக்குள் பயணிக்க வேண்டிய அவசியம் அவர்களுக்கு இல்லை. அவர்கள் வெறுமனே, வேலைக்காக அலைந்து கொண்டிருக்கின்ற மக்களை வேலைக்கு எடுத்துக் கொண்டு, ஜாக்கெட்டுகள், ஜீன்ஸ்கள், டென்னிஸ் காலணிகள், வாகன உதிரிப் பாகங்கள், கணினிப் பாகங்கள் மற்றும் தாங்கள் தேர்ந்தெடுக்கின்ற சந்தையில் விற்கக்கூடிய இன்னும் பல ஆயிரக்கணக்கான பொருட்களைத் தயாரிக்கின்ற தொழிற்சாலைகளைக் கட்டினால் போதும். சில நேரங்களில் அத்தொழிற்சாலைகளை அவர்களே கட்ட வேண்டிய அவசியம்கூட ஏற்படாது. அந்த வேலைகளை அவர்கள் உள்ளூர் தொழிலதிபர்களின் தலையில் கட்டிவிட்டால் போதுமானது.

இந்தஆண்களும்பெண்களும்தங்களைநேர்மையானவர்களாக நினைத்துக் கொண்டிருக்கின்றனர். அவர்கள் தங்களுடைய வீடுகளுக்குத் திரும்புகின்றபோது, தங்களுடைய குழந்தைகளிடம் காட்டுவதற்காகப் பழங்கால இடிபாடுகள் மற்றும் விசித்திரமான இடங்களின் புகைப்படங்களைத் தங்களுடன் எடுத்துச் செல்கின்றனர். அவர்கள் கருத்தரங்குகளில் கலந்து கொண்டு ஒருவருக்கொருவர் முதுகு சொறிந்துவிட்டுக் கொள்கின்றனர், தொலைதூரப் பிரதேசங்களில் இருக்கின்ற மக்களின் விநோதப் பழக்கவழக்கங்களை எப்படி எதிர்கொள்வது என்பது பற்றிய தகவல்களைத் தங்களுக்கிடையே பகிர்ந்து கொள்கின்றனர். அவர்களுடைய செயல்கள் சட்டபூர்வமானவைதான் என்று அவர்களை நம்ப வைப்பதற்காக அவர்களுடைய மேலதிகாரிகள் பெரிய வழக்கறிஞர்களை நியமிக்கின்றனர்.

மனித இனத்தோடு சேர்த்துக் கொள்ளக்கூடிய தகுதியற்ற ஓர் இனத்தைத்தான் தாங்கள் வாங்கி விற்றுக் கொண்டிருந்தோம் என்றும், அந்த அடிமைகள் கிறித்தவ மதத்தைத் தழுவிக் கொள்வதற்குத் தாங்கள் அவர்களுக்கு ஒரு வாய்ப்புக் கொடுத்துக் கொண்டிருந்தோம் என்றும் பழங்காலத்து அடிமை வியாபாரி நம்பினான். அதோடு, தன்னுடைய

சொந்தச் சமுதாயம் பிழைத்திருப்பதற்கு அடிமைகள் இன்றியமையாதவர்கள் என்பதையும், தன்னுடைய பொருளாதாரத்தின் அடித்தளமே அவர்கள்தாம் என்பதையும் அவன் புரிந்திருந்தான். நவீன அடிமை வியாபாரி, ஒன்றுமே சம்பாதிக்காமல் இருக்கின்ற நபர்கள் நாளொன்றுக்கு ஒரு டாலர் சம்பாதிக்க வகை செய்வது அவர்களை மேம்படுத்துவதாகும் என்றும், உலகச் சமுதாயத்தோடு அவர்கள் ஐக்கியப்பட அது அவர்களுக்கு உதவும் என்றும் தனக்குத் தானே உறுதியளித்துக் கொள்கிறான் அல்லது உறுதியளித்துக் கொள்கிறாள். அதோடு, தன்னுடைய நிறுவனம் தாக்குப்பிடித்திருப்பதற்கு இந்த நவீன அடிமைகள் இன்றியமையாதவர்கள் என்பதையும், தன்னுடைய சொந்த ஆடம்பரமான வாழ்க்கைமுறையின் அடித்தளமே அவர்கள்தாம் என்பதையும் அவன் புரிந்திருக்கிறான் அல்லது அவள் புரிந்திருக்கிறாள். தன்னுடைய செயலின் சமூகத் தாக்கம் குறித்துச் சிந்தித்துப் பார்ப்பதற்கு அவனோ அல்லது அவளோ ஒரு கணம்கூட ஒதுக்குவதில்லை.

அத்தியாயம் 31

ஈராக்கில் ஒரு பொருளாதார அடியாளின் தோல்வி

என்னுடைய சொந்த நிறுவனமான ஐபிஎஸ்ஸின் தலைவர் என்ற முறையில் 1980களிலும், எஸ்டபிள்யூஇசி நிறுவனத்தின் ஆலோசனையாளர் என்ற முறையில் 1980களின் இறுதி மற்றும் 1990கள் முழுவதிலும், ஈராக் குறித்துப் பரவலாக வெளியே தெரியாத ஏராளமான தகவல்கள் எனக்குக் கிடைத்தன. இன்னும் சொல்லப் போனால், 1980களில் பெரும்பாலான அமெரிக்கர்கள் ஈராக் குறித்து மிகச் சொற்பமாகவே அறிந்து வைத்திருந்தனர். அது அவர்களுடைய கவன ஈர்ப்பு வட்டத்திற்குள் இருக்கவேயில்லை. ஆனால் அங்கு நடந்து கொண்டிருந்தவை என்னைப் பெரிதும் ஈர்த்தன.

உலக வங்கி, யூஎஸ்எய்டு, ஐஎம்எஃப், மற்றும் பிற சர்வதேச நிதி அமைப்புகளுக்காக வேலை செய்து கொண்டிருந்த என்னுடைய பழைய நண்பர்களிடமும், என் மாமனார் உட்பட, பெக்டெல், ஹாலிபர்ட்டன் மற்றும் பிற முக்கியமான பொறியியல் மற்றும் கட்டுமான நிறுவனங்களில் வேலை செய்து கொண்டிருந்தவர்களுடனும் நான் தொடர்ந்து தொடர்பில் இருந்து வந்தேன். ஐபிஎஸ் நிறுவனத்தின் துணை ஒப்பந்ததாரர்களாலும் பிற தனிப்பட்ட மின் நிறுவனங்களாலும் வேலைக்கு அமர்த்தப்பட்டிருந்த பொறியாளர்களில் பலர் மத்தியக் கிழக்கு நாடுகளில் நிறைவேற்றப்பட்டுக் கொண்டிருந்த திட்டங்களில் வேலை செய்து கொண்டிருந்தனர். இவற்றின் மூலம் பொருளாதார அடியாட்கள் ஈராக்கில் மும்முரமாக இயங்கி கொண்டிருந்தனர் என்பதை நான் அறிந்திருந்தேன்.

ஈராக்கை மற்றொரு சவுதி அரேபியாவாக மாற்ற வேண்டும் என்பதில் ரீகனின் நிர்வாகமும் புஷ்ஷின் நிர்வாகமும் உறுதியாக

இருந்தன. சவுதி இராஜ பரம்பரையின் முன்னுதாரணத்தைப் பின்பற்றி நடக்க சதாம் உசைனுக்கு ஏகப்பட்டக் காரணங்கள் இருந்தன. சவுதி அரேபியாவுடன் அமெரிக்கா செய்து கொண்ட இரகசிய ஒப்பந்தத்திற்குப் பிறகு, கடல் நீரைக் குடிநீராக மாற்றும் திட்டங்கள், அதிநவீன குப்பையகற்றும் திட்டங்கள், தகவல் தொழில்நுட்பக் கட்டமைப்புகள், மின் உற்பத்தி மற்றும் விநியோக அமைப்புமுறை போன்றவற்றின் மூலம் சவுதி அரேபியா எந்த அளவுக்கு நவீனமயமானது என்ற ஒன்றை மட்டும் கவனித்திருந்தாலே அது சதாமுக்குப் போதுமானதாக இருந்திருக்கும்.

சர்வதேசச் சட்டதிட்டங்களைப் பொறுத்தவரையும்கூட, சவுதி அரேபியா சிறப்புச் சலுகைகளைப் பெற்றிருந்தது குறித்து சதாம் கண்டிப்பாக அறிந்திருந்திருப்பார் என்பதில் சந்தேகமில்லை. கிட்டத்தட்டப் பயங்கரவாதக் குழுக்களைப்போலச் செயல்பட்டுக் கொண்டிருந்த புரட்சிக் குழுக்களுக்கு நிதியுதவி அளித்தல், சர்வதேசக் குற்றவாளிகளுக்கு அடைக்கலம் அளித்தல் உள்ளிட்ட, சவுதி அரேபியாவின் பல நடவடிக்கைகளை அமெரிக்கா கண்டுகொள்ளாமல் இருந்தது. இன்னும் சொல்லப் போனால், ஆப்கானிஸ்தானில் சோவியத் ஒன்றியத்திற்கு எதிராக ஒசாமா பின் லேடன் நடத்திய போரில், ஒசாமாவுக்கு சவுதி அரேபியா நிதியுதவி வழங்குவதற்கு அமெரிக்கா தீவிரமாக முயற்சி செய்து அதில் வெற்றியும் பெற்றது. ரீகன் நிர்வாகமும் புஷ் நிர்வாகமும் இது குறித்து சவுதிக்களை ஊக்குவித்ததோடு, அதேபோலச் செய்யும்படி பிற நாடுகளுக்கும் அழுத்தம் கொடுத்தன. குறைந்தபட்சம், அதைக் கண்டுகொள்ளாமல் இருப்பதற்கு அமெரிக்கா அந்நாடுகளை வற்புறுத்தின.

1980களில் ஈராக்கின் தலைநகரான பாக்தாத்தில் பொருளாதார அடியாட்களின் நடமாட்டம் அதிகமாகவே இருந்தது. சதாம் எப்படியும் அமெரிக்காவிற்கு அடிபணிவார் என்று அவர்கள் நம்பினர். நானும் அத்தகைய அனுமானத்தோடு ஒத்துப் போனேன். சவுதி அரேபியா செய்ததுபோல சதாமும் அமெரிக்காவுடன் ஒரு இரகசிய ஒப்பந்தத்தை ஏற்படுத்திக் கொண்டால், எந்த பயமுமின்றி அவரால் நீண்டகாலம் அரசுக் கட்டிலில் அமர்ந்திருக்க முடியும் என்பதோடு, அப்பிராந்தியம் முழுவதும் அவரால் தன்னுடைய ஆதிக்கத்தை விரிவுபடுத்திக் கொள்ளவும் முடியும்.

சதாம் ஒரு கொடுங்கோலன் என்பதோ, அல்லது அவருடைய கைகள் இரத்தக் கறை படிந்தவை என்பதோ, அல்லது அவருடைய நடையுடை பாவனைகள் ஹிட்லரை நினைவுபடுத்தின என்பதோ அமெரிக்காவுக்கு ஒரு பொருட்டாக

இருக்கவில்லை. இப்படிப்பட்ட மனிதர்களை அமெரிக்கா இதற்கு முன்பு பல முறை சகித்துக் கொண்டிருந்ததோடு மட்டுமல்லாமல், அவர்களை ஆதரிக்கவும் செய்திருந்தது. சவுதி அரேபியா பின்பற்றிய அதே வழிமுறையைப் பின்பற்றி, அமெரிக்காவுக்கு எண்ணெய் தொடர்ந்து கிடைத்துக் கொண்டிருப்பதற்கு ஈராக் உறுதியளிக்க வேண்டும்; அந்த விற்பனை மூலம் கிடைக்கின்ற பெட்ரோடாலர்கள், அமெரிக்க அரசுப் பத்திரங்களில் முதலீடு செய்யப்பட வேண்டும்; அந்த முதலீடுகளிலிருந்து கிடைக்கின்ற வட்டிப் பணத்தைக் கொண்டு ஈராக் முழுவதும் கட்டுமானத் திட்டங்கள் செயல்படுத்தப்படும்; ஈராக் நெடுகிலும் புதிய நகரங்கள் உருவாக்கப்பட்டு, அந்நாட்டுப் பாலைவனங்கள் பாலைவனச் சோலைகளாக மாற்றப்படுவதற்கான கட்டுமானப் பணிகளுக்கான ஒப்பந்தங்கள் அமெரிக்க நிறுவனங்களுக்கு வழங்கப்படும். அதோடு, ஈராக்கிற்கு பீரங்கிகள், போர் விமானங்கள் போன்றவற்றை விற்பதற்கும், அணு மின் நிலையங்களையும் பிற மின் நிலையங்களையும் கட்டிக் கொடுப்பதற்கும் அமெரிக்கா தயாராக இருந்தது. அணுத் தொழில்நுட்பம் போன்ற நவீன தொழில்நுட்பங்களைக் கொண்டு நவீன ஆயுதங்களை ஈராக்கால் உருவாக்கிக் கொள்ள முடியும் என்ற ஆபத்தை அமெரிக்கா கண்டுகொள்ளவில்லை.

வெளிப்பார்வைக்குத் தென்படுவதைவிட, ஈராக் அமெரிக்காவுக்கு மிகவும் தேவைப்பட்டது. பொதுமக்கள் பொதுவாக நம்புவதுபோல, ஈராக் வெறும் எண்ணெய் சம்பந்தப்பட்ட விஷயம் மட்டுமல்ல. அது நீர் மற்றும் புவி அரசியல் தொடர்பானதும்கூட. யூப்ரடீஸ், டைகிரீஸ் ஆகிய இரண்டு பெரிய ஆறுகள் ஈராக்கின் ஊடாக ஓடுகின்றன. அப்பிராந்தியத்தில் இருக்கும் பிற நாடுகளோடு ஒப்பிடுகையில், ஈராக், உலகின் மிக முக்கிய வளங்களில் ஒன்றான நீர் வளத்தைத் தன்னுடைய கட்டுப்பாட்டில் வைத்திருந்தது. அரசியல்ரீதியாகவும் சரி, பொருளாதாரரீதியாகவும் சரி, 1980களில் நீர் வளம் இன்றியமையாத ஒன்றாக இருந்தது என்பது, பொறியியல் மற்றும் மின்சக்தித் துறைகளில் ஈடுபட்டிருந்த எங்களைப் போன்றவர்களுக்குத் தெள்ளத் தெளிவாகத் தெரிந்தது. சிறிய அளவில் தனிப்பட்ட முறையில் இயங்கிக் கொண்டிருந்த மின் உற்பத்தி நிறுவனங்களைக் கொத்திக் கொண்டு போகத் திட்டமிட்டிருந்த பெரும் அமெரிக்க நிறுவனங்கள், தம்முடைய பார்வையை ஆப்பிரிக்கா, லத்தீன் அமெரிக்கா மற்றும் மத்தியக் கிழக்கு நோக்கித் திருப்பின.

ஈராக் அபரிமிதமான எண்ணெய் வளத்தையும் நீர் வளத்தையும் கொண்டிருந்ததோடு, புவியியல்ரீதியாக ஒரு

முக்கியமான இடத்தில் வீற்றிருந்தது. அது தன்னுடைய தரை மார்க்க எல்லைகளை ஈரான், குவைத், சவுதி அரேபியா, ஜோர்டன், சிரியா, துருக்கி ஆகியவற்றோடு பகிர்ந்து கொண்டிருந்தது. அதன் கடற்கரைகள் பாரசீக வளைகுடாப் பகுதியில் அமைந்திருந்தன. இஸ்ரேலையும் முன்னாள் சோவியத் ஒன்றிய நாடுகளையும் ஏவுகணை மூலம் தாக்கக்கூடிய தூரத்தில் அது அமைந்திருந்தது. யார் ஈராக்கைக் கட்டுப்படுத்துகிறார்களோ அவர்களிடம் மொத்த மத்தியக் கிழக்கையும் கட்டுப்படுத்துவதற்கான துருப்புச் சீட்டு இருந்தது.

எல்லாவற்றுக்கும் மேலாக, அமெரிக்கா வசமிருந்த தொழில்நுட்ப மற்றும் பொறியியல் நிபுணத்துவத்தை விற்பதற்கான ஒரு பரந்த சந்தையாக ஈராக் விளங்கியது. ஈராக் வசமிருந்த எண்ணெய்ப் படுகைகளின் அளவு, சவுதி அரேபியாவிடம் இருப்பதைவிட அதிகம் என்று சில கணிப்புகள் தெரிவிக்கின்றன. அதன் காரணமாக, மாபெரும் கட்டுமானத் திட்டங்களையும் பிரம்மாண்டமான தொழிற்திட்டங்களையும் நிறைவேற்றுவதற்குத் தேவையான நிதி வசதி ஈராக்கிடம் இருந்தது. அமெரிக்கப் பொறியியல் மற்றும் கட்டுமான நிறுவனங்கள், கணினி நிறுவனங்கள், விமானங்கள், ஏவுகணைகள் மற்றும் பீரங்கிகளைத் தயாரிக்கின்ற நிறுவனங்கள், வேதியியல் மற்றும் மருந்து நிறுவனங்கள் ஆகிய அனைத்தும் ஈராக்கைக் குறி வைத்திருந்தன.

1980களின் இறுதியில், பொருளாதார அடியாட்கள் விரித்த வலையில் சதாம் விழவில்லை என்பது தெளிவானது. அது மூத்த புஷ்ஷிற்குப் பெரும் விரக்தியையும் தர்மசங்கடத்தையும் ஏற்படுத்தியது. பனாமாவைப்போலவே ஈராக்கும் புஷ் பலவீனமானவர் என்ற பிம்பத்திற்குத் தூபம் போட்டது. அதிலிருந்து மீள புஷ் ஒரு வழியைத் தேடிக் கொண்டிருந்தபோது, சதாம் தானாகவே வந்து புஷ்ஷின் கைகளில் மாட்டிக் கொண்டார். 1990 ஆகஸ்ட் மாதத்தில், சதாம் தன் அண்டை நாடான குவைத்தின்மீது படையெடுத்தார். அது சர்வதேச விதிகளின் மீறல் என்று புஷ் முழங்கினார். இவ்வளவுக்கும், புஷ் அதே சர்வதேச விதிகளை மீறி, பனாமாமீது படையெடுப்பு நடத்தியிருந்து ஓராண்டுகூட முடிந்திருக்கவில்லை.

அதனால், ஈராக்மீது முழு இராணுவத் தாக்குதல் நடத்த புஷ் முடிவெடுத்ததில் எந்த வியப்பும் இல்லை. சர்வதேசப் படையின் ஒரு பகுதியாக அமெரிக்கா ஐந்து இலட்சம் பேர் அடங்கிய ஒரு படையை அங்கு அனுப்பியது. 1991 ஆம் ஆண்டின் துவக்கத்தில் அமெரிக்கா ஈராக்கின் இராணுவத் தளங்கள்மீது மட்டுமல்லாமல் பொதுமக்கள் வசித்து வந்த பகுதிகளிலும் வான்வழித் தாக்குதல் நடத்தியது. அதைத் தொடர்ந்து, அமெரிக்கா, பலவீனமான ஈராக்

இராணுவத்தின்மீது சுமார் நூறு மணி நேரம் நீடித்தத் தரைவழித் தாக்குதலையும் நடத்தியது. குவைத்துக்கு வந்த ஆபத்து நீங்கியது. ஒரு கொடுங்கோலன் தண்டிக்கப்பட்டான். ஆனால் அவன் நீதி தேவனின் முன் கொண்டுவந்து நிறுத்தப்படவில்லை. அமெரிக்க மக்களிடம் புஷ்ஷின் பிரபலத்துவம் 90 சதவீதம் அதிகரித்தது.

ஈராக்கின்மீது அமெரிக்கா படையெடுப்பு நடத்தியபோது, நான் பாஸ்டனில் எஸ்டபிள்யூஇசி நடத்திய ஒரு சந்திப்புக் கூட்டத்தில் பங்கெடுத்துக் கொண்டிருந்தேன். புஷ்ஷின் படையெடுப்புத் தீர்மானத்தை அவர்கள் ஆரவாரமாகக் கொண்டாடினர். ஒரு கொடுங்கோலனுக்கு எதிராக அமெரிக்கா நடவடிக்கை எடுத்தமைக்காக மட்டுமல்ல அக்கொண்டாட்டம்; ஈராக்கின்மீது அமெரிக்கா அடைந்த வெற்றி, பின்னர் அவர்களுக்குப் பெரும் இலாபத்தைப் பெற்றுத் தரும் என்ற சுயநலத்திற்காகவும்தான்.

இதைக் கொண்டாடிக் கொண்டிருந்தது இப்போரின் விளைவாக நேரடியாகப் பயன் பெறக்கூடிய எங்களைப் போன்ற தொழிலதிபர்கள் மட்டுமல்ல. தங்களுடைய நாடு இராணுவரீதியாகத் தன்னை நிலைநிறுத்திக் கொள்ள வேண்டும் என்று அமெரிக்க மக்கள் துடித்துக் கொண்டிருந்தது அப்போது வெளிப்பட்டது. ரீகன் கார்ட்டரைத் தோற்கடித்தது, ஈரானில் பிணைக்கைதிகளாக வைக்கப்பட்டிருந்தவர்களை விடுவித்தது, பனாமா கால்வாய் ஒப்பந்தத்தை மறுபரிசீலனை செய்ய வேண்டும் என்று அடம் பிடித்தது போன்றவற்றால் ஏற்பட்டிருந்த தத்துவார்த்தமான மாற்றம் இந்த மனப்போக்கிற்கான சில காரணங்களாகும். புஷ்ஷின் பனாமா படையெடுப்பு அதை மேலும் விசிறிவிட்டது.

இந்தத் தேசியவாத முழக்கங்களுக்குப் பின்னால் வேறொரு விஷயமும் இருந்ததாக நான் கருதினேன். அமெரிக்க வர்த்தக நலன்கள் – அதன் மூலம் அமெரிக்கப் பெருநிறுவனங்களில் வேலை பார்த்து வந்த மக்கள் – உலகைப் பார்த்த விதத்தில் ஏற்பட்டிருந்த மாற்றம்தான் அது. ஓர் உலகப் பேரரசாக உருவெடுக்க அமெரிக்கா கொண்டிருந்த கனவு நனவாகிக் கொண்டிருந்தது. அதில் பெரும்பாலான அமெரிக்க மக்கள் பங்கெடுத்துக் கொண்டிருந்தனர். உலகமயமாக்கம், தனியார்மயமாக்கம் ஆகிய இரட்டை யோசனைகள் அமெரிக்க மக்களின் ஆழ்மனங்களுக்குள் ஊடுருவியிருந்தன.

ஒட்டுமொத்தத்தில், இது அமெரிக்காவை மட்டுமே பற்றிய ஒன்றல்ல. உலகளாவிய அமைப்பு ஒன்று உருவாகியிருந்தது; அது நாட்டு எல்லைகளைக் கடந்து பரவியிருந்தது. முன்பு வெறும் அமெரிக்கப் பெருநிறுவனங்களாக இருந்தவை இப்போது

பன்னாட்டு நிறுவனங்களாக மாறியிருந்தன. சட்டரீதியாகவும் அந்நிறுவனங்கள் பல நாடுகளில் தம்மைப் பதிவு செய்து கொண்டிருந்தன. சட்ட விதிமுறைகள் தங்களுக்கு வசதியாக இருந்த நாடுகளில் அவை கோலோச்சத் துவங்கின. பல நாடுகளால் ஏற்றுக் கொள்ளப்பட்ட சர்வதேச வர்த்தக உடன்படிக்கைகள் மற்றும் அமைப்புகள் அதை இன்னும் எளிதாக்கின. ஜனநாயகம், சோசலிசம், முதலாளித்துவம் போன்ற வார்த்தைகள் வேகமாகக் காலாவதியாகிக் கொண்டிருந்தன. பெருநிறுவனத்துவம் யதார்த்தமாகியது. உலகப் பொருளாதாரத்திலும் அரசியலிலும் அது தன்னுடைய தாக்கத்தை ஆணித்தரமாகப் பதிக்கத் தொடங்கியது. அதன் உறுப்பினர்கள், இந்த உலகளாவிய பேரரசின் அதிகாரத்தைப் பேண எதை வேண்டுமானாலும் செய்யத் தயாராக இருந்தனர்.

1990 ஆம் ஆண்டு நவம்பரில் நான் என்னுடைய ஐபிஎஸ் நிறுவனத்தை விற்றபோது, விநோதமான முறையில் நான் இந்த பெருநிறுவனத்துவத்திற்குப் பலியானேன். எனக்கும் என் நிறுவனத்தில் பங்குதாரர்களாக இருந்தவர்களுக்கும் அந்த விற்பனை இலாபகரமானதாக இருந்தது என்றாலும், ஆஷ்லேன்ட் ஆயில் என்ற நிறுவனத்தின் அழுத்தம் காரணமாகவே நாங்கள் எங்களுடைய நிறுவனத்தை விற்றோம். அவர்களை எதிர்ப்பது என்பது பெரும் இழப்பில் போய் முடியும் என்பதையும், விற்பது எங்களைப் பெரும் செல்வந்தர்களாக ஆக்கும் என்பதையும் நான் என் பழைய அனுபவங்களிலிருந்து உணர்ந்திருந்தேன். ஆனாலும், மாற்று ஆற்றல் உற்பத்தியில் ஈடுபட்டிருந்த என் நிறுவனம் ஓர் எண்ணெய் நிறுவனத்தின் கைகளில் வீழ்ந்த முரணை என்னால் சகித்துக் கொள்ளவே முடியவில்லை. நான் ஒரு துரோகியைப்போல உணர்ந்தேன்.

எஸ்டபிள்யூஇசி நிறுவனம் என்னை அபூர்வமாகவே பயன்படுத்திக் கொண்டது. எப்போதாவது ஒரு சில சந்திப்புக்கூட்டங்களில் நான் கலந்து கொண்டேன். சில நேரங்களில் நான் ரியோ டி ஜெனிரோவுக்குச் சென்றேன். ஒரு முறை ஒரு சொகுசு விமானத்தில் நான் குவாத்தமாலாவுக்குச் சென்றேன். பொதுவாக எனக்குப் பெரிய வேலைகள் எதையும் அந்நிறுவனம் வழங்கவில்லை.

நான் இப்படித் தண்டச் சம்பளம் வாங்கிக் கொண்டிருந்தது என் மனசாட்சியை அரித்தது. என் கடந்தகால எதிர்மறைகளைத் துடைத்தெறிகின்ற விதத்தில் நேர்மறையான சில விஷயங்களைச் செய்ய நான் துடித்துக் கொண்டிருந்தேன். நான் தொடங்கியிருந்த புத்தகப் பணியை அவ்வப்போது தொடர்ந்தேன் என்றாலும், அது அச்சில் வரும் என்ற நப்பாசை எனக்கு இருக்கவில்லை.

1991 இல், 'டிரீம் சேஞ்ச்' என்ற தொண்டு நிறுவனம் ஒன்றை நான் துவக்கினேன். எக்குவடோர் நாட்டு ஷாமன் தத்துவமான 'ஷுவார்' தத்துவத்தின் அடிப்படையில் அது அமைந்திருந்தது. "இந்த உலகமும் உங்களுடைய வாழ்க்கையும் நீங்கள் எப்படிக் கனவு காண்கிறீர்களோ அப்படியே அமையும்," என்று அது கூறுகிறது. அதாவது, "உங்களால் எதைச் செய்ய முடியும் என்று நீங்கள் நம்புகிறீர்களோ, அதை உங்களால் கண்டிப்பாகச் செய்ய முடியும்," என்று அதை விளக்கலாம். என்னுடைய டிரீம் சேஞ்ச் அமைப்பின் மூலம், சிறிய குழுவிலான மக்களை, எக்குவடோர் நாட்டின் அமேசான் பகுதியில் இருந்த ஷுவார் இனத்தினரிடம் நான் கூட்டிச் சென்றேன். ஷுவார் பழங்குடியினர் தங்களுடைய சுற்றுச்சூழல் ஞானத்தையும் பிணி நீக்கும் உத்திகளையும் நான் கூட்டிச் சென்ற குழுவினருடன் ஆர்வத்துடனும் மகிழ்ச்சியுடனும் பகிர்ந்து கொண்டனர். அடுத்தச் சில ஆண்டுகளில், நான் ஏற்பாடு செய்து கொண்டிருந்த இப்படிப்பட்டப் பயணங்களுக்கான தேவை பெருமளவு அதிகரித்தது. அதன் விளைவாக டிரீம் சேஞ்ச் அமைப்பும் பெரிதாக வளர்ந்தது. இந்த பூமியையும் அதனோடு நாம் கொண்டிருக்கின்ற உறவையும் குறித்து மேற்கத்திய மக்கள் கொண்டுள்ள கண்ணோட்டத்தில் மாற்றத்தை ஏற்படுத்துவதை நோக்கமாகக் கொண்டிருந்தது என்னுடைய நிறுவனம். அதற்கு உலகெங்கும் இரசிகர்கள் இருந்தனர். பல நாடுகளில் அதைப் போன்ற பல நிறுவனங்கள் தோன்றுவதற்கும் அது உந்துசக்தியாக இருந்தது.

டிரீம் சேஞ்ச் அமைப்பின் வெற்றிக்குப் பாடுபட்டவர்களில் இருவர் குறிப்பிடத்தக்கவர்கள். ஒருவர், புத்த மதத் தத்துவத்தில் முதுகலைப் பட்டம் பெற்றிருந்த லின் ராபர்ட்ஸ். ஷாமன்வாதம் மற்றும் பரிபூரண மாற்றம் குறித்தக் கருத்தரங்குகளை நடத்துவதில் அவர் வல்லவர். அப்பெண்மணி எங்கள் நிறுவனத்தின் நிர்வாக அதிகாரியாகப் பல ஆண்டுகள் பணியாற்றினார். அவர் ஆண்டிஸ் மலைத்தொடர், அமேசான் காடுகள், ஆசிய ஸ்டெப்பி பகுதிகள் ஆகிய இடங்களுக்குப் பல குழுக்களை அழைத்துச் சென்றார். மற்றொருவர் டாக்டர் ஈவ் புரூஸ். நவீன மருத்துவத்தில் ஷாமன் அணுகுமுறை அம்சங்களைப் புகுத்துவதில் உள்ள முக்கியத்துவத்தை மருத்துவ உலகிற்கு அறிமுகம் செய்ததில் அவர் ஒரு முன்னோடியாக விளங்கினார். 'ஷாமன் எம்.டி.,' என்ற நூலின் ஆசிரியர் அவர். அவரும் அமேசான் காடுகள், ஆண்டிஸ் மலைத்தொடர், ஆப்பிரிக்கா ஆகிய இடங்களுக்குப் பல பயணங்களை மேற்கொண்டவர். அப்பெண்மணிதான் டிரீம் சேஞ்ச் அமைப்பின் வலைத்தளத்தை வடிவமைத்தார். அந்த வலைத்தளம் 'டைம்' பத்திரிகையின் பாராட்டைப் பெற்றது.

1990கள் முழுவதும் நான் தொண்டு நிறுவன உலகில் என்னை மூழ்கடித்துக் கொண்டேன், பல தொண்டு நிறுவனங்கள் உதயமாக உதவினேன். பல தொண்டு நிறுவனங்களின் நிர்வாகக் குழுவிலும் நான் இடம் பெற்றிருந்தேன். அவர்களில் பலர், டிரீம் சேஞ்சில் அர்ப்பணிப்புடன் பணியாற்றிய பலருடைய உழைப்பிலிருந்து உருவானவர்கள். அமேசான் பகுதிகளைச் சேர்ந்த ஷுவார் மற்றும் அஷுவார் பழங்குடியினர், குவாத்தமாலாவைச் சேர்ந்த மாயா பழங்குடியினர் ஆகியோருடன் அவர்கள் இணைந்து பணியாற்றினர். பின்னர் அவர்கள் அமெரிக்காவிலும் ஐரோப்பாவிலும் இம்மக்களைப் பற்றிப் பிறருக்குக் கற்றுக் கொடுத்தனர். பச்சமமா கூட்டமைப்பு என்ற நிறுவனம் இதில் குறிப்பிடத்தக்கது. அதை நான் பில் டுவிஸ்ட் மற்றும் லின் டுவிஸ்டுடன் சேர்ந்து துவக்கியிருந்தேன். பழங்குடியினரின் நிலங்களை அபகரிக்க முயன்ற எண்ணெய் நிறுவனங்களை எதிர்த்துப் போராடுவதிலும், பழங்குடியினர் வசித்தப் பகுதிகளைத் தொழில்மயப்படுத்தும் முயற்சிகளுக்கு முட்டுக்கட்டை போடுவதிலும் இந்நிறுவனம் வெற்றிகரமாகச் செயல்பட்டது. அதோடு, உலகெங்கும் இம்மக்கள் குறித்த விழிப்புணர்வை ஏற்படுத்துவதிலும் அது முக்கியப் பங்காற்றியது.

எஸ்டபிள்யூஇசி அமைப்பு இதை முழு மனத்துடன் ஆதரித்தது. ‘யுனைட்டெட் வே’ என்ற தொண்டு நிறுவனத்திற்கு அது அளித்து வந்த ஆதரவோடு என்னுடைய நிறுவனத்தின் பணிகளும் ஒத்துப் போயின. நாம் பழங்குடியினரிடமிருந்து கற்றுக் கொள்ள வேண்டிய படிப்பினைகள் தொடர்பான புத்தகங்கள் சிலவற்றை நான் எழுதினேன். அவற்றில் பொருளாதார அடியாளாக நான் பணியாற்றி வந்தது குறித்து எதையும் எழுதாமல் இருப்பதில் நான் எச்சரிக்கையாக இருந்தேன். லத்தீன் அமெரிக்க நாடுகளுடன் நான் தொடர்பில் இருக்கவும், என் மனத்திற்கு நெருக்கமாக இருந்த அரசியல் பிரச்சனைகள் குறித்து நான் அறிந்து வைத்திருக்கவும் அவை எனக்கு உதவின.

என்னுடைய கடந்தகால நடவடிக்கைகளை ஈடுகட்டும் விதமாக இந்த நடவடிக்கைகள் இருந்ததாக எனக்கு நானே என்னதான் சமாதானம் கூறிக் கொண்டாலும், அதை என்னாலேயே நம்ப முடியவில்லை. என் மகள் ஜெசிக்கா குறித்த என்னுடைய பொறுப்புணர்வை நான் உதாசீனம் செய்து கொண்டிருந்ததை நான் என் மனத்தின் அடியாழத்தில் உணர்ந்திருந்தேன். தங்களால் ஒருபோதும் திருப்பிக் கட்ட முடியாத கடன் சுமையுடன் அவதிப்பட்டுக் கொண்டிருக்கின்ற குழந்தைகள் நிறைந்த ஓர் உலகத்தைத்தான் ஜெசிக்கா சுவீகரித்துக் கொண்டிருந்தாள். அதற்கான பொறுப்பை நான்தான் ஏற்றுக் கொண்டாக வேண்டும்.

என்னுடைய புத்தகங்கள் பிரபலமடையத் துவங்கின. குறிப்பாக, 'த வேர்ல்டு இஸ் அஸ் யு டீரிம் இட்' என்ற நூல் மிகவும் பிரபலமடைந்தது. அதன் வெற்றியைத் தொடர்ந்து, சொற்பொழிவுகள் நிகழ்த்துவதற்கும் கருத்தரங்குகள் நடத்துவதற்கும் எனக்கு அழைப்புகள் வந்து குவிந்தன. பாஸ்டன் அல்லது நியூயார்க் அல்லது மிலான் நகரில் நான் பேசியபோது, நான் செய்து கொண்டிருந்த காரியம் எனக்கே வியப்பேற்படுத்தியது. நீங்கள் எப்படிக் கனவு காண்கிறீர்களோ அப்படியே இந்த உலகம் அமையும் என்று நான் பிறருக்குச் சொல்லிக் கொடுத்துக் கொண்டிருந்தேன். ஆனால் நான் உருவாக்கி வைத்திருந்ததைப் போன்ற ஓர் உலகை நான் எதற்காகக் கனவு கண்டேன்? கொடுங்கனவாக மாறிப் போன ஓர் உலகை உருவாக்குவதில் ஒரு துடிப்பான பாத்திரத்தை எப்படி என்னால் வகிக்க முடிந்திருந்தது?

1997 இல் ஓமேகா இன்ஸ்டிடியூட் சார்பாகக் கரீபியப் பகுதியில் ஒரு கருத்தரங்கு நடத்திக் கொடுக்குமாறு நான் கேட்டுக் கொள்ளப்பட்டிருந்தேன். செயின்ட் ஜான் தீவிலிருந்து ஓர் உல்லாச விடுதியை நான் அடைந்தபோது இரவு வெகுநேரம் ஆகிவிட்டிருந்ததால் நேராகப் படுக்கச் சென்றுவிட்டேன். காலையில் எழுந்தவுடன் நான் பால்கனிக்குச் சென்றபோது, வெளியே நான் பார்த்தக் காட்சி என்னை உணர்ச்சிக் குழம்பாக்கியது. பதினேழு ஆண்டுகளுக்கு முன்பு எந்த இடத்தில் நின்று கொண்டு மெயின் நிறுவனத்தின் வேலையை விட்டுவிட வேண்டும் என்று நான் முடிவெடுத்திருந்தேனோ, அந்த இடத்தை நான் பார்த்துக் கொண்டிருந்தேன்.

அந்த வாரம் எனக்குக் கிடைத்த ஓய்வு நேரம் முழுவதையும் நான் அந்த பால்கனியில்தான் கழித்தேன். கீழே தெரிந்த லெயின்ஸ்டர் விரிகுடாவைப் பார்த்தபடி என் உணர்ச்சிகளைப் புரிந்து கொள்ள நான் தீவிரமாக முயன்று கொண்டிருந்தேன். நான் என்னுடைய மெயின் நிறுவன வேலையை விட்டுவிட்டிருந்தபோதிலும், அதற்கு அடுத்த அடியை நான் எடுத்து வைத்திருக்கவில்லை என்பது எனக்கு மெதுவாகப் புரிந்தது. என்னுடைய இரண்டுங்கெட்டான் நிலை என்னைக் குதறிக் கொண்டிருந்தது. அந்த வார இறுதியில், என்னைச் சுற்றியிருந்த உலகம் நான் கற்பனை செய்ய விரும்பியிருந்த உலகமாக இருக்கவில்லை என்பதை நான் கண்டுகொண்டேன். அதனால், என்னுடைய கருத்தரங்குகளில் நான் பிறருக்கு எதைக் கற்றுக் கொடுத்துக் கொண்டிருந்தேனோ அதை நான் கடைபிடிக்க வேண்டும் என்ற முடிவுக்கு வந்தேன். அதாவது, என் வாழ்க்கையில் உண்மையிலேயே நான் எதை விரும்பினேனோ, அதைப் பிரதிபலிக்கின்ற விதத்தில் நான் என் கனவுகளை மாற்றிக்

கொள்ள வேண்டும் என்று நான் முடிவெடுத்தேன்.

வீடு திரும்பியதும் நான் என்னுடைய பெருநிறுவன ஆலோசனையாளர் வேலையைவிட்டு விலகினேன். எஸ்டபிள்யூஇசியில் என்னை வேலைக்கு எடுத்திருந்த அந்நிறுவனத் தலைவர் ஏற்கனவே வேலையிலிருந்து ஓய்வு பெற்றிருந்தார். என்னைவிட வயது குறைவாக இருந்த ஒருவர் இப்போது அவரிடத்திற்கு வந்திருந்தார். என்னுடைய கதையைக் கேட்பதில் அவருக்கு ஆர்வமிருக்கவில்லை. அவர் ஏற்கனவே நிறுவனச் செலவுகளைச் சுருக்குவதற்காகப் பலரை வீட்டுக்கு அனுப்பிக் கொண்டிருந்தார். நானே என் வேலையை உதறித் தள்ளியிருந்ததால், எனக்குக் கூடுதலாகப் பணம் கொடுக்க வேண்டிய தேவை தனக்கு இல்லாமல் போய்விட்டிருந்தது குறித்து அவர் மகிழ்ந்தார்.

நீண்டகாலமாக நான் எழுதிக் கொண்டிருந்த நூலை எழுதி முடிக்க நான் தீர்மானித்தேன். அந்தத் தீர்மானமே எனக்குப் பெரும் ஆசுவாசமளித்தது. என் தீர்மானத்தை நான் என்னுடைய நெருங்கிய நண்பர்களுடன் பகிர்ந்து கொண்டேன். அவர்களில் பெரும்பாலானோர் தொண்டு நிறுவன உலகில் பணியாற்றிக் கொண்டிருந்தனர். மழைக்காடுகளின் பாதுகாப்பு மற்றும் பழங்குடிக் கலாச்சாரப் பேணல் போன்றவற்றில் அவர்கள் ஈடுபட்டிருந்தனர். என்னுடைய தீர்மானத்தைக் கேட்டு அவர்கள் நிலைகுலைந்தனர். நான் வெளிப்படையாக என்னுடைய பொருளாதார அடியாள் பணிகளைப் பற்றிப் பேசுவது சொற்பொழிவாளர் என்ற முறையில் என் மதிப்பைக் குறைத்துவிடும் என்றும், நான் ஆதரவளித்து வந்த தொண்டு நிறுவனங்களுக்கு அது கேடு விளைவிக்கும் என்றும் அவர்கள் அஞ்சினர். எங்களில் பலர் அமேசான் பகுதிகளில் எண்ணெய் நிறுவனங்களை எதிர்த்துப் போராடிக் கொண்டிருந்த பழங்குடியினருக்கு உதவிக் கொண்டிருந்தோம். நான் இப்போது உண்மை விளம்பியாக மாறினால், அது அந்தப் பணிக்குப் பாதகமாக அமையும் என்று என் நண்பர்கள் என்னை எச்சரித்தனர். அதோடு, நான் அப்படிச் செய்தால், தங்களுடைய ஆதரவை விலக்கிக் கொள்ளப் போவதாகச் சிலர் என்னை அச்சுறுத்தவும் செய்தனர்.

ஆகவே, எழுதுவதை நான் மீண்டும் கைவிட்டேன். அதற்குப் பதிலாக, ஏராளமானவர்களை, நவீன உலகின் மூச்சுக்காற்றால் மாசுபட்டிராத அமேசான் காட்டுப் பகுதிகளுக்குள் ஆழமாகக் கூட்டிச் சென்று, இன்றும் இயற்கையுடன் இயைந்து வாழ்ந்து கொண்டிருக்கின்ற மக்களை நான் அவர்களுக்கு அறிமுகப்படுத்தினேன். 2001 ஆம் ஆண்டு செப்டம்பர் 11 அன்றுகூட நான் அப்படிப்பட்ட ஓர் இடத்தில்தான் இருந்தேன்.

🌐 அத்தியாயம் 32

2001 செப்டம்பர் 11 நிகழ்வும் என் சொந்த வாழ்க்கையில் அது ஏற்படுத்திய தாக்கமும்

2001 ஆம் ஆண்டு செப்டம்பர் 10 அன்று, என்னுடைய 'த ஸ்பிரிட் ஆஃப் த ஷுவார்' நூலின் இணையாசிரியரான ஷாக்கெயிம் சும்பியுடன் எக்குவடோர் நாட்டுப் பகுதியைச் சேர்ந்த அமேசான் காட்டுப் பகுதியில் இருந்த ஓர் ஆற்றில் நான் பயணித்துக் கொண்டிருந்தேன். அதற்கு முந்தைய நாள்தான், அமேசான் மழைக்காடுகளுக்குள் ஆழமாக இருந்த ஷாக்கெயினின் சமூகத்தினரைச் சந்திப்பதற்காக நான் பதினாறு வட அமெரிக்கர்களை அழைத்து வந்திருந்தேன். அந்த மக்களைப் பற்றி அறிந்து கொள்ளவும் மழைக்காடுகளைப் பாதுகாக்க அவர்களுக்கு உதவவும் அக்குழுவினர் அங்கு வந்திருந்தனர்.

எக்குவடோர் நாட்டுக்கும் பெரூ நாட்டுக்கும் இடையே சமீபத்தில் நடந்த போரில் ஷாக்கெயிம் ஒரு படைவீரராகப் பணியாற்றியிருந்தார். பெட்ரோலியப் பொருட்களைப் பெருமளவுக்குப் பயன்படுத்திக் கொண்டிருந்த மக்களில் பெரும்பாலானோருக்கு இப்போரைப் பற்றி எதுவும் தெரியாது. ஆனால் இப்போர் அவர்களுக்குப் பெட்ரோலியப் பொருட்களைக் கொண்டுவருவதற்காகவே நடத்தப்பட்டது என்பது நகைமுரண். எக்குவடோருக்கும் பெரூவுக்கும் இடையே எல்லைத் தகராறு பல ஆண்டுகளாக நடைபெற்று வந்திருந்தபோதிலும், அதற்கு ஒரு முடிவு கட்டப்பட வேண்டிய அவசியம் தற்போதுதான் எழுந்திருந்தது. அப்பகுதியில் எண்ணெய்ப் படுகைகளைக் கண்டுபிடித்திருந்த எண்ணெய் நிறுவனங்கள், அவற்றைத் தோண்டியெடுக்க எந்த நாட்டுடன் ஒப்பந்தம் போட வேண்டும்

என்று தீர்மானிக்க வேண்டியிருந்தது. அதற்கு அந்த நாடுகளுக்கு இடையே திட்டவட்டமான ஓர் எல்லைக்கோட்டை நிர்ணயிப்பது அவசியமாயிற்று.

எக்குவடோர் நாட்டு எல்லையை ஒட்டி முதலில் இருந்தவர்கள் ஷுவார் பழங்குடியினர்தாம். அவர்கள் கடும் போராளிகளாக இருந்தனர். பெரும்பாலான சமயங்களில், தங்களைவிட மேம்பட்ட, அதிக எண்ணிக்கையில் இருந்த படையினரைக்கூட அவர்கள் தோற்கடித்திருந்தனர். அப்பழங்குடியினருக்கு அப்போருக்குப் பின்னால் இருந்த அரசியல் குறித்தோ, அந்த எல்லைத் தகராறின் முடிவு அப்பகுதிகளுக்குள் எண்ணெய் நிறுவனங்கள் நுழைவதற்கு வழி வகுக்கும் என்றோ எதுவும் தெரியாது. அவர்கள் பரம்பரை பரம்பரையாகப் போராளிகளாக இருந்து வந்திருந்தனர் என்பதாலும், தங்களுடைய நிலங்களுக்குள் அந்நியப் படையினரை அனுமதிக்க அவர்கள் தயாராக இல்லாததாலுமே அவர்கள் போரில் ஈடுபட்டனர்.

நாங்கள் அந்த ஆற்றில் சென்று கொண்டிருந்தபோது எங்களுடைய தலைக்கு மேலாக ஏராளமான கிளிகள் சத்தமிட்டபடி பறந்து சென்றன.

நான் ஷாக்கெயிமிடம், "தற்காலிகப் போர் நிறுத்தம் இப்போதும் தொடர்ந்து கொண்டிருக்கிறதா?" என்று கேட்டேன்.

"ஆமாம்," என்று தொடங்கிய ஷாக்கெயிம், "ஆனால், இப்போது நாங்கள் உங்களுடன் போர் புரியப் போகிறோம். 'நீங்கள்' என்று நான் குறிப்பிடுவது தனிப்பட்ட முறையில் உங்களையோ அல்லது நீங்கள் இங்கே அழைத்து வந்துள்ள உங்களுடைய நண்பர்களையோ அல்ல. நீங்கள் எல்லோரும் எங்களுடைய நண்பர்கள்," என்று கூறினார். எண்ணெய் நிறுவனங்களையும், அவற்றைப் பாதுகாப்பதற்காக அமேசான் காடுகளுக்குள் நுழையவிருந்த படையினரையும்தான் அவர் எதிரிகள் என்று குறிப்பிட்டிருந்தார்.

"ஹுவோரனி இனத்தவர்களை அவர்கள் என்ன செய்தார்கள் என்பதை நாங்கள் அறிவோம். அவர்கள் ஹுவோரனி மக்களின் காடுகளை அழித்தனர், அவர்களுடைய ஆறுகளை மாசுபடுத்தினர், குழந்தைகள் உட்படப் பலரைக் கொன்றனர். இன்று விரல்விட்டு எண்ணப்படக்கூடிய ஒரு சிலரே அந்த இனத்தில் பிழைத்திருக்கின்றனர். அந்த நிலைமை எங்களுக்கு வர நாங்கள் அனுமதிக்க மாட்டோம். பெரூ நாட்டு இராணுவத்தை எப்படி நாங்கள் எங்களுடைய பகுதிக்குள் அனுமதிக்கவில்லையோ, அதேபோல, எண்ணெய் நிறுவனங்களும் எங்களுடைய நிலத்திற்குள் அடியெடுத்து வைக்க நாங்கள் ஒருக்காலும் அனுமதிக்க மாட்டோம். இறுதிவரை போராடுவது

என்று நாங்கள் சூளுரைத்துள்ளோம்."

அன்றிரவு நானும் என் குழுவினரும் ஷுவார் மக்களின் பொதுக்கூடத்தில் ஒரு நெருப்பைச் சுற்றி அமர்ந்து கொண்டு அரட்டையடித்துக் கொண்டிருந்தோம். அதன் சுவர்கள் மூங்கில்களால் உருவாக்கப்பட்டிருந்தன; அதன் கூரை, புற்களால் வேயப்பட்டிருந்தது. அப்போது நான் என் குழுவினரிடம் அன்று நான் ஷாக்கெயிமுடன் நடத்திய உரையாடலைப் பகிர்ந்து கொண்டேன். அமெரிக்காவைப் பற்றியும் எண்ணெய் நிறுவனங்களைப் பற்றியும் நாங்கள் கொண்டிருந்த கண்ணோட்டத்தை உலகில் எத்தனைப் பேர் கொண்டிருப்பர் என்று நாங்கள் விவாதித்தோம். அமெரிக்கர்கள் தங்களுடைய பகுதிகளுக்குள் புகுந்து தங்களுடைய நிலங்களையும் கலாச்சாரத்தையும் அழித்துவிடுவார்களோ என்று ஷுவார் மக்களைப்போல எத்தனைப் பழங்குடியினர் நடுங்கிக் கொண்டிருந்தார்களோ என்று நாங்கள் யோசித்தோம். இவர்களைப்போல எத்தனைப் பேர் அமெரிக்கர்களை வெறுத்தனர்?

அடுத்த நாள் காலையில், அப்பகுதியில் நான் உருவாக்கியிருந்த ஒரு சிறிய அலுவலகத்திற்கு நான் சென்றேன். அங்கு நாங்கள் ஒரு வாக்கி–டாக்கி வைத்திருந்தோம். ஒரு சில நாட்களில் நாங்கள் அங்கிருந்து புறப்படவிருந்ததால், அது குறித்து எங்களுடைய விமானிகளுக்குத் தகவல் தெரிவிப்பதற்காக நான் அவர்களை அழைத்தேன். அவர்களுடன் நான் பேசிக் கொண்டிருந்தபோது, அவர்கள் திடீரென்று பெரும் கூச்சல் போட்டச் சத்தம் எனக்குக் கேட்டது.

"ஐயோ! கடவுளே!" என்று அவர்களில் ஒருவர் அலறினார். "நியூயார்க் தாக்குதலுக்கு உள்ளாகியிருக்கிறது!" அந்த விமானிகள் கேட்டுக் கொண்டிருந்த வானொலிச் செய்தியை நானும் கேட்பதற்காக அவர்கள் அதன் சத்தத்தை அதிகரித்தனர். அடுத்த அரைமணி நேரம், 2001 ஆம் ஆண்டு செப்டம்பர் 11 அன்று அமெரிக்காவில் நிகழ்ந்து கொண்டிருந்த நிகழ்வுகளின் நேரடி வர்ணனையை நாங்கள் மூச்சுவிட மறந்து கேட்டுக் கொண்டிருந்தோம். அதை வானொலியில் கேட்டுக் கொண்டும் தொலைக்காட்சியில் பார்த்துக் கொண்டும் இருந்த ஏனைய அமெரிக்கர்களைப்போலவே என்னால் அந்த அனுபவத்தை என் வாழ்நாளில் ஒருபோதும் மறக்க முடியாது.

நவம்பர் மாதத்தில், நான் ஃபுளோரிடாவிலிருந்து என் வீட்டுக்குத் திரும்பியவுடன், இப்போது தரைமட்டம் ஆக்கப்பட்டிருந்த இரட்டைக் கோபுரங்கள் இருந்த இடத்திற்குச் செல்ல வேண்டும் என்ற உந்துதல் எனக்கு ஏற்பட்டது. அதனால்

நான் உடனே நியூயார்க் நகருக்கு விரைந்து சென்று அங்கிருந்த உயர்தர ஓட்டல் ஒன்றிற்குச் சென்று அங்கு ஓர் அறையெடுத்துத் தங்கினேன்.

அன்று மாலையில் நான் அந்த இடத்தை அடைந்தபோது, அங்கு நான் கண்ட கோரக் காட்சி என்னைப் பிழிந்தெடுத்தது. அங்கு நிகழ்ந்திருந்த பேரழிவு என்னை உலுக்கியது. அதை நான் தொலைக்காட்சியில் பார்த்திருந்தபோதிலும், அந்த இடத்திற்கு நேரில் சென்றபோது நான் உணர்ந்த அனுபவம் பயங்கரமானதாகவும் முற்றிலும் வேறுபட்டதாகவும் இருந்தது.

அதற்கு நான் தயாராக இருக்கவில்லை. குறிப்பாக அங்கிருந்த மக்கள் நடந்து கொண்ட விதம் வித்தியாசமாக இருந்தது. அந்த இடத்தைச் சுற்றி ஏராளமான மக்கள் நின்று கொண்டிருந்தனர். அவர்களில் பலர் அந்தத் தாக்குதலிலிருந்து தப்பியவர்கள். அருகிலிருந்த இடங்களில் வேலை செய்து கொண்டிருந்தவர்கள் அல்லது வசித்துக் கொண்டிருந்தவர்கள் அக்கூட்டத்தில் இருந்தனர். காலணிகளைப் பழுதுபார்க்கின்ற தன்னுடைய சிறிய கடைக்கு முன்னால் நின்று கொண்டிருந்த எகிப்தியர் ஒருவர், தான் கண்ட காட்சியை இன்னும் நம்ப முடியாமல் தன்னுடைய தலையை மேலும் கீழுமாக ஆட்டிக் கொண்டிருந்தார்.

"இதை என்னால் இன்னும் ஜீரணித்துக் கொள்ள முடியவில்லை. இத்தாக்குதலில் நான் என்னுடைய நண்பர்கள் பலரையும், என்னுடைய வாடிக்கையாளர்கள் பலரையும் இழந்துவிட்டேன். என் உறவினர் ஒருவர்கூட இதில் இறந்துவிட்டார்," என்று அவர் கூறினார். பின்னர், தலைக்கு மேலே தெரிந்த நீல நிற வானத்தைச் சுட்டிக்காட்டி, "என் உறவினர் பல மாடிகளுக்கு மேலே இருந்து குதித்ததை நான் பார்த்தேன் என்று நினைக்கிறேன். சரியாகச் சொல்ல முடியவில்லை. எப்படியோ தங்களால் வானத்தில் பறந்துவிட முடியும் என்று நம்புவதைப்போல ஏராளமானோர் மேல் மாடிகளிலிருந்து குதித்துக் கொண்டிருந்தனர்," என்று அவர் கூறினார்.

அங்கிருந்த மக்கள் ஒருவரோடொருவர் பேசிக் கொண்டிருந்த விதம் எனக்கு வியப்பு ஏற்படுத்தியது. அதுவும் நியூயார்க் நகரத்தில் அது நடைபெற்றுக் கொண்டிருந்தது. அது வார்த்தைகளுக்கு அப்பாலும் சென்றது. அவர்களுடைய கண்கள் சந்தித்துக் கொண்டன. அவை பல உணர்வுகளைப் பரிமாறிக் கொண்டன. அவர்கள் ஒருவரையொருவர் இரக்கத்துடன் பார்த்தனர். ஆயிரம் வார்த்தைகளால் வெளிப்படுத்த முடியாதவற்றை அவர்களுடைய அரைப் புன்னகைகள் தெளிவாக வெளிப்படுத்தின.

வேறு ஏதோ ஒன்றும் அங்கு இருந்தது. அது அந்த இடத்தைப் பற்றியது. அது என்ன என்பதை முதலில் என்னால்

புரிந்து கொள்ள முடியவில்லை. பின்னர் திடீரென்று அது எனக்குப் புலப்பட்டது. அங்கு காணப்பட்ட வெளிச்சம்தான் அது. முன்பு, அங்கு கம்பீரமாக நின்று கொண்டிருந்த அந்த இரட்டைக் கோபுரங்கள், வெளிச்சம் பரவாதபடி அடைத்துக் கொண்டிருந்தன. இப்போது அங்கு நிலவிய வெளிச்சமும் சூரிய ஒளியும் நீல வானமும் சேர்ந்து அங்கிருந்த மக்களின் மனத்தைத் திறந்துவிட்டிருந்தனவோ என்று நான் நினைத்தேன். ஆனால் அப்படிப்பட்ட எண்ணம் எனக்குள் தோன்றியது குறித்து நான் உடனடியாகக் குற்றவுணர்வு கொண்டேன்.

நான் மீண்டும் திரும்பி வால் ஸ்டிரீட்டை நோக்கி நடந்தேன். பழைய நியூயார்க்கில் நெடிதுயர்ந்திருந்த கட்டடங்கள் மீண்டும் வெளிச்சத்தையும் வானத்தையும் மறைத்தன. மக்கள் ஒருவரையொருவர் அலட்சியப்படுத்திக் கொண்டு அரக்கப் பறக்க ஓடிக் கொண்டிருந்தனர். அங்கே பழுதாகி நின்று கொண்டிருந்த ஒரு காரை ஓட்டி வந்தவரை நோக்கி அங்கிருந்த போலீஸ்காரர் ஒருவர் கத்திக் கொண்டிருந்தார்.

நான் அங்கிருந்த ஒரு கட்டடத்தின் படிகளில் அமர்ந்து கொண்டு வேடிக்கைப் பார்க்கத் துவங்கினேன். அலுவலகங்களிலிருந்து வேகமாக வெளியே வந்த மக்கள் தங்களுடைய வீடுகளை நோக்கியோ அல்லது மேலும் தொழில் தொடர்பான விஷயங்களைப் பேசுவதற்காக உணவகங்கள் மற்றும் மதுவிடுதிகளை நோக்கியோ விரைந்து கொண்டிருந்தனர். ஒரு சிலர் மட்டுமே தங்களுடன் சென்று கொண்டிருந்தவர்களுடன் பேசிக் கொண்டிருந்தனர். பெரும்பாலான மக்கள் எதுவும் பேசாமல் தனியாகவும் மௌனமாகவும் நடந்து சென்று கொண்டிருந்தனர். அவர்களுடைய கண்களை நேருக்கு நேராகச் சந்திக்க நான் முயன்றேன். யாரும் என்னைக் கண்டுகொள்ளவில்லை.

நான் சிறிது நேரம் அமைதியாக உட்கார்ந்திருந்தேன். பின்னர் என் பாக்கெட்டுக்குள் கையை விட்டு, கச்சிதமாக மடிக்கப்பட்டிருந்த ஒரு காகிதத்தை வெளியே எடுத்தேன். அதில் ஏகப்பட்டப் புள்ளிவிபரங்கள் இடம் பெற்றிருந்தன.

அப்போதுதான் நான் அவரைப் பார்த்தேன். அவர் நிலம் பார்த்தபடி அங்கு நடந்து வந்து கொண்டிருந்தார். அவருடைய முகத்தில் இருந்த தாடி தாறுமாறாக வளர்ந்திருந்தது. அவர் பழைய கோட்டு ஒன்றை அணிந்திருந்தார். அவர் அந்த இடத்திற்குப் பொருந்தாதவர்போலக் காணப்பட்டார். பார்ப்பதற்கு ஆப்கானிஸ்தானைச் சேர்ந்தவர்போல அவர் தோன்றினார்.

அவருடைய பார்வை என்னை நோக்கித் திரும்பியது. ஒரு கணநேரத் தயக்கத்திற்குப் பிறகு, நான் அமர்ந்திருந்த படிக்கட்டுகளில் அவர் ஏறி வந்தார். பிறகு அவர் என்னை நோக்கி

மரியாதையுடன் தலையசைத்துவிட்டு, என்னிடமிருந்து ஒரு சில அடிகள் தள்ளி அமர்ந்தார். அவர் என்னிடம் திரும்பாமல் தனக்கு முன்னால் நேராகப் பார்த்தபடி உட்கார்ந்திருந்ததிலிருந்து, உரையாடலை நான் துவக்க வேண்டும் என்று அவர் விரும்பியதை நான் புரிந்து கொண்டேன்.

"இது ஓர் இனிய மாலைப் பொழுது, இல்லையா?" என்றேன் நான்.

"ஆமாம். அழகாக இருக்கிறது. இப்படிப்பட்ட நேரங்களில்தான் சூரிய ஒளி நமக்குத் தேவைப்படுகிறது," என்று அவர் கூறினார்.

"நீங்கள் உலக வர்த்தக மையத் தாக்குதலைப் பற்றிப் பேசுகிறீர்களா?"

அதை ஆமோதித்து அவர் தலையாட்டினார்.

"நீங்கள் ஆப்கானிஸ்தானைச் சேர்ந்தவரா?"

அவர் என்னை உற்றுப் பார்த்துவிட்டு, "அவ்வளவு வெளிப்படையாகவா தெரிகிறது?" என்று கேட்டார்.

"நான் பல நாடுகளுக்குப் பயணித்துள்ளேன். சமீபத்தில்தான் நான் காஷ்மீர் சென்றிருந்தேன்."

"காஷ்மீரா? அங்கே சண்டை நடந்து கொண்டிருக்கிறது, இல்லையா?"

"ஆமாம். இந்தியர்களுக்கும் பாகிஸ்தானியர்களுக்கும் இடையே, இந்துக்களுக்கும் இஸ்லாமியர்களுக்கும் இடையே, சண்டை நடந்து கொண்டிருக்கிறது. இது மதத்தைப் பற்றி யோசிக்கத் தூண்டுகிறது, இல்லையா?"

அவருடைய கண்கள் என்னை உற்று நோக்கின. அக்கண்கள் ஞானமிக்கவையாகவும் வருத்தம் தோய்ந்தவையாகவும் எனக்குத் தோன்றின. சற்றுத் தொலைவில் இருந்த நியூயார்க் பங்குச் சந்தைக் கட்டடத்தை நோக்கி அவர் தன் பார்வையைத் திருப்பினார். தன்னுடைய மெலிந்த கைகளால் அவர் அக்கட்டடத்தைச் சுட்டிக்காட்டினார்.

"அது உங்களுக்கு மதத்தைப் பற்றிய நினைப்பைத் தூண்டாமல் பொருளாதாரத்தைப் பற்றிய நினைப்பைத் தூண்டியிருக்கலாம்," என்று நான் கூறினேன்.

"நீங்கள் இராணுவத்தில் பணியாற்றினீர்களா?" என்று அவர் கேட்டார்.

அதைக் கேட்டு என்னால் சிரிக்காமல் இருக்க முடியவில்லை. நான் லேசாகச் சிரித்துவிட்டு, "இல்லை. நான் ஒரு பொருளாதார ஆலோசனையாளர்," என்று கூறினேன். பின் நான் என் கையில் வைத்திருந்த காகிதத்தை அவரிடம் நீட்டினேன். "இவைதாம் என்னுடைய ஆயுதங்கள்," என்று நான் கூறினேன்.

அவர் அதை வாங்கிப் பார்த்துவிட்டு, "எண்கள்?" என்று கேட்டார்.

"உலகப் புள்ளிவிபரங்கள்."

அவர் அதைச் சிறிது நேரம் உற்று நோக்கிவிட்டுச் சிரித்தார். "எனக்குப் படிக்கத் தெரியாது," என்று கூறிவிட்டு அக்காகிதத்தை அவர் என்னிடம் திருப்பிக் கொடுத்தார்.

"இன்று உலகில் தினமும் இருபத்து நான்காயிரம் பேர் பட்டினியால் இறக்கின்றனர் என்று இக்காகிதத்தில் இருக்கின்ற புள்ளிவிபரங்கள் கூறுகின்றன." செப்டம்பர் 11 அன்று நடந்த தாக்குதலில் மூவாயிரத்திற்கும் குறைவானவர்கள் இறந்திருந்தனர் என்ற தகவலை நான் வேண்டுமென்றே அவரிடம் குறிப்பிடாமல் இருந்துவிட்டேன்.

அவர் பெருமூச்செறிந்துவிட்டு, "நானும் கிட்டத்தட்ட அந்த நிலையில்தான் இருந்தேன். கந்தஹார் நகருக்கு வெளியே எனக்குச் சொந்தமாக ஒரு சிறிய மாதுளைத் தோட்டம் இருந்தது. ரஷ்யர்கள் வந்தனர். முஜாஹிதீன்கள் மரங்களுக்குப் பின்னால் ஒளிந்து கொண்டு அவர்களைத் தாக்கினர்," என்று கூறியவர், தன் கைகளை ஒரு துப்பாக்கியைப்போல நீட்டினார். "என் பழத்தோட்டம் முழுமையாக நாசமாகிவிட்டது."

"அதற்குப் பிறகு நீங்கள் என்ன செய்தீர்கள்?"

அவர் என் கைகளில் இருந்த காகிதத்தைச் சுட்டிக்காட்டி, "பிச்சைக்காரர்களைப் பற்றி அது எதையும் கூறவில்லையா?" என்று கேட்டார்.

அதில் அப்படிப்பட்டத் தகவல்கள் எதுவும் இடம் பெற்றிருக்கவில்லை. ஆனால் அப்புள்ளிவிபரம் குறித்து எனக்கு நினைவிருந்தது. "இன்று உலகில் சுமார் 8 கோடிப் பிச்சைக்காரர்கள் இருக்கின்றனர்."

"அவர்களில் நானும் ஒருவன்," என்று கூறிவிட்டு அவர் சிந்தனையில் மூழ்கிவிட்டார். நாங்கள் ஒரு சில நிமிடங்கள் மௌனமாக அமர்ந்திருந்தோம். பின்னர் அவர் மீண்டும் பேசினார். "ஆனால் எனக்குப் பிச்சையெடுக்கப் பிடிக்கவில்லை. அதனால் என் குழந்தை இறந்துவிட்டது. எனவே, நான் அபின் பயிரிடத் துவங்கினேன்."

"ஓப்பியமா?"

அவர் தன் தோள்களைக் குலுக்கிக் கொண்டார். "பழ மரங்கள் இல்லை. தண்ணீரும் இல்லை. எங்கள் குடும்பத்தைப் பட்டினியிலிருந்து காப்பாற்ற எனக்கு இந்த ஒரு வழி மட்டுமே இருந்தது."

என் தொண்டைக்குள் ஏதோ அடைத்துக் கொண்டதுபோல நான் உணர்ந்தேன். எனக்குள் வருத்த உணர்வோடு குற்றவுணர்வும்

சேர்ந்து கொண்டது. "அபின் செடிகளை வளர்ப்பதைத் தீய செயல் என்று நாங்கள் கூறுகிறோம். ஆனால் எங்களுடைய செல்வந்தர்களில் பலர் அபின் கடத்தல் மூலமாகத்தான் பெரும் பணத்தைச் சேர்த்துள்ளனர்," என்று நான் ஒப்புக் கொண்டேன்.

அவர் என்னை நேருக்கு நேர் பார்த்தார். அவருடைய பார்வை என் ஆன்மாவைத் துளைத்ததுபோல இருந்தது. "நீங்கள் ஒரு இராணுவ வீரர்தான்," என்று கூறிவிட்டு, அது ஓர் உண்மையான தகவல் என்பதுபோல அவர் தன் தலையை ஆட்டினார். பிறகு அவர் மெதுவாக எழுந்து கொண்டு படிக்கட்டுகளில் இறங்கிச் சென்றுவிட்டார். அவர் இன்னும் சிறிது நேரம் என்னுடன் இருக்க வேண்டும் என்று நான் விரும்பியபோதிலும், அது குறித்து என்னால் எதுவும் செய்ய முடியவில்லை. பின்னர் நானும் எழுந்து கீழே நடக்கத் துவங்கினேன். கடைசிப் படிக்கட்டின் அருகே ஓர் அறிவிப்புப் பலகை இருந்தது. அதில் கீழ்க்கண்ட வாசகங்கள் இடம் பெற்றிருந்தன:

இதன் மூலப் பெயர் பேங்கர்ஸ் டிரஸ்ட் கம்பெனி கட்டடம். 539 அடி உயரமுள்ள இக்கட்டடம் கட்டப்பட்டபோது, இது உலகிலேயே உயரமான வங்கிக் கட்டடமாகத் திகழ்ந்தது. அப்போது அமெரிக்காவின் செல்வச் செழிப்பான நிதி நிறுவனங்களில் ஒன்றாகத் திகழ்ந்த பேங்கர்ஸ் டிரஸ்ட் வங்கியின் தலைமைச் செயலகமாக இது செயல்பட்டது.

நான் வியப்புடன் அண்ணாந்து அக்கட்டடத்தைப் பார்த்தேன். கடந்த நூற்றாண்டின் துவக்கத்தில், இப்போது உலக வர்த்தக மையம் ஆற்றி வந்த பாத்திரத்தை அக்கட்டடம் ஆற்றி வந்திருந்தது. அப்போது இது அதிகாரம் மற்றும் பொருளாதார ஆதிக்கத்தின் ஒரு குறியீடாக விளங்கியது. என் சொந்த நிறுவனத்திற்கு நான் நிதியுதவி பெற்றிருந்த நிறுவனங்களில் பேங்கர்ஸ் டிரஸ்டும் ஒன்று.

அன்று நான் அக்கட்டடத்தின் படிக்கட்டுகளில் வந்து அமர்ந்ததும் அந்த ஆப்கான்காரருடன் பேசியதும் ஒரு விநோதமான எதேச்சையான நிகழ்வாக இருந்ததாக நான் நினைத்தேன். மீண்டும் அதே வார்த்தை! எதேச்சையான நிகழ்வு! எதேச்சையான நிகழ்வுகளுக்கு நாம் ஆற்றுகின்ற எதிர்வினைகள் எவ்வாறு நம் வாழ்க்கையை வடிவமைக்கின்றன என்ற சிந்தனை மீண்டும் என்னுள் தலைதூக்கியது. இப்போது நிகழ்ந்திருந்த எதேச்சையான நிகழ்வுக்கு நான் எப்படி எதிர்வினையாற்ற வேண்டும்?

நான் தொடர்ந்து நடந்தேன். எனக்கு முன்னால் நடந்து கொண்டிருந்தவர்களை நான் பார்த்தேன். அந்த ஆப்கான்காரர்

மட்டும் என் கண்களில் தென்படவில்லை. அதற்கு அடுத்தக் கட்டடத்தின் முன்னால் இருந்த ஒரு சிலை ஒரு பெரிய பிளாஸ்டிக் விரிப்பால் மூடப்பட்டிருந்தது. அதன் அருகே இருந்த அறிவிப்புப் பலகை, அக்கட்டடத்தின் பெயர் ஃபெடரல் ஹால் என்று தெரிவித்தது. 1789 ஏப்ரல் 30 அன்று அக்கட்டடத்தில் வைத்துத்தான் அமெரிக்காவின் முதல் அதிபரான ஜார்ஜ் வாஷிங்டன் பதவியேற்றுக் கொண்டார். சரியாக அந்த இடத்தில்தான், அமெரிக்க மக்களின் உயிர், சுதந்திரம், மகிழ்ச்சி ஆகியவற்றைப் பாதுகாக்கின்ற பொறுப்பு முதன்முதலாக ஒருவருக்குக் கொடுக்கப்பட்டது.

அடுத்ததாக நான் பைன் தெருவுக்குள் நுழைந்தேன். அங்கு நான் சேஸ் வங்கியின் தலைமைச் செயலகக் கட்டடத்தைக் கண்டேன். எண்ணெயால் கிடைத்தப் பணத்தைக் கொண்டு டேவிட் ராக்கஃபெல்லரால் உருவாக்கப்பட்டிருந்த வங்கி அது. பொருளாதார அடியாட்களுக்குக் கொம்பு சீவிவிட்ட ஒரு நிறுவனம் அது. பல வழிகளில் பெருநிறுவனத்துவத்தின் ஒட்டுமொத்தக் குறியீடாக அது விளங்கியது.

உலக வர்த்தக மையத்தைப் பற்றி நான் படித்திருந்த சில விஷயங்கள் என் நினைவுக்கு வந்தன. 1960 இல் டேவிட் ராக்கஃபெல்லர் அக்கட்டடத்திற்கான திட்டத்தைத் துவக்கினார். சமீப காலத்தில் அக்கட்டடம் ஒரு பெரும் சுமையாக உருவெடுத்திருந்தது. நவீன தகவல் தொழில்நுட்ப வசதிகள் பொருத்தப்படுவதற்கு ஏற்ற ஒன்றாக அது விளங்கவில்லை. அது பழைய கட்டடமாக இருந்ததால் அதில் செயல்பட்டுக் கொண்டிருந்த மின்தூக்கிகளும் செயல்திறனுடன் இயங்கிக் கொண்டிருக்கவில்லை. ஒரு காலத்தில் அந்த இரட்டைக் கோபுரங்களுக்கு டேவிட் ராக்கஃபெல்லர், நெல்சன் ராக்கஃபெல்லர் என்ற பட்டப்பெயர்கள் சூட்டப்பட்டிருந்தன. இன்று அவை தரைமட்டமாக ஆக்கப்பட்டிருந்தன.

நான் தொடர்ந்து மெதுவாக நடந்தேன். அந்த மாலைப்பொழுது கதகதப்பாக இருந்தபோதிலும் எனக்குக் குளிரெடுத்தது. எனக்குள் ஏதோ ஒருவிதமான பதற்றம் பரவியிருந்தது; ஏதோ கெட்டச் சம்பவம் நிகழவிருந்தது போன்ற ஒரு முன்னுணர்வு எனக்குள் தோன்றியது. அது என்ன என்று எனக்குத் தெரியவில்லை. வேகமாக நடந்ததன் மூலம் அதை நான் ஒதுக்கித் தள்ள முயன்றேன். மீண்டும் எப்படியோ நான் புறப்பட்ட இடமான உலக வர்த்தக மையம் இருந்த இடத்திற்கே நான் வந்து சேர்ந்திருந்தேன். மக்கள் அங்கே மேல் மாடியிலிருந்து குதித்தக் காட்சிகளையும் தீயணைப்பு வீரர்கள் பலரைக் காப்பாற்ற விரைந்து செயல்பட்டுக் கொண்டிருந்ததையும் நான்

நினைத்துப் பார்க்க முயன்றேன், ஆனால் அவற்றில் எதுவும் என் கற்பனையில் தோன்றவில்லை.

மாறாக, அமெரிக்க அரசிடமிருந்து ஒப்பந்த வேலைகளைப் பெற்றிருந்த ஒரு நிறுவனத்தில் வேலை செய்து கொண்டிருந்த ஒருவரிடமிருந்து ஓசாமா பின் லேடன் ஏராளமான ஆயுதங்களையும் பெரும் பணத்தையும் பெற்றுக் கொண்டிருந்தது போன்ற ஒரு காட்சிதான் என் மனக்கண்ணில் தோன்றியது.

பிறகு, தெருவில் சென்று கொண்டிருந்த மக்களை நான் பார்த்தேன். இந்த மக்களுக்கு இக்கட்டடத்தின் பேரழிவு தவிர, அந்த ஆப்கன்காரரின் மாதுளைத் தோட்டம் குறித்தோ அல்லது தினமும் பட்டினியால் இறந்து கொண்டிருக்கின்ற இருபத்து நான்காயிரம் பேரைப் பற்றியோ எதாவது தெரியுமா என்று நான் யோசித்தேன்.

அக்கணத்தில் ஒன்று மட்டும் தெளிவாகத் தெரிந்தது. அமெரிக்கா இரட்டைக் கோபுரத் தாக்குதலுக்குப் பழிவாங்கத் துடித்துக் கொண்டிருந்தது. ஆப்கானிஸ்தான் மற்றும் ஈராக்கில் இப்போது அது தன் கவனத்தைக் குவித்திருந்தது. ஆனால் நான், அமெரிக்க நிறுவனங்களையும், அமெரிக்க வெளியுறவுக் கொள்கைகளையும், அமெரிக்க இராணுவத்தையும், உலகப் பேரரசை நோக்கி அது நகர்ந்து கொண்டிருந்ததையும் கடுமையாக வெறுத்த, உலகின் பல பகுதிகளிலுமுள்ள மக்களைப் பற்றி நினைத்தேன்.

பனாமா, எக்குவடோர், இந்தோனேசியா, ஈரான், குவாத்தமாலா, மற்றும் ஆப்பிரிக்காவின் பெரும் பகுதிகளில் அமெரிக்கா மேற்கொண்ட நடவடிக்கைகள் குறித்து என்ன சொல்வது என்று நான் யோசித்தேன்.

பின் நான் அங்கிருந்து நடக்கத் துவங்கினேன். அப்போது, மாலைப் பத்திரிகைகளை விற்றுக் கொண்டிருந்த, குண்டாகவும் குள்ளமாகவும் இருந்த ஒருவன், ஒரு பத்திரிகையைத் தன் தலைக்கு மேலே உயர்த்திப் பிடித்து ஆட்டிக் கொண்டே ஸ்பானிஷ் மொழியில் ஏதோ சத்தமாகக் கத்திக் கொண்டிருந்ததை நான் கண்டேன்.

"வெனிசுவேலாவில் எந்நேரத்திலும் ஒரு புரட்சி வெடிக்கவிருக்கிறது!" என்று அவன் உரக்கக் கூறினான்.

நான் அவனிடமிருந்து ஒரு பத்திரிகையை வாங்கிக் கொண்டு அந்த இடத்திலேயே அதைப் பிரித்து அதன் தலைப்புச் செய்தியின்மீது என் பார்வையை ஓடவிட்டேன். அது ஹியூகோ சாவேஸைப் பற்றிய செய்தி. அவர் வெனிசுவேலாவில் ஜனநாயக முறையில் தேர்ந்தெடுக்கப்பட்டிருந்தார். அவர் அமெரிக்காவுக்கு எதிரான நிலைப்பாட்டைக் கொண்டிருந்தார். லத்தீன்

அமெரிக்கா குறித்து அமெரிக்கா செயல்படுத்திக் கொண்டிருந்த கொள்கைகளின் விளைவாக எழுந்த வெறுப்பின் அடிநாதம்தான் அது.

சற்று முன்பு நான் பட்டியலிட்டிருந்த நாடுகளின் பட்டியலில் இப்போது வெனிசுவேலாவையும் நான் சேர்த்துக் கொண்டேன்.

அத்தியாயம் 33

சதாம் உசேனால் காப்பாற்றப்பட்ட வெனிசுவேலா

நான் வெனிசுவேலாவைப் பல ஆண்டுகளாக உன்னிப்பாகக் கவனித்து வந்துள்ளேன். எண்ணெய் வளத்தால் வறுமையிலிருந்து செழிப்பிற்குச் சென்ற ஒரு நாட்டுக்கான கச்சிதமான எடுத்துக்காட்டாக அந்நாடு விளங்கியது. எண்ணெய் வளத்தால் உருவான செல்வச் செழிப்பால் தூண்டப்பட்டக் கொந்தளிப்புகள், பணக்காரர்களுக்கும் ஏழைகளுக்கும் இடையேயான இடைவெளியின் அதிகரிப்பு, பெருநிறுவனத்துவத்தால் வெட்கமின்றிச் சுரண்டப்பட்ட ஒரு நாடு ஆகியவற்றுக்கான ஓர் எடுத்துக்காட்டாகவும் அந்நாடு திகழ்ந்தது. என்னைப் போன்ற பழைய பாணிப் பொருளாதார அடியாட்களோடு நவீன பெருநிறுவனத்துவ முன்னோக்குகளும் கைகோர்த்துக் கொண்ட ஓர் இடமாகவும் வெனிசுவேலா விளங்கியது.

2001 இல் நியூயார்க்கில் வெனிசுவேலா பற்றி நான் படித்தச் செய்தி, 1998 இல் அந்நாட்டில் நடந்த தேர்தலின் நேரடி விளைவாகும். அந்த ஆண்டு, வெனிசுவேலாவின் ஏழை மக்களும், சமூகத்தால் புறந்தள்ளப்பட்டிருந்தவர்களும் வெகுண்டெழுந்து, ஹியூகோ சாவேஸை, வரலாறு காணாத பெரும்பான்மையுடன் ஆட்சிக் கட்டிலில் அமர்த்தினர். அவர் உடனடியாகப் பல அதிரடி நடவடிக்கைகளில் இறங்கினார். நீதிமன்றங்களையும் பிற அரசு அமைப்புகளையும் அவர் தன் முழுக் கட்டுப்பாட்டில் எடுத்துக் கொண்டார்; அந்நாட்டு நாடாளுமன்றமான காங்கிரஸைக் கலைத்தார். வெட்கங்கெட்ட அமெரிக்க ஏகாதிபத்தியத்தை நேரடியாகக் கண்டித்தார்; உலகமயமாக்கத்தைக் கடுமையாக எதிர்த்தார். எக்குவடோரின்

ரோல்டோஸ் கொண்டுவந்ததைப் போன்ற ஹைட்ரோகார்பன் சட்டம் ஒன்றை அவர் அறிமுகப்படுத்தினார். அதன் மூலம் எண்ணெய் நிறுவனங்கள் வெனிசுவேலா அரசுக்குக் கொடுத்துக் கொண்டிருந்த ராயல்டி தொகை இரட்டிப்பானது. தனித்துவமாக இயங்கிக் கொண்டிருந்த 'பெட்ரோலியோஸ் டி வெனிசுவேலா' என்ற அரசாங்க எண்ணெய் நிறுவனத்தின் விதிமுறைகளைத் திருத்தியமைத்து, அதை நிர்வகிப்பதற்குத் தன்னுடைய நம்பிக்கைக்குரியவர்களை அவர் நியமித்தார்.

உலகின் பல நாடுகளின் பொருளாதாரத்திற்கு வெனிசுவேலாவின் எண்ணெய் இன்றியமையாததாக விளங்கியது. 2002 இல், வெனிசுவேலா, உலகிலேயே நான்காவது பெரிய எண்ணெய் ஏற்றுமதி நாடாகவும், அமெரிக்காவுக்கு எண்ணெய் ஏற்றுமதி செய்து கொண்டிருந்த நாடுகளில் மூன்றாவதாகவும் திகழ்ந்தது. நாற்பதாயிரம் ஊழியர்களைக் கொண்டிருந்த பெட்ரோலியோஸ் டி வெனிசுவேலா நிறுவனம் ஆண்டுக்கு 50 பில்லியன் டாலர் மதிப்புள்ள எண்ணெயை ஏற்றுமதி செய்தது. அதன் மூலம் அரசுக்குக் கிடைத்த வருமானம், நாட்டின் மொத்த ஏற்றுமதியில் எண்பது சதவீதமாக இருந்தது. அதன் மூலம் சாவேஸ் உலக அரங்கில் ஒரு முக்கிய நபராக உருவெடுத்தார்.

சுமார் எண்பது ஆண்டுகளுக்கு முன்பு துவங்கிய ஒரு செயல்முறையின் நிறைவாகவே இதை அந்நாட்டு மக்கள் பார்த்தனர். 1922 டிசம்பர் 14 அன்று, மாராகாய்போ என்ற இடத்திற்கு அருகே, திடீரென்று நிலத்திலிருந்து கச்சா எண்ணெய் பீய்ச்சியடிக்கத் துவங்கியது. அடுத்த மூன்று நாட்களுக்கு தினமும் சுமார் ஒரு இலட்சம் பீப்பாய் கச்சா எண்ணெய் அதிலிருந்து வெளிவந்தது. அந்த ஒரே ஓர் இயற்கை நிகழ்வு வெனிசுவேலாவின் தலையெழுத்தையே மாற்றியமைத்துவிட்டது. 1930 ஆம் ஆண்டுவாக்கில் அந்நாடு உலகிலேயே மிகப் பெரிய எண்ணெய் ஏற்றுமதி நாடாக மாறியது. எண்ணெயைத் தங்களுடைய அனைத்துப் பிரச்சனைகளுக்குமான தீர்வாக வெனிசுவேலாவின் குடிமக்கள் பார்த்தனர்.

அடுத்த நாற்பது ஆண்டுகளில் எண்ணெய் ஏற்றுமதி மூலம் கிடைத்த வருவாயினால், உலகின் மிகவும் வறிய நாடுகளில் ஒன்றாக இருந்த வெனிசுவேலா, லத்தீன் அமெரிக்காவின் செல்வச் செழிப்புமிக்க நாடுகளில் ஒன்றாக உருவெடுத்தது. சுகாதாரம், கல்வி, வேலை வாய்ப்பு, ஆயுட்காலம், குழந்தைகள் பிழைத்திருக்கின்ற விகிதம் போன்ற, அந்நாட்டின் முக்கியமான அம்சங்கள் அனைத்தும் மேம்பட்டன, வர்த்தகம் கொழித்தது.

1973 இல் ஓப்பெக் கூட்டமைப்பு அமல்படுத்தியிருந்த எண்ணெய் ஏற்றுமதித் தடையின் காரணமாக, எண்ணெயின்

விலை விண்ணளவு உயர்ந்தது. அதன் விளைவாக, வெனிசுவேலாவின் தேசிய வரவு செலவுத் திட்டம் நான்கு மடங்காக அதிகரித்தது. உடனடியாகப் பொருளாதார அடியாட்கள் களத்தில் இறக்கப்பட்டனர். சர்வதேச வங்கிகள் அந்நாட்டை நோக்கிப் படையெடுத்தன. கட்டுமானப் பணிகளும் தொழிற்பேட்டைகளும் உருவாவதற்கு அவை கடன்களை அள்ளி வீசின. தென்னமெரிக்கக் கண்டத்திலேயே நெடிதுயர்ந்த கட்டடங்கள் வெனிசுவேலாவில் முளைத்தன. 1980களில் பெருநிறுவனப் பாணியிலான பொருளாதார அடியாட்கள் அந்நாட்டுக்குள் நுழைந்தனர். தங்களுடைய செயல்முறையை நடைமுறையில் சோதித்துப் பார்ப்பதற்கு அங்கு அவர்களுக்கு ஓர் அருமையான வாய்ப்புக் கிடைத்தது. பெரிதாக வளர்ந்திருந்த வெனிசுவேலாவின் மத்திய வர்க்கத்தைத் தங்களுடைய பொருட்களுக்கான சிறப்பான சந்தையாகப் பெருநிறுவனங்கள் பார்த்தன. அதே நேரத்தில், அந்நாட்டில் வறுமையில் வாடிக் கொண்டிருந்த ஒரு பெருங்கூட்டமும் இருந்தது; தங்களுடைய பொருட்களை உற்பத்தி செய்வதற்கான மலிவான மனிதவளமாக அவர்களை அப்பெருநிறுவனங்கள் பார்த்தன.

பிறகு எண்ணெய் விலை கடுமையாகச் சரிந்தது. அதன் காரணமாக, சர்வதேச வங்கிகளிடம் தான் வாங்கியிருந்த கடனை வெனிசுவேலாவால் திருப்பிச் செலுத்த முடியவில்லை. 1989 இல் ஐஎம்எஃப் வெனிசுவேலாமீது கடுமையான சிக்கன நடவடிக்கைகளைத் திணித்தது. பெருநிறுவனத்துவத்திற்கு அடிபணிய அந்நாட்டைப் பல வழிகளிலும் அது நிர்ப்பந்தித்தது. அதை வெனிசுவேலா குடிமக்கள் வன்முறையுடன் எதிர்த்தனர். அங்கு வெடித்தக் கலவரங்களில் இருநூற்றுக்கும் மேற்பட்டவர்கள் கொல்லப்பட்டனர். எண்ணெய் என்பது அள்ள அள்ளக் குறையாத சர்வரோக நிவாரணி என்ற பிம்பம் சுக்குநூறாக உடைந்து சிதறியது. 1978க்கும் 2003க்கும் இடையே வெனிசுவேலாவின் தனிநபர் வருமானம் நாற்பது சதவீதத்திற்கும் அதிகமாகக் குறைந்தது.

வறுமை தாண்டவமாடத் துவங்கியதும் மக்களின் ஆத்திரம் அதிகரித்தது. மக்கள் இரு அணிகளாகப் பிளவுபட்டனர். மத்திய வர்க்கம்தான் ஏழைகளின் எதிரிகள் என்ற மாயை உருவாக்கப்பட்டது. பிற எண்ணெய் உற்பத்தி நாடுகளில் அரங்கேறிய கதைதான் வெனிசுவேலாவிலும் அரங்கேறியது. கடுமையாகச் சரிந்து கொண்டிருந்த பொருளாதாரத்தின் மொத்தச் சுமையும் மத்திய வர்க்கத்தின் தோள்மீது சுமத்தப்பட்டது. அதனால், மத்திய வர்க்கத்தைச் சேர்ந்த ஏராளமான மக்கள் வறுமைக் கோட்டுக்குக் கீழே தள்ளப்பட்டனர்.

ஏழை மக்களின் இந்தப் பெருக்கம், சாவேஸின் எழுச்சிக்கும் அவர் அமெரிக்காவுடன் மோதல் போக்கை வளர்த்துக் கொள்வதற்கும் வழி வகுத்தது. பதவிக்கு வந்தவுடன் சாவேஸ் புஷ் நிர்வாகத்திற்குச் சவால் விடும்படியான பல நடவடிக்கைகளை ஒன்றன்பின் ஒன்றாக எடுக்கத் துவங்கினார். வெனிசுவேலாவைப் பொறுத்தவரை, பொருளாதார அடியாட்கள் தோற்றுப் போயிருந்தனர். அங்கு ஜாக்கல்களை அனுப்பி அந்நாட்டுத் தலைவரின் கதையை முடிக்கலாமா என்று, செப்டம்பர் *11* தாக்குதலுக்குச் சற்று முன்பாக அமெரிக்கா யோசித்துக் கொண்டிருந்தது.

ஆனால் செப்டம்பர் *11* அனைத்து முன்னுரிமைகளையும் மாற்றியமைத்துவிட்டது. புஷ்ஷும் அவருடைய ஆலோசனையாளர்களும், அமெரிக்காவின் ஈரானியப் படையெடுப்பு மற்றும் ஆப்கானிஸ்தானிய நுழைவு குறித்து உலக நாடுகளின் ஆதரவைத் திரட்டும் முயற்சியில் தங்களுடைய ஒட்டுமொத்தக் கவனத்தையும் செலுத்தினர். அதோடு, அச்சமயத்தில், அமெரிக்கப் பொருளாதாரமும் சரிவை நோக்கிப் பயணித்துக் கொண்டிருந்தது. அதனால் வெனிசுவேலா குறித்தத் தீர்மானங்கள் பின்னுக்குத் தள்ளப்பட்டன. பின்னர் ஒருநாள் புஷ்ஷும் சாவேஸும் நேரடிக் கைகலப்பில் ஈடுபடுவர் என்பதை எல்லோரும் அறிந்திருந்தனர். ஈராக் மற்றும் மத்தியக் கிழக்கு நாடுகளிலிருந்து அமெரிக்காவுக்கு வந்து கொண்டிருந்த எண்ணெய்க்கு ஆபத்து வந்திருந்ததால், அமெரிக்காவால் தொடர்ந்து வெனிசுவேலாவை அலட்சியம் செய்து கொண்டிருக்க முடியாத ஒரு சூழல் உருவாகிக் கொண்டிருந்தது.

நியூயார்க் சென்று உலக வர்த்தக மையத் தாக்குதல் நடைபெற்றிருந்த இடத்தைப் பார்த்தது, வால் ஸ்டிரீட்டில் அலைந்தது, அங்கு ஓர் ஆப்கானிஸ்தான் நாட்டுக்காரருடன் பேசியது, வெனிசுவேலாவின் நாட்டு நடப்பைப் பற்றிப் படித்தது ஆகிய அனைத்தும் சேர்ந்து, அதுவரை பல ஆண்டுகளாக நான் தவிர்த்து வந்திருந்த ஒரு கட்டத்திற்கு என்னை அழைத்துச் சென்றன. கடந்த முப்பது ஆண்டுகளாக நான் மேற்கொண்டிருந்த நடவடிக்கைகளின் பின்விளைவுகள் குறித்த ஒரு தீவிரமான அலசலை மேற்கொள்ள அவை என்னைக் கட்டாயப்படுத்தின. இதற்கு முன்பும், ஒரு பொருளாதார அடியாளாக நான் மேற்கொண்டிருந்த நடவடிக்கைகளை நான் பல முறை அசைபோட்டுப் பார்த்திருந்தேன். ஆனால் இப்போதுதான் அவை என்னுடைய மகள் மற்றும் அவளுடைய தலைமுறையின் வருங்காலத்தின்மீது நேரடியாக எத்தகைய தாக்கத்தை ஏற்படுத்தும் என்ற கண்ணோட்டத்தில் நான் பார்க்கத் தொடங்கியிருந்தேன். இது

எனக்குப் புத்துணர்ச்சியூட்டியது. நான் செய்திருந்த செயல்களுக்குப் பாவ மன்னிப்புப் பெறுவதற்கான நடவடிக்கைகளை எடுப்பதை என்னால் இனியும் தள்ளிப் போட்டுக் கொண்டிருக்க முடியாது என்பதை நான் அறிந்திருந்தேன். நான் என் வாழ்க்கையில் செய்திருந்தவற்றை ஒளிவுமறைவின்றி வெளிப்படுத்துவதற்கான வேளை வந்துவிட்டிருந்தது. உலகளாவியரீதியில் அநியாயங்கள் நிகழ்த்தப்பட்டுக் கொண்டிருந்ததை அமெரிக்க மக்களுக்குத் தெரியப்படுத்தி அவர்களை விழிப்படையச் செய்ய வைப்பதற்கும், உலகின் பெரும் பகுதியினர் ஏன் அமெரிக்காவை வெறுக்கின்றனர் என்பதை அவர்களுக்குப் புரிய வைப்பதற்கும் நான் செய்ய வேண்டிய அனைத்தையும் நான் செய்து முடித்தாக வேண்டியிருந்தது.

அதனால் நான் மீண்டும் எழுதத் துவங்கினேன். ஆனால் எழுதத் துவங்கிய பிறகு, என் கதை மிகவும் பழைய கதையாக இருந்ததுபோல எனக்குத் தோன்றியது. அதில் எப்படியாவது சமீபத்திய விஷயங்களையும் கொண்டுவந்துவிட வேண்டும் என்று நான் நினைத்தேன். ஆப்கானிஸ்தான், ஈராக், வெனிசுவேலா ஆகிய நாடுகளுக்கு நேரில் சென்று அவற்றைப் பற்றிய சமீபத்தியச் செய்திகளைச் சேகரிக்கலாமா என்று நான் யோசித்தேன். தற்போதைய உலக நடப்புகளுக்கு இந்த மூன்று நாடுகளும் முரணாக இருந்தன. ஈராக் ஒரு கொடுங்கோலனின் தலைமையின்கீழ் மாட்டிக் கொண்டிருந்தது; ஒரு குரூரமான தலைமையின்கீழ் ஆப்கானிஸ்தான் சிக்கிக் கொண்டிருந்தது; இராஜதந்திரச் சாதுரியமற்றச் சாவேஸ் வெனிசுவேலாவுக்குப் பொறுப்பேற்றிருந்தார். இந்த மூன்று நாடுகளும் கொந்தளிப்பான அரசியல் சூழ்நிலையை எதிர்கொண்டிருந்தபோதிலும், பெருநிறுவனத்துவம் அந்நாடுகளின் ஆழமான பிரச்சனைகளைத் தீர்க்க எந்த விதத்திலும் முன்வந்திருக்கவில்லை. மாறாக, அது தன்னுடைய எண்ணெய்க் கொள்கைகளுக்குக் குறுக்கே நின்று கொண்டிருந்த தலைவர்களைப் பலவீனப்படுத்தவே முயன்றது. பல விதங்களில் வெனிசுவேலாவின் நிலை சுவாரசியத்தைத் தூண்டியது. ஆப்கானிஸ்தானில் அமெரிக்காவின் இராணுவரீதியான தலையீடு ஏற்கனவே நிகழ்ந்துவிட்டிருந்தது; ஈராக்கில் அது எக்கணமும் நிகழலாம் என்ற சூழ்நிலை நிலவியது. ஆனால், சாவேஸ் தொடர்பாக அமெரிக்க நிர்வாகம் கொண்டிருந்த நிலைப்பாடு மர்மமாகவே இருந்து வந்தது. சாவேஸ் ஒரு நல்ல தலைவரா இல்லையா என்பது அங்கு ஒரு பிரச்சனையாக இருக்கவில்லை என்றே நான் கருதினேன். ஓர் உலகப் பேரரசை உருவாக்குவதற்குப் பெருநிறுவனத்துவம் வகுத்திருந்த பாதையை மறித்துக் கொண்டு நின்று கொண்டிருந்த

ஒரு தலைவரை அமெரிக்கா எவ்வாறு பார்த்தது என்பதைப் பற்றியதுதான் அது.

அந்நாடுகளுக்கான பயண ஏற்பாடுகளை நான் மேற்கொள்வதற்குள், என் வாழ்வில் நிகழ்ந்த சில நிகழ்வுகள் அதில் குறுக்கிட்டன. 2002 இல் என்னுடைய தொண்டு நிறுவனம் தொடர்பாக நான் பல முறை தென்னமெரிக்க நாடுகளுக்குப் பயணிக்க வேண்டியிருந்தது. நான் அமேசானுக்கு அழைத்துச் சென்றிருந்த குழுவில், வெனிசுவேலாவைச் சேர்ந்த ஒருவரும் சேர்ந்து கொண்டிருந்தார். சாவேஸின் கொள்கைகளால் அவருடைய தொழில் சாம்ராஜ்ஜியம் திவாலாகின்ற நிலைக்குச் சென்றிருந்தது. அப்பயணத்தின்போது நானும் அவரும் நெருங்கிய நண்பர்களாக ஆனோம். நான் அவருடைய பக்கக் கதையைக் காது கொடுத்துக் கேட்டேன். அதே நேரத்தில், தங்களைக் காக்க வந்த ஒரு இரட்சகராகச் சாவேஸைப் பார்த்த மக்களுடனும் நான் பழகியிருந்தேன். வெனிசுவேலாவில் நிகழ்ந்து கொண்டிருந்த நிகழ்வுகள், பொருளாதார அடியாட்களாகிய நாங்கள் உருவாக்கியிருந்த உலகத்தின் நோய்க்குறிகளாகவே எனக்குப் பட்டன.

2002 டிசம்பர் மாதத்தையொட்டி, ஈராக், வெனிசுவேலா ஆகிய இரு நாடுகளிலும் நிலைமை நெருக்கடி நிலையை எட்டியிருந்தது. ஈராக்கில் பொருளாதார அடியாட்களும் ஜாக்கல்களும் அமெரிக்காவின் இரகசியத் திட்டத்தை ஏற்றுக் கொள்வதற்கு சதாமைச் சம்மதிக்க வைப்பதற்கான முயற்சியில் தோற்றுப் போயிருந்தனர். அதனால் அங்கு அமெரிக்கா, இறுதித் தீர்வான இராணுவத் தலையீட்டை நோக்கி நகர்ந்து கொண்டிருந்தது. கெர்மிட் ரூஸ்வெல்ட் ஈரானில் அமல்படுத்திய திட்டத்தை வெனிசுவேலாவில் அரங்கேற்ற புஷ் நிர்வாகம் முயன்று கொண்டிருந்தது. நியூயார்க் டைம்ஸ் பத்திரிகை இவ்வாறு எழுதியது:

இலட்சக்கணக்கான வெனிசுவேலா மக்கள் இன்று இருபத்தெட்டாவது நாளாக தேசிய வேலை நிறுத்தத்தில் ஈடுபட்டுள்ளனர். சாவேஸ் பதவி விலக வேண்டும் என்ற முழக்கத்தோடு அவர்கள் வீதியில் இறங்கிப் போராடிக் கொண்டிருக்கின்றனர்.

இப்போது எண்ணெய்த் தொழிலில் ஈடுபட்டுள்ள 30,000 தொழிலாளர்கள் இதில் குதித்துள்ளது அந்நாட்டில் பெரும் பிரச்சனையைத் தோற்றுவிக்கக்கூடும்.

இப்போது தொழிலாளர்களுக்கும் சாவேஸுக்கும் இடையேயான மல்லுக்கட்டு ஸ்தம்பித்துப் போயுள்ள

ஒரு நிலையிலேயே இருக்கிறது. வேலை நிறுத்தத்தில் ஈடுபட்டுள்ள தொழிலாளர்களுக்குப் பதிலாக, வேலை நிறுத்தத்தில் ஈடுபட்டிருக்காத தொழிலாளர்களைக் கொண்டு அரசின் எண்ணெய் நிறுவனத்தின் இயக்கத்தைச் சாவேஸ் சமாளித்துக் கொண்டிருக்கிறார். தொழிற்சங்கத் தலைவர்கள் மற்றும் தொழிலதிபர்கள் அடங்கிய எதிர்ப்பாளர்கள் முகாம், வேலை நிறுத்தம் நாட்டை முடக்கி, சாவேஸை அடிபணிய வைக்கும் என்று நம்பிக் கொண்டிருக்கின்றனர்.

துல்லியமாக இதே உத்தியைக் கையாண்டுதான் அமெரிக்கா ஈரானில் மொசாடெக்கைப் பதவியிலிருந்து இறக்கி, ஷாவை அரியணை ஏற்றியிருந்தது. ஐம்பது ஆண்டுகளுக்குப் பிறகு வரலாறு மீண்டும் திரும்பிக் கொண்டிருந்தது. ஆனால், இத்தனை ஆண்டுகளுக்குப் பிறகும் எண்ணெய்தான் அதை முடுக்கிவிட்டுக் கொண்டிருந்த சக்தியாக விளங்கியது.

சாவேசின் ஆதரவாளர்கள் அவரை எதிர்த்தவர்களுடன் தொடர்ந்து மோதிக் கொண்டிருந்தனர். நடத்தப்பட்டத் துப்பாக்கிச் சூட்டில் பலர் கொல்லப்பட்டனர், ஏராளமானோர் காயமடைந்தனர். பல ஆண்டுகளாக ஜாக்கல்களுடன் தொடர்பு கொண்டிருந்த பழைய நண்பர் ஒருவருடன் நான் அடுத்த நாள் பேசினேன். என்னைப்போலவே அவரும் அமெரிக்க அரசின் எந்தவோர் அமைப்பிற்கும் நேரடியாக வேலை பார்த்திருக்கவில்லை. ஆனால் பல நாடுகளில் இரகசிய நடவடிக்கைகள் பலவற்றை அவர் முன்னின்று நடத்தியிருந்தார். "வெனிசுவேலாவில் வேலை நிறுத்தத்தைத் தூண்டிவிடவும், அமெரிக்க இராணுவப் பயிற்சி மையத்தில் பயிற்சி பெற்றிருந்த இராணுவ அதிகாரிகளைச் சாவேஸுக்கு எதிராகக் கலகம் செய்யத் தூண்டவும், தனித்து இயங்கிக் கொண்டிருக்கின்ற ஒப்பந்தக்காரர் ஒருவர் என்னை அணுகினார். ஆனால் நான் அதை மறுத்துவிட்டேன். ஆனால் அந்த வேலையை ஏற்றுக் கொண்டுள்ள நபர், தான் என்ன செய்து கொண்டிருக்கிறோம் என்பதை அறிவார்," என்று என் நண்பர் என்னிடம் தெரிவித்தார்.

எண்ணெய் விலை உயரும் என்றும், அமெரிக்கக் கையிருப்புக் குறையும் என்றும், எண்ணெய் நிறுவனங்களின் நிர்வாகிகளும் வால்ட் ஸ்ட்ரீட் வங்கியாளர்களும் பயந்தனர். சாவேஸைப் பதவியிலிருந்து தூக்கியெறிய புஷ் நிர்வாகம் தன்னால் முடிந்த அனைத்தையும் செய்து கொண்டிருந்ததை நான் அறிந்திருந்தேன். பின்னர் சாவேஸ் பதவியிலிருந்து அப்புறப்படுத்தப்பட்டார் என்ற செய்தி வந்தடைந்தது. நியூயார்க் டைம்ஸ் பத்திரிகை இது குறித்துச் செய்தி வெளியிட்டபோது, லத்தீன் அமெரிக்க வரலாற்றுப் பின்புலத்தை விவரிக்க அதைப் பயன்படுத்திக் கொண்டது:

அமெரிக்கா ரஷ்யாவுடன் தான் நடத்திக் கொண்டிருந்த பனிப்போர் காலகட்டத்தின்போதும் அதற்குப் பிறகும், தன் அரசியல் மற்றும் பொருளாதார நலன்களைப் பாதுகாப்பதற்காக, மத்திய அமெரிக்காவிலும் தென்னமெரிக்காவிலும் பல சர்வாதிகார அரசுகளை ஆதரித்து வந்தது.

1954 இல், குவாத்தமாலாவில் ஜனநாயக முறைப்படி தேர்ந்தெடுக்கப்பட்டிருந்த அரசை, அமெரிக்க சிஐஏ ஒரு இராணுவக் கலகத்தின் மூலம் தூக்கியெறிந்தது. பின்னர் நாற்பது ஆண்டுகளுக்கும் மேலாக அந்நாட்டில் போராடிக் கொண்டிருந்த சிறிய இடதுசாரிப் புரட்சிக் குழுக்களுக்கு எதிராகச் செயல்பட்டுக் கொண்டிருந்த வலதுசாரி அரசுகளை அது ஆதரித்து வந்தது. மொத்தமாக இரண்டு இலட்சம் பொதுமக்கள் இதில் கொல்லப்பட்டனர்.

சிலியில் சிஐஏ உதவியுடன் மேற்கொள்ளப்பட்ட இராணுவக் கலகம் ஜெனரல் அகஸ்தோ பினோசெட்டை அந்நாட்டின் அதிபராக ஆக்கியது. அவர் அந்நாட்டை 1973லிருந்து 1990வரை ஆண்டார். பெருவில், பதவியிலிருந்து தூக்கி எறியப்படும்வரை பத்தாண்டுகள் அல்பர்ட்டோ ஃபுஜிமோரியை அமெரிக்கா ஆதரித்து வந்தது.

1989 இல் அமெரிக்கா பனாமாமீது படையெடுத்துச் சென்று அதன் சர்வாதிகாரியான மானுவெல் நோரிகாவைக் கைது செய்வதற்கு முன்பு, அமெரிக்க உளவு நிறுவனங்களுக்கு இருபது ஆண்டுகளுக்கும் மேலாக அவர் ஒரு முக்கிய உளவாளியாக இருந்திருந்தார். 1980களில் நிகராகுவாவை ஆண்டு கொண்டிருந்த இடதுசாரி அரசைக் கவிழ்க்க அமெரிக்கா எல்லா வழிகளிலும் முயன்று வந்தது.

பணம் வாங்கிக் கொண்டு ஈரானுக்கு ஆயுதங்கள் கொடுத்ததாக ரீகன் நிர்வாகத்தில் இருந்த பல அதிகாரிகள்மீது குற்றம் சுமத்தப்பட்டிருந்தது. அப்படி விசாரணைக்கு ஆட்படுத்தப்பட்டவர்களில் ஓட்டோ ஜெ ரீச்சும் ஒருவர். ஆனால் அவர்மீது எந்தக் குற்றச்சாட்டும் பதிவு செய்யப்படவில்லை. லத்தீன் அமெரிக்க அரசியலில் அவர் கரை கண்டிருந்ததால், வெனிசுவேலாவுக்கான அமெரிக்கத் தூதராக அவர் அனுப்பி வைக்கப்பட்டார். இப்போது அவர் இன்டர் அமெரிக்கன் தொடர்புத் துறையின் துணைச் செயலாளராகப் பணியாற்றிக் கொண்டிருக்கிறார். சாவேஸை வீழ்த்தியதில் அவருக்குப் பெரும் பங்கு இருந்தது.

வெனிசுவேலாவில் சாவேஸ் தூக்கியெறியப்பட்டதை புஷ்ஷாலும் ரீச்சாலும் பெரிதாகக் கொண்டாட முடியவில்லை. வியப்புக்குரிய விதத்தில், தான் தூக்கியெறியப்பட்ட எழுபத்து இரண்டு மணிநேரத்திற்குள், சாவேஸ் மீண்டும் பதவியில் வந்து அமர்ந்துவிட்டார். மொசாடெக்கைப்போல அல்லாமல், சாவேஸ், இராணுவத்தை தன் பக்கம் வைத்திருந்தார். அதோடு, சக்திவாய்ந்த பெட்ரோலியோஸ் டி வெனிசுவேலா அரசு நிறுவனமும் சாவேஸின் பக்கம் இருந்தது. அந்நிறுவனத்தைச் சேர்ந்த ஆயிரக்கணக்கான ஊழியர்கள் வேலை நிறுத்தத்தில் ஈடுபட்டிருந்தபோதிலும், அந்நிறுவனம் தொடர்ந்து இயங்கிக் கொண்டிருந்தது.

நிலைமை ஓரளவு சரியானதும் சாவேஸ் பெட்ரோலியோஸ் டி வெனிசுவேலா நிறுவனத்தில் தன் பிடியை இறுக்கினார். இராணுவத்திலும் அவர் சில களையெடுப்புகளை மேற்கொண்டார். தன்னுடைய எதிர்ப்பாளர்கள் பலரை அவர் நாட்டைவிட்டு ஓட வைத்தார். அமெரிக்காவுடன் சேர்ந்து கொண்டு ஜாக்கல்களின் துணையுடன் தன்னைக் கவிழ்ப்பதில் தீவிரமாக ஈடுபட்டிருந்த இரண்டு முக்கியமான எதிர்த்தரப்புத் தலைவர்களுக்கு அவர் நீண்டகாலச் சிறைத் தண்டனையைப் பரிந்துரைத்தார்.

இறுதியில், வெனிசுவேலா நிகழ்வுகளின் முடிவுகள் புஷ் நிர்வாகத்திற்குச் சாதகமாக அமையவில்லை. அதைப் பற்றி லாஸ் ஏஞ்சலீஸ் டைம்ஸ் பத்திரிகை இவ்வாறு குறிப்பிட்டிருந்தது:

வெனிசுவேலாவின் இராணுவத் தலைவர்களுடனும் எதிர்க்கட்சித் தலைவர்களுடனும் சேர்ந்து கொண்டு சாவேஸைப் பதவியிலிருந்து அப்புறப்படுத்துவதற்கு அமெரிக்கா பல மாதங்களாகத் திட்டமிட்டிருந்ததை புஷ் நிர்வாகத்திலிருந்த சில அதிகாரிகள் செவ்வாயன்று ஒப்புக் கொண்டனர். அந்நாட்டு விவகாரங்களை அமெரிக்கா கையாண்ட விதம் தீவிரக் கண்காணிப்புக்கு உள்ளாகியுள்ளது.

வெனிசுவேலாவில் பொருளாதார அடியாட்கள் மட்டுமல்லாமல் ஜாக்கல்களும் தோல்வியைத் தழுவியிருந்தனர் என்பது வெளிப்படை. 1953 இல் ஈரான் எப்படி இருந்ததோ, 2003 இல் வெனிசுவேலா அதிலிருந்து முற்றிலும் வித்தியாசமாக இருந்தது.

இது, பின்னால் நடக்கவிருந்தவற்றுக்கான அறிகுறியா அல்லது எப்போதாவது நடக்கின்ற பிறழ்வா என்று நான் யோசித்தேன். அதோடு, அமெரிக்க நிர்வாகம் அடுத்து என்ன செய்யும் என்பது குறித்தும் நான் யோசித்தேன்.

குறைந்தபட்சம் தற்காலிகமாகவாவது, வெனிசுவேலாவில் நிகழவிருந்த ஒரு தீவிரமான நெருக்கடி தவிர்க்கப்பட்டிருந்தது. சதாம் உசேனால் சாவேஸ் காப்பாற்றப்பட்டிருந்தார். புஷ் நிர்வாகத்தால் ஒரே நேரத்தில் ஆப்கானிஸ்தான், ஈராக், வெனிசுவேலா ஆகிய மூன்று நாடுகளையும் கையாள முடியவில்லை. அக்கணத்தில், அதற்குத் தேவையான இராணுவ பலமோ அல்லது அரசியல் ஆதரவோ புஷ் நிர்வாகத்திற்கு இருக்கவில்லை. ஆனால் வருங்காலத்தில் நிலைமை வெகுவேகமாக மாறக்கூடும் என்பதையும் சாவேஸ் விரைவில் கடுமையான எதிர்ப்பைச் சந்திக்க வேண்டியிருக்கலாம் என்பதையும் நான் அறிந்துதான் இருந்தேன். ஆனால், குறிப்பிட்ட அந்த முடிவைத் தவிர, ஐம்பது ஆண்டுகளில் பெரிதாக எதுவும் மாறியிருக்கவில்லை என்பதைத்தான் வெனிசுவேலாவின் எடுத்துக்காட்டு நமக்கு நினைவுபடுத்துகிறது.

நான் இந்நூலின் முதல் பதிப்பிற்காக இந்த வார்த்தைகளை எழுதிக் கொண்டிருந்தபோது, ஒரு சில ஆண்டுகளில் சாவேஸ் இறந்து போவார் என்பதையோ, மத்தியக் கிழக்கில் அமெரிக்கா முடிவேயில்லாத போர்களில் மாட்டிக் கொள்ளும் என்பதையோ, ரஷ்யா மீண்டும் உலக அரங்கில் தலைதூக்கும் என்பதையோ, சீனாவின் பொருளாதார அடியாட்கள் தங்களுடைய அமெரிக்க சகாக்களை அனைத்துக் கண்டங்களிலும் முறியடிப்பார்கள் என்பதையோ, பெருநிறுவனத்துவம் உலக வரலாற்றில் முதன்முறையாக ஓர் உலகப் பேரரசாக உருவெடுக்கும் என்பதையோ நான் அறிந்திருக்கவில்லை. அடுத்தப் பன்னிரண்டு ஆண்டுகளில் நடைபெற்ற விஷயங்கள், அதற்கு முன்பு நடைபெற்றிருந்தவற்றிலிருந்து முற்றிலும் மாறுபட்டக் கதைகளைச் சொல்லவிருந்தன.

 **பகுதி 5: 2004-2016**

🌐 அத்தியாயம் 34

என்னைக் கொலை செய்ய முயற்சி மேற்கொள்ளப்பட்டதா?

இந்நூலின் முதல் பதிப்பு வெளியான நேரத்திலிருந்து நிலைமை மேலும் மோசமடைந்துள்ளது. பன்னிரண்டு ஆண்டுகளுக்கு முன்பு, நான் எழுதியிருந்ததைப் போன்ற புத்தகங்கள் மக்களைத் தட்டியெழுப்பி, விஷயங்களை மாற்றத் தேவையான நடவடிக்கைகளை மேற்கொள்ள அவர்களைத் தூண்டும் என்று நான் நம்பினேன். ஏனெனில், நான் அவற்றில் குறிப்பிட்டிருந்த தகவல்கள் வெளிப்படையானவை. நானும் என்னைப் போன்ற பிறரும் சேர்ந்து பெருநிறுவனத்துவத்திற்கு ஆதரவான ஒரு பொருளாதார அடியாட்கள் அமைப்புமுறையை உருவாக்கியிருந்தோம். பொருளாதார அடியாட்கள், ஜாக்கல்கள், பெரும் தொழிலதிபர்கள், அரசாங்கங்கள், வால் ஸ்ட்ரீட் கொள்ளையர்கள் ஆகியோரும், இவர்கள் எல்லோருமாகச் சேர்ந்து உருவாக்கியிருந்த உலகளாவிய பிணையங்களும் ஒன்றிணைந்து, உலக மக்கள் அனைவரையும் வஞ்சிக்கின்ற ஓர் உலகப் பொருளாதார அமைப்பை உருவாக்கியுள்ளன. போர் அல்லது போர் குறித்த அச்சுறுத்தல், கடன், தன்னைத் தானே அழித்துக் கொள்வதில் போய் முடியவிருக்கின்ற விதத்தில் உலக வளங்களை வழித்தெடுத்துச் சுரண்டுகின்ற அதிநுகர்வு ஆகியவற்றின் அடிப்படையில் அது அமைந்துள்ளது. இறுதியில், இந்தச் சவப் பொருளாதாரத்திற்குப் பெரும் செல்வந்தர்கள்கூடப் பலியாக நேரிடும்.

நம்மில் பலரும் இதற்குள் பெரிய அளவில் சுருட்டி இழுக்கப்பட்டுள்ளோம்; அந்தக் கண்ணோட்டத்தில் பார்த்தால், நாம் அனைவருமே இதன் கூட்டாளிகள்தாம். பெரும்பாலான

சமயங்களில், இதில் நாம் மாட்டிக் கொண்டிருப்பது குறித்தப் பிரக்ஞைகூட நமக்கு இருப்பதில்லை. அதை மாற்றுவதற்கான சரியான தருணம் இதுதான். நான் இந்த உண்மைகளை அம்பலப்படுத்துவது, மக்களை விழிப்படையச் செய்து, அவர்கள் ஓர் இயக்கமாக அணிதிரள அவர்களை ஊக்குவிக்கும் என்றும், அந்த இயக்கம் 2016 ஆம் ஆண்டுவாக்கில் ஒரு புதிய முன்னோக்கை உருவாக்குவதில் சென்று முடியும் என்றும் நான் நம்பினேன்.

மக்கள் உலுக்கி எழுப்பப்பட்டுக் கொண்டிருந்தனர் என்பது உண்மைதான். உள்ளூர் அளவில் மேற்கொள்ளப்பட்டிருந்த 'ஆக்குபை' இயக்கங்கள், ஐஸ்லாந்து, எக்குவடோர், கிரீஸ் போன்ற நாடுகளில் மேற்கொள்ளப்பட்டிருந்த தேசிய இயக்கங்கள், பிராந்திய அளவில் மேற்கொள்ளப்பட்டிருந்த 'அரபு எழுச்சி' போன்ற போராட்டங்கள், லத்தீன் அமெரிக்காவில் மேற்கொள்ளப்பட்டிருந்த 'பொலிவேரியன் அலையன்ஸ் ஃபார் த பீப்பிள்ஸ் ஆஃப் அவர் அமெரிக்கா' கூட்டியக்கங்கள் ஆகியவை உலகம் உடைந்து நொறுங்கிக் கொண்டிருக்கிறது என்பதை நாம் புரிந்து கொண்டுள்ளோம் என்பதை வெளிப்படுத்தியுள்ளன.

ஆனால் நான் முற்றிலும் எதிர்பார்த்திராத ஒன்று இதில் நிகழ்ந்தது. மாறி வருகின்ற சூழ்நிலைக்கு ஏற்பத் தன்னைத் தானே மாற்றிக் கொள்கின்ற பொருளாதார அடியாட்கள் அமைப்புமுறையின் வளைவுத்தன்மையையும், சவப் பொருளாதாரத்தைப் பாதுகாக்கவும் அதைப் பரப்பவும் இந்த அமைப்புமுறை கொண்டிருந்த உறுதியையும் அர்ப்பணிப்பையும் நான் சிறிதும் எதிர்பார்த்திருக்கவில்லை. அதேபோல, பொருளாதார அடியாட்கள் மற்றும் ஜாக்கல்களின் ஒரு புதிய அவதாரத்தையும் நான் எதிர்பார்த்திருக்கவில்லை.

பொருளாதார அடியாட்கள் அமைப்புமுறை என்பது உலகைத் தங்களுடைய கட்டுப்பாட்டின் கீழ் கொண்டுவரத் துடித்துக் கொண்டிருந்தவர்கள் அடங்கிய ஒரு சிறிய குழுவால், சட்டத்திற்குப் புறம்பான முறையில் இரகசியமாகச் செயல்படுத்தப்பட்டு வந்த ஒரு தீய திட்டம் என்று நான் நம்பவில்லை என்பதை இந்நூலின் முதல் பதிப்பில் நான் தெளிவாகக் குறிப்பிட்டிருந்தேன். வேறு வார்த்தைகளில் கூறுவதென்றால், ஒருங்கிணைந்து செயல்பட்டுக் கொண்டிருந்த பிரம்மாண்டமான இரகசியச் சதிக் கும்பல் ஒன்று இந்த உலகில் செயல்பட்டுக் கொண்டிருந்தது என்று நான் நம்பவில்லை.

பின்னர் விநோதமான ஒரு காரியம் நிகழ்ந்தது.

இந்நூலின் முதல் பதிப்பு வெளியாகி ஐந்து மாதங்கள்கூட ஆகியிருக்காத நிலையில், 2005 மார்ச் மாத இறுதியில் ஒரு

திங்கட்கிழமையன்று நான் நியூயார்க் நகருக்கு விமானத்தில் பயணித்தேன். அதற்கு மறுநாள் நான் ஐக்கிய நாடுகள் அவையில் பேசுவதற்கு எனக்கு அழைப்பு விடுக்கப்பட்டிருந்தது. எனக்குத் தெரிந்தவரை நான் ஆரோக்கியமாகத்தான் இருந்தேன். தன்னை ஒரு பத்திரிகையாளன் என்று மட்டும் அறிமுகப்படுத்திக் கொண்ட ஒருவன், என்னுடைய நூலைப் பிரபலப்படுத்தும் பணியில் ஈடுபட்டிருந்த பெண்மணியை அணுகி, தான் என்னைப் பேட்டி காண விரும்பியதாக அவரை நச்சரித்தான். அப்போது பத்திரிகை வெளிச்சம் என்மீது தேவைக்கு அதிகமான அளவு பாய்ந்து கொண்டிருந்ததாலும், அவன் முழுமையான தகவல்களைக் கூறாததாலும், அப்பெண் அவனுக்கு நேரம் ஒதுக்குவதைத் தவிர்த்து வந்தார். ஆனால் நியூயார்க் நகரில் நான் தரையிறங்கியவுடன், என்னை விமான நிலையத்திலிருந்து அழைத்துச் சென்று, எனக்கு மதிய உணவு வாங்கிக் கொடுத்து என்னைப் பேட்டி கண்டுவிட்டு, பிறகு நான் தங்கவிருந்த இடத்திற்கு என்னை அழைத்துச் செல்வதாக அவன் கூறியபோது, அப்பெண் என்னிடம் கலந்து பேசினார். நான் அவனைச் சந்திக்க ஒப்புக் கொண்டேன்.

நான் நியூயார்க் விமான நிலையத்தில் தரையிறங்கியபோது, அவன் தான் சொன்னபடியே எனக்காகக் காத்துக் கொண்டிருந்தான். அவன் என்னை ஒரு சிறிய உணவகத்திற்கு அழைத்துச் சென்றான். அங்கு அவன் என் நூலைப் பாராட்டிவிட்டு, என்னுடைய பொருளாதார அடியாள் வாழ்க்கையைப் பற்றி வழக்கமான சில கேள்விகளைக் கேட்டான். பிறகு, நான் தங்கவிருந்த இடத்தில் அவன் என்னை இறக்கிவிட்டுவிட்டுச் சென்றுவிட்டான்.

அந்த நபரை நான் அதற்குப் பிறகு மீண்டும் ஒருபோதும் எங்கேயும் பார்க்கவில்லை. அவனை நான் சந்தித்ததை நான் ஒரு சாதாரண நிகழ்வாகவே எண்ணியிருந்திருப்பேன், ஆனால் அச்சந்திப்பு நிகழ்ந்து ஒரு சில மணிநேரத்திற்குள் என் உடலுக்குள் கடுமையான இரத்தக்கசிவு ஏற்பட்டது. என் உடலில் இருந்த இரத்தத்தில் பாதியை நான் இழந்தேன். என் உடல் அதிர்ச்சியில் உறைந்து போனது. நான் உடனடியாக லீனாக்ஸ் ஹில் என்ற மருத்துவமனைக்கு அழைத்துச் செல்லப்பட்டேன். அங்கு நான் இரண்டு வாரங்கள் அனுமதிக்கப்பட்டிருந்தேன். என்னுடைய பெருங்குடலில் 70 சதவீதத்திற்கும் அதிகமான பகுதி வெட்டியெடுக்கப்பட வேண்டியதாயிற்று.

நான் மருத்துவமனைப் படுக்கையில் படுத்துக் கொண்டு தேறிக் கொண்டிருந்தபோது, நான் மிதமிஞ்சி உழைத்துக் கொண்டிருந்தேன் என்பதை என்னுடைய உடல் இந்த உடல்நலக்

குறைவின் மூலம் எனக்கு உணர்த்தியிருந்ததாக நான் நினைத்துக் கொண்டேன். அதனால், நான் என் வேலைப் பளுவைக் குறைத்துக் கொள்வதென்று முடிவெடுத்தேன்.

நியூயார்க் மருத்துவமனையில் எனக்குச் சிகிச்சையளித்த இரைப்பைக் குடலியல் சிறப்பு மருத்துவர், ‘டைவெர்ட்டிகுலோசிஸ்’ என்ற பெருங்குடல் நோயின் காரணமாக நான் பாதிக்கப்பட்டிருந்ததாகக் கூறினார். இதைக் கேட்டு நான் அதிர்ச்சியடைந்தேன். ஏனெனில், சமீபத்தில்தான், என்னுடைய பெருங்குடலில் புற்றுநோய் இருந்ததா என்பதைக் கண்டறிவதற்கான சோதனை ஃபுளோரிடாவில் எனக்குச் செய்யப்பட்டிருந்தது. ஆனால் என் பெருங்குடலில் புற்றுநோய்க்கான அறிகுறி எதுவும் இல்லை என்று என்னுடைய ஃபுளோரிடா மருத்துவர் எனக்கு உறுதியளித்திருந்தார். என் வயதுடையவர்களுக்கு லேசான குடல் பிரச்சனை வருவது சகஜம்தான் என்றும், ஆனால் பயப்படும்படியாக ஒன்றுமில்லை என்றும் அவர் கூறியிருந்தார். ஐந்து ஆண்டுகள் கழித்து மீண்டும் வந்து சோதனை செய்து கொள்ளுமாறு அவர் எனக்குப் பரிந்துரைத்தார்.

ஐக்கிய நாடுகள் அவையில் நான் நிகழ்த்தவிருந்த சொற்பொழிவு இரத்தானது என்பதை நான் தனியாகக் கூறத் தேவையில்லை. வேறு பல ஊடக நிகழ்ச்சிகளிலும் என்னால் கலந்து கொள்ள முடியாமல் போனது. விரைவிலேயே என்னுடைய அறுவை சிகிச்சை குறித்தச் செய்தி வேகமாகப் பரவியது. எனக்கு மின்னஞ்சல்கள் வந்து குவிந்தன. பெரும்பாலானவர்கள் எனக்கு ஆதரவாக இருந்தனர், என் உடல்நலம் குறித்தத் தங்களுடைய அக்கறையை வெளிப்படுத்தினர். என்னை ஒரு தேசத் துரோகி என்று குற்றம் சாட்டியும் சிலர் கடிதங்கள் எழுதியிருந்தனர். எனக்கு விஷம் கொடுக்கப்பட்டிருந்ததாகப் பலர் உறுதிபடக் கூறினர்.

இது குறித்து நான் என்னுடைய சிறப்பு மருத்துவரிடம் கேட்டபோது, அப்படி இருக்க வாய்ப்பில்லை என்று தான் நம்பியதாகக் கூறிய கையோடு, மருத்துவத்தைப் பொறுத்தவரை எதையும் ஒருக்காலும் உறுதியாகக் கூற முடியாது என்றும் தெரிவித்தார். எது எப்படியோ, இதன் காரணமாக நான் சதிக் கோட்பாடுகள் குறித்து மேலும் அதிகமாகப் படிக்கத் துவங்கினேன்.

ஒட்டுமொத்த உலகையும் உள்ளடக்கிய சதிக்கூட்டம் ஒன்று செயல்பட்டுக் கொண்டிருந்ததாக அப்போதும் நான் நம்பவில்லை. உலகத்தைத் தங்களுடைய குடைக்குள் கொண்டுவர வேண்டும் என்ற நோக்கத்தோடு சட்டத்திற்குப் புறம்பான வழிகளில் சதிச் செயல்களில் ஈடுபட்டுக் கொண்டிருந்த இரகசியக் குழு

எதுவும் இருந்ததாக நான் நம்பவில்லை. ஆனால், பொருளாதார அடியாட்கள் அமைப்பின் சக்தி, பல சிறிய சதிகளைத் தூண்டிவிடுவதை அடிப்படையாகக் கொண்டிருந்தது என்பதில் எனக்குச் சந்தேகமில்லை. இங்கு நான் 'சிறிய' என்று குறிப்பிடுவது, குறிப்பிட்ட இலக்குகள்மீது அவர்கள் தங்களுடைய கவனத்தைக் குவித்திருக்கின்றனர் என்ற அர்த்தத்தில்தான். சட்டத்திற்குப் புறம்பான இலக்குகளை அடைவதற்கு மேற்கொள்ளப்படுகின்ற இத்தகைய இரகசியமான நடவடிக்கைகள் – சதிகள் – நான் பள்ளியில் படிக்கத் துவங்கிய காலத்திலேயே நடந்து கொண்டிருந்தன. 1953 இல், ஈரானில் ஜனநாயக முறைப்படி தேர்ந்தெடுக்கப்பட்டிருந்த மொசாடெக்கின் அரசைக் கவிழ்த்து, ஷாவை அரியணை ஏற்றிய சிஐஏவின் நடவடிக்கை இதற்கான ஓர் எடுத்துக்காட்டு; 1963 இல், பிக்ஸ் வளைகுடாவில் சிஐஏ ஆதரவுடன் கியூபாமீது மேற்கொள்ளப்பட்டப் படையெடுப்பு மற்றோர் எடுத்துக்காட்டு. ஆனால் நான் ஒரு பொருளாதார அடியாளாகப் பணியாற்றிக் கொண்டிருந்தபோது, நான் நேரடியாகத் தொடர்பில் இருந்த, நட்புடன் பழகி வந்த இரண்டு முக்கியமான லத்தீன் அமெரிக்கத் தலைவர்களான, பனாமாவின் டோரிஜோஸையும் எக்குவடோரின் ரோல்டோஸையும் 1981 இல் சிஐஏ தீர்த்துக் கட்டியபோதுதான் இது குறித்து எனக்கு அதிகமான விழிப்புணர்வு ஏற்பட்டது. 2002 இல், சிஐஏ, வெனிசுவேலாவில் சாவேஸைத் தூக்கியெறிந்தது. அதற்குப் பிறகு, பெரும் எண்ணிக்கையில் பொதுமக்களைக் கொன்று குவிப்பதற்கான ஆயுதங்கள் ஈராக்கிடம் இருந்ததாகத் திட்டமிட்ட முறையில் ஒரு புரளி கிளப்பப்பட்டது. இதைத் தொடர்ந்து மத்தியக் கிழக்கு மற்றும் ஆப்பிரிக்காவில் இருந்த அரசுகளையும் அவற்றின் தலைவர்களையும் குறி வைத்து எண்ணற்றச் சதியாலோசனைகள் மேற்கொள்ளப்பட்டன.

நான் ஒரு பொருளாதார அடியாளாகப் பணியாற்றிக் கொண்டிருந்தபோது, வளர்ந்து வருகின்ற நாடுகளில் அமெரிக்க மற்றும் பெருநிறுவன நலன்களை விரிவுபடுத்துவதே பெரும்பாலான சதியாலோசனைகளின் இலக்காக இருந்தது. அந்த இலக்கை அடைய, அந்நாடுகளின் அரசுகளைத் தூக்கியெறிவது, அவற்றின் தலைவர்களைப் படுகொலை செய்வது, அவற்றின் இயற்கை வளங்களைச் சுரண்டுவதற்குப் பெருநிறுவனங்களுக்கு வழி ஏற்படுத்திக் கொடுப்பது போன்றவற்றைச் செய்ய நாங்கள் ஒருபோதும் தயங்கவில்லை. என் அறுவை சிகிச்சைக்குப் பிறகு நான் என் வீட்டில் ஓய்வெடுத்துக் கொண்டிருந்தபோது, நான் பல அறிக்கைகளைப் படித்தேன். இந்தோனேசியா, பனாமா, எகிப்து, ஈரான், சவுதி அரேபியா மற்றும் பிற நாடுகளில் நாங்கள்

பயன்படுத்தியிருந்த உத்திகளும் வழிமுறைகளும் இப்போது ஐரோப்பாவிலும் அமெரிக்காவிலும் பயன்படுத்தப்பட்டுக் கொண்டிருந்தது வெளிப்பட்டது. செப்டம்பர் 11 நிகழ்வுக்குப் பிறகு, உலகளாவிய பயங்கரவாதம் குறித்த அச்சுறுத்தலைக் கேடயமாகப் பயன்படுத்தி, இத்தகைய சதித் திட்டங்கள், பன்னாட்டுப் பெருநிறுவனங்களைத் தங்களுடைய கட்டுப்பாட்டிற்குள் வைத்திருக்கின்ற செல்வச் சீமான்களுக்கு விண்ணளவு அதிகாரங்களை உருவாக்கிக் கொடுத்தன. இவற்றில் குறிப்பிடத்தக்கவை, கட்டற்ற வர்த்தக ஒப்பந்தங்கள். கனடா, அமெரிக்கா, மெக்சிகோ ஆகிய மூன்று வட அமெரிக்க நாடுகளுக்கு இடையேயான கட்டற்ற வர்த்தக ஒப்பந்தம், அமெரிக்காவுக்கும் சில மத்திய அமெரிக்க நாடுகளுக்கும் இடையேயான கட்டற்ற வர்த்தக ஒப்பந்தம், பசிபிக் பெருங்கடல் பகுதியிலுள்ள நாடுகளுக்கும் அமெரிக்காவுக்கும் இடையேயான கட்டற்ற வர்த்தக ஒப்பந்தம், ஐரோப்பாவுக்கும் அமெரிக்காவுக்கும் இடையேயான கட்டற்ற வர்த்தக ஒப்பந்தம் போன்ற ஒப்பந்தங்கள் உலகெங்குமுள்ள நாடுகளின் இறையாண்மை அதிகாரங்களைப் பெருநிறுவனங்களுக்குப் பெற்றுக் கொடுத்துள்ளன. பெரும் செல்வந்தர்கள் வரிகள் கட்டுவதைத் தவிர்ப்பதற்கு வகைசெய்யும் உள்நாட்டுச் சட்டங்களை இயற்றுவதற்கு அரசியல்வாதிகளை ஒப்புக் கொள்ள வைத்தல், ஊடகங்களைத் தங்களுடைய கட்டுப்பாட்டுக்குள் கொண்டுவருதல், அரசியலில் செல்வாக்குச் செலுத்துவதற்கு ஊடகங்களைப் பயன்படுத்துதல், அமெரிக்க மக்களை வெகுவாகப் பயமுறுத்தி முடிவேயில்லாத போர்களில் அமெரிக்கா ஈடுபடுவதை நியாயப்படுத்துதல் ஆகியவையும் நவீனப் பொருளாதார அடியாள் அமைப்புமுறை முன்னெடுக்கின்ற சதியாலோசனைகளில் அடங்கும்.

இவையும் இவை போன்ற பிற சதித் திட்டங்களும், பொருளாதார அடியாள் அமைப்புமுறை, 1970களில் மேற்கொண்டிருந்ததைவிட அதிகப் பாய்ச்சலை மேற்கொள்ள உதவின. இப்படிக் கீழோட்டமாகப் பாய்ந்து கொண்டிருந்த பல விஷயங்களை நான் தவறவிட்டுவிட்டேன் என்பதை இங்கு நான் ஒப்புக் கொண்டாக வேண்டும். பழைய கருவிகள் கூர்தீட்டப்பட்டன, புதிய கருவிகள் பயன்படுத்தப்பட்டன. ஆனாலும் பொருளாதார அடியாள் அமைப்புமுறையின் அடிநாதம் அப்படியேதான் இருந்தது. கடனின் மூலம் அடிமைப்படுத்துதல் மற்றும் பயத்தின் மூலம் மக்களைச் செயலிழக்க வைத்தல் என்பதன் அடிப்படையில் செயல்பட்டுக் கொண்டிருந்த ஒரு பொருளாதார அரசியல் சித்தாந்தம்தான் அது. நான் இதில் தீவிரமாக இயங்கிக் கொண்டிருந்த காலத்தில்,

கம்யூனிசமயமாக்கலில் இருந்து மக்களைப் பாதுகாக்கின்ற எந்தவொரு நடவடிக்கையும் நியாயமானதுதான் என்று பெரும்பாலான அமெரிக்கர்களையும் உலகின் பிற நாடுகளில் இருந்தவர்களையும் அது ஏற்றுக் கொள்ள வைத்திருந்தது. இப்போது அந்த அச்சம் இஸ்லாமிய பயங்கரவாதிகள், வந்தேறிகள், பெருநிறுவனங்களுக்குக் கடிவாளம் போட முயல்வோர் ஆகியோரின் பக்கம் திருப்பிவிடப்பட்டுள்ளது, அவ்வளவுதான். சித்தாந்தம் மாறவில்லை என்றாலும், இன்று அதன் தாக்கமும் வீரியமும் பல மடங்கு அதிகரித்துள்ளன.

அறுவை சிகிச்சைக்குப் பிறகு நான் ஓய்வெடுத்துக் கொண்டிருந்த சமயத்தில் நான் மீண்டும் குற்றவுணர்வுப் புதைகுழிக்குள் ஆழமாகப் புதைந்தேன். நான் இலஞ்சம் கொடுத்திருந்த அல்லது அச்சுறுத்தியிருந்த தலைவர்கள் குறித்த ஞாபகங்கள் பாதி இரவில் என்னைத் திடுக்கிட்டு விழிக்க வைத்தன. என்னுடைய பொருளாதார அடியாள் காலகட்டக் குற்றவுணர்வுகளிலிருந்து நான் இன்னும் மீண்டிருக்கவில்லை.

அந்த வேலையில் நான் ஏன் பத்து ஆண்டுகள் நீடித்தேன் என்று அடிக்கடி என்னை நானே கேட்டுக் கொண்டேன். அது குறித்துத் தீவிரமாக அலசியபோதுதான், அதிலிருந்து தப்பிப்பது எவ்வளவு கடினமான காரியமாக இருந்தது என்பது எனக்குப் புரிந்தது. பெரும் பணம், முதல் வகுப்பு விமானப் பயணம், ஆடம்பர ஓட்டல்கள் மற்றும் பிற வசதிகள் போன்றவற்றால் மட்டுமே நான் சோரம் போயிருக்கவில்லை. என் மேலதிகாரியும் சக ஊழியர்களும் எனக்குக் கொடுத்த அழுத்தங்களும் அதற்குக் காரணமல்ல. என் வேலையும் என் பதவி மோகமும் அதில் பெரும் பங்கு வகித்தன. இது நேரடியாக அமெரிக்கக் கலாச்சாரத்தோடு தொடர்பு கொண்டிருந்தது. எனக்கு என்ன கற்றுக் கொடுக்கப்பட்டிருந்ததோ, அதை அப்படியே நான் செய்து கொண்டிருந்தேன்; எது சரியான செயல் என்று எனக்குப் பயிற்றுவிக்கப்பட்டிருந்ததோ, அதை நான் பெருமையுடன் செய்தேன். கம்யூனிசம் நம்மை அழிக்க வந்த பிசாசு என்று நான் நம்பவும் பிறரை நம்ப வைக்கவும் எனக்குக் கற்றுக் கொடுக்கப்பட்டிருந்தது.

1950களின் பிற்பகுதியில், உலகின் முதல் செயற்கைக் கோளான ஸ்புட்னிக்கை சோவியத் ஒன்றியம் விண்ணில் ஏவியது. சோவியத் ஒன்றியத்தின் அணுவாயுதங்கள் அமெரிக்காவை நோக்கி வந்து கொண்டிருந்ததாக அமெரிக்க மக்கள் நம்ப வைக்கப்பட்டனர். அணுவாயுதங்கள் ஏவப்பட்டால் மக்கள் என்ன செய்ய வேண்டும் என்பதற்கு அவர்களுக்குப் 'போலியான' பயிற்சிகள் கொடுக்கப்பட்டன. வாராவாரம் திடீரென்று

அபாயச் சங்கு ஒலிக்கும். மக்கள் பயந்து போய் தங்களுடைய மேசைகளுக்கு அடியில் ஒளிந்து கொள்வர். இது தொடர்பான பல திரைப்படங்கள் எடுக்கப்பட்டன, தொலைக்காட்சித் தொடர்கள் ஒளிபரப்பப்பட்டன. அமெரிக்காவிலிருந்த சோவியத் ஒன்றியத்தின் கம்யூனிசக் குழுவுக்குள் ஊடுருவிய அமெரிக்க எஃப்பிஐ ஏஜென்ட் ஒருவர், கவனமாக இருக்கும்படி மக்களை எச்சரித்து ஒரு புத்தகம் எழுதினார்.

நான் பெருளாதார அடியாள் வேலையில் அடியெடுத்து வைத்தபோது, சீனா மற்றும் சோவியத்தின் கைப்பாவை என்று சித்தரிக்கப்பட்டிருந்த வியட்நாமோடு அமெரிக்கா மேற்கொண்ட போரில் அமெரிக்கா தோற்றுக் கொண்டிருந்தது வெளிப்படையாகத் தெரியத் துவங்கியது. அதன் தொடர்ச்சியாக ஒரு ‘டாமினோ விளைவு’ உருவாகும் என்று எங்களிடம் கூறப்பட்டது. அடுத்து இந்தோனேசியா, தாய்லாந்து, தென் கொரியா, பிலிப்பைன்ஸ் போன்ற நாடுகள் கம்யூனிசத்தின் பிடியில் சிக்கும். அதற்குப் பிறகு அது ஐரோப்பாவையும் இறுதியில் அமெரிக்காவையும் விழுங்கும். அதை நாங்கள் தடுத்து நிறுத்தாவிட்டால், ஜனநாயகமும் முதலாளித்துவமும் மண்ணோடு மண்ணாகப் புதைக்கப்பட்டுவிடும். அதற்கு, கம்யூனிசத்தை முழுமூச்சாக எதிர்த்தப் பெருநிறுவனங்களை அனைத்து வழிகளிலும் நாங்கள் ஆதரிக்க வேண்டும் என்று எங்களிடம் கூறப்பட்டது.

என் குற்றவுணர்வுக்குள் நான் ஆழமாக நீந்தியபோது, இவ்வளவு ஆண்டுகளாக எப்படி என்னையே நான் எளிதாக ஏமாற்றிக் கொண்டிருந்தேன் என்பதை என்னால் காண முடிந்தது. என்னைப் போன்ற நிலையில்தான் இலட்சக்கணக்கான அமெரிக்கர்கள் இருக்கின்றனர் என்ற புரிதலையும் அது எனக்குக் கொடுத்தது. இன்று கம்யூனிசத்தைக் கண்டு பயப்பட அவர்களுக்குக் கற்றுக் கொடுக்கப்படவில்லை என்றாலும், அல் கொய்தா மற்றும் அது போன்ற பிற பயங்கரவாதிகளையும், ரஷ்யா, சீனா, வட கொரியா ஆகிய நாடுகளையும் குறித்து அவர்கள் இன்றும் பயம் கொண்டுள்ளனர். அவர்கள் அயல்நாடுகளுக்குப் பயணித்து, தங்கள் நாட்டு நிறுவனங்கள் மேற்கொள்ளும் நடவடிக்கைகள் அந்நாடுகளில் ஏற்படுத்தியுள்ள பின்விளைவுகளை நேரடியாகப் பார்க்காமல் இருக்கக்கூடும்; அவர்கள் அமேசான் காட்டுப் பகுதிகளுக்கு விஜயம் செய்து, அமெரிக்க எண்ணெய் நிறுவனங்கள் அங்குள்ள ஆறுகளில் கொட்டுகின்ற எண்ணெய்க் கசிவுகளின் பக்கத்தில் நின்று கொண்டிருக்காமல் இருக்கக்கூடும்; சக்கையாகப் பிழிந்தெடுக்கப்படும் தொழிலாளர்கள் அவர்களுடைய வேலை முடிந்த பிறகு, குப்பைமேடுகளாகக் காட்சியளிக்கின்ற சேரிகளில்

படுத்துத் தூங்குவதை நேரில் காண்கின்ற கொடுமை அமெரிக்க மக்களுக்கு ஏற்படாமல் இருக்கலாம். அதற்குப் பதிலாக, அவர்கள் தொலைக்காட்சி நிகழ்ச்சிகளைக் கொண்டு தங்களுடைய உணர்வுகளை மழுங்கடித்துக் கொண்டிருக்கின்றனர். அவர்கள் பிறருடைய முன்னேற்றத்திற்குப் பங்களித்துக் கொண்டிருப்பதாக அவர்களுடைய பள்ளிகள், வங்கிகள், மனித உறவு வல்லுநர்கள், மற்றும் அரசு அதிகாரிகள் கொடுக்கின்ற உத்தரவாதங்களை அவர்கள் நம்புகின்றனர். ஆனால் உண்மையான நிலைமை அப்படி இல்லை என்பதை அவர்களுடைய இதயம் அவர்களிடம் கூறிக் கொண்டுதான் இருக்கிறது. திரிக்கப்பட்டுக் கொண்டிருக்கின்ற கதைகளைத்தான் நாம் கேட்டுக் கொண்டிருக்கிறோம் என்பதை நம் மனத்தின் அடியாழத்தில் நாம் அறிவோம். இவற்றுக்கு நாமும் உடந்தையாக இருக்கிறோம் என்பதை நாம் ஒப்புக் கொள்வதற்கான வேளை இதுதான்.

என்னுடைய அறுவை சிகிச்சை முடிந்து சில காலம் கழித்து நான் பாஸ்டன் நகருக்குச் சென்றபோது, என்னுடைய பழைய கல்லூரிப் பேராசிரியர் ஒருவருடனான தொடர்பை நான் புதுப்பித்துக் கொண்டேன். அவருடைய பெயர் ஹோவர்டு ஜின். 'எ பீப்பீள்ஸ் ஹிஸ்டரி ஆஃப் த யுனைட்டெட் ஸ்டேட்ஸ்' என்ற நூலின் ஆசிரியர் அவர். இப்போது தன்னுடைய எண்பதுகளில் இருக்கின்ற அவர், கல்வி அமைப்பில் மாற்றங்களைக் கொண்டுவருவதற்காகப் போராடிக் கொண்டிருந்தார். நான் என்னுடைய குற்றவுணர்வை அவருடன் பகிர்ந்து கொண்டபோது, அந்தக் குற்றவுணர்வுக்குள் இன்னும் ஆழமாகச் செல்லும்படி அவர் எனக்குப் பரிந்துரைத்தார்.

"பயப்படாதே. நீ ஒரு குற்றவாளிதான். நாம் அனைவருமே குற்றவாளிகள்தாம். பெருநிறுவனங்கள் பிரச்சார இயந்திரத்தைத் தம்முடைய கட்டுப்பாட்டில் வைத்திருக்கின்றன என்பது உண்மைதான் என்றாலும், அவர்கள் நம்மை ஏமாற்ற நாம் அனுமதித்துவிட்டோம் என்பதை நாம் ஒப்புக் கொண்டுதான் ஆக வேண்டும். நீ உன்னை ஒரு முன்னுதாரணமாக ஆக்கிக் கொள். இதை மாற்றுவதன் மூலமாகத்தான் இந்தக் குற்றவுணர்விலிருந்து விடுபடுவதற்கான வழி பிறக்கும் என்பதை மக்களுக்குக் காட்டு."

இப்போது இருக்கின்ற அமெரிக்க நடுத்தர வர்க்கத்தை மத்தியக் காலத்தைச் சேர்ந்த பூர்ஷ்வாக்களோடு ஒப்பிடலாம் என்று நான் கருதியதாக நான் என்னுடைய பேராசிரியரிடம் கூறினேன். " 'நாம் வரி செலுத்துகிறோம். எனவே, இராணுவ வீரர்கள் நம்மை எதிரிகளிடமிருந்து காப்பாற்றுவார்கள்,' என்று அவர்கள் நினைக்கின்றனர்," என்று நான் கூறினேன்.

"நீ சொல்வது சரிதான். நம்மைப் படுகுழியில் தள்ளிவிட்டுள்ள

ஓர் அமைப்புமுறையைத் தக்கவைத்துக் கொள்வதற்கு நாம் எதை வேண்டுமானாலும் செய்வோம்," என்று அவர் ஒரு புன்னகையுடன் கூறினார்.

அறுவை சிகிச்சைக்குப் பிறகு நான் மேற்கொண்ட ஆழமான சிந்தனைகளிலிருந்தும், என்னுடைய பழைய பேராசிரியருடன் நான் நடத்திய உரையாடல்களிலிருந்தும் நான் ஒன்றைத் தெரிந்து கொண்டேன். பொருளாதார அடியாள் அமைப்புமுறை இயங்கிக் கொண்டிருப்பதற்கு நாம் அனுமதியளித்துக் கொண்டிருக்கின்ற ஒரே காரணத்தால்தான் அது தொடர்ந்து செயல்பட்டுக் கொண்டிருக்கிறது என்பதுதான் அது. ஒன்று, நாம் அதைக் கண்டும் காணாததுபோல இருந்துவிடுகிறோம்; அல்லது அதற்கு ஆதரவளிக்கிறோம். நான் இதில் நேரடியாக ஈடுபட்டிருந்ததோடு மட்டுமல்லாமல், இதற்கு ஆதரவளிக்குமாறு எண்ணற்றோரை ஒப்புக் கொள்ளவும் வைத்திருந்தேன் என்ற விஷயம்தான் மற்ற எல்லாவற்றையும்விட என்னை அதிகமாக அரித்துக் கொண்டிருந்தது. இனி நான் மேற்கொள்கின்ற காரியங்களில் நான் மிகவும் கவனமாக இருப்பேன் என்றும், என்னுடைய சமூகத்திலும் என்னுடைய நாட்டிலும் இந்த உலகத்திலும் நிகழ்ந்து கொண்டிருப்பவற்றை நான் உன்னிப்பாக அவதானிப்பேன் என்றும் நான் ஓர் உறுதிமொழி எடுத்துக் கொண்டேன்.

பேராசிரியர் ஹோவர்டின் அறிவுரையைப் பின்பற்ற வேண்டும் என்பதில் நான் உறுதியாக இருந்தாலும், நான் இன்னொரு நபரைப் பார்த்துப் பொறாமைப்பட்டேன். அவருக்கு என்னைப் போன்ற மனசாட்சி உறுத்தல்கள் எதுவும் இருக்கவில்லை. அந்த நண்பர் நான் அறுவை சிகிச்சையிலிருந்து குணமாகிக் கொண்டிருந்த சமயத்தில் எனக்கு மிகவும் உதவியாக இருந்தார். தன்னுடைய கடந்தகால வன்முறைச் செயல்பாடுகளை அவரால் எளிதாக நியாயப்படுத்த முடிந்தது. ஒரு ஜாக்கலாகச் செயல்பட்டுக் கொண்டிருந்த அவர் தற்காலிக ஓய்வில் இருந்தார்.

அத்தியாயம் 35

ஒரு ஜாக்கலின் வாக்குமூலம்: சீஷேல்ஸ் ஆட்சிக் கவிழ்ப்பு முயற்சி

நான் என் வாழ்நாள் நெடுகிலும் தற்காப்புக் கலையைப் பயிற்சி செய்து வந்துள்ளேன். தெற்கு ஃப்புளோரிடாவில் என் வீட்டுக்கு அருகில் ஒரு தற்காப்புப் பயிற்றுவிப்புக் கூடத்தை நடத்திக் கொண்டிருந்த சுங் யங் லீ என்ற கொரிய ஆசானிடம் நான் பதினைந்து ஆண்டுகள் தற்காப்புக் கலையைப் பயின்றிருந்தேன். 1999 ஆம் ஆண்டில் ஒரு நாள், எங்களுடைய பயிற்சிக் கூடத்திற்குள் ஓர் அந்நியர் நுழைந்தார். சுமார் ஆறடி உயரமிருந்த அவர் நல்ல உடற்கட்டுடன் இருந்தார். அவர் ஒரு தோழமையான புன்னகையை வெளிப்படுத்தியபோதிலும், அவருடைய தோற்றம் ஏதோ ஒரு விதத்தில் அச்சுறுத்துவதாக இருந்தது. தன் பெயர் ஜாக் என்றும், தான் தற்காப்புக் கலையில் கருப்பு பெல்ட் வாங்கியவர் என்றும் அவர் தன்னை அறிமுகப்படுத்திக் கொண்டார். தான் எங்கள் பயிற்றுவிப்புப் பள்ளியில் சேர்ந்து கற்றுக் கொள்ள விரும்பியதாக அவர் தெரிவித்தார். சீருடை அணிந்து கொண்டு சோதனைக்கு வருமாறு எங்கள் ஆசான் லீ அவரைக் கேட்டுக் கொண்டார்.

கருப்பு பெல்ட்டில் உயர்நிலையை எட்டியவன் என்ற முறையில், ஜாக்குடன் மோதி அவரை எடைபோட வேண்டியது என்னுடைய பொறுப்பாக இருந்ததால், அவருடன் சண்டையிடுவதற்காக நான் அந்த அறையின் ஒரு மூலைக்கு அவரை அழைத்துச் சென்றேன். ஜாக் சீருடை அணிந்து கொண்டிருந்தபோது, லீ என் அருகில் வந்து, “தற்காப்பு மட்டும்தான்,” என்று என்னை எச்சரித்தார்.

நாங்கள் வழக்கமான சில பயிற்சிகளை

மேற்கொண்டவுடனேயே, ஜாக் வேகமாகச் செயல்படக்கூடிய ஒரு திறமைசாலி என்பதை நான் புரிந்து கொண்டேன். பின்னர் நாங்கள் ஒருவரோடொருவர் மோதலாம் என்று லீ சைகை செய்தார். ஜாக் உடனடியாக முன்னேறி வந்து என்னைக் காலால் தாக்க முயன்றார். அதை நான் லாவகமாகத் தடுத்துவிட்டு, அவரை நோக்கி உதைத்தேன். அவர் அதிலிருந்து விலகிக் கொண்டு என் நெஞ்சில் உதைத்தார். அவர் விட்ட உதையில் நான் தரையில் விழுந்தேன்.

நான் உடனடியாக ஒரு பாடம் கற்றுக் கொண்டேன். ஜாக்கைச் சீண்டக்கூடாது என்பதுதான் அது.

வகுப்பு முடிந்ததும் நாங்கள் மூவரும் அமர்ந்து பேசிக் கொண்டிருந்தோம். தான் ஒரு 'பாதுகாப்பு ஆலோசகராக' வேலை செய்து கொண்டிருந்ததாக அவர் எங்களிடம் கூறினார். தான் வேலை செய்திருந்த நாடுகளின் பெயர்களை அவர் பட்டியலிட்டபோது, அவை அனைத்தும் அரசியல்ரீதியாகக் கொந்தளிப்பான பகுதிகளாக இருந்ததை நாங்கள் கவனித்தோம். அவர் தன்னைப் பற்றி மேலோட்டமான விபரங்களை மட்டுமே தெரிவித்தார். அதைக் கேட்டு நானும் லீயும் ஒருவருக்கொருவர் ஒரு இரகசியப் பார்வையைப் பரிமாறிக் கொண்டோம். பிறகு ஜாக் எங்களுடைய வகுப்பில் சேர்ந்தார்.

அடுத்தச் சில மாதங்களில் நான் ஜாக்கைப் பற்றி மேலும் தெரிந்து கொள்ளத் தீவிரமாக முயன்றேன். சில நேரங்களில் நானும் அவரும் சேர்ந்து மதிய உணவு உட்கொண்டோம் அல்லது மாலை வேளைகளில் ஒன்றாகச் சேர்ந்து பீர் குடித்தோம். தன்னுடைய அடுத்த அழைப்புக்காகக் காத்துக் கொண்டிருந்த ஒரு ஜாக்கல் அவர் என்பதில் எனக்கு எந்தவிதமான சந்தேகமும் இருக்கவில்லை. அவருடைய வாழ்க்கையைப் பற்றி மேலும் தெரிந்து கொள்வதற்கான வாய்ப்பு எனக்குக் கிடைத்திருந்தது குறித்து நான் உற்சாகம் கொண்டேன். ஒரு நாள் நாங்கள் பேசிக் கொண்டிருந்தபோது, 1970களில் தான் ஒரு முறை சீஷேல்ஸ் தீவுகளுக்கு ஒரு குறுகியகாலப் பயணம் மேற்கொண்டிருந்ததாக அவர் தெரிவித்தார். அதைக் கேட்டு நான் வியந்தேன்.

ஏனெனில், 1970களின் இறுதியில் மெயின் நிறுவனத்தில் அப்போது மூத்தத் துணைத் தலைவராக இருந்த சக் நோபிள், சீஷேல்ஸ் நாட்டுக்கு நான் விரைவில் பயணப்பட வேண்டியிருக்கும் என்று என்னிடம் கூறினார். பல தீவுகளை உள்ளடக்கிய அந்நாடு, டியாகோ கார்சியா என்ற தீவுக்கு அருகே இருந்தது. டியாகோ கார்சியாவில் புவியியல்ரீதியாக முக்கியத்துவம் வாய்ந்த ஒரு இராணுவத் தளத்தை அமெரிக்கா நிர்வகித்து வந்தது. ஆனால் அதை அமெரிக்கா இரகசியமாக வைத்திருந்தது. அந்த

இரகசியத்தை அம்பலப்படுத்தப் போவதாக சீஷேல்ஸின் அதிபர் பிரான்ஸ் ஆல்பர்ட் ரெனே அச்சுறுத்திக் கொண்டிருந்தார். அப்படி நிகழ்ந்தால், மத்தியக் கிழக்கு, ஆப்பிரிக்கா, மற்றும் ஆசியாவின் சில பகுதிகளுக்கு அருகிலிருந்த அத்தீவில், அமெரிக்கா தான் நிர்வகித்து வந்த தளத்தை மூட வேண்டியிருக்கும். அதை அமெரிக்கா விரும்பவில்லை. அதனால், நான் அங்கே சென்று, சீஷேல்ஸ் அதிபரை மிரட்டியோ அல்லது அவருக்கு இலஞ்சம் கொடுத்தோ அவருடைய எண்ணத்தை மாற்ற வேண்டும் என்று எனக்கு உத்தரவிடப்பட்டிருந்தது. ஆனால், திடீரென்று அங்கு நடந்த சில விஷயங்களால் எல்லாமே மாறிப் போனது.

சீஷேல்ஸில் பணியாற்றிக் கொண்டிருந்த அமெரிக்காவின் உளவாளி ஒருவர் தன்னை ரெனேவுக்கு நெருக்கமானவராக ஆக்கிக் கொண்டார். ரோல்டோஸ் மற்றும் டோரிஜோஸைப்போலவே, ரெனேயையும் இலஞ்சம் கொடுத்து வளைக்க முடியாது என்ற செய்தியை அவர் அமெரிக்காவுக்கு அனுப்பினார். அதனால் நான் அந்தக் காரியத்திலிருந்து விடுவிக்கப்பட்டேன். ரெனேயைப் படுகொலை செய்வதற்காக ஜாக்கல்கள் குழு ஒன்று சீஷேல்ஸுக்கு அனுப்பப்பட்டது. ஆனால் அவர்களுடைய விமானம் அந்நாட்டு விமான நிலையத்தில் இறங்கிய உடனேயே அவர்கள் கண்டுபிடிக்கப்பட்டனர். அங்கே ஒரு துப்பாக்கிச் சண்டை நடைபெற்றது. ஒரு பெரிய படையால் சுற்றி வளைக்கப்பட்ட ஜாக்கல்கள் அங்கிருந்த ஏர் இந்தியா விமானம் ஒன்றைக் கைப்பற்றி அதைக் கடத்திச் சென்றனர். அந்த ஜாக்கல்கள் குழுவில் இருந்தவர்களில் ஆறு பேர், அந்த விமானம் சுட்டு வீழ்த்தப்படக்கூடும் என்று நினைத்ததால், அதில் ஏறாமல் பொதுமக்களிடையே ஒன்றுகலந்து அந்த விமான நிலையத்திலிருந்து தப்பி வெளியே ஓடிவிட்டனர். ஏர் இந்தியா விமானத்தைக் கடத்தியவர்கள், அதன் விமானிகளை மிரட்டி, அந்த விமானத்தைத் தென்னாப்பிரிக்காவில் தரையிறங்கச் செய்தனர்.

சீஷேல்ஸில் மாட்டிக் கொண்ட அந்த ஆறு பேரும் கண்டுபிடிக்கப்பட்டுச் சிறையில் அடைக்கப்பட்டனர். அவர்களில் நான்கு பேருக்கு மரண தண்டனையும் இரண்டு பேருக்கு நீண்டகாலச் சிறைத் தண்டனையும் வழங்கப்பட்டது. தென்னாப்பிரிக்காவில் தரையிறங்கியவுடன் அந்த விமானத்தை அந்நாட்டு இராணுவம் சுற்றி வளைத்தது; அதிலிருந்த ஜாக்கல்கள் கைது செய்யப்பட்டுச் சிறையில் அடைக்கப்பட்டனர்.

நான் ஜாக்கை உற்றுப் பார்த்தேன். ஒரு வேளை அங்கு சென்றிருந்த ஜாக்கல்களில் இவரும் ஒருவராக இருந்திருப்பாரோ என்று நான் யோசித்தேன்.

"1970களின் இறுதியில், சீஷேல்ஸ் நாட்டு அதிபருடன் சேர்ந்து வேலை செய்வதற்காக நான் அங்கே பயணிக்கவிருந்தேன். கடைசி நேரத்தில் அத்திட்டம் கைவிடப்பட்டது," என்று நான் ஜாக்கிடம் கூறினேன்.

ஜாக் என்னை ஒரு கணம் உற்றுப் பார்த்தார். "ஆல்பர்ட் ரெனே?"

"அவரைப் பற்றி நீங்கள் கேள்விப்பட்டிருக்கிறீர்களா?"

"அவரை நான் கொல்ல முயன்றேன்," என்று கூறிவிட்டு அவர் என்னைப் பார்த்து வசீகரமாகப் புன்னகைத்தார். "ஆனால் நான் இப்போது அதைப் பற்றிப் பேச விரும்பவில்லை."

அவருடைய தயக்கத்தை என்னால் புரிந்து கொள்ள முடிந்தது. சீஷேல்ஸுக்குச் சென்ற ஜாக்கல்கள் குழுவில் அவரும் இடம் பெற்றிருந்தார் என்ற செய்தி மட்டுமே எனக்குப் போதுமானதாக இருந்தது. அன்று மாலையில் நான் என் வீட்டுக்குத் திரும்பியதும், நான் என்னுடைய பழைய கோப்புகளை எடுத்துப் பார்த்தேன். ஏர் இந்தியா விமானத்தைக் கடத்தியவர்களில் ஒருவராக அவர் குறிப்பிடப்பட்டிருந்தார். பிறகு தென்னாப்பிரிக்காவில் நடைபெற்ற வழக்கு விசாரணைகளின்போதும் அவருடைய பெயர் பத்திரிகைகளில் அடிபட்டது.

நான் சீஷேல்ஸ் பற்றி ஜாக்கிடம் ஒருபோதும் கேட்கவில்லை. நான் அப்படிக் கேட்டால், அது எங்களுக்கிடையே நம்பிக்கையின்மையை உருவாக்கிவிடும். அதற்குப் பதிலாக நாங்கள் அவருடைய இளமைக்காலத்தைப் பற்றிப் பேசினோம். ஜாக் ஓர் அமெரிக்கக் குடிமகனாக இருந்தபோதிலும், அவருடைய தந்தை பெய்ரூட்டில் ஒரு பெருநிறுவனத்தில் ஒரு நிர்வாகியாக வேலை பார்த்து வந்ததால், ஜாக் அங்கேதான் வளர்ந்தார். அதனால் 1960களின் இறுதியிலும் 1970களின் துவக்கத்திலும் அமெரிக்க இளைஞர்களுக்குக் கிடைத்திருந்த கட்டற்றச் சுதந்திரம் எதையும் அவர் அனுபவிக்க முடியாமல் போனது. மாறாக, பெய்ரூட்டின் வன்முறையை நேரில் பார்த்துத்தான் அவர் வளர்ந்தார். அவருடைய பதினெட்டாவது பிறந்தநாளுக்குச் சில தினங்களுக்குப் பிறகு, பிஎல்ஓ என்ற பாலஸ்தீன அமைப்பால் அவர் கடத்திச் செல்லப்பட்டார். இஸ்ரேலுக்காக உளவு பார்த்ததாகக் குற்றம் சாட்டப்பட்டு அவர் அந்த அமைப்பினரால் சித்திரவதை செய்யப்பட்டார். இறுதியில் எப்படியோ அவர்கள் அவரை விடுவித்துவிட்டனர். ஆனால் அந்த அனுபவம் அவருடைய வாழ்க்கையின் போக்கையே மாற்றிவிட்டது.

"அந்த நாய்களைக் கண்டு நான் பயப்படவில்லை. நான் ஒரு போராளி என்பதை அவர்கள் எனக்குக் காட்டிக் கொடுத்தனர்," என்று ஜாக் அதை விளக்கினார்.

பின் அவர் நேராக ரோடீசியாவுக்குச் (இப்போது அதன் பெயர் ஜிம்பாப்வே) சென்றார். அந்நாட்டு இராணுவம் மிகக் கொடூரமானது என்று பெயரெடுத்திருந்தது. அவர்களிடம் ஜாக் கடுமையான பயிற்சிகளைமேற்கொண்டார்.தென்னாப்பிரிக்காவின் சிறப்பு இராணுவப் பிரிவு அவரை வேலைக்கு எடுத்துக் கொண்டு அவருக்கு மேலும் அதிகமான பயிற்சிகளை வழங்கியது. அதன் வீரர்கள் உலகிலேயே தலைசிறந்தவர்கள் என்று கருதப்பட்டனர். ஜாக் அந்தப் படையிலும் சிறப்பாகச் செயல்பட்டதால், அவர் சிஐஏவின் கவனத்திற்கு வந்தார்.

ஜாக் அவ்வப்போது நீண்ட நாட்கள் காணாமல் போய்விடுவார். கடலில் அலைச்சறுக்கு விளையாட்டில் ஈடுபடுவது அவருக்கு மிகவும் பிடிக்கும் என்பதால், அவர் திரும்பி வரும்போது, அவர் அவ்விளையாட்டில் ஈடுபட்டிருந்தபோது எடுக்கப்பட்ட ஏராளமான புகைப்படங்களைக் கொண்டுவருவார். அவர் எந்த நாடுகளில் அலைச்சறுக்கு விளையாட்டில் ஈடுபட்டாரோ, அங்கெல்லாம், அவர் அங்கிருந்த சமயங்களில் பல வன்முறையான சம்பவங்கள் நடைபெற்றிருந்ததை நானும் லீயும் கவனித்தோம். இந்தோனேசியாவில் வெடிகுண்டு வெடிப்பு, லெபனானில் கலவரம், தென்னாப்பிரிக்காவில் ஒரு தலைவரின் படுகொலை போன்றவை அதற்கான எடுத்துக்காட்டுகள்.

பிறகு 2001 செப்டம்பர் 11 நிகழ்வும், 2003 இல் ஈராக் முற்றுகையும் நடந்தேறின. மத்தியக் கிழக்குப் பகுதிக்குச் செல்லும்படி ஜாக்குக்கு வந்த அழைப்பை அவர் ஏற்றுக் கொண்டார். அதைப் பற்றி அவர் விளக்கியபோது, "இது நான் வழக்கமாகச் செய்கின்ற வேலைகளைப் போன்றதுதான். அங்கு நான் என்னுடைய பழைய நண்பர்களைச் சந்திப்பேன் என்று நினைக்கிறேன். அவர்களில் சீஷேல்ஸில் என்னுடன் போராடியவர்களும் இருப்பார்கள்," என்று மட்டும் கூறினார்.

அதற்குப் பிறகு 2005 இல் என்னுடைய அறுவை சிகிச்சை முடியும்வரை அவரை நான் பார்க்கவில்லை. ஒரு மாதகால விடுமுறையில் அவர் அமெரிக்காவுக்கு வந்திருந்தார். அவர் தினமும் என்னை வந்து சந்தித்தார். காலாற நடப்பதற்கு அவர் என்னை அழைத்துச் சென்றார். தினமும் அதன் தூரத்தை அவர் அதிகரித்துக் கொண்டே போனார்.

அவர் தன்னுடைய வேலையைப் பற்றி அதிகம் பேசவில்லை. ஆனால், தான் எடுத்திருந்த அழகான புகைப்படங்களை அவர் என்னிடம் காட்டினார். ஈராக் மக்கள் வயல்களில் வேலை செய்து கொண்டிருந்தது, குழந்தைகள் ஒட்டகங்கள்மீது சவாரி செய்தது, அழகான சூரிய அஸ்தமனங்கள் போன்ற புகைப்படங்களோடு கூடவே, வெடிகுண்டுகளால் தகர்க்கப்பட்டுத்

தரைமட்டமாக்கப்பட்டிருந்த கட்டடங்கள், சேதமடைந்திருந்த இராணுவ வண்டிகள், வெடித்துக் கொண்டிருந்த கார்களிலிருந்து விலகி ஓடிக் கொண்டிருந்த ஆண்கள் ஆகியவற்றைப் பற்றிய கதைகளை எடுத்துரைத்தப் புகைப்படங்களையும் அவர் என்னிடம் காட்டினார்.

நான் இந்நூலின் முதல் பதிப்பை அவருக்குக் கொடுத்தேன். அதை ஒரே நாளில் படித்து முடித்த அவர், என்னிடம், "உண்மையில் நடந்தவற்றை நீங்கள் துணிச்சலாக அப்படியே புட்டுப் புட்டு வைத்திருக்கிறீர்கள். நீங்கள் இன்னும் அதிகமாக இதைப் பற்றி எழுதுவீர்கள் என்று நம்புகிறேன். இன்னும் ஆழமாகச் செல்ல வேண்டும் என்று நான் விரும்புகிறேன்," என்று கூறினார்.

அவரிடம் வெகுநாட்களாக நான் கேட்க வேண்டும் என்று நினைத்திருந்த ஒரு கேள்வியை அப்போது நான் அவரிடம் கேட்டேன்: "ரெனேயைப் படுகொலை செய்த பிறகு நீங்கள் என்ன செய்வதாக உத்தேசித்திருந்தீர்கள்?"

அவர் ஒரு கணம்தான் தயங்கினார். "உடனடியாக அங்கிருந்து வெளியேறத் திட்டமிட்டிருந்தோம்," என்று கூறிவிட்டு அவர் சிரித்தார். கென்யாவின் இராணுவம் அதன் தலைநகரான நைரோபியில் ஒரு இராணுவ விமானத்துடன் தயாராகக் காத்துக் கொண்டிருந்தது. ரெனே படுகொலை செய்யப்பட்டவுடன் சீஷேல்ஸில் வந்திறங்கி அப்படுகொலைக்குப் பொறுப்பேற்றுக் கொள்ள கென்ய இராணுவத்தினர் திட்டமிட்டிருந்தனர். ஜாக்கும் அவருடைய குழுவினரும் பயணியர் விமானத்தைப் பிடித்து அங்கிருந்து வெளியேற ஏற்பாடு செய்யப்பட்டிருந்தது.

"வெள்ளையர் தனிப் படை ஒன்று அப்படுகொலையைச் செய்திருந்ததை இரகசியமாக வைக்க ஏற்பாடுகள் செய்யப்பட்டிருந்தன, அப்படித்தானே?" என்று நான் கேட்டேன்.

அவர் அதை ஆமோதித்துத் தலையசைத்தார்.

"நீங்கள் காற்றில் மாயமாக மறைந்துவிடுவீர்கள். ஓர் ஆப்பிரிக்க நாட்டுப் படை சீஷேல்ஸில் வந்திறங்கி, ஒரு இராணுவக் கலகத்தை நடத்தி, அந்நாட்டு அதிபரைக் கொன்று, அதற்கு முன்பு அங்கு அதிபராக இருந்தவரை மீண்டும் பதவியில் அமர வைத்துவிட்டது என்று உலகிற்குச் சொல்லப்படும், இல்லையா?"

"ஆமாம், அதுதான் திட்டம்."

"சிஐஏ, தென்னாப்பிரிக்கா, டியாகோ கார்சியா ஆகிய எதுவும் வெளியுலகப் பார்வைக்கு வராது," என்று கூறிவிட்டு நான் சீட்டியடித்தேன். "என்னவொரு சதித் திட்டம்!"

"பிரமாதமான திட்டம், இல்லையா?"

"ஆமாம்," என்று நான் ஒப்புக் கொண்டேன். ஆனால், அது

அமெரிக்க அரசியலமைப்பின் அடித்தளத்தின்மீதே நடத்தப்பட்ட ஒரு தாக்குதல் என்பதையும், ஒரு நாட்டின் மக்களிடம் திட்டமிட்ட முறையில் பொய் சொல்வது என்பது ஜனநாயகத்தைக் கேலிக்கூத்தாக ஆக்குகின்ற ஒரு விஷயம் என்பதையும் அவரிடம் நான் வேண்டுமென்றே குறிப்பிடாமல் இருந்தேன். நான் வெறுமனே, "ஆனால், நீங்கள் பிடிபட்டுவிட்டீர்கள்!" என்று மட்டும் கூறினேன்.

"அது உண்மைதான் என்றாலும், இறுதியில் எல்லாம் சுமூகமாக முடிந்துவிட்டது. தென்னாப்பிரிக்காவில் நாங்கள் விசாரிக்கப்பட்டுச் சிறையில் அடைக்கப்பட்ட இரண்டு மாதங்களில் நாங்கள் விடுவிக்கப்பட்டோம். தென்னாப்பிரிக்க அரசு ரெனேவுக்கு மூன்று மில்லியன் டாலர்கள் இலஞ்சம் கொடுத்து, சீஷேல்ஸ் சிறையில் அடைக்கப்பட்டிருந்த, எங்கள் குழுவைச் சேர்ந்த மற்ற ஆறு பேரையும் விடுவித்துவிட்டது. எங்கள் குழுவினரில் எவரும் கொல்லப்படவில்லை. எவரும் சிறையில் ஒரு சில மாதங்களுக்கு மேல் வாடவில்லை. தோல்வி என்று கருதப்பட்ட எங்களுடைய திட்டம் இறுதியில் பிரமாதமான வெற்றியைப் பெற்றிருந்தது. அதற்குப் பிறகு ரெனே அமெரிக்காவுடன் சிறப்பாக ஒத்துழைக்கத் துவங்கினார். டியாகோ கார்சியா பற்றிய இரகசியங்களை அவர் ஒருபோதும் வெளிப்படுத்தவில்லை. அவர் அமெரிக்க அரசின் நல்ல நண்பனாக மாறிவிட்டார்."

"அப்படியானால், ரெனேயுடன் நெருக்கமாக இருந்த அமெரிக்க உளவாளி அவரை அமெரிக்காவின் வழிக்குக் கொண்டுவர முடியாது என்று முடிவு கட்டியிருந்தது தவறா?" என்று நான் கேட்டேன்.

"ஒருவேளை, நிலைமையின் தீவிரத்தை உணர்ந்து ரெனே மனம் மாறியிருந்திருக்கலாம். அவர் கிட்டத்தட்டச் சாவின் விளிம்புக்கு வந்துவிட்டிருந்தார் என்பதை மறக்காதீர்கள். தன்னைப் படுகொலை செய்ய நாங்கள் மேற்கொண்ட முயற்சியைப் பார்த்தப் பிறகு, தன்னைத் தீர்த்துக்கட்ட சிஐஏ தீர்மானமாக இருந்தது என்பதை அவர் உணர்ந்திருக்கக்கூடும்," என்று ஜாக் பதிலளித்தார்.

அவருடைய கூற்றை நான் ஒரு சில கணங்கள் எடை போட்டேன். ரோல்டோஸும் டோரிஜோஸும் கொல்லப்பட்டிருந்ததை நான் நினைவுகூர்ந்தேன். "நீங்கள் சீஷேல்ஸில் இறங்குவதற்குச் சில மாதங்களுக்கு முன்புதான், சிஐஏவின் தாளத்திற்கு ஏற்ப ஆட மறுத்ததால் எக்குவடோர் மற்றும் பனாமா அதிபர்கள் கொல்லப்பட்டிருந்தனர்," என்று நான் ஜாக்கிடம் தெரிவித்தேன்.

"சரியாகச் சொன்னீர்கள்! இவை ரெனேயின்மீது தாக்கம் ஏற்படுத்தாமலா இருந்திருக்கும்?"

"இப்போது அவர் எங்கே இருக்கிறார்?"

"ரெனே? அவர் அதிபர் பதவியிலிருந்து ஓய்வு பெற்றுவிட்டார். இருபது ஆண்டுகள் கழித்து! இத்தனை ஆண்டுகாலமும் மத்தியக் கிழக்கு, ஆப்பிரிக்கா மற்றும் ஆசியப் பகுதிகளில் அமெரிக்கா மேற்கொண்ட பல நடவடிக்கைகளுக்கு டியாகோ கார்சியா உறுதுணையாக இருந்து வந்திருந்தது."

மேலோட்டமாகப் பார்த்தால், சீஷேல்ஸில் ஜாக்கல்கள் நடத்திய தாக்குதல் தோல்வி அடைந்திருந்ததுபோலத் தோன்றலாம். ஆனால் இறுதியில் அமெரிக்கா நினைத்திருந்த அனைத்தும் அங்கு நடந்தேறிவிட்டது. அந்நாட்டு அதிபர் கொல்லப்படுவதற்குப் பதிலாக, அச்சுறுத்தல் மற்றும் இலஞ்சத்தின் மூலம் அடிபணிய வைக்கப்பட்டிருந்தார். அவர் உலகப் பேரரசின் அடிமைச் சேவகனாக ஆகியிருந்தார். ரெனேவைப் படுகொலை செய்வதற்கான முயற்சியில் ஈடுபட்ட ஜாக்கல்கள் பிடிபட்டபோதிலும், சில மாதங்களில் அவர்கள் வெளியே வந்துவிட்டனர். சீஷேல்ஸில் நடந்த தாக்குதல், ஏர் இந்தியா விமானக் கடத்தல் போன்றவற்றைக் கேட்டோ அல்லது படித்தோ இருந்த நபர்கள், அவற்றைத் தீவிரவாதத் தாக்குதல்கள் என்றும், சட்டபூர்வமாக இயங்கிக் கொண்டிருந்த ஓர் அரசைத் தூக்கியெறிய முற்பட்ட ஒரு கம்யூனிச முயற்சி என்றும் கருதியிருந்திருப்பார்கள். ஆனால் உண்மையில், அது திட்டமிட்ட முறையில் நடைபெறாமல் போன ஒரு சிஐஏ திட்டம் என்பதைப் பொதுமக்கள் ஒருக்காலும் அறிந்திருக்க மாட்டார்கள்.

அத்தியாயம் 36

எக்குவடோர் நாட்டுப் போராளிகள்

நான் என்னுடைய அறுவை சிகிச்சைக்குப் பிறகு ஓய்வில் இருந்தபோது, எனக்கு விஷம் கொடுக்கப்பட்டிருக்கக்கூடும் என்ற சாத்தியக்கூற்றைப் பற்றி நான் தீவிரமாக யோசித்தேன்.

ஆனால் என்னை சிஐஏவோ அல்லது என்எஸ்ஏவோ படுகொலை செய்ய முயன்றிருக்கலாம் என்று நான் நினைக்க விரும்பவில்லை. அந்த எண்ணமே எனக்குப் பெரும் கிலி ஏற்படுத்தியது. நான் ஓர் இக்கட்டான நேரத்தில் கொல்லப்பட்டிருந்தால் என்னுடைய புத்தகம் மேலும் பிரபலமாகியிருந்திருக்கும் என்று ஊகிக்க முடியாத அளவு முட்டாள்தனமாக அமெரிக்க அரசு செயல்பட்டிருக்கும் என்று நான் நம்ப விரும்பவில்லை. என்னை ஒரு தேசத் துரோகி என்று வர்ணித்து எனக்கு வந்த மின்னஞ்சல்களைப்போல, என்னைப் பேட்டி எடுத்த அந்த ஊர்பேர் தெரியாத பத்திரிகையாளனுக்கு என்மேல் அப்படிப்பட்ட ஒரு வன்மம் இருந்திருக்கலாம், அதன் காரணமாக அவன் என்னைக் கொலை செய்ய முற்பட்டிருக்கலாம். எது எப்படியோ, மக்கள் என்னை வெறுக்கும்படி செய்த காரியங்களை நான் நிறையவே செய்திருந்தேன். இப்படிப்பட்டக் குற்றவுணர்வோடு எப்படி என்னால் தொடர்ந்து காலம் தள்ள முடியும்?

எக்குவடரோரில் ஷுவார் மக்களுடன் நான் தங்கியிருந்தபோது எனக்கு ஏற்பட்ட ஓர் அனுபவம் திடீரென்று என் நினைவுக்கு வந்தது.

நான் அங்கிருந்தபோது திடீரென்று நோய்வாய்ப்பட்டேன். என்னால் சாப்பிட முடியவில்லை. குறுகிய காலத்திற்குள் என் உடல் எடை கணிசமாகக் குறைந்தது. அடர்ந்த காடுகளின் ஊடாக இரண்டு நாட்கள் நடந்து சென்றால்தான் அதற்கு

அருகிலிருந்த ஒரு சாலையை அடைய முடியும். அதற்குப் பிறகு படுமோசமான நிலையில் இருக்கும் ஒரு பேருந்தில் இரண்டு நாட்கள் பயணித்தால்தான் ஒரு மருத்துவரைப் பார்க்க முடியும். எழுந்து நிற்கக்கூட முடியாத நிலையில் இருந்த எனக்கு அது சாத்தியமேயில்லை என்பது தெளிவானது. என் சாவு அங்கேதான் நிகழவிருந்தது என்று நான் முடிவே கட்டிவிட்டேன். ஆனால், அவர்களுடைய பாரம்பரிய மருத்துவரும் ஷாமனுமான துன்டுயம் என்னைக் குணப்படுத்தினார்.

உப்புச் சப்பற்ற நியூ ஹாம்ஷயர் உணவை உட்கொண்டு வளர்ந்தவன் நான். இப்போது, முற்றிலும் வேறுபட்ட உணவை உட்கொண்டு கொண்டிருந்த ஒரு குழுவினருடன் நான் தங்கியிருந்தேன். அது மட்டுமல்லாமல், ஆற்று நீர் மாசுபட்டிருந்ததால், சுகாதாரம் கருதி, மனிதர்களின் எச்சிலின் உதவியுடன் புளிக்க வைக்கப்பட்ட ஒரு வகையான பீருடன் நீரைக் கலந்து அவர்கள் குடித்து வந்தனர்.

எனக்கு வேறு வழி இருக்கவில்லை என்பதால், நான் அவர்களுடைய உணவை உட்கொண்டேன், அவர்களுடைய பீரைக் குடித்தேன். அவர்களுடைய உணவைச் சாப்பிட்ட அல்லது அவர்களுடைய பீரைக் குடித்த ஒவ்வொரு முறையும், அது என்னைக் கொல்லவிருந்ததாக எனக்குள் ஒரு குரல் ஒலித்துக் கொண்டிருந்ததை நான் கேட்டேன். அதே நேரத்தில், ஷுவார் மக்கள் வலிமையானவர்களாகவும் ஆரோக்கியமானவர்களாகவும் இருந்ததையும் நான் கண்டேன். அன்று இரவு எனக்கு ஒரு விஷயம் புரிந்தது: என்னைக் கொன்று கொண்டிருந்தது அவர்களுடைய உணவோ அல்லது பானமோ அல்ல; மாறாக, என்னுடைய மனப்போக்குதான் என்னைக் கொன்று கொண்டிருந்தது. அடுத்த நாள் காலையில் நான் பரிபூரணமாகக் குணமடைந்திருந்தேன்.

ஒரு சில நாட்கள் கழித்து, என்னைக் குணப்படுத்தியதற்கு நான் தனக்கு நன்றிக்கடன் பட்டிருந்ததாகத் துன்டுயம் என்னிடம் கூறினார். அதனால் நான் அவர்களுடைய பாரம்பரிய மருத்துவத்தை அவரிடமிருந்து கற்றுக் கொள்கின்ற மாணவனாக ஆக வேண்டும் என்று அவர் என்னைக் கேட்டுக் கொண்டார். அதில் எனக்கு விருப்பம் இருக்கவில்லை. நான் வணிகப் பள்ளியில் பயின்றவன். ஷாமனிசத்தைக் கற்று எனக்கு என்ன பயன் என்று நான் யோசித்தேன். ஆனால் அவர் என் உயிரைக் காப்பாற்றியிருந்தார். எனவே, வேறு வழியின்றி அதற்கு நான் ஒப்புக் கொண்டேன்.

ஆனால் துன்டுயமுடன் நேரத்தைச் செலவழித்ததன் மூலம் மனப்போக்கின் முக்கியத்துவத்தைப் பற்றி நான் கற்றுக் கொண்டேன். "உங்களால் ஒன்றைக் கனவு காண முடிந்தால்,

அதை உங்களால் அடைய முடியும்," என்ற கூற்றில் இருந்த உண்மையை அது பறைசாற்றியது.

அதீத அவநம்பிக்கை மற்றும் குற்றவுணர்வு மனப்போக்கை நான் சுவீகரித்திருந்தேன். அதை நான் மாற்றியாக வேண்டியிருந்தது.

* * *

என் அறுவை சிகிச்சை முடிந்து சில நாட்களுக்குப் பிறகு நான் என் வீட்டுக்கு அருகே இருந்த ஒரு காட்டுப் பகுதிக்குச் சென்றேன். அங்கிருந்த ஒரு பெரிய கருவாலி மரத்தின் அடியில் அமர்ந்து, அம்மரத்தின்மீது சாய்ந்து கொண்டு நான் என் கண்களை மூடினேன். ஷுவார் மருத்துவர் துன்டுயமை அப்போது நான் என் மனத்தில் கற்பனை செய்தேன். அதன் மூலம், இயற்கையுலகுடன் நான் கொண்டிருந்த தொடர்பை நான் உணர்ந்தேன். மற்றப் பிற பழங்குடி இனத்தவரைப்போலவே, ஷுவார் இனத்தவரும், ஒருவருடைய மனப்போக்கை மாற்றுவதற்கான வழி அவர்களுடைய இதயத்தில் இருப்பதாக நம்புகின்றனர். நான் என் கைகளை என் இதயத்தின்மீது வைத்தேன்.

நான் அமைதியாகச் சில கணங்கள் அப்படியே அமர்ந்திருந்தேன். அப்போது என்னுள் ஓர் எண்ணம் முளைத்தது: 'என்னுடைய விமோசனம், ஒரு மேம்பட்ட உலகை உருவாக்க என்னால் முடிந்த அனைத்தையும் செய்ய என்னை அர்ப்பணித்துக் கொள்வதை உள்ளடக்கியதாக இருக்க வேண்டும்.' என்னுடைய குற்றங்களை ஒப்புக் கொண்டுவிட்டு, அதைப் பற்றி ஒரு புத்தகத்தை எழுதுவதன் மூலம் எனக்குப் பிராயச்சித்தம் கிடைத்துவிடும் என்று நான் அதுவரை முட்டாள்தனமாக நம்பி வந்திருந்தேன். தொடர்ந்து முழு மனத்துடன் செயல் நடவடிக்கைகளில் ஈடுபட்டுக் கொண்டிருப்பது விமோசனத்திற்கு இன்றியமையாதது என்பது இப்போது எனக்குப் புரிந்தது. என்னுடைய பெருங்குடலின் பெரும்பகுதி அறுவை சிகிச்சையின்போது வெட்டியெடுக்கப்பட்டுவிட்டதால், நான் என் வேலைப் பளுவைக் குறைத்துக் கொள்ள வேண்டும் என்று நான் தப்புக்கணக்குப் போட்டுவிட்டேன். ஹோவர்டு ஜின் எனக்குச் சரியான அறிவுரையைத்தான் வழங்கியிருந்தார். எனக்கு நானே புத்துணர்ச்சியூட்டிக் கொண்டு, நான் மேலும் எழுதவும் சொற்பொழிவுகள் நிகழ்த்தவும் வேண்டும் என்பதை இப்போது நான் புரிந்து கொண்டேன். அதாவது, நான் ஒரு சமூகப் போராளியாக ஆக வேண்டும். நான் தனியாகவும் பிறருடன் சேர்ந்தும் துவக்கி நடத்திக் கொண்டிருக்கின்ற தொண்டு நிறுவனங்களில் இன்னும் அதிக அளவில் ஈடுபடுவது இதைச்

செய்வதற்கான சிறந்த வழியாக எனக்குப் பட்டது.

நான் துவக்கி நடத்திக் கொண்டிருக்கின்ற டிரீம் சேஞ்ச் தொண்டு நிறுவனம் கடந்த பதினைந்து ஆண்டுகளில் ஏற்கனவே ஏராளமான விஷயங்களைச் சாதித்திருந்தது. அமேசான் காடுகள், ஆன்டிஸ் மலைப்பகுதிகள், ஸ்டெப்பி சமவெளிகள், ஆப்பிரிக்கா, மத்திய அமெரிக்கா ஆகிய இடங்களுக்கு நான் ஏராளமானவர்களைச் சிறிய குழுக்களாக அழைத்துச் சென்று, அங்குள்ள பழங்குடியினரோடு தங்கி அவர்களுடைய ஞானத்தைக் கற்றுக் கொள்ள அக்குழுக்களுக்கு உதவியுள்ளேன்; பழங்குடி மக்கள் தொடர்பான எண்ணற்றக் கருத்தரங்குகளை நான் அமெரிக்காவிலும் ஐரோப்பாவிலும் நடத்தியுள்ளேன்; ஒமேகா இன்ஸ்டிடியூட்டுடன் சேர்ந்து, உலகின் பல பகுதிகளிலுள்ள ஷாமன்களை ஆண்டுதோறும் அமெரிக்காவில் ஓரிடத்தில் ஒன்றுகூட்டி நூற்றுக்கணக்கானோர் பங்கேற்கும் கருத்தரங்குகளை நான் நடத்தி வந்துள்ளேன்; ஆனால் என் அறுவை சிகிச்சை முடிந்தவுடன் டீரிம் சேஞ்ச் நிறுவனத்தின் நடவடிக்கைகளைக் குறைத்துக் கொள்ள நான் முடிவெடுத்தேன். நான் இப்புத்தகத்தின் முதல் பதிப்புத் தொடர்பான நடவடிக்கைகளில் மும்முரமாக இருந்தேன்.

அதே நேரத்தில், பச்சமமா அலையன்ஸ் அமைப்பு படுசுறுசுறுப்பாக இயங்கிக் கொண்டிருந்தது. அதன் வரலாறும் என் வாழ்க்கையும் ஒன்றோடொன்று பின்னிப் பிணைந்திருந்தன.

1994 இல் என்னுடைய எக்குவடோரிய நண்பர் டேனியல் கூப்பர்மேன், அமேசானின் உள்ளடங்கிய காட்டுப் பகுதியில் வசித்து வந்த அஷுவார் பழங்குடியினத் தலைவர்களை நான் அவசியம் சந்திக்க வேண்டும் என்று என்னைக் கேட்டுக் கொண்டார். ஷுவார் இனத்தவரையும் துன்டுயமத்தையும்போலவே அஷுவார் மக்களும், "நீங்கள் கற்பனை செய்கின்றபடியே உலகம் இருக்கிறது," என்ற கண்ணோட்டத்தில் நம்பிக்கை உடையவர்களாக இருக்கின்றனர். ஒரு சமூகம் என்ற முறையில் அவர்களுக்கு ஒரு கனவு இருந்தது. அஷுவார் மக்களின் நிலங்கள் மற்றும் கலாச்சாரத்தை அழிக்கின்ற நடவடிக்கைகளில் இறங்கியுள்ள எண்ணெய் நிறுவனங்கள் மற்றும் பிற பெருநிறுவனங்களின் நாடுகளைச் சேர்ந்த மக்களோடு தொடர்பு ஏற்படுத்திக் கொள்வதற்குத் தங்களுக்கு உதவுமாறு அவர்கள் என்னைக் கேட்டுக் கொண்டனர்.

இத்தகவலை நான் சமீபத்தில் சந்தித்திருந்த ஒருவரோடு பகிர்ந்து கொண்டேன். அவருடைய பெயர் லின் டுவிஸ்ட். அவர் ஒரு சக்திமிக்க சமூகப் போராளியாகத் திகழ்ந்தார். 1995 இல் நான் லின்னையும் அவளுடைய கணவர் பில்லையும்

அழைத்துக் கொண்டு அஷுவார் மக்களைப் பார்க்கச் சென்றேன். அப்பயணத்தின் முடிவில் அவர்கள் இருவரும் ஒரு தொண்டு நிறுவனத்தைத் துவக்க 1,00,000 டாலர்கள் பணத்தை நன்கொடையாகக் கொடுக்க முன்வந்தனர். அப்படித் தொடங்கப்பட்ட நிறுவனம்தான் பச்சமமா அலையன்ஸ்.

அதற்குப் பிறகு நான் அந்த அமைப்பில் என்னை ஈடுபடுத்திக் கொள்ளவில்லை. ஆனால் லின்னும் பில்லும் நம்புதற்கரிய அர்ப்பணிப்புடன் அந்த அமைப்பை நடத்தி வந்தனர். நான் என் வாழ்க்கையில் சந்தித்திருந்த, முற்றிலும் சுயநலமற்ற, அர்ப்பணிப்புடன் இயங்குகின்ற, செயல்திறமிக்க இரண்டு ஆன்மாக்கள் அவர்கள். அவர்கள் அதன் சகோதர அமைப்பான பச்சமமா அறக்கட்டளை ஒன்றையும் நிறுவினர். உலகெங்கிலுமுள்ள பழங்குடி மக்கள் எண்ணெய் நிறுவனங்களை எதிர்த்துப் போராட அந்த அமைப்பு உதவியது. அதோடு, அவர்கள் நடத்தி வந்த கருத்தரங்குகள் வெகு விரைவிலேயே பிரபலமாயின; எண்பதுக்கும் மேற்பட்ட நாடுகளுக்கு அவை கொண்டு செல்லப்பட்டன.

நான் லின்னையும் பில்லையும் அழைத்து, நான் பச்சமமா அமைப்பில் மேலும் தீவிரமாக ஈடுபட விரும்பியதாக அவர்களிடம் கூறினேன். அவர்கள் அதை உற்சாகத்துடன் வரவேற்றனர்.

விரைவிலேயே நான் மீண்டும் எக்குவடோருக்குச் சென்றேன். கீட்டோவிலிருந்த பச்சமமா அறக்கட்டளையின் அலுவலகம் மிகவும் சுறுசுறுப்பாக இயங்கிக் கொண்டிருந்தது. கடந்த பத்தாண்டுகளில் அந்நாட்டில் ஏகப்பட்ட அரசியல் பிரளயங்கள் ஏற்பட்டிருந்தன; பத்து ஆண்டுகளில் எட்டு அதிபர்கள் அந்நாட்டை ஆண்டிருந்தனர். இப்போது அங்கே முற்றிலும் புதியதோர் அரசியல் தலைவர் தலைதூக்கியிருந்தார்.

அவருடைய பெயர் ரஃபயேல் கோரியா. அவர் ஒரு நடுத்தரக் குடும்பப் பின்புலத்திலிருந்து வந்தவர். அவருக்கு ஐந்து வயதாக இருந்தபோது, அவருடைய அப்பா போதைப் பொருட்கள் கடத்தலில் ஈடுபட்டிருந்ததற்காகச் சிறையில் அடைக்கப்பட்டார் என்பதை வெளிப்படையாகத் தெரிவிக்க அவர் தயங்கவில்லை. சட்டத்திற்குப் புறம்பான அப்படிப்பட்ட நடவடிக்கைகளைத் தான் ஏற்றுக் கொள்ளவில்லை என்றாலும், தன்னுடைய தந்தையைப் போன்றவர்கள் தங்களுடைய குடும்பத்தினருக்கு உணவளிப்பதற்காகவே அச்செயலில் ஈடுபட்டிருந்தனர் என்பதைத் தன்னால் புரிந்து கொள்ள முடிந்தது என்று அவர் கருத்துத் தெரிவித்தார்.

அவர் முதலில் குவாயாகில் என்ற நகரில் இருந்த கத்தோலிக்கப் பல்கலைக்கழகம் ஒன்றில் கல்வி உதவித்தொகை

பெற்றுப் படித்தார். அதற்குப் பிறகு, அவர் பெல்ஜியத்திற்குச் சென்று, அங்கே பொருளாதாரத்தில் ஒரு முதுகலைப் பட்டம் பெற்றார். அதைத் தொடர்ந்து, அமெரிக்காவிலுள்ள இல்லினாய் பல்கலைக்கழகத்தில் பொருளாதாரத்தில் அவர் ஒரு முனைவர் பட்டம் பெற்றார்.

எக்குவடோர் நாட்டு அதிபர் தேர்தலில் குதித்திருந்த அவர் ஒரு நாகரிகமான மனிதராக இருந்தார். திடகாத்திரமானவராகவும் அறிவார்ந்தவராகவும் வசீகரமானவராகவும் திகழ்ந்த அவர், தன்னுடைய தாய்மொழியான ஸ்பானிஷ் மொழியோடு, ஆங்கிலம், பிரெஞ்சு, பெரூ நாட்டைச் சேர்ந்த ஆன்டிஸ் மலைப்பகுதியிலுள்ள மக்களால் பரவலாகப் பேசப்படுகின்ற ‘கெச்சுவா’ ஆகிய மொழிகளிலும் புலமை பெற்றிருந்தார். அவருடைய மனைவி பெல்ஜியம் நாட்டைச் சேர்ந்தவர். கோரியாவுக்கு அமெரிக்க மற்றும் ஐரோப்பிய அரசியல் அத்துப்படியாக இருந்தது. பெரும் எண்ணெய் நிறுவனங்களுக்குக் கடிவாளம் போடுவது, மழைக்காடுகளைக் காப்பாற்றுவது உட்படப் பல சீர்திருத்தங்களை முன்மொழிவதில் இருந்த ஆபத்துகளை அவர் நன்றாகவே உணர்ந்திருந்தார்.

அவர் எனக்கு ரோல்டோஸை நினைவுபடுத்தினார். அது எனக்குள் ஆழ்ந்த குற்றவுணர்வைக் கிளர்ந்தெழச் செய்தது. அவருக்கு முன்னால் எக்குவடோரை ஆண்டிருந்த இராணுவ சர்வாதிகாரிகளால் ஏற்பட்டக் கடனை அடைக்க எண்ணெய் உற்பத்தி உதவும் என்று நான் அவருக்கு உறுதியளித்தேன். ஆனால், அவர் உலக வங்கிக் கடன் தவணைகளை ஒழுங்காகச் செலுத்த வேண்டும் என்றும், டெக்சாகோ நிறுவனத்திற்கு அவர் விட்டுக்கொடுத்துப் போக வேண்டியிருக்கும் என்றும் நான் அவரை எச்சரித்தேன். ஆனால் அதை அவர் காதில் போட்டுக் கொள்ளவில்லை. அதற்குப் பதிலாக, டெக்சாகோ நிறுவனத்தின் இலாபத்தில் அவர் பங்குக் கேட்டார், அமெரிக்காவில் நடைமுறையில் இருந்த அதே சுற்றுச்சூழல் விதிமுறைகள் தன் நாட்டிலும் அமல்படுத்தப்பட வேண்டும் என்று அவர் அடம்பிடித்தார்.

நான் தங்கியிருந்த கீட்டோ ஓட்டல் அறையில் ரோல்டோஸின் பழைய வீடியோ ஒன்றை நான் பார்த்துக் கொண்டிருந்தேன். அதில் அவர் ஒரு மாபெரும் பொதுக்கூட்டத்தில் உரையாற்றிக் கொண்டிருந்தார். அப்பேச்சை அவர், “தாயகம் நீடூழி வாழ்க!” என்ற முழக்கத்தோடு முடித்தார். அதற்குப் பிறகு அவர் கொல்லப்பட்டார்.

கோரியா இப்போது ரோல்டோஸ் பற்றிய நினைவுகளைக் கிளறிவிட்டுக் கொண்டிருந்தார். அவர் தன்னுடைய மேடைப்

பேச்சு ஒன்றில், இப்புத்தகத்தின் முதல் பதிப்பைத் தான் படித்திருந்ததாகவும், பொருளாதார அடியாட்கள் தன்னை நேரில் வந்து சந்தித்ததாகவும், தான் ஜாக்கல்களால் கொல்லப்படக்கூடிய ஆபத்து இருந்தது என்றும் வெளிப்படையாகவே குறிப்பிட்டார்.

நான், டேனியல், லின், பில் ஆகிய நால்வரும் பச்சமமா அலையன்ஸ் அமைப்பிற்கு முக்கிய ஆதரவளிப்பவர்களை அஷுவார் மக்கள் இருக்கின்ற இடத்திற்கு ஆண்டுதோறும் அழைத்துச் செல்வதென்று முடிவெடுத்தோம். அஷுவார் மக்கள் இதற்காகவே சுற்றுச்சூழலைப் பாதிக்காத உல்லாச விடுதி ஒன்றைத் தாங்கள் வசிக்கின்ற இடத்தில் கட்டியுள்ளனர்.

கீட்டோவிலிருந்து அஷுவார் மக்கள் இருக்கின்ற பகுதியை அடைய முதலில் ஷெல் என்ற இடத்திற்குச் செல்ல வேண்டும். அப்பாதை ஒரே சமயத்தில் அழகானதாகவும் ஆபத்து நிறைந்ததாகவும் விளங்குகின்ற ஒன்று. ஆன்டிஸ் மலைப்பகுதியிலிருந்து கிட்டத்தட்ட எட்டாயிரம் அடி கீழே இருக்கின்ற அமேசான் பகுதிக்குச் செல்கின்ற சாலை அது.

அச்சாலையில் நான் பயணிக்கின்றபோது, நான் முதன்முதலாக எக்குவடோர் நாட்டுக்கு வந்த நாட்களை நான் நினைத்துக் கொள்வேன். இடைப்பட்டக் காலத்தில் ஏராளமான மாற்றங்கள் நிகழ்ந்திருந்தன. 1968 இல் டெக்சாகோ நிறுவனம் எக்குவடோரில் எண்ணெய்ப் படுகையை முதன்முதலாகக் கண்டுபிடித்திருந்தது. இன்று அந்நாட்டின் மொத்த ஏற்றுமதி வருவாயில் எண்ணெய் கிட்டத்தட்டப் பாதியை ஈட்டிக் கொடுக்கிறது. அந்நாட்டுக்கு நான் மேற்கொண்ட என்னுடைய முதலாவது விஜயத்திற்குச் சிறிது காலத்திற்குப் பிறகு அங்கு உருவாக்கப்பட்டிருந்த 'டிரான்ஸ் ஆன்டிஸ் பைப்லைன்' என்ற, பெரும் குழாய்களின் வழியே எண்ணெயை ஓரிடத்திலிருந்து மற்றோர் இடத்திற்கு எடுத்துச் செல்கின்ற நீண்டதூரக் குழாய் அமைப்பு, இன்றுவரை சுமார் ஐந்து இலட்சம் பீப்பாய் எண்ணெயை நுண்மையான மழைக்காடுகளில் கசியவிட்டுள்ளது. அமெரிக்காவுக்கு எண்ணெய் ஏற்றுமதி செய்கின்ற நாடுகளில் பத்தாவது பெரிய நாடாக எக்குவடோர் நாட்டை ஆக்குகின்ற சக்தி படைத்தது என்ற முழக்கத்தோடு துவக்கப்பட்ட, முந்நூறு மைல் நீளம் கொண்ட அந்தப் பைப்லைன், 1.3 பில்லியன் டாலர் செலவில் பொருளாதார அடியாட்களின் ஆதரவுடன் உருவாக்கப்பட்டிருந்த பல நிறுவனங்களால் கட்டி முடிக்கப்பட்டது. அதைக் கட்டுவதற்காக ஏராளமான மழைக்காடுகள் அழிக்கப்பட்டன; ஏராளமான பறவைகளும் விலங்குகளும் நிரந்தரமாக அழித்தொழிக்கப்பட்டன; மூன்று உள்ளூர் பழங்குடியினர் அழிவின் எல்லைக்குத் தள்ளப்பட்டனர்;

பளிங்கு நீரோடையாகக் காட்சியளித்த ஆறுகள் கழிவுநீர்க் குட்டைகளைப்போல ஆக்கப்பட்டன.

சமீபத்திய ஆண்டுகளில் பச்சமமா அறக்கட்டளையின் ஆதரவுடன் உள்ளூர் பழங்குடி மக்கள் இவற்றை எதிர்க்கத் துவங்கியுள்ளனர். 2003 ஆம் ஆண்டு மே 7 அன்று, என்னுடைய நண்பர் ஸ்டீவ் டோன்சிகரின் தலைமையில் செயல்பட்டுக் கொண்டிருந்த அமெரிக்க வழக்கறிஞர்கள் குழு ஒன்று, சுமார் முப்பதாயிரம் எக்குவடோர் மக்களின் சார்பாக செவ்ரான் டெக்சாகோ நிறுவனத்தின்மீது ஒரு பில்லியன் டாலர் நஷ்ட ஈடு கேட்டு வழக்குத் தொடர்ந்தது. அதற்கு, பின்வரும் முக்கியக் காரணங்கள் முன்வைக்கப்பட்டன: 1971க்கும் 1992க்கும் இடையே, எண்ணெய் நிறுவனங்கள், தினமும் சுமார் 1.8 கோடி லிட்டர் நச்சுக் கழிவுநீரை, திறந்த நிலையிலிருந்த ஆழமான குழிகளிலும் நீர்நிலைகளிலும் கொட்டியுள்ளன; அக்கழிவு நீரில் எண்ணெய், கன உலோகங்கள், புற்றுநோயை உண்டாக்கக்கூடிய பொருட்கள் போன்றவை கலந்திருந்தன: இந்நிறுவனங்கள் தம்முடைய கழிவுப் பொருட்களால் உருவாக்கியிருந்த 350க்கும் மேற்பட்ட பிரம்மாண்டமான குப்பைக்குழிகளை மூடாமலேயே சென்றுவிட்டன; அக்குப்பைமேடுகள் இன்றுவரை எண்ணற்ற மக்களையும் விலங்குகளையும் சாகடித்துக் கொண்டிருக்கின்றன.

மற்றொரு பெரிய திட்டம் பாஸ்டாஸா ஆற்றின் குறுக்கே கட்டப்பட்டுள்ள அகோயன் நீர்மின் பணித்திட்டமாகும். விரல்விட்டு எண்ணப்படக்கூடிய எக்குவடோர் பணக்காரக் குடும்பங்களுக்குச் சொந்தமான தொழிற்சாலைகளுக்கு மின்சாரம் வழங்குவதற்காக அது கட்டப்பட்டது.

அகோயன் அணையின் வழியாக நான் செல்கின்ற ஒவ்வொரு முறையும், என்னுடைய முயற்சியால் உருவாகியிருந்த பல திட்டங்களில் அதுவும் ஒன்று என்ற உண்மையை நான் எதிர்கொள்ள வேண்டியிருக்கிறது. இத்திட்டங்களுக்கு நிதியுதவி வழங்கியிருந்த முறையின் காரணமாக, கோரியா அதிபர் பதவிக்குப் போட்டியிட்டுக் கொண்டிருந்தபோது, எக்குவடோர் நாட்டின் மொத்த வருவாயில் ஒரு பெரும் பகுதி இக்கடன்களுக்கான தவணையைக் கட்டுவதற்காகவே செலவிடப்பட்டுக் கொண்டிருந்தது. இக்கடன்களை அடைப்பதற்கான ஒரே வழி, மழைக்காடுகளின் அடியே கண்டுபிடிக்கப்பட்டுள்ள எண்ணெய்ப் படுகைகளில் புதைந்திருக்கின்ற எண்ணெயைப் பெரும் எண்ணெய் நிறுவனங்களுக்கு விற்பதுதான் என்று ஐஎம்எஃப் அமைப்பு எக்குவடோரிடம் வலியுறுத்தியிருந்தது.

தன்னை அதிபராகத் தேர்ந்தெடுத்தால், இவை அனைத்தையும் தான் மாற்றிவிடுவதாக கோரியா தன்னுடைய

தேர்தல் பிரச்சாரங்களின்போது வாக்குறுதி அளித்தார்.

2007 இல் கோரியா அதிபராகப் பதவி ஏற்றவுடனேயே, தன்னுடைய தேர்தல் வாக்குறுதிகளை நிறைவேற்ற முனைந்தார். எக்குவடோருக்கு அளிக்கப்பட்டிருந்த கடன்களில் பலவற்றைத் திருப்பிக் கட்ட அவர் மறுத்தார். ஏனெனில், அக்கடன்கள், சிஐஏவின் ஆதரவுடன் ஆட்சி புரிந்து கொண்டிருந்த இராணுவ சர்வாதிகாரிகளால், பொருளாதார அடியாட்களிடம் இலஞ்சம் பெற்றுக் கொண்டு வாங்கப்பட்டவை (அது முழுக்க முழுக்க உண்மை என்பதை நான் அறிவேன்) என்று அவர் வாதிட்டார். லத்தீன் அமெரிக்காவில் அமெரிக்கா வைத்திருந்த இராணுவத் தளங்களிலேயே மிகப் பெரிய இராணுவத் தளத்தை அவர் மூடினார். அண்டை நாடான கொலம்பியாவில் இருந்த போராளிக் குழுக்களை எதிர்த்து சிஐஏ மேற்கொண்டிருந்த சண்டைக்கான ஆதரவை அவர் விலக்கிக் கொண்டார். எக்குவடோர் நாட்டின் மத்திய வங்கி அமெரிக்காவில் செய்திருந்த முதலீடுகளைத் திரும்பப் பெற்று, அவர் அவற்றை உள்நாட்டுத் திட்டங்களுக்குத் திருப்பிவிட்டார். எக்குவடோர் நாட்டு அரசியலமைப்புச் சட்டத்தை மாற்றி, உலகிலேயே முதன்முறையாக, மனிதச் சட்டங்களால் மாற்றப்பட முடியாத அடிப்படை உரிமை இயற்கைக்கு இருக்கிறது என்று கூறி, இயற்கை உரிமைச் சட்டத்தை இயற்றினார். அது நேரடியாகப் பல பெருநிறுவனங்களின் இயற்கை வளச் சுரண்டலோடு தொடர்புடையது. அமெரிக்க மேலாதிக்கத்தை உறுதிப்படுத்துவதற்காகக் கொண்டுவரப்பட்டக் கட்டற்ற அமெரிக்கக் கண்ட வர்த்தக உடன்படிக்கைக்கு மாற்றாக விளங்கிய, 'அல்பா' என்று சுருக்கமாக அழைக்கப்பட்ட, 'நமது அமெரிக்க மக்களுக்கான பொலிவாரியக் கூட்டமைப்பு' என்ற அமைப்பில் அவர் எக்குவடோரையும் இணைத்துக் கொண்டார். அது லத்தீன் அமெரிக்கா மற்றும் கரீபிய நாடுகளுக்கு இடையே போடப்பட்டிருந்த கட்டற்ற வர்த்தகத்திற்கான ஒப்பந்தமாகும்.

ஆனால் கோரியா மேற்கொண்ட காரியங்களிலேயே மிகவும் துணிச்சலான காரியம் எண்ணெய் நிறுவனங்களுடன் போடப்பட்டிருந்த ஒப்பந்தங்களை மறுபரிசீலனை செய்ய அவர் முற்பட்டதுதான். ஒரு நாட்டில் இருக்கும் நிலத்தடி எண்ணெயை வெளியே உறிஞ்சி எடுக்கின்ற பெருநிறுவனங்கள், அதற்காக அந்நாட்டுடன் ஒப்பந்தங்கள் போட்டுக் கொள்ளும்போது, பொதுவாக அவை தம்முடைய இலாபத்தின் ஒரு பகுதியை அந்நாட்டின் அரசுக்குக் கொடுக்க ஒப்புக் கொள்ளும். ஆனால், சிக்கலான கணக்கியல் முறைகளைக் கையாண்டு அவை உண்மையான இலாபத்தைப் பல மடங்கு குறைத்துக் காட்டி அந்நாட்டு அரசை அவை ஏமாற்றும். இந்த முறையைத்தான்

அனைத்து எண்ணெய் நிறுவனங்களும் அனைத்து நாடுகளிலும் கடைபிடித்து வந்தன. ஆனால் கோரியா இதை மாற்றியமைத்தார். எண்ணெய் எக்குவடோர் நாட்டுக்குச் சொந்தமானது என்பதால், அதை உற்பத்தி செய்து கொடுப்பதற்குக் கூலியாக ஒரு பீப்பாய்க்கு இவ்வளவு டாலர்கள் என்ற கணக்கில் எண்ணெய் நிறுவனங்களுக்குப் பணம் கொடுக்க அவர் முன்வந்தார்.

உடனடியாக, பொருளாதார அடியாட்கள் எக்குவடோருக்கு அனுப்பி வைக்கப்பட்டனர். கோரியா தன் நிலைப்பாட்டிலிருந்து பின்வாங்கிக் கொண்டால், அவர்கள் கோரியாவுக்கும் அவரைச் சுற்றியிருந்தவர்களுக்கும் சட்டரீதியாகவும் சட்டத்திற்குப் புறம்பாகவும் இலஞ்சம் கொடுக்க முன்வந்தனர். ஆனால் அவர் அதற்கு உடன்பட மறுத்துவிட்டார்.

சிறிது காலத்திற்குள்ளாகவே, ஹோன்டுராஸின் அதிபர் மானுவெல் ஸெலயா, ஜாக்கல்கள் முன்னின்று நடத்திய இராணுவக் கலகம் ஒன்றின் மூலம் பதவியிலிருந்து தூக்கியெறியப்பட்டார்.

அக்கலகம் ஒட்டுமொத்த லத்தீன் அமெரிக்காவெங்கும் பெரும் தாக்கத்தை ஏற்படுத்தியது – குறிப்பாக கோரியாவின்மீது!

அத்தியாயம் 37

ஹோன்டுராஸ்: சிஐஏ தாக்குதல்

ஜனநாயகரீதியாகப் பதவியேற்றிருந்த ஹோன்டுராஸ் அதிபர் மானுவெல் ஸெலயா, ஒரு இராணுவக் கலகம் மூலம் பதவியிலிருந்து தூக்கியெறியப்பட்டச் சில நாட்களில், 2009 இல் நான் பனாமாவுக்குப் பறந்தேன். பனாமாவில் செல்வாக்குடனும் அதிகாரத்துடனும் வலம் வந்து கொண்டிருந்தவர்களையும், லத்தீன் அமெரிக்க அரசியலில் நேரடி அனுபவம் பெற்றிருந்தவர்களையும் சந்திக்க நான் விரும்பினேன்.

நான் அங்கு, அர்ஜென்டீனா, கொலம்பியா, குவாத்தமாலா, பனாமா, அமெரிக்கா ஆகிய நாடுகளைச் சேர்ந்த தொழிலதிபர்கள், அரசாங்க உயரதிகாரிகள், அரசுசாரா தொண்டு நிறுவனங்களின் தலைவர்கள் போன்றோரைச் சந்தித்தேன். அதேபோல, ஆசிரியர்கள், வாடகைக் கார் ஓட்டுநர்கள், உணவகப் பணியாளர்கள், கடைக்காரர்கள் மற்றும் தொழிற்சங்கத் தலைவர்களையும் நான் சந்தித்தேன். ஹோன்டுராஸில் மக்களுக்கு அளிக்கப்பட்டு வந்த குறைந்தபட்ச ஊதியத்தை 60 சதவீதம் அதிகரிக்க ஸெலயா முயன்றதுதான் அவர் பதவியிலிருந்து தூக்கியெறியப்பட்டதற்குக் காரணம் என்று நான் சந்தித்தவர்களில் பெரும்பாலானோர் உறுதியாக நம்பினர். ஸெலயாவின் முன்மொழிவு, 'சிகிதா பிரான்ட்ஸ் இன்டர்நேஷனல்' (முன்னாள் யுனைட்டெட் ஃபுரூட் கம்பெனி), 'டோல் ஃபுட் கம்பெனி' ஆகிய இரண்டு முக்கிய அமெரிக்க நிறுவனங்களுக்கு ஆத்திரமூட்டியது.

அன்று மாலையில், 'ஜோயல்' என்ற பனாமா நாட்டுத் தொழிலதிபர் ஒருவரை, பனாமா கால்வாயைப் பார்த்தபடி இருந்த திறந்தவெளி உணவகம் ஒன்றில் நான் சந்தித்தேன். அவர் தன்னுடைய உண்மையான பெயரை வெளிப்படுத்திக் கொள்ள விரும்பவில்லை. அவருடைய கதாநாயகனாகத் திகழ்ந்த

டோரிஜோஸுடன் எனக்கு ஏற்பட்டிருந்த அனுபவங்களைப் பற்றி என்னிடம் கேட்டறிவதற்காக அவர் என்னைப் பார்க்க வந்திருந்தார். டோரிஜோஸ் கொல்லப்பட்டபோது அவர் ஐந்தாம் வகுப்பில் படித்துக் கொண்டிருந்தார். அந்த மாலையில் மீண்டும் குற்றவுணர்வு என் நெஞ்சைக் கிழிக்கத் துவங்கியது. "லத்தீன் அமெரிக்காவின் பெரும்பாலானோரைப்போல, நானும் என்னுடைய நண்பர்களும், டோரிஜோஸ் சிஐஏவால்தான் படுகொலை செய்யப்பட்டார் என்பதை அறிவோம். அதற்காக நாங்கள் அமெரிக்காவை வெறுத்தோம்," என்று ஜோயல் கூறினார்.

பின் அவர் தொடர்ந்து பேசினார்: "ஆனால், காலப்போக்கில் ஏராளமான விஷயங்கள் மாறின. எப்படி நீங்கள் ஜப்பானையும் ஜெர்மனியையும் மன்னித்திருந்தீர்களோ, அதைப்போலவே நாங்களும் அமெரிக்காவை மன்னித்துவிட்டோம். ஆனால் இப்போது ஹோன்டுராஸில் நிகழ்ந்துள்ள சம்பவம் பழைய நினைவுகளையும் பழைய மனக்கசப்புகளையும் தூண்டியுள்ளது." தன்னுடைய நண்பர்களில் ஒருவர் ஐஎம்எஃபில் வேலை பார்த்துக் கொண்டிருந்ததாகவும், ஸெலயா தன்னுடைய போக்கை மாற்றிக் கொள்ளும்படி அந்த நண்பர் ஸெலயாவிடம் கேட்டதாகவும் ஜோயல் தெரிவித்தார். உலக வங்கி ஹோன்டுராஸுக்கு மேலும் கடன் வழங்கத் தயாராக இருந்ததாகவும், அக்கடன்களின் மூலம் உருவாக்கப்படும் திட்டங்களின் வழியாக ஸெலயாவும் அவருடைய தொடர்பு வட்டத்தில் இருந்தவர்களும் பெரும் பயன் அடைய வழி செய்யப்படும் என்றும் ஜோயலின் நண்பரின் மூலம் ஸெலயாவிடம் கூறப்பட்டது. அது வேலை செய்யாதபோது ஸெலயாவுக்கு அச்சுறுத்தல்கள் விடுக்கப்பட்டன. "ஸெலயா அதற்குச் செவி சாய்த்திருக்க வேண்டும், ஆனால் அவர் அப்படிச் செய்யவில்லை. அதனால், நீங்கள் ஜாக்கல்கள் என்று அழைக்கின்ற நபர்கள் அவர்மீது ஏவிவிடப்பட்டனர். நல்லவேளையாக அவர்கள் ஸெலயாவைக் கொல்லவில்லை. ஆனால் இது வெறுமனே ஹோன்டுராஸைப் பற்றிய விஷயம் மட்டுமல்ல. ஹோன்டுராஸில் குறைந்தபட்ச ஊதியம் உயர்த்தப்பட்டுவிட்டால், அது உடனே ஏனைய லத்தீன் அமெரிக்க நாடுகளுக்கும் பரவிவிடும் என்பதை அமெரிக்க நிறுவன உயரதிகாரிகள் அறிவர். லத்தீன் அமெரிக்காவிலேயே மிகக் குறைந்த ஊதியம் வழங்கி வருகின்ற நாடுகள் ஹோன்டுராஸும் ஹெயிட்டியும்தான். அதற்குக் கீழே தங்களுடைய தொழிலாளர்களுக்கு ஊதியம் வழங்க வேறு எந்தவொரு லத்தீன் அமெரிக்க நாடும் துணியாது."

ஸெலயா ஹோன்டுராஸின் அதிபர் பதவியில் மூன்றரையாண்டுகள் இருந்தபோது அந்நாட்டில் அவர்

அறிமுகப்படுத்தியிருந்த பல சீர்திருத்தங்களைப் பற்றி நாங்கள் பேசினோம். குறைந்தபட்ச ஊதிய உயர்வு தவிர, சிறு விவசாயிகளுக்கு மானியம், ஏழைக் குழந்தைகளுக்கு இலவசக் கல்வி மற்றும் உணவு, உள்ளூர் தொழில்களுக்கும் வீடுகளைக் கட்டுவதற்காகக் கடன் வாங்கியவர்களுக்கும் அளிக்கப்பட்டிருந்த வங்கிக் கடன்களுக்கு வட்டிக் குறைப்பு, மின் கட்டணம் செலுத்த முடியாத நிலையில் இருந்தவர்களுக்கு இலவச மின்சாரம் போன்றவை அவற்றில் அடங்கும். இத்திட்டங்கள் சிறப்பாக வேலை செய்யத் துவங்கின. ஹோன்டுராஸில் ஏழ்மையின் அளவு சுமார் பத்து சதவீதம் குறைந்தது.

கால்வாயில் நிறுத்தப்பட்டிருந்த கப்பல்களை ஜோயல் சிறிது நேரம் உற்று நோக்கினார். பின்னர், “அமெரிக்கர்களுக்கு நினைவாற்றல் குறைவாக இருக்கலாம். ஆனால், லத்தீன் அமெரிக்காவில் அப்படி இல்லை. உங்களுடைய அதிபர் தியோடர் ரூஸ்வெல்ட்...” என்று கூறியவர், தன் கையை அசைத்துக் கால்வாய்ப் பகுதியைச் சுட்டிக்காட்டி, “அங்கு ஒரு கால்வாயைக் கட்டுவதற்காக இந்த நிலங்களை 1903 இல் எங்களிடமிருந்து திருடியதை நாங்கள் இன்னும் மறக்கவில்லை. இந்தக் கண்டம் முழுவதும் உங்களுடைய பெருநிறுவனங்களும் உங்களுடைய அரசாங்கமும் மேற்கொண்ட அரசியல் நடவடிக்கைகளை நாங்கள் இன்னும் மறக்கவில்லை. பல ஆண்டுகளாக நீங்கள் பிடிவாதமாக மறுத்து வந்துள்ள அரசியல் தலைவர்களின் படுகொலைகள், ஆட்சிக் கவிழ்ப்புகள், இராணுவக் கலகங்கள் போன்றவற்றை இறுதியில் ஒருவழியாக உங்களுடைய முன்னாள் வெளியுறவு அமைச்சர் ஹென்றி கிஸ்ஸிங்கரும் உங்களுடைய அரசாங்கமும் ஒப்புக் கொண்டுவிட்டனர். இப்போது இவை வெட்டவெளிச்சமாக ஆகியிருக்கலாம், ஆனால் நாங்கள் இவற்றை எப்போதுமே அறிந்திருந்தோம்: குவாத்தமாலாவில் ஜனநாயகரீதியாகத் தேர்ந்தெடுக்கப்பட்டிருந்த அர்பென்ஸ், அமெரிக்காவின் யுனைட்டெட் ஃப்ரூட் கம்பெனியை எதிர்த்தக் காரணத்தால் 1954 இல் சிஐஏ அவருடைய அரசைக் கவிழ்த்தது; 1973 இல் சிலியில், ஜனநாயகரீதியாகத் தேர்ந்தெடுக்கப்பட்டிருந்த அலன்டேயைப் பதவியைவிட்டு இறக்கியதில் அமெரிக்கப் பெருநிறுவனமான இன்டர்நேஷனல் டெலிபோன் அன்ட் டெலிகிராப் முக்கியப் பங்கு வகித்தது; பின் அவர் சிஐஏவால் படுகொலையும் செய்யப்பட்டார். அதேபோல, கிரனடா, ஹெயிட்டி, அர்ஜென்டீனா, பிரேசில், குவாத்தமாலா, நிகராகுவா, எல் சால்வடோர் ஆகிய நாடுகளில் சிஐஏவால் பதவியில் ஏற்றப்பட்டிருந்த சர்வாதிகாரிகளை நாங்கள் மறக்கவில்லை. டோரிஜோஸையும் ரோல்டோஸையும் நாங்கள் இன்னும்

மறக்கவில்லை. 2002 இல் சாவேஸைப் பதவியிலிருந்து இறக்க முற்பட்டுத் தோற்றுப் போன கலகத்தையும் நாங்கள் மறக்கவில்லை," என்று கூறியவர், என்னை உற்றுப் பார்த்துவிட்டு, "இதற்கு மேலும் நான் தொடர வேண்டுமா?" என்று கேட்டார்.

இந்த வரலாறுகள் எல்லாம் எனக்கு நன்றாகவே தெரியும் என்று கூறிய நான், "இக்காரணங்களுக்காகத்தான் நான் செய்துள்ள காரியங்களைப் பற்றி நான் எழுதுகிறேன். அதே காரணத்திற்காகத்தான் நான் பனாமாவுக்கும் வந்துள்ளேன்," என்று ஜோயலிடம் கூறினேன்.

"இன்னும் ஒரே ஒரு விஷயத்தை மட்டும் நான் கூறிவிடுகிறேன். இதுவும் உங்களுக்குத் தெரிந்திருக்கும். ஹோன்டுராஸ் இராணுவக் கலகத்தை முன்னின்று நடத்திய ஜெனரல் ரோமியோ வாஸ்குவேஸ், உங்களுடைய 'பிரபலமான' சிஐஏ பள்ளியில் படித்தவர்தான்."

"த ஸ்கூல் ஆஃப் அமெரிக்காஸ்."

"ஆமாம். அல்லது டோரிஜோஸ் கிண்டலடித்ததுபோல 'த ஸ்கூல் ஆஃப் அசாசின்ஸ்'!" என்று கூறியவர், கால்வாயை மீண்டும் தன் கைகளால் சுட்டிக்காட்டி, "டோரிஜோஸ் அதைக் கழுத்தைப் பிடித்து வெளியே தள்ளும்வரை, அப்பயிற்சிப் பள்ளி இங்கே பனாமா கால்வாய் மண்டலப் பகுதியில்தான் இருந்தது. இப்போது அது அமெரிக்காவில் எங்கோ இருக்கிறது," என்று முடித்தார்.

"அது ஜார்ஜியா மாநிலத்திலுள்ள ஃபோர்ட் பென்னிங்கில் இயங்கிக் கொண்டிருக்கிறது."

* * *

அன்று இரவு நான் என்னுடைய ஓட்டலுக்குத் திரும்பியவுடன், ஸ்பானிஷ் மொழியில் வெளியாகியிருந்த பல கட்டுரைகளை இணையத்தில் படித்தேன். அன்று மாலையில் அந்தப் பனாமா தொழிலதிபர் கூறியவற்றை அவை உறுதி செய்தன. ஹோன்டுராஸ் குறைந்தபட்ச ஊதியத் தொகையை 60 சதவீதம் அதிகரித்தால், அக்கண்டம் முழுவதும் சுரங்கங்கள், தொழிற்சாலைகள், ஓட்டல்கள், கடைகள், உணவகங்கள் போன்றவற்றைச் சொந்தமாக்கி வைத்திருந்த அமெரிக்க நிறுவனங்கள் அனைத்தும் பெரும் பாதிப்படையும். அந்த அறிக்கைகள், நான் 1968 இல் பீஸ் கார்ப்ஸில் தன்னார்வலராகப் பணியாற்றியபோது முதல் வாரத்திலேயே நான் சந்தித்த நிலநடுக்கவியல் வல்லுநர் கூறிய வார்த்தைகளைத்தான் நினைவுபடுத்தின. அந்த வார்த்தைகளை நான் ஒருபோதும் மறந்திருக்கவில்லை: "இந்த நாட்டை நாங்கள்

சொந்தமாக்கிக் கொண்டுள்ளோம்!"

பெருநிறுவனத்துவத்தின் கட்டுப்பாட்டில் இருந்த அமெரிக்க வெகுஜன ஊடகங்கள், "செலயா ஹோன்டுராஸின் அரசியலமைப்பை மாற்ற முயன்றதால்தான் அவருக்கு எதிராக ஒரு இராணுவக் கலகம் அங்கு மூண்டது," என்று வாய் கூசாமல் எழுதின. நான் படித்திருந்த அறிக்கைகளிலிருந்தும் நான் சந்தித்திருந்த மனிதர்களுடனான உரையாடல்களிலிருந்தும், செலயா குறைந்தபட்ச ஊதியத்தை உயர்த்த முயன்றதாலேயே பதவியிறக்கம் செய்யப்பட்டார் என்பது எனக்கு உறுதிப்படுத்தப்பட்டது.

நான் பனாமாவிலிருந்து அமெரிக்காவுக்குத் திரும்பியதும், அமெரிக்க ஊடகங்கள் ஹோன்டுராஸைப் பற்றிய உண்மைக் கதையை அலட்சியம் செய்திருந்தபோதிலும், பிரிட்டிஷ் ஊடகங்களில் அது வெளியாகியிருந்ததை நான் அறிந்து கொண்டேன். இங்கிலாந்திலிருந்து வெளிவருகின்ற கார்டியன் பத்திரிகை இவ்வாறு எழுதியிருந்தது:

> ***ஹோன்டுராஸ் இராணுவக் கலகத்தில் ஆலோசனையாளர்களாகப் பணியாற்றியவர்களில் இருவர் அமெரிக்க வெளியுறவுத் துறை அமைச்சருக்கு நெருக்கமானவர்கள். அவ்விருவரில் ஒருவரின் பெயர் லேனி டேவிஸ். அவர் அமெரிக்க அதிபர் பில் கிளன்டனின் தனிப்பட்ட வழக்கறிஞர். அவர் ஹிலாரி கிளின்டனுக்காகத் தேர்தல் பிரச்சாரத்திலும் ஈடுபட்டவர். இரண்டாவது நபரின் பெயர் பென்னட் ராட்கிளிஃப். அவரும் கிளின்டனோடு நெருக்கமான தொடர்பு கொண்டிருப்பவர்.***

'டெமாகிரஸி நௌ!' இவ்வாறு குறிப்பிட்டிருந்தது: " 'சிகிதா பிரான்ட்ஸ் இன்டர்நேஷனல்' நிறுவனத்தைக் 'கோவிங்டன் அன்ட் பர்லிங்' என்ற சட்ட நிறுவனம் பிரதிநுதப்படுத்தியது. அமெரிக்க அதிபர் ஒபாமாவின் ஆட்சியில் அட்டர்னி ஜெனரலாக இருந்த எரிக் ஹோல்டர், கோவிங்டன் சட்ட நிறுவனத்தில் ஒரு பங்காளியாக இருந்தார். கொலம்பியாவுக்குக் கொலைகாரக் கும்பல்களை அனுப்ப ஏற்பாடுகள் செய்ததாகச் சிகிதா நிறுவனத்தின்மீது குற்றம் சாட்டப்பட்டபோது, அந்நிறுவனத்தின் சார்பாக எரிக் ஹோல்டர்தான் ஆஜரானார்; அந்த வழக்கு விசாரணையின்போது, அமெரிக்க அரசால் பயங்கரவாத அமைப்புகள் என்று அறிவிக்கப்பட்டிருந்த அமைப்புகளுடன் தாங்கள் ஒப்பந்தம் செய்து கொண்டிருந்ததாகச் சிகிதா நிறுவனம் ஒப்புக் கொண்டது; அவ்வழக்கில் சிகிதா நிறுவனம் குற்றவாளி என்று ஒரு கொலம்பிய நீதிமன்றம் தீர்ப்பளித்தது. அதற்கு 25

மில்லியன் அபராதத் தொகையைக் கட்டுவதற்குச் சிகிதா நிறுவனம் ஒப்புக் கொண்டது." டெமாகிரஸி நௌவின் பேட்டியாளரான எமி குட்மேன், 2011 மே 21 அன்று ஹோன்டுராஸின் முன்னாள் அதிபரான மானுவெல் ஸெலயாவைப் பேட்டி கண்டார். அப்பேட்டியில் ஸெலயா இவ்வாறு கூறியிருந்தார்:

> *நான் அல்பா கூட்டமைப்பில் சேர்ந்த உடனேயே எனக்கு எதிரான சதியாலோசனைகள் துவங்கிவிட்டன. எனக்கு எதிராக உளவியல்ரீதியான தரக்குறைவான தாக்குதல்கள் முடுக்கிவிடப்பட்டன. வெனிசுவேலாவுக்கான முன்னாள் அமெரிக்கத் தூதரான ஓட்டோ ரீச் இதைத் துவக்கி வைத்தார். அமெரிக்க வெளியுறவுத் துறையில் ஓர் உயரதிகாரியாகப் பணியாற்றி வந்த ரோஜர் நோரிகாவும் ராபர்ட் கர்மோனாவும், சிஐஏவால் துவக்கப்பட்டிருந்த ஆர்கேடியா பவுன்டேஷனோடு சேர்ந்து, இராணுவக் குழுக்கள் மற்றும் வலதுசாரி அமைப்புகளின் ஆதரவுடன் சதியாலோசனைகளில் இறங்கினர். நான் ஒரு கம்யூனிஸ்டு என்றும், ஒட்டுமொத்த அமெரிக்கக் கண்டத்தின் பாதுகாப்பிற்கு நான் ஓர் அச்சுறுத்தலாக இருந்தேன் என்றும் அவர்கள் ஒரு பிரச்சாரத்தை முடுக்கிவிட்டனர்.*

2009 டிசம்பரில் என்னுடைய முன்னாள் பேராசிரியர் ஹோவர்டு ஸின்னிடம், ஹோன்டுராஸில் ஸெலயாவுக்கு எதிராக மேற்கொள்ளப்பட்ட இராணுவக் கலகம் எக்குவடோரின் வருங்காலத்தின்மீது எத்தகைய தாக்கத்தை ஏற்படுத்தும் என்று நான் கேட்டபோது, அதற்கு அவர், "நான் கோரியாவாக இருந்தால், அடுத்தக் குறி என்மீதுதான் இருக்கும் என்று கவலைப்படுவேன்," என்று பதிலளித்தார்.

அவர் கூறிய வார்த்தைகள் தீர்க்கதரிசனமானவை.

பேராசிரியர் ஹோவர்டு ஸின், 2010 ஜனவரி 27 அன்று தன்னுடைய எண்பத்தேழாவது வயதில் மாரடைப்பால் இறந்து போனார். அதனால் 2010 செப்டம்பர் 30 அன்று கோரியாமீது மேற்கொள்ளப்பட்டுத் தோல்வியில் முடிந்த இராணுவக் கலகத்தைப் பார்க்க அவர் உயிரோடு இருக்கவில்லை. அதை சிஐஏ தூண்டிவிட்டிருந்தது. பிற லத்தீன் அமெரிக்க நாடுகளில் மேற்கொள்ளப்பட்டிருந்ததைப் போலன்றி, எக்குவடோர் கலகத்தைத் தூண்டியது அந்நாட்டின் காவல்துறையினரே அன்றி, இராணுவம் அல்ல. அந்நாட்டின் தலைநகரான கீட்டோவில் காவல்துறையினருக்கும் இராணுவத்திற்கும் இடையே ஓர் உக்கிரமான சண்டை நடைபெற்றது. அதில் இராணுவம் வென்றது. கோரியாவின் தலை தப்பியது.

தோல்வியில் முடிந்த அக்கலகம் கோரியாவுக்கு விடுக்கப்பட்ட எச்சரிக்கை என்றும், அவரை உண்மையிலேயே தூக்கியெறிய மேற்கொள்ளப்பட்ட முயற்சி அல்ல என்றும் பல அவதானிப்பாளர்கள் கருதினர். உண்மை என்னவென்று யாருக்கும் தெரியாது. எது எப்படியோ, கோரியா எண்ணெய் நிறுவனங்கள் குறித்தத் தன்னுடைய கொள்கைகளை உடனடியாக மாற்றிக் கொண்டார். அமேசான் மழைக்காடுகளுக்கு அடியில் இருந்த எண்ணெய்ப் படுகைகளை எண்ணெய் நிறுவனங்களுக்கு ஏலம்விடப் போவதாக அவர் அறிவித்தார்.

இந்நாட்களில் நான் பேராசிரியர் ஹோவர்டைப் பற்றி அடிக்கடி நினைவுகூர்கிறேன். அவர் உயிரோடு இருந்திருந்தால், எக்குவடோரில் நடைபெற்றுக் கொண்டிருந்த நிகழ்வுகள் குறித்த அவருடைய அபிப்பிராயங்களை நான் ஆர்வத்துடன் அவரிடம் கேட்டுத் தெரிந்து கொண்டிருப்பேன். மிக மோசமான செய்திகளைக்கூட, தனக்கே உரிய நகைச்சுவையுடன், ஜீரணித்துக் கொள்கின்ற விதத்தில் விளக்குவதில் அவர் வல்லவராக இருந்தார். அவரை இழந்ததன் மூலம், அறிவார்ந்த விதத்தில் வரலாற்றைப் பார்ப்பதிலும் அதன் படிப்பினைகளைத் துல்லியமாகப் புரிந்து கொண்டு எடுத்துரைப்பதிலும் வல்லவராகத் திகழ்ந்த ஓர் அற்புதமான சிந்தனாவாதியை இவ்வுலகம் இழந்திருந்தது. நான் ஒரு சிறந்த நண்பரை, நேசமிக்க வழிகாட்டியை, எனக்குப் பெரும் உத்வேகமளித்துக் கொண்டிருந்த ஒரு நல்ல ஆன்மாவை இழந்திருந்தேன். அவர் கொடுத்த உத்வேகத்தைப் பின்தொடர என்னை அர்ப்பணித்துக் கொள்வதென்று எனக்கு நானே உறுதியளித்துக் கொண்டேன்.

அத்தியாயம் 38

ஒரு பொருளாதார அடியாளாக உங்களுடைய வங்கியாளர்

மறு ஆண்டு முழுவதும், தன் நாட்டின் அரிய சொத்தான அமேசான் எண்ணெய்ப் படுகைகளை ஏலம் விடுவதற்கான முயற்சிகளில் கோரியா முனைப்பாக ஈடுபட்டிருந்தார். அக்காலகட்டத்தில் கோரியாவின் அந்நடவடிக்கைக்குக் கண்டனம் தெரிவித்து நான் பல கட்டுரைகள் எழுதி அவற்றை வலைப்பதிவுகளாக வெளியிட்டேன். அதற்கு நல்ல வரவேற்பு இருந்தது. அது தொடர்பாக, 2011 ஆம் ஆண்டின் இறுதியில் எனக்கு ஒரு வித்தியாசமான மின்னஞ்சல் வந்தது. நான் வசித்துக் கொண்டிருந்த அதே பகுதியில் வசித்து வந்த ஒரு வங்கியாளர் அதை எனக்கு அனுப்பியிருந்தார். அவர் சேஸ் வங்கியில் ஒரு நிர்வாகியாகப் பணியாற்றிக் கொண்டிருந்தார்.

அந்த மின்னஞ்சலில் அவர், "எக்குவடோர் நாட்டில் நடந்து கொண்டிருக்கின்ற விஷயங்களைப் பற்றி நீங்கள் புலம்புவதையும் ஆத்திரப்படுவதையும் நான் பாராட்டுகிறேன். ஆனால், நம்முடைய கொல்லைப்புறத்தில், நம்முடைய நாட்டில் நடைபெற்றுக் கொண்டிருக்கின்ற விஷயங்களைப் பற்றி நீங்கள் என்ன சொல்லப் போகிறீர்கள்?" என்று கேட்டிருந்தார். அந்த மின்னஞ்சலின் இறுதியில், தன்னோடு இரவு உணவருந்த வருமாறு அவர் எனக்கு அழைப்பு விடுத்திருந்தார்.

நான் அவருடன் உணவருந்தச் சென்றேன்.

"நான் உங்களுடைய 'ஒரு பொருளாதார அடியாளின் ஒப்புதல் வாக்குமூலம்,' நூலைப் படித்துள்ளேன். நீங்கள் எழுதிக் கொண்டிருக்கின்ற வலைப்பதிவுகளையும் நான் தொடர்ந்து படித்து வருகிறேன். வங்கியாளர்களாகிய நாங்கள் இங்கே

செய்து கொண்டிருக்கின்ற அடாவடித்தனங்களை நீங்கள் ஏன் அம்பலப்படுத்துவதில்லை என்ற கேள்வி எப்போதும் என் மனத்தில் ஓடிக் கொண்டிருக்கும். பொருளாதார அடியாட்கள் பயன்படுத்துகின்ற அதே உத்திகளை நாங்கள் நம்முடைய மக்கள்மீதே பயன்படுத்திக் கொண்டிருக்கிறோம்," என்று அவர் கூறினார். சமீப காலங்களில், தங்களுடைய வாடிக்கையாளர்கள் அவர்களுடைய சக்திக்கு மீறிய வீடுகளை வாங்குவதற்கு வங்கியாளர்கள் அவர்களை ஊக்குவித்து வருகின்றனர் என்ற தகவலையும் அவர் தெரிவித்தார். பின் அதை அவர் இவ்வாறு விளக்கினார்: "புதிதாகத் திருமணமான ஒரு ஜோடி, மூன்று இலட்சம் டாலர்கள் பெறுமானமுள்ள ஒரு வீட்டை வாங்குவதற்குக் கடன் கேட்டு எங்களிடம் வருவார்கள். ஆனால், ஐந்து இலட்சம் டாலர்கள் பெறுமானமுள்ள ஒரு வீட்டை வாங்கிக் கொள்ளும்படி நாங்கள் அவர்களைத் தூண்டுவோம். 'நீங்கள் சிறிது சிக்கனமாக இருக்க வேண்டும், அவ்வளவுதான். வெகு விரைவிலேயே உங்களுடைய வீட்டின் மதிப்பு பத்து இலட்சம் டாலர்களாக உயர்ந்துவிடும்,' என்று நாங்கள் அவர்களுக்கு ஆசை காட்டுவோம்," என்று அவர் வருத்தத்தோடு கூறினார். "தங்களுடைய வங்கியாளர்களை நம்பும்படி அவர்கள் வளர்க்கப்பட்டுள்ளனர். முன்பெல்லாம் யாராவது கடன் கேட்டு வந்தால், வங்கியாளர்கள் அதை அதிகரிக்க முயற்சிக்க மாட்டார்கள், மாறாக, அதைக் குறைக்கவே முயற்சி செய்வர். கடன் தவணைகளைக் கட்ட முடியாமல் தவிப்பவர்களிடமிருந்து அவர்களுடைய வீடுகளைப் பிடுங்கிக் கொள்கின்ற நிலை வந்துவிடாமல் இருப்பதற்குத் தேவையான அனைத்து நடவடிக்கைகளையும் நாங்கள் எடுப்போம். ஆனால் இப்போது எல்லாம் மாறிவிட்டது."

"எதனால் இந்த மாற்றம் நிகழ்ந்தது?"

"இக்கேள்வியை நான் பல முறை எனக்குள்ளாகவே கேட்டிருக்கிறேன். அதற்கான திட்டவட்டமான பதில் எனக்குக் கிடைக்கவில்லை. ஆனால், 2000 ஆம் ஆண்டுக்குப் பிறகுதான் இது துவங்கியது. செப்டம்பர் 11 தாக்குதல், உருகிக் கொண்டிருக்கும் பனிப்பாறைகள், உயர்ந்து கொண்டிருக்கும் கடல்மட்டம், பயம், இறப்பின் நிச்சயத்தன்மை குறித்த நம்முடைய பார்வை போன்றவை இதற்குப் பங்களித்திருக்கலாம். 'நீ காற்றுள்ளபோதே தூற்றிக் கொள், மற்றவர்கள் எக்கேடு கெட்டாலும் பரவாயில்லை' என்ற மனப்போக்குத் தலைதூக்கியிருக்கிறது. நம்முடைய அமெரிக்க மக்களைப் பொறுத்தவரை, குடித்தல், நடனமாடுதல் மற்றும் கும்மாளமடித்தல்; வங்கியாளர்களைப் பொறுத்தவரை பணம், பணம், பணம். நாளை என்பது நிச்சயமில்லை என்ற

யோசனையை நாங்கள் எங்களுடைய வாடிக்கையாளர்களின் மனங்களில் விதைக்க முயற்சிக்கிறோம்: ‘ஒசாமா பின் லேடன் நம் எல்லோரையும் எப்படியும் கொன்றுவிடுவான். அதனால், கடன் வாங்கியாவது ஒரு பெரிய வீட்டை வாங்கு, தலையை அடமானம் வைத்தாவது ஓர் ஆடம்பரக் காரைச் சொந்தமாக்கிக் கொள்!’ பொருளாதாரம் அடிமட்டத்திற்குச் செல்கின்றபோது, வங்கியாளர்கள், தவணை கட்ட முடியாமல் போகின்றவர்களிடமிருந்து வீடுகளைப் பிடுங்கி வேறு நபர்களிடம் கூடுதல் கடனுக்குக் கொடுத்து நல்ல இலாபம் சம்பாதிப்பர். இதற்கிடையில், கடன் வாங்கியவர்கள் திவாலாகியிருப்பர்.”

அவர் தன் கைப்பெட்டியிலிருந்து ஓர் உறையை எடுத்து என்னிடம் கொடுத்தார். “என் சக வங்கியாளர் ஒருவரைப் பற்றி ஒரு பத்திரிகையில் வெளிவந்துள்ள ஒரு கட்டுரை இது. இது சுவாரசியமாக இருப்பதாக நீங்கள் கருதுவீர்கள் என்று நான் நம்புகிறேன்.”

நான் அந்த உறையைப் பிரித்துப் பார்த்தேன். அதற்குள், நியூயார்க் டைம்ஸ் பத்திரிகையில் வெளிவந்திருந்த ஒரு கட்டுரையை உள்ளடக்கிய ஒரு பக்கம் இருந்தது. ‘ஒரு வங்கியாளர் பின்வருத்தத்துடன் பேசுகிறார்’ என்று அதற்குத் தலைப்பிடப்பட்டிருந்தது. சேஸ் வங்கியின் வீட்டுக் கடன் துறையின் உதவித் தலைவராகப் பணியாற்றியிருந்த ஜேம்ஸ் தீக்ஸ்டன் செய்திருந்த காரியங்களை அக்கட்டுரை விவரித்திருந்தது. இரண்டு பில்லியன் டாலர்கள் வீட்டுக் கடன்களைக் கொடுத்திருந்ததாக ஜேம்ஸும் அவருடைய குழுவினரும் அப்பத்திரிகையாளரிடம் தெரிவித்திருந்தனர். அவற்றில் பல, முறையான ஆவணங்களின்றி வழங்கப்பட்டிருந்ததாக அவர் கூறியிருந்தார். கடன் வாங்கியவர்கள் குறித்தப் பல தகவல்களை வங்கியாளர்களாகிய தாங்களே நிரப்பிக் கொண்டதாகவும் அவர் குறிப்பிட்டிருந்தார்.

எங்களுடைய உணவு வந்தது. நாங்கள் சாப்பிட்டுக் கொண்டே எங்களுடைய உரையாடலைத் தொடர்ந்தோம். அவர், “மொத்த அமைப்புமுறையுமே நாறிக் கொண்டிருக்கிறது. சக்திக்கு மீறிய வீட்டை வாங்குவதற்கான கடன், கல்லூரிப் படிப்புக்கான கடன் போன்ற அனைத்தும் உங்களைக் கடனின் பிடியில் மாட்ட வைப்பதற்கான வழிமுறைகளே. அதற்காக வீடுகளைக் கடனில் வாங்குவதையோ அல்லது கடன் வாங்கிக் கல்லூரியில் படிப்பதையோ நான் குற்றம் சொல்லவில்லை. பிரச்சனை அதில் இல்லை. ஒரு ’நல்ல வாழ்க்கையை’ வாழ்வதற்கு எதை வேண்டுமானாலும் செய்யலாம் என்ற நம்பிக்கை நமக்குள் ஆழமாக வேரூன்றியிருப்பதுதான் பிரச்சனை,” என்று கூறினார்.

சமீபத்தில் என்னுடைய ஒரு கருத்தரங்கில் கலந்து

கொண்ட ஒரு பெண்ணைப் பற்றி நான் அவரிடம் கூறினேன். அப்பெண் அப்போதுதான் சட்டப் படிப்பை முடித்திருந்தாள். தன்னுடைய படிப்பைப் பயன்படுத்தி, தெருவில் வசிப்பவர்கள் மற்றும் சீரழிக்கப்பட்டக் குழந்தைகள் சார்பாக வாதாடுவதற்குத் தான் உத்தேசித்திருந்ததாக அவள் என்னிடம் கூறினாள். ஆனால் தன்னுடைய கல்விக் கடன் வட்டியோடு சேர்த்துக் குட்டிப் போட்டு, சுமார் இரண்டு இலட்சம் டாலர்கள் அளவு வளர்ந்திருந்ததை அவள் தெரிந்து கொண்டவுடன், கை நிறையச் சம்பளம் கொடுக்கின்ற ஒரு பெருநிறுவனத்தில் வேலைக்குச் சேர்ந்து தன்னுடைய அனைத்துக் கடன்களையும் அடைத்தப் பிறகு தான் தன்னுடைய கனவைப் பின்தொடரவிருந்ததாக அவள் என்னிடம் கூறினாள்.

அதைக் கேட்டு அந்த வங்கியாளர் சிரித்தார். "ஒரு முறை இந்த அமைப்புக்குள் நீங்கள் உறிஞ்சப்பட்டுவிட்டால், அதற்குப் பிறகு அதிலிருந்து வெளியேறுவது கடினம் என்பதுதான் உண்மை. விரைவில் அவள் திருமணம் செய்து கொள்வாள். அவளும் அவளுடைய கணவரும் சேர்ந்து தங்களுடைய சக்திக்கு மீறிய ஒரு பெரிய வீட்டைக் கடனில் வாங்குவர். பிறகு அவர்கள் குழந்தைகளைப் பெற்றுக் கொள்வர். கடன்கள் மேலும் பெருகும். அக்கடன்களை அடைப்பதற்காகவே அவர்கள் தொடர்ந்து வேலையில் இருந்தாக வேண்டும். இப்படி இந்த அமைப்புமுறைச் சுழலுக்குள் அவள் சுருட்டப்பட்டுவிடுவாள். இறுதியில் அவள் தன்னுடைய ஆன்மாவை ஏதேனும் ஒரு வங்கியில் அடமானம் வைத்துவிடுவாள்."

நாங்கள் எங்களுடைய உணவை உண்டு முடித்திருந்தபோது, இரவு வெகுநேரம் ஆகியிருந்தது. விடைபெறுவதற்கு முன்பாக அவர் என்னிடம் இவ்வாறு தெரிவித்தார்: "எக்குவடோர் நாட்டைப் பற்றி நீங்கள் எழுதியிருந்த விஷயங்கள் குறித்து நான் அனுதாபம் கொள்கிறேன். ஒரு கடற்கரையில் எண்ணெய்க் கசிவு ஏற்பட்டிருந்தபோது அதைச் சுத்தம் செய்யும் பணியில் ஒரு தன்னார்வலராக என்னை நான் இணைத்துக் கொண்டிருந்தேன். அது போன்ற மாசுபாடுகள் எத்தகைய விளைவை ஏற்படுத்தும் என்பதை நான் நேரில் கண்டிருக்கிறேன். என்னைத் தவறாக எடுத்துக் கொள்ள வேண்டாம். அமேசான் காடுகளை எண்ணெய் நிறுவனங்களுக்குத் தாரை வார்த்துக் கொடுக்க கோரியா முன்வருவது மிகப் பெரிய தவறு, மன்னிக்கப்பட முடியாத குற்றம். இங்கே அமெரிக்காவில் நம்மையும் சீரழித்துக் கொண்டிருக்கின்ற ஒரு கொடிய நோயின் ஒரு பகுதிதான் அது என்றுதான் நான் கூற வருகிறேன். இதைப் பற்றியும் நீங்கள் எழுத வேண்டும் என்பது என்னுடைய விருப்பம்."

அச்சந்திப்பு எனக்கு வருத்தமும் கலக்கமும் ஏற்படுத்தியது. இன்னும் சொல்லப் போனால், அது என்னை ஊக்கமிழக்கச் செய்தது. நான் கடற்கரையை நோக்கி என் காரைச் செலுத்தினேன். கடற்கரையில் நின்று கொண்டு, கடலைகளில் பிரதிபலித்துக் கொண்டிருந்த நிலவின் பிம்பத்தை நான் வெகுநேரம் உற்றுப் பார்த்துக் கொண்டிருந்தேன்.

என் தாத்தா (என் அம்மாவழிப் பாட்டியின் சகோதரர் அவர்) எர்னெஸ்ட்டின் நினைவு எனக்கு வந்தது. வெர்மான்ட் மாநிலத்திலுள்ள வாட்டர்பரி என்ற நகரில் ஒரு வங்கியின் தலைவராக அவர் இருந்தார். 1950களில் ஒவ்வொரு கோடைக்கால விடுமுறையின்போதும் நாங்கள் குடும்பத்தோடு அவருடைய வீட்டுக்குச் செல்வோம். என் தாத்தா தன்னுடைய காரில் எங்களை அந்த நகரின் தெருக்களின் ஊடாக அழைத்துச் செல்லும்போது, தன்னுடைய வங்கியின் உதவியால் வாங்கப்பட்டிருந்த வீடுகளையும் துவக்கப்பட்டிருந்த வியாபாரங்களையும் அவர் பெருமையுடன் எனக்குச் சுட்டிக்காட்டி மகிழ்வார்.

நான் ஐந்தாம் வகுப்புப் படித்துக் கொண்டிருந்தபோது, பங்குச் சந்தை பற்றிய ஒரு நூலை நான் படித்தேன். அதனால், அந்த ஆண்டின் கோடை விடுமுறைக்கு நான் அவருடைய வீட்டுக்குச் சென்றபோது, நான் அவரிடம் அது பற்றிக் கேட்டேன்.

"அது ஒரு சூதாட்ட அரங்கு. அதனோடு நான் எந்தத் தொடர்பும் வைத்துக் கொள்ள விரும்பவில்லை. எங்களுடைய வங்கிக்கு வருகின்ற அனைத்துப் பணமும் உள்ளூர் மக்களிடமிருந்து வருகிறது. எங்களிடமிருந்து செல்கின்ற பணம் உள்ளூர் பொருளாதார மேம்பாட்டிற்குப் பயன்படுத்தப்படுகிறது," என்று பங்குச் சந்தை பற்றிய தன்னுடைய கருத்தைப் பகிர்ந்து கொண்ட அவர், தன்னுடைய வங்கியில் கடன் வாங்கியிருந்த அனைவரையும் தான் ஒரு வணிகக் கூட்டாளியாகப் பார்த்ததாக என்னிடம் தெரிவித்தார். "நான் அவர்கள் ஒவ்வொருவருக்கும் என்னால் கொடுக்க முடிந்த சிறந்த அறிவுரையை வழங்குவேன். தாங்கள் வாங்கியிருந்த கடனைக் கட்ட முடியாமல் யாராவது தவித்தால், அதை நான் என்னுடைய தனிப்பட்டத் தோல்வியாக எடுத்துக் கொள்வேன். அவர் அதிலிருந்து மீண்டு வர என்னால் முடிந்த அனைத்தையும் நான் செய்வேன்."

நான் மணலில் அமர்ந்து, கடலில் சிதறிக் கொண்டிருந்த நிலவொளியைப் பருகிக் கொண்டிருந்தேன். என் தாத்தாவைப் பொறுத்தவரை, உள்ளூர் பொருளாதாரத்தை முடுக்கிவிட்ட ஒரு சக்தியாகத் தான் இருந்ததாக அவர் நம்பினார். அது தன்னுடைய கடமை என்று அவர் கருதினார். அதுவே அவருடைய வாழ்வின் மகிழ்ச்சிக்கான ஊற்றுக்கண்ணாகவும் விளங்கியது.

என் தாத்தா, அன்று மாலையில் நான் சந்தித்திருந்த நபர் ஆகிய இருவருமே அமெரிக்க வங்கியாளர்களாக இருந்தபோதிலும், அவர்கள் இரண்டு வேறுபட்டச் சமூக விழுமியங்கள் அமைப்புமுறைகளின் பிரதிநிதிகளாக இருந்தனர். என்னுடைய தாத்தாவைப் பொறுத்தவரை, கடன் என்பது ஓர் இலக்கை அடைவதற்கான ஒரு வாகனம்; கடன் கொடுப்பவருக்கும் அதை வாங்குபவருக்கும் இடையேயான ஒரு தொழிற்கூட்டு. ஆனால் நவீன வங்கியாளர்களைப் பொறுத்தவரை, கடன் என்பது வங்கிகள் கொழுத்த இலாபம் சம்பாதிப்பதற்கான ஒரு வழி.

நவீன வங்கியாளர்களின் அணிவகுப்பிற்கு நானும் ஒருவிதத்தில் உதவியிருந்தேன் என்ற நினைப்பு என் முதுகுத்தண்டைச் சில்லிட வைத்தது. என் தாத்தா மேலேயிருந்து என்னை இளக்காரமாகப் பார்த்துக் கொண்டிருந்ததுபோல நான் உணர்ந்தேன்.

இது நடந்து ஒரு சில மாதங்களுக்கு உள்ளாகவே, நவீன வங்கியாளர்கள் தங்களுடைய இலாபத்தை அதிகரித்துக் கொள்ள எதற்கும் துணிவார்கள் என்பதை நிரூபித்துக் காட்டுவதைப்போல ஒரு மிகப் பெரிய வங்கி ஊழல் வெடித்தது.

உலகிலுள்ள வங்கிகள் ஒன்றிடமிருந்து மற்றொன்று கடன் வாங்கிக் கொள்கின்றபோது, 'லிபார்' என்று சுருக்கமாக அழைக்கப்படுகின்ற, 'லண்டன் இன்டர்பேங்க் ஆஃபர்டு ரேட்' என்ற வட்டி விகிதத்தைப் பயன்படுத்துகின்றன. 2012 இல், அந்த வட்டி விகிதத்தை நிர்ணயிப்பதில் பெரும் முறைகேடுகள் நடைபெற்றிருந்தது வெளிச்சத்திற்கு வந்தபோது உலகமே அதிர்ந்தது. அந்த முறைகேட்டில், பார்க்லேஸ், யூபிஎஸ், ராபோபேங்க், த ராயல் பேங்க் ஆஃப் ஸ்காட்லாந்து மற்றும் சில சர்வதேச வங்கிகள் ஈடுபட்டிருந்தது கண்டுபிடிக்கப்பட்டது.

இந்தத் தில்லுமுல்லுகள் 1991லிருந்து 2012வரை நடந்திருந்தன. அவற்றின் பயனாக, இந்த முறைகேட்டில் ஈடுபட்டிருந்த பல வங்கிகள் கோடிக்கணக்கான டாலர்கள் மதிப்புக்கு இலாபம் சம்பாதித்திருந்தன. அந்த வங்கிகள்மீது சாட்டப்பட்டக் குற்றம் நிரூபிக்கப்பட்டது. அந்த வங்கிகளுக்கு மொத்தமாக 9 பில்லியன் டாலர்கள் அபராதம் விதிக்கப்பட்டது. நான் இப்புத்தகத்தை எழுதி முடிக்கின்றவரை, அந்த வங்கிகளில் எந்தவோர் அதிகாரியின்மீதும் குற்றம் சாட்டப்பட்டிருக்கவில்லை.

அத்தியாயம் 39

வியட்நாம்: ஒரு சிறையில் கிடைத்தச் சில படிப்பினைகள்

தென்கிழக்கு ஆசியாவில் நடைபெற்றப் போர்களின்போது போடப்பட்டிருந்த (ஆனால் வெடிக்காமல் இருந்த) சில குண்டுகளும் புதைக்கப்பட்டிருந்த சில கண்ணிவெடிகளும் போர் முடிந்த பிறகு முறையாக அப்புறப்படுத்தப்படவில்லை. போர் முடிந்து பல ஆண்டுகள் கழித்தும் அவை வெடித்து மக்களுக்குப் பெரும் சேதம் விளைவித்து வந்தன. அப்படிப் பலியானவர்களுக்கு உதவுவதற்காக மேற்கொள்ளப்பட்ட ஒரு முயற்சியில் கலந்து கொள்ளுமாறு, 2012 இல் எனக்கு ஓர் அழைப்பு வந்தது. நான் ஏற்கனவே பல வேலைகளில் ஈடுபட்டிருந்ததால், அது போன்ற அழைப்புகளை அதுவரை நான் தவிர்த்து வந்திருந்தேன். ஆனால் இம்முறை, என்னுடைய கடந்தகாலத் தவறுகளுக்கான மற்றொரு பிராயச்சித்தமாக அது இருக்கும் என்று நான் நினைத்ததால், அந்த அழைப்பை நான் ஏற்றுக் கொண்டேன்.

நான் அழைக்கப்பட்டிருந்த இடம் வியட்நாம். வியட்நாம் போர் மட்டும் நிகழாமல் இருந்திருந்தால், நான் பெரும்பாலும் என்னுடைய கல்லூரிப் படிப்பை முடித்திருந்திருக்க மாட்டேன்; என்எஸ்ஏவால் வேலைக்குத் தேர்ந்தெடுக்கப்பட்டிருக்க மாட்டேன்; பீஸ் கார்ப்ஸில் சேர்ந்திருக்க மாட்டேன்; அமேசானிலும் ஆன்டிஸ் மலைப்பகுதிகளிலும் வசித்திருக்க மாட்டேன்; அல்லது ஒரு பொருளாதார அடியாளாக ஆகியிருந்திருக்க மாட்டேன். பொருளாதார அடியாட்களும் ஜாக்கல்களும் தோல்வியுற்றதால் அமெரிக்கா தன் படையை அனுப்ப வேண்டிய கட்டாயத்திற்கு ஆளாகியிருந்த நாடுகளின் ஒரு குறியீடாகவும் வியட்நாம் விளங்கியது. வியட்நாம் என் வாழ்வில் ஒரு குறிப்பிடத்தக்கப்

பங்கு வகித்திருந்தபோதிலும், நான் அங்கு ஒருபோதும் சென்றிருக்கவில்லை. அதனால் நான் அங்கே செல்ல ஆர்வமாக இருந்தேன். *2013* மார்ச் மாதம் அவ்விருப்பம் நிறைவேறியது.

அங்கு நான் பல சந்திப்புக்கூட்டங்களில் கலந்து கொண்டேன். கடைசி நாளின் மதியத்தில், ஹனோய் நகரில் இருந்த ஹோராவோ லோ சிறைச்சாலை அருங்காட்சியகத்திற்குச் செல்ல நான் விரும்பினேன். அங்கேதான் முன்பு பல அமெரிக்க வீரர்கள் கைதிகளாக வைக்கப்பட்டிருந்தனர். அக்கூட்டங்களில் என்னோடு கலந்து கொண்ட, என் வயதை ஒத்த வயதிலிருந்த ஜூடி என்ற பெண்மணியும் என்னோடு அங்கு வர விரும்பினார். வியட்நாம் போர் அவருடைய வாழ்க்கையிலும் விளையாடியிருந்தது.

நாங்கள் அங்கே சென்றபோது, அந்த அருங்காட்சியகம் மூடியிருந்தது. அங்கிருந்த ஒருவர், அடுத்த நாள் வரும்படி எங்களிடம் சைகை மூலம் தெரிவித்தார்.

என் காலில் ஒரு பெரிய சுளுக்கு ஏற்பட்டிருந்ததால், நான் ஓர் ஊன்றுகோலின் உதவியுடன் நடந்து கொண்டிருந்தேன். அப்போது எனக்குக் கால் வலித்ததால், அந்த இடத்திற்கு அருகே இருந்த ஒரு பெஞ்சில் நான் அமர்ந்தேன்.

ஜூடி என்னருகே வந்து அமர்ந்தார். "நீங்கள் இந்த அருங்காட்சியகத்திற்கு உள்ளே சென்று பார்க்க விரும்பியதை நான் அறிவேன். வேண்டுமென்றால், நாளை காலையில் விமான நிலையத்திற்குச் செல்வதற்கு முன்பாக நாம் இங்கு வரலாம்."

"நாளை ஞாயிற்றுக்கிழமை. இது திறந்திருக்குமா என்று தெரியாது," என்று நான் பதிலளித்தேன்.

அப்போது அந்த அருங்காட்சியகத்தின் உள்ளேயிருந்து காக்கி உடையில் ஒருவர் சாவகாசமாக வந்து, அதன் வாயிலுக்கு அருகே போடப்பட்டிருந்த ஒரு மேசை அருகே வந்து அமர்ந்ததை நான் பார்த்தேன்.

"நான் அவரிடம் பேசுகிறேன்," என்று நான் ஜூடியிடம் கூறிவிட்டு, மெதுவாக எழுந்து நின்று, என் ஊன்றுகோலை ஊன்றியபடி அந்த நபரின் அருகே சென்று, "ஹலோ!" என்றேன்.

அவர் என்னைப் பார்த்துவிட்டு, "தெரியாது... எனக்கு... ஆங்கிலம்," என்று கூறினார்.

அவருடைய கறாரான பதிலால் சோர்ந்து போகாமல், நான் அவரை நோக்கி ஒரு புன்னகையை வீசிவிட்டு, என் ஊன்றுகோலைத் தூக்கி அந்த அருங்காட்சியகத்தை நோக்கி நீட்டினேன். பின்னர் அதை நான் ஜூடியை நோக்கிச் சுட்டிக்காட்டி, "நாளை... ஞாயிற்றுக்கிழமை..." என்று இழுத்தேன்.

அவர் உடனே தன் நாற்காலியிலிருந்து எழுந்து நின்று எனக்கு ஒரு சல்யூட் அடித்தார். இதற்குள் ஜூடி வந்து என்

அருகே நின்றார். அந்த நபர் ஜூடியைப் பார்த்து, "மிஸஸ்," என்று கூறி அவரை நோக்கிக் குனிந்து வணங்கினார். அவருடைய முகத்தில் வருத்தம் படர்ந்தது. அதைத் தொடர்ந்து, தன்னைப் பின்தொடருமாறு அவர் எங்களுக்குச் சைகை செய்தார்.

நான் ஜூடியைப் பார்த்தேன். ஜூடி என்னைப் பார்த்தார். எங்களுக்கு ஒன்றும் புரியவில்லை.

நாங்கள் அவரைப் பின்தொடர்ந்தோம். தாழ்வாரம்போல இருந்த ஒரு பகுதி வழியாக எங்களை அழைத்துச் சென்ற அவர், ஓர் அறையைத் திறந்துவிட்டு, உள்ளே செல்லுமாறு எங்களுக்குச் சைகை காட்டினார்.

அந்த அறைக்குள் லேசான வெளிச்சம்தான் இருந்தது. எங்களுடைய கண்கள் அதற்குப் பழகியவுடன், நாங்கள் நின்று கொண்டிருந்த நீண்ட அறையின் ஒரு பகுதியில் பல சிறைகள் இருந்ததை நான் கவனித்தேன். அந்த நபர் தன் பாக்கெட்டுக்குள் கையை நுழைத்து, சுமார் பத்து டாலர்கள் மதிப்புள்ள வியட்நாம் பணநோட்டு ஒன்றை வெளியே எடுத்து, முதலில் அதை ஜூடியின் முன்னால் நீட்டினார், பிறகு அதை என் முன்னால் நீட்டினார். அடுத்து, அவர் இரண்டு விரல்களைக் காட்டினார். அந்த அருங்காட்சியகத்திற்கான அனுமதிக் கட்டணம் எவ்வளவு என்று எனக்குத் தெரியாது, ஆனால் இரண்டு பேருக்கு இருபது டாலர்கள் எனக்கு நியாயமாகப் பட்டது.

"நீங்கள் இதில் அடைக்கப்பட்டிருந்த முன்னாள் கைதி என்றும், நான் உங்களுடைய மனைவி என்றும் அவர் நினைத்துவிட்டார் என்று நான் எண்ணுகிறேன்," என்று ஜூடி கூறினார்.

அப்போதுதான் எனக்கு அவருடைய செய்கையின் அர்த்தம் புரிந்தது. எங்கள்மீது இரக்கப்பட்டு அவர் எங்களை உள்ளே அனுமதித்திருந்தார். "உங்கள் ஊகம் சரிதான்," என்று நான் ஜூடியிடம் கூறினேன். பல ஆண்டுகள் என்னை அடைத்து வைத்து என்னை ஊனமாக்கியிருந்த இடத்தை நான் என் மனைவிக்குக் காட்ட வந்திருந்ததாக அந்நபர் கருதியிருந்தார்.

நான் அவரிடம் பணத்தைக் கொடுத்தேன். அடுத்திருந்த ஒரு பெரிய அறைக்கு அவர் எங்களை அழைத்துச் சென்றார். அங்கே ஓர் ஓரமாக ஒரு பெரிய உபகரணம் இருந்தது. முதலில் அதை நான் ஏதோ ஒருவிதமான பளுதூக்கி என்று நினைத்துவிட்டேன். விரைவிலேயே அது என்ன என்பது எனக்குப் புரிந்துவிட்டது. அதை நான் நம்ப முடியாமல் பார்த்தேன். அது ஒரு கில்லட்டீன்.

"ஐயோ, கடவுளே!" என்று அலறிய ஜூடி, சுவரில் பொறிக்கப்பட்டிருந்த சில வாக்கியங்களைச் சுட்டிக்காட்டினார். அதில் ஆங்கிலத்தில் இந்த விபரங்கள் இடம்பெற்றிருந்தன:

'1800களின் இறுதியில் கட்டப்பட்ட இச்சிறை முதலில் பிரெஞ்சுச் சிறையாக இருந்தது. இங்கிருக்கும் கில்லட்டீனைப் பயன்படுத்தி, பிரெஞ்சுக்காரர்கள், நூற்றுக்கணக்கான வியட்நாமியர்களைக் கொன்றனர்.' அந்த அறையின் சுவரில் மேலும் பல விளக்கக் குறிப்புகள் பொறிக்கப்பட்டிருந்தன. அங்கு வியட்நாமியப் பெண் கைதிகளும் அடைக்கப்பட்டிருந்தனர் என்பதை அவை விளக்கின. அங்கு நூற்றுக்கணக்கான பெண்கள் சித்திரவதை செய்யப்பட்டும் சீரழிக்கப்பட்டும் கொல்லப்பட்டிருந்தனர். ஒரு நாய்வீட்டின் அளவில் தனிமைச் சிறை ஒன்றும் அங்கு இருந்தது. அந்தக் குறுகிய இடத்திற்குள் ஒரு முழு மனித உருவில் இருந்த ஒரு பொம்மையும் அடைக்கப்பட்டிருந்தது.

நான் அந்த இடத்தில் ஆணியடித்தாற்போல நின்றுவிட்டேன். எப்படி மனிதர்களால் ஒருவருக்கொருவர் இப்படிப்பட்டக் கொடூரமான காரியங்களைச் செய்ய முடியும் என்று என்னை நானே கேட்டுக் கொண்டேன். தங்களுடைய கலை, இலக்கியம் போன்றவை குறித்து மிகவும் பெருமையுடன் நடந்து கொள்கின்ற பிரெஞ்சுக்காரர்களால் எப்படி இப்படிக் குரூரமாக நடந்து கொள்ள முடிந்தது? இங்கு ஒரு கில்லட்டீன் இயந்திரத்தை வைக்க எது அவர்களைத் தூண்டியது? வியட்நாமியப் பெண்களைச் சித்திரவதை செய்ய எது அவர்களை ஊக்குவித்தது? மத நம்பிக்கைகளின் அடிப்படையில் அவர்கள் இதை நியாயப்படுத்தினர் என்பது என் நினைவுக்கு வந்தது. கத்தோலிக்க மதத்தைப் பரப்புவது அவர்களுடைய இலக்கு என்று அவர்கள் கூறிக் கொண்டாலும், உண்மையான இலக்கு வர்த்தகரீதியானது. பணக்காரப் பிரெஞ்சுத் தொழிலதிபர்கள், தங்களுடைய நாட்டு ஏழைகளைத் தொலைதூர இடங்களுக்கு அனுப்பி, அங்கிருந்த மக்களுடன் சண்டையிட வைத்தனர். அந்நாடுகளிலிருந்து கிடைத்த ஓப்பியம், காபி, தேயிலை, இன்டிகோ போன்றவற்றின் வர்த்தகங்களிலிருந்து கிடைத்த இலாபத்தால் அவர்கள் கொழுத்தனர். வெளிநாடுகளில் வந்திறங்கிய ஏழை பிரெஞ்சு 'வீரர்கள்' கொலைகாரர்களாக மட்டுமல்லாமல், சித்திரவதையாளர்களாகவும் ஆயினர். நான் சுற்றும்முற்றும் பார்த்தேன். அங்கு ஜூடியையும் காணவில்லை, எங்களுக்குக் கதவைத் திறந்துவிட்ட அந்த நபரையும் காணவில்லை.

நான் உடனடியாக அந்த இடத்தைவிட்டு வெளியே வந்து அத்தாழ்வாரத்தை அடைந்தேன். எனக்கு வலது பக்கத்தில் சுவரில் ஒரு வழி இருந்தது. நான் என் அலைபேசியில் இருந்த டார்ச் விளக்கின் உதவியுடன் உள்ளே நோக்கினேன். மிகச் சிறிய அறை ஒன்று அங்கிருந்தது. சித்திரவதைக்கு முன்போ அல்லது பின்போ, பெண்கள் அங்கு அடைத்து வைக்கப்பட்டிருந்திருக்கலாம் என்று

நான் நினைத்தேன். பயத்தில் வெளிறிப் போயிருந்த அவர்களுடைய முகங்கள் என் மனக்கண்ணில் தோன்றின. உடனடியாக நான் என் டார்சை அணைத்துவிட்டு வெளியே பார்த்தேன்.

என்னை நோக்கி வந்த ஜூடி, "இதற்கு மேல் எனக்குத் தாங்காது. நான் ஓட்டலுக்குத் திரும்பிச் செல்கிறேன்," என்று கூறினார்.

"சரி. நீங்கள் போய்க் கொள்ளுங்கள். நான் சிறிது நேரம் கழித்து வருகிறேன். நாம் இரவு உணவின்போது சந்திக்கலாம்," என்று நான் அவரிடம் கூறினேன்.

அவர் போன பிறகு, நான் மீண்டும் அந்த இருண்ட சிறை அறையைப் பார்த்தேன். என் உடல் நடுங்கியது. நானும் தாழ்வாரத்தின் வழியாக நடந்து வாசற்கதவருகே வந்தேன். அப்போது எங்களை உள்ளே விட்ட நபர் அங்கே தோன்றி, மற்றொரு தாழ்வாரத்தை நோக்கி வரும்படி எனக்குச் சைகை செய்தார். நான் தயங்கினேன். அவர் மீண்டும் சைகை செய்தார். வேறு வழியின்றி நான் அவரைப் பின்தொடர்ந்தேன்.

அந்த அறையில் ஒருவரையொருவர் பார்த்தபடி ஏராளமானவர்கள் இரண்டு வரிசைகளில் நின்று கொண்டிருந்ததைப் பார்த்த நான் அதிர்ச்சியடைந்தேன். அடுத்தக் கணம், அது வியட்நாமியர்களின் உருவத்திலிருந்த பொம்மைகள் என்பது எனக்குப் புரிந்தது. அவர்களுடைய கால்களில் மாட்டப்பட்டிருந்த விலங்குகள் நிலத்தோடு பிணைக்கப்பட்டிருந்தன. அங்கிருந்த பொம்மைகளில் எதுவும் ஒன்றைப்போல மற்றொன்று இருக்கவில்லை. அவை தத்ரூபமாக மனித வடிவில் இருந்தன. அவர்களில் பலர் சங்கிலியில் பிணைக்கப்பட்டிருந்தபோதிலும், மற்றவர்களைக் கருணையுடன் தாங்கிப் பிடித்திருந்த நிலையில் காணப்பட்டனர். அவர்கள் அனைவரும் எலும்பும் தோலுமாக இருந்தனர்.

அங்கிருந்து உடனடியாகச் சென்றுவிட வேண்டும் என்ற துடிப்பு என்னிடம் எழுந்தபோதிலும், வலுக்கட்டாயமாக நான் என் பார்வையை அவர்கள்மீது திருப்பினேன். அவர்கள் உயிருடன் இருந்ததுபோலக் காணப்பட்டனர். அவர்கள் நம்பிக்கையற்ற நிலையில் இருந்தபோதிலும், எப்படியாவது உயிர்பிழைத்திருக்க வேண்டும் என்று உறுதி அவர்களிடம் தென்பட்டது.

அடுத்ததாக, அந்த உதவியாளர் என்னை ஒரு மாடிக்கு அழைத்துச் சென்றார். நான் நொண்டியபடியே அந்தப் படிகளில் ஏறினேன். மேலே சென்றதும் அவர் ஓர் அறைக் கதவைத் திறந்து என்னை உள்ளே அனுமதித்தார். பிறகு, அவர் சுவரில் இருந்த ஒரு சுவிட்சைப் போட்டார். மங்கலான ஒரு விளக்கு அங்கு எரிந்தது.

அந்த அறை முழுவதும் புகைப்படங்கள் இடம் பெற்றிருந்தன. அவற்றில் ஏராளமான அமெரிக்கர்கள் இடம் பெற்றிருந்தனர். அவர்களில் பெரும்பாலானோர் விமானிகள். அவர்களில் சிலர் வரிசையாக நின்று கொண்டிருந்தனர். சிலர் அச்சிறையைச் சுற்றிப் பல்வேறு வேலைகளில் ஈடுபட்டிருந்தனர். ஒரு புகைப்படத்தில் அவர்கள் ஒரு நீண்ட மேசையருகே அமர்ந்து, 'நன்றித் திருநாளைக் கொண்டாடும் விதமாக' உணவருந்திக் கொண்டிருந்தனர். மற்றொன்றில், போர் முடிந்த பிறகு அவர்கள் சிறையைவிட்டு வெளியே வரும் காட்சி ஒன்று இடம் பெற்றிருந்தது. அப்புகைப்படங்களில் இடம் பெற்றிருந்த அமெரிக்கர்கள் வருத்தம் தோய்ந்த முகங்களுடன் இருந்தபோதிலும், அவர்களுக்கும், கீழே கில்லட்டீன் அறையில் இருந்த வியட்நாம் கைதிகளுக்கும் இடையே ஒரு மாபெரும் வித்தியாசம் தெரிந்தது. பிரெஞ்சு வீரர்கள் வியட்நாமியர்களை நடத்திய விதத்தோடு ஒப்பிடுகையில், வியட்நாமியர் அமெரிக்கர்களை அதிக மனித நேயத்துடன்தான் நடத்தியிருந்தனர் என்பதுதான் அது. ஆனால் அது உண்மையா என்று எனக்குத் தெரியாது. பல அமெரிக்கக் கைதிகள் சித்திரவதை செய்யப்பட்டு, அவர்கள் வியட்நாமியர்களுக்கு எதிரான குற்றச் செயல்களில் ஈடுபட்டிருந்ததாக ஒப்புதல் வாக்குமூலங்கள் கொடுக்க வைக்கப்பட்டிருந்தனர் என்பதை நான் அறிவேன்.

அங்கிருந்த புகைப்படங்களைப் பார்த்தபோது, ஒரு வியட்நாமியக் கிராமத்தில் நேப்பாம் குண்டுகள் வீசப்பட்டபோது, உடலில் ஒட்டுத்துணியின்றி ஓடிய ஒரு சிறுமியினுடைய உலகப் புகழ்பெற்றப் புகைப்படம் என் நினைவுக்கு வந்தது. அடுத்து, சமீபத்தில் ஈராக்கில் அபு கிரைப் சிறையில், துணியால் மூடப்பட்ட முகங்களோடும் கைகளில் விலங்குகளோடும் கைதிகள் இரத்தம் சொட்டச் சொட்ட நின்ற காட்சி என் மனத்தில் தோன்றியது. அதை முன்னின்று நடத்தியது சிஐஏவும் அமெரிக்க இராணுவமும் என்பதும் என் நினைவில் பளிச்சிட்டது. நான் உடனடியாக அடுத்த அறைக்குச் சென்றேன்.

அந்த அறையில் வைக்கப்பட்டிருந்த புகைப்படங்களில், வியட்நாமிலிருந்து வெளியேறுவதற்கு முன்பாக அமெரிக்கப் படைகளால் ஹனோய் நகரம் நாசப்படுத்தப்பட்டிருந்த காட்சிகள் இடம் பெற்றிருந்தன. அரசு அலுவலகங்களும் பள்ளிகளும் ஒரு புத்தக் கோவிலும்கூடத் தரைமட்டமாக்கப்பட்டிருந்தன. அப்போது அமெரிக்க அதிபராக இருந்த நிக்சன், தொலைக்காட்சியில் தோன்றி, "இது இறுதி வெற்றிக்கான துடிப்பான முயற்சி. அவர்களை மீண்டும் கற்காலத்தை நோக்கித் தள்ளுகின்ற விதத்தில் குண்டுகள் வீசுவது நமது நோக்கம்," என்று முழங்கியிருந்தார். இங்கிருந்த புகைப்படங்களும் நான் சேகரித்திருந்த தகவல்களும்

முற்றிலும் வேறுபட்ட ஒரு கதையைக் கூறின. வியட்நாம் போரில் தாங்கள் தோற்றுவிட்டிருந்ததை அமெரிக்கா ஏற்கனவே அறிந்திருந்தது. இச்சிறையில் நான் பார்த்தப் புகைப்படங்கள் கூறிய கதை அமெரிக்கப் படையின் வெற்றி அணிவகுப்பைப் பற்றியது அல்ல, மாறாக, அவர்களுடைய வெறித்தனமான பழிவாங்கலைப் பற்றியதாகும்.

உடைந்து சிதிலமாகிப் போயிருந்த புத்த மதக் கோவிலின் புகைப்படத்தை நான் மீண்டும் பார்த்தேன். இப்படிப்பட்டக் காரியங்களைச் செய்தபோது என்னுடைய நாட்டுத் தலைவர்கள் என்ன நினைத்துக் கொண்டிருந்தனர் என்று நான் யோசித்தேன். மக்களையும் அவர்களுடைய கலாச்சாரத்தையும் துளிகூட மதிக்காத இந்த ஆணவப் போக்கு, இரண்டாம் உலகப் போரின் வெற்றியில் ஒரு முக்கியப் பங்காற்றிய ஒரு நாடு என்ற விதத்தில் அமெரிக்கா பெற்றிருந்த மரியாதையைக் காற்றில் பறக்க விட்டுவிடும் என்பதை அவர்களால் எப்படிப் பார்க்க முடியாமல் போனது?

நான் அடுத்த அறைக்குச் சென்றேன். அந்த அறை முழு இருட்டாக இருந்தது. நான் என் அலைபேசியின் டார்ச்சை ஆன் செய்தேன். அந்த அறையில் எதுவும் இருக்கவில்லை. நான் அந்த அறையின் சுவரில் சாய்ந்து வழுக்கியவண்ணம் கீழே தரையில் உட்கார்ந்தேன். எனக்குள் தலைதூக்கிக் கொண்டிருந்த உணர்ச்சிகளில் நான் என் கவனத்தைச் செலுத்தினேன். எனக்குள் அவமான உணர்வு, வருத்த உணர்வு, கோப உணர்வு ஆகியவை விசுவரூபம் எடுத்துக் கொண்டிருந்தன. ஆனால் அவற்றோடு வேறோர் உணர்வும் என்னை அலைக்கழித்துக் கொண்டிருந்தது. அது என்னவென்று புரிந்து கொள்ள முடியாமல் நான் தவித்தேன்.

போர்களின் காரணமாகப் பாதிக்கப்பட்ட மக்கள், இச்சிறையில் அடைக்கப்பட்டிருந்த வியட்நாமிய ஆண்கள் மற்றும் பெண்கள், அமெரிக்கர்கள் மற்றும் அவர்களுடைய குடும்பங்கள் ஆகியோர் குறித்து எனக்குள் வருத்தம் எழுந்தது. போரில் பிறரைக் கொன்ற மற்றும் பிறரைச் சித்திரவதை செய்த வீரர்கள்மீது எனக்கு இரக்கம் தோன்றியது. அப்போர்களில் தப்பிப் பிழைத்திருந்தபோதிலும் உளவியல்ரீதியாகப் பாதிக்கப்பட்டு மனநோய் மருத்துவமனைகளில் சேர்க்கப்பட்டிருந்தவர்கள் மற்றும் மன உளைச்சல் காரணமாகத் தற்கொலை செய்து கொண்டிருந்தவர்கள் குறித்து எனக்குள் அனுதாபம் பொங்கி வழிந்தது.

சிறிது நேரம் அப்படியே நான் அமர்ந்திருந்தேன். இறுதியாக மற்றோர் உணர்ச்சியும் என்னுள் தலைதூக்கியது. நன்றியுணர்வுதான் அது. ஒரு போருக்குள் குதிக்காமல்

தப்பித்திருந்தது குறித்த நன்றியுணர்வு. நான் யாரையும் கொலை செய்யாமல் இருந்தது குறித்த நன்றியுணர்வு. எந்தவொரு நகரின்மீதும் குண்டுகள் வீசாமலும் அவற்றில் கண்ணிவெடிகளைப் புதைக்காமலும் இருந்தது குறித்த நன்றியுணர்வு.

திடீரென்று பிடரியில் அடி வாங்கியது போன்ற உணர்வு எனக்கு ஏற்பட்டது. எண்ணற்றோருக்கு நான் கொடுத்திருந்த இலஞ்சம் எந்தக் கணக்கில் வரும்? நான் விடுத்திருந்த அச்சுறுத்தல்கள்? முன்னேற்றம் என்ற பெயரில் நான் சூறையாடியிருந்த வளங்கள்? இவற்றுக்கும், பிறரைச் சித்திரவதை செய்வதற்கும் அவர்களைக் கொல்வதற்கும் இடையே என்ன வித்தியாசம்? மிரட்டிக் காரியங்களைச் சாதிப்பது, மழைக்காடுகள் நிர்மூலமாக்கப்படுவது ஆகியவற்றுக்கும், கண்ணிவெடிகளைப் புதைப்பதற்கும் கோவில்களைத் தரைமட்டமாக்குவதற்கும் இடையே பெரிய வேறுபாடுகள் ஏதாவது இருக்கின்றனவா? நான் இக்கேள்விகளையும், அவை விளைவித்திருந்த மிகக் கொடூரமான விஷயமான என்னுடைய குற்றவுணர்வையும் அசைபோட்டேன்.

திடீரென்று கேட்ட ஏதோ ஒரு சத்தம் என்னைத் திடுக்கிடச் செய்தது. எங்கோ ஓர் உலோகக் கதவு மூடப்பட்டச் சத்தம் அது. நான் அரண்டு போய்த் துள்ளி எழுந்தேன். இந்த இடத்தில் இரவு முழுவதும் நான் தனியாக அடைபட்டுக் கிடந்துவிடுவேனோ என்ற கிலி என்னை ஆட்கொண்டது. பிறகு என்னை நானே சமாதானப்படுத்திக் கொண்டேன். கண்டிப்பாக அந்த உதவியாளர் என்னை உள்ளே வைத்துப் பூட்டிவிட மாட்டார் என்று எனக்கு நானே உறுதியளித்துக் கொண்டேன். என்னதான் இருந்தாலும் நான் ஓர் அமெரிக்கனல்லவா?

நான் ஓர் அமெரிக்கன் என்பதால் நான் இங்கு உள்ளே வைத்துப் பூட்டப்பட்டுவிட மாட்டேன் என்ற என்னுடைய நினைப்பு மறுபடியும் எனக்குள் ஒரு பேரிடியை இறக்கியது. எதற்காகத் தங்களுக்குத் தனிச் சிறப்புரிமை இருப்பதாக அமெரிக்கர்கள் உணர வேண்டும்? இந்த நாட்டை அழிக்க முயன்ற ஒரு நாட்டைச் சேர்ந்த நான், அந்நாட்டைச் சேர்ந்தவன் என்ற ஒரே காரணத்திற்காக இங்கு வைத்துப் பூட்டப்பட்டுவிட மாட்டேன் என்று நினைத்துக் கொள்ளும் உரிமையை நான் எங்கிருந்து பெற்றேன்? அதில் என்ன நியாயம் இருந்தது? அதுவும், போயும் போயும், கடன்களின் மூலம் பல நாடுகளை அடிமைப்படுத்தியிருந்த ஒருவனுக்கு, நாட்டுத் தலைவர்களுக்கு இலஞ்சம் கொடுப்பதும், அதை வாங்கிக் கொள்ளாவிட்டால் அவர்களை அச்சுறுத்துவதுமாக அலைந்து கொண்டிருந்த ஒருவனுக்கு, அதாவது எனக்கு, இப்படி நினைக்க என்ன உரிமை இருந்தது?

இராணுவத்தினர் மற்றும் சித்திரவதைகளில் ஈடுபட்டிருந்தவர்களின் செயல்பாடுகளை, பொருளாதார அடியாட்கள் என்ற முறையில் நான் செய்திருந்த அடாவடிகளோடு எப்படி என்னால் ஒப்பிட முடியும்? பிறகு சட்டென்று அது எனக்குப் புரிந்தது. இங்கு ஒப்பீட்டிற்கு இடமில்லை. இதில் ஈடுபட்டிருந்த இருவரும், நானும் இராணுவத்தினரும், ஒருவருக்கொருவர் ஆதரவாக இருந்தோம். தாங்கள் தோற்றுவிட்டால் இராணுவம் அக்காரியத்தை முடித்துவிடும் என்பது பொருளாதார அடியாட்களுக்கு நன்றாகவே தெரியும். இறுதியில் எல்லாவற்றையும்விட முக்கியமான விஷயம், நாம் மாற வேண்டும் என்பதும், ஒரு மாற்று வழியைக் கண்டுபிடிக்க வேண்டும் என்பதும் மட்டும்தான். மனிதர்களாகிய நாம், கூடுதலான பிராந்தியங்களையும் வளங்களையும் நமக்குச் சொந்தமாக்கிக் கொள்ள வேண்டும் என்று நமக்குள் பிறக்கின்ற தூண்டுதலையும் நம்முடைய பயங்களையும் கையாள்வதற்கு ஒரு மாற்று வழியைக் கண்டுபிடித்தாக வேண்டும். சுரண்டலுக்கும் சீர்குலைவுக்கும் இட்டுச் செல்கின்ற, இனியும் செல்லுபடியாகின்ற நிலையில் இல்லாதிருக்கின்ற போக்கிலிருந்து நாம் விலகிச் செல்ல வேண்டும். ஒட்டுமொத்தத்தில், நம்முடைய மதிமயக்கத்திலிருந்து நாம் விழித்தெழ வேண்டும்.

நான் என் அலைபேசியின் டார்ச்சை அணைத்தேன். பல ஆண்டுகளாக எண்ணற்றக் கைதிகள் சொல்லொணா வேதனைகளை அனுபவித்திருந்த அந்தச் சிறைச்சாலையில் நான் இருட்டில் அமர்ந்திருந்தபோது, பொருளாதார அடியாட்களும் ஜாக்கல்களும் பயன்படுத்திய உத்திகள் குறித்தும், வியட்நாம் போரின் முடிவுக்குப் பிறகு அவை எப்படி மாறியிருந்தன என்பது குறித்தும் நான் சிந்தித்தேன்.

அத்தியாயம் 40

இஸ்தான்புல்: நவீன உலகப் பேரரசின் கருவிகள்

1970களில் பொருளாதார அடியாட்கள் ஒரு சில பன்னாட்டு நிறுவனங்களிலும் ஆலோசனை நிறுவனங்களிலும் உயரதிகாரிகளாகவும் ஆலோசனையாளர்களாகவும் பணியாற்றிக் கொண்டிருந்தனர். ஆனால் இன்றோ, பொருளாதார அடியாட்கள், ஆயிரக்கணக்கான பன்னாட்டு நிறுவனங்கள், ஆலோசனை நிறுவனங்கள், முதலீட்டு நிறுவனங்கள், தொழில் குழுமங்கள், சில சங்கங்கள் ஆகியவற்றில் உயரதிகாரிகளாகவும் ஆலோசகர்களாகவும் பணியாற்றிக் கொண்டிருக்கின்றனர். அதோடு, இவை போன்ற அமைப்புகளைப் பிரதிநுதப்படுத்துகின்ற அரசியலதிகாரத் தரகர்களாகவும் அவர்கள் செயல்பட்டுக் கொண்டிருக்கின்றனர்.

பழைய பொருளாதார அடியாட்களுக்கும் நவீனப் பொருளாதார அடியாட்களுக்கும் இடையே இருந்த ஒற்றுமை மற்றும் வேற்றுமைகளைப் பற்றி 2013 ஏப்ரலில் நான் யோசித்துக் கொண்டிருந்தேன். நான் வியட்நாமிலிருந்து திரும்பி ஒரு மாதகாலம் ஆகியிருந்தது. அன்று நான் இஸ்தான்புல்லில் இருந்தேன். நான் தங்கியிருந்த ஓட்டலின் சன்னல் வழியாக வெளியே தெரிந்த புராதனமான கட்டடங்களையும் பெரிய மசூதிகளின் கோபுரங்களையும் நான் பார்த்துக் கொண்டிருந்தேன். அந்நகரம் பல நூற்றாண்டுகளாகப் பல பேரரசுகளின் ஆட்சிப் பீடமாகவும் அவற்றுக்குப் பலியான ஒன்றாகவும் இருந்து வந்திருந்தது. என்னுடைய நூல் வெளியான பிறகு, வணிக நிர்வாகிகளுக்காக நடத்தப்படுகின்ற மாநாடுகளில் பேசுவதற்காக இந்நகருக்கு நான் பலமுறை அழைக்கப்பட்டுள்ளேன். வரலாற்று முக்கியத்துவம்

வாய்ந்த இந்நகரம் சர்வதேச மாநாடுகளுக்கான ஒரு மையமாக உருவாகியிருந்தது.

என்னுடைய நாட்களில் பொருளாதார அடியாட்களாகிய நாங்கள் பயன்படுத்திக் கொண்டிருந்த உத்திகளைப் பற்றி நான் நினைத்துப் பார்த்தேன்: திரிக்கப்பட்ட நிதி ஆய்வுகள், ஊதிப் பெரிதாகப்பட்ட வருங்காலக் கணிப்புகள், மோசடி செய்யப்பட்டக் கணக்குவழக்குகள் போன்றவை அடங்கிய தவறான பொருளாதார மதிப்பீடுகள்; வஞ்சனைகள், அச்சுறுத்தல்கள், இலஞ்சங்கள், மற்றும் மிரட்டல்கள்; ஒருபோதும் நிறைவேற்றப்படத் திட்டமிட்டிருக்காத போலி வாக்குறுதிகள்; இறுதியாக, கடன் மற்றும் பயத்தின் மூலமாக அடிமைப்படுத்துதல். இவற்றில் பல, நவீனப் பொருளாதார அடியாட்களால் இன்றும் பயன்படுத்தப்படுகின்றன. ஆனால் இவர்கள் அரங்கேற்றுகின்ற கதைகள், ஆழமாக அதில் இறங்கிப் பார்ப்பவர்களுக்கு மட்டும்தான் புலப்படும். விரும்புகின்ற இலக்குகளை அடைவதற்கு எந்த வழியைப் பயன்படுத்தினாலும் தப்பில்லை என்ற மனப்போக்குதான் அன்றும் சரி, இன்றும் சரி, இவை அனைத்தையும் ஒட்டுகின்ற பசையாக விளங்கி வருகிறது.

நவீனப் பொருளாதார அடியாள் அமைப்புமுறை இன்று ஐரோப்பாவிலும் அமெரிக்காவிலும் பிற வளர்ந்த நாடுகளிலும் செயல்பட்டுக் கொண்டிருக்கிறது என்பது ஒரு முக்கிய மாற்றமாகும். இன்று அது எல்லா இடங்களுக்கும் பரவிவிட்டது. முன்பு பயன்படுத்தப்பட்டு வந்த உத்திகள் இன்று பல விதமான மாறுபாடுகளோடு பயன்படுத்தப்பட்டு வருகின்றன. இன்று இலட்சக்கணக்கான பொருளாதார அடியாட்கள் உலகெங்கும் பரவலாக இயங்கிக் கொண்டிருக்கின்றனர். அவர்கள் உண்மையிலேயே ஓர் உலகப் பேரரசை உருவாக்கியுள்ளனர். அவர்கள் இன்று வெளிப்படையாகவும் இயங்கிக் கொண்டிருக்கின்றனர், திரைமறைவிலும் இயங்கிக் கொண்டிருக்கின்றனர். இந்த அமைப்புமுறை இன்று பரவலாகவும் ஆழமாகவும் ஊடுருவியுள்ளதால், அவர்களின் வழிமுறைகள் இன்று அவ்வளவாக யாரையும் அதிர்ச்சிக்குள்ளாக்குவதில்லை.

இவர்கள் அரசாங்க அதிகாரிகளைச் சரிக்கட்டி, வரி விதிப்பும் பிற சட்டவிதி அமலாக்கங்களும் தங்களுக்குச் சாதகமாக இருப்பதை உறுதி செய்து கொள்கின்றனர். தாங்கள் வழங்குகின்ற வசதிகளைப் பெறுவதற்காக நாடுகளை அவர்கள் ஒன்றோடொன்று மோதவிடுகின்றனர். தொழிற்சாலைகளை ஒரு நாட்டிலும், நிதி விவகாரங்களை இரண்டாவது நாட்டிலும், தொலைபேசிச் சேவை மையங்களை மூன்றாவது நாட்டிலும், தலைமைச் செயலகத்தை நான்காவது நாட்டிலும் அமைத்துக்

கொள்வதற்கு அவர்களுக்கு இருக்கின்ற திறன் அவர்களுக்குப் பெரும் அனுகூலங்களைக் கொடுக்கிறது. அவர்களுக்குச் சுற்றுச்சூழல் விதிகளில் தளர்வுகளை அளிக்கவும், சாதகமான வரி விகிதங்களை அளிக்கவும், ஏற்கனவே அடிமட்டத்தில் இருக்கின்ற குறைந்தபட்சக் கூலியை இன்னும் குறைக்கவும் நாடுகள் ஒன்றோடொன்று அடித்துக் கொள்கின்றன. பல நேரங்களில் பெருநிறுவனங்களுக்கு மானியங்கள் அளிப்பதற்காக, கடன் எனும் புதைகுழிக்குள் மேலும் மூழ்க அரசாங்கங்கள் தயாராக இருக்கின்றன. கடந்த பத்தாண்டுகளில், ஐஸ்லாந்து, ஸ்பெயின், அயர்லாந்து, கிரீஸ் போன்ற நாடுகளுக்கு இந்தக் கதி நேர்ந்துள்ளதை நாம் கண்டுள்ளோம். வளர்ந்து வருகின்ற நாடுகளில் இவை நீண்டகாலமாக நடைமுறையில் இருந்து வருவதை நாம் அறிவோம். நாசூக்கான அணுகுமுறைகள் எடுபடாமல் போகும்போது, அரசாங்க அதிகாரிகள், தாங்கள் பரம இரகசியமாக வைத்திருப்பதாக நினைத்துக் கொண்டிருக்கின்ற தங்களுடைய தனிப்பட்ட விஷயங்கள் அம்பலப்படுத்தப்படும் அல்லது திரிக்கப்படும் என்பதை அறிகின்றனர்.

பொருளாதார அடியாட்கள் பயன்படுத்துகின்ற உத்திகளை நியாயப்படுத்துவதிலும் மாற்றம் ஏற்பட்டுள்ளது. முன்பு, கம்யூனிசம், வியட்காங் மற்றும் பிற புரட்சிக் குழுக்களிடமிருந்தும், அமெரிக்கர்களின் சொகுசான வாழ்க்கைமுறைக்கு ஏற்பட்டுள்ள அச்சுறுத்தல்களிலிருந்தும் இந்த உலகைக் காப்பதுதான் இதன் நோக்கம் என்று அவை நியாயப்படுத்தப்பட்டன. இன்று, பயங்கரவாதிகளைத் தடுத்து நிறுத்துவதற்கும், இஸ்லாமியத் தீவிரவாதிகளை முறியடிப்பதற்கும், பொருளாதார வளர்ச்சியை ஊக்குவிப்பதற்கும், நம்முடைய செழிப்பான வாழ்க்கைமுறையைப் பாதுகாப்பதற்கும் இவை மேற்கொள்ளப்படுகின்றன என்று அவை நியாயப்படுத்தப்படுகின்றன.

அன்று மாலையில் நான் உலுச் ஓசுல்கர் என்பவரைச் சந்தித்தேன். அவர் லிபியாவுக்கான முன்னாள் துருக்கித் தூதராகப் பணியாற்றியிருந்தார். அதோடு, ஐரோப்பிய யூனியனுக்கான துருக்கியின் பிரதிநிதியாகவும் அவர் பணியாற்றினார். அவர் பெரிதும் மதிக்கப்பட்ட ஒரு இராஜதந்திரியும் ஒரு சிறந்த கல்விமானும்கூட.

இஸ்தான்புல் நகரத்தில் மத்தியத் தரைக்கடலையும் கருங்கடலையும் இணைக்கின்ற போஸ்போரஸ் என்ற நீர்வழியைப் பார்த்தபடி அமைந்திருந்த ஒரு திறந்தவெளி உணவகத்தில் அமர்ந்து நாங்கள் துருக்கிக் காபியைச் சுவைத்துக் கொண்டிருந்தோம். பண்டைய கிரீஸ், ரோம் மற்றும் பாரசீகத்திற்கு இடையே ஒரு வர்த்தக வழியாகச் செயல்பட்டுக் கொண்டிருந்த போஸ்போரஸ்

நீர்வழியின் முக்கியத்துவத்தைப் பற்றி நாங்கள் சிறிது நேரம் பேசினோம்.

அவர் என்னிடம், "நீங்கள் உங்களுடைய புத்தகத்தில், பொருளாதாரம்தான் அதிகாரத்திற்கான முக்கிய அம்சம் என்று குறிப்பிட்டிருந்தீர்கள்," என்று கூறினார்.

நான் அந்த நீர்வழி வழியாகப் பயணித்துக் கொண்டிருந்த ஒரு சரக்குக் கப்பலைச் சுட்டிக்காட்டி, "வர்த்தகம்," என்றேன்.

அவர் சிரித்துக் கொண்டே, "ஆமாம். வர்த்தகமும் கடனும்," என்று கூறிவிட்டுத் தன் முன்னால் இருந்த கசப்பான துருக்கிக் காபியை ஒரு வாய் பருகினார். "அதோடு, நாடுகளைக் கடனோடு பிணைப்பதுதான் உங்களுடைய வேலை என்றும் நீங்கள் அதில் குறிப்பிட்டிருந்தீர்கள். பயமும் கடனும் ஒரு பேரரசுக்கான சக்திவாய்ந்த இரண்டு முக்கியக் கருவிகள்," என்று கூறிவிட்டு, அவர் தன் கைகளில் இருந்த காபிக் கோப்பையை மேசைமீது வைத்தார். "ஒரு பேரரசை வழிநடத்துவது இராணுவ பலம்தான் என்று பெரும்பாலானோர் நினைத்துக் கொண்டிருக்கின்றனர். ஆனால் போரும் போர் குறித்த அச்சுறுத்தலும் முக்கியமானவை. ஏனெனில், அவை பயத்தை விதைக்கின்றன. தாங்கள் தங்களுடைய பணத்தை இழக்க நேரிட்டுவிடுமோ என்று மக்கள் பயப்படுகின்றனர். அதனால் அவர்கள் கூடுதல் கடன் வாங்கத் தயங்குவதில்லை. பணம், பிரதியுபகாரம் என்று நாம் எந்த விதத்தில் கடன்பட்டிருந்தாலும் சரி, கடன் நம்மை அடிமையாக்குகிறது. அதன் காரணமாகத்தான், பொருளாதார அடியாள் அணுகுமுறை ஆற்றல்மிக்கதாக இருக்கிறது; போரைவிட அதிக ஆற்றல்திறனுள்ளதாக அது விளங்குகிறது."

அவருடைய லிபிய அனுபவங்களைப் பற்றி நான் அவரிடம் கேட்டபோது, முஅம்மர் கடாஃபி, நவீனப் பேரரசு உருவாக்கத்திற்கான ஒரு சிறந்த ஆய்வுப் பொருளாக விளங்கினார் என்று தெரிவித்துவிட்டு, அவர் அதை விளக்கினார். "அவர் ஒரு கடுமையான சர்வாதிகாரிதான். ஆனால், என் பார்வையில் தன் மக்களில் பெரும்பாலானோரின் வாழ்க்கையை அவர் மேம்படுத்தியிருந்தார். நீங்கள் உங்கள் புத்தகத்தில் குறிப்பிட்டிருந்த இந்தோனேசியா, எக்குவடோர் போன்ற நாடுகளின் தலைவர்களைப்போல அல்லாமல், கடாஃபி தன் நாட்டு எண்ணெய் வளத்தைத் தன் நாட்டு மக்களை மேம்படுத்தப் பயன்படுத்தினார். ஆனால் அவருடைய சோவியத் சார்பு அமெரிக்காவைத் தொந்தரவு செய்து கொண்டிருந்தது. சோவியத் ஒன்றியத்தின் வீழ்ச்சிக்குப் பிறகு கடாஃபி தனிமைப்படுத்தப்பட்டார். அதன் விளைவாக, மேற்கத்திய நாடுகளுடனான தன்னுடைய வேறுபாடுகளைக் களைய அவர்

தீர்மானித்தார். 'பான் ஆம்' விமான வெடிகுண்டுத் தாக்குதலில் லிபியாவின் பங்கை ஒப்புக் கொண்டதன் மூலம் கடாஃபி அமெரிக்காவிடமும் இங்கிலாந்திடமும் சோரம் போனார். ஆதோடு, அவர்களுடைய எண்ணெய் நிறுவனங்கள் தன் நாட்டு எண்ணெயைப் பெற்றுக் கொள்ளவும் அவர் அனுமதியளித்தார். அதன் விளைவாக, லிபியாமீது போடப்பட்டிருந்த பொருளாதாரத் தடைகளில் பெரும்பாலானவை விலக்கிக் கொள்ளப்பட்டன."

"அப்படியானால், கடாஃபிக்கு எதிராகச் சண்டையிட்டுக் கொண்டிருந்த போராளிக் குழுக்களை அமெரிக்காவும் இங்கிலாந்தும் ஏன் ஆதரித்தன?" என்று நான் அவரிடம் கேட்டேன்.

"அது மிகவும் சிக்கலானது. பல விஷயங்கள் அதில் பின்னிப் பிணைந்துள்ளன. சுருக்கமாகக் கூற வேண்டுமென்றால், இவ்வாறு கூறலாம்: அமெரிக்கா—இங்கிலாந்து—லிபியா கூட்டை பிரான்ஸ் விரும்பவில்லை. ஏனெனில், பிரான்ஸுக்கு லிபிய நாட்டு எண்ணெய் கிடைக்கவில்லை. எனவே, கடாஃபிக்கு எதிராக லிபியாவுக்கு உள்ளேயிருந்தும் வெளியேயிருந்தும் போராடிக் கொண்டிருந்த புரட்சிக் குழுக்களுக்கு பிரான்ஸ் ஆதரவளித்தது. ஒரு காலத்தில் தாங்கள் எதிர்த்து வந்த கடாஃபிக்கு இப்போது தாங்கள் கொடுத்துக் கொண்டிருந்த ஆதரவு உலக நாடுகளின் கண்டனத்திற்கு உள்ளாகிக் கொண்டிருந்ததைக் கண்ட அமெரிக்காவும் இங்கிலாந்தும், கடாஃபிக்கு எதிராகச் செயல்பட்டுக் கொண்டிருந்த குழுக்களை ஆதரிக்க முடிவு செய்தன. மேலும், பிற அரபு நாடுகள் தங்களுடைய எண்ணெயை அமெரிக்க டாலர்களுக்கு விற்காமல் லிபிய நாணயத்திற்கு விற்க கடாஃபி அவற்றை ஊக்குவித்தார்."

"இது சதாம் உசேனையும், இப்போது ஈரானையும் எதிரொலிக்கிறது."

"ஆமாம். அமெரிக்காவும் வால் ஸ்டிரீட்டும் அமெரிக்க டாலருக்கு எதிரான தாக்குதல்களை ஒரு போர்ப் பிரகடனமாகவே எடுத்துக் கொள்கின்றனர். அதனால், அமெரிக்காவும் இங்கிலாந்தும், பிரான்ஸ் மற்றும் பிற நேட்டோ நாடுகளோடு சேர்ந்து கொண்டு, லிபியாவில் நடைபெற்றுக் கொண்டிருந்த 'உள்நாட்டுப் போரில்' கடாஃபிக்கு எதிராகச் செயல்பட்டுக் கொண்டிருந்த குழுக்களோடு கைகோர்த்துக் கொண்டன. அவர் பதவியிலிருந்து இறக்கப்பட்டதோடு படுகொலையும் செய்யப்பட்டார். உங்களுடைய நூலில் நீங்கள் குறிப்பிட்டிருந்த அதே வழிமுறைதான் லிபியாவிலும் பயன்படுத்தப்பட்டது. பொருளாதார அடியாட்கள், ஜாக்கல்கள், இராணுவத்தினர் ஆகியோர், அங்கு முதலில் இரகசியமாகவும் பின்பு

வெளிப்படையாகவும் சேர்ந்து இயங்கினர்."

அங்கே கடந்து போய்க் கொண்டிருந்த ஒரு கப்பலை அவர் சிறிது நேரம் பார்த்தார். "இங்கு துருக்கியிலும் அது நடந்துள்ளது என்பது உங்களுக்குத் தெரியுமா? 1980 இல் எங்கள் நாட்டில் நடைபெற்ற ஒரு இராணுவக் கலகத்தில் அமெரிக்கா ஒரு முக்கியப் பாத்திரம் வகித்தது. அமெரிக்க அதிபர் கார்ட்டர் இராணுவக் கலகத்திற்கு ஆதரவாக மூன்று இலட்சம் பேர் அடங்கிய ஒரு படையை அனுப்பி வைத்தார்; 4 பில்லியன் டாலர்கள் நிதியுதவியும் கூடவே வந்தது. அப்பணத்தில் பெரும்பகுதி பொருளாதார அடியாள் அமைப்புமுறை உத்திகளின்படி நேட்டோ வழியாகவும் ஓஇசிடி அமைப்பு வழியாகவும் அனுப்பி வைக்கப்பட்டது. இராணுவக் கலகத்தைத் தொடர்ந்து ஐஎம்எஃப் உள்ளே நுழைந்து, தனியார்மயமாக்கல், சிறு நிறுவனங்களைப் பெருநிறுவனங்கள் விழுங்குதல் போன்றவற்றுக்கு ஆதரவளித்தது. நீங்கள் வர்ணிக்கின்ற பெருநிறுவனத்துவத்தின் பிடிக்குள் துருக்கி கொண்டுவரப்பட்டது."

பன்னாட்டு நிறுவனங்களின் பிணையத்தை சர்வதேச அளவில் கொண்டு சென்றது உலகப் பொருளாதாரத்தைச் சீர்குலைத்துள்ளது என்பதையும், போர் அல்லது போர் குறித்த அச்சம், கடன், இயற்கை வளங்களின் சுரண்டல் ஆகியவற்றின் அடிப்படையில் அமைந்த ஒரு சவப் பொருளாதாரத்தை உருவாக்கியுள்ளது என்பதையும் நான் அவரிடம் சுட்டிக்காட்டினேன். "உலக மக்கட்தொகையில் 5 சதவீதத்திற்கும் குறைவானவர்கள் அமெரிக்காவில் வாழ்ந்து வருகின்றனர். ஆனால், உலக மக்களில் பாதிப் பேர் கடுமையான வறுமையில் வாடிக் கொண்டிருக்கின்றபோது, அமெரிக்கர்கள் 25 சதவீதத்திற்கும் அதிகமான வளங்களைப் பயன்படுத்திக் கொண்டிருக்கின்றனர். அது ஒரு நல்ல எடுத்துக்காட்டு அல்ல. எவ்வளவுதான் முயன்றாலும், இந்தியா, சீனா, பிரேசில், துருக்கி போன்றவற்றாலோ அல்லது பிற நாடுகளாலோ அதை ஒருக்காலும் நகலெடுக்க முடியாது," என்று நான் கூறினேன்.

"ஆமாம். நீங்கள் கூறுவது சரிதான். பயம், கடன் ஆகியவற்றோடு மற்றொரு முக்கியமான உத்தியையும் அவர்கள் கையாண்டு கொண்டிருக்கின்றனர். பிரித்தாளும் சூழ்ச்சிதான் அது," என்று கூறிவிட்டு, சுன்னி மற்றும் ஷியா இஸ்லாம் பிரிவுகளுக்கு இடையேயான பிளவுகள் பற்றியும், உள்நாட்டுப் போர்களும் பழங்குடி மக்களுக்கு இடையேயுள்ள பிரிவினைகளும் எப்படி அதிகார வெற்றிடங்களைத் தோற்றுவித்துச் சுரண்டலுக்கு வித்திடுகின்றன என்பதைப் பற்றியும் அவர் பேசினார். "இப்படிப்பட்டச் சச்சரவுகள் தோன்றும்போது, பிளவுபட்டுள்ள

இரண்டு குழுக்களும் அதிகமான கடன்களை வாங்கும், அதிகமான ஆயுதங்களை வாங்கும், இயற்கை வளங்களையும் மனிதக் கட்டுமானங்களையும் அதிகமாக அழிக்கும்; பிறகு, அழிக்கப்பட்டவற்றை மறுசீரமைக்க அவை மேலும் கடன் வாங்கும். இப்போக்கை நாம் மத்தியக் கிழக்கிலுள்ள அனைத்து நாடுகளிலும், சிரியா, ஈராக், எகிப்து, ஆப்கானிஸ்தான் போன்ற நாடுகளிலும் கண்கூடாகப் பார்க்கிறோம். எண்ணற்ற நாடுகள் கோடீஸ்வரர்களுக்கான நாற்றங்கால்களாகச் செயல்படுகின்றன," என்று அவர் கூறினார்.

சவப் பொருளாதாரத்தை ஜீவப் பொருளாதாரமாக மாற்ற என்ன செய்யப்பட வேண்டும் என்று நான் அவரிடம் கேட்டபோது, அதற்கு அவர் இவ்வாறு பதிலளித்தார்: "இன்று இந்த உலகை ஆண்டு கொண்டிருக்கின்ற பன்னாட்டு நிறுவனங்களின் முதன்மை நிர்வாக அதிகாரிகள், அதன் பங்குதாரர்கள், மாபெரும் தொழிலதிபர்கள் ஆகியோருக்குக் கடிவாளம் போட வேண்டும். அவர்கள்தாம் இப்பிரச்சனையின் ஆணிவேர்."

* * *

அடுத்த நாள் நான் இஸ்தான்புல்லிருந்து நாடு திரும்பிக் கொண்டிருந்தபோது, விமானத்தின் சன்னல் வழியாகக் கீழே தெரிந்த மத்தியத் தரைக்கடல் பகுதியைப் பார்த்தேன். அப்போது எனக்குள் குற்றவுணர்வோடு கோபமும் அதிகரித்திருந்ததை நான் உணர்ந்தேன். எங்களுடைய தொழில் தலைவர்களும் தேசியத் தலைவர்களும், என்னுடைய காலத்தில் கற்பனை செய்துகூடப் பார்க்க முடியாத நிலைக்குப் பொருளாதார அடியாள் அமைப்புமுறையை எடுத்துச் சென்றுள்ளனர். வெகுகாலத்திற்கு முன்பு, 'இருண்ட காலம்' என்று அழைக்கப்பட்டக் காலத்தில்கூட, நான் பறந்து கொண்டிருந்த விமானத்திற்குக் கீழேயிருந்த நிலப்பகுதிகளை ஆண்டு கொண்டிருந்த பேரரசர்கள் இப்படி நடந்து கொண்டிருக்கவில்லை.

வருங்கால வரலாற்றியலாளர்கள், செப்டம்பர் 11க்குப் பிந்தைய காலகட்டத்தை முந்தைய இருண்ட காலகட்டத்தைவிட மோசமான ஒன்றாக, காரிருள் காலமாக வர்ணிக்கக்கூடும் என்று நான் எண்ணினேன்.

பற்றாக்குறை குறித்துப் பயப்பட வேண்டும், பொருட்களைத் தேவைக்கு அதிகமாக வாங்கிக் குவிக்க வேண்டும், கடினமாக உழைக்க வேண்டும், மேலும் மேலும் கடனில் மூழ்கிக் கொண்டிருப்பதைப் பற்றிக் கவலைப்படக்கூடாது என்று அமெரிக்கர்களுக்குப் போதிக்கப்படுகிறது என்ற புரிதல் என்

கோபத்தை மேலும் கிளறியது. இந்த மனப்போக்கு வெறுமனே தனிநபர்களோடு நிற்கவில்லை; அது தேசபக்தியின் ஓர் அம்சமாகவே ஆகிவிட்டது. உலக வளங்களைத் தங்கள் நாடு மேன்மேலும் அதிகமாகத் தன்னுடைய உடைமையாக்கிக் கொள்ள வேண்டும் என்று அமெரிக்கர்கள் நினைக்கின்றனர். இராணுவச் செலவுகளுக்காக வாங்கப்படுகின்ற கடன் தங்களுடைய நல்லதுக்குதான், அது இன்றியமையாதது என்று அவர்களுக்கு உறுதியளிக்கப்படுகிறது. இருண்ட காலப் பேரரசர்கள் தங்களுடைய படையின் வலிமையைப் பெருக்கிக் கொள்ள இதே வாதத்தைத்தான் முன்வைத்திருந்தனர்.

இராணுவச் செலவுகள் அதிகரிக்கும்போது மக்கள்நலத் திட்டங்களில் துண்டு விழுகிறது என்று நாம் சுட்டிக்காட்டும்போது, சமூக நலத்திட்டங்கள் மக்களிடம் சோம்பேறித்தனத்தை வளர்க்கின்றன என்றும், இராணுவச் செலவுகளும் பெருநிறுவனங்களுக்கு அளிக்கப்படுகின்ற மானியங்களும் பொருளாதார எஞ்சினை முடுக்கிவிடுகின்றன என்றும் நம்மிடம் கூறப்படுவதை நினைத்தபோது என் இரத்தம் கொதித்தது.

புதிதாக முளைத்துள்ள ‘பேட்ரியாட் சட்டம்’, போலீஸாருக்கு அதிக ஆயுதங்களையும் அதிக அதிகாரங்களையும் அளித்தல், ‘ஆக்குபை இயக்கம்’ போன்ற இயக்கங்களுக்குள் ஊடுருவி அதை நாசம் செய்தல், மக்களை இருபத்து நான்கு மணிநேரமும் வேவு பார்க்கின்ற புதிய தொழில்நுட்பங்களைப் பரவலாகப் பயன்படுத்துதல், தனியார் சிறைச்சாலைகளைப் பெருக்குதல் போன்றவை, தன்னை எதிர்க்கின்றவர்களை ஒடுக்குவதற்கான அமெரிக்க அரசின் திறனை வலுப்படுத்தியுள்ளன. பெருநிறுவனங்கள் அமெரிக்க அரசியலிலும் ஊடுருவி, அங்கே பெரும் பணத்தைக் கொட்டி ஜனநாயக அமைப்புமுறையைச் சீர்குலைத்து, பிரம்மாண்டமான ஊடகப் பிரச்சாரங்கள் மூலம், தமக்கு ஆதரவானவர்களைத் தேர்தலில் வெற்றி பெற வைக்கின்றன. அவை திறமையான வழக்கறிஞர்கள், அரசியலதிகாரத் தரகர்கள், உத்தியாளர்கள் போன்றோரை மிக அதிக எண்ணிக்கையில் அமர்த்தி, அமெரிக்க அரசின் அனைத்துத் தளங்களிலும் செல்வாக்குச் செலுத்தவும் ஊழலைச் சட்டபூர்வமாக்கவும் முயற்சிக்கின்றன.

நான் அமெரிக்காவுக்குத் திரும்பியபோது, என்னை மேலும் கோபப்படுத்திய ஒரு செய்தியை நான் கேள்விப்பட்டேன். எக்குவடோர் அதிபர் கோரியா, அமேசான் காடுகளுக்கு அடியில் இருக்கின்ற எண்ணெய்ப் படுகைகளைப் பெருநிறுவனங்களுக்கு ஏலத்தில் விட ஒப்புக் கொண்டிருந்தபோதிலும், உலுச் ஓசுல்கர்

குறிப்பிட்டிருந்த, மக்களைப் பிரித்தாளும் சூழ்ச்சியின் மூலம், பெருநிறுவனங்கள் அவருடைய கழுத்தை மேலும் நெரித்துக் கொண்டிருந்தன என்ற செய்திதான் அது.

அத்தியாயம் 41

பச்சமமா அறக்கட்டளைக்கு எதிரான நடவடிக்கை

எக்குவடோர் அதிபர் கோரியாவின் ஆட்சியைக் கவிழ்க்க மேற்கொள்ளப்பட்டப் போலீஸ் கலகம் தோல்வியில் முடிந்திருந்தாலும், மற்றொரு தளத்தில் அது வெற்றி பெற்றிருந்தது. சீஷேல்ஸில் மேற்கொள்ளப்பட்டுத் தோல்வியில் முடிந்திருந்த இராணுவக் கலகத்திலிருந்து ஜாக்கல்கள் பாடம் கற்றுக் கொண்டிருந்தனர். சில நேரங்களில் ஒரு நாட்டின் தலைவரைக் கொல்வதைவிட அவரைத் தப்பிக்க விட்டுவிடுவது நல்ல பலனளிக்கும் என்பதுதான் அது. போதுமான அளவு அவர் பயமுறுத்தப்பட்டிருந்தால், எதிர்ப்பது பலனளிக்காது என்ற பாடத்தைக் கற்றுக் கொண்டிருந்த பிற நாட்டுத் தலைவர்களின் வரிசையில் அவரும் சேர்ந்து கொள்வார், பெருநிறுவனங்களின் தாளத்திற்குத் தப்பாமல் ஆட முன்வருவார். கோரியாவும் தன்னுடைய முந்தைய நிலைப்பாட்டை மாற்றிக் கொண்டு, அமேசான் எண்ணெய்ப் படுகையை ஏலத்திற்கு விடத் துணிந்தார்.

ஆனால் ஏதோ ஒன்று தவறாகப் போனது. எண்ணெய்ப் படுகைகளின் ஏலத்திற்கு எதிராக வலுத்த எதிர்ப்பு, கோரியாவின் உறுதிப்பாட்டைக் குலைத்து, அவர் தன்னுடைய திட்டத்தை மாற்றிக் கொள்ளும்படி செய்தது. என்ன செய்வது என்று தெரியாமல் அவர் தடுமாறினார். 2012 நவம்பரிலிருந்து அவர் இரண்டு முறை ஏலத்தைத் தள்ளி வைத்திருந்தார்.

நான் இஸ்தான்புல்லிலிருந்து திரும்பியிருந்த சமயத்தில், எண்ணெய் நிறுவனங்கள் தம்முடைய பிரச்சாரப் பீரங்கிகளை முடுக்கிவிட்டிருந்தன. ஸ்பானிஷ் பத்திரிகைகளிலும் வலைப்பதிவுகளிலும் வெளியாகியிருந்த கட்டுரைகள் என்னை

வெகுவாக உலுக்கின. ரோல்டோஸ் அதிபராக இருந்தபோது வெளியான கட்டுரைகளை அவை ஒத்திருந்தன. எக்குவடோர் மக்களுக்குத் தேவையான நல்ல பள்ளிக்கூடங்கள், சிறந்த மருத்துவமனைகள், மின்சாரம், போக்குவரத்து, குடிநீர், கழிவுநீர் அகற்றல் போன்றவற்றை அவர்களுக்குக் கொடுப்பதற்கு, அதாவது, அவர்களை வறுமையிலிருந்து முற்றிலுமாக விடுவிப்பதற்கு, அவர்களுடைய நாட்டிற்கு இருந்த ஒரே வழி, அவர்களுடைய நாட்டில் இருக்கும் அமேசான் எண்ணெய்ப் படுகைகளைச் சுரண்டுவதுதான் என்று அந்நிறுவனங்கள் அம்மக்களிடம் தொடர்ந்து வலியுறுத்தி வந்தன. லத்தீன் அமெரிக்காவில் இருந்த நாடுகளிலேயே மக்கள் நெருக்கம் அதிகமாக இருந்த ஒரு நாடாகவும், மிகவும் வறிய நாடாகவும் எக்குவடோர் இருந்தபோதிலும், அந்நாட்டின் மூன்றில் ஒரு பகுதி இடத்தில் மக்கள் மிகக் குறைவான எண்ணிக்கையில் வசித்து வந்தனர். இந்த வாதம் மீண்டும் மீண்டும் எல்லா இடங்களிலும் முன்வைக்கப்பட்டது. மழைக்காடுகளாலும் எண்ணெய் வளத்தாலும் நிரம்பி வழிந்த பகுதியும் அதுதான்.

2013 ஆம் ஆண்டின் கோடையில் நான் மீண்டும் எக்குவடோருக்குச் சென்று அஷுவார் மக்கள் வசித்தப் பகுதியை அடைந்தேன். அஷுவார் இனத்தினரும் அவர்களைச் சுற்றியிருந்த ஹுவோரனி, கிச்சுவா, சபாரா, ஷிவியார் மற்றும் ஷுவார் இனத்தினரும் பயமும் சீற்றமும் கொண்டிருந்தனர்; அதைவிட மேலாக, தங்களுடைய நிலத்தைப் பாதுகாப்பதில் அவர்கள் மிகவும் உறுதியாக இருந்தனர். அவர்கள் மழைக்காடுகளின் அருமையை நன்றாக உணர்ந்திருந்தனர். அவை தங்களுக்கு மட்டும் முக்கியமல்ல, இந்த ஒட்டுமொத்த உலகின் இருத்தலுக்கும் இன்றியமையாதவை என்பதை அவர்கள் புரிந்து வைத்திருந்தனர். மழைக்காடுகள் இப்புவியின் இதயம் மற்றும் நுரையீரல் என்று அவர்கள் குறிப்பிட்டனர். அதோடு, அம்மழைக்காடுகள் கார்பன்– டை–ஆக்ஸைடு நச்சுக்கு எதிரான பாதுகாப்பை வழங்க வல்லவை என்றும், அவற்றில் இன்னும் கண்டுபிடிக்கப்படாதிருக்கின்ற தாவரங்கள், புற்றுநோய் மற்றும் பிற கொடிய நோய்களுக்கான தீர்வாக இருக்கக்கூடும் என்றும் அவர்கள் நம்பினர்.

அப்பிராந்தியத்திலிருந்த பழங்குடியினருக்கு ஆதரவு அளிப்பதற்காக பில் டுவிஸ்டும் பச்சமமா அலையன்ஸ் அமைப்பு மற்றும் பச்சமமா அறக்கட்டளையின் ஊழியர்களும் ஏராளமான நேரத்தையும் ஆற்றலையும் பணத்தையும் செலவழித்துக் கொண்டிருந்தனர். தாங்கள் அமெரிக்கர்களையும் ஐரோப்பியர்களையும் அவர்களுடைய பெட்ரோலியப் பயன்பாட்டைக் குறைத்துக் கொள்ளச் சொல்லிப் போராடிக்

கொண்டிருந்ததாகவும், அதன் மூலம் எண்ணெய் நிறுவனங்கள் அமேசான்மீது கை வைக்காமல் இருக்க அவர்களுக்கு அழுத்தம் கொடுத்துக் கொண்டிருந்ததாகவும் அவர்கள் அப்பழங்குடியினரிடம் தெரிவித்தனர்.

என்னைப் பொறுத்தவரை, என்னுடைய கடந்தகாலப் பாவங்களைக் கழுவிக் கொள்வதற்கான ஒரு வாய்ப்பாக அதை நான் பார்த்தேன். டெக்சாகோ எப்படி இந்த நாட்டுக்கு நன்மை பயக்கும் என்று கூறப்பட்டப் பொய்க் கதைகளை 1960களில் நான் கேட்டிருந்தேன். 1970களில் இந்நாட்டை ஆண்டு கொண்டிருந்த சர்வாதிகாரிகள் மூலமாக இந்நாட்டைக் கடன் எனும் புதைகுழிக்குள் தள்ள உதவிய புண்ணியவான்களில் நானும் ஒருவனாக இருந்திருந்தேன். இப்போது, என்னுடைய பாவக் கறைகளைக் கழுவுவதற்குத் தேவையான செயல்நடவடிக்கைகளில் ஈடுபட நான் உறுதி பூண்டிருந்தேன். பச்சமமா அலையன்ஸில் என்னுடைய ஈடுபாட்டை அதிகரித்துக் கொள்வது அவற்றில் ஒன்று.

கோரியாவுக்கு உதவக்கூடிய ஒரு திட்டத்தை உருவாக்குவதில், பில், லின் மற்றும் சில முக்கிய ஆதரவாளர்களுடன் நான் இணைந்தேன். கோரியா ஓர் இக்கட்டான நிலையில் இருந்ததை நாங்கள் புரிந்து கொண்டோம். அமேசான் எண்ணெய்ப் படுகை ஏலத்திற்கான மாற்றுகளைக் கண்டுபிடிக்க ஆவலாக இருந்த ஒரு நியாயமான மனிதராக கோரியாவைச் சித்தரிப்பதற்கான சர்வதேச மாநாடு ஒன்றை அவரின் தலைமையில் நடத்த நாங்கள் திட்டமிட்டோம்.

அதே காலகட்டத்தில், பழங்குடி மக்கள் தங்களுடைய சொந்த இயக்கங்களைத் துவக்கினர். பச்சமமா அறக்கட்டளையின் ஆதரவுடன் அவர்கள் அமேசான் மழைக்காடுகளின் பகுதியிலிருந்து ஓர் ஊர்வலமாகப் புறப்பட்டு, ஆன்டிஸ் மலைப்பகுதியின் வழியாகத் தலைநகரை அடைந்து, அதிபர் மாளிகைக்கு வெளியே கூடாரமிட்டு, எண்ணெய்ப் படுகை ஏலத்தைக் கைவிட அவரை வற்புறுத்தினர். அப்பேரணியைப் பற்றிய செய்திகளை உலகெங்கும் இருந்த ஊடகங்கள் பத்திரிகைகளில் வெளியிட்டன, தொலைக்காட்சியில் ஒளிபரப்பின. ஆனால் இவை எதுவும் கோரியாவைத் தடுத்து நிறுத்தவில்லை. 2013 நவம்பரில் அமேசான் எண்ணெய்ப் படுகைகளின் ஏலத்திற்கு அவர் நாள் குறித்தார்.

ஆனால் திடீரென்று, மாயாஜாலம்போல ஒரு காரியம் நிகழ்ந்தது. பெரும்பாலான பெரும் எண்ணெய் நிறுவனங்கள் அந்த ஏலத்தில் பங்கெடுத்துக் கொள்ளாமல் அதைப் புறக்கணித்தன. அமெரிக்க எண்ணெய் நிறுவனங்களில் ஒன்றுகூட அதில் கலந்து கொள்ளவில்லை. அமேசான் மழைக்காட்டுப் பகுதியில்

எண்ணெய் கண்டுபிடிக்கப்பட்டிருந்த பதின்மூன்று இடங்களில் நான்கு இடங்கள் மட்டுமே ஏலம் போயின. ஓர் எண்ணெய் நிறுவன உயரதிகாரி என்னிடம், “இப்படிப்பட்ட எதிர்மறையான விளம்பரங்கள் எங்கள் பெயரை மொத்தமாகக் கெடுத்துவிடும்,” என்று கூறினார்.

தங்களுடைய பொருளாதார முன்னேற்றத்திற்கு எண்ணெய் ஒரு முக்கியமான கிரியாவூக்கி என்று நம்ப வைக்கப்பட்டிருந்த, எக்குவடோரின் கடற்கரைப் பகுதிகளிலும் மலைப்பகுதிகளிலும் வாழ்ந்து வந்த மக்கள், இதனால் பெரும் விரக்தியும் சீற்றமும் அடைந்தனர். அதேபோல, சிஐஏவும் பொருளாதார அடியாட்களும் கோபமடைந்தனர். உலகெங்குமிருந்த பெருநிறுவனத் தொழிலதிபர்கள் இதை உற்றுக் கவனித்துக் கொண்டிருந்தனர். ஒடுக்கப்பட்ட ஏழை மக்கள் அணிதிரளும்போது அவர்கள் பெரும் சக்தி பெறுகின்றனர் என்ற உண்மையை எக்குவடோரில் நிகழ்ந்து கொண்டிருந்த சம்பவங்கள் மீண்டும் ஒரு முறை நிரூபித்தன.

இச்சிக்கலில் இருந்து எப்படி மீள்வதென்று தெரியாமல் கோரியா தடுமாறினார். அவருடைய அதிபர் பதவியும் அவருடைய உயிரும் ஊசலாடிக் கொண்டிருந்தன. இந்நிலையிலிருந்து மீள ஒரு பலியாட்டைத் தேடிக் கொண்டிருந்த கோரியா, பச்சமமா அறக்கட்டளை அலுவலகத்திற்குப் போலீஸாரை அனுப்பினார். சாதாரண உடையில் வந்த பதினைந்து போலீஸார், திடீரென்று எங்களுடைய அலுவலகத்திற்குள் நுழைந்தனர். எங்களுடைய அமைப்பின் நிர்வாக அதிகாரி பெலன் பயஸிடம் அவர்கள் தங்களை அறிமுகப்படுத்திக் கொண்டு, எங்கள் அமைப்பைக் கலைக்கும்படி ஆணையிட்டுவிட்டு, எல்லோரையும் அங்கிருந்து வெளியேற்றினர். எங்கள் அலுவலகத்தைப் பூட்டி அதற்கு சீல் வைத்துவிட்டு, ‘இந்த அமைப்பு அரசாங்கத்தைச் சீர்குலைக்கும் முயற்சியில் ஈடுபட்டிருந்ததால் இது மூடப்பட்டது’ என்ற வாசகம் அடங்கிய ஒரு ஸ்டிக்கரையும் அதன் வெளிக் கதவில் ஒட்டிவிட்டுச் சென்றனர். பின் எங்களுடைய அலுவலகத்தில் இருந்த கணினிகள் மற்றும் பிற அறைகலன்களை வேறு தொண்டு நிறுவனங்களுக்குக் கொடுத்துவிடுமாறு அவர்கள் எங்களை வற்புறுத்தினர். எங்களுடைய அலுவலகத்தில் பணிபுரிந்த எவரையும் போலீஸார் கைது செய்யவில்லை என்றாலும், அவர்கள் பெலனுக்கும் வேறு சிலருக்கும் தொல்லை கொடுத்தனர்.

நான் உடனடியாக எக்குவடோருக்குப் பறந்தேன். அங்கு நான் எங்களுடைய அமைப்பின் ஆதரவாளர்களையும் பிற தொண்டு நிறுவனங்களின் பிரதிநிதிகளையும் சந்தித்தேன். நாங்கள் அனைவரும் கோரியாவின் இச்செயலால் கொதிப்படைந்திருந்தோம் என்பதைத் தனியாகக் கூறத்

தேவையில்லை. முன்பு அவருக்கு ஆதரவளித்து வந்த அமைப்புகளும் தனிநபர்களும் இப்போது வெளிப்படையாக அவருக்குத் தங்களுடைய எதிர்ப்பைத் தெரிவித்து அவருடைய செயல்களுக்குக் கண்டனம் தெரிவித்தனர். அவர்களுடைய கருத்துகளோடு நான் ஒத்துப் போனபோதிலும், வேறு ஏதோ ஒன்று என்னை அரித்துக் கொண்டிருந்தது.

நான் கோரியாவைப் பற்றிச் சிந்தித்தேன்: ‘யார் அவரை நெருங்கி அவருக்கு விஷயத்தைப் ‘புரிய’ வைத்திருந்தார்கள்? அவர் இப்போது எதை எதிர்கொண்டிருந்தார்?’ நாங்கள் கேள்விப்பட்டுக் கொண்டிருந்த விஷயங்களைத் தாண்டி ஏதோ ஒரு கதை நிச்சயமாக அங்கு ஓடிக் கொண்டிருந்தது.

ஒரு நாள் மாலையில், ஓட்டல் கீட்டோவின் உணவகத்தில் நான் தனியாக அமர்ந்திருந்தேன். நான் முதன்முதலாக எக்குவடோருக்கு வந்த முதல் வாரத்தில், அதே உணவகத்திற்குத்தான் அந்த நிலநடுக்கவியல் வல்லுநர் என்னைத் தன் செலவில் சாப்பிட அழைத்துச் சென்றிருந்தார். அப்போது அதன் பெயர் இன்டர் கான்டினென்டல் என்று இருந்தது. இப்போதும் அந்த ஓட்டலின் மேல் மாடியிலிருந்து கீழே கீட்டோ நகரின் பின்னணியில் பிச்சிஞ்சா எரிமலை அற்புதமாகக் காட்சியளித்தது. அப்போது, *1968* இல் எண்ணெய் இந்த நாட்டுக்கு விமோசனத்தைக் கொண்டு வந்துவிடும் என்று கூறப்பட்டதை நான் நினைவுகூர்ந்தேன். பிறகு, இப்போது கோரியா இருந்த நிலையை நான் அசை போட்டேன்.

அவருடைய மனமாற்றம் குறித்தும் எங்களுடைய அமைப்புக்கு எதிராக அவர் மேற்கொண்டிருந்த நடவடிக்கைக் குறித்தும் நான் அவரை வெறுத்துக் கொண்டிருந்தபோதிலும், அவருடைய நிலையை என்னால் புரிந்து கொள்ள முடிந்தது. தன்னால் ஒருபோதும் பெரிய எண்ணெய் நிறுவனங்களை எதிர்த்து எதுவும் செய்ய முடியாது என்பதையும், சிலவற்றில் சமரசம் செய்து கொண்டு தன் பதவியைத் தக்கவைத்துக் கொண்டு, தான் வெல்ல வாய்ப்பிருந்த சண்டைகளில் மட்டுமே தான் ஈடுபட வேண்டும் என்பதையும் அவர் அறிந்திருந்தார். இல்லையெனில், ஹோன்டுராஸ் அதிபர் செலயாவைப்போலத் தானும் பதவியிலிருந்து தூக்கியெறியப்படுவோம் அல்லது ரோல்டோஸைப்போலப் படுகொலை செய்யப்படுவோம் என்பதை அவர் புரிந்து வைத்திருந்தார். தான் பதவியிலிருந்து அப்புறப்படுத்தப்பட்டால், சிஐஏ தன் கைப்பாவை ஒருவரை அப்பதவியில் அமர வைத்துவிடும் என்பதைப் புரிந்து கொள்கின்ற அளவு அவர் புத்திசாலியாக இருந்தார்.

உண்மையில் கோரியா ஏராளமானவற்றைச் சாதித்திருந்தார். அவர் தொடர்ந்து எட்டு ஆண்டுகள் பதவியில் இருந்து

வந்திருந்தார். அதற்கு முந்தைய பத்து ஆண்டுகளில் அந்த நாட்டை ஏழு அதிபர்கள் ஆண்டிருந்தனர் என்பதைக் கணக்கில் எடுத்துக் கொள்ளும்போது, அதுவே ஒரு சாதனைதான். சமூக நலத் திட்டங்களில் அவர் பெரும் பணத்தை முதலீடு செய்திருந்தார். அரசின் அனைத்துக் கிளைகளும் அனைத்து மக்களுக்கும் நல்லது செய்கின்றனவா என்பதைக் கண்காணிக்கப் புதிய அரசு அமைப்பு ஒன்றை கோரியா உருவாக்கியிருந்தார். லத்தீன் அமெரிக்காவில் அமெரிக்கா வைத்திருந்த மிகப் பெரிய இராணுவத் தளத்தை அவர் துணிச்சலாக இழுத்து மூடினார். எண்ணெய் நிறுவனங்களுடன் போடப்பட்டிருந்த ஒப்பந்த விதிகளை மக்களுக்குப் பயன் தரும் வகையில் அவர் மாற்றியமைத்தார். பல விதங்களில் அவர் ஒரு முன்னுதாரணமாகத் திகழ்ந்தார். அவருடைய ஆட்சிக் காலத்தில், எக்குவடோர் குடிமக்களில் முப்பதாயிரம் பேர் செவ்ரான் எண்ணெய் நிறுவனத்திற்கு எதிராக வழக்குத் தொடர்ந்து அதில் வெற்றியும் பெற்றிருந்தனர்; செவ்ரான் நிறுவனத்திற்கு எக்குவடோர் நீதிமன்றம் ஒன்று 9.5 பில்லியன் டாலர் அபராதம் விதித்தது (அதை எதிர்த்து, அந்நிறுவனம், உலகிலேயே மிகச் சிறந்த வழக்கறிஞர் படையொன்றின் உதவியுடன் மேல் முறையீடு செய்து வாதிட்டுக் கொண்டிருக்கிறது). உலகில் முதன்முறையாக, மனிதச் சட்டங்களால் மாற்றப்பட முடியாத அடிப்படை உரிமை இயற்கைக்கு இருக்கிறது என்று கூறி, இயற்கை உரிமைச் சட்டத்தை கோரியா இயற்றினார். உலக வங்கியின் தகவல்களின்படி, எக்குவடோர் நாட்டில் 2010 இல் 32.8 சதவீதமாக இருந்த வறுமை விகிதம், 2014 இல் 22.5 சதவீதமாகக் குறைந்தது.

எல்லாவற்றையும்விட அவரிடம் என்னைப் பெரிதும் கவர்ந்த அம்சம், பொருளாதாரத்தில் முனைவர் பட்டம் பெற்றிருந்த அந்தப் பொருளாதார வல்லுநர், மேற்கத்தியக் கடன் வல்லுநர்களை எதிர்த்து நின்றதுதான். தான் ஆட்சிக்கு வருவதற்கு முன்பு எக்குவடோரை ஆண்ட ஆட்சியாளர்கள், குறிப்பாக சிஐஏயின் தயவில் ஆட்சிக் கட்டிலில் ஒட்டிக் கொண்டிருந்த சர்வாதிகாரிகள், பெற்றிருந்த அந்நியக் கடன்களின் சட்டபூர்வத்தன்மையைப் பரிசோதிப்பதற்காக ஒரு தணிக்கைக் குழுவைக் கோரியா நியமித்தார். அக்குழு, அந்நியக் கடன்களில் பலவற்றில் 'சட்டத்திற்கு விரோதமான' விஷயங்கள் இடம் பெற்றிருந்ததைக் கண்டுபிடித்தது. எக்குவடோர் தான் வாங்கிய கடனுக்குக் கட்ட வேண்டியிருந்த 30.6 மில்லியன் வட்டித் தொகையைக் கட்டுவதற்குக் கோரியா மறுத்துவிட்டார். உலக வங்கி, ஐஎம்எஃப் மற்றும் வால் ஸ்டீரிட் வங்கிகளை அது சீற்றம் கொள்ளச் செய்தது.

எக்குவடோர் குறிப்பிட்டிருந்த 'சட்டத்திற்கு விரோதமான'

வங்கி விஷயங்கள் அந்நாட்டோடு மட்டும் தொடர்புடையவை அல்ல. அமெரிக்கா உட்பட, உலகின் பல நாடுகளும், உலகில் பெரிதும் மதிக்கப்படுகின்ற சர்வதேச நிதி நிறுவனங்களின் தகிடுதத்தங்களுக்குப் பலியாகியுள்ளன.

அத்தியாயம் 42

பொருளாதார அடியாள் தொடர்பான மற்றொரு வங்கி மோசடி

2014 இல் நிதியுலகம் மற்றோர் ஊழலால் பெரும் ஆட்டம் கண்டது. முன்பு நாம் பார்த்த 'லிபார்' வங்கி ஊழலில் ஈடுபட்ட இரண்டு வங்கிகளும் வேறு சில வங்கிகளும் இதில் மாட்டியிருந்தன. பார்க்லேஸ், சிட்டி குரூப், ஜேபி மோர்கன் சேஸ், ராயல் பேங்க் ஆஃப் ஸ்காட்லாந்து ஆகியவை அந்நிய நாணயங்களின் விலையில் தாம் முறைகேடு செய்திருந்ததாகக் கூறித் தம்முடைய குற்றத்தை ஒப்புக் கொண்டன. அவற்றுக்கு 2.5 பில்லியன் டாலர்கள் அபராதம் விதிக்கப்பட்டது. அடுத்த ஆண்டில் இந்த நான்கு வங்கிகளுக்கும் யூபிஎஸ் வங்கிக்கும் சேர்த்து மேலும் 1.6 பில்லியன் டாலர்கள் அபராதம் விதிக்கப்பட்டது. அது தவிர, பார்க்லேஸ் வங்கிக்குத் தனியாக மேலும் 1.3 பில்லியன் டாலர்கள் அபராதம் விதிக்கப்பட்டது.

2007 ஆம் ஆண்டிலிருந்து, வங்கிகள் 'தாதா' கும்பல்களைப்போலச் செயல்பட்டு வந்திருந்தன. 'கொள்ளையர் கூட்டம்', 'மாஃபியா கும்பல்' போன்ற பட்டப்பெயர்களால் அவை அழைக்கப்பட்டன.

அமெரிக்க அட்டார்னி ஜெனரல் லோரெட்டா லின்ச், வங்கிகளின் இச்செயல்களைக் கூட்டுக் கள்ளத்தனம் என்றும், சதித்திட்டங்கள் என்றும் வர்ணித்தார். கொள்ளை இலாபங்கள் ஈட்டிக் கொண்டிருக்கும்வரை, சதித்திட்டங்கள், கூட்டுக் கள்ளத்தனங்கள், நியாயமற்ற நடைமுறைகள், மோசடிகள் போன்ற எதுவுமே தவறில்லை என்பதைத்தான் வங்கிகளின் மோசடிச் செயல்கள் நிரூபித்துள்ளன.

வங்கி ஊழல்கள் பற்றிய கட்டுரைகளை நான் வாசித்தபோது,

மீண்டும் என்னுள் குற்றவுணர்வு தலைதூக்கியதை என்னால்
கட்டுப்படுத்த முடியவில்லை. நாற்பதாண்டுகளுக்கு முன்பு
நான் செய்திருந்த காரியங்கள், இன்று தலைதூக்கியுள்ள ஊழல்
பெருவெள்ளத்திற்கு வித்திட்டிருக்க வேண்டும் என்ற சந்தேகத்தை
என்னால் தூக்கியெறிய முடியவில்லை. நான் அக்கட்டுரைகளை
மேலும் படிக்கப் படிக்க, என்னுடைய குற்றவுணர்வு கோபமாக
மாறியது.

நான் செய்திருந்த காரியங்கள் இவற்றுக்கு வித்திட்டிருந்தன
என்பது உண்மைதான் என்றாலும், பொருளாதார
அடியாட்களாகிய நாங்கள் நடந்து கொண்டிருந்த விதங்களுக்கும்
நவீன வங்கியாளர்களின் இரக்கமற்ற, அடாவடித்தனமான
நடவடிக்கைகளுக்கும் இடையே மலையளவு வித்தியாசங்கள்
இருந்ததை நான் கவனிக்கத் தவறவில்லை. எங்களுடைய
காலத்தில் கடனை நியாயப்படுத்த நாங்கள் அரும்பாடு பட
வேண்டியிருந்தது. நாங்கள் குறி வைத்திருந்த நாடுகளில், நாங்கள்
முன்மொழிந்த திட்டங்கள் பொருளாதார வளர்ச்சிக்கு வித்திடும்
என்பதை நிரூபிப்பதற்காக நாங்கள் கடுமையாக உழைத்து
நுட்பமான பொருளாதாரக் கணிப்பீட்டு மாதிரிகளை உருவாக்க
வேண்டியிருந்தது. அத்திட்டங்கள் நன்மை பயப்பவை என்று
நாங்கள் அந்நாட்டு மக்களை நம்ப வைக்க வேண்டியிருந்ததோடு,
எங்களை நாங்களே நம்ப வைக்க வேண்டியிருந்தது. ஆனால்
இந்த நவீனப் பொருளாதார அடியாட்களுக்குத் தங்களுடைய
செயல்களை நியாயப்படுத்த வேண்டிய தேவை எதுவும்
இருக்கவில்லை. அவர்கள் அதை அப்பட்டமாகச் செய்தனர்.
அவர்கள் சட்டத்திற்குக் கீழ்ப்படிய மறுத்தனர். அவர்கள் ஈவு
இரக்கமின்றி நடந்து கொண்டனர். கொள்ளைக்காரர்களாகவும்
மாஃபியா கும்பல்களாகவும் செயல்பட்ட அவர்கள்,
அப்பாத்திரங்களை வகிப்பதில் களிப்புற்றனர், அதைப் பற்றிப்
பெருமையுடன் தம்பட்டம் அடித்துக் கொண்டனர். மற்ற
அனைவரையும் சுரண்டுவதில் பெருமை கொண்டிருந்த இப்புதிய
இனத்தின் நடத்தை என்னை அதிர்ச்சிக்குள்ளாக்கியதோடு,
எனக்குக் கடும் கோபமும் ஏற்படுத்தியது.

என் கோபம் வெறும் வங்கியாளர்கள் மேல் மட்டும்
இருக்கவில்லை என்பதை நான் மெதுவாக உணர்ந்தேன்.
வங்கியாளர்களைக் கண்காணிக்கின்ற பொறுப்பில்
இருந்தவர்கள்மீதும் என் கோபம் பாய்ந்தது. குறைந்தபட்சம், ஐந்து
ஆண்டுகளாக, வங்கியாளர்களின் இச்சதித்திட்டங்கள் எந்தத்
தடையுமின்றி அமர்க்களமாக அரங்கேறிக் கொண்டிருந்தன.
யார் இவர்களைக் கண்காணித்துக் கொண்டிருந்தார்கள்?
கண்காணிப்பின்மையானது, அரசு அமைப்புகள் அனைத்திலும்

நீக்கமற ஊடுருவியுள்ள 'தீயவற்றைப் பார்க்காதே, தீயவற்றைக் கேட்காதே, தீயவற்றைப் பேசாதே!' என்ற மனப்போக்கிற்கான உறுதியான சான்றாக விளங்கியது. பொருளாதார அடியாள் அமைப்புமுறையின் மற்றோர் அம்சம் அது. அதிகாரப் பீடங்களில் இருப்பவர்கள், சமூகத்தின்மீதும் சுற்றுச்சூழலின்மீதும் தாங்கள் ஏற்படுத்துகின்ற தாக்கம் குறித்த அக்கறையின்றி இலாபத்தை மட்டுமே குறியாகக் கொண்டிருக்கின்ற வங்கிகளுக்கும் பெருநிறுவனங்களுக்கும் உதவுவதற்கு எதை வேண்டுமானாலும் செய்வதற்குத் தங்களுக்கு முழு உரிமை இருப்பதாக நம்புகின்றனர்.

தப்பித்தவறிக் கண்டுபிடிக்கப்படும் குற்றங்களுக்கு வழங்கப்படுகின்ற உச்சபட்ச தண்டனையும், அரசுக்கும் பெருநிறுவனங்களுக்கும் இடையே நிலவுகின்ற இந்தக் கள்ளத்தொடர்பைப் பற்றித் தெளிவாக எடுத்துரைக்கிறது. லிபார் ஊழல் விவகாரத்தில் வங்கிகளுக்கு விதிக்கப்பட்ட 14 பில்லியன் டாலர் தொகை, முதல் பார்வைக்கு ஒரு பெரிய தொகைபோலத் தெரியக்கூடும். ஆனால் அதை நன்றாக அலசி ஆராய்ந்தபோது, அந்த வங்கிகளின் சொத்துகளோடு ஒப்பிடுகையில் அந்த அபராதத் தொகை அற்பமானதே என்பது எனக்குப் புலப்பட்டது. இதைவிட மோசமான விஷயம் என்னவென்றால், ஒரே ஒரு வங்கி அதிகாரிகூட இதில் குற்றம் சாட்டப்படவில்லை. ஒருவர்கூட!

அமெரிக்கப் பொதுமக்கள், தாங்கள் சுரண்டப்பட்டுக் கொண்டிருக்கிறோம் என்ற பிரக்ஞைகூட இல்லாமல் இருப்பது எனக்கு உண்மையிலேயே ஆச்சரியம் ஏற்படுத்தியது. 1970களில் நான் ஏமாற்றியிருந்த நாடுகளில் நிலவிய 'கண்டும் காணாமல் இருத்தல்' போக்கை ஒத்ததுதான் அமெரிக்கர்களின் இந்த மனப்போக்கு. வங்கிகள் வெளியே தெரியாமல் நடத்துகின்ற மோசடிகள் ஒரு புறம் இருக்க, நம்மைச் சுரண்ட அவர்கள் வெளிப்படையாகக் கடைபிடிக்கின்ற பல நடவடிக்கைகளை, விரைவில் நாம் வழமையான நடைமுறைகள் என்று ஏற்றுக் கொள்வது குறித்து எங்கே போய் முட்டிக் கொள்வது? அமெரிக்க ஒன்றிய அரசும் மாநில அரசுகளும் பொதுக் கல்விக்கு ஒதுக்கிக் கொண்டிருந்த நிதிகளைக் கடுமையாகக் குறைத்ததன் விளைவாக விண்ணளவு உயர்ந்த கல்விக் கடன்கள், தேசிய அளவில் பற்றாக்குறையாக இருக்கின்ற அரசாங்க மருத்துவக் கவனிப்பு மற்றும் அரசின் காப்பீட்டுத் திட்டங்கள், சம்பள தினத்தன்று வசூலிக்கப்படுகின்ற விதத்தில் கொடுக்கப்படுகின்ற கந்துவட்டிக் கடன்கள், எண்ணற்றோரை வஞ்சித்து ஒரு சில பணக்காரர்களுக்கு மட்டும் சலுகைகளை வழங்குகின்ற சட்ட விதிகள், உள்ளூர் வேலைகளைப் பிற நாடுகளுக்கு ஏற்றுமதி செய்தல் போன்றவை அவற்றில் அடங்கும். "எங்களுடைய இலக்கை அடைய எதை

வேண்டுமானாலும் நாங்கள் செய்வோம்," என்ற முழக்கம் வங்கிகளின் நிர்வாக அறைகளிலிருந்து பாராளுமன்ற அவைகள் வரை எதிரொலிக்கின்றது.

2015 இல் வெளிச்சத்திற்கு வந்த, 'ஃபிஃபா' என்று சுருக்கமாக அழைக்கப்படுகின்ற, பன்னாட்டுக் கால்பந்துச் சங்கக் கூட்டமைப்பில் நடைபெற்றிருந்த பெரிய ஊழல் மூலம் இது விளையாட்டுத் துறைக்குள்ளும் நுழைந்தது. பொருளாதார அடியாள் அமைப்புமுறை விளையாட்டுத் துறை உட்பட, சமூகத்தின் அனைத்து அம்சங்களிலும் ஊடுருவியிருந்தது. இந்தப் பன்னாட்டுக் கூட்டமைப்பின் தலைவர்கள்மீது அமெரிக்க நீதித் துறை பல ஊழல் குற்றங்களைச் சுமத்தியது. அவற்றில் பல, பொருளாதார அடியாட்கள் பயன்படுத்தி வந்த உத்திகளாகும். மோசடி, இலஞ்சம் கொடுத்தல், பணச்சலவை, போன்றவை அவற்றில் அடங்கும். இவையனைத்தும் வங்கிகளின் ஒத்துழைப்புடன் அரங்கேறியிருந்தன. அந்த அமைப்பில் நடைபெற்றுக் கொண்டிருந்த ஊழல்கள் கிட்டத்தட்ட இருபது ஆண்டுகளாகக் கட்டுப்படுத்தப்படாமல் விடப்பட்டிருந்தன. பல நாடுகளின் குடிமக்களின் வரிப் பணம் சூறையாடப்பட்டிருந்த அந்த ஊழலில், செல்வாக்குமிக்க ஒரு சில பணக்காரர்கள் மட்டுமே பயனடைந்திருந்தனர்.

முதலில் அமெரிக்க நீதித் துறை நடவடிக்கை எடுத்திருந்தது குறித்து நான் மகிழ்ச்சியடைந்தேன். விஷயங்கள் சரியான பாதையில் சென்று கொண்டிருந்ததுபோலத் தோன்றின. கண்காணிப்பாளர்கள் இறுதியில் ஒருவழியாகக் கண்விழித்துவிட்டிருந்தனர். பிறகு இதில் இடம் பெற்றிருந்த இன்னோர் அம்சத்தை நான் கவனித்தேன்.

ஃபிஃபாமீது எடுக்கப்பட்ட நடவடிக்கை வெறும் கண்துடைப்பு என்பது எனக்குப் புரிந்தது. உண்மையான குற்றவாளிகள் உலகளாவிய பொருளாதாரத்தைத் திருடிக் கொண்டிருந்த சமயத்தில், வாழ்க்கையின் அவசியமற்ற ஓர் அம்சமான விளையாட்டின்மீது ஊடகங்களின் கவனம் திசை திருப்பப்பட்டிருந்தது. ஃபிஃபா ஊழலில் ஈடுபட்ட அதிகாரிகள் கைகளில் விலங்குகளுடன் அழைத்துச் செல்லப்பட்டுக் கொண்டிருந்தபோது, அதில் தொடர்புடைய வங்கி அதிகாரிகள் தங்களுக்குத் தாங்களே மிக அதிகமான போனஸ் தொகைகளை வழங்கிக் கொண்டிருந்தனர். தாங்கள் குற்றம் செய்திருந்ததாக ஒப்புக் கொண்ட வங்கி அதிகாரிகள் ஏன் கைது செய்யப்படவில்லை?

இதற்கான வெளிப்படையான விடை, வங்கி அதிகாரிகள் பெருநிறுவனத்துவத்தின் உறுப்பினர்களாக இருந்தனர், ஃபிஃபா அதிகாரிகள் அப்படி இருக்கவில்லை என்பதுதான். வங்கிகள்

பெரும் செல்வம் படைத்தவை, செல்வாக்கு மிக்கவை. நம்மால் தேர்ந்தெடுக்கப்பட்டுள்ள ஆட்சியாளர்கள், நமக்குச் சேவை புரிவதற்காக நியமிக்கப்பட்டுள்ள கண்காணிப்பாளர்கள், உண்மைகளை நமக்கு வெளிச்சம் போட்டுக் காட்ட வேண்டிய பொறுப்பில் இருக்கின்ற ஊடகவியலாளர்கள் ஆகியோரை வங்கிகளால் எளிதாக வளைத்துப் போட முடியும்.

என் சிந்தனை மீண்டும் என்னுடைய பேராசிரியர் ஹோவர்டு ஸின்னின் பக்கம் சென்றது. அரசியலதிகாரத் தரகர்களின் ஆதிக்கம் நாளுக்கு நாள் வளர்ந்து கொண்டிருந்ததைப் பற்றி நாங்கள் ஒரு முறை உரையாடினோம். அப்போது அவர், "நாம் வாக்களித்துத்தான் நம்முடைய அரசியல்வாதிகளைத் தேர்ந்தெடுக்கிறோம் என்றாலும், அவர்கள் நாம் கூறுகின்ற எதையும் காது கொடுத்துக் கேட்பதில்லை. அவர்களுடைய தேர்தல் பிரச்சாரங்களுக்குப் பெட்டிப் பெட்டியாகப் பணம் பெற்றுக் கொடுக்கின்ற பெருநிறுவன அரசியலதிகாரத் தரகர்களின் கட்டளைகளுக்குத்தான் அவர்கள் அடிபணிகின்றனர்," என்று என்னிடம் கூறினார். நானும் அதே போன்ற காரியங்களில் ஈடுபட்டிருந்ததை அவர் சுட்டிக்காட்டினார். "நீங்கள் உலக வங்கிக்குக் கீழ்ப்படிந்து நடந்தீர்கள்," என்று கூறிவிட்டு, அவர் ஒரு சில நொடிகள் மௌனமாக இருந்தார். பிறகு, "உலக வங்கி உலகின் வறுமையை ஒழிக்க விரும்பியது என்று நீங்கள் உண்மையிலேயே நினைத்தீர்களா?" என்று கேட்டார்.

1967 இல் நான் வணிகக் கல்லூரியில் படித்துக் கொண்டிருந்தபோது, உலக வங்கியின் அலுவலகத்தின் வாசலில் நான் நின்று கொண்டிருந்ததுபோல நான் கற்பனை செய்தேன். அக்கட்டடத்தின் நுழைவாயிலில், "வறுமையற்ற ஓர் உலகை உருவாக்கும் முயற்சியில்!" என்ற அதன் இலட்சிய வாசகம் பொறிக்கப்பட்டிருந்தது. அந்த வார்த்தைகளை நான் மனதார நம்பினேன். ஆனால், அந்த நம்பிக்கை ஒரு குறுகிய காலம் மட்டுமே நிலைத்தது. ஏனெனில், ஒரு சில ஆண்டுகளிலேயே, அந்த வங்கியின் பணியுடைய ஏமாற்றுத்தன்மையின் ஒரு குறியீடுதான் அந்த வாசகம் என்பதை நான் கண்டறிந்தேன்!

இந்நூலின் முதல் பதிப்பு வெளியானதிலிருந்து நான் ஏகப்பட்ட விவாதங்களில் கலந்து கொண்டுள்ளேன். அவற்றில் பலவற்றில், வளர்ச்சி தொடர்பான பணிகளில் ஈடுபட்டிருந்த அதிகாரிகள் உலக வங்கியின் செயல்களை நியாயப்படுத்தக் கடுமையாக முயன்றனர். உலக வங்கியின் செயல்பாடுகள் வறுமை ஒழிப்பில் பெரும் பங்காற்றியுள்ளன என்று அவர்கள் வாதிடுவர். ஆனால் உண்மையான புள்ளிவிபரங்கள் முற்றிலும் வேறுபட்டக் கதையையே கூறுகின்றன.

சமீபத்தில் வெளிவந்த ஆக்ஸ்ஃபாம் அறிக்கையின்படி, உலகின் மொத்தச் செல்வத்தில் பாதி வெறும் 1 சதவீத மக்களின் கைகளில் இருக்கிறது; உலக மக்களில் எழுபது சதவீதத்தினர், கடந்த முப்பது ஆண்டுகளில் பொருளாதாரச் சமத்துவமின்மை அதிகரித்துள்ள நாடுகளில் வசித்துக் கொண்டிருக்கின்றனர். உலக வங்கியின் திட்டங்களை நான் கூவி விற்ற அர்ஜென்டீனா, கொலம்பியா, எகிப்து, இந்தோனேசியா போன்ற நாடுகளிலுள்ள சேரிகளில் வசித்துக் கொண்டிருக்கின்ற மக்களின் கைகளில் இன்று அலைபேசிகள் இருக்கலாம்; அதை வைத்து, அவர்கள் வறுமையிலிருந்து மீண்டுவிட்டார்கள் என்று கூறிவிட முடியாது. நான் பொருளாதார அடியாளாகச் செயல்பட்டக் காலத்திற்கும் இப்போதைக்கும் இடைப்பட்டக் காலத்தில் அவர்களின் நிலைமை மோசமடைந்துதான் உள்ளதே தவிர மேம்படவில்லை. உலக வங்கியின் புள்ளிவிபரப்படியே, 2011 இல் சுமார் 2.2 பில்லியன் மக்கள் கடுமையான வறுமையில், ஒரு நாளுக்கு வெறும் 2 டாலர்களுக்கும் குறைவாகச் சம்பாதித்துக் கொண்டு வாழ்க்கையை ஓட்டிக் கொண்டிருக்கிறார்கள். அதே நேரத்தில், உலக மக்களை வறுமையின் கோரப் பிடியிலிருந்து மீட்பதற்காகப் பன்னாட்டு நிறுவனங்களுக்குப் பல பில்லியன் டாலர்கள் ஒதுக்கப்படுகின்றன. மக்கட்தொகைப் பெருக்கத்தின் காரணமாகவும், பொதுவான வாழ்க்கைத் தர மேம்பாட்டின் காரணமாகவும், வறுமைக்கோட்டிற்குக் கீழே இருப்பவர்கள் என்று அழைக்கப்படுபவர்களின் சதவீதம் குறைந்துள்ளது என்றாலும், எண்ணிக்கையின் அடிப்படையில் அந்த எண்ணிக்கை அதிகரித்தே உள்ளது.

கடந்த முப்பது ஆண்டுகளில் மட்டும் உலகின் மிக ஏழை நாடுகள், தாங்கள் வாங்கியிருந்த 540 பில்லியன் டாலர்கள் கடனுக்கு, வட்டியும் முதலுமாகச் சேர்த்து இதுவரை 550 பில்லியன் டாலர்கள் பணத்தைக் கட்டியிருக்கின்றன. ஆனால் இக்கடன்களில் இன்னும் கட்டப்படவிருக்கின்ற பாக்கித் தொகை 523 பில்லியன் டாலர்களாகும். இந்நாடுகள் தங்களுடைய மக்களின் கல்வி மற்றும் மருத்துவத்திற்குச் செலவிடுகின்ற தொகையைவிட அவை கட்டிக் கொண்டிருக்கின்ற கடன் தவணைத் தொகை அதிகம். அந்நாடுகள் பெற்றுக் கொண்டிருக்கின்ற அந்நிய நிதியுதவியைப்போல இருபது மடங்கு தொகையை அவை கடன் தவணைகளுக்குச் செலவழித்துக் கொண்டிருக்கின்றன. அது மட்டுமல்லாமல், உலக வங்கியின் பணித்திட்டங்கள் ஏழை மக்களுக்குப் பெரும் துயரங்களையும் கொண்டுவந்துள்ளன. கடந்த பத்து ஆண்டுகளில் மட்டும் இது போன்ற பணித்திட்டங்களின் காரணமாக 3.4 மில்லியன் மக்கள் தங்களுடைய வசிப்பிடங்களிலிருந்து

வலுக்கட்டாயமாக வெளியேற்றப்பட்டுள்ளனர்; இந்நாடுகளில், உலக வங்கியின் பணித்திட்டங்களை எதிர்த்தவர்கள் அடித்து நொறுக்கப்பட்டுள்ளனர், சித்திரவதை செய்யப்பட்டுள்ளனர், கொல்லப்பட்டும் உள்ளனர்.

நானும் என்னுடைய சக பொருளாதார அடியாட்களும் பெருநிறுவனங்களின் முதலாளித்துவ சாம்ராஜ்ஜியத்தை விரிவுபடுத்துவதற்குத் தேவையான அனைத்துக் காரியங்களையும் செய்துள்ளோம். அதுதான் உலக வங்கியின் உண்மையான இலக்கு. அதன் வாசலில் பொறிக்கப்பட்டுள்ள வாசகம் வெறும் கபட நாடகம். அரசு அதிகாரிகள் நாங்கள் அளிக்க முன்வந்த கடன்களைப் பெற்றுக் கொண்டு, நாங்கள் பரிந்துரைத்த நிறுவனங்களை அமர்த்திக் கட்டமைப்புகளை உருவாக்கவும், அவர்களுடைய இராணுவத்திற்குப் பயிற்சியளிப்பதற்கு எங்களுக்குப் பெரும் பணம் கொடுக்கவும் முன்வராவிட்டால், அவர்களுடைய குடிமக்களைக் கம்யூனிச சர்வாதிகாரிகள் ஆண்டு கொண்டிருப்பர் என்று நாங்கள் அவர்களை நம்ப வைத்தோம்; நவீன அமெரிக்காவைப் போன்ற வளர்ச்சியை அவர்களும் பெறுவதற்குப் பெருநிறுவன முதலாளித்துவம் உறுதுணையாக இருக்கும் என்று நாங்கள் அவர்களிடம் வலியுறுத்தினோம்.

இன்று உலக வங்கி மட்டுமல்லாமல் தனியார் வங்கிகளும் பொருளாதார அடியாள் அமைப்புமுறையைப் பயன்படுத்திக் கொண்டிருக்கின்றன. வெற்றி என்பது உங்களுடைய சமூகத்திற்கு நீங்கள் ஆற்றும் பங்களிப்பு அல்ல, மாறாக, தனிப்பட்டச் சொத்துகளைக் குவிப்பதுதான் என்று இந்தத் தனியார் வங்கியாளர்களும் அவர்களுடைய பெருநிறுவன சகாக்களும் மக்களை நம்ப வைத்துக் கொண்டிருக்கின்றனர். அதோடு, அரசின் கட்டுப்பாடுகளின் தளர்வும் தனியார்மயமாக்கலும் மக்களைப் பாதுகாக்கின்றன என்றும், அரசின் மக்கள் நலத் திட்டங்கள் வீணானவை என்றும், மாளிகை போன்ற வீடுகளில் வசிக்கின்ற, சொகுசு விமானங்களில் பறக்கின்ற, ஆடம்பரக் கப்பல்களில் பயணிக்கின்ற செல்வந்தர்கள்தாம் உதாரண புருஷர்கள் என்றும் அவை மக்களை நம்ப வைக்க முயன்று கொண்டிருக்கின்றன.

இந்த வஞ்சகங்களை நம்மில் பெரும்பாலானோர் ஏன் ஏற்றுக் கொள்கிறோம் என்பதைப் பேராசிரியர் ஹோவர்டு புரிந்து வைத்திருந்தார். செழிப்பு என்ற பொறிக்குள் மாட்டிக் கொண்டிருக்கின்ற மத்திய வர்க்கம், தாங்கள் சம்பாதித்து வைத்துள்ளவற்றை இழக்க விரும்பாத காரணத்தால், வேறு எதைக் குறித்தும் அலட்டிக் கொள்ளாத மனப்போக்கை வளர்த்து கொள்கின்றனர் என்று அவர் கூறினார். ஆனால் ஏழைகளோ, தங்களுடைய ஆற்றல் முழுவதையும் உயிர்

பிழைத்திருத்தலில் கொட்டிக் கொண்டிருப்பதால், வேறு எதையும் குறித்த அக்கறையின்றி, விட்டேத்தியான மனோபாவத்துடன் இருக்கின்றனர்.

இவை அனைத்தையும், புதிதாக உருவாகியிருக்கின்ற நவீனப் பொருளாதார அடியாட்கள் சாமர்த்தியமாகக் கையாண்டு கொண்டிருக்கின்றனர்.

🌐 அத்தியாயம் 43

பொருளாதார அடியாட்களின் நவீன அவதாரங்கள்

*1970*களில், பொருளாதாரரீதியாக வளர்ச்சியடைந்து கொண்டிருந்த நாடுகள் ஊழல்களின் உறைவிடங்களாகக் கருதப்பட்டன. எங்களைப் போன்றவர்கள் சத்தம் போடாமல் எங்களுடைய வேலைகளைச் செய்து வந்தோம். ஆனால் பொதுவாக, லத்தீன் அமெரிக்கா, ஆப்பிரிக்கா மற்றும் ஆசிய நாடுகளைச் சேர்ந்த அரசு அதிகாரிகள் ஊழல்களில் திளைத்துக் கொண்டிருந்தனர் என்று எல்லோரும் நினைத்துக் கொண்டிருந்தனர். ஒரு கற்றைப் பணம் வாங்கிக் கொண்டு அரசு தொடர்பான காரியங்களை முடித்துக் கொடுக்கின்ற நபர்களாக லத்தீன் அமெரிக்க நாடுகளைச் சேர்ந்த அரசியல்வாதிகள் ஊடகங்களிலும் திரைப்படங்களிலும் சித்தரிக்கப்பட்டிருந்தனர். மறுபுறம், அமெரிக்கா, குறைந்தபட்சம் பெருமளவுக்கு ஊழலுக்கு அப்பாற்பட்ட ஒன்றாகச் சித்தரிக்கப்பட்டது.

அது அடியோடு மாறிப் போனது. நான் பொருளாதார அடியாளாகச் செயல்பட்டுக் கொண்டிருந்த நாட்களில், சட்டத்திற்குப் புறம்பானவை என்றும், ஏற்றுக் கொள்ளத்தக்கவை அல்ல என்றும், ஒழுக்கக்கேடானவை என்றும் கருதப்பட்ட நடவடிக்கைகள் இன்று பரவலாக ஏற்றுக் கொள்ளப்பட்டவையாக ஆகியுள்ளன. இன்று, அவை வார்த்தை ஜாலங்களால் பூசி மறைக்கப்பட்டிருக்கலாம். ஆனால் அடியாழத்தில் அதே பழைய உத்திகள்தாம் தொழிலுலகிலும் அரசாங்கத்தின் உயர்மட்டங்களிலும் பரவலாகப் பயன்படுத்தப்பட்டு வருகின்றன. அச்சுறுத்தல்கள், இலஞ்சம், திரிக்கப்பட்டுள்ள அறிக்கைகள், மிரட்டல்கள் போன்றவை அவற்றில் அடங்கும்; சில சமயங்களில் வன்முறைகள் பிரயோகிக்கப்படுவதும் உண்டு. பொருளாதார அடியாட்கள்

எல்லா இடங்களிலும் நீக்கமற நிறைந்திருக்கின்றனர். வெள்ளை மாளிகையின் தாழ்வாரங்களிலிருந்து அமெரிக்கக் காங்கிரஸ்வரை, வால் ஸ்டிரீட்டிலிருந்து பெருநிறுவனங்களின் நிர்வாகக் குழுச் சந்திப்புக்கூட்ட அறைகள்வரை அனைத்து இடங்களிலும் அவர்கள் வலம் வந்து கொண்டிருக்கின்றனர். மேல்மட்டத்தில் ஊழல் என்பது சட்டபூர்வமானதாக ஆக்கப்பட்டுவிட்டது. ஏனெனில், பெருநிறுவனங்களைச் சார்ந்த பொருளாதார அடியாட்கள்தாம் சட்டவரைவுகளை மேற்கொள்கின்றனர், அவற்றை நிறைவேற்றுகின்ற அரசியல்வாதிகளின் தேர்தல் பிரச்சாரங்களுக்கு அந்நிறுவனங்கள்தாம் நிதியுதவி அளிக்கின்றன.

நான் கடைசி முறையாகப் பேராசிரியர் ஹோவர்டைச் சந்தித்தபோது, நவீனப் பொருளாதார அடியாட்கள் பற்றிக் கூடுதலாக எப்படித் தெரிந்து கொள்வது என்று நான் அவரிடம் கேட்டேன். அதற்கு அவர், "டாம் டாஷ்லே, கிறிஸ் டாட் போன்ற அரசியல்வாதிகளைப் படியுங்கள்," என்று அறிவுறுத்தினார்.

அவர் உயிரோடு இருந்தவரை அவருடைய கூற்றை நான் தீவிரமாக எடுத்துக் கொள்ளவில்லை. ஆனால், நான் இப்புத்தகத்தை எழுதிக் கொண்டிருந்தபோது அவர்களைப் பற்றி ஆராய்ந்தபோதுதான், பேராசிரியர் ஹோவர்டு, எந்த விஷயத்தை எந்த இடத்தில் தேட வேண்டும் என்பதைத் துல்லியமாக அறிந்து வைத்திருந்தார் என்பதை நான் புரிந்து கொண்டேன்.

டாம் டாஷ்லேக்கும் கிறிஸ் டாட்டுக்கும் இடையே ஏராளமான ஒற்றுமைகள் இருந்தன. அவர்கள் இருவருமே அமெரிக்க செனட்டில் நீண்டகாலம் பணியாற்றியவர்கள். டாம் டாஷ்லே 1987 ஆம் ஆண்டிலிருந்து 2005 ஆம் ஆண்டுவரையும், கிறிஸ் டாட் 1981 ஆம் ஆண்டிலிருந்து 2011 ஆம் ஆண்டுவரையும் செனட்டில் வேலை செய்தனர். அவர்கள் இருவருமே அமெரிக்க ஜனநாயகக் கட்சியில் வேகமாக வளர்ந்து வந்து கொண்டிருந்தனர். கிறிஸ் டாட், ஒரு சில முக்கியமான உயர்மட்ட அரசுக் குழுக்களில் இடம் பெற்றிருந்ததோடு, அதிபர் பதவிக்கான வேட்பாளராகவும் இருந்தார். அவர்கள் இருவராலும் அமெரிக்க அதிபரை எளிதாக நெருங்க முடிந்தது; பல நாடுகளின் தலைவர்களோடும் பன்னாட்டு நிறுவனங்களின் தலைவர்களோடும் அவர்கள் தொடர்பில் இருந்தனர்.

அவர்கள் இருவருமே வழக்கமான வாஷிங்டன் அரசியல்வாதிகளைப்போலன்றி, மக்களுடைய நலனில் அக்கறை கொண்டிருந்தனர். டாஷ்லே தன்னுடைய ஆரம்பகாலப் பிரச்சாரங்களின்போது ஒரு பழைய காரை ஓட்டித் திரிந்து கொண்டிருந்தார். டாட், அரசியலதிகாரத் தரகர்களின் பேராசைமிக்கச் சந்தர்ப்பவாதங்களுக்குத் தான் ஒருபோதும்

பலியாகப் போவதில்லை என்று உறுதியளித்தார். ஆனால் இறுதியில், அவர்கள் இருவருமே தங்களுடைய வாக்காளர்களுக்கு நம்பிக்கைத் துரோகம் இழைத்தனர், தாங்கள் கவனமாக வளர்த்து வந்திருந்த பிம்பத்தைக் காற்றில் பறக்கவிட்டனர். இப்போது அவர்கள் ஒரு புதிய, நவீன, ஆபத்தான பொருளாதார அடியாட்கள் கும்பலைப் பிரதிநுதப்படுத்திக் கொண்டிருக்கின்றனர்.

செனட்டைவிட்டு விலகியதும், டாஷ்லே ஒரு சட்ட நிறுவனத்தில் சேர்ந்தார். மருத்துவச் சேவை தொடர்பான அரசியலதிகாரத் தரகு வேலைகளில் ஈடுபட்டுள்ள அந்நிறுவனம், அவற்றின் மூலம் மில்லியன் கணக்கில் இலாபம் சம்பாதித்து வருகிறது. ஆண்டுக்கு இரண்டு மில்லியன் டாலர்கள் சம்பளத்தை அந்நிறுவனம் டாஷ்லேவுக்குக் கொடுத்து வருகிறது. அரசியலதிகாரத் தரகர் என்ற பெயர் தன்னோடு ஒட்டிக் கொண்டுவிடாமல் இருப்பதற்காக அவர் தன்னை அரசியல் ஆலோசனையாளர் என்று அழைத்துக் கொள்கிறார்.

2013 இல், வங்கதேசத்தில் ஓர் ஆடைத் தயாரிப்புத் தொழிற்சாலைக் கட்டடம் இடிந்து விழுந்ததில் 1,100 பேர் கொல்லப்பட்டனர். அதில் டாஷ்லே நேரடியாகச் சம்பந்தப்பட்டிருக்கவில்லை என்றாலும், அவருடைய சட்ட நிறுவனம் அதில் தொடர்பு கொண்டிருந்தது. குறைவான ஊதியம் பெறுகின்ற ஏழைத் தொழிலாளர்களைப் பாதுகாப்பதை நோக்கமாகக் கொண்ட, சட்டபூர்வமான பாதுகாப்புச் சீர்திருத்தங்களை வங்கதேச அரசு நடைமுறைப்படுத்தியதை டாஷ்லேயின் சட்ட நிறுவனம் எதிர்த்தது. விபத்துகள் நேரும் பட்சத்தில், அந்த வேலைகளை வங்கதேச மக்களுக்குக் கொடுத்திருந்த அமெரிக்க நிறுவனங்கள் அளிக்க வேண்டிய நஷ்ட ஈட்டுத் தொகையைக் கணிசமாகக் குறைப்பதற்கு, அரசியலதிகாரத் தரகு வேலைகளில் அந்நிறுவனம் ஈடுபட்டிருந்தது. இதில் வேறு பல செனட்டர்களும் சேர்ந்து கொண்டனர். டாஷ்லேயின் சட்ட நிறுவனம் பிரதிநுதப்படுத்தியவர்களில், இடிந்து விழுந்திருந்த தொழிற்சாலைக்கு வேலைகளை அளித்திருந்த நிறுவனமும் ஒன்று.

இதே கதைதான் டாட் விஷயத்திலும் நடந்தது. தான் நேர்மையானவர் என்ற பிம்பத்தை வளர்த்திருந்த அவர், அதிபர் பதவிக்குப் போட்டியிட்டபோது, நிதிச் சேவைத் துறையிலிருந்து ஏகப்பட்ட நன்கொடைகளைப் பெற்றார். 2011 இல் ஓர் அமெரிக்க நிறுவனத்தின் முதன்மை அரசியலதிகாரத் தரகராக அவர் பதவியேற்றுக் கொண்டார்.

பேராசிரியர் ஹோவர்டு காட்டியிருந்த பாதையை நான் பின்பற்றிச் சென்றேன். ஜனநாயகக் கட்சியைச் சேர்ந்தவர்கள்

மட்டும் இப்படிப் பல்டி அடித்திருக்கவில்லை. குடியரசுக் கட்சியைச் சேர்ந்த ஜான் ஆஷ்கிராஃப்ட், பாப் டோல், நியூட் கிங்ரிச், பில் கிராம், சக் ஹேகல், டிரென்ட் லாட், வாரன் ருட்மேன் மற்றும் பலர் இப்படிச் செய்திருந்தனர். அமெரிக்கப் பிரதிநிதிகள் சபையில் பணியாற்றிக் கொண்டிருந்தவர்களில் சிலர் பின்னர் நேரடியாகப் பொருளாதார அடியாட்களாக மாறிப் போயினர்.

சட்ட நிறுவனங்களில் வேலைக்குச் சேர்ந்த அவர்களில் பெரும்பாலானோர் தங்களை அரசியலதிகாரத் தரகர்கள் என்று அழைத்துக் கொள்வதில்லை. பொருளாதார அடியாள் வேலையைச் செய்து கொண்டிருந்த நான் எப்படி என்னை முதன்மைப் பொருளாதார வல்லுநர் என்று அழைத்துக் கொண்டேனோ, அதுபோல, அவர்கள் தங்களை ஆலோசகர்கள் என்றும், அறிவுரையாளர்கள் என்றும் கூறிக் கொண்டனர். ஆனால் அவர்களின் உண்மையான வேலை, பணக்காரர்களை மேலும் பணக்காரர்களாகவும் ஏழைகளை மேலும் ஏழைகளாகவும் ஆக்குகின்ற கொள்கைகளுக்கு அரசாங்கங்களையும் பொதுமக்களையும் ஒப்புக் கொள்ள வைப்பதுதான். பெருநிறுவனத்துவத்திற்கு ஆதரவாகச் செயல்படுவதற்காகவும், பெருநிறுவன சாம்ராஜ்ஜியத்தை விரிவுபடுத்துவதற்கு உதவுவதற்காகவும், சவப் பொருளாதாரத்தை உலகெங்கும் பரப்புவதற்காகவும் அவர்களுக்குப் பெரும் பணம் அளிக்கப்படுகிறது. அவர்கள் திரை மறைவில் இருந்து கொண்டு இயங்கினாலும், அவர்களுடைய தாக்கம் அளவிடற்கரியது.

'அமெரிக்கன் லீக் ஆஃப் லாபியிஸ்ட்ஸ்' என்று தங்களை அழைத்துக் கொண்டிருந்த தொழில்முறை அரசியலதிகாரத் தரகர் கூட்டமைப்பு, 2013 இல் தன்னுடைய பெயரை 'அசோசியேஷன் ஆஃப் கவர்மென்ட் ரிலேஷன்ஸ் புரொஃபஷனல்ஸ்' என்று மாற்றிக் கொண்டது குறிப்பிடத்தக்கது. 2013 இல், இப்படிப்பட்டத் தரகர்களின் எண்ணிக்கை முந்தைய ஆண்டுகளைவிடக் கணிசமாகக் குறைந்திருந்தபோதிலும் அந்த ஆண்டில் 12,281 அரசியலதிகாரத் தரகர்கள் அமெரிக்காவில் இருந்தனர். அமெரிக்க செனட், பிரதிநிதிகள் சபை ஆகிய இரண்டிலும் இருந்தவர்களுக்குத் தலா 23 தரகர்கள் என்ற விகிதத்தில் அவர்கள் செயல்பட்டுக் கொண்டிருந்தனர். இது குறித்த ஆய்வுகளில் முப்பது ஆண்டுகளுக்கும் மேலாக ஈடுபட்டு வந்துள்ள பேராசிரியர் ஜேம்ஸ் துர்பர், உண்மையான அரசியலதிகாரத் தரகர்களின் எண்ணிக்கை ஒரு இலட்சத்திற்கும் அதிகமாக இருக்கும் என்று கருதுகிறார். இந்த அரசியலதிகாரத் தரகர்களின் பிரச்சாரங்களுக்கு ஆதரவாகச் செலவிடப்படுகின்ற வருடாந்திரத் தொகை அதிகாரபூர்வமான கணக்குகளின்படி 3

பில்லியன் டாலர்கள் என்றாலும், அது கிட்டத்தட்ட 9 பில்லியன் டாலர்கள் இருக்கும் என்று ஜேம்ஸ் துர்பர் கணிக்கிறார்.

இவற்றில் வெளிப்படைத்தன்மை இல்லாமல் இருப்பதாலும், இந்த அரசியலதிகாரத் தரகர்கள் தங்களுடைய செல்வாக்கை இரகசியமாகப் பயன்படுத்துவதாலும், இவற்றின் தாக்கம் குறித்துக் கச்சிதமாகக் கணிப்பது கிட்டத்தட்ட இயலாத காரியம். அமெரிக்காவில் இன்று வர்த்தகம் செய்து கொண்டிருக்கின்ற ஒவ்வொரு பெருநிறுவனமும் குறைந்தபட்சம் நூறு அரசியலதிகாரத் தரகர்களையாவது வேலைக்கு அமர்த்தியிருக்கிறது. அவர்கள் இதற்குப் பெரும் பணத்தைச் செலவிட்டுக் கொண்டிருக்கின்றனர்.

சட்டத்தை நிலைநிறுத்துகின்ற பொறுப்பிலுள்ள அதிகாரிகள் இந்த அரசியலதிகாரத் தரகர்களையும் அவர்கள் பிரதிநுதப்படுத்துகின்ற பெருநிறுவனங்களையும் எதிர்க்கத் தயங்குகின்றனர். ஆயுதத் துறை பற்றிய ஒரு செய்தியை இப்போது பார்க்கலாம்:

> ***உலகிலேயே பெரிய பத்து ஆயுத உற்பத்தி நிறுவனங்களில் எட்டு நிறுவனங்கள் அமெரிக்க நிறுவனங்கள். அவை தமக்குப் பல விதமான சலுகைகளைப் பெற்றுக் கொள்வதற்காக அரசியலதிகாரத் தரகர்களை வேலைக்கு வைத்துள்ளன. அந்நிறுவனங்களை எதிர்த்துச் செயல்பட அமெரிக்க செனட்டர்களும் பிரதிநிதிகள் சபை உறுப்பினர்களும் பயப்படுகின்றனர்.***

ஆயுதத் தயாரிப்பு நிறுவனங்களில் ஒன்றான போயிங் நிறுவனத்தில் எண்பதாயிரம் பேர் வேலை பார்க்கின்றனர். உலக நாடுகளுக்கு ஆயுதங்களை விற்பனை செய்கின்ற ஒப்பந்தங்களைப் பெற்றுள்ள முதல் மூன்று நிறுவனங்களில் இதுவும் ஒன்று. வாஷிங்டன் மாநிலத்திலுள்ள அந்நிறுவனம், தனக்கு வரிச் சலுகைகள் வழங்கப்படாவிட்டால், தன்னுடைய தொழிற்சாலையை வேறொரு மாநிலத்திற்கு மாற்றிவிடப் போவதாக அரசியலதிகாரத் தரகர்களின் வழியாக அரசியல்வாதிகளை அச்சுறுத்திக் கொண்டிருக்கிறது.

அதிகாரத்தில் இருக்கின்ற அதிகாரிகளின் உறவினர்கள் அல்லது நண்பர்களுக்கு வேலை கொடுப்பது போன்ற சட்டரீதியான இலஞ்சங்கள் நடைமுறையில் இருக்கின்றன. வேறு சில நேரங்களில் பாலியல் பிரச்சனைகளில் அல்லது போதை மருந்துப் பிரச்சனைகளில் சிலரை வேண்டுமென்றே சிக்க வைத்து அவர்களை மிரட்டுவது குறித்தப் பல கதைகளை நான் கேள்விப்பட்டிருக்கிறேன். அவற்றில்

எதுவும் நிரூபிக்கப்பட்டிருக்கவில்லை என்றாலும், இது போன்ற தவறுகள் செய்தவர்கள், தங்களுடைய செயல்கள் அம்பலப்படுத்தப்பட்டுவிடுமோ என்ற பயத்தில் தங்களுடைய அதிகாரங்களைத் தவறாகப் பயன்படுத்துகின்றனர்.

எது எப்படியோ, இறுதியில் போயிங் நிறுவனம் தனக்குச் சாதகமான வரிச் சலுகைச் சட்டங்களை அரசு நிறைவேற்றும்படி செய்துவிட்டது. அதன் மூலம் அதற்கு 8.7 பில்லியன் டாலர்கள் இலாபம் கிடைக்கும். போயிங் நிறுவனத்தின் பொருளாதார அடியாட்களுக்குக் கிடைத்த வெற்றி அது. அதில் தோற்றுப் போனது வாஷிங்டன் மாநிலத்திற்கு வரி கட்டிக் கொண்டிருந்தவர்களும் ஜனநாயகமும்தாம்.

பல ஆண்டுகளாக, வளர்ந்து வரும் நாடுகளில் செயல்திறனுடன் இயங்கிக் கொண்டிருந்த நவீனப் பொருளாதார அடியாட்கள், அமெரிக்காவிற்குள்ளும் தீவிரமாக இயங்கிக் கொண்டிருக்கின்றனர் என்பதைத்தான் போயிங் எடுத்துக்காட்டு சுட்டிக்காட்டுகிறது.

ஒரு நிறுவனம் தன் தொழிலைத் துவக்க ஓரிடத்தைத் தேர்ந்தெடுக்கின்றபோது, அது, கச்சாப் பொருட்கள் மற்றும் வாடிக்கையாளர்களின் அருகாமை, தொழிலாளர் சந்தை, மின்சாரத்தின் விலை போன்ற காரணிகளால் நிர்ணயிக்கப்படும் என்று வணிகப் பள்ளிகளில் கற்றுக் கொடுக்கப்படுகிறது. ஆனால் நடைமுறையில், உள்ளூர் அரசாங்கங்களுடன் அந்த நிறுவனம் ஏற்படுத்திக் கொள்கின்ற ஒப்பந்தம்தான் அதைப் பெருமளவு தீர்மானிக்கிறது. குறைவான வரிகள், சுற்றுச்சூழல்ரீதியான தளர்வான கட்டுப்பாடுகள் மற்றும் பிற சலுகைகளை அளிக்காவிட்டால், ஒரு நிறுவனம் தன்னுடைய தொழிற்சாலையை வேறோர் இடத்தில் அமைத்துக் கொண்டுவிடும் என்ற அச்சம் மக்கள் மனத்தில் விதைக்கப்படுகிறது. அதனால் உள்ளூர் அரசாங்கங்கள் அவற்றுக்கு அடிபணிந்து, அந்நிறுவனங்களுக்குப் பெரும் சலுகைகளை வழங்குகின்றன. அதனால் கல்வி, சாலைகள், ஆசுவாசப்படுத்திக் கொள்வதற்கான பூங்காக்கள் போன்ற பொதுவிடங்கள் ஆகியவற்றுக்கு ஒதுக்கப்படும் நிதி குறையும்; நீண்டகால நோக்கில் இந்த அம்சங்கள் பாதிக்கப்படும். ஆனால் அரசு அதிகாரிகள் இதைக் கருத்தில் கொள்வதில்லை.

இது போன்ற விவகாரங்களில் ஈடுபடுகின்ற அரசியலதிகாரத் தரகர்களுக்கு, ஒரு தொழிலை உள்ளூர் சமூகத்திற்குக் கொண்டுவந்தமைக்காக அச்சமூகம் ஊதியம் வழங்கும். அதோடு, அவர்கள் தங்கள் நிறுவனத்திடமிருந்தும் பணம் பெற்றுக் கொள்வர். சில சமயங்களில், அந்நிறுவனங்களுக்கு அளிக்கப்படும் மானியத் தொகையில் முப்பது சதவீதம்வரை அவர்கள் தங்கள்

நிறுவனங்களிடமிருந்து பெற்றுக் கொள்கின்றனர்.

அந்தக் காலத்தில், வளர்ந்து வருகின்ற நாடுகளை ஏய்க்க நான் உலக வங்கிக் கடனைப் பயன்படுத்தினேன். நவீனப் பொருளாதார அடியாட்கள், அரசு மானியங்களையும் வரிச் சலுகைகளையும் அதற்குப் பயன்படுத்திக் கொண்டிருக்கின்றனர். இந்த உத்திகள் கடன்களைவிட மிகச் சிறப்பாகப் பலனளிக்கின்றன. பழைய அமைப்புமுறையில், பெருநிறுவனங்கள் ஒப்பந்தம் செய்து கொள்ள வேண்டும், காரியங்களை நிறைவேற்ற வேண்டும், கடன் கொடுக்கப்பட்டவர்களிடமிருந்து பணத்தைப் பெற வேண்டும் என்பது போன்ற நடைமுறைச் சிக்கல்கள் இருந்தன. ஆனால் இப்புதிய அமைப்புமுறையில், பெருநிறுவனங்களுக்குத் தலைவலி குறைவாக இருக்கிறது. இங்கு யாரும் நிதியை முன்னதாகவே கொடுக்க வேண்டியதில்லை. இங்கு, மக்களின் வரிப் பணத்திலிருந்து பணம் பெருநிறுவனங்களுக்குத் தாரை வார்க்கப்படுகிறது. கல்வி, மருத்துவம் மற்றும் பிற சமூக நலத் திட்டங்களுக்கு ஒதுக்கப்பட்டுள்ள நிதி, பெருநிறுவனங்களின் பேராசைப் பசியைத் தீர்க்க மடைமாற்றப்படுகிறது. இதற்குப் பெருநிறுவனப் பொருளாதார அடியாட்களும் ஊழல்மிக்க அரசியல்வாதிகளும் உறுதுணையாக இருக்கின்றனர்.

நம்பத் தகுந்த புள்ளிவிபரங்களின்படி, கடந்த பதினைந்து ஆண்டுகளில் அமெரிக்க ஒன்றிய அரசு 68 பில்லியன் டாலர்கள் வரிச் சலுகைகளையும் மானியங்களையும் அளித்துள்ளது. இதில் மூன்றில் இரண்டு பங்கு நேரடியாகப் பெருநிறுவனங்களின் வங்கிக் கணக்குகளுக்குச் சென்றுள்ளது.

மானியங்களைப் பெற்றுள்ள நிறுவனங்களில், டவ் கெமிக்கல், ஃபோர்டு மோட்டார் கம்பெனி, ஜெனரல் எலெக்ட்ரிக், ஜெனரல் மோட்டார்ஸ், கோல்ட்மேன் சாக்ஸ், ஜேபி மோர்கன் சேஸ், லாக்ஹீட் மார்ட்டின், யுனைடெட் டெக்னாலஜிஸ் போன்றவை அடங்கும். 298 நிறுவனங்கள் தலா 60 மில்லியன் டாலர்களுக்கும் அதிகமான மானியங்களைப் பெற்றுள்ளன. இந்நிறுவனங்கள், துறைமுகங்கள், விமான நிலையங்கள், நெடுஞ்சாலைகள், மின் உற்பத்தி நிலையங்கள், பள்ளிகள், தீயணைப்பு நிலையங்கள் போன்றவற்றின் நிர்மாணிப்புகளிலிருந்து பில்லியன் கணக்கான டாலர்கள் இலாபம் பெறுகின்றன. ஆனால் அவை தமக்குச் சேவை செய்கின்ற அமைப்புகளுக்குரிய நியாயமான பங்கை அவற்றுக்குக் கொடுப்பதில்லை.

புதைபடிம எரிபொருட்கள் தொழிற்துறைக்கு ஏராளமான மானியம் வழங்கப்படுகிறது என்பதைக் கேள்விப்பட்டபோது அது என்னை வியப்புக்குள்ளாகவில்லை. ஆனால் அப்பணத்தின் அளவு என்னை மலைக்க வைத்தது. கார்டியன் பத்திரிகை

சமீபத்தில் மேற்கொண்ட ஒரு விசாரணையின்படி, கரி, எண்ணெய் மற்றும் எரிவாயுத் தொழிற்துறைகள் சுமார் 550 பில்லியன் டாலர்களை மானியமாகப் பெற்றுள்ளன. மாற்று எரிபொருள் துறைக்கு வழங்கப்பட்டதைப்போல இது நான்கு மடங்காகும். அதற்குப் பதிலீடாக, அரசியல்வாதிகள் தங்களுடைய தேர்தல் பிரச்சாரங்களுக்கு அந்நிறுவனங்களிடமிருந்து பெரும் பணம் பெற்றுக் கொள்கின்றனர்.

இப்படி அடுக்கிக் கொண்டே போகலாம். ஏழைகளின் வயிற்றில் அடித்துப் பணக்காரர்களின் கொழுத்தத் தொப்பையை நிரப்ப முற்படுகின்ற திட்டங்கள், ஆயுத உற்பத்தி, மின் உற்பத்தி, வேளாண் தொழில் போன்றவற்றோடு நின்றுவிடவில்லை. அது எல்லா இடங்களிலும் ஊடுருவியுள்ளது. அதற்கான ஓர் எடுத்துக்காட்டு வால்மார்ட்.

என்னுடைய ஷுவார் நண்பர் ஒருவர் அமெரிக்காவுக்கு வந்திருந்தபோது, 'உலகப் பிரசித்தி பெற்ற' வால்மார்ட் கடைக்குத் தன்னை அழைத்துச் செல்லுமாறு என்னிடம் கேட்டார். நான் அங்கு எந்தப் பொருளையும் வாங்குவதில்லை என்றாலும், அவரை அங்கு அழைத்துச் சென்று சுட்டிக்காட்ட எனக்குத் தயக்கமில்லை என்று கூறிவிட்டு அவரை அங்கு அழைத்துச் சென்றேன். அப்போது வால்மார்ட் பற்றி 'அமெரிக்கன்ஸ் ஃபார் டேக்ஸ் ஃபேர்னஸ்' என்ற அமைப்பின் அறிக்கையில் இடம் பெற்றிருந்த சில தகவல்களை நான் அவரோடு பகிர்ந்து கொண்டேன். வால்மார்ட் நிறுவனம், வரி செலுத்துகின்ற அமெரிக்கக் குடிமக்களிடமிருந்து எப்படியெல்லாம் பல பில்லியன் டாலர்களைச் சுருட்டியுள்ளது என்பதை அந்த அறிக்கை விவரித்திருந்தது. வரி ஏய்ப்பிற்காக அந்நிறுவனம் 15 வெளிநாடுகளில் 78 துணை நிறுவனங்களை நிறுவியுள்ளது. அவற்றில் அது 76 பில்லியன் டாலர்களை முதலீடு செய்துள்ளது. இதற்காக அது உலகின் பல இடங்களில் போலி நிறுவனங்களை உருவாக்கியுள்ளது.

நாங்கள் வால்மார்ட் கடைக்குள் நுழைந்து, அங்கு அடுக்கி வைக்கப்பட்டிருந்த சாமான்களைப் பார்த்தபடி நடந்து கொண்டிருந்தபோது, என்னுடைய ஷுவார் நண்பர், "இங்கு ஏன் எவரும் எவருடனும் பேசிக் கொள்ளாமல் இருக்கின்றனர்? என்னுடைய நாட்டில், சந்தைகளில்தான் நாங்கள் எங்களுடைய நண்பர்களையும் தெரிந்தவர்களையும் சந்தித்து உரையாடுவோம், உலக நடப்புகளைப் பற்றித் தெரிந்து கொள்வோம். ஆனால் இங்கே, எல்லோரும் தங்களுடைய வாயை மூடிக் கொண்டு சாமான்களை வாங்கிக் கொண்டிருக்கின்றனர்," என்று கூறினார்.

வெவ்வேறு விதங்களில் இருந்தாலும் ஒரே பொருள் அங்கு அடுத்தடுத்து அடுக்கி வைக்கப்பட்டிருந்ததைக் கண்டு அவர் வியந்தார். “நீல உறையில் இருக்கின்ற சோப்பை வாங்குவதா, சிவப்பு உறையில் இருக்கின்ற சோப்பை வாங்குவதா, அல்லது மஞ்சள் உறையில் இருக்கின்ற சோப்பை வாங்குவதா என்று நீங்கள் எப்படித் தீர்மானிப்பீர்கள்?” என்று அவர் என்னிடம் கேட்டார்.

வால்மார்ட் ஊழியர்கள், ஆண்டுக்கு ஏறத்தாழ 6 பில்லியன் டாலர்கள் அளவுக்கு, அரசால் வழங்கப்படுகின்ற பொது மருத்துவ வசதிகள், ஊட்டச்சத்துத் திட்டங்கள், வீட்டு வசதித் திட்டங்கள் போன்றவற்றால் பயன் பெறுகின்றனர். ஆனால் உலகின் பெரும் பணக்காரர்களின் வரிசையில் இடம் பெற்றிருக்கின்ற வால்மார்ட் முதலாளிகள், பிற பெருநிறுவனங்களோடு சேர்ந்து கொண்டு மக்களின் சமூக நலத் திட்டங்களுக்கு அரசாங்கம் பணம் ஒதுக்குவதை எதிர்த்து வருவதுதான் இருப்பதிலேயே கொடுமையான விஷயம்.

பொருளாதார அடியாள் அமைப்புமுறை என்ற புற்றுநோய் எந்தெந்த வழிகளில் எல்லாம் புரையேறிப் போயுள்ளது என்பதற்கான மற்றோர் எடுத்துக்காட்டுதான் ‘வல்ச்சர் ஃபண்ட்ஸ்.’ ஒரு நாடு தான் வாங்கியிருக்கின்ற கடன்களைத் திருப்பிக் கட்ட முடியாமல் போகும்போது, அந்நாட்டுக்குக் கடன் கொடுத்திருந்த அமைப்புகளுக்கு ஒரு டாலருக்கு ஒரு சில சென்ட்டுகள் கொடுத்து அக்கடன்களை இந்த வல்ச்சர் ஃபண்ட் வாங்கி வைத்துக் கொள்ளும். பின்னர் அந்நாடு சீரடைந்தவுடன், முழுக் கடனையும் அவற்றிடமிருந்து வசூலித்துக் கொள்ளை இலாபம் அடையும்.

உலகிலுள்ள 26 பெரிய வல்ச்சர் ஃபண்ட் அமைப்புகள், ஏழை நாடுகளிடமிருந்து இதுவரை ஒரு பில்லியன் டாலர்களை வசூலித்துள்ளன. அந்நாடுகளிடமிருந்து மேலும் சேகரிக்கப்பட வேண்டிய தொகை 1.3 பில்லியன் டாலர்கள்.

இதுவரை இந்த வல்ச்சர் ஃபண்ட் அமைப்புகள், அர்ஜென்டீனா, பிரேசில், காங்கோ–பிரேசாவில், எக்குவடோர், கிரீஸ், ஐஸ்லாந்து, அயர்லாந்து போன்ற நாடுகளில் தம்முடைய கைவரிசையைக் காட்டியுள்ளன. அடுத்து இத்தாலி போன்ற ஐரோப்பிய நாடுகள்மீதும் அவை தம் பார்வையைப் பதித்துள்ளன. சமீப காலங்களில் வல்ச்சர் ஃபண்டுகளின் ஆதிக்கமும் அடாவடித்தனமும் பெருமளவு அதிகரித்துள்ளன.

* * *

இங்கே சுட்டிக்காட்டப்பட்டுள்ள ஒரு சில எடுத்துக்காட்டுகள், இன்றைய பெருநிறுவனப் பொருளாதார அடியாட்கள், உலகப் பொருளாதாரம், சுற்றுச்சூழல், அரசியல் மற்றும் சமுதாயத்தின்மீது ஏற்படுத்துகின்ற தாக்கத்தில் ஒரு சில துளிகள்தாம். ஒரு பொருளாதார அடியாளாக நான் வேலை செய்த காலகட்டத்துடன் ஒப்பிடுகையில், நவீனப் பொருளாதார அடியாட்கள் எந்த அளவு மாறிப் போயுள்ளனர் என்பதையே இவை உணர்த்துகின்றன.

இதே போன்ற நிலைதான் ஜாக்கல்களின் விஷயத்திலும் அரங்கேறியுள்ளது.

அத்தியாயம் 44

ஜாக்கல்களின் நவீன வடிவங்கள்

நான் இஸ்தான்புல் நகருக்கு ஒரு வணிகக் கருத்தரங்கில் சொற்பொழிவாற்றுவதற்காக அழைக்கப்பட்டிருந்தேன். அங்கு நான் ஜாபர் என்ற ஒரு மாணவனைச் சந்தித்தேன். அவன் என்னிடம் இவ்வாறு கூறினான்: "பாகிஸ்தானிலுள்ள ஒரு கிராமத்தில் வசித்து வந்த என்னுடைய தாத்தாவைப் பார்ப்பதற்காக நான் அங்கே சென்றிருந்தேன். ஒரு நாள், அந்தக் கிராமத்தின் ஒரு தெருவின் வழியாக நான் நடந்து சென்று கொண்டிருந்தபோது, அருகிலிருந்த ஒரு கட்டடம் வெடித்துச் சிதறியது. ஆளில்லா வானூர்திகள் மூலம் அக்கட்டடத்தில் குண்டு போடப்பட்டிருந்தது. மக்கள் அலறியடித்துக் கொண்டு அதிலிருந்து வெளியே ஓடினர். தன் குழந்தையுடன் வெளியே ஓடி வந்த ஒரு பெண்மணியின் உடல் முழுவதும் தீப்பற்றியிருந்தது. நான் உடனே அவரருகே ஓடிச் சென்று அவரிடமிருந்து அக்குழந்தையை வாங்கிக் கொண்டு, தரையில் படுத்து உருளுமாறு அவரிடம் கூறினேன். அவர் எப்படியோ உயிர் பிழைத்துக் கொண்டார். ஆனால் பலர் அந்தத் தாக்குதலில் கொல்லப்பட்டனர்."

ஒரு புதிய இன ஜாக்கல்களால் அந்தத் ஆளில்லா வானூர்தி இயக்கப்பட்டிருந்தது. ஜாபர் போன்றவர்களிடமிருந்து நான் கேட்டறிந்த கதைகள், மற்றும் ஆளில்லா வானூர்திகள் பற்றி நான் படித்தச் செய்திகள் மற்றும் கட்டுரைகள், இனம் புரியாத ஓர் உணர்வை என்னுள் தோற்றுவித்தன. இரண்டாம் உலகப் போர் சாகசக் கதைகளைக் கேட்டு வளர்ந்தவன் நான். தீப்பற்றி எரிந்து கொண்டிருந்த கட்டடங்களிலிருந்து குழந்தைகளைக் காப்பாற்றிய அமெரிக்கப் வீரர்களின் தீரச் செயல்கள், பிரான்ஸின் நார்மன்டி கடற்கரையில் ஆங்கிலேயப் படைகள் வந்திறங்கி தீரத்துடன் ஜெர்மானியருடன் போரிட்டு, நாஜி முகாம்கள் பலவற்றிலிருந்து எண்ணற்றோரை விடுவித்தப் பராக்கிரமச் செயல்கள் போன்றவை

அவற்றில் அடங்கும். அமெரிக்கக் கம்யூனிசக் குழுவிற்குள் ஊடுருவிய எஃப்பிஐ ஏஜென்ட்டுகள், சோவியத் ஒன்றியத்தின் இரகசியக் குழுக்களுக்குள் ஊடுருவிய சிஐஏ ஏஜென்ட்டுகள், சீஷேல்ஸில் போய் இறங்கிய ஜாக்கல்கள் போன்றவர்கள் அக்காலக் கதாநாயகர்கள். டோரிஜோஸ் மற்றும் ரோல்டோஸின் விமானங்களை வெடிகுண்டு வைத்துத் தகர்த்தவர்கள் போன்ற, என்னால் ஏற்றுக் கொள்ள முடியாத, நான் கடுமையாக எதிர்த்தச் செயல்களில் ஈடுபட்டிருந்தவர்கள் தங்களுடைய உயிர்களைப் பணயம் வைத்து அக்காரியத்தில் குதித்திருந்தனர்.

ஆனால் ஆளில்லா விமானங்களைக் கட்டுப்படுத்துபவர்களை அப்படிக் கூறிவிட முடியாது! அவர்கள் தங்கள் உயிரைப் பணயம் வைப்பதில்லை; காயமடைந்தவர்கள் மற்றும் உயிருக்குப் போராடிக் கொண்டிருப்பவர்களின் மரண ஓலங்களை அவர்கள் கேட்பதில்லை; பாதிக்கப்பட்டவர்களின் துன்பங்களை அவர்கள் நேரில் பார்ப்பதில்லை; மாறாக, அவர்கள் தங்களுடைய கணினித் திரைகளின் பின்னால் சொகுசாக அமர்ந்து கொண்டிருக்கின்றனர். அவர்கள் துணிச்சல்காரர்கள் அல்லர். அவர்களுடைய வேலையில் வீரம் என்ற எதுவும் இடம் பெறுவதில்லை. இப்படிப்பட்ட வழிமுறைகளின் மூலம் பிற மக்களைத் தாக்குகின்ற நாடுகளின் செய்கைகளிலும் வீரம் என்ற எதுவும் இல்லை.

உலகில் இன்று அமெரிக்கர்கள் நடத்திக் கொண்டிருக்கின்ற இப்படிப்பட்ட அராஜகங்கள் குறித்து நான் கண்டிப்பாக அவமானமாக உணர்கிறேன். வியட்நாமின் ஹனோய் சிறைச்சாலையில் நான் தனியாக இருந்தபோது எனக்குள் எழுந்த கேள்விகளை இப்போது நான் மீண்டும் கேட்டுக் கொண்டேன்: என்னுடைய நாட்டுத் தலைவர்களின் மனங்களில் என்ன ஓடிக் கொண்டிருக்கிறது? இரண்டாம் உலகப் போரின் வெற்றியில் ஒரு முக்கியப் பங்காற்றிய ஒரு நாடு என்ற விதத்தில் அமெரிக்கா பெற்றிருந்த மரியாதையை இப்படிப்பட்ட இரக்கமற்ற நடவடிக்கைகள் காற்றில் பறக்க விட்டுவிடும் என்பதை அவர்களால் எப்படிப் பார்க்க முடியாமல் போனது?

அல் கொய்தா தலைவர்கள் மற்றும் பிற பயங்கரவாதிகள் ஆளில்லா வானூர்திகள் மூலம் தாக்கப்பட்டச் சம்பவங்கள் குறித்து ஏராளமான செய்திகள் வந்து கொண்டிருந்தபோதிலும், இது போன்ற தாக்குதல்களில் அந்த ஜாக்கல்கள் எத்தனைத் தவறுகள் செய்தனர் என்பது குறித்தப் புள்ளிவிபரங்களைச் சேகரிப்பது கிட்டத்தட்ட இயலாத காரியமாக ஆகிவிட்டிருந்தது. ஆளில்லா வானூர்திகளை இயக்கும்போது ஏற்படுகின்ற தவறுகளால் ஏற்படும் சாதாரணப் பொதுமக்களின் உயிரிழப்புகள் மற்றும் அவர்களின் உடைமைகளுக்கு ஏற்படும் சேதங்களை

அமெரிக்க இராணுவத் தலைமை 'இணைச் சேதங்கள்' என்று அழைக்கிறது.

2015 இல் அமெரிக்காவின் முன்னாள் இராணுவ வீரர்கள் வெளியிட்ட ஒரு கடிதம், "ஆப்கானிஸ்தான், பாகிஸ்தான், ஏமென், சோமாலியா, ஈராக், பிலிப்பைன்ஸ், லிபியா, சிரியா ஆகிய நாடுகளில் நடத்தப்பட்ட ஆளில்லா வானூர்தித் தாக்குதல்களில் குறைந்தபட்சம் *6,000* பொதுமக்களாவது நியாயமற்ற முறையில் கொல்லப்பட்டிருப்பர்," என்று தெரிவித்தது. அதோடு, ஆளில்லா வானூர்திகளை இயக்குபவர்கள், இப்படிப்பட்டச் செயல்களில் தங்களால் ஈடுபட முடியாது என்று மறுக்க வேண்டும் என்று அவர்களை அக்கடிதம் கேட்டுக் கொண்டது. பொதுமக்கள்மீது நடத்தப்படுகின்ற இப்படிப்பட்டக் கண்மூடித்தனமான தாக்குதல்கள் பயங்கரவாதச் செயல்கள் என்று உலகம் கருதுகிறது என்பதை அனுபவம் வாய்ந்த இந்த வீரர்கள் அறிவர்.

ஆளில்லா வானூர்தித் தாக்குதல்களில் நேரடியாகப் பங்கு பெறுகின்ற இராணுவ வீரர்கள், தங்களுடைய செயல்கள் பெருநிறுவன முதலாளிகளின் பாக்கெட்டுகளை நிரப்பப் பயன்படுகின்றன என்பதைப் புரிந்து வைத்துள்ளனர். எண்ணெய் மற்றும் பிற இயற்கை வளங்களுக்கான மோதல்தான் பல போர்களுக்கான உண்மையான காரணம். போர், அழிவு, அழிவுக்குப் பிந்தைய மறுகட்டமைப்பு போன்றவற்றால் பெருநிறுவன முதலாளிகள்தாம் கொழுத்த இலாபம் அடைகின்றனர். அதே நேரத்தில், இத்தகைய தாக்குதல்கள் அமெரிக்காவின் நற்பெயருக்குக் களங்கம் விளைவிக்கின்றன, அமெரிக்க மக்களின் நலனுக்குப் புறம்பானவையாக இருக்கின்றன, பயத்தின் அடிப்படையில் அமைந்த பொருளாதாரத்தின் நீட்சிக்கு உதவுகின்றன.

அமெரிக்க அதிபர் ஒபாமாவின் ஆட்சியில் இராணுவ ஆலோசனையாளராகப் பணியாற்றிய லெப்டினன்ட் ஜெனரல் மைக்கேல் ஃபிளின், ஆளில்லா வானூர்திகளின் பயன்பாட்டை, வன்முறையையும் தீவிரவாதத்தையும் ஊக்குவிப்பதற்கு மட்டுமே பயன்படுகின்ற 'தோல்வியுற்ற ஓர் உத்தி' என்று வர்ணிக்கிறார். "ஆளில்லா வானூர்தி ஒன்றிலிருந்து நீங்கள் ஒரு குண்டு போடுகிறீர்கள் என்றால், நீங்கள் நல்லது செய்வதைவிட அதிகமான சேதங்களைத்தான் விளைவிப்பீர்கள்," என்று அவர் கூறியுள்ளார். அவர் கூறியது சரியாகத்தான் இருக்க வேண்டும். ஏனெனில், *2014* கோடைக்காலம்வரை அவர் அமெரிக்க இராணுவ உளவுத் துறையின் தலைவராக இருந்தார்.

இன்று ஜாக்கல்கள் பலவிதமான மாறுவேடங்களில் தங்களுடைய வேலைகளை முடிக்கின்றனர். இன்று

அவர்கள் செய்கின்ற பல காரியங்களை, எங்கள் காலத்தில், கோழைத்தனமானவை, பொருத்தமற்றவை, வேண்டிய விளைவை ஏற்படுத்தாமல் அதற்கு நேர் எதிரான விளைவை ஏற்படுத்துபவை என்று நாங்கள் வர்ணித்திருப்போம்.

மனித உரிமை மீறல்கள் குறித்து அதிகம் அலட்டிக் கொள்ளாத நாடுகளில் நடைமுறையில் இருக்கின்ற சிஐஏவின் சித்திரவதைகள் மற்றும் கடத்தல் தளங்கள், அரசாங்கங்கள் மற்றும் பன்னாட்டு நிறுவனங்களால் வேலைக்கு அமர்த்திக் கொள்ளப்படுகின்ற துணை இராணுவப் படைகள், சிஐஏ மற்றும் சிறப்பு இராணுவப் படையினரால் குறி வைக்கப்பட்டுப் படுகொலை செய்யப்படுகின்ற செல்வாக்குமிக்கப் புள்ளிகள் போன்றவற்றின் எண்ணிக்கை கடுமையாக அதிகரித்துள்ளதாக, விக்கிலீக்ஸ் மற்றும் எட்வர்டு ஸ்னோடன் வெளிப்படுத்தியிருந்த ஆவணங்கள் தெரிவிக்கின்றன.

இப்போதுள்ள புதிய ஜாக்கல்கள் கூட்டம் விமானத் தாக்குதல்கள், செயற்கைக் கோள்கள் மற்றும் பிற நவீனத் தொழில்நுட்பங்களைப் பயன்படுத்துகின்றனர். நேவி சீல்கள் மற்றும் இராணுவ டெல்ட்டா ஃபோர்ஸ் படைவீரர்கள் மேற்கொள்கின்ற இரகசிய நடவடிக்கைகள் அமெரிக்கப் பொதுமக்களிடமிருந்து மறைக்கப்படுகின்றன.

2015 இல் நியூயார்க் டைம்ஸ் பத்திரிகை, இப்படிப்பட்டச் சிறப்புக் குழுக்களின் நடவடிக்கைகள் இரகசியமாகப் பாதுகாக்கப்படுகின்றன என்பது குறித்துப் புலம்பி ஒரு கட்டுரையை வெளியிட்டிருந்தது. "சீல் டீம் 6: வெளியே தெரியாமல் நடத்தப்படுகின்ற படுகொலைகளின் இரகசிய வரலாறும் தாண்டப்படுகின்ற கோடுகளும்!" என்பது அக்கட்டுரையின் தலைப்பு.

உலகெங்கும் இவர்களுடைய உளவு மையங்களாகச் செயல்படுகின்ற படகுகள், வர்த்தகப் படகுகளின் போர்வையில் இயக்கப்படுகின்றன; சில இடங்களில் இந்த வீரர்கள், போலியான நிறுவனங்களின் ஊழியர்கள்போல நடித்துக் கொண்டிருக்கின்றனர்; வெளிநாட்டுத் தூதரகங்களில் கணவன்-மனைவிபோல நடித்து வேலை பார்த்துக் கொண்டிருக்கின்றனர்; அமெரிக்கா குறி வைத்துள்ள நபர்களைச் சிறைபிடிப்பது அல்லது கொலை செய்வதுதான் இவர்களின் வேலை.

நாட்டில் மிகவும் இரகசியமாக வைக்கப்பட்டுள்ள, அதிகக் கண்காணிப்புகளுக்கு உட்படுத்தப்படாத அமைப்புதான் இந்த 'நேவி சீல் டீம் 6' குழுவாகும். ஒசாமா பின் லேடனைப்

படுகொலை செய்த குழுவினர் என்று பிரபலமடைந்திருந்த இக்குழுவினர், ஒரு காலத்தில் ஒரு மிகச் சிறிய குழுவாக இருந்தனர். ஆனால் இன்று, பல ஆண்டுகால நேரடிக் கள அனுபவத்திற்குப் பிறகு, உலகெங்கும் மனிதர்களைத் தேடிக் கண்டுபிடித்து வேட்டையாடுகின்ற ஓர் இயந்திரமாக இவர்கள் மாற்றப்பட்டுள்ளனர்.

சிஐஏவின் ஆளில்லா வானூர்தித் தாக்குதல்போல, செலவுமிக்கப் போருக்கு ஒரு மாற்று ஏற்பாடாக, அமெரிக்க அரசாங்கக் கொள்கை வகுப்பாளர்களின் முன் இராணுவம் இப்படையினரை நிறுத்துகிறது. ஆனால் இவர்கள் எல்லா நடவடிக்கைகளையும் திரைமறைவில் மேற்கொள்வதால் இவர்களுடைய செயல்களை எடைபோடுவது கடினமாக இருக்கிறது. அவற்றில், இவர்களுடைய நடவடிக்கைகளால் பாதிக்கப்படுகின்ற பொதுமக்களின் எண்ணிக்கை, இவர்கள் தங்களுடைய நடவடிக்கைகளை மேற்கொள்கின்ற நாடுகளிலுள்ள மக்கள் அமெரிக்காவின்மீது வளர்த்துக் கொள்கின்ற தீவிர வெறுப்பு போன்றவையும் அடங்கும்.

வெளிநாடுகளில் அமெரிக்கர்கள்மீது உருவாகியிருக்கின்ற மனக்கசப்புக் குறித்து முன்னாள் இராணுவ வீரர்களின் குழுக்களும் ஊடகங்களும் மட்டுமே கவலைப்பட்டுக் கொண்டிருக்கவில்லை. அமெரிக்க மாணவர்களும் இது குறித்து அக்கறை கொண்டுள்ளனர். நான் சொற்பொழிவாற்றச் செல்கின்ற கல்லூரிகளில் மாணவர்கள் இப்படிப்பட்டக் கருத்துகளை என்னிடம் நேரடியாகத் தெரிவிக்கின்றனர். ஆஸ்திரேலியா, அமெரிக்கா மற்றும் ஐரோப்பாவில் இருக்கின்ற தங்களுடைய வயதையொத்த இளைஞர்களும் யுவதிகளும் ஐஎஸ்ஐஎஸ் மற்றும் பிற தீவிரவாதக் குழுக்களில் தங்களை இணைத்துக் கொள்வதற்காக மத்தியக் கிழக்கை நோக்கிச் செல்வது குறித்து இந்த மாணவர்கள் கவலையடைந்துள்ளனர். மனக்கசப்பும் விரக்தியும் அந்த இளைஞர்களை இப்படிப்பட்ட நடவடிக்கைகளில் ஈடுபடத் தூண்டுகின்றன என்றும், அமெரிக்கக் கொள்கைகள் தீவிரவாதத்தை ஊக்குவிக்கின்றனவோ என்றும் அம்மாணவர்கள் சந்தேகிக்கின்றனர்.

தங்களுடைய தீவிரவாதக் குழுக்களுக்கு ஆள் பிடிப்பதற்கு ஏற்ற நபர்கள் இருப்பதாக அக்குழுவினர் கருதும் நாடுகள், பெரும்பாலும் பிரச்சனைகளுக்கு வன்முறைதான் தீர்வு என்பதை வலியுறுத்துகின்ற நீண்டகால வரலாறு கொண்டவையாக இருப்பதாக மாணவர்கள் குறிப்பிடுகின்றனர். அமெரிக்கக் கொள்கை வகுப்பாளர்கள், வன்முறையுடன் எந்த விதத்திலும் தொடர்பில்லாத விஷயங்கள் குறித்தக் கொள்கைகளை

வகுக்கும்போதுகூட, வன்முறை தொனிக்கின்ற வார்த்தைகளைப் பயன்படுத்துவதை அந்த மாணவர்கள் சுட்டிக்காட்டுகின்றனர். 'ஏழ்மைக்கு எதிராகப் "போரிடுதல்" ', ' பசியை "வெற்றி கொள்ளுதல்"', 'போதை மருந்துகள்மீதான "போர்" ' போன்றவை அதற்கான எடுத்துக்காட்டுகள். திரைப்படங்களும் தொலைக்காட்சி நிகழ்ச்சிகளும் துப்பாக்கிகளைக் கொண்டாடுகின்றன என்றும், கடினமான சூழல்களைக் கையாள்வதற்கு முரட்டுத்தனமான அணுகுமுறைகளைத் தூக்கிப்பிடிக்கின்றன என்றும் அவர்கள் குற்றம் சாட்டுகின்றனர்.

என்னுடைய நாட்களில், பொதுவாக ஜாக்கல்கள் அந்நிய நாடுகளில் மட்டுமே பயன்படுத்தப்பட்டனர். இப்போது அந்த அணுகுமுறையிலும் மாற்றம் ஏற்பட்டுள்ளது. செப்டம்பர் 11க்குப் பிறகு அமெரிக்கர்களை பயம் முடுக்கிவிட்டுள்ளதால், அவர்கள் தங்களுடைய அந்தரங்கத்தையும் சுதந்திரத்தையும் என்எஸ்ஏ, சிஐஏ, எஃப்பிஐ மற்றும் பிற அமைப்புகளிடம் அடகு வைக்க ஒப்புக் கொண்டுள்ளனர். அதன் காரணமாக, இந்த அமைப்புகள், வரலாறு காணாத அதிகாரங்களைக் கையகப்படுத்தியுள்ளன. ஆளில்லா வானூர்திகள், உளவு விமானங்கள் போன்ற, அந்நிய மண்ணில் சோதிக்கப்பட்டுக் கச்சிதமாக்கப்பட்டுள்ள கருவிகள் இப்போது அமெரிக்க மண்ணில், அமெரிக்கர்களை வேவு பார்க்கப் பயன்படுத்தப்பட்டு வருகின்றன.

தகவலறியும் சட்டங்களின்கீழ் பெறப்பட்டுள்ள ஆவணங்கள், 2012 ஆம் ஆண்டுவாக்கில், அமெரிக்காவில் இருபது மாநிலங்களில் குறைந்தபட்சம் 63 ஆளில்லா வானூர்தி இயங்கு தளங்கள் அமைக்கப்பட்டுள்ளதை வெட்ட வெளிச்சமாக்கியுள்ளன. அத்தளங்களில் பெரும்பாலானவை இராணுவ வீரர்களால் இயக்கப்பட்டன. மற்றவை அமெரிக்கச் சட்ட அமலாக்கப் பிரிவினராலும் எல்லை ரோந்துப் படையினராலும் இயக்கப்பட்டன. அவற்றில் பல, மக்களைப் படுகொலை செய்வதற்காக வடிவமைக்கப்பட்டவை.

2015 ஜூன் மாதத்தில், அசோசியேட் பிரெஸ் வெளியிட்ட ஓர் அறிக்கையின்படி, எஃப்பிஐ அமைப்பு, தாழ்வாகப் பறந்து வீடியோ எடுக்கின்ற ஆற்றல் கொண்ட மற்றும் அலைபேசிகளை வேவு பார்க்கின்ற தொழில்நுட்பங்களைக் கொண்ட விமானங்களை உள்ளடக்கிய ஒரு சிறிய விமானப் படையை வைத்துள்ளது. இந்த விமானங்கள் அனைத்தும் போலி நிறுவனங்களின் பெயர்களில் பதிவு செய்யப்பட்டுள்ளன. இந்த உளவு வேலைகளுக்கு எந்தவொரு நீதிபதியின் ஒப்புதலும் பெறப்படவில்லை.

* * *

இவற்றை நான் படித்தபோது, பேராசிரியர் ஹோவர்டைச் சந்தித்தப் பிறகு எனக்கு நானே விதித்துக் கொண்ட ஓர் உறுதிமொழியை நான் நினைவுகூர்ந்தேன். அப்போது, இனி நான் மேற்கொள்கின்ற காரியங்களில் நான் மிகவும் கவனமான இருப்பேன் என்றும், என்னுடைய சமூகத்திலும் என்னுடைய நாட்டிலும் இந்த உலகத்திலும் நிகழ்ந்து கொண்டிருப்பவற்றை நான் உன்னிப்பாக அவதானிப்பேன் என்றும் நான் ஓர் உறுதிமொழி எடுத்திருந்தேன். அதன் விளைவாக, மக்களின் நடத்தையில் ஏற்பட்டிருந்த மாற்றத்தை என்னால் உணர முடிந்தது. செப்டம்பர் 11 நிகழ்வு அமெரிக்க மக்களைப் பயமுறுத்தி, தங்களுடைய தனிமனிதச் சுதந்திரத்தை அதிகாரமிக்க அரசு நிறுவனங்களிடம் அடகு வைக்க அவர்களைத் தூண்டியிருந்தது என்றாலும், அமெரிக்க இராணுவ மையங்களிலும், சிஐஏவின் வெளிநாட்டுத் தளங்களிலும் மேற்கொள்ளப்பட்டு வந்த சித்திரவதைகள் குறித்த அறிக்கைகள், விசிலூதிகளின்மீது மேற்கொள்ளப்பட்டத் தாக்குதல்கள், போலீஸ் அராஜகங்கள், தனிநபர்களின் அலைபேசிகள் வேவு பார்க்கப்படுதல் போன்றவை மக்களின் மனப்போக்கைத் தலைகீழாக மாற்றின. அமெரிக்க மக்களின் அந்தரங்கங்களைப் பாதுகாக்க உருவாக்கப்பட்டச் சட்டங்களுக்கு எதிரான நடவடிக்கைகள் அவை என்று ஊடகங்கள் அதிகமாகச் சுட்டிக்காட்டத் துவங்கின. எலெக்ட்ரானிக் ஃபிரான்டியர் ஃபவுன்டேஷன் என்ற அமைப்பு இவ்வாறு கூறுகிறது:

> ***2005 இல் வெளியான செய்திகள், என்எஸ்ஏ அமைப்பு அமெரிக்கர்களின் தொலைபேசி அழைப்புகளையும் அவர்களுடைய இணையத் தகவல் தொடர்புகளையும் வழிமறித்து வேவு பார்த்திருந்ததை அம்பலப்படுத்தின. அதோடு, என்எஸ்ஏ ஒட்டுமொத்தமாக ஏராளமான அமெரிக்கர்களின் தொலைபேசி அழைப்புப் பதிவுகள் மற்றும் பிற தகவல் தொடர்புப் பதிவுகள் குறித்த ஆவணங்களைப் பெற்றிருந்தது. இவை, அமெரிக்க அரசியலமைப்புச் சட்டமும் அமெரிக்கக் காங்கிரசும் உருவாக்கி வைத்துள்ள தனிநபர் அந்தரங்கப் பாதுகாப்பு உரிமைகளின் மீறல்களாகும்.***

விக்கிலீக்ஸும் எட்வர்டு ஸ்னோடெனும் வெளியிட்டிருந்த ஆவணங்களின் ஆயிரக்கணக்கான பக்கங்களில் வெளியாகியிருந்த சர்வாதிகாரத்தனமான நடவடிக்கைகள், அதிர்ச்சிகரமான, நம்மைச் சங்கடத்திற்கு உள்ளாக்குகின்ற ஒரு சோகக் கதையை நமக்குக் கூறுகின்றன. எந்த ஜனநாயகத்தைக் காக்க வேண்டுமோ, அதைத் தங்களுடைய அரசு காற்றில் பறக்கவிட்டிருந்ததைப் பெரும்பாலான அமெரிக்கர்கள் புரிந்து கொண்டனர்.

என்எஸ்ஏ தினமும் இருநூறு மில்லியன் குறுஞ்செய்திகளைக் கண்காணிக்கிறது என்பதையும், வேவு பார்க்கின்ற செயலிகளை ஒரு இலட்சம் கணினிகளில் அது நிறுவியுள்ளது என்பதையும் தெரிந்து கொண்டவுடன் நான் அதிர்ந்து போனேன். என் கணினியிலும் வேவு பார்க்கின்ற செயலிகள் நிறுவப்பட்டிருக்குமோ என்று நான் யோசித்தேன்!

எங்களுடைய ஜாக்கல் பிரிவின் ஊடாக நாங்கள் மேற்கொண்ட குற்றபூர்வமான, ஒழுக்கமற்ற நடவடிக்கைகள் குறித்த என் ஞாபகங்கள் மங்கிக் கொண்டிருந்தாலும், என்னை முதன்முதலாக வேலைக்கு எடுத்துக் கொண்ட அமைப்பான என்எஸ்ஏ, முப்பத்தைந்து உலகத் தலைவர்களின் அலைபேசி உரையாடல்களை ஒட்டுக் கேட்டிருந்தது என்பதை அறிந்தபோது நான் கடும் சீற்றமடைந்தேன். அவற்றில் அர்ஜென்டீனா, பிரேசில், பிரான்ஸ், ஜெர்மனி, இங்கிலாந்து மற்றும் சில தோழமை நாடுகளைச் சேர்ந்த உயர்மட்டத் தலைவர்களின் இரகசியமான உரையாடல்களும் அடங்கும். வெள்ளை மாளிகை, செனட், இராணுவ மையம் போன்றவற்றைச் சேர்ந்த உயரதிகாரிகள் தங்களுடைய தொடர்பு வட்டத்தில் இருப்பவர்களின் தொலைபேசி எண்களைத் தன்னுடன் பகிர்ந்து கொள்ளுமாறு என்எஸ்ஏ அவர்களை ஊக்குவித்திருந்தது என்றும், அதன் மூலம் அந்நிய நாட்டு முக்கிய அரசியல் தலைவர்களின் தொலைபேசி எண்களைப் பெற்று அது அவர்களை உளவு பார்க்கத் துவங்கியது என்றும் கார்டியன் பத்திரிகை தெரிவித்தது.

இது எந்த விதத்திலும் ஏற்றுக் கொள்ளப்பட முடியாத ஒன்றாக எனக்குத் தோன்றியது. அதோடு, அது ஒரு முட்டாள்தனமான இராஜதந்திரமும்கூட. அது தோற்றுவித்திருந்த பின்விளைவுகளில் இவையும் அடங்கும்: ஜெர்மனியின் அதிபர் ஏஞ்சலா மெர்க்கெல் இதற்குக் கடுமையாக எதிர்ப்புத் தெரிவித்தார். பிரேசிலிய அதிபர் டில்மா ரூசெஃப், அமெரிக்காவுக்கான தன்னுடைய அரசுமுறைப் பயணத்தை இரத்து செய்தார்.

நவீன ஜாக்கல்கள் தங்கள் கையிலெடுத்திருந்த மற்றோர் ஆயுதம், ஒருவருடைய பெயருக்குக் களங்கம் கற்பிப்பது. தங்கள்மீது பரப்பப்படுகின்ற அவதூறுகள், அவை பொய்யாக இருந்தாலும்கூட, தங்களைப் பதவியிலிருந்து கீழே இறக்கிவிடக்கூடிய சக்தி படைத்தவை என்பதை ஒவ்வோர் அரசியல்வாதியும், ஒவ்வொரு தலைவரும், ஒவ்வோர் அரசு அதிகாரியும் நன்றாகவே அறிவர். இதைப் பொறுத்தவரை, அமெரிக்க முன்னாள் அதிபர் கிளின்டன், தற்கால மற்றும் வருங்காலத் தலைவர்களுக்கான ஒரு நல்ல எச்சரிக்கை அறிவிப்பாகத் திகழ்ந்தார். ஏராளமானோர் சந்தேகிப்பதுபோல,

லின்டா டிரிப், திட்டமிட்டு மோனிகா லெவின்ஸ்கியைத் தேர்ந்தெடுத்திருந்தாரோ இல்லையோ, கிளின்டனின் பதவி பறிக்கப்பட்டு, ஒரு பாலியல் விவகாரத்தால் அவருடைய நற்பெயர் சிதைக்கப்பட்டது. நான் இயங்கிக் கொண்டிருந்த காலத்தில், அதிபர் கென்னடி பல கள்ள உறவுகள் வைத்திருந்தார் என்பதை எல்லோரும் அறிந்திருந்தும், அது ஒரு பொது விவகாரம் என்று எவரும் கருதவில்லை; இறுதியில் ஒரு துப்பாக்கிக் குண்டுதான் அவருடைய கதையை முடித்தது. இன்று உலகெங்கும் அதிகாரமிக்கப் பதவிகளில் இருப்பவர்கள், நவீன உளவுத் தொழில்நுட்பத்தைப் பயன்படுத்தித் தங்களை அழித்துவிட முடியும் அல்லது தங்களை ஒரு பொறியில் சிக்க வைத்துவிட முடியும் என்பதை அறிந்துள்ளனர்.

இன்று உலகின் பல பகுதிகளில், ஜாக்கல்கள் தங்களுடைய திட்டங்களில் தங்களுக்கு உதவுவதற்குக் கூலிப்படைகளைப் பயன்படுத்துகின்றனர். இராணுவ வீரர்களைப்போலன்றி, நிர்வாகரீதியான விதிமுறைகளுக்குக் கீழ்ப்படிய வேண்டிய கட்டாயம் இவர்களுக்குக் கிடையாது. 2012 ஆம் ஆண்டுவாக்கில், ஆப்கானிஸ்தானில் மட்டும் 1,10,000 கூலிப்படைகள் இயங்கிக் கொண்டிருந்தன; இவர்களுக்குப் படியளந்து கொண்டிருந்தது அமெரிக்க இராணுவம்தான்; இதில் விநோதம் என்னவென்றால், அங்கிருந்த அமெரிக்கப் படைவீரர்களின் எண்ணிக்கை 68,000 மட்டும்தான். அமெரிக்கா வியட்நாமில் போரிட்டுக் கொண்டிருந்தபோது, அங்கு 3,59,000 அமெரிக்கப் படைவீரர்கள் இருந்தனர்; அமெரிக்க அரசால் அமர்த்தப்பட்டிருந்த கூலிப்படையினரின் மொத்த எண்ணிக்கை 70,000 மட்டும்தான்.

உலகில் இன்று அமெரிக்க மக்களின் வரிப் பணத்தைப் பெற்றுக் கொண்டு இயங்கிக் கொண்டிருக்கின்ற கூலிப்படையினரின் மொத்த எண்ணிக்கை எவ்வளவு என்பது துல்லியமாகத் தெரியாது என்றாலும், அது இலட்சக்கணக்கில் இருக்கும் என்பது மட்டும் உறுதி. 2014 இல், உலகின் சக்திமிக்க முப்பது தனியார் பாதுகாப்பு நிறுவனங்கள் பற்றி ஓர் ஆய்வு நடத்தப்பட்டது. அதில் முதலிடத்தைப் பிடித்த நிறுவனம் ஜி4எஸ். அந்நிறுவனம் 6,20,000 பேரை வேலைக்கு வைத்திருந்தது. 2012 இல் அதன் வருவாய் 12 பில்லியன் டாலர்களுக்கு மேல் இருந்தது. கூலிப்படைக்கு ஆட்களை அனுப்புவதோடு, அந்நிறுவனம், அரசாங்கங்களுக்கும் பெருநிறுவனங்களுக்கும் அதிநவீன உளவுக் கருவிகளையும் விற்பனை செய்து வருகிறது.

அமெரிக்க அரசு அதிக எண்ணிக்கையில் கூலிப்படையினரைப் பயன்படுத்துவது, பின்வருமாறு மார்தட்டிக் கொள்ள அதற்கு வசதியாக இருக்கிறது: 'அமெரிக்க இராணுவம் அந்நிய

மண்ணிலிருந்து விலகிக் கொண்டிருக்கிறது; அமெரிக்க வீரர்களின் இறப்பு எண்ணிக்கை கணிசமாகக் குறைந்து கொண்டிருக்கிறது; சித்திரவதைகளுக்கும் பிற போர்க் குற்றங்களுக்கும் அரசு பொறுப்பல்ல.' கூலிப்படைகளைப் பணியமர்த்துவதன் மூலம், வியட்நாம் போரின்போது முளைத்தப் போர் எதிர்ப்பு இயக்கம் போன்றவை உருவாவதை முற்றிலுமாகத் தவிர்த்துவிடலாம். கூலிப்படையினர் பென்டகனுக்கும் அமெரிக்க அதிபருக்கும் அமெரிக்கக் காங்கிரஸுக்கும் எதுவும் தெரிவிக்காமல் ஜாக்கல்களின் சட்டத்திற்குப் புறம்பான நடவடிக்கைகளை ஊக்குவிக்கின்றனர். அவர்கள் யாருக்கும் பதில் சொல்ல வேண்டியதில்லை.

பெருநிறுவனத்துவம் நம்முடைய ஒவ்வோர் அசைவையும் வேவு பார்த்து, நம்முடைய செயல்கள், பேராசையால் தூண்டப்படும் அதன் அதிகாரத்திற்கு அச்சுறுத்தலாக இருப்பதாக அது கருதும் பட்சத்தில் பிடியாணை இல்லாமல் நம்மைக் கைது செய்வதற்கோ அல்லது படுகொலை செய்வதற்கோ அல்லது வேறு பிற மோசமான நடவடிக்கைகளை மேற்கொள்வதற்கோ அதற்கு இருக்கின்ற திறன் அளவிடற்கரியது. அது ஜனநாயக மரபுகளுக்கு முற்றிலும் அப்பாற்பட்டது. நாம் ஓட்டுப் போட்டுத் தேர்ந்தெடுக்கின்ற அரசியல்வாதிகள், பெருநிறுவனத்துவத்தின் அரசியலதிகாரத் தரகர்களின் பாக்கெட்டுகளுக்குள் இருக்கின்றனர். அதனுடைய 'சிறப்புக்' குழுக்கள் சட்டத்திற்குப் புறம்பான படுகொலைகளை சர்வசாதாரணமாக நிகழ்த்துகின்றன. தாழ்வாகப் பறக்கின்ற அதனுடைய விமானங்களின் விமானிகளும், ரோபாட்டு ஜாக்கல்களும் நம்முடைய தொலைபேசி உரையாடல்களையும் இணைய உரையாடல்களையும் ஒட்டுக் கேட்டுக் கொண்டிருக்கின்றனர். இவையனைத்தும், தன்னுடைய கட்டுப்பாடுகளைத் தக்கவைத்துக் கொள்வதற்கு எதை வேண்டுமானாலும் செய்யத் தயாராக இருக்கின்ற பெருநிறுவனத்துவத்தின் அடாவடித்தனத்தின் விளைவுகளே.

சமீபத்தில், பெருநிறுவனத்துவத்தின் நடவடிக்கைகள் உச்சகட்டப் பீதி நிலையை எட்டியுள்ளன. ஒரு புதிய வல்லரசின் உதயம் குறித்த அச்சம்தான் இதைப் பெருமளவு முடுக்கிவிட்டுள்ளது. சீனாதான் அந்த வல்லரசு!

அத்தியாயம் 45

சீனாவிற்கான படிப்பினைகள்

2015 இல் நான் எக்குவடோருக்குச் சென்றிருந்தபோது, அந்நாட்டைச் சேர்ந்த ஓர் உயரதிகாரி, "நாங்கள் அமெரிக்காவிடமிருந்து கடன் பெறுவதைவிடச் சீனாவிடமிருந்து கடன் பெறுவதை விரும்புவோம். என்னதான் இருந்தாலும், அமெரிக்காவைப்போலன்றி, சீனா ஒருபோதும் எங்களுடைய தலைவர்களைத் தூக்கியெறியவோ அல்லது படுகொலை செய்யவோ இல்லை," என்று என்னிடம் கூறினார்.

ஆசிய நாடுகள் பலவற்றைப் படையெடுத்துத் தாக்கியுள்ள வரலாறு சீனாவுக்கு இருக்கிறது என்பதை அவருக்கு நான் சுட்டிக்காட்டினேன். அதற்கு அவர், "ஆமாம். நீங்கள் சொல்வது சரிதான். அவர்கள் அப்பகுதிகளைத் தங்களுடைய பண்டைய பேரரசின் பகுதிகளாகப் பார்த்ததே அதற்குக் காரணம். ஆனால் லத்தீன் அமெரிக்கா, ஆப்பிரிக்கா அல்லது மத்தியக் கிழக்கில் அது அப்படிச் செய்திருக்கவில்லை. ஆனால் அமெரிக்கா அப்படிச் செய்துள்ளது," என்று பதிலளித்தார்.

எக்குவடோர் அதிபர் கோரியா, தான் ஆட்சிக்கு வருவதற்கு முன்பு எக்குவடோரை ஆண்ட ஆட்சியாளர்கள், குறிப்பாக சிஐஏயின் தயவில் ஆட்சிக் கட்டிலில் ஒட்டிக் கொண்டிருந்த சர்வாதிகாரிகள், பெற்றிருந்த அந்நியக் கடன்களின் சட்டபூர்வத்தன்மையைப் பரிசோதிப்பதற்காக நியமித்திருந்த ஒரு தணிக்கைக் குழுவைப் பற்றி நாங்கள் இருவரும் பேசினோம்.

அந்நியக் கடன்களில் பலவற்றில் 'சட்டத்திற்கு விரோதமான' விஷயங்கள் இடம் பெற்றிருந்ததை அக்குழு கண்டுபிடித்ததைத் தொடர்ந்து, எக்குவடோர் வாங்கிய கடனுக்குக் கட்டப்பட வேண்டியிருந்த 30.6 மில்லியன் வட்டித் தொகையைக் கட்டுவதற்குக் கோரியா மறுத்திருந்தது பற்றி நாம் ஏற்கனவே

பார்த்தோம். அதன் விளைவாக, உலகிலுள்ள கடனாளி நாடுகளின் 'கடனைத் திருப்பிச் செலுத்தும் திறன்' குறித்துக் கணித்து அதற்குக் 'கிரெடிட் ரேட்டிங்' என்று மதிப்பெண்களை வழங்குகின்ற 'ஸ்டான்டர்டு அன்ட் புவர்ஸ் ரேட்டிங் சர்வீசஸ்' என்ற நிறுவனமும், 'ஃபிட்ச் ரேட்டிங்' என்ற நிறுவனமும், எக்குவடோரின் கிரெடிட் ரேட்டிங்கைக் குறைத்தன.

கோரியா உடனே சீனாவின் உதவியை நாடினார். சீனா உடனடியாக எக்குவடோருக்கு 1 பில்லியன் டாலர்கள் மதிப்புள்ள கடனை வழங்கியது. விரைவிலேயே அது 2 பில்லியனாக உயர்த்தப்பட்டது. அக்கடனை எக்குவடோர் திருப்பிக் கொடுத்தவுடன் அந்நாட்டின் கிரெடிட் ரேட்டிங் மீண்டும் பழைய நிலைக்கு உயர்த்தப்பட்டது. அதே நேரத்தில், அது சீனாவிடமும் அதன் பொருளாதார அடியாள் அமைப்புமுறையிடமும் வசமாகச் சிக்கிக் கொண்டது. 2015 ஏப்ரல் வாக்கில் அது சீனாவுக்கு 5.4 பில்லியன் டாலர்கள் கடன்பட்டிருந்தது. அந்நாட்டின் மொத்த அந்நியக் கடனில் அது 28 சதவீதம்!

2015 கோடையில் நான் மீண்டும் எக்குவடோருக்குச் சென்றேன். அதற்குள் நாங்கள் பச்சமமா அறக்கட்டளையைச் சட்டபூர்வமாகக் கலைத்துவிட்டிருந்தோம். ஆனால் அமெரிக்காவில் பதிவு செய்யப்பட்டிருந்த பச்சமமா அலையன்ஸ் அமைப்பின் நடவடிக்கைகளைத் தடுத்து நிறுத்த அந்நாடு எந்த முயற்சியும் மேற்கொள்ளவில்லை. அஷுவார் பகுதிக்கு நாங்கள் ஆண்டுதோறும் செல்கின்ற பயணத்தில், பில் டுவிஸ்ட், லின் டுவிஸ்ட் மற்றும் டேனியல் கூப்பர்மேனுடன் நான் இணைந்து கொண்டேன்.

எங்கள் பயணத்தில் நாங்கள் அகோயன் நீர்மின் திட்டத்தைக் கடந்து சென்றபோது, பழைய நினைவுகள் என்னைச் சூழ்ந்து கொண்டன. உலக வங்கி, ஐஎம்எஃப், வால் ஸ்டிரீட், கிரெடிட் ரேட்டிங் அமைப்புகள், மற்றும் பிற அமெரிக்க ஐரோப்பிய வங்கி அமைப்புகள் எப்படி எக்குவடோரையும் அதன் எண்ணெய் வளங்களையும் சீனாவின் மடியில் கொண்டு தள்ளிவிட்டிருந்தன என்பதைப் பற்றி நான் யோசித்தேன். 2003 இல் எக்குவடோரின் எண்ணெய் முழுவதும் அமெரிக்காவுக்கு ஏற்றுமதி செய்யப்படும் என்ற நிலை இருந்தது. 2015 ஆம் ஆண்டுவாக்கில் அந்நிலை முற்றிலும் மாறியிருந்தது; சீனா எக்குவடோரின் எண்ணெயில் 55 சதவீதத்தை வாங்கிக் கொண்டிருந்தது. அமெரிக்காவுக்கு எக்குவடோரிலிருந்து எண்ணெய் ஏற்றுமதி எதுவும் செய்யப்படவில்லை. எக்குவடோரில் மட்டுமல்லாது, உலகம் முழுவதும் சீனா வகித்து வருகின்ற பாத்திரம், வருங்கால உலகம் எங்குப் பயணிக்கப் போகிறது என்பதைக் கட்டியம் கூறுவதாக

இருப்பதாக நான் உணர்ந்தேன்.

அமெரிக்காவையும், வரலாற்றின் பக்கங்களில் இடம் பெற்றிருந்த பிற பேரரசுகளையும்போல, சீனாவின் ஆதிக்கப் பரவலும், பிற நாடுகளுக்குக் கடன் அளிப்பது, அந்நாட்டின் வளங்களைச் சுரண்டுவது, அந்நாட்டுத் தலைவர்களை அச்சத்தில் உறைய வைப்பது ஆகியவற்றைச் சுற்றியே இருந்தது. கோரியாவின் அச்சத்தையும், எக்குவடோர் மற்றும் ஹோன்டுராஸின் மக்களின் அச்சத்தையும் சீனா தனக்குச் சாதகமாகப் பயன்படுத்திக் கொண்டிருந்தது.

சீனாவையும் ரஷ்யாவையும் பயங்கரவாதிகளையும் கண்டு பயப்பட அமெரிக்கர்களுக்குக் கற்றுக் கொடுக்கப்பட்டிருந்த அதே வேளையில், உலகமே அமெரிக்கர்களைக் கண்டு பயந்து கொண்டிருந்தது. அவர்கள் பொதுவாக அமெரிக்க இராணுவத்தைக் கண்டும், நூற்றுக்கும் மேற்பட்ட நாடுகளில் அமெரிக்கா அமைத்து வைத்துள்ள இராணுவத் தளங்களில் அமெரிக்க வீரர்கள் பணியமர்த்தப்பட்டிருப்பதைக் கண்டும் பயப்படுகின்றனர். அவர்கள் சிஐஏ, என்எஸ்ஏ மற்றும் பிற அமெரிக்க உளவு நிறுவனங்களைக் கண்டு பயப்படுகின்றனர். அவர்கள் ஆளில்லா வானூர்திகளைக் கண்டு, ஏவுகணைகளைக் கண்டு, வெடிகுண்டுகளைக் கண்டு பயப்படுகின்றனர். டாலர்மயப்படுத்தப்பட்ட, கடன் அடிப்படையில் அமைந்த நிதி அமைப்பைக் கண்டு அவர்கள் பயப்படுகின்றனர்.

வெளிப்படையான பயங்கள் தவிர, மறைமுகமான பயங்களும் நடைமுறையில் கோலோச்சிக் கொண்டிருக்கின்றன. பொருளாதாரரீதியாக வளர்ந்து கொண்டிருக்கின்ற நாடுகள், பன்னாட்டு நிறுவனங்களால் தாங்கள் விழுங்கப்பட்டுவிடக்கூடும் என்று பயப்படுகின்றன. கடன் ஒப்பந்தங்களின் ஊடாக விதிக்கப்படுகின்ற நிபந்தனைகள் மூலமாகவும், வர்த்தக ஒப்பந்தங்கள் மூலமாகவும் இந்நாடுகளின் பொருளாதாரங்கள் பன்னாட்டு நிறுவனங்களைச் சார்ந்திருக்கின்ற நிலை உருவாக்கப்படுகிறது. அதன் விளைவாக, பன்னாட்டு நிறுவனங்களின் தயவு இல்லாமல் தங்களால் தாக்குப்பிடிக்க முடியாது என்று அவர்கள் அஞ்சுகின்றனர். தாங்கள் ஒத்துழைக்காவிட்டால், பெருநிறுவனங்கள் இங்கிருந்து கிளம்பி வேறு நாடுகளுக்குச் சென்று அங்கே தங்களுடைய கடையை விரித்துவிடக்கூடும் என்று அவர்கள் அஞ்சுகின்றனர். ஆனால் அதே நேரத்தில், அவர்களைத் தங்கள் நாட்டின் எல்லைக்குள் அனுமதித்தால், அவர்கள் சுற்றுச்சூழலை மாசுபடுத்துவர், மிகச் சொற்பமான கூலிக்கு வேலைக்கு வரும்படி தங்களுடைய மக்களைக் கட்டாயப்படுத்துவர் என்றும் அவர்கள்

பயப்படுகின்றனர். அவர்களுடைய அனைத்து நிபந்தனைகளுக்கும் தலையாட்டினால்கூட, இறுதியில் ஒரு நாள், கெடுபிடிகள் குறைவாக இருக்கின்ற வேறொரு நாட்டிற்குப் பன்னாட்டு நிறுவனங்கள் இடம் பெயர்ந்துவிடும் என்றும், அப்படி நேர்கின்ற பட்சத்தில், இவர்களை நம்பி, தங்களுடைய வாழ்வாதாரமாக விளங்கிய சொற்ப வயல்வெளிகளை விற்றுவிட்டு வந்த மக்கள் பட்டினியால் மாண்டு போவர் என்றும் அவர்கள் பயப்படுகின்றனர்.

பயம் மற்றும் கடனை அடித்தளமாகக் கொண்டு அமைக்கப்படுகின்ற ஓர் அமைப்புமுறை திறமையாகச் செயல்படுவதுபோலத் தோன்றக்கூடும். ஆனால், பேரரசுகள் என்றென்றைக்குமாக நிலைத்திருப்பதில்லை என்பதை வரலாறு நமக்குக் காட்டியுள்ளது. நவீன உலகில் அமெரிக்காவின் வளர்ச்சியையும் வீழ்ச்சியையும் உள்ளடக்கிய சோகக் கதை, பெருநிறுவன மற்றும் அரசாங்கத் தலைவர்களின் படுமோசமான தோல்வியைப் பிரதிநுதப்படுத்துகிறது.

சோவியத் ஒன்றியத்தின் வீழ்ச்சிக்குப் பிறகு, பெருநிறுவன முதலாளிகள், தங்களுடைய இலாபத்தை அதிகரிப்பதற்காக அரசியல்வாதிகளை ஊழல்வாதிகளாக மாற்றுவது, ஒரு நாட்டின் சட்ட அமைப்புமுறையைத் தங்களுக்குச் சாதகமாகத் திரிப்பது உட்பட, தங்கள் விருப்பம்போல எதை வேண்டுமானாலும் செய்வதற்குத் தங்களுக்கு உரிமம் வழங்கப்பட்டுவிட்டதாக நம்பத் தொடங்கினர். உலக வங்கி போன்ற 'நிதியுதவி' நிறுவனங்கள், ஏழை நாடுகளுக்கு வழங்கி வந்த கடன்களுக்கான வட்டியை அதிகரித்தன, அரசியல்ரீதியான நிபந்தனைகளையும் பிற கட்டுப்பாடுகளையும் கடனாளி நாடுகளின்மீது திணித்தன.

தாங்கள் சுரண்டப்பட்டுக் கொண்டிருந்தோம் என்பதை அந்தக் கடனாளி நாடுகளின் மக்கள் விரைவிலேயே புரிந்து கொண்டனர். ஆனால், அவர்களுக்கு இப்போது வேறு போக்கிடம் எதுவும் இருக்கவில்லை. சோவியத்தின் வீழ்ச்சிக்குப் பிறகு, அமெரிக்காவின் அடாவடித்தனத்தைத் தட்டிக் கேட்பதற்கு ஆளில்லாமல் போய்விட்டது. அதனால், வளர்ச்சியடைந்து கொண்டிருந்த நாடுகள் உள்ளூரக் குமுறினாலும், வேறு வழியின்றி அமெரிக்காவின் அட்டூழியங்களைப் பொறுத்துக் கொண்டிருக்க வேண்டியதாயிற்று.

பின் திடீரென்று எங்கிருந்தோ முளைத்ததுபோல, சீனா ஒரு புதிய உலக சக்தியாக உருவெடுத்தது. ஒரு பொருளாதார ஜாம்பவானாகவும், சர்வதேச உற்பத்தி மற்றும் வர்த்தக அரங்கில் தவிர்க்கப்பட முடியாத ஒரு சக்தியாகவும் உருவெடுத்தச் சீனாவின் அசுர வளர்ச்சி, ரஷ்யா காலி செய்திருந்த பீடத்தில்

அதை அமர்த்தியது.

அமெரிக்காவும் அதன் தோழமை நாடுகளும் பெருநிறுவனத்துவமும் செய்திருந்த தவறுகளிலிருந்து சீனா பாடம் கற்றுக் கொண்டதுபோலத் தோன்றுகிறது. சீனா வழங்குகின்ற கடன்கள் பொதுவாக, உலக வங்கியும் ஐஎம்எஃபும் விதிப்பது போன்ற அரக்கத்தனமான நிபந்தனைகளுடன் அளிக்கப்படுவதில்லை. ஐக்கிய நாடுகள் அவையில் சில குறிப்பிட்டக் கொள்கைத் திட்டங்களுக்கு ஆதரவாக வாக்களிக்கும்படி நிர்ப்பந்திப்பது, அமெரிக்க டாலர்களில் மட்டுமே பரிவர்த்தனைகள் மேற்கொள்ளப்பட வேண்டும் என்று வற்புறுத்துவது, தன்னுடைய இராணுவத் தளங்களை அந்நாடுகளில் அமைக்கக் கட்டாயப்படுத்துவது போன்றவை அவற்றுக்கான சில எடுத்துக்காட்டுகளாகும். ஒரு நாட்டில் தாங்கள் கட்டிக் கொடுக்கின்ற தொழிற்சாலைகள் நீண்ட காலத்திற்கு அங்கேயே தொடர்ந்து செயல்பட்டு வரும் என்று சீனா அந்நாடுகளுக்கு உத்தரவாதம் அளிக்கிறது. ஆனால் அப்படிப்பட்ட வாக்குறுதிகள் கடைபிடிக்கப்படுமா என்பதைப் பொறுத்திருந்துதான் பார்க்க வேண்டும். ஆனால், அமெரிக்கா ஊக்குவிக்கின்ற சுதந்திர வர்த்தக உடன்படிக்கைகள் இதற்கு நேர் எதிரானவற்றையே செய்கின்றன.

அமெரிக்காவையும் அதன் தோழமை நாடுகளையும்விட அதிகச் சிறப்பாகச் செயல்படுகின்ற திறன் சீனாவிடம் இருக்கிறது என்பது உண்மைதான் என்றாலும், சீனா தன்னுடைய சொந்தப் பொருளாதார அடியாள் அமைப்புமுறையைப் பெருக்கிக் கொள்ளவும், நாடுகளையும் அவற்றின் வளங்களையும் தன்னுடைய கட்டுப்பாட்டிற்குள் கொண்டுவரவும் பிரம்மாண்டமான அளவில் வழங்கப்படுகின்ற கடனைப் பயன்படுத்தி வருகிறது என்ற எளிய உண்மையை அவ்வளவு சுலபமாகப் புறந்தள்ளிவிட முடியாது.

சீனாவிலிருந்து ஊற்றெடுக்கின்ற மொத்தக் கடன் தொகையைக் கணக்கிடுவது கடினம் என்றாலும், எக்குவடோர் மற்றும் பிற லத்தீன் அமெரிக்க நாடுகளுக்குச் சீனா 2005க்கும் 2013க்கும் இடையே, கிட்டத்தட்ட 100 பில்லியன் டாலர்கள் கடன் கொடுத்துள்ளதாகக் கணிக்கப்பட்டுள்ளது. இப்போது அப்பிராந்தியத்திற்குச் சீனா அளித்திருக்கின்ற கடன் தொகை அதைவிட இரண்டு மடங்கு இருக்கக்கூடும். ஆனால், உலக வங்கி, சர்வதேச வளர்ச்சிக்கான அமெரிக்க நிறுவனம், இன்டர் அமெரிக்கன் வளர்ச்சி வங்கி, அமெரிக்க ஏற்றுமதி இறக்குமதி வங்கி ஆகிய அனைத்து அமைப்புகளும் வழங்கியிருக்கின்ற கடன் தொகையைவிட அது அதிகம் என்பது மட்டும் உறுதி. 'பிரிக்ஸ் வங்கி' (பிரேசில், ரஷ்யா, இந்தியா, சீனா, தென்னாப்பிரிக்கா

ஆகிய ஐந்து நாடுகளின் கூட்டமைப்பு வங்கி), ஐம்பதுக்கும்
மேற்பட்ட உறுப்பு நாடுகளைக் கொண்டிருக்கின்ற 'ஆசியக்
கட்டமைப்பு முதலீட்டு வங்கி' ஆகிய இரண்டின் பின்னால்
இருக்கின்ற உந்துசக்தியாகச் சீனா திகழ்கிறது. இந்த இரண்டு
வங்கிகளின் சொத்துகளுக்கும் சக்திக்கும் முன்னால் உலக வங்கியும்
அதனோடு தொடர்புடைய பிற நிதி நிறுவனங்களும் கூனிக்
குறுகி நிற்க வேண்டியிருக்கும். வெறும் பத்து ஆண்டுகளுக்குள்,
சீனா, உலகக் கடன் அரங்கின் பிதாமகனாகத் தன்னை நிலை
நிறுத்திக் கொண்டுள்ளது.

நான் எக்குவடோரில் இருந்தபோது, 'நியூயார்க் டைம்ஸ்'
இதழில் வெளியான ஒரு கட்டுரையை நான் படித்தேன். அதில்
குறிப்பிடப்பட்டிருந்த நிகழ்வுகள், என்னுடைய காலத்திய
அமெரிக்கப் பொருளாதார அடியாள் அமைப்புமுறை
நடவடிக்கைகளைப்போலத் தோன்றின. ஆனால், அக்கட்டுரை
சீனாவைப் பற்றிப் பேசிக் கொண்டிருந்தது. அமெரிக்கா
ஒருபோதும் செலவழித்திருக்காத அளவு பிரம்மாண்டமான
பணத்தைச் சீனா செலவழித்துக் கொண்டிருக்கிறது, எண்ணற்றப்
பகாசுரத் திட்டங்களைக் கையில் எடுத்திருக்கிறது.

ஆன்டிஸ் மலையடிவாரமும் அமேசான் காடுகளும் சந்திக்கின்ற
இடத்தில், கிட்டத்தட்ட ஆயிரம் சீனப் பொறியாளர்களும்
தொழிலாளர்களும், ஓர் அணையையும் அதையொட்டி
அமைந்திருந்த 15 மைல் நீளச் சுரங்கப்பாதையையும்
கட்டுவதில் சுறுசுறுப்பாக இயங்கிக் கொண்டிருக்கின்றனர்.
2.2 பில்லியன் டாலர்கள் மதிப்புள்ள அத்திட்டம் உற்பத்தி
செய்யவிருக்கின்ற மின்சாரத்தைக் கொண்டு மொத்த
எக்குவடோரின் மின்தேவையில் மூன்றில் ஒரு பங்கை
ஈடுகட்டிவிடலாம்.

அந்நாட்டின் பசிபிக் பெருங்கடலோரம் அமைந்துள்ள மன்டா
என்ற துறைமுக நகருக்கு அருகே எண்ணெய்ச் சுத்திகரிப்பு
ஆலை ஒன்றை நிறுவுவதற்குச் சீன வங்கிகள் மூலம்
அந்நாட்டுக்கு 7 பில்லியன் டாலர்கள் கடன் வழங்குவதற்குப்
பேச்சுவார்த்தைகள் நடந்து கொண்டிருக்கின்றன. அத்திட்டம்
நிறைவேற்றப்படுகின்றபோது, எக்குவடோர், பெட்ரோல்,
டீசல் மற்றும் இதரப் பெட்ரோலியப் பொருட்களின்
விநியோகத்தில் ஓர் உலக சக்தியாக உருவெடுக்கும்.

அந்நாடு முழுவதிலுமுள்ள நகரங்கள் மற்றும் கிராமங்களில்
சீனப் பணத்தைக் கொண்டு, கணக்கிலடங்கா சாலைகள்,
நெடுஞ்சாலைகள், பாலங்கள், மருத்துவமனைகள்
போன்றவை அமைக்கப்படவிருக்கின்றன. கலாபகோஸ்

தீவுகள்வரையிலான சாலை நெடுகிலும் கண்காணிப்புக்
கேமராக்கள் பொருத்தப்படும் திட்டம் ஒன்றுகூட அதில் இடம்
பெற்றிருக்கிறது. இதற்காக, சீன அரசுக்குச் சொந்தமான
வங்கிகள் 11 பில்லியன் டாலர்கள் பணத்தை இந்நாட்டுக்குள்
கொட்டியுள்ளன. எக்குவடோர் சீனாவிடம் மேலும் பணம்
கேட்டுக் கொண்டிருக்கிறது.

வெறும் 16 மில்லியன் மக்கட்தொகையைக் கொண்ட
எக்குவடோருக்கு உலக அரங்கில் குறிப்பிடத்தக்க எந்த
அந்தஸ்தும் இல்லை. ஆனால், படுவேகமாக அதிகரித்து
வருகின்ற சீனாவின் காலடித்தடம், வருங்கால உலக
ஒழுங்கு எப்படி இருக்கப் போகிறது என்பதற்குக்
கட்டியம் கூறுகிறது. குறிப்பாக, அமெரிக்கா மெதுவாகத்
தன்னுடைய மேலாதிக்கத்தை இழந்து கொண்டிருக்கின்ற
இக்காலகட்டத்தில் இது பெரும் முக்கியத்துவம் பெறுகிறது.

* * *

எங்களுடைய பச்சமமா அலையன்ஸ் குழு, ஷெல் நகரில்
கொட்டிக் கொண்டிருந்த காட்டு மழை நிற்பதற்காகக் காத்துக்
கொண்டிருந்தது. நான் சீனாவைப் பற்றிப் பேச்செடுத்ததும், சீனா
எப்படியோ ஒரு மாயாஜாலத்தை நிகழ்த்தியிருந்தது குறித்தும்,
அது குறித்து மிகவும் எச்சரிக்கையாக இருக்க வேண்டிய
அவசியம் குறித்தும் நாங்கள் எங்களுக்குள் பேசிக் கொண்டோம்.
மாசேதுங்கின் கலாச்சாரப் புரட்சியின் சாம்பலிலிருந்து சீனா
உயிர்த்தெழுந்திருந்தது. வரலாற்றில் வேறு எந்தவொரு நாடும்
பெற்றிராத பிரம்மாண்டமான பொருளாதார வளர்ச்சியை
அந்நாடு பெற்றுள்ளது. ஆனால் அதற்குச் சுற்றுச்சூழல்ரீதியாகவும்
சமூகரீதியாகவும் ஒரு மாபெரும் விலை கொடுக்கப்பட்டுள்ளது.
அந்நாடு மாசுபாட்டால் மூச்சுத் திணறிக் கொண்டிருக்கிறது.
கோடிக்கணக்கான சீனர்கள் தரமற்றச் சமூகச் சூழல்களில்
வாழ்ந்து கொண்டிருக்கின்றனர். சீனா உலகளாவிய ஆதிக்க
சக்தியாக உருவெடுத்துக் கொண்டிருப்பது குறித்து மக்கள் அச்சம்
தெரிவித்துள்ளனர். அமெரிக்க மாதிரியைவிட, சீன மாதிரி
இன்னும் பெரிய பிரச்சனைகளைத் தோற்றுவிக்கும் என்ற கருத்து
மிகப் பரவலாக நிலவி வருகிறது.

நான் இந்நூலின் முதல் பதிப்பை எழுதிய பிறகு இரண்டு
முறை சீனாவிற்குச் சென்றேன். ஷாங்காயில் நடைபெற்ற எம்பிஏ
மாணவர்களுக்கான ஒரு கருத்தரங்கில் பேசுவதற்காக நான்
கடந்த முறை அங்கு சென்றிருந்தேன். அதில் கலந்து கொண்ட

சீன எம்பிஏ மாணவர்களில் பெரும்பாலானோர், சீனக் கம்யூனிஸ்டுக் கட்சியில் உறுப்பினர்களாக இருந்தனர். அவர்கள் ஒவ்வொருவரும் அந்நாட்டின் வருங்காலத் தலைவர்களாக அடையாளம் காணப்பட்டிருந்தனர். தங்களுடைய நாட்டின் சுற்றுச்சூழல் மற்றும் சமூகப் பிரச்சனைகள் குறித்துத் தாங்கள் கவலை கொண்டிருந்ததாகவும், அவற்றைச் சீராக்குவதில் தாங்கள் உறுதியாக இருந்ததாகவும் அவர்கள் என்னிடம் தெரிவித்தனர். மன்டி ஸாங் என்ற மாணவி, "எங்கள் நாடு அடைந்துள்ள பிரம்மாண்டமான பொருளாதார வளர்ச்சி, அதனால் ஒரு பொருளாதார அற்புதத்தைப் படைக்க முடியும் என்பதற்கான அத்தாட்சியாக விளங்குகிறது. இப்போது எங்களுடைய தலைமுறை, ஒரு பசுமை அற்புதத்தைப் படைத்தாக வேண்டும்," என்று கூறினார்.

ஷெல் நகரில் காத்துக் கொண்டிருந்த எங்களுடைய பச்சமமா அலையன்ஸ் குழுவிலிருந்த ஒருவர், "இது குறித்து நம்மால் என்ன செய்ய முடியும்? சீனாவை நாம் எப்படித் தடுத்து நிறுத்துவது?" என்று கேட்டார்.

அமெரிக்கர்கள் உண்மையிலேயே நேர்மையாக நடந்து கொண்டால், விஷயம் சீனாவைத் தடுத்து நிறுத்துவதைப் பற்றியது அல்ல என்பதையும், மாறாக, தங்களுடைய சொந்த மனப்போக்கைப் பற்றியதே என்பதையும் அவர்கள் ஒப்புக் கொள்வர். சீனாவின் மாசுபாட்டுக்குப் பெருமளவு தாங்கள்தான் காரணம் என்று அவர்கள் ஒப்புக் கொள்ள வேண்டியிருக்கும். சமூகச் சூழல்களுக்கும் அதே அணுகுமுறை பொருந்தும். ஏனெனில், சீனத் தொழிற்சாலைகளில் தயாரிக்கப்படுகின்ற பொருட்களை அமெரிக்கர்கள் உட்பட எல்லோருமே வாங்கிக் கொண்டிருக்கிறோம்; நாம் மலிவான பொருட்களை விற்கின்ற கடைகளைத் தேடி அலைந்து கொண்டிருக்கிறோம். ஆனால் அத்தகைய பொருட்களில் பெரும்பாலானவை, சீனாவிலுள்ள மாசுபாட்டைப் பெருக்கிக் கொண்டிருக்கின்ற தொழிற்சாலைகளில்தாம் உற்பத்தி செய்யப்படுகின்றன.

உண்மையில், சீனாவின் பொருளாதார அற்புதம் அமெரிக்காவாலும் பன்னாட்டு நிறுவனங்களாலுமே சாத்தியமாகியுள்ளது. சீனாவின் முக்கியப் புள்ளிகள் பெருநிறுவனத்துவத்தில் இணைந்துள்ளனர். உற்பத்திப் பொருட்களின் ஏற்றுமதியில் சீனாதான் உலகிலேயே பெரியது. 2001 ஆம் ஆண்டிலிருந்து 2010 ஆண்டுவரையிலான காலகட்டத்தில், சீனாவின் ஏற்றுமதி, ஆண்டுக்கு 20 சதவீதம் அதிகரித்தது. 2004 இல், சீனா, 200 பில்லியன் டாலர்கள் மதிப்புக் கொண்ட பொருட்களை அமெரிக்காவுக்கு விற்றது. 2014 இல்

அத்தொகை, கிட்டத்தட்ட இரண்டு மடங்காக அதிகரித்து 467 பில்லியன் டாலர்களைத் தொட்டது.

சீனாவைப் பற்றி ஊகித்துக் கொண்டிருப்பதற்குப் பதிலாக, அமெரிக்கர்கள் தாங்கள் செய்துள்ள காரியங்கள் குறித்து மனம் வருந்தித் தங்களை மாற்றிக் கொள்ள வேண்டும். அமெரிக்கர்கள், தங்களுடைய நாடும், இப்போது பன்னாட்டு நிறுவனங்களாக ஆகியுள்ள அமெரிக்கப் பெருநிறுவனங்களும் செய்துள்ள காரியங்கள் குறித்து ஆழமாகவும் தீவிரமாகவும் ஆராய வேண்டும். தோல்வியில் முடிந்த ஒரு திட்டத்தைப் பின்பற்றுவதற்குச் சீனா முயன்று கொண்டிருக்கிறது. உலக மக்கட்தொகையில் வெறும் 5 சதவீதம் இருக்கும் அமெரிக்கர்கள், உலக வளங்களில் 25 சதவீதத்தைக் கபளீகரம் செய்து கொண்டிருக்கின்றபோது, உலக மக்கட்தொகையில் 19 சதவீதத்தை கொண்டிருக்கின்ற சீனர்களால் எப்படி அமெரிக்க வாழ்க்கைமுறையைத் தங்களால் பிரதியெடுக்க முடியும் என்று நம்ப முடியும்? இப்படி இந்த இருவர் மட்டுமே உலக வளங்களைப் பங்கிட்டுக் கொண்டால், இந்தியா, பிரேசில் மற்றும் உலகின் பிற நாடுகள் என்ன செய்யும்? அது சாத்தியமே இல்லை. அதனால் நாம் மாறித்தான் ஆக வேண்டும். அதைத் தவிர வேறு வழியில்லை.

நாம் 'அவர்களைப்' பலியாடுகளாகப் பயன்படுத்த முயற்சிப்பதை நிறுத்த வேண்டும். எப்படி 'அவர்களைப்' பார்த்து நாம் பயப்படக்கூடாதோ, அதேபோல, நாம் 'அவர்கள்மீது' குற்றம் சுமத்தவும் கூடாது; அல்லது நம்முடைய பிரச்சனைகளை, சவப் பொருளாதாரத்திற்கு இட்டுச் செல்கின்ற, கொன்றுண்ணியாகச் செயல்படுகின்ற பெருநிறுவன முதலாளித்துவம் தோற்றுவிக்கின்ற உலகளாவிய பிரச்சனைகளை, 'அவர்கள்' தீர்ப்பார்கள் என்று நாம் எதிர்பார்க்கவும் கூடாது. 'அவர்கள்தாம்' நாம் என்பதை நாம் புரிந்து கொள்ள வேண்டும். நாம் ஒவ்வொருவரும் பொறுப்பேற்றுக் கொள்ள வேண்டும். நாம் ஒரு புதிய முன்மாதிரியை உருவாக்க வேண்டும். சீனர்கள், இந்தியர்கள், பிரேசிலியர்கள், அமெரிக்கர்கள், பெருநிறுவனத் தலைவர்கள், அரசாங்க அதிகாரிகள் மற்றும் ஏனையோரும் பின்பற்றத்தக்க ஒரு மாதிரியை நாம் உருவாக்க வேண்டும்.

பொருளாதாரம் இயங்குகின்ற விதத்தில் மாற்றங்களை ஏற்படுத்துவதைப் பற்றியது அல்ல இது, மாறாக, இது யோசனைகளை மாற்றுவதைப் பற்றியது; பல நூற்றாண்டுகளாகப் பொருளாதாரத்தை முடுக்கிவிட்டு வந்துள்ள வறட்டுக் கோட்பாடுகளை மாற்றுவதைப் பற்றியது இது; கடன் மூலம் உருவாக்கப்படுகின்றன பயம், பிரித்தாளும் சூழ்ச்சி, போதாமை மனப்பான்மை போன்றவற்றை முறியடிப்பதைப் பற்றியது இது;

வெறுமனே நீடித்து நிலைத்திருப்பதைப் பற்றிய யோசனைகளைக் கடந்து, வேளாண்மை, சுரங்க வேலை மற்றும் பிற அழிவுபூர்வமான நடவடிக்கைகளால் நாசமாக்கப்பட்டுள்ள பகுதிகளுக்குப் புத்துயிர் அளிப்பது பற்றிய யோசனைகளுக்குத் தாவுவதைப் பற்றியது இது. இது புரட்சியைப் பற்றியது. சவப் பொருளாதாரத்திலிருந்து ஜீவப் பொருளாதாரத்தை நோக்கிய மாற்றம் என்பது உண்மையில் பிரக்ஞையில் ஏற்படுகின்ற மாற்றத்தைப் பற்றியதாகும். எனவே, இது பிரக்ஞைபூர்வமான ஒரு புரட்சியாகும்.

அத்தியாயம் 46

உங்களால் என்ன செய்ய முடியும்

உலகப் புகழ்பெற்ற 'பீட்டில்ஸ்' இசைக்குழுவைத் தோற்றுவித்தவர்களில் ஒருவரும், காலஞ்சென்ற இசைக் கலைஞருமான ஜான் லெனனின் மனைவி யோகோ ஓனோ லெனன், தன் கணவரின் நினைவாக அமைத்திருந்த அறக்கட்டளையின் சார்பில், 2012, 'யோகோ ஓனோ கிராண்ட் ஃபார் பீஸ்' என்ற அமைதி விருதை எனக்கு வழங்கி என்னைக் கௌரவித்தார். மேலும், என்னுடைய 'டிரீம் சேஞ்ச்' அமைப்புக்கும் அவர் ஒரு பெரிய நன்கொடையை வழங்கினார்.

கடந்த சில ஆண்டுகளாகப் பெரிய நடவடிக்கைகள் எதையும் மேற்கொள்ளாமல் இருந்த டிரீம் சேஞ்ச் அமைப்புக்குள், துடிப்பும் புத்திசாலித்தனமும் அர்ப்பணிப்பும் கொண்ட சமந்தா தாமஸ் என்ற இளம்பெண் வந்து சேர்ந்தார். அவரை நான் அதன் நிர்வாக இயக்குநராக ஆக்கினேன். 2015 இல், டிரீம் செஞ்ச் சார்பில், தொழில்கள் பரிவுடன் தங்களுடைய நடவடிக்கைகளை மேற்கொள்வதை ஊக்குவிப்பதற்காக, அவர் ஓர் உச்சி மாநாட்டை நடத்த விரும்பினார். நானும் சமந்தாவும், சர்வதேச அளவில் வெற்றிகரமாக இயங்கிக் கொண்டிருக்கின்ற, பெரிதும் மதிக்கப்படுகின்ற விளம்பர நிறுவனமான 'வீடன்+கென்னடி' என்ற நிறுவனத்தை அணுகி, அதன் நிறுவனர்களில் ஒருவரும் அதன் தலைவருமான டான் வீடனிடம், அந்த மாநாட்டை எங்களுடன் சேர்ந்து நடத்த அழைப்பு விடுத்தோம். சமந்தா துவக்கத்திலிருந்தே அந்த மாநாட்டை 'நேச உச்சி மாநாடு' என்று அழைக்க விரும்பினார். அதற்கு நானும் டானும் ஆட்சேபனை தெரிவித்தோம். தொழில் கருத்தரங்கு ஒன்றில் 'நேசம்' என்ற வார்த்தை இடம்பெறுவது பொருத்தமாக இருக்காது என்று நாங்கள் நினைத்தோம். அதற்கு சமந்தா என்னிடம், "சமீபத்தில்தான் நீங்கள் 'ஜான் லெனன் அமைதி

விருதைப்' பெற்றீர்கள். 'நேசம் ஒன்றே போதும் உங்களுக்கு!' என்ற அமரத்துவம் பெற்ற அவருடைய கவிதை வரிகளை கௌரவிக்கின்ற விதத்தில் நம்முடைய மாநாட்டின் பெயர் இருந்தால் பொருத்தமாக இருக்கும்தானே?" என்று கேட்டார். அதனால், நாங்கள் அதற்கு ஒப்புக் கொண்டோம்.

எங்களுடைய மாநாட்டில் கலந்து கொண்ட வெற்றிகரமான தொழில்முனைவோரையும் பெருநிறுவன நிர்வாக அதிகாரிகளையும்போலவே, நானும் டேனும் ஒரு விஷயத்தைப் புரிந்து கொண்டோம்: 'நாம் நம்மையும் நம்முடைய பூமியையும் ஏனையோரையும் நேசிக்கின்றபோது, எல்லாமே மேம்படுகிறது.' தங்களுடைய நிறுவனத்தின்மீதும் தங்களுடைய பொருட்கள்மீதும் நுகர்வோரை நேசம் கொள்ள வைப்பதுதான் சந்தைப்படுத்துதலின் நோக்கம் என்று அந்த மாநாட்டில் கலந்து கொண்ட பல பேச்சாளர்கள் சுட்டிக்காட்டினர். உலகத்தை மாற்றுவதற்கு நாம் செய்ய வேண்டியதெல்லாம், வாழ்க்கைக்குச் சேவை செய்கின்ற நிறுவனங்களையும் அவற்றின் பொருட்களையும் நேசிக்க நுகர்வோரை ஊக்குவிக்க வைப்பது மட்டும்தான். அப்படி அவர்களால் நேசிக்கப்படுகின்ற ஒரு நிறுவனமாகத் தங்களுடைய நிறுவனம் ஆக வேண்டும் என்றால், அவர்களுடைய வாழ்க்கைக்கு உதவக்கூடிய பொருட்களை அவர்களுக்குக் கொடுப்பதற்கு அந்நிறுவனம் தன்னை அர்ப்பணித்துக் கொள்ள வேண்டும்.

இப்புதிய பிரக்ஞைக்குள் தொழில்கள் அடியெடுத்து வைக்க வேண்டும் என்று ஒன்றன்பின் ஒன்றாகப் பல பேச்சாளர்கள் பேசியதை நான் கேட்டுக் கொண்டிருந்தபோது, என் மனப்பாங்கை மாற்றியதன் மூலம் என் உயிரைக் காப்பாற்றியிருந்த ஷுவார் ஷாமன் துன்டுவம் என் நினைவுக்கு வந்தார். நாம் எப்படிக் கனவு காண்கிறோமோ, அப்படித்தான் இந்த உலகம் அமைகிறது. ஆனால் நாமோ, பொருட்கள்மீதான அதீத மோகத்துடன்கூடிய, பிரித்தாளும் சூழ்ச்சியை உள்ளடக்கிய, 'நாம்' என்றும் 'அவர்கள்' என்றும் நம்மைப் பிரித்துப் பார்க்கின்ற ஒரு கனவை வாழ்ந்து வந்துள்ளோம். அப்படி இருக்கும்போது, நமக்கு அப்படிப்பட்ட ஓர் உலகம்தானே கிடைக்கும்?

"இப்போது என்னிடம் இருப்பவற்றைவிடக் கூடுதலான பொருட்கள் எனக்கு வேண்டுமென்றால், அவற்றை நான் 'அவர்களிடமிருந்து' எடுத்துக் கொள்ள வேண்டும்," என்று நமக்கு நாமே சொல்லிக் கொள்கிறோம். அந்த மனப்பாங்கை மாற்றிக் கொள்வதற்கான வேளை வந்துவிட்டது. ஒரு புதிய கனவை ஆதரிப்பதற்கான வழிகளில் இறங்குவதற்கான வேளை வந்துவிட்டது.

அந்த மாநாட்டின் முடிவில், சமந்தா, "நமக்கு நேசம் ஒன்றே

போதும் என்பது உண்மையாகியுள்ளது," என்று கூறியபோது, அப்புதிய கனவின் அடிப்படையை அவர் வெளிப்படுத்திக் கொண்டிருந்தார் என்பது எனக்குப் புரிந்தது. பழங்குடி மக்களில் தொடங்கி, அன்னை தெரசா, தலாய் லாமா போன்ற ஆன்மிகத் தலைவர்கள்வரை, புத்தரிலிருந்து போப்பாண்டவர் ஃபிரான்சிஸ்வரை, எல்லோரும் அக்கனவைத்தான் கண்டு வந்துள்ளனர். நேசத்தைப் பற்றிய கனவு அது. நம்மீதும், பிறர்மீதும், இயற்கையின்மீதும், இவ்வுலகத்தின்மீதுமான நேசம் அது. சவப் பொருளாதாரம் குறித்தப் பழைய கனவைத் தூக்கியெறிந்துவிட்டு, ஜீவப் பொருளாதாரம் குறித்த ஒரு புதிய கனவை அங்கு அரங்கேற்ற வேண்டும் என்று நம்மிடம் கூறுகின்ற கனவு அது.

இப்புதிய கனவு, மாசடைந்துள்ள நீர், நிலம் மற்றும் காற்றைச் சுத்தப்படுத்துகின்ற பொருளாதாரம் குறித்த ஒரு கனவு; பசியோடும் பட்டினியோடும் இருக்கின்ற மக்கள் தங்களுக்குத் தாங்களே உணவளித்துக் கொள்வதற்கான அதிகாரத்தை வழங்குகின்ற பொருளாதாரம் குறித்த ஒரு கனவு; இயற்கை வளங்களை காலியாக்காத மின் உற்பத்தி, பொருள் உற்பத்தி, தகவல் தொடர்பு, போக்குவரத்து ஆகியவற்றை உருவாக்குகின்ற பொருளாதாரம் குறித்த ஒரு கனவு; சூரிய ஒளியைப் பயன்படுத்துகின்ற தொழில்நுட்பங்களையும் மறுசுழற்சித் திட்டங்களையும் நடைமுறைப்படுத்துகின்ற ஒரு பொருளாதாரம் குறித்த ஒரு கனவு; போர் அல்லது கடனின் அடிப்படையில் அன்றி, சமூக அடிப்படையில் அமைந்துள்ள சந்தைகள், வங்கிகள், மற்றும் பரிமாற்ற முறைகளை உருவாக்குகின்ற ஒரு பொருளாதாரம் குறித்த ஒரு கனவு. சுருக்கமாகக் கூற வேண்டுமென்றால், பயம் மற்றும் வெறுப்பின் அடிப்படையில் அன்றி, நேசம் மற்றும் துணிச்சலின் அடிப்படையில் அமைந்த ஒரு புதிய கனவு அது.

2004 இல் இப்புத்தகத்தின் முதல் பதிப்பு வெளிவந்ததிலிருந்து, தொழிலதிபர்களின் கருத்தரங்குகள், இசை நிகழ்ச்சிகள், நுகர்வோர் மாநாடுகள் போன்றவற்றில் நான் பேசி வந்துள்ளேன். பல நாடுகளிலுள்ள பல்கலைக்கழகங்களில் நான் பேசியிருக்கிறேன், அரசியல் தலைவர்களை நான் சந்தித்திருக்கிறேன். அங்கெல்லாம் நான் கேள்விப்பட்டத் தகவல்கள் என்னைக் கவர்ந்தன. தொழில்முனைவோர், வழக்கறிஞர்கள், நிறுவனங்களின் நிர்வாக அதிகாரிகள், விவசாயிகள், இல்லத்தரசிகள், இல்லத்தரசர்கள் போன்ற அனைவரும் பத்து ஆண்டுகளுக்கு முன்பு இருந்த, செல்வம் மற்றும் அதிகாரக் குவிப்புக் குறித்தக் கனவுகளுக்குப் பதிலாக, இன்று பரவலாக நடைமுறையில் இருக்கின்ற, சுற்றுச்சூழல்ரீதியாக நீடித்து நிலைத்துத் தழைத்துக் கொண்டிருக்கின்ற, சமூகரீதியாக நியாயமானதாக இருக்கின்ற, தனிப்பட்ட முறையில் மனநிறைவைத்

தருகின்ற ஓர் உலகில் வாழவும் தங்களுடைய குழந்தைகளை வளர்க்கவும் இட்டுச் செல்கின்ற புதிய கனவுகளுக்கு மாறிக் கொண்டிருக்கிறார்கள்.

இப்புரட்சிக்கான தேவையை அனைத்து இடங்களிலுமுள்ள மக்கள் புரிந்து வைத்துள்ளனர். ஒரு ஜீவப் பொருளாதாரத்தைப் பிரசவிப்பதற்கு எவையெல்லாம் தேவையோ, அவற்றையெல்லாம் நாம் செய்ய வேண்டும் என்பதை நாம் அறிவோம். அதோடு, நாம் நேசிக்கின்றவற்றை நாம் செய்ய வேண்டும் என்பதையும் நாம் அறிவோம். நீங்களும் நானும்தான் இப்புரட்சியைச் சாத்தியமாக்கப் போகிறோம். அதற்கு நாம் நம்மையும் நாம் செய்து கொண்டிருப்பவற்றையும் நேசிக்க வேண்டும்.

தோல்வியில் முடிந்துள்ள இந்தப் பொருளாதாரப் புவியரசியல் அமைப்புமுறையை நடத்திக் கொண்டிருப்பது பன்னாட்டுப் பெருநிறுவனங்கள்தாம் என்பதை இப்புத்தகம் தெள்ளத் தெளிவாக எடுத்துரைக்கிறது. இந்த அமைப்புமுறையை மாற்ற வேண்டுமென்றால், நிறுவனங்களின் கனவுகளை நாம் மாற்ற வேண்டும்.

நாம் இந்த உலகிலிருந்து பெருநிறுவனங்களை ஒட்டுமொத்தமாகத் தூக்கியெறிய வேண்டும் என்று சிலர் வாதிடக்கூடும்; ஆனால் அது நடப்பதற்கான சாத்தியக்கூறு, குறைந்தபட்சம் என் வாழ்நாளில் நடப்பதற்கான சாத்தியக்கூறு, மிகவும் குறைவே. அதற்குப் பதிலாக, நாம் ஷாமன்களின் அணுகுமுறையைக் கடைபிடிக்க வேண்டும் என்பது என் கருத்து. அதாவது, பெருநிறுவனங்களைச் சொந்தமாக்கிக் கொண்டும் நிர்வகித்துக் கொண்டும் இருப்பவர்களின் இலக்குகளையும் மனப்போக்குகளையும் நாம் முற்றிலுமாக மாற்ற வேண்டும். ஷாமன்கள் இதை 'உருமாற்றம்' என்று அழைக்கின்றனர்.

பெருநிறுவனங்கள் அபாரமான யோசனைகளைத் திட்டவட்டமான செயல்நடவடிக்கைகளாக மாற்றுவதில் சிறந்து விளங்குகின்றன. ஆனால், சுற்றுச்சூழலுக்குக் கொடுக்கப்பட வேண்டிய விலையைப் பற்றிய அக்கறையின்றி வளங்களைச் சூறையாடுதல், சமுதாயத்திற்கு ஏற்படும் எதிர்மறைத் தாக்கங்கள் பற்றிய கவலையின்றிக் கடனையும் அதிநுகர்வையும் ஊக்குவித்தல் ஆகியவற்றின் அடிப்படையில் அமைந்த, இலாபத்தை உயர்த்திக் கொண்டே செல்வதை மட்டுமே குறியாகக் கொண்டுள்ள பெருநிறுவனங்களின் கனவு பெரும் நாசத்திற்கு வழிவகுத்துள்ளது. பூமிக்கும் பொதுமக்களுக்கும் வருங்காலத் தலைமுறையினருக்கும் சேவை செய்வதன் அடிப்படையில் அமைந்த ஒரு புதிய கனவுக்கான வேளை வந்துவிட்டது. மனிதர்கள் மட்டுமல்லாமல், பூமியிலுள்ள அனைத்து விலங்குகளும் தாவரங்களும் இதில்

கணக்கில் எடுத்துக் கொள்ளப்பட வேண்டும்.

கடந்தகாலத்தில் நாம் பல வழிகளில் பெருநிறுவனங்களை மாற்றி நமக்கு மண்டியிட வைத்துள்ளோம் என்ற உண்மை நமக்கு சக்தியூட்டும். தென்னாப்பிரிக்க இனவொதுக்கல் கொள்கைகளை ஆதரித்த நிறுவனங்கள், நம்முடைய நதிகளைச் சாக்கடைகளாக மாற்றிய நிறுவனங்கள், பெண்களையும் சிறுபான்மையினரையும் வேலைக்கு எடுத்துக் கொள்ள மறுத்த நிறுவனங்கள், ஒரே பாலினத் திருமணங்களை ஏற்றுக் கொள்ள முன்வராத நிறுவனங்கள், இயற்கை முறையில் உற்பத்தி செய்யப்பட்டப் பொருட்களை மறுதலித்த நிறுவனங்கள், உணவுப் பொருட்களின் ஊட்டச்சத்து மற்றும் பிற விபரங்கள் வெளியிடப்படுவதை எதிர்த்த நிறுவனங்கள் போன்றவற்றை நாம் புறக்கணித்தபோது, இறுதியில் அவற்றை நாம் அடிபணிய வைத்தோம்.

மற்ற எல்லோரையும்போலவே, பல தொழிலதிபர்களும் நிறுவனத்தின் நிர்வாக அதிகாரிகளில் பலரும் இது குறித்து அக்கறை கொண்டுள்ளனர் என்ற தகவல் தமக்குத் தெம்பளிக்கும். விற்பனையைப் பொறுத்தவரை, பெரிய நிறுவனங்களாக இயங்கி வந்த நிறுவனங்களிலிருந்து, நம்முடைய தெருவோரச் சில்லறைக் கடைகள்வரை, அவர்கள் பெருநிறுவனத்துவத்தின் அங்கமாக இல்லாத காரணத்தால், நம்மைப்போலவே சுரண்டலுக்கு ஆளாகி வருகின்றனர். சமுதாயத்தின் உச்சாணிக் கொம்பில் இருக்கின்ற 1 சதவீத மகாசெல்வந்தர்கள்கூட, உலகம் போகின்ற போக்கை ஒருவிதமான உள்ளார்ந்த அச்சத்துடன்தான் பார்த்துக் கொண்டிருக்கின்றனர். ஏனெனில், விண்வெளியில் கடும் வேகத்துடன் சுற்றிக் கொண்டிருக்கின்ற பூமியெனும் இந்த விண்வெளிக் கப்பல், பேரழிவுக்கு உள்ளானால், நாம் அனைவரும் பூண்டோடு அழிந்து போவோம்.

பெருநிறுவனக் கருத்தரங்குகளிலும் எம்பிஏ மாணவர்கள் முன்பாகவும் நான் முதலில் பேச அழைக்கப்பட்டபோது, என்னை அழைத்தவர்களிடம், "நான் எத்தகைய ஒரு புத்தகத்தை எழுதியிருக்கிறேன் என்பது உங்களுக்குத் தெரிந்தும் என்னை ஏன் இங்கு அழைக்கிறீர்கள்?" என்று நான் கேட்டேன். அதற்கு அவர்கள், "இந்த அமைப்புமுறை வெகுவிரைவில் உடைந்து நொறுங்கவிருக்கிறது என்பதைப் புரிந்து கொள்ளும் அளவுக்கு நாங்கள் புத்திசாலிகள்தாம்," என்று பதிலளித்தனர். இதுவரை சவப் பொருளாதாரம் மற்றும் ஜீவப் பொருளாதாரம் குறித்துத் தொழிற்துறையில் ஈடுபட்டிருப்பவர்கள் கவலைப்படாமல் இருந்திருக்கலாம் என்றாலும், வெற்றிகரமாக இயங்குவதற்குத் தாங்கள் புதிய மாதிரிகளை அரவணைத்துக் கொள்ள வேண்டும் என்பதை அவர்கள் நன்றாக அறிவர். அதற்காக,

புதிய அணுகுமுறைகளையும் அவற்றை அமல்படுத்துவதற்கான வழிமுறைகளையும் அவர்கள் தேடிக் கொண்டிருக்கின்றனர்.

தங்களுடைய பெருநிறுவனங்களின் உத்திகளை மாற்ற விரும்புகின்ற முதன்மைச் செயல் அதிகாரிகள், தங்களுடைய துணிகரமான நடவடிக்கைகள் குறுகியகால நோக்கில் தங்கள் நிறுவனத்திற்குக் கிடைத்துக் கொண்டிருக்கின்ற இலாபத்தைக் குறைத்தாலோ அல்லது சந்தையில் தங்களுடைய பங்கைக் குறைத்தாலோ, தாங்கள் தூக்கியெறியப்பட்டு, இலாபத்தை மட்டுமே முன்நிறுத்துகின்ற, சந்தைகளைப் பற்றி மட்டுமே அக்கறை கொண்ட வேறு முதன்மைச் செயல் அதிகாரிகளால் அப்பதவி இட்டு நிரப்பப்பட்டுவிடும் என்று தாங்கள் அஞ்சுவதாக என்னிடம் தெரிவித்தனர். காலாவதியாகிப் போன ஒரு கட்டமைப்புக்குள் மாட்டிக் கொண்டுள்ள அவர்கள், “உங்களுடைய பொருட்களை எங்களுக்குப் பிடிக்கும்; ஆனால் நீங்கள் உங்களுடைய தொழிலாளர்களுக்கு நியாயமான ஊதியங்களை வழங்கத் தொடங்கும்வரை, நாங்கள் உங்களுடைய பொருட்களைப் புறக்கணிப்போம்!” என்ற மிரட்டல்களோடு ஆயிரக்கணக்கான நுகர்வோரிடமிருந்து தங்களுக்கு வருகின்ற கடிதங்களை அவர்கள் போற்றுகின்றனர். அதற்கு என்ன காரணம் தெரியுமா? தங்களுடைய கருத்துகளுக்கு நியாயம் கற்பிப்பதற்கான நிரூபணங்களாக அவை விளங்குகின்றன என்பதுதான். அதுபோன்ற வாடிக்கையாளர்களின் பின்னூட்டக்கருத்துகளை எடுத்துக் கொண்டு அவர்கள் தங்களுடைய நிறுவன நிர்வாகக் குழுவிடம் சென்று, தங்களுடைய நிறுவனத்தின் அடாவடிப் போக்கை மாற்றிக் கொள்ளும்படி அவர்களிடம் வாதிடுகின்றனர்.

பெருநிறுவன உயரதிகாரிகளின் இப்படிப்பட்ட வாக்குமூலங்கள் ஊக்கமளிப்பவையாக இருப்பதாக நான் கருதுகிறேன். ஏனெனில், உண்மையான அதிகாரம் படைத்தவர்கள் நாம்தான் என்று அது அடையாளம் காட்டுகிறது; சந்தையை நாம் சரியாகப் பயன்படுத்திக் கொள்கின்ற பட்சத்தில், அது ஜனநாயகமானது என்று அது கூறுகிறது; ஒவ்வொரு முறை நாம் ஒரு பொருளை வாங்கும்போதும், நாம் ஒரு வாக்களிக்கிறோம் என்று அது பிரகடனம் செய்கிறது. பெருநிறுவனங்களுக்குள் இருக்கின்றன நபர்களையும் நம் பக்கம் சேர்த்துக் கொள்வதற்கான ஒரு வழியை அது காட்டுகிறது. நம் புரட்சிக்கு, ‘உள்ளே’ இருக்கின்ற நபர்களும் நமக்குத் தேவைப்படுகின்றனர். புதிய பொருளாதாரத்தை உருவாக்குவதில் அவர்களால் முக்கியமான பாத்திரங்கள் வகிக்க முடியும்.

இதில் நாம் எல்லோரும் ஒன்றாக இருக்கிறோம். ஜீவப் பொருளாதாரத்தை வளர்த்தெடுப்பதற்குச் செய்யப்பட

வேண்டிய அனைத்தையும் நாம் செய்ய வேண்டும். அதை நாம் இப்போதே செய்தாக வேண்டும். நாம் பயங்கரவாதிகளுக்கு எதிராகவோ, பெருநிறுவனங்களுக்கு எதிராகவோ அல்லது வேறு எந்தவொரு 'அவர்களுக்கு' எதிராகவோ போர் தொடுத்துக் கொண்டிருக்கவில்லை என்பதை நாம் ஒப்புக் கொள்ள வேண்டிய வேளை வந்துவிட்டது. பொருளாதார அடியாள் அமைப்புமுறையை நிர்மூலமாக்குவதற்கான செயல்நடவடிக்கைகளில் இப்போது நாம் குதித்துள்ளோம். நம்முடைய வீழ்ச்சிக்கு வழி வகுத்துள்ள ஒரு செயல்முறையின் ஒரு பகுதியாக நாம் அனைவருமே இருக்கிறோம். நாம் அதை நம்பி ஏற்றுக் கொண்டோம், அதை ஆதரித்தோம், அதைப் பாராட்டினோம், அதை நம் தலைகள்மீது தூக்கி வைத்துக் கொண்டாடினோம். இப்போது நாம் அதை மாற்றுவதற்கான நடவடிக்கைகளில் இறங்க வேண்டும்.

இந்நூலின் முதல் அத்தியாயத்தில் நான் குறிப்பிட்டிருந்த, ஆண்டிஸ் மலைப்பகுதிகளில் வசிக்கும் செங்கல் தயாரிப்பாளர்களைப்போல, நாம் நம்முடைய பயங்களை நேருக்கு நேர் எதிர்கொள்ளத் தயாராக இருக்க வேண்டும், நமக்கு எதிராக மேற்கொள்ளப்படும் அநியாயங்களைக் கண்டு நாம் கொதித்தெழ வேண்டும், நம்முடைய பிரச்சனைகளை வேறு ஒருவர் வந்து தீர்த்து வைப்பார் என்று ஏங்கிக் கொண்டிருப்பதை நாம் நிறுத்த வேண்டும். நம்முடைய குழந்தைகள் ஒரு வளமான எதிர்காலத்தைக் கொண்டிருப்பதை உறுதி செய்வதற்குத் தேவையான அனைத்து நடவடிக்கைகளையும் மேற்கொள்ள நாம் தயாராக இருக்க வேண்டும்.

நான் ஒரு சிறுவனாக இருந்தபோது, நான் 1700களில் பிறந்திருந்தால் நன்றாக இருந்திருக்கும் என்று நினைத்துக் கொண்டது உண்டு; அதற்குக் காரணம், அப்போது என்னால் அமெரிக்கச் சுதந்திரப் போரில் பங்கு கொண்டிருக்க முடிந்திருக்கும் என்ற என்னுடைய சிறுபிள்ளைத்தனமான எண்ணம்தான். அமெரிக்கச் சுதந்திரப் போர் அமெரிக்கர்களுக்குப் பாதி வெற்றியைத்தான் பெற்றுக் கொடுத்திருந்தது. அப்போரில் பிரிட்டிஷ்காரர்கள் தோற்கடிக்கப்பட்டிருந்தபோதிலும், பெண்கள், சிறுபான்மையினர், நடுத்தர வர்க்கத்தினர், ஏழைகள் ஆகியோருக்கு எதிரான அநீதிகள் பல ஆண்டுகள் தொடர்ந்து கொண்டுதான் இருந்தன. இப்போது இந்த அநீதிகள் நம் அனைவரையும் பாதித்துக் கொண்டிருக்கின்றன; அவை இப்பூவுலகில் நம் இருத்தலுக்கே உலை வைத்துக் கொண்டிருக்கின்றன.

இன்றைய புரட்சி அமெரிக்கச் சுதந்திரப் போரைவிடப் மிகப் பெரியது. அது வேளாண் புரட்சியையும் தொழிற்புரட்சியையும்விட மிகப் பெரியது. இது ஒரு

பிரக்ஞைபூர்வமான புரட்சி. ஓர் ஆணாதிக்க, அடுக்கதிகார மனப்பான்மையிலிருந்து விடுபட்டு, ஒரு துடிப்பான சமத்துவக் கண்ணோட்டத்துடன்கூடிய நடவடிக்கைகளுக்கு மாறுவதை உள்ளடக்கிய புரட்சி இது. நம்முடைய வீட்டைப் பாதுகாப்பது என்பது அதைப் பேணுவதாகும் என்பதை நாம் அங்கீகரிப்பதும், இந்த ஒட்டுமொத்த பூமியும் நம் வீடு என்பதை நாம் உணர்வதும் இப்புரட்சிக்கு இன்றியமையாதது.

* * *

நம்மை உறைய வைக்கின்ற பயம், நம்மை மிரள வைக்கின்ற கடன், அதீத நுகர்வுக்கு இட்டுச் செல்கின்ற போதாமை மனப்பான்மை, ஒன்றிணைவதைத் தடுக்கின்ற பிரித்தாளும் சூழ்ச்சி ஆகிய நவீனப் பேரரசின் நான்கு தூண்களைப் பற்றி இந்நூல் விவரித்துள்ளது. இந்த நான்கு தூண்களுக்கும் முட்டுக் கொடுக்கின்ற நடவடிக்கைகள், இராணுவரீதியான ஆட்சிக் கவிழ்ப்புகள், தலைவர்களின் படுகொலைகள், ஆளில்லா விமானத் தாக்குதல்கள், உளவு நிறுவனங்களின் ஒட்டுக் கேட்டல்கள் உட்பட எல்லாமே நியாயமானவைதான் என்ற மனப்போக்கு, ஊழல்மிக்க ஆண்டான்–அடிமை அமைப்புமுறைக்குள் நம்மைத் தள்ளிவிட்டுள்ளது. அந்த அமைப்புமுறையால் இனியும் தொடர்ந்து தாக்குப்பிடிக்க முடியாது.

இப்படிப்பட்ட நியாயப்படுத்தல்களுக்குப் பின்னாலுள்ள கனவுகளை மாற்றத் தேவையான அனைத்தையும் நாம் செய்ய வேண்டும்; ஒரு மேம்பட்ட உலகைப் படைப்பதற்கு, பயத்தை நாம் துணிச்சலாக உருமாற்ற வேண்டும்; பெருந்தன்மையைக் கொண்டு கடனை இட்டு நிரப்ப வேண்டும்; போதாமை குறித்தப் பதற்றத்தை, நீடித்து நிலைத்திருக்கின்ற அபரிமிதத்தை வழங்குகின்ற ஜீவப் பொருளாதாரத்தின் உத்தரவாதத்தைக் கொண்டு தணிக்க வேண்டும்; ஆண்மைமிக்க முரட்டுத்தனத்தை, பேணிக் காக்கின்ற பெண்மையால் இட்டு நிரப்ப வேண்டும்; பிரித்தாளும் சூழ்ச்சியைப் பரிவான மனப்போக்கைக் கொண்டும், சூறையாடப்பட்டுள்ள சுற்றுப்புறத்திற்குப் புத்துயிர் அளிக்கின்ற நடவடிக்கைகளைக் கொண்டும் முறியடிக்க வேண்டும். எல்லா விதங்களிலும் செழித்துக் கொழித்திருக்கின்ற வருங்காலத்தை நோக்கி, பூமியெனும் இந்த விண்வெளிக் கப்பலைச் செலுத்துகின்ற ஒரு குழுவாக நாம் அனைவரும் ஒருங்கிணைந்து செயல்பட வேண்டும்.

நான் மேற்கொள்கின்ற பயணங்களின்போது, என் காதுகளில் விழுகின்ற விஷயங்களில், " 'ஒரு பொருளாதார

அடியாளின் ஒப்புதல் வாக்குமூலம்' நூல், சிதறிக் கிடக்கின்ற புள்ளிகளை ஒருங்கிணைக்கிறது," என்பதும் ஒன்று. 2004 இல், அப்புள்ளிகள், அமெரிக்காவும் அதன் பெருநிறுவனங்களும், பொருளாதாரரீதியாக வளர்ந்து கொண்டிருந்த நாடுகளை ஏமாற்றிக் கொண்டும் மோசடி செய்து கொண்டும் சுரண்டிக் கொண்டும் இருந்தது குறித்து அமெரிக்க மக்கள் ஒன்றுமே தெரியாமல் இருந்து வந்திருந்தனர் என்ற முடிவுக்கு இட்டுச் சென்றன. 2004 ஆம் ஆண்டுக்குப் பிற்பட்டப் புள்ளிகள், இன்னும் கூடுதல் தூரம் நம்மை அழைத்துச் செல்கின்றன. இப்போது, வளர்ந்து கொண்டிருக்கும் நாடுகளோடு சேர்த்து, அமெரிக்கா, ஐரோப்பா மற்றும் பிற வளர்ந்த நாடுகளும்கூடப் பெரும் பாதிப்புக்கு உள்ளாகியிருக்கின்றன என்ற முடிவுக்கு அவை நம்மை இட்டுச் செல்கின்றன.

2004 ஆம் ஆண்டுக்குப் பிந்தைய புள்ளிகளின் இணைப்பு, இதை மாற்றுவதற்கு நம்மால் முடிந்த அனைத்தையும் நாம் செய்தாக வேண்டும் என்ற முடிவுக்கும் நம்மை அழைத்துச் செல்கிறது. நாம் உடனடியாகச் செயலில் இறங்கியாக வேண்டும்.

இந்தச் செயல்நடவடிக்கைகள், நம் வாழ்க்கை முழுவதும் நாம் தேர்ந்தெடுப்பதற்குப் பல்வேறு சாத்தியக்கூறுகள் நம்முன் தோன்றுகின்றன என்ற புரிதலோடு துவங்குகின்றன. தலைவிதி, தற்செயல் நிகழ்வு, விபத்து, வாய்ப்பு என்ற பல வடிவங்களில் அவை வருகின்றன. நம்மால் அவற்றை நல்லவை என்று பார்க்க முடியும் அல்லது மோசமானவை என்று முடிவுகட்ட முடியும். அவற்றின் நிகழ்வுகளைவிட அவற்றுக்கு நாம் எவ்வாறு எதிர்வினையாற்றுகிறோம் என்பதுதான் இங்கு முக்கியம்.

ஒரு சமயம், நான் இப்புத்தகத்தை எழுதாமல் இருப்பதற்காக ஏராளமான பணம் பெற்றேன். என்னுடைய செயல்களின் காரணமாகச் சுரண்டலுக்கு உள்ளான நாடுகளிலுள்ள மக்களுக்கு அப்பணத்தைச் செலவழிப்பதை நான் தேர்ந்தெடுத்தேன். அதன் விளைவாக, அமேசான் நாட்டு மக்களுடனான தொடர்பை நான் புதுப்பித்துக் கொண்டேன்; நான் பல தொண்டு நிறுவனங்களை உருவாக்கினேன்; ஓர் எழுத்தாளர் மற்றும் சொற்பொழிவாளர் என்ற புதிய அவதாரத்தை நான் எடுத்தேன்.

நமக்கு நடக்கின்ற நிகழ்வுகளை, நல்ல விஷயங்களைக் கொண்டுவருகின்ற தூதர்களாகப் பார்க்க நாம் கற்றுக் கொண்டால், செயல்நடவடிக்கைகளில் இறங்குவதற்கான புதிய கதவுகள் நமக்குத் திறக்கும்.

இப்பூவுலகம் நமக்கு வலுவான செய்திகளை அனுப்பிக் கொண்டிருக்கிறது. துருவத்தில் இருக்கின்ற பனி உருகிக் கொண்டிருக்கிறது, பனிப்பாறைகள் நகர்ந்து

கொண்டிருக்கின்றன. கடல்மட்டம் உயர்ந்து கொண்டிருக்கிறது. ஏராளமான விலங்குகளும் தாவரங்களும் நிரந்தரமாக அழிந்து கொண்டிருக்கின்றன. இந்த பூமித்தாய், தான் ஓர் உயிருள்ள ஜீவனாகப் பார்க்கப்பட வேண்டும் என்று அறைகூவல் விடுத்துக் கொண்டிருக்கிறாள். எதைப் பற்றிய அக்கறையும் இல்லாத ஒரு சூரியனைச் சுற்றிக் கொண்டிருக்கின்ற, பாறைகளாலும் மண்ணாலும் சமைக்கப்பட்ட ஒரு பொருள் அல்ல அவள். ஜீவனுடன் இருக்கின்ற ஒரு பிரபஞ்சத்தின் உயிரியல்ரீதியான ஓர் அம்சம் அவள். பின்வரும் செய்தியை அவள் நமக்கு அனுப்பிக் கொண்டிருக்கிறாள்: 'பின்வருத்தம் கொள், உன்னைத் திருத்திக் கொள், என்னை நேசி.'

நீங்களும் நானும் அச்செய்தியை வைத்துக் கொண்டு என்ன செய்யப் போகிறோம்?

ஒரு புதிய கனவைக் காண்பதற்கும், துடிப்பான மாற்று வாழ்க்கைமுறைகளுக்கான சாத்தியக்கூறுகளை ஆராய்வதற்கும், தோல்வியை வெற்றியாக மாற்றுவதற்கும், உயிர்த்துடிப்புடன்கூடிய, உள்ளூர்ரீதியான, அதே நேரத்தில் உலகச் சமுதாயத்தை ஒன்றிணைக்கின்ற விதத்தில் அமைந்த அமைப்புமுறைகளைக் கட்டியெழுப்புவதற்கும் நமக்கு ஓர் அரிய சந்தர்ப்பம் கிடைத்துள்ளது.

உங்களுடைய வெகுமதிகளில் உங்களுடைய தனிப்பட்ட ஆழ்விருப்பங்களும் திறமைகளும் அடங்கும். நீங்கள் ஒரு தச்சராகவோ அல்லது ஒரு பல் மருத்துவராகவோ, ஓர் எழுத்தாளராகவோ, பெற்றோராகவோ, மாணவராகவோ அல்லது வேறு யாராகவோ இருந்தாலும் சரி, அத்திறமைகள் முழுக்க முழுக்க உங்களுக்குச் சொந்தமானவை. நீங்கள் உங்களுடைய ஆழ்விருப்பங்களைப் பின்தொடர்ந்து சென்று, உங்களுடைய திறமையைப் பயன்படுத்தி கொண்டு, ஒரு மேம்பட்ட உலகை உருவாக்க உறுதியாக இருக்கின்ற சமூகத்தோடு உங்களைப் பிணைத்துக் கொள்ளும்போதுதான், உண்மையான வெற்றி உங்களை முத்தமிடும்.

உங்களுடைய தனிப்பட்ட நடத்தையை மாற்றிக் கொள்வதிலிருந்து நீங்கள் தொடங்கலாம். மறுசுழற்சி செய்தல், தனிநபர் வாகனங்களைக் குறைவாகப் பயன்படுத்துதல், மின் நுகர்வைக் குறைத்துக் கொள்ளுதல், உள்ளூரில் தயாரிக்கப்படும் பொருட்களை வாங்குதல், உள்ளூர் வங்கிகளைப் பயன்படுத்துதல் போன்றவை இதற்கான எடுத்துக்காட்டுகள். ஆனால், இவை மட்டுமே போதும் என்ற மாயைக்குள் சிக்கிக் கொள்ளாதீர்கள். உங்களைச் சுற்றியுள்ளவற்றோடும் இந்த உலகத்தோடும் உங்களைத் தொடர்புபடுத்திக் கொள்வதற்கான புதிய வழிகளுக்கான

நுழைவாயில்களாக அவற்றைப் பாருங்கள்.

ஒரு சில ஆண்டுகளுக்கு முன்பு, லடாக்கிலுள்ள லே நகரிலிருந்து ஜம்முவுக்கு நான் பயணித்துக் கொண்டிருந்தேன். நான் என்னோடு ஒரு குழுவையும் அழைத்து வந்திருந்தேன். நாங்கள் பயணம் செய்த அதே விமானத்தில் தலாய் லாமாவும் பயணித்துக் கொண்டிருந்தார். ஷாமன்களைப் பற்றிய, 'ஷேப்ஷிஃப்டிங்' என்ற, தனக்குப் பிடித்தமான நூலை எழுதியவர் (நான்தான்!) தன்னுடன் அதே விமானத்தில் பயணித்துக் கொண்டிருந்ததைக் கேள்விப்பட்ட அவர், தன்னுடைய பக்கத்து இருக்கையில் வந்து அமரும்படி என்னிடம் கேட்டுக் கொண்டார். அப்பயணம் நெடுகிலும் ஷாமனிசம் பற்றி நாங்கள் இருவரும் ஒரு சுவாரசியமான உரையாடலில் ஈடுபட்டோம். விமானம் தரையிறங்கியவுடன், தலாய் லாமா, என்னையும் என் குழுவினரையும் அவருடைய உறைவிடமான தர்மசாலாவுக்கு வரும்படி அழைப்பு விடுத்தார்.

நாங்கள் அவருடைய உறைவிடத்திற்குச் சென்று அவருடன் பேசிக் கொண்டிருந்தபோது, தலாய் லாமா, "அமைதிக்காகப் பிரார்த்தனை செய்வது நல்லதுதான். ஆனால், நீங்கள் அதை மட்டுமே செய்து கொண்டிருக்கப் போகிறீர்கள் என்றால், அது நேர விரயம் மட்டும்தான். அது ஒரு கவனச்சிதறலாகக்கூட அமையலாம். நீங்கள் பொருத்தமான நடவடிக்கைகளைத் தினமும் எடுக்க வேண்டும்," என்று கூறினார். பிறகு அவர் தனக்கே உரிய அந்த வசீகரமான புன்னகையை எங்களை நோக்கி வீசிவிட்டு, "நீங்கள் கண்டிப்பாகச் செயலில் இறங்க வேண்டும். ஒவ்வொரு நாளும்!" என்று வலியுறுத்தினார்.

ஒரு ஜீவப் பொருளாதாரத்தை வளர்த்தெடுப்பதற்கான நடவடிக்கைகளுக்கும் தலாய் லாமாவின் வார்த்தைகள் பொருந்தும். மறுசுழற்சி செய்தல், தனிநபர் வாகனங்களைக் குறைவாகப் பயன்படுத்துதல், மின் நுகர்வைக் குறைத்துக் கொள்ளுதல், உள்ளூரில் தயாரிக்கப்படும் பொருட்களை வாங்குதல், உள்ளூர் வங்கிகளைப் பயன்படுத்துதல் போன்றவற்றில் நாம் உறுதியாக இருப்பது நல்லதுதான். ஆனால், இவற்றால் நம்முடைய கவனம் சிதறிவிடாமல், நம்முடைய பிரம்மாண்டமான கனவை நனவாக்கத் தேவையான நடவடிக்கைகளை நாம் தினமும் எடுக்க வேண்டியது இன்றியமையாதது.

நேர்மறைச் சிந்தனை மட்டுமே நமக்குப் போதும் என்று பல ஆசான்கள் வலியுறுத்தி வருகின்றனர். ஆனால் அது கண்டிப்பாகப் போதாது. இன்று இந்த உலகில் 1 பில்லியனுக்கும் அதிகமான மக்கள் பட்டினியால் வாடிக் கொண்டிருக்கின்றனர். அவர்களைப் பொறுத்தவரை, தனிநபர் வாகனங்களைக்

குறைவாகப் பயன்படுத்துவது என்ற பேச்சுக்கே இடமில்லை. வெறும் நேர்மறைச் சிந்தனை அவர்களுடைய வயிற்றை நிரப்பாது, நாம் அதற்கு மேல் அதிகமானவற்றைச் செய்ய வேண்டும். நமக்குத் தேவை ஒரு புரட்சி.

மக்கள் ஒன்றிணைந்து செயல்படும்போது புரட்சி வெடிக்கிறது. தனித்துவமான நபர்களால் பிறரை ஊக்குவிக்கவும் அவர்களை வழிநடத்தவும் முடியும் என்றாலும், பெரும் எண்ணிக்கையில் மக்கள் பங்கு கொள்ளும்போது மட்டுமே புரட்சிகள் வெற்றி பெறுகின்றன. மக்கள் வசீகரமான தலைவர்களின் பின்னால் சென்ற காலமெல்லாம் மலையேறிவிட்டது. இன்னும் சொல்லப் போனால், உண்மையான மாற்றத்தை விளைவிக்கின்ற கூட்டு முயற்சிக்குத் தேவைப்படுகின்ற கவனக்குவிப்பை அது சிதறடிக்கக்கூடும். தலாய் லாமா இதை நன்றாகவே அறிந்திருந்தார். புத்த மதத்தில் 'சங்கம்' என்பது ஒரு முக்கியமான அம்சம். ஒவ்வொரு மதமும், ஒவ்வொரு சமூக இயக்கமும், ஒவ்வோர் அரசியல் இயக்கமும் சமூகத்தின் சக்தியை எப்போதும் கௌரவித்து வந்துள்ளன. என்னுடைய தாத்தா, தான் வசித்து வந்த சமூகத்திற்கு ஆதரவளிப்பதன் முக்கியத்துவம் குறித்து நன்றாகவே புரிந்து வைத்திருந்தார்.

உள்ளூர் சமூகங்களைக் கட்டியெழுப்புவதற்கான உந்துதல் சமீபத்திய ஆண்டுகளில் வலுப் பெற்று வந்துள்ளது. உழவர் சந்தைகள், உள்ளூர் பொருட்களை வாங்குவது குறித்த வலியுறுத்தல்கள், கூட்டுறவு வங்கிகளின் மறுமலர்ச்சி, பல்பொருள் அங்காடிகள்கூட உள்ளூர் பொருட்களை வாங்குவதில் காட்டுகின்ற ஆர்வம் போன்றவை ஒரு முக்கியமான போக்கின் ஒரு பகுதியாக ஆகியுள்ளன. அதே நேரத்தில், உலகளாவிய சமூகம் என்ற முற்றிலும் புதிய வடிவம் ஒன்றும் உதயமாகிக் கொண்டிருக்கிறது.

இந்நூலின் முதல் பதிப்பு வெளியாவதற்குப் பல மாதங்களுக்கு முன்பு நான் இமயமலைப் பகுதிக்குச் சென்றிருந்தேன். கடல்மட்டத்திலிருந்து 14,000 அடி உயரத்தில் ஒரு கொட்டகையில் தங்கியிருந்த பழங்குடியின முதியவர் ஒருவரை அங்கு நான் சந்தித்தேன். ஒரு மொழிபெயர்ப்பாளரின் உதவியோடு அவருடன் நான் பேசினேன். அப்போது அவர் என்னிடம், "இந்த இடத்தின் உயரத்தின் காரணமாக இங்கே தொலைபேசி இணைப்புக் கொடுக்க முடியாது என்பதால், எங்களுடைய மக்களுக்கு ஒருபோதும் தொலைபேசி வசதி கிடைக்காது," என்று புலம்பினார். அமேசான் மழைக்காடுகளில் வசிக்கும் அஷுவார் இனத் தலைவரிடமிருந்தும் நான் இதே விஷயத்தைக் கேட்டிருந்தேன். இன்று இப்புதிய பதிப்பை நான் எழுதிக்

கொண்டிருக்கின்ற இவ்வேளையில், இவர்கள் இருவருடைய கரங்களிலும் செயற்கைக்கோள் அலைபேசிகள் இருக்கின்றன.

மனிதகுல வரலாற்றில் முதன்முறையாக, இன்று நம்மால் உலகின் ஒரு முனையிலிருந்து மறுமுனைக்கு அடுத்தக் கணத்தில் தொடர்பு கொள்ள முடிகிறது. அதே நேரத்தில், உயர்ந்து வரும் கடல்மட்டம், திக்குமுக்காட வைத்துக் கொண்டிருக்கும் மாசுபாடு, உருகிக் கொண்டிருக்கும் துருவப் பனிப் பாறைகள், விலங்குகள் மற்றும் தாவரங்களின் நிரந்தர அழிவு, மக்கட்தொகைப் பெருக்கம், இயற்கை வளங்களின் சூறையாடல் போன்றவற்றால் நாம் அனைவரும் அச்சுறுத்தலுக்கு ஆளாகியுள்ளோம். இதை மாற்ற நம்மால் முடிந்த அனைத்தையும் நாம் செய்ய வேண்டும் என்பதையும் நாம் அறிந்துள்ளோம்.

இவை குறித்துத் தாங்கள் என்ன செய்யலாம் என்று பார்வையாளர்கள் என்னிடம் கேட்கும்போது, கீழ்க்கண்ட விஷயங்களை நான் அவர்களுக்குப் பரிந்துரைக்கிறேன்:

குறிப்பிட்டச் சில பெருநிறுவனங்களைப் புறக்கணிப்பதை நோக்கமாகக் கொண்டுள்ள உள்ளூர் அமைப்புகளில் நம்மை நாம் இணைத்துக் கொள்ளலாம். பெருநிறுவனங்களுக்குக் கூடுதல் வரி விதிப்பது, வங்கிகளைக் கட்டுப்படுத்துவது, தேர்தல் பிரச்சாரங்களில் பணம் புகுந்து விளையாடுவதைத் தடுப்பது, காலநிலை மாற்றத்தைத் தூண்டுகின்ற காரணிகளைக் களைவது போன்றவற்றில் ஈடுபட்டிருக்கின்ற இயக்கங்களுக்கு நாம் ஆதரவளிக்கலாம். ஆர்ப்பாட்டங்களிலும் ஊர்வலங்களிலும் நாம் கலந்து கொள்ளலாம். கட்டுரைகள், புத்தகங்கள், வலைப்பதிவுகள் போன்றவற்றை நாம் எழுதலாம்; வீடியோக்கள் அல்லது ஆவணப்படங்களை நாம் தயாரிக்கலாம். உள்ளூர் தேர்தலில் நின்று பொதுச் சேவை புரியலாம் அல்லது அப்படிப்பட்ட நபர்களுக்கு ஆதரவாகப் பிரச்சாரங்களில் ஈடுபடலாம். ஜீவப் பொருளாதாரம் குறித்த நல்ல செய்திகளை நாம் பரப்பலாம். இப்புதிய கனவை வெளிப்படுத்துகின்ற மக்களைப் பற்றிய செய்திகளை வெளியிடுகின்ற பத்திரிகைகளை நாம் வாங்கிப் படிக்கலாம், அச்செய்திகளை ஒளிபரப்புகின்ற தொலைக்காட்சி நிகழ்ச்சிகளை நாம் பார்க்கலாம். சாத்தியக்கூறுகளுக்கு எல்லையே இல்லை.

இப்புதிய செய்தியை நாம் அனைவரும் நமக்கே உரிய தனித்துவமான பாணியில் பரப்பலாம். ஒரு தச்சர், சுற்றுச்சூழலுக்கு ஆபத்து விளைவிக்காத வகையில் உற்பத்தி செய்யப்பட்டுள்ள உள்ளூர் பொருட்களைக் கொண்டு வீடுகளைக் கட்டலாம், அவற்றில் சூரிய ஒளித் தகடுகளைப் பொருத்தி மின்சாரம் தயாரிக்க உதவலாம்; பிற ஆற்றல்

சேமிப்புத் தொழில்நுட்பங்களைப் பயன்படுத்தலாம்; இவற்றைப் பற்றி மற்றவர்களிடம் எடுத்துரைக்கலாம். ஒரு பல் மருத்துவர், ஒருவரின் பற்களுக்குச் சிகிச்சையளித்துக் கொண்டிருக்கும்போது, ஜீவப் பொருளாதாரம் பற்றி அவரிடம் பேசலாம். உள்ளூர் பொருட்களை வாங்கவும் கூட்டுறவு வங்கியில் பணம் சேமிக்கவும் ஒரு தாய் தன் குழந்தைக்குக் கற்றுக் கொடுக்கலாம்.

நாம் அனைவரும், 'நம் எல்லோருக்கும் சிறப்பாக வேலை செய்கின்ற ஒரு பொருளாதாரம்' என்ற பொது இலக்கை நோக்கி நடைபோட்டுக் கொண்டிருக்கின்றவரை, நம்முடைய சொந்த, தனித்துவமான பாதைகளில் பயணிப்பதில் எந்தப் பிரச்சனையும் இல்லை. இது தொடர்பான சிறந்த படிப்பினை அமெரிக்க வரலாற்றில் இடம் பெற்றுள்ளது. அமெரிக்கச் சுதந்திரப் போரின்போது, டாம் பெயின், படைவீரர்களுக்குத் தலைமை தாங்கிக் கொண்டிருக்கவில்லை; ஜார்ஜ் வாஷிங்டன் துண்டுப் பிரசுரங்களை எழுதிக் கொண்டிருக்கவில்லை; மார்த்தா வாஷிங்டன் படைவீரர்களுக்குத் தலைமை தாங்கிக் கொண்டிருக்கவுமில்லை, துண்டுப் பிரசுரங்களை எழுதிக் கொண்டிருக்கவுமில்லை. எழுதுவதில் டாம் பெயின் தீரா வேட்கை கொண்டிருந்தார். படைவீரர்களுக்குத் தலைமை தாங்குவதில் ஜார்ஜ் வாஷிங்டன் பெரும் ஆர்வம் கொண்டிருந்தார். மார்த்தா வாஷிங்டன், படைவீரர்களுக்கு ஆடை தயாரித்துக் கொடுக்கப் பெண்களை அணிதிரட்டுவதில் பெருவிருப்பம் கொண்டிருந்தார். அவர்கள் அனைவரும் தங்களுடைய சொந்தப் பாதைகளின் மூலம் பிரிட்டிஷாரின் அடக்குமுறையிலிருந்து விடுதலை பெறுவது என்ற பொது இலக்கை நோக்கிப் பயணித்தனர்.

உங்களுக்குப் பொருத்தமாக இருக்கின்ற, உங்களுக்கு அளப்பரிய ஆனந்தத்தை அள்ளிக் கொடுக்கின்ற பாதையைத் தேர்ந்தெடுத்து அதில் நீங்கள் பயணிக்க வேண்டும்.

வியட்நாம் போரை முடிவுக்குக் கொண்டுவருவதற்கான ஆர்ப்பாட்டங்களின்போது, நாங்கள் குதூகலமாக இருக்க வேண்டும் என்று வலியுறுத்தப்பட்டது. ஆட்டம், பாட்டம், கொண்டாட்டம் ஆகியவை நாடு முழுவதும் மலர்ந்தன. அவற்றில் பிரமாதமான வெற்றி பெற்றவை போர் எதிர்ப்பு நடவடிக்கைகள் அல்ல, மாறாக, அமைதிக்கு ஆதரவான நடவடிக்கைகளே! படைவீரர்களின் துப்பாக்கிக் குழல்களில் மக்கள் மலர்களைச் செருகினர். அமைதியைப் புகழ்ந்தும், ஆர்ப்பாட்டக்காரர்களைக் கௌரவித்தும் நாட்டுப்புறக் கலைஞர்கள் பாடல்கள் இயற்றினர். அந்த இயக்கம் பெரும் வெற்றி பெற்றதற்குக் காரணம், அதில் பங்கெடுத்திருந்தவர்கள் அச்செயல்முறையைப் பெரிதும் இரசித்துக் கொண்டாடியதும், அதன் நோக்கம் குறித்துத் தீரா

வேட்கை கொண்டிருந்ததும்தான்.

சமீபத்திய சமூக, சுற்றுச்சூழல் மற்றும் அமைதி இயக்கங்கள் விரைவில் சோர்வடைந்து போவதை நான் பார்க்கிறேன். அதற்குக் காரணம், அவர்கள் அவற்றின் செயல்முறைகளை இரசித்துக் கொண்டாடாததுதான். ஒரு கனவு என்பது இலக்கைப் பற்றியது மட்டுமல்ல. எடுத்து வைக்கின்ற ஒவ்வோர் அடியையும் அது கணக்கில் எடுத்துக் கொள்ள வேண்டும். அதற்குக் கண்டிப்பாகத் தடைகள் வரும். ஆனால், கற்றுக் கொள்வதற்கான பாடங்களாகவும், வலிமையடைவதற்கான வாய்ப்புகளாகவுமே அவற்றை நாம் பார்க்க வேண்டும்.

அடுத்த அத்தியாயத்தில், நீங்கள் மேற்கொள்ளக்கூடிய சில குறிப்பிட்ட நடவடிக்கைகளுக்கான சில பரிந்துரைகளை நான் தொகுத்து வழங்கியிருக்கிறேன். அவை வெறும் ஆலோசனைகள் மட்டுமே, முழுமையானவை அல்ல. முதலில் நான் இப்படிப்பட்ட ஆலோசனைகளைக் கொடுக்கத் தயங்கினேன். அது நான் முன்மொழிந்திருந்த பிரம்மாண்டமான கனவைச் சிறுமைப்படுத்திவிடுமோ என்று நான் அஞ்சினேன். ஆனால் பிறகு, அவை ஒரு துவக்கப் புள்ளி என்றும், ஒரு செயல்திட்டத்தின் ஒரு பகுதி என்றும் மக்கள் புரிந்து கொள்ளும்போது, அவற்றின் நோக்கம் நிறைவேறிவிடும் என்பதை நான் புரிந்து கொண்டேன்.

என்னுடைய தோழி டிரேசி, பிளாஸ்டிக் பைகளைப் பயன்படுத்துவதை நிறுத்தியபோது, தான் பூமியுடன் ஓர் ஆழமான பிணைப்பை உணர்ந்ததாகத் தெரிவித்தாள். அது மேலும் பல செயல்நடவடிக்கைகளுக்கு இட்டுச் சென்றது. சிறிது காலத்திற்கு உள்ளாகவே, பச்சமமா அலையன்ஸின் 'அவேக்கனிங் த டிரீமர்' திட்டத்தின் வடிவமைப்பில் அவர் ஒரு முக்கியப் பங்காற்றினார். இப்போது அது எண்பத்திரண்டு நாடுகளில் நடத்தப்பட்டு வருகிறது. டிரேசி என்னிடம், "செயல்நடவடிக்கையில் இறங்குவதற்கு என்னை நான் அர்ப்பணித்துக் கொண்டபோது, நான் என்னைவிட மிகவும் பிரம்மாண்டமான ஒன்றுக்கு என்னுடைய பங்கைச் செலுத்திக் கொண்டிருந்ததைப் புரிந்து கொண்டேன்," என்று கூறினார். பிளாஸ்டிக் பைகளைக் கைவிடுவது என்பதே ஒரு நல்ல விஷயம்தான். அதோடு, அது ஒரு புதிய பிரக்ஞை நிலைக்குள் புகுவதற்கான நுழைவாயிலும்கூட.

அடுத்த அத்தியாயத்தில் இடம் பெற்றுள்ள பரிந்துரைகள் கீழ்க்கண்ட ஆறு பகுதிகளாகப் பிரிக்கப்பட்டுள்ளன.

1. நாம் எல்லோரும் செய்யக்கூடிய விஷயங்கள்
2. மாணவர்கள் செய்யக்கூடிய விஷயங்கள்

3. வேலையிலிருந்து ஓய்வு பெற்றவர்கள் செய்யக்கூடிய விஷயங்கள்

4. வேலை பார்க்கின்ற வயதில் இருப்பவர்கள் செய்யக்கூடிய விஷயங்கள்

5. பெருநிறுவனங்கள் செய்யக்கூடிய விஷயங்கள்

6. தொழில்முனைவோர் செய்யக்கூடிய விஷயங்கள்

அவற்றைப் படிக்கும்போது, அப்பரிந்துரைகளின் செயல்நடவடிக்கைகளை நீங்கள் இரசித்துச் செய்ய வேண்டும் என்ற அறிவுரைதான் இருப்பதிலேயே முக்கியமானது என்பதை நீங்கள் எப்போதும் நினைவில் வைத்திருக்க வேண்டும். உங்களுடைய ஆனந்தத்தைப் பின்தொடருங்கள். அதைக் குதூகலமானதாக ஆக்கிக் கொள்ளுங்கள். சோர்வடைந்து துவண்டு போகின்ற நிலைவரை சென்றுவிடாதீர்கள். தடைகளை எதிர்கொள்கின்றபோது உங்களுடைய படைப்பாற்றலை ஊக்குவிப்பதற்கும், மகிழ்ச்சியுடன் தீர்வுகளைக் கண்டுபிடிப்பதற்கும் உங்களுக்குக் கிடைத்துள்ள ஓர் அரிய வாய்ப்பாக அவற்றைப் பார்க்கக் கற்றுக் கொள்ளுங்கள். உங்களை யாராவது விமர்சித்தாலோ, ஜீவப் பொருளாதாரம் சாத்தியமற்றது என்று கூறி உங்களை ஊக்கமிழக்கச் செய்தாலோ, உங்களுடைய ஊர்வலத்தைக் காவல்துறையினர் தடுப்பது போன்ற தடைகளை நீங்கள் எதிர்கொண்டாலோ, அவை பழைய கதையின் ஒரு வெளிப்பாடு என்பதைப் புரிந்து கொள்ளுங்கள். ஒரு நல்ல தற்காப்புக் கலை வீரர்போல, அப்படிப்பட்ட நடவடிக்கைகளிலிருந்து வலிமை பெறுங்கள், அந்த ஆற்றலை உங்களுக்குப் புத்துணர்ச்சியூட்டப் பயன்படுத்திக் கொள்ளுங்கள்.

சவப் பொருளாதாரத்தை ஆழமாகக் குழி தோண்டிப் புதைத்துவிட்டு ஜீவப் பொருளாதாரத்தைப் பிறப்பெடுக்க வைக்கத் தேவையான அனைத்தையும் மேற்கொள்வதற்கான வேளை உங்களுக்கும் எனக்கும் நம் அனைவருக்கும் வந்துவிட்டுள்ளது.

⊕ அத்தியாயம் 47

செய்யப்பட வேண்டிய வேலைகள்

கீழே கொடுக்கப்பட்டுள்ள பட்டியல்கள், நீங்கள் உங்களுடைய சொந்தச் செயல்நடவடிக்கைகளைத் தயாரித்துக் கொள்வதற்கான உந்துதலை உங்களுக்குக் கொடுப்பதற்காக உருவாக்கப்பட்டுள்ளனவே அன்றி, அவை முழுமையானவை அல்ல. செய்யப்பட வேண்டிய வேலைகள் ஆறு பகுதிகளாகப் பிரிக்கப்பட்டிருந்தாலும், ஒரு பகுதியில் உள்ளவற்றை மற்றப் பகுதிகளைச் சேர்ந்தவர்கள் பயன்படுத்தக்கூடாது என்று அர்த்தமில்லை. எடுத்துக்காட்டாக, நீங்கள் ஒரு மாணவராக இருந்து, ஓய்வு பெற்றவர்கள் செய்யக்கூடிய வேலைகளை உள்ளடக்கிய பட்டியலிருந்து சில பரிந்துரைகளைப் பின்பற்ற விரும்பினால், அவற்றை நீங்கள் தாராளமாகப் பயன்படுத்திக் கொள்ளலாம்.

நீங்கள் தேர்ந்தெடுக்கும் நடவடிக்கைகள் உங்களுடைய ஆழ்விருப்பங்களோடு ஒத்துப் போகின்றவையாக இருப்பதையும், அவை உங்களுடைய வாழ்க்கைக்குள் மகிழ்ச்சியை வரவழைக்கின்றவையாக இருப்பதையும் உறுதி செய்து கொள்ளுங்கள். ஜீவப் பொருளாதாரத்தைப் பிரசவிப்பதற்கு எடுக்கப்படும் நடவடிக்கைகள் குதூகலமானவையாக இருக்க வேண்டும். சில நேரங்களில் நீங்கள் தடைகளைச் சந்திக்க வேண்டியிருக்கலாம். அப்போது, உங்களுடைய படைப்பாற்றலைத் தூண்டிவிடுவதற்கான வாய்ப்புகளாக நீங்கள் அவற்றைப் பார்க்க வேண்டும்.

நமக்குத் தேவை நேசம் மட்டும்தான் என்பதைப் புரிந்து கொள்ளுங்கள். நாம் நம்மையும் பிறரையும் இப்பூவுலகையும் நேசிக்கின்றபோது, நேசிப்பதற்கான நம்முடைய திறனை

அதிகரித்துக் கொள்ளும்போது, பிறரும் அத்திறனை அதிகரித்துக் கொள்ள அவர்களுக்கு உதவும்போது, எல்லாமே சிறப்பாக வேலை செய்யும்!

நாம் எல்லோரும் செய்யக்கூடிய 11 விஷயங்கள்

1. ஒரு புதிய கதையை மீண்டும் மீண்டும் சொல்லிக் கொண்டிருங்கள்

சுற்றுச்சூழல்ரீதியாகத் தாக்குப்பிடிக்கக்கூடிய, வளங்களைப் புதுப்பிக்கக்கூடிய, ஒரு குழு மற்றொரு குழுவின்மீது ஆதிக்கம் செலுத்தாத, சமூக நீதியை நிலைநாட்டுகின்ற ஓர் உலகை உருவாக்குவதை அடிப்படையாகக் கொண்ட ஒரு புதிய கதையைச் சொல்லிக் கொண்டே இருங்கள். மாசுபாடுகளை நீக்கி, இந்தக் கிரகத்தை ஜீவனுள்ள ஒன்றாக மதிப்பதைப் பற்றிய கதை இது. பட்டினியால் வாடிக் கொண்டிருக்கின்ற மக்கள் செயல்திறனுடன் அதிகமான உணவை உற்பத்தி செய்யவும் அதைச் சேமித்து வைக்கவும் அவர்களுக்கு உதவுவதைப் பற்றிய கதை இது. பொருளாசையைக் குறைத்துக் கொண்டு, மனநிறைவான வாழ்க்கையை வாழ்வதைப் பற்றிய கதை இது. ஒட்டுமொத்தத்தில், சவப் பொருளாதாரத்தை ஜீவப் பொருளாதாரமாக மாற்றுவதைப் பற்றிய கதை இது. இக்கதையை உங்களால் எத்தனைப் பேருக்குப் பரப்ப முடியுமோ அத்தனைப் பேருக்குப் பரப்புங்கள். அதைப் பற்றிப் பேசுங்கள், அதைப் பற்றி எழுதுங்கள், அதைப் பற்றி விவாதியுங்கள், அதைப் பற்றிப் படம் எடுங்கள். உங்களால் முடிந்த அனைத்தையும் செய்யுங்கள்.

2. பிரக்ஞையுடன் சாமான்களை வாங்குங்கள்

உங்களுக்கும் நீங்கள் நேசிப்பவர்களுக்கும் ஊட்டமளிக்கின்ற உணவை மட்டும் வாங்குங்கள். உள்ளூர் பொருட்களை உள்ளூர் கடைகளில் வாங்குங்கள். நீண்டகாலம் நிலைத்திருக்கின்ற பொருட்களைப் பார்த்து வாங்குங்கள். இந்த உலகை ஒரு மேம்பட்ட இடமாக மாற்றுவதற்குத் தங்களை அர்ப்பணித்துக் கொண்டுள்ளவர்களிடமிருந்து பொருட்களை வாங்குங்கள். நீங்கள் புறக்கணிக்கின்ற நிறுவனங்களுக்கு, அவர்களை நீங்கள் ஏன் புறக்கணிக்கிறீர்கள் என்று விளக்கிக் கடிதங்கள் எழுதுங்கள். நீங்கள் சார்ந்துள்ள அமைப்புகளும் அப்படிச் செய்யுமாறு அவர்களை ஊக்குவியுங்கள்.

3. பிரக்ஞையுடன் வாழுங்கள்

பிற மக்களுடனான, உங்களுடைய சமூகத்துடனான, உங்களைச் சுற்றியுள்ள உலகத்துடனான உங்களுடைய உறவை மேம்படுத்துகின்ற விஷயங்களைச் செய்வதில் கவனத்தைக் குவியுங்கள். இயற்கையை ஆராதியுங்கள். பொருட்களை வாங்கிக் குவிப்பதைக் குறைத்துக் கொள்ளுங்கள். உங்களுடைய வீடு, கார், போன்றவற்றின் அளவைக் குறையுங்கள், உங்களுடைய துணிமணிகளின் எண்ணிக்கையைக் குறைத்துக் கொள்ளுங்கள். பொதுப் போக்குவரத்தைப் பயன்படுத்துங்கள் அல்லது மிதிவண்டியில் பயணியுங்கள். படிம எரிபொருட்களைப் பயன்படுத்துகின்ற நடவடிக்கைகளைத் தவிருங்கள். உள்ளூர் பள்ளி மற்றும் பிற அமைப்புகளுக்குச் சென்று பேசுங்கள்.

4. ஒரு நல்ல காரியத்தைத் தேர்ந்தெடுங்கள்

ஒரு நல்ல காரியத்தைத் தேர்ந்தெடுத்து அதில் ஈடுபட்டிருப்பவர்களுக்குத் தொடர்ந்து உதவுங்கள். அது, வால்மார்ட், செவ்ரான் போன்ற நிறுவனங்களை மாற்ற முயல்வதாக இருக்கலாம் அல்லது ஓர் இயக்கத்தையோ அல்லது தொண்டு நிறுவனத்தையோ ஆதரிப்பதாக இருக்கலாம். இதற்கு உங்களால் முடிந்த அளவு தினமும் நேரத்தையும் ஆற்றலையும் செலவிடுங்கள். நீங்கள் செய்து கொண்டிருப்பவற்றைப் பற்றி சமூக ஊடகங்கள் மூலம் உங்கள் தொடர்பு வட்டத்தில் இருப்பவர்களுக்குத் தெரியப்படுத்துங்கள். அவர்களும் அதைப் பிறருக்குப் பரப்புமாறு அவர்களைக் கேட்டுக் கொள்ளுங்கள்.

5. உள்ளூர் சமூகத்துடன் உங்களைப் பிணைத்துக் கொள்ளுங்கள்

உள்ளூர் தொழில்களை ஊக்குவிக்கின்ற உள்ளூர் வங்கியைப் பயன்படுத்துங்கள். முடிந்தவரை, உள்ளூரில் விளைகின்ற பொருட்களைப் பயன்படுத்துங்கள். அவை இயற்கை முறையில் விளைவிக்கப்பட்டவையாக இருந்தால் இன்னும் நல்லது. சமூகப் பூங்காக்களை உருவாக்க உதவுங்கள். அவ்வாறு செய்ய மற்றவர்களையும் ஊக்குவியுங்கள். விழிப்புணர்வுடன் செயல்படுகின்ற தலைவர்களுக்கு வாக்களியுங்கள். பாட்டில்களில் அடைக்கப்படுகின்ற நீரைப் பயன்படுத்துவதைத் தவிருங்கள்.

6. ஊடகங்களையும் பெருநிறுவன நிர்வாகிகளையும் அரசு அதிகாரிகளையும் தகவல்களால் திணறடியுங்கள்

சவப் பொருளாதாரத்திலிருந்து ஜீவப் பொருளாதாரம் நோக்கிச் செல்வதற்கான தேவை குறித்தத் தகவல்களை ஊடகங்களுடனும் பெருநிறுவன நிர்வாகிகளுடனும் அரசு அதிகாரிகளுடனும் பகிர்ந்து கொள்ளுங்கள். இதை உள்ளூர் அளவிலும் தேசிய அளவிலும் சர்வதேச அளவிலும் செய்யுங்கள்.

7. சீர்திருத்த இயக்கங்களுக்கு ஆதரவளியுங்கள்

உங்களுக்குப் பிடித்தமான சீர்திருத்த இயக்கங்களுக்கு ஆதரவளியுங்கள். பொருளாதாரச் சீர்திருத்தங்களையும் சமூகச் சீர்திருத்தங்களையும் ஊக்குவிக்கின்ற இந்த நடவடிக்கைகள் சமூக அளவிலும் தேசிய அளவிலும் மேற்கொள்ளப்பட வேண்டியவையாக இருக்கக்கூடும். அடிப்படைத் தேவைகளை ஈடுகட்டுவதற்கு உத்தரவாதமளிக்கின்ற ஊதியம் அல்லது வேலை, மருத்துவக் காப்பீடு, பொதுநல மருத்துவச் சேவை, ஓய்வூதியம் போன்றவற்றுக்காகக் குரல் கொடுங்கள்.

8. பூங்காக்கள் உருவாவதை ஊக்குவியுங்கள்

உள்ளூரிலும் நாடு முழுவதிலும் பூங்காக்கள், வனவிலங்குச் சரணாலயங்கள் போன்றவை அமைக்கப்படக் குரல் கொடுங்கள். நீங்கள் ஒரு நகரத்தில் வாழ்ந்து கொண்டிருந்தால், அங்கிருக்கின்ற காலியிடங்களைப் பூங்காக்களாகவும் விளையாட்டுத் திடல்களாகவும் மாற்றுவதற்குப் பிறருடன் சேர்ந்து முயற்சி செய்யுங்கள். அப்படி அமைக்கப்படுகின்ற இடங்களில் நேரத்தைச் செலவிடுங்கள், அவ்வாறு செய்யுமாறு பிறரையும் ஊக்குவியுங்கள்.

9. தேர்தல் நிதிச் சீர்திருத்தம் மற்றும் காலநிலை மாற்றக் கட்டுப்பாடுகளுக்காகப் போராடுங்கள்

உங்கள் நாட்டில் தேர்தல் நிதிச் சீர்திருத்தம் கொண்டுவரப்படுவதற்கும் காலநிலை மாற்றக் கட்டுப்பாடுகள் குறித்தச் சட்டங்கள் இயற்றப்படுவதற்கும் குரல் கொடுங்கள். இவற்றுக்காகச் செயல்பட்டுக் கொண்டிருக்கின்ற உள்ளூர், தேசிய மற்றும் சர்வதேச இயக்கங்களோடு உங்களை இணைத்துக் கொள்ளுங்கள்.

10. கடனைத் தவிருங்கள்

கடனட்டைக் கடன்கள் மற்றும் பிற கடன்களை அடைப்பதற்குத் தேவையான நடவடிக்கைகளை எடுங்கள். முடிந்த அளவு ரொக்கமாகச் செலவு செய்யுங்கள்.

11. மேம்பட்ட உலகைப் படைக்கப் பாடுபட்டுக் கொண்டிருப்பவர்களை முன்னுதாரணங்களாக ஆக்கிக் கொள்ளுங்கள்

சுற்றுச்சூழல் ரீதியாகத் தாக்குப்பிடிக்கின்ற, சமூக நீதியுடன்கூடிய உலகை உருவாக்குவதில் நேரடியாகவும் மறைமுகமாகவும் ஈடுபட்டிருப்பவர்களை உங்களுடைய முன்னுதாரணங்களாக ஆக்கிக் கொள்ளுங்கள். பொறுப்பற்ற நிறுவனங்களில் அளவுக்கதிகமாகச் சம்பளம் வாங்கிக் கொண்டிருக்கின்ற முதன்மை நிர்வாக அதிகாரிகள், பெரும் பணம் ஈட்டிக் கொண்டிருக்கின்ற பிரபலமான விளையாட்டு வீரர்கள் மற்றும் பிற பிரபலங்களைக் கொண்டாடுவதைத் தவிர்த்து, மேம்பட்டத் தொழில்களை ஊக்குவிப்பவர்கள், பிறருடைய பசி போக்குபவர்கள் போன்றோரைக் கதாநாயகர்களாக வரித்துக் கொள்ளுங்கள்.

மாணவர்கள் செய்யக்கூடிய 9 விஷயங்கள்

1. உலக நடப்புகளை முடிந்த அளவு தெரிந்து வைத்துக் கொள்ளுங்கள்

இந்த உலகில் உண்மையிலேயே என்ன நடந்து கொண்டிருக்கிறது என்பதை அறிந்து கொள்ள முயற்சி செய்யுங்கள். நம் குழந்தைப்பருவத்திலிருந்தே நமக்குச் சொல்லப்பட்டு வந்துள்ள மனிதகுலத்தின் திரிக்கப்பட்ட வரலாற்றாலும் பிற கதைகளாலும் நமக்குள் உருவாகியிருக்கின்ற மனப்பாங்கு பெரும் ஆற்றல்மிக்கது என்பதை நீங்கள் புரிந்து கொள்ள வேண்டும். வழக்கமாகச் சொல்லப்பட்டு வருகின்ற கதைகளுக்குப் பின்னால் இருக்கின்ற உண்மையான கதைகளை வெளிப்படுத்துகின்ற மாற்று ஊடகங்களுக்கு மாறுங்கள்.

2. அதிகாரத்துவத்தை எதிர்த்துக் கேள்வி கேளுங்கள்

உங்களை ஏமாற்றுவதற்கு ஏகப்பட்டச் சதிகள் உருவாக்கப்பட்டு நடைமுறைப்படுத்தப்பட்டுள்ளன. உங்களால் முடிந்தபோதெல்லாம் அதைக் கேள்வி கேளுங்கள், எதிர்த்து நில்லுங்கள். அப்படிச் செய்வதன் மூலம் உங்களுடைய மனப்போக்கு மாறும், புதிய கதைகள் உருவாகும்.

3. உங்களுடைய ஆழ்விருப்பத்தைப் புரிந்து கொள்ளுங்கள்

வாழ்க்கையில் மற்ற எல்லாவற்றையும்விட எதை நீங்கள் அதிகமாக இரசிக்கிறீர்கள்? உங்களுக்கு மகிழ்ச்சியைக் கொண்டு வருகின்ற நடவடிக்கைகளிலும், உங்களை ஈர்க்கின்ற விஷயங்கள் குறித்த ஆழமான அறிவை வளர்த்துக் கொள்கின்ற விஷயங்களிலும் கவனம் செலுத்துங்கள். உங்களுடைய ஆழ்விருப்பத்தின்படி வாழ்வதென்று உறுதி பூணுங்கள். சுயத்தை அறிந்து கொள்வதுதான் இருப்பதிலேயே மிகவும் முக்கியமான கல்வி என்பதைப் புரிந்து கொள்ளுங்கள்.

4. கதைகளை மாற்றத் துடித்துக் கொண்டிருப்பவர்களை நாடுங்கள்

விஷயங்களை ஓர் உயர்ந்த நிலையில் புரிந்து கொள்வதற்கு ஒருவருக்கொருவர் உதவியாக இருப்பதிலும், பரஸ்பரம் அடுத்தவருடனும் இந்த உலகத்துடனும் நெருக்கமான பிணைப்புகளை உருவாக்கிக் கொள்வதிலும் தீவிரமாக இருக்கின்ற மக்களை உள்ளடக்கிய சமூகங்களில் உங்களை இணைத்துக் கொள்ளுங்கள் அல்லது அத்தகைய ஒரு புதிய சமூகத்தை உருவாக்குங்கள்.

5. வெளிப்படையாகப் பேசுங்கள்

நம்மை ஏமாற்றும் விதமாக நம்மீது திணிக்கப்படுகின்ற பொய்யான பரப்புரைகளைப் புரிந்து கொள்ள, மேலே நான்காவது பரிந்துரையில் குறிப்பிடப்பட்டுள்ள நபர்களின் வரையறைக்குள் பொருந்தாதவர்களுக்கு உதவுங்கள். உங்களுக்குத் தெரிந்ததை உங்களுடைய சகாக்களுக்குக் கற்றுக் கொடுங்கள். உங்களுடைய தலைமுறையை அவ்வளவு எளிதாக வஞ்சித்துவிட முடியாது என்று மூத்தவர்களுக்குப் புரிய வையுங்கள்.

6. கடனுக்கு எதிராக ஓர் நிலைப்பாட்டை எடுங்கள்

படிப்பதற்காகக் கல்விக் கடன்கள், கடனட்டைக் கடன்கள் மற்றும் பிற கடன்களை வாங்காதீர்கள். கடன்களைத் தவிர்ப்பதற்கும் ஏற்கனவே வாங்கப்பட்டுள்ள கடன்களிலிருந்து மீள்வதற்கும் மாணவர்களுக்கு உதவுகின்ற அமைப்புகளோடு கை கோர்த்துக் கொள்ளுங்கள்.

7. உங்களுடைய ஆழ்விருப்பத்திற்குத் தீனி போடுகின்ற வேலைகளில் ஈடுபடுங்கள்

உங்களுடைய ஆழ்விருப்பங்கள் மற்றும் தத்துவங்களோடு ஒத்துப் போகின்ற அமைப்புகள் அல்லது நிறுவனங்களில் மட்டும் வேலைக்குச் சேருங்கள். அப்படிப்பட்ட வேலைகள் எதுவும் உங்கள் கண்களில் படாவிட்டால், அப்படிப்பட்ட ஒன்றை நீங்களே துவக்குங்கள். உங்களுடைய படைப்பாற்றலையும் சக்தியையும் உறிஞ்சுகின்ற வேலையில் ஒருபோதும் மாட்டிக் கொள்ளாதீர்கள். அதற்குப் பதிலாக, ஒரு தொழில்முனைவராக, சுயமாக முன்னேறுகின்ற ஒருவராக ஆவதற்கான வழியைத் தேர்ந்தெடுங்கள்.

8. தொண்டு நிறுவனங்களோடு உங்களைப் பிணைத்துக் கொள்ளுங்கள்

உங்களுடைய ஆழ்விருப்பத்திற்கு நெருக்கமாக இருக்கின்ற விஷயங்களை ஆதரிக்கின்ற தொண்டு நிறுவனங்கள், சங்கங்கள் மற்றும் பிற அமைப்புகளில் சேர்ந்து கொள்ளுங்கள். அவர்களுடைய முயற்சிகளுக்கு உங்களுடைய படைப்பாற்றலையும் நேரத்தையும் திறமையையும் தர முன்வாருங்கள்.

9. காணொளிப் படங்கள் அல்லது திரைப்படங்களைத் தயாரியுங்கள்

சவப் பொருளாதாரத்தை முடிவுக்குக் கொண்டுவந்து ஜீவப் பொருளாதாரத்தை உயிர்த்தெழ வைக்கின்ற திரைப்படங்களையோ அல்லது காணொளிப் படங்களையோ தயாரியுங்கள். உங்களை எந்த விஷயம் அதிகமாகக் கவர்கிறதோ அதில் உங்கள் திரைப்படம் கவனத்தைக் குவிக்கட்டும். மனித உரிமைகள், விலங்கு உரிமைகள் மற்றும் இயற்கை உரிமைகள்; நுகர்வோர் இயக்கம் அல்லது பிற சமூக இயக்கங்கள்; பொருளாதாரம், அரசியல், அல்லது வரலாறு; வருங்காலம் குறித்த அறிவியல் புனைகதைகள் என்று இப்படி அடுக்கிக் கொண்டே போகலாம்.

வேலையிலிருந்து ஓய்வு பெற்றவர்கள் செய்யக்கூடிய 6 விஷயங்கள்

1. உங்களை இனிமேலும் எவரும் வேலையிலிருந்து தூக்க முடியாது என்பதால் உரக்கக் குரல் கொடுங்கள்

நீங்கள் வேலையில் இருந்தபோது உங்களைப் பயமுறுத்திக் கொண்டிருந்த நடவடிக்கைகளில் இப்போது ஈடுபடுங்கள். உங்களை வெளிப்படுத்திக் கொள்ள ஒருபோதும் பயப்படாதீர்கள். நீங்கள் மட்டுமீறி நடந்து கொண்டால்கூடத் தவறில்லை.

2. நடவடிக்கை எடுங்கள்

உங்கள் இதயத்தைப் பின்தொடர்ந்து சென்று, உங்களை ஈர்க்கின்ற நடவடிக்கைகளில் உங்களை ஈடுபடுத்திக் கொள்ளுங்கள். உச்சபட்சச் செயல்திறனுடன் இயங்குகின்ற வயதை நீங்கள் கடந்துவிட்டீர்கள் என்றோ, அல்லது உலகிற்கு அர்த்தமுள்ள எதையும் உங்களால் தர முடியாது என்றோ நினைத்துவிடாதீர்கள். அல்லது, வெறுமனே சுயத்தில் மூழ்குவதற்கு வழிவகுக்கின்ற நடவடிக்கைகளால் உங்கள் கவனம் சிதறாமல் இருப்பதை உறுதி செய்து கொள்ளுங்கள். உங்களுக்குப் பிடித்த விளையாட்டுகளில் மூழ்குங்கள். ஆனால் அதே நேரத்தில், வாழ்க்கையில் நீங்கள் கற்றுக் கொண்டுள்ளவற்றை, ஆக்கபூர்வமான விஷயங்களுக்கும் வருங்காலத் தலைமுறைக்கு ஒரு மேம்பட்ட உலகை உருவாக்கிக் கொடுப்பதற்கும் பயன்படுத்துவதிலிருந்துதான் பேரானந்தம் வருகிறது என்பதையும் நீங்கள் புரிந்து கொள்ள வேண்டும்.

3. இளையவர்களுக்கு வழிகாட்டுங்கள்

நீங்கள் ஒரு தச்சராகவோ, ஆசிரியராகவோ, மருத்துவ ஊழியராகவோ, தோட்டக்காரராகவோ, ஒரு நிறுவன நிர்வாகியாகவோ அல்லது பிற தொழில்களில் ஈடுபட்டுள்ள ஒருவராகவோ இருக்கலாம். நீங்கள் யாராக இருந்தாலும் சரி, உங்களுடைய அனுபவங்கள் தனித்துவமானவை என்ற புரிதலும் அவற்றால் பிறர் பயனடையக்கூடும் என்று உணர்வும் உங்களுக்கு இருக்க வேண்டும். பழங்குடிச் சமூகங்களில், பாரம்பரியமாக அங்குள்ள மூத்தோர் அவர்களுடைய அறிவாற்றலுக்காகப் பெரிதும் மதிக்கப்படுகின்றனர். உங்களை நீங்களே அப்படிப்பட்ட ஒரு மூத்தவராகக் கௌரவித்துக் கொண்டு, இளையோருக்கு ஒரு வழிகாட்டியாகச் செயல்படுங்கள்.

4. உங்களுடைய முதலீடுகள் பொறுப்புள்ள விதத்தில் முதலீடு செய்யப்பட வற்புறுத்துங்கள்

உங்களுடைய ஓய்வூதியம், பரஸ்பர நிதி, மற்றும் பிற முதலீடுகளில் நீங்கள் போட்டு வைத்துள்ள பணம், பொதுமக்களுக்குப் பயன்படுகின்ற முறையிலும், சுற்றுப்புறரீதியாகத் தாக்குப்பிடிக்கின்ற, வளங்களுக்குப் புத்துணர்ச்சியூட்டுகின்ற, சமூக நீதியைத் தூக்கிப் பிடிக்கின்ற ஓர் உலகை உருவாக்க உதவுகின்ற விதத்திலும் முதலீடு செய்யப்பட வேண்டும் என்று வலியுறுத்துங்கள். நீங்கள் பங்குகள் வாங்கி வைத்திருக்கின்ற நிறுவனங்கள், ஜீவப் பொருளாதாரத்தை உருவாக்குவதில் பங்கு கொள்ள வேண்டும் என்ற எதிர்பார்ப்பு உங்களுக்கு இருப்பதை அவர்களுக்குத் தெரியப்படுத்துங்கள்.

5. ஜனநாயகச் செயல்முறைகளில் முழுமையாகப் பங்கெடுத்துக் கொள்ளுங்கள்

அரசாங்க, அரசியல் மற்றும் நிறுவனக் கொள்கைகள்மீது தாக்கம் ஏற்படுத்துகின்ற பிரச்சாரங்களில் ஈடுபடுங்கள். தேர்தல்களில் நிற்பது, நல்ல வேட்பாளர்களை ஆதரிப்பது, நுகர்வோர் இயக்கங்களில் பங்கேற்பது போன்ற ஜனநாயகச் செயல்முறையில் முழுமையாகப் பங்கேற்றுக் கொள்வதற்கு உதவுகின்ற நடவடிக்கைகளில் குதியுங்கள். ஜனநாயகத்தைத் தூக்கிப் பிடிக்கின்ற ஒருவராக இருக்கின்ற மனநிறைவு உங்களுக்குக் கிடைப்பதோடு, இந்த மொத்தச் செயல்முறையும் குதூகலமளிப்பதாக இருக்கும் என்பதை நினைவில் கொள்ளுங்கள்.

6. உங்களுடைய கதையைப் பிறருடன் பகிர்ந்து கொள்ளுங்கள்

மற்றவர்களிடம், குறிப்பாக இளைய தலைமுறையினரிடம், உங்களுடைய வாழ்க்கையைப் பற்றியும், உங்களுடைய இளமைக்கால உலகைப் பற்றியும் பகிர்ந்து கொள்ளுங்கள். அது எப்படி இயங்கியது, அது எங்கே தோல்வியுற்றது ஆகியவற்றைப் பற்றிப் பேசுங்கள். அனைத்து உயிர்களையும் மதிக்கின்ற, பின்னடைவுகளிலிருந்து விரைவில் மீள்கின்ற ஆற்றல் கொண்ட ஒரு சமுதாயத்தை உருவாக்குவதற்கு என்ன செய்யப்பட வேண்டும் என்பது குறித்த உங்களுடைய கருத்துகளைப் பகிர்ந்து கொள்ளுங்கள். இதை உங்களுடைய குடும்ப உறுப்பினர்கள் மற்றும் நண்பர்கள் வட்டாரத்தில் பகிர்ந்து கொள்வதோடு நிறுத்திவிடாமல், உள்ளூர் சங்கங்களின் உறுப்பினர்களுடனும்

பகிர்ந்து கொள்ளுங்கள். எழுத்து, இசை, கலை போன்ற, உங்களுக்கு எது சிறப்பாகக் கைகூடி வருமோ அதன் மூலமும் அவற்றை வெளிப்படுத்துங்கள்.

வேலை பார்க்கின்ற வயதில் இருப்பவர்கள் செய்யக்கூடிய 9 விஷயங்கள்

1. உலக நடப்புகளை அறிந்து கொள்ளுங்கள்

உங்களைச் சுற்றியுள்ள சமூகத்திலும் இந்த உலகத்திலும் நடந்து கொண்டிருக்கின்ற விஷயங்களைப் பற்றி அறிந்து வைத்திருங்கள். நுனிப்புல் மேயாதீர்கள். ஆழமாகத் தோண்டுங்கள். ஊடகங்கள், அரசியல்வாதிகள், பெருநிறுவனங்கள், அரசாங்கங்கள் போன்றவை உங்களை ஏமாற்ற ஒருபோதும் அனுமதிக்காதீர்கள்.

2. உங்களுடைய தகவல் பரிமாற்றத் திறனை வளர்த்துக் கொள்ளுங்கள்

உலக நடப்புகளை உங்களைச் சுற்றி இருப்பவர்களும் அறிந்து கொள்ள அவர்களுக்கு உதவுவதற்குத் தேவையான தகவல் தொடர்புத் திறமையை உங்களிடம் வளர்த்துக் கொள்ளுங்கள். எடைபோடுதல், வீணான கொள்கைப் பிடிப்புடன் இருத்தல் போன்றவை பெரிதாக வேலை செய்வதில்லை என்பதை அறிந்திடுங்கள். மக்களுடைய ஆர்வத்தையும் படைப்பாற்றலையும் தூண்டுகின்ற கேள்விகளை அவர்களிடம் கேளுங்கள். இதற்கு உங்களுக்கு, பேசுதல், எழுதுதல், மடல் வரைதல், குறுஞ்செய்தி அனுப்புதல், சமூக ஊடகங்களைப் பயன்படுத்துதல் போன்றவற்றில் எது வசதியாக இருக்கிறதோ அதைப் பயன்படுத்திக் கொள்ளுங்கள்.

3. பொருளாதார மற்றும் வரிச் சீர்திருத்தங்களைக் கோருங்கள்

வால் ஸ்டிரீட் நிறுவனங்கள், பெரிய வங்கிகள் போன்றவற்றின் நடவடிக்கைகளை உற்றுக் கவனிப்பதற்குத் தேவையான விதிமுறைகள், பெருநிறுவனங்கள் சமூகத்திற்கு அளிக்க வேண்டிய நியாயமான பங்களிப்பை அளிக்க வகை செய்யும் சட்டங்கள் போன்றவை இயற்றப்படவும், அவை ஒழுங்குமுறையுடன் அமல்படுத்தப்படவும் கோருங்கள். சுற்றுச்சூழல்மீது அளவுக்கதிகமாகத் தாக்கம் ஏற்படுத்தாத, பரந்துபட்டச் சமூகத்திற்குப் பயனளிக்கின்ற தொழில்நுட்பங்களை

ஊக்குவியுங்கள். இவற்றை ஆதரிக்கின்ற வேட்பாளர்களுக்கு மட்டும் ஓட்டுப் போடுங்கள், இவற்றை நடைமுறையில் கடைபிடிக்கின்ற தொழில் நிறுவனங்களை மட்டுமே ஆதரியுங்கள். இது குறித்து ஊடகங்களுக்கு எழுதுங்கள், சமூக ஊடகங்களைப் பயன்படுத்திக் கொள்ளுங்கள்.

4. பொதுமக்களின் நலன்களுக்கு ஆதரவாகச் செயல்படுகின்ற அமைப்புகளோடு உங்களை இணைத்துக் கொள்ளுங்கள்

மக்கள் நலனில் அக்கறை கொண்டுள்ள தொழில்களை ஊக்குவிக்கின்ற நுகர்வோர் இயக்கங்கள், தொண்டு நிறுவனங்கள் போன்றவற்றில் உங்களை இணைத்துக் கொள்ளுங்கள். அல்லது புதிதாக ஒன்றைத் துவக்குங்கள். உள்ளூர் மற்றும் தேசியப் பிரதிநிதிகளை, தொலைபேசி, கடிதம் அல்லது மின்னஞ்சல் வாயிலாகத் தொடர்பு கொள்ளுங்கள். இந்த இயக்கங்களை ஆதரிக்குமாறும் இது தொடர்பான சீர்திருத்தங்களை மேற்கொள்ளுமாறும் அவர்களிடம் கேளுங்கள்.

5. சமூக நலன் அடிப்படையில் அமைந்துள்ள தொழில்களுக்கு ஆதரவளியுங்கள்

நுகர்வோர் கூட்டுறவுச் சங்கங்கள், சமூகச் சங்கங்கள், உள்ளூர் பொது வங்கிகள், ஊழியர்களால் நடத்தப்படுகின்ற தொழில்கள் போன்ற, சமூக நலன் அடிப்படையில் அமைந்துள்ள அமைப்புகளுக்கு ஆதரவளியுங்கள்.

6. போராட்டங்களில் ஈடுபடுங்கள்

மேம்பட்டச் சமூகச் சூழலுக்கும் சுற்றுச்சூழலுக்கும் குரல் கொடுக்கின்ற ஊர்வலங்களிலும் ஆர்ப்பாட்டங்களிலும் கலந்து கொள்ளுங்கள். அவற்றை ஆதரிக்கின்ற மாணவர் இயக்கங்கள், தொழிற்சங்கங்கள், சமூக நீதி இயக்கங்கள் போன்றவற்றில் இடம் பெறுங்கள், அவர்களுக்கு ஆதரவு வழங்குங்கள். அவற்றில் தீவிரமாக ஈடுபடுங்கள் அல்லது அவர்களுக்கு நிதியுதவி அளியுங்கள் அல்லது சமூக ஊடகங்கள் மூலம் அவர்களுக்காகப் பரிந்து பேசுங்கள்.

7. உங்களுடைய சொந்தப் பாகுபாடுகளை அறிந்து வைத்திருங்கள்

இனம், மதம், சமூக அந்தஸ்து, பாலினம் போன்றவற்றின் அடிப்படையில் அமைந்த பாகுபாட்டுக் கண்ணோட்டங்கள்

உங்களிடம் இருக்கின்றனவா என்று ஆழமாக அலசி ஆராயுங்கள். அப்படி இருந்தால், அவற்றிலிருந்து மீள்வதற்கான முயற்சிகளில் ஈடுபடுங்கள்.

8. இதயபூர்வமான போராளியாக இருப்பதற்கு இளைய சமுதாயத்திற்குக் கற்றுக் கொடுங்கள்

உலக நடப்புகளை அறிந்து வைத்திருப்பது, அவற்றைப் பற்றிக் கற்றுக் கொள்வது, அவை தொடர்பான செயல்நடவடிக்கைகளில் இறங்குவது போன்றவற்றின் அடிப்படையில் அமைந்ததுதான் ஜனநாயகம் என்பதை இளைய சமுதாயத்திற்குப் புரிய வையுங்கள்.

9. துணிச்சலுடன் வெளிப்படையாகப் பேசுங்கள்

நீங்கள் ஒரு பெருநிறுவனத்தில் வேலை செய்தாலும் சரி, அந்நிறுவனத்தின் பங்குகளை வைத்திருந்தாலும் சரி, தேவையெனில் அந்நிறுவனத்திற்கு எதிராகப் பேசுவதற்குத் தயங்காதீர்கள். நீங்கள் உறவாடிக் கொண்டிருக்கின்ற நிறுவனம் வெற்றி பெற நீங்கள் விரும்புவதாகவும், சுற்றுச்சூழலுக்குக் கேடு விளைவிக்காத, ஊழியர்களைப் பாகுபடுத்திப் பார்க்காத, சமூக நலன் சார்ந்து இயங்குகின்ற நிறுவனங்களால் மட்டுமே வருங்காலத்தில் வெற்றிகரமாக இயங்கிக் கொண்டிருக்க முடியும் என்பதையும் அவர்களுக்குத் தெரியப்படுத்துங்கள்.

பெருநிறுவனங்கள் செய்யக்கூடிய 11 விஷயங்கள்

1. உங்களுடைய இலட்சிய வாசகங்களில், பொது நலன், சுற்றுச்சூழல் பாதுகாப்பு, சமூக நீதி ஆகியவற்றுக்கு ஆதரவான வார்த்தைகள் இடம் பெறுமாறு பார்த்துக் கொள்ளுங்கள்.

இது நீங்கள் தயாரிக்கின்ற பொருட்களைப் பொறுத்தும் நீங்கள் அளிக்கின்ற சேவைகளைப் பொறுத்தும் வேறுபடலாம். உங்களுடைய நடவடிக்கைகள் அனைத்தையும் உந்தித் தள்ளுகின்ற அம்சமாக இது இருக்க வேண்டும். இது உங்களுடைய சந்தைத் திட்டங்களில் பிரதிபலிக்க வேண்டும். வாடிக்கையாளர்கள் அல்லது முதலீட்டாளர்கள் என்ற முறையில் உங்கள் நிறுவனத்தோடு தொடர்பு கொண்டு உங்களுடைய செயல்களை ஆதரித்துக் கொண்டிருப்பவர்கள், இந்த உலகை ஒரு மேம்பட்ட இடமாக மாற்ற நீங்கள் மேற்கொண்டுள்ள முயற்சிகளில் பங்குதாரர்களாக இருக்கிறார்கள் என்பதை அவர்களுக்குத் தெரியப்படுத்துங்கள்.

2. உங்களுடைய இலட்சிய வாசகம், உங்கள் நிறுவனத்தின் நீண்டகால நலன்களை அடிப்படையாகக் கொண்டது என்பதை உங்கள் நிறுவனத்தின் பங்குதாரர்களுக்குப் புரிய வையுங்கள்.

உங்களுடைய இலட்சிய வாசகம், உங்கள் நிறுவனத்தின் நீண்டகால நலன்களை அடிப்படையாகக் கொண்டது என்பதை அதன் பங்குதாரர்கள், உங்களுடைய உயர்மட்ட நிர்வாகிகள், ஊழியர்கள் ஆகியோருக்குப் புரிய வையுங்கள். இப்போது நாம் ஒரு புதிய யுகத்திற்குள் அடியெடுத்து வைத்திருக்கிறோம் என்பதையும், ஜீவப் பொருளாதாரத்திற்கு மாறிக் கொண்டிருக்கின்ற போக்கை மதித்து அதை ஆதரிக்கின்ற தொழில்கள் மட்டுமே வருங்காலத்தில் வெற்றி பெறும் என்பதையும் அவர்களுக்குப் புரிய வையுங்கள்.

3. கச்சாப் பொருட்கள் சுற்றுச்சூழலுக்கு ஆபத்து விளைவிக்காத பொருட்களால் உருவாக்கப்பட்டிருப்பதை உறுதிப்படுத்திக் கொள்ளுங்கள்

நீங்கள் பயன்படுத்துகின்ற கச்சாப் பொருட்கள், ஒன்று, மறுசுழற்சி செய்யப்படுகின்ற பொருட்களிலிருந்து உங்களுக்குக் கிடைப்பதை உறுதிப்படுத்திக் கொள்ளுங்கள். அல்லது, இயற்கை மற்றும் விலங்குகளின் உரிமைகளை மீறாத வகையில் உருவாக்கப்பட்டவையாக அவை இருக்கின்றனவா என்பதைப் பரிசோதித்துக் கொள்ளுங்கள். உங்களுடைய கச்சாப் பொருட்கள் எங்கிருந்து வருகின்றன என்பது உங்கள் நிறுவனத்தில் இருக்கின்ற ஒவ்வொருவருக்கும் தெரிந்திருக்க வேண்டும். அதோடு, உங்கள் நிறுவனம் எப்படி நம்முடைய பூமித்தாயைக் கௌரவித்து வெளிப்படையாகத் தெரிகின்ற விதங்களில் ஆதரிக்கிறது என்பதும் அவர்களுக்குத் தெரிந்திருக்க வேண்டும்.

4. நியாயமான ஊழியம் வழங்கப்படுவதை உறுதி செய்யுங்கள்

உங்களுடைய ஊழியர்களுக்கும் ஒப்பந்த அடிப்படையில் உங்களிடம் வேலை செய்பவர்களுக்கும் நியாயமான ஊழியம் வழங்கப்படுவதை நீங்கள் உறுதி செய்ய வேண்டும். உங்கள் நிறுவனத்தில் வேலை செய்கின்ற அடிமட்ட ஊழியர்களுக்கும் மேல்மட்ட ஊழியர்களுக்கும் இடையேயுள்ள ஊதிய வேறுபாடு மிகப் பெரிதாக இல்லாதவாறு பார்த்துக் கொள்ளுங்கள். அதற்கேற்ப அவர்களுடைய சம்பளம், ஊக்கத்தொகை, மற்றும் பிற சலுகைகளை வடிவமைத்துக் கொள்ளுங்கள். உங்கள் நிறுவனத்திற்கு உள்நாட்டிலும் வெளிநாடுகளிலும் ஒப்பந்த

அடிப்படையில் வேலை பார்க்கின்ற நபர்கள் நியாயமான ஊதியம் பெறுவதையும் அவர்களுடைய வேலைச் சூழல் செம்மையாக இருப்பதையும் உறுதி செய்து கொள்ளுங்கள்.

6. சிறந்த ஊழியர்களைப் பெறுவதற்கும் அவர்களைத் தக்கவைத்துக் கொள்வதற்கும் நீங்கள் ஜீவப் பொருளாதாரத்தை ஆதரிக்க வேண்டும் என்பதை நினைவில் வைத்திருங்கள்

நல்ல செயல்களில் ஈடுபடுகின்ற நிறுவனங்களில் வேலை செய்வதையே தற்போது பெரும்பாலான நபர்கள் விரும்புகின்றனர். குறிப்பாக, இப்போதுதான் முதன்முதலாக வேலையுலகிற்குள் அடியெடுத்து வைத்திருப்பவர்களும் வெகு விரைவில் அதற்குள் நுழைய இருப்பவர்களும், தங்களுக்காகவும் வருங்காலத் தலைமுறையினருக்காகவும் உயிர்த்துடிப்புள்ள ஒரு பூவுலகை ஆதரிக்கின்ற நிலைப்பாட்டை எடுக்கின்றனர் என்பதை அறிந்திடுங்கள். புதுமை விரும்பிகளையும், சுற்றுச்சூழல் மற்றும் சமூகம் குறித்துப் பொறுப்புடன் இருக்கின்ற நபர்களையும் வேலைக்கு எடுத்து அவர்களைப் பேணுங்கள்.

7. மகிழ்ச்சியையும் தோழமையுணர்வையும் ஊக்குவிக்கின்ற நிர்வாக அமைப்புமுறையை உருவாக்குங்கள்

மேலிருந்து கீழ்நோக்கிப் பாய்கின்ற அதிகாரம் மற்றும் கட்டுப்பாடுகளின் அடிப்படையில் அமைந்த, காலாவதியாகிப் போன தலைமைத்துவப் பாணியைக் கைவிட்டுவிட்டு, தோழமையுணர்வுடன் இருக்கின்ற, கூட்டுத் தீர்மான அடிப்படையில் அமைந்த நிர்வாக முறைக்கு மாறுங்கள். அடுக்கதிகார அமைப்புமுறை இல்லாத நிறுவனங்கள், தனிநபர்களுக்கும் சரி, நிறுவனங்களுக்கும் சரி, மேம்பட்ட முறையில் பலனளிப்பதாக நிரூபிக்கப்பட்டுள்ளது. சவப் பொருளாதாரத்திற்குச் சேவை செய்து கொண்டிருந்த பழைய முறை இப்போது செல்லுபடியாகாது என்பதை நினைவில் வைத்திருங்கள். பன்முகத்தன்மையும் கூட்டியக்கமும் நிலவுகின்ற ஒரு சூழலில்தான் வாழ்க்கை கொழிக்கிறது.

7. நீங்கள் இயங்கிக் கொண்டிருக்கின்ற சமூகத்தில் ஆழமாக ஈடுபடுங்கள்

உள்ளூர் மக்களை வேலைக்கு எடுங்கள், உள்ளூர் சமூகத்திற்கு ஆதரவளியுங்கள். உள்ளூர் சமூகத்திற்குப் பயன்படுகின்ற

பூங்காக்கள், பொழுதுபோக்கு வசதிகள் மற்றும் அவை போன்ற திட்டங்களில் முதலீடு செய்யுங்கள், அவற்றை ஆதரியுங்கள்.

8. நியாயமான விமர்சனங்களைத் தீவிரமாக எடுத்துக் கொள்ளுங்கள்

சமூகம் மற்றும் சுற்றுச்சூழல் தொடர்பான குற்றச்சாட்டுகளையும், ஊடகங்கள், முதலீட்டாளர்கள் போன்றவர்களிடமிருந்து வருகின்ற பரிந்துரைகளையும் மரியாதையுடனும் நன்றியுணர்வுடனும் ஏற்றுக் கொள்ளுங்கள். அவற்றின் அடிப்படையில், தொடர்ச்சியான விதங்களில் மேம்படத் தேவையான நடவடிக்கைகளை மேற்கொள்ளுங்கள். அனைத்துச் செயல்பாடுகளையும் ஆழமாக அலசி ஆராயுங்கள். நியாயமான விமர்சனங்களை அங்கீகரித்தல், உள்முக ஆய்வு, சீர்தூக்கிப் பார்த்தல் போன்றவை ஒரு நிறுவனத்திற்கு மிகவும் பயனுள்ளவையாக இருக்கும் என்பதை நினைவில் வைத்திருங்கள்.

9. நிறுவனத்தில் பன்முகத்தன்மை நிலவுவதை உறுதிப்படுத்துங்கள்

ஊழியர்கள், நிர்வாகக் குழு உறுப்பினர்கள், உயர்மட்ட அதிகாரிகள் போன்ற அனைத்துத் தளங்களிலும் பன்முகத்தன்மை நிலவுவதை உறுதிப்படுத்திக் கொள்ளுங்கள். அதே போக்கு, உங்களுடைய உற்பத்திப் பொருட்களிலும் நீங்கள் அளிக்கின்ற சேவைகளிலும் பிரதிபலிக்குமாறு பார்த்துக் கொள்ளுங்கள். உங்களுடைய பங்காளி அமைப்புகளிலும் அது மேற்கொள்ளப்படுவதற்கு ஏற்பாடுகளைச் செய்யுங்கள். ஒற்றைக் கலாச்சாரங்கள் அரிதாகவே வெற்றி பெறுகின்றன என்பதையும், பன்முகத்தன்மையும் அனைவரையும் அரவணைத்துப் போவதுமே வருங்காலத்தில் வெற்றியை உறுதி செய்யும் என்பதையும் அறிந்திடுங்கள்.

10. பொறுப்புணர்வு மற்றும் நெறிமுறை சார்ந்த கலாச்சாரத்தை ஆதரியுங்கள்

பொறுப்புணர்வையும் அறநெறியுடன்கூடிய நடத்தையையும் சுவீகரித்துக் கொள்கின்ற ஒரு கலாச்சாரத்தை ஆதரியுங்கள். வாயை மூடிக் கொண்டு கீழ்ப்படிகின்ற தன்மை மற்றும் மௌனம் காத்தலுக்குப் பதிலாக, வெளிப்படைத்தன்மையையும் விசிலூதிகளையும் ஊக்குவியுங்கள்.

11. ஜீவப் பொருளாதாரத்தை ஆதரிக்கின்ற உங்கள் நிறுவனத்தின் நிலைப்பாட்டை அனைத்துக் கருத்துப் பரிமாற்றங்களிலும் குறிப்பிடுங்கள்

உங்கள் நிறுவனம் பொது நலம் பேணுவதில் தீவிரமாக இருக்கிறது என்பதையும், ஜீவப் பொருளாதாரத்தை அது ஊக்குவிக்கிறது என்பதையும் உங்களுடைய அனைத்துக் கருத்துப் பரிமாற்றங்களிலும் வெளிப்படுத்துங்கள். இது ஒரு சக்திவாய்ந்த உத்தியாக உருவெடுக்கும். இது உங்களுடைய நிறுவனத்தின் நலனைப் பாதுகாப்பதோடு, அது போன்ற நடவடிக்கைகளில் ஈடுபடுவதற்குப் பிறரையும் ஊக்குவிக்கும்.

தொழில்முனைவோர் செய்யக்கூடிய 5 விஷயங்கள்

1. உங்கள் இதயத்தைப் பின்தொடருங்கள்

உங்களுடைய ஆழ்விருப்பத்தைப் பிரதிபலிக்கின்ற உங்களுடைய உள்ளார்ந்த திறமைகளைப் பயன்படுத்திக் கொள்ள வாய்ப்பிருக்கின்ற ஒரு தொழிலைத் துவக்குங்கள். நீங்கள் செய்ய விரும்புகின்ற ஒன்றை ஒருபோதும் செய்ய முயற்சித்திருக்காத 'வல்லுநர்கள்', பெற்றோர், ஆசிரியர்கள் அல்லது மற்றவர்களின் அபிப்பிராயங்கள் உங்களைக் குழப்ப ஒருபோதும் அனுமதிக்காதீர்கள். உங்களைச் சுற்றி ஏற்கனவே இருக்கின்ற விஷயங்களிலிருந்து முற்றிலும் வேறுபட்ட ஒன்றைச் செய்ய அஞ்சாதீர்கள். தலைசிறந்தவராக ஆகத் துணியுங்கள். அத்துணிச்சலே உங்களுக்குப் பல கதவுகளைத் திறந்துவிடும்.

2. தாமதிக்காமல் துவக்குங்கள்

நீங்கள் எவ்வளவு முன்னதாகத் துவக்குகிறீர்களோ, அவ்வளவு நல்லது. வெற்றியாளர்களுக்கும் தோல்வியாளர்களுக்கும் இடையேயுள்ள வேறுபாடு என்ன தெரியுமா? வெற்றியாளர்கள் மீண்டும் ஒரு முறை முயற்சி செய்கிறார்கள். தவறு என்ற ஒன்று இல்லை. உங்களுடைய அணுகுமுறையை மாற்றிக் கொள்வதற்கும், உங்களுடைய இலக்குகளைத் தெளிவுபடுத்திக் கொள்வதற்கும், உங்களுடைய ஊக்குவிப்பை ஆழப்படுத்திக் கொள்வதற்கும் கிடைக்கின்ற வாய்ப்புகளும் படிப்பினைகளும் மட்டுமே உண்டு.

3. ஆதரவான தொடர்பு வட்டங்களை உருவாக்குங்கள்

உங்களையும், சகலத்தையும் உள்ளடக்கிய உலகக் கண்ணோட்டத்தையும் ஆதரிக்கின்ற தொடர்பு வட்டங்களை உருவாக்கிக் கொள்ளுங்கள். உங்களுடைய தொழிலின் மேம்பாட்டுக்கும், வேலைக்கு ஆட்களை எடுப்பதற்கும், சந்தைப்படுத்துதலுக்கும் அவர்களைப் பயன்படுத்திக் கொள்ளுங்கள். பிற தொழில்முனைவோரின் தொடர்புகளையும் உதவிகளையும் பயன்படுத்திக் கொள்ளுங்கள். தொழில்முனைவோர் தங்களுடைய தொழில்களில் தழைப்பதைப் பார்க்கின்றபோது, கல்லூரியில் அவர்களுடன் பயின்ற சக மாணவர்கள், அவர்களுடைய குடும்ப உறுப்பினர்கள் மற்றும் நண்பர்கள் அதனால் ஊக்கம் பெற்று, தாங்களும் ஒரு தொழில்முனைவோராக ஆவதற்கு முயற்சி செய்வர்.

4. உங்களுடைய முன்னோக்கின்படி ஒட்ட ஒழுகுங்கள்

ஒரு தொழில் நீடித்து நிலைத்திருப்பதற்குத் தேவையான ஓர் உத்வேகமூட்டும் அணுகுமுறையை நீங்கள் உருவாக்கும்போது, அது உங்கள் கனவை நனவாக்குகிறது. அதோடு, பிறருக்கு நீங்கள் ஓர் எடுத்துக்காட்டாகத் திகழவும் அது வழி வகுக்கிறது. உங்கள் நிறுவனத்தில் நீங்கள் எப்படி ஒருவரை வேலைக்கு எடுக்கிறீர்கள், ஏற்கனவே வேலையில் இருப்பவர்களை எப்படித் தக்கவைத்துக் கொள்கிறீர்கள், நீங்கள் விற்கின்ற பொருட்கள் மற்றும் வழங்குகின்ற சேவை, நீங்கள் பயன்படுத்துகின்ற வளங்கள், சுற்றுச்சூழலை மாசுபடுத்தாத விதத்தில் மேற்கொள்ளப்படுகின்ற செயல்நடவடிக்கைகள், உள்ளூர் சமூகத்திற்கு நீங்கள் அளிக்கின்ற பங்களிப்புகள் போன்றவை உங்களுடைய அணுகுமுறையில் அடங்கும்.

5. மேலும் கூடுதல் செயல்நடவடிக்கைகளில் ஈடுபடுங்கள்

நீங்கள் உங்களுடைய தொழிலை வெற்றிகரமாக நடத்தத் துவங்கிய பிறகு, 'பெருநிறுவனங்கள் செய்யக்கூடிய 11 விஷயங்கள்' என்ற தலைப்பின் கீழே குறிப்பிடப்பட்டுள்ள 11 நடவடிக்கைகளையும் மேற்கொள்ளுங்கள்.

நூலாசிரியரின் வாழ்வில் நிகழ்ந்த முக்கிய நகிழ்வுகள்: காலவரிசைப்படி

1963	பள்ளிப்படிப்பை முடித்துவிட்டு, மிடில்பர்ரி கல்லூரியில் சேர்கிறார்.
1964	ஈரானிய இராணுவத் தளபதி ஒருவரின் மகனான ஃபர்ஹாத்துடன் அவருக்கு நட்பு ஏற்படுகிறது. கல்லூரியிலிருந்து பாதியிலேயே விலகுகிறார்.
1965	பாஸ்டனிலுள்ள ஹெர்ஸ்ட் பத்திரிகையில் வேலைக்குச் சேர்கிறார்.
1966	பாஸ்டன் பல்கலைக்கழகத்தின் வணிகக் கல்லூரியில் சேர்கிறார்.
1967	மிடில்பர்ரி கல்லூரியில் தன்னுடன் படித்த மாணவியைத் திருமணம் செய்து கொள்கிறார். அவருடைய மனைவியின் மாமா ஃபிராங்க் 'என்எஸ்ஏ' (தேசியப் பாதுகாப்பு அமைப்பு) அமைப்பில் உயர் பதவியில் இருக்கிறார்.
1968	ஒரு வலுவான பொருளாதார அடியாளாக உருவாகக்கூடிய சாத்தியக்கூறுகளைக் கொண்டிருக்கும் நபர் அவர் என்று என்எஸ்ஏ கணிக்கிறது. ஃபிராங்க்கின் ஆசீர்வாதத்துடன் 'பீஸ் கார்ப்ஸ்' அமைப்பில் அவர் தன்னை இணைத்துக் கொள்கிறார். எக்குவடோர் நாட்டைச் சேர்ந்த அமேசான் பகுதியில் அவர் பணியமர்த்தப்படுகிறார். அங்கிருக்கின்ற அமெரிக்க எண்ணெய் நிறுவனங்களுக்கு எதிராக உள்ளூர் பழங்குடியினர் போராடிக் கொண்டிருக்கின்றனர்.
1969	ஆண்டிஸ் மலைப்பகுதியிலும் அதையொட்டியுள்ள வெப்ப மண்டல மழைக்காட்டுப் பகுதியிலும் அவர் வசிக்கத் தொடங்குகிறார். எண்ணெய் நிறுவனங்களும் அரசு அமைப்புகளும் செயல்படுத்திக் கொண்டிருக்கின்ற அழிவுபூர்வமான நடவடிக்கைகளையும், அவை உள்ளூர் கலாச்சாரங்கள்மீதும் சுற்றுச்சூழல்மீதும் ஏற்படுத்துகின்ற எதிர்மறைத் தாக்கங்களையும் அவர் நேரடியாகப் பார்த்து உணர்கிறார்.

1970   *சர்வதேச ஆலோசனை நிறுவனமான மெயின்*
நிறுவனத்தின் உதவித் தலைவரை எக்குவடோர்
நாட்டில் அவர் சந்திக்கிறார். அந்நபர் ஓர்
என்எஸ்ஏ தொடர்பு அதிகாரியும்கூட.

1971   *அவர் மெயின் நிறுவனத்தில் சேர்கிறார்.*
பாஸ்டன் நகரில், ஒரு பொருளாதார
அடியாளாக ஆவதற்கான இரகசியப் பயிற்சி
அவருக்கு அளிக்கப்படுகிறது. பயிற்சிக்குப்
பின், இந்தோனேசியாவிலுள்ள ஜாவா தீவுக்கு
அனுப்பப்பட்டப் பதினொரு பேர் அடங்கிய
குழுவில் அவரும் இடம் பெறுகிறார்.
பொருளாதாரத் தகவல்களைத் திரிக்க வேண்டிய
நிர்ப்பந்தம் அவருடைய மனசாட்சியை
உலுக்குகிறது.

1972   *அவர் அவர்களுடைய திட்டங்களுக்கு*
'ஒத்துழைக்க' முன்வந்ததால், அவர் முதன்மைப்
பொருளாதார வல்லுநராகப் பதவி உயர்வு
பெறுகிறார். மிகவும் புத்திசாலியான ஓர்
இளைஞராக அவர் கருதப்படுகிறார். உலக
வங்கியின் தலைவர் ராபர்ட் மெக்நமாரா
உட்பட, பல உலகத் தலைவர்களை அவர்
சந்திக்கிறார். ஒரு விஷேசமான பணிக்காக அவர்
பனாமா நாட்டுக்கு அனுப்பப்படுகிறார். அங்கு,
அந்நாட்டின் அதிபரும் வசீகரமான தலைவருமான
ஓமர் டோரிஜோஸின் நட்பு அவருக்குக்
கிடைக்கிறது; அமெரிக்க ஏகாதிபத்தியத்தின்
வரலாற்றையும், பனாமா கால்வாயின் உரிமையை
அமெரிக்காவிடமிருந்து பனாமாவுக்குப் பெற்றுக்
கொடுக்க ஓமர் டோரிஜோஸ் தீவிர உறுதியுடன்
இருப்பதையும் அவர் அறிந்து கொள்கிறார்.

1973   *அவருக்கு மளமளவென்று பல பதவி உயர்வுகள்*
கிட்டுகின்றன. மெயின் நிறுவனத்திற்குள்ளாக
அவர் தனக்கென ஒரு சாம்ராஜ்ஜியத்தை
உருவாக்கிக் கொள்கிறார்; அவர் தொடர்ந்து
பனாமாவில் வேலை பார்க்கிறார்; அதோடு,
ஆசியா, லத்தீன் அமெரிக்கா மற்றும் மத்தியக்
கிழக்குப் பகுதிகளில் அவர் ஆய்வுகள்
மேற்கொள்கிறார்.

1974   *சவுதி அரேபியாவில் பொருளாதார*
அடியாட்களுக்குப் பெரும் வெற்றி கிடைப்பதில்
அவர் ஒரு முக்கியப் பங்காற்றுகிறார். அமெரிக்க
அரசுப் பத்திரங்களில் பல பில்லியன் டாலர்களை

முதலீடு செய்ய சவுதி அரசக் குடும்பத்தினர் ஒப்புக் கொள்கின்றனர். அதிலிருந்து கிடைக்கும் வட்டியைப் பயன்படுத்தி, அமெரிக்க நிறுவனங்களின் மூலம் சவுதி அரேபியாவில் மின் கட்டமைப்புகள், நீர்க் கட்டமைப்புகள், நெடுஞ்சாலைகள், துறைமுகங்கள் மற்றும் நகரங்களை உருவாக்க அது அமெரிக்கக் கருவூலத் துறைக்கு வாய்ப்பளிக்கிறது. இந்த ஏற்பாட்டிற்குப் பதிலீடாக, சவுதி அரசக் குடும்பத்தினர் தொடர்ந்து அங்கு ஆட்சி செய்ய அமெரிக்கா உத்தரவாதம் அளிக்கிறது. வருங்காலத்தில் வரவிருந்த பல பொருளாதார அடியாள் திட்டங்களுக்கு ஒரு முன்மாதிரியாக இது உருவெடுக்கிறது. ஆனால் ஈராக்கில் இது தோல்வி அடைகிறது.

1975   அவருக்கு மீண்டும் பதவி உயர்வு கிடைக்கிறது. இம்முறை, அவர் பொருளாதார மற்றும் பிராந்திய மேலாளராக நியமிக்கப்படுகிறார். அதோடு, மெயின் நிறுவனத்தின் பங்குதாரர்களில் ஒருவராகவும் அவர் ஆக்கப்படுகிறார். அந்நிறுவனத்தின் நூற்றாண்டுகால வரலாற்றில் ஒரு பங்குதாரராகச் சேர்த்துக் கொள்ளப்பட்டவர்களிலேயே அவர் மிகவும் வயது குறைந்தவராக இருந்தார். அதைத் தொடர்ந்து, பரவலாகத் தாக்கம் ஏற்படுத்துகின்ற பல ஆய்வுக் கட்டுரைகளை அவர் எழுதுகிறார். ஹார்வர்டு பல்கலைக்கழகம் மற்றும் பல நிறுவனங்களில் அவர் உரையாற்றுகிறார்.

1976   ஆப்பிரிக்கா, ஆசியா, லத்தீன் அமெரிக்கா, வட அமெரிக்கா, மத்தியக் கிழக்கு போன்ற, உலகின் பல பகுதிகளில் அவர் பல முக்கியத் திட்டங்களைத் தலைமையேற்று நடத்துகிறார். பொருளாதார அடியாள் திட்டத்தை உலகெங்கும் விரிவாக்கத் தேவையான ஒரு புரட்சிகரமான அணுகுமுறையை ஈரானின் ஷாவிடமிருந்து அவர் கற்றுக் கொள்கிறார்.

1977   தங்களுடைய குடும்பத்தாரையும் வீடுகளையும் காப்பாற்ற முயன்ற அப்பாவிக் கொலம்பிய விவசாயிகள், கம்யூனிஸ்ட்டுகள் என்றும், போதை மருந்து கடத்துபவர்கள் என்றும் முத்திரை குத்தப்படுகின்ற அவலத்தைத் தன்னுடைய தனிப்பட்ட தொடர்புகள் மூலமாக அவர் அறிந்து கொள்கிறார்.

1978   அவர் ஃபர்ஹாத்தால் ஈரானிலிருந்து அவசரமாக வெளியேற்றப்படுகிறார். அவர்கள் இருவரும், ஈரானின் இராணுவத் தளபதியாகப் பதவி வகிக்கும் ஃபர்ஹாத்தின் அப்பாவுக்குச் சொந்தமான, ரோம் நகரிலுள்ள ஒரு மாளிகைக்குப் பறக்கின்றனர். ஷா எந்நேரமும் தூக்கியெறியப்படலாம் என்று கணிக்கும் அந்த இராணுவத் தளபதி, அமெரிக்க வெளியுறவுக் கொள்கை, ஊழல் பெருச்சாளிகளாக விளங்குகின்ற தலைவர்கள், சர்வாதிகார அரசுகள் போன்றவைதான் ஈரானுக்கு எதிரான வெறுப்புப் பரவுவதற்குக் காரணம் என்று குற்றம் சாட்டுகிறார். அமெரிக்கா அதிகப் பரிவோடு நடந்து கொள்ளாவிட்டால், நிலைமை மேலும் மோசமடையும் என்று அவர் எச்சரிக்கிறார்.

1979   ஷா நாட்டைவிட்டு ஓடியதையும், ஈரானியக் கிளர்ச்சிக்காரர்கள் தெஹரானிலுள்ள அமெரிக்கத் தூதரகத்தைக் கைப்பற்றி அங்கிருந்த ஐம்பத்து இரண்டு பேரைப் பிணைக்கைதிகளாகப் பிடித்து வைத்திருப்பதையும் கண்டவுடன் அவர் தன் மனசாட்சியுடன் ஒரு பெரும் போராட்டம் நடத்துகிறார். உலகின் ஏகாதிபத்திய நாடாக விளங்குகின்ற அமெரிக்கா, அதை மறுக்கப் பெரும் முயற்சி செய்வதை அவர் உணர்ந்து கொள்கிறார். பல ஆண்டுகளாக அவருக்கும் அவருடைய மனைவிக்கும் இடையே ஏற்பட்டிருந்த விரிசலுக்கும் பல பிரிவுகளுக்கும் பிறகு, இறுதியில் அவர் தன் முதல் மனைவியை விவாகரத்து செய்கிறார்.

1980   குற்றவுணர்வு மற்றும் மனத்தளர்ச்சியால் பெரும் அவதியுறுகின்ற அவர், பணமும் அதிகாரமும் தன்னை மெயின் நிறுவனத்திற்குள் மாட்டிக் கொள்ள வைத்துவிட்டதை உணர்ந்து அந்நிறுவனத்திலிருந்து அவர் வெளியேறுகிறார்.

1981   அமெரிக்க எண்ணெய் நிறுவனங்களை எதிர்த்து வந்த எக்குவடோர் நாட்டு அதிபர் ஜெயிம் ரோல்டோஸும், பனாமா கால்வாய் மற்றும் பனாமாவிலிருந்த அமெரிக்க இராணுவத் தளங்கள் குறித்த விவகாரங்களில் அமெரிக்க நலன்களை எதிர்த்து வந்த அந்நாட்டு அதிபர் ஓமர் டோரிஜோஸும், விமான விபத்துகளில் கொல்லப்பட்ட விதம் வழக்கமாக அமெரிக்க உளவு நிறுவனமான சிஐஏ செயல்படும் விதத்தை

அப்படியே ஒத்து இருந்தது அவருக்குப் பெரும் மன உளைச்சலை உண்டாக்குகிறது. அவர் வினிஃப்ரெட் என்ற பெண்மணியை இரண்டாம் முறையாகத் திருமணம் செய்து கொள்கிறார். அவருடைய புதிய மாமனார், 1974 இல் பொருளாதார அடியாள் திட்டத்தின் மூலம் செய்து கொள்ளப்பட்டப் பரிவர்த்தனையின்படி, சவுதி அரேபியாவில் நகரங்களைக் கட்டித் தருகின்ற ஒப்பந்தங்களைப் பெற்ற பெக்டெல் என்ற பொறியியல் கட்டுமான நிறுவனத்தில் முதன்மைக் கட்டட வடிவமைப்பாளராகப் பணியாற்றிக் கொண்டிருக்கிறார்.

1982 சுற்றுச்சூழலுக்குக் கேடு விளைவிக்காத விதத்தில் மின்சாரத்தை உற்பத்தி செய்கின்ற 'இன்டிபென்டன்ட் பவர் சிஸ்டம்ஸ்' என்ற நிறுவனத்தை அவர் உருவாக்குகிறார். அவருக்கும் வினிஃப்ரெட்டுக்கும் ஜெஸிக்கா என்ற மகள் பிறக்கிறாள்.

1983–1989 உயர் பதவிகளில் இருக்கின்ற நபர்களுடைய 'எதேச்சையான' உதவிகள் மற்றும் 'எதிர்பாராத' வரிச் சலுகைகள் காரணமாக அவருடைய புதிய சொந்த நிறுவனம் பெரும் வெற்றியடைகிறது. ஒரு தந்தை என்ற முறையில், உலக நாடுகளின் நெருக்கடி குறித்தும் ஒரு பொருளாதார அடியாளாகத் தான் இருந்து வந்திருந்தது குறித்தும் அவர் மன உளைச்சல் கொள்கிறார். அவர் தன்னுடைய அனுபவங்களை ஒளிவுமறைவின்றி ஒரு புத்தகமாக எழுதத் தொடங்குகிறார். அதை மோப்பம் பிடித்துவிட்டவர்கள், அவர் அதை எழுதுவதைக் கைவிட்டுவிட்டால், ஓர் ஆலோசனையாளர் என்ற முறையில் அவருக்குத் தொடர்ந்து பெரும் பணம் வழங்க முன்வருகின்றனர்.

1990–1991 பனாமா நாட்டுக்குள் அமெரிக்கப் படைகள் புகுந்து மானுவெல் நோரிகாவைச் சிறைபிடித்துச் சென்றதைத் தொடர்ந்து, ஜான் பெர்க்கின்ஸ் தன்னுடைய நிறுவனத்தை விற்றுவிட்டு, தன்னுடைய நாற்பத்தைந்தாவது வயதில் தன் தொழிலிலிருந்து ஓய்வு பெறுகிறார். தான் தொடங்கிய புத்தகத்தை மீண்டும் எழுதலாமா என்று அவர் யோசித்துக் கொண்டிருக்கும்போது, அதற்குப் பதிலாக அவர் தொடங்கவிருந்த தொண்டு நிறுவனத்தில் தன் ஆற்றல்

முழுவதையும் செலவிடுமாறு அவருக்கு
அறிவுறுத்தப்படுகிறது. அதோடு, அவர்
அப்படிப்பட்ட ஒரு புத்தகத்தை வெளியிட்டால்,
அது அவருடைய தொண்டு நிறுவனத்தை
எதிர்மறையாகப் பாதிக்கும் என்றும் அவரிடம்
கூறப்படுகிறது.

1992–2000   ஈராக்கில் பொருளாதார அடியாள் திட்டம்
தோல்வியடைவதைத் தொடர்ந்து அங்கு
முதல் வளைகுடாப் போர் வெடிப்பதை அவர்
பார்க்கிறார். அதைத் தொடர்ந்து மூன்று முறை
அவர் அப்புத்தகத்தை எழுத முயற்சிக்கிறார்.
ஆனால் அவருக்கு எதிராக விடுக்கப்படும்
மிரட்டல்களுக்கும், அவர் மௌனமாக
இருப்பதற்கு வழங்கப்படும் இலஞ்சத்திற்கும்
அவர் அடிபணிகிறார். பழங்குடியினரைப்
பற்றிய புத்தகங்கள் எழுதுவது, தொண்டு
நிறுவனங்களுக்கு ஆதரவளிப்பது, புது யுகக்
குழுவினருக்குக் கற்றுக் கொடுப்பது, அமேசான்
காடுகளுக்கும் இமயமலைக்கும் பயணிப்பது,
தலாய் லாமாவுடனான சந்திப்பு மற்றும் வேறு
பிற நடவடிக்கைகளில் ஈடுபடுவதன் மூலம்
அவர் தன் மனசாட்சிக்கு ஒத்தடம் கொடுக்க
முயற்சிக்கிறார்.

2001–2002   அவர் வட அமெரிக்கர்கள் சிலரை ஒரு குழுவாக
அழைத்துக் கொண்டு அமேசான் காடுகளின்
உட்பகுதிக்குச் செல்கிறார். 2001 செப்டம்பர் 11
அன்று அவர் அக்காட்டின் உட்பகுதியில்தான்
இருக்கிறார். அமெரிக்காவுக்குத் திரும்பி வந்ததும்,
நியூயார்க்கில் இரட்டைக் கோபுரத் தாக்குதல்
நடந்த இடத்திற்கு நேரில் சென்று, தான் பல
முறை எழுத முயன்ற புத்தகத்தைத் தான் எழுதி
முடிக்கப் போவதாக அவர் சூளுரைக்கிறார். அது
தன் மனவேதனைக்கு மருந்தாக இருப்பதோடு,
பொருளாதார அடியாட்களின் முகத்திரையைக்
கிழித்தெறியும் என்றும் அவர் நம்புகிறார்.

2003–2004   எக்குவடோர் நாட்டு எல்லைக்குள் இருக்கின்ற
அமேசான் காடுகளுக்குச் சென்று, அமெரிக்க
எண்ணெய் நிறுவனங்களுக்கு எதிராகப்
போராடத் தயாராக இருக்கின்ற பழங்குடியினத்
தலைவர்களை அவர் சந்திக்கிறார். ஒரு
பொருளாதார அடியாளின் ஒப்புதல் வாக்குமூலம் நூலை
அவர் எழுதி முடிக்கிறார்.

2005–2016 அவருடைய நூல் சர்வதேச அளவில் பெரும் வெற்றியைக் கண்டவுடன், சவப் பொருளாதாரத்தை நீக்கிவிட்டு அந்த இடத்தில் ஜீவப் பொருளாதாரத்தை அரியணை ஏற்ற வேண்டும் என்ற செய்தியைப் பரப்புவதற்காக உலகெங்கும் பயணித்து, பெருநிறுவனங்களின் உச்சி மாநாடுகள், அவற்றின் முதன்மை நிர்வாக அதிகாரிகளின் கூட்டங்கள், தொழிலதிபர்களின் கூட்டங்கள், நுகர்வோர் மாநாடுகள், இசைத் திருவிழாக்கள், பல்கலைக்கழகங்கள் ஆகியவற்றில் அவர் சொற்பொழிவுகள் நிகழ்த்துகிறார். 'த சீக்ரெட் ஹிஸ்டரி ஆஃப் அமெரிக்கன் எம்பயர்', 'ஹூட்விங்க்ட்' ஆகிய நூல்களை அவர் எழுதுகிறார். பிறகு, அவர் எழுதிய முதல் நூலின் விரிவாக்கப்பட்டப் பதிப்பான இந்நூல் வெளியாகிறது.

நன்றியுரை

என் வாழ்க்கையில் இடம் பெற்றிருந்தவர்கள் மற்றும் இப்புத்தகத்தின் பக்கங்களில் இடம் பெற்றுள்ளவர்களின் உதவியின்றி என்னால் இப்புத்தகத்தை எழுதியிருக்க முடியாது. இந்த அனுபவங்கள் குறித்தும் அவை எனக்குக் கற்றுக் கொடுத்தப் பாடங்கள் குறித்தும் நான் நன்றியோடு இருக்கிறேன்.

என்னுடைய கதையைத் துணிச்சலுடன் கூற என்னை ஊக்குவித்தப் பின்வரும் நபர்களுக்கு நான் என் நன்றியைத் தெரிவித்துக் கொள்கிறேன்: ஸ்டீபன் ரெக்ட்ஷாஃபென், பில் மற்றும் லின் ட்விஸ்ட், ஆன் கெம்ப் மற்றும் ஆர்ட் ரோஃபி; 'டிரீம் சேஞ்ச்' பயணங்கள் மற்றும் கருத்தரங்குகளில் பங்கு பெற்றிருந்த எண்ணற்றோர். குறிப்பாக, ஈவ் புரூஸ், லின் ராபர்ட்ஸ் மற்றும் மேரி டெப்டல். என்னுடைய வாழ்க்கையை முப்பது ஆண்டுகளாக என்னோடு பகிர்ந்து கொண்ட என் முன்னாள் மனைவி வினிஃப்பிரெட்; அவர் தொடர்ந்து பல விதங்களில் எனக்கு ஆதரவு அளித்து வந்தார்; அவர் ஒரு புத்திசாலித்தனமான ஆலோசனையாளரும்கூட; நான் தொடர்ந்து சிறப்பாகச் செயல்பட எனக்கு உந்துதலாக இருந்து வருகின்ற என் மகள் ஜெசிக்கா மற்றும் என்னுடைய பேரன் கிரான்ட்டுக்கு என் நன்றி.

சர்வதேச வங்கிகள், பன்னாட்டுப் பெருநிறுவனங்கள் மற்றும் பல நாடுகளைச் சேர்ந்த அரசியல் ஜந்துக்கள் குறித்தத் தகவல்களைக் கொடுத்த, அவை குறித்த என்னுடைய தனிப்பட்டக் கண்ணோட்டத்தைக் கூர்தீட்டிய எண்ணற்றோருக்கு நான் நன்றிக்கடன் பட்டிருக்கிறேன்; குறிப்பாக, மைக்கேல் பென்–எலி, சப்ரினா போலோக்னி, ஜூவான் கேப்ரியல் கராஸ்கோ, ஜேமி கிராண்ட், பால் ஷா மற்றும் தங்களுடைய பெயர்களை வெளிப்படுத்திக் கொள்ள விரும்பாதவர்கள்.

இந்நூலின் முதற்பதிப்புக்கான கையெழுத்துப் பிரதி தயாரானவுடன், பெரெட்–கோஹ்லர் நிறுவனர் ஸ்டீவ் பியர்சான்டி துணிச்சலுடன் அதைப் பிரசுரிக்க முன்வந்ததோடு, இதைச் செம்மைப்படுத்துவதற்கு ஏராளமான நேரத்தையும் செலவிட்டார். ஸ்டீவுக்கு என் இதயபூர்வமான நன்றி. இம்முயற்சியில் என்னோடு கரம் கோர்த்தப் பின்வரும் நபர்களுக்கு நான் நன்றி கூற விரும்புகிறேன்: ஸ்டீவை எனக்கு அறிமுகம்

செய்து வைத்த ரிச்சர்டு பேர்ல்; இதன் கையெழுத்துப் பிரதியைப் படித்து அதை விமர்சித்த நோவா பிரவுன், ரேன்டி ஃபியட், ஆலன் ஜோன்ஸ், கிறிஸ் லீ, ஜெனிபர் லிஸ், லாரி பெல்லூரச்சவுட் மற்றும் ஜென்னி வில்லியம்ஸ்; இதைப் படித்து விமர்சனம் செய்ததோடு மட்டுமல்லாமல், அவர் தனக்கென வகுத்து வைத்திருந்த உயர் தரத்திற்கு இந்நூலை எடுத்துச் செல்ல என்னைக் கடுமையாக வேலை வாங்கிய டேவிட் கோர்டன்; என்னுடைய பிரசுரிப்பு முகவர் பால் ஃபெடோர்கோ; இந்நூலைச் சிறப்பாக வடிவமைத்த வலேரி ப்ரூஸ்டர்; இந்நூலைச் செப்பனிட்டுக் கொடுத்த அசாதாரணமான தத்துவஞானியும் வார்த்தை வித்தகருமான டோட் மான்சா.

விரிவாக்கப்பட்டுள்ள இப்புதிய பதிப்புக்காக நான் இவர்களுக்கு நன்றி தெரிவித்துக் கொள்கிறேன்: என்னைப் பெரிதும் ஊக்குவித்தக் கிமன் லூகாஸ்; அவருக்கு நன்கு பரிச்சயமாகியிருந்த, இந்நூலுக்குப் பல வழிகளில் உதவியாக இருந்த பல நாடுகளுக்கு நான் செல்ல அவர் எனக்கு உதவியதோடு, என்னுடன் அங்கு வரவும் செய்தார்; அதோடு, துணிச்சலுடன் அவர் என் அபிப்பிராயங்களை எதிர்த்துக் கேள்விகள் கேட்டது எனக்குப் பேருதவியாக இருந்தது; என் இஸ்தான்புல் பயணத்திற்கு உறுதுணையாக இருந்த அலி யுர்ட்செவர் மற்றும் உமுத் தாசா யுர்ட்செவர், அல்பர் மற்றும் ஃபிலிஸ் உட்கு மற்றும் பெர்னா பேகல்; அரசியல் மற்றும் வணிகத் தலைவர்களை மாற்றுவதற்காக அவர்கள் தங்களால் முடிந்த அளவு சிறப்பாகச் செயல்பட்டுக் கொண்டிருக்கின்றனர். அமேசான் காட்டுப் பகுதிகளில் வசிக்கின்ற அஷுவார் சமூகத்தினரோடு எனக்குத் தொடர்பு ஏற்படுத்திக் கொடுத்த டேனியல் கூப்பர்மேன்; பச்சமமா கூட்டணி அமையக் காரணமாக இருந்த அவர் என் நண்பராக இருப்பதோடு, பல சாகசப் பயணங்களின்போது என்னுடன் வந்தார்; என் சொற்பொழிவுப் பயணங்கள் மற்றும் ஊடக நிகழ்ச்சிகள் பலவற்றை அமைத்துக் கொடுத்த பெக் பூத் மற்றும் ஜெசிகா முட்டோ; என் வலைத்தளம் மற்றும் சமூக ஊடகங்களைச் சிறப்பாக வடிவமைத்துக் கொடுத்த 'வீவிங் இன்ஃப்ளூயென்ஸ்' நிறுவனத்தைச் சேர்ந்த பெக்கி ராபின்சன் மற்றும் அவருடைய குழுவினர்; என் நண்பரும் மிகச் சிறந்த தொழிலதிபருமான டான் வீடன்; என் நம்பிக்கைக்குப் பாத்திரமானவரும் சிறந்த தொழிலதிபருமான ஸ்காட் ஜேம்ஸ்; எனக்கு உதவி தேவைப்பட்ட நேரத்தில் மீண்டும் என் வாழ்விற்குள் நுழைந்த டிரீம் சேஞ்சின் வழிகாட்டியும் அதன் நிர்வாக இயக்குநருமான சமந்தா தாமஸ் மற்றும் லின் ராபர்ட்ஸ்.

பெரெட்–கோஹ்லர் பதிப்பகத்தைச் சேர்ந்த இவர்களுக்கும் என்னுடைய நன்றி: விரிவான ஆவணங்களைத் தயாரிப்பதற்கும் ஆய்வுகளுக்கும் எனக்கு உதவிய ஜென்னி வில்லியம்ஸ்; என் ஆய்வுகளுக்கு உதவிய அலனா பிரைஸ்; அனிதா சிம்ஹா, கிளாரி பெர்ஷன், சார்லட் ஆஷ்லாக், அன்னா லீன்பெர்கர், ஜீவன் சிவசுப்ரமணியம், டேவிட் மார்ஷல், நீல் மெயில்லெட், ஸ்டீவ் பியர்சான்டி, கிறிஸ்டன் ஃப்ரான்ட்ஸ், கேட்டி ஷீஹான், மைக்கேல் குரோலி, ஷப்னம் பானர்ஜி–மெக்ஃபார்லேன்ட், மாட் ஃபாகலி, ஜோ மேக்கி, மெரினா குக், மரியா ஜெசஸ் அகுய்லோ, கேத்தரின் லெங்ரோன், ஜோஹன்னா வொண்டலிங், லெஸ்லி கிரான்டெல், லேசல் விப்பிள், கர்ட்னி ஸ்கோன்ஃபெல்ட் மற்றும் எட்வர்ட் வேட்.

இந்நூலின் கையெழுத்துப் பிரதியைப் படித்துப் பரிந்துரைகள் வழங்கிய டேவிட் கோர்டன், அனிதா சிம்ஹா, லோர்னா கரனோ, மால் வார்விக், மரியா லூயிட்ஸ்கி–மில்லிகன், நிக் ஆல்பர்ட் மற்றும் கிளாரி பெர்ஷன் ஆகியோருக்கு என் நன்றி. ‘சவப் பொருளாதாரம்’, ‘ஜீவப் பொருளாதாரம்’ ஆகிய வார்த்தைகளை எனக்குப் பரிந்துரைத்தமைக்காக, நூலாசிரியரும் வானொலி ஒலிபரப்பாளருமான ஜோஹாரா ஹிரோனிமஸுக்கு என் நன்றி.

‘மெயின்’ நிறுவனத்தில் என்னோடு பணி புரிந்த, உண்மையை அறியாமலேயே பொருளாதார அடியாட்களுக்கு உதவிய அனைவருக்கும் நன்றி கூற நான் கடமைப்பட்டுள்ளேன்; குறிப்பாக என்னிடம் பணிபுரிந்த, என்னுடன் சேர்ந்து தொலைதூரப் பிரதேசங்களுக்குப் பயணம் செய்த, அரிய கணங்களை என்னுடன் பகிர்ந்து கொண்டவர்களை நான் நன்றியுடன் நினைவுகூர்கிறேன். பழங்குடியினரின் கலாச்சாரங்கள் குறித்து நான் இதற்கு முன்பு எழுதிய நூல்களைப் பிரசுரித்திருந்த, எஹுட் ஸ்பெர்லிங்கின் ‘இன்னர் டிரெடிஷன்ஸ் இன்டர்நேஷனல்’ அமைப்புக்கும் அதன் ஊழியர்களுக்கும் என் நன்றி; ஒரு நூலாசிரியராக நான் பயணிக்க அவர்கள் உதவியிருந்தனர்.

காடுகள், பாலைவனங்கள் மற்றும் மலைப்பகுதிகளிலிருந்த தங்களுடைய வீடுகளுக்குள்ளும், ஜகார்த்தாவின் கால்வாய்களையொட்டி இருந்த தங்களுடைய தீப்பெட்டி அளவு வீடுகளுக்குள்ளும், உலகின் பல நகரங்களிலிருந்த சேரிப் பகுதிகளுக்குள்ளும் என்னை அனுமதித்து, தங்களுடைய உணவையும் தங்களுடைய வாழ்க்கையையும் என்னோடு பகிர்ந்து கொண்ட மக்களுக்கு நான் என்றென்றும் கடமைப்பட்டுள்ளேன். இவர்கள்தாம் என்னுடைய உத்வேகத்தின் ஊற்றுக்கண்களாகத் திகழ்ந்தவர்கள்.

ஜான் பெர்க்கின்ஸ்
நூலாசிரியர்

ஜான் பெர்க்கின்ஸ் நான்கு விதமான வாழ்க்கையை வாழ்ந்துள்ளார்: ஒரு பொருளாதார அடியாளாக இருந்தது; தன்னுடைய கடந்தகாலப் பொருளாதார அடியாள் வாழ்க்கையை மறைப்பதற்காக மறைமுகமாகப் பல பயன்களைப் பெற்று மாற்று ஆற்றல் நிறுவனம் ஒன்றை வெற்றிகரமாக நடத்தியது; தொடர்ந்து தன் கடந்தகாலம் குறித்து அமைதி காத்துக் கொண்டு, பழங்குடிக் கலாச்சாரம் மற்றும் ஷாமனிசத்தில் ஒரு வல்லுநராக உருவெடுத்து, அந்த நிபுணத்துவத்தைப் பயன்படுத்தி, சூழலியலைத் தூக்கிப் பிடித்த ஓர் ஆசானாகவும் எழுத்தாளராகவும் விளங்கியது; ஒரு பொருளாதார அடியாளாகப் பணியாற்றியபோது தான் மேற்கொண்ட அசாதாரணமான செயல்பாடுகள் குறித்த உண்மைக் கதையை வெளியுலகிற்கு எடுத்துரைத்து, உலகெங்குமுள்ள எண்ணற்ற மக்களால் வெறுக்கப்படுகின்ற ஒரு நாடாக அமெரிக்கா மாறியதற்குத் துணை சென்ற ஊழல் மற்றும் சர்வதேச மோசடிகளை அம்பலப்படுத்தியது.

அவர் ஒரு பொருளாதார அடியாளாகப் பணியாற்றிக் கொண்டிருந்தபோது, வளர்ந்து வந்த நாடுகள் தங்களுடைய கட்டமைப்புத் திட்டங்களுக்காகத் தம்முடைய தேவையைவிடப் பல மடங்கு அதிகமாகக் கடன் வாங்குவதற்கும், அப்படிக் கடன் பெற்ற நாடுகள், அந்த வளர்ச்சித் திட்டங்களுக்கான ஒப்பந்தங்களை ஹாலிபர்ட்டன், பெக்டெல் போன்ற அமெரிக்கப் பெருநிறுவனங்களுக்கு மட்டுமே வழங்குவதற்கும் அந்நாடுகளைக் கட்டாயப்படுத்தும் வேலையை அவர் செய்து கொண்டிருந்தார். அந்நாடுகளின் கடன் சுமை அவற்றால் தாங்க முடியாத அளவுக்கு உயர்ந்தபோது, அமெரிக்க அரசும் அதனோடு நெருக்கமாகத் தொடர்பு கொண்டிருக்கின்ற சர்வதேச நிதியுதவி அமைப்புகளும் அந்நாட்டுப் பொருளாதாரத்தைத் தம்முடைய கட்டுப்பாட்டுக்குள் கொண்டு வந்து, எண்ணெய் மற்றும் பிற வளங்களைத் தம்முடைய சுயநலனுக்காக மடை மாற்றிக் கொண்டன.

ஒரு பொருளாதார அடியாள் என்ற முறையில், ஜான், உலகெங்கும் பயணம் செய்தார். நவீன வரலாற்றின் திருப்புமுனைகளாக அமைந்த நிகழ்வுகளில் அவர் நேரடியாகப்

பங்கெடுத்தார் அல்லது அவற்றை அருகிலிருந்து பார்த்த ஒரு சாட்சியாக இருந்தார். சவுதி அரேபியாவின் பிரம்மாண்டமான பணச்சலவை விவகாரம், ஈரானில் ஷாவின் வீழ்ச்சி, பனாமா அதிபரின் கொலை, பின்னர் பனாமாமீது மேற்கொள்ளப்பட்ட ஆக்கிரமிப்பு, 2003 இல் ஈராக்கின்மீது மேற்கொள்ளப்பட்டப் படையெடுப்புக்கான முன்நடவடிக்கைகள் போன்றவை அவற்றில் அடங்கும்.

1980 இல், ஜான், 'இன்டிபென்டன்ட் பவர் சிஸ்டம்ஸ்' என்ற ஒரு மாற்று ஆற்றல் நிறுவனத்தைத் தொடங்கினார். அதே தொழிலில் ஈடுபட்டிருந்த மற்ற நிறுவனங்கள் தோல்வியைத் தழுவிக் கொண்டிருந்தபோது, அவருடைய தலைமையின்கீழ் அந்நிறுவனம் பெரும் வெற்றி பெற்றது. சக்தி வாய்ந்த பதவிகளை வகித்து வந்தவர்கள் அவருக்கு அளித்தச் சலுகைகளும் 'ஏதேச்சையான' உதவிகளும் அவருடைய வெற்றிக்குக் காரணமாக இருந்தன. அந்நிறுவனம் அத்துறையில் தலைசிறந்த ஒன்றாக உருவெடுத்தது. அதோடு, முன்பு அவர் உதவியிருந்த சில பெருநிறுவனங்களுக்கு அவர் ஓர் ஆலோசனையாளராகவும் பணியாற்றினார். இவற்றுக்கு அளிக்கப்பட்டப் பெரும் பணமும், வெளிப்படையாகவே விடுக்கப்பட்ட மிரட்டல்களுமே அவற்றை அவர் ஒப்புக் கொள்ளக் காரணமாகும்.

1990 இல் அவர் தன்னுடைய நிறுவனத்தை விற்றுவிட்டப் பிறகு, பழங்குடியினரின் நலன்களைத் தூக்கிப் பிடிக்கின்ற ஒருவராகவும் சுற்றுச்சூழல் இயக்கங்களின் தீவிர ஆதரவாளராகவும் அவர் உருவெடுத்தார். குறிப்பாக அமேசான் காட்டுப் பகுதியில் இருக்கின்ற நாடுகள் அங்கிருக்கின்ற மழைக்காடுகளைப் பாதுகாக்க அந்நாடுகளோடு அவர் நெருக்கமாகப் பணியாற்றினார். பழங்குடிக் கலாச்சாரங்கள், ஷாமனிசம், சூழலியல், பேண்தகு வேளாண்மை போன்றவை தொடர்பாக ஜான் எழுதிய ஐந்து நூல்கள் பல மொழிகளில் மொழிபெயர்க்கப்பட்டன. உலகின் பல்வேறு நாடுகளிலுள்ள பல்கலைக்கழகங்கள் மற்றும் கல்வி நிறுவனங்களில் அவர் பாடம் எடுத்தார். அவர் பல தொண்டு நிறுவனங்களை நிறுவி, அந்நிறுவனங்களின் நிர்வாகக் குழுவில் இடம் பெற்று, அவற்றை வழிநடத்தி, குறிப்பிடத்தக்க நிறுவனங்களாக அவற்றை உருவாக்கினார்.

'டிரீம் சேஞ்ச்', 'பச்சமமா அலையன்ஸ்' அமைப்பு ஆகிய இரண்டும் அவர் தனிப்பட்ட முறையில் அல்லது பிறருடன் சேர்ந்து தொடங்கிய இரண்டு முக்கியத் தொண்டு நிறுவனங்களாகும். ஒரு மேம்பட்ட உலகைப் படைக்க வேண்டும் என்ற உந்துதலைப் பிறருக்குக் கொடுத்த, சுற்றுச்சூழலுக்குக் கேடு விளைவிக்காத, பேண்தகு நிலையை ஊக்குவிக்கின்ற, வளங்களை

மறுஉற்பத்தி செய்கின்ற, சமூக நீதியைக் கடைபிடிக்கின்ற, சமத்துவத்தை நிலை நிறுத்துகின்ற ஒரு சமுதாயத்தை உருவாக்க விரும்புகின்றவர்களுக்கான முன்மாதிரி அமைப்புகளாக அவை விளங்கின. தங்களை ஆக்கிரமிக்கத் துடித்துக் கொண்டிருந்த வளர்ச்சித் திட்டங்களுக்கு எதிராகச் செயல்பட்டுத் தங்களுடைய நிலங்களையும் கலாச்சாரங்களையும் பாதுகாக்க முயன்ற அமேசானிய மக்களுக்கு எண்ணற்ற வழிகளில் உதவிய முக்கியப் பாத்திரத்தையும் இந்நிறுவனங்கள் வகித்தன.

1990கள் நெடுகிலும் இருபத்தொன்றாம் நூற்றாண்டின் தொடக்கத்திலும், ஒரு பொருளாதார அடியாளாகத் தான் வேலை பார்த்து வந்தது குறித்து ஜான் தொடர்ந்து மௌனம் காத்து வந்ததால், அவருக்குப் பெரும் பணத்தை ஈட்டித் தந்த பெருநிறுவனங்களுக்கு ஆலோசனைகள் வழங்குவதற்கான ஒப்பந்தங்கள் அவருக்குத் தொடர்ந்து கிடைத்து வந்தன. அவர் தன்னுடைய குற்றவுணர்வுக்கு ஒத்தடம் கொடுக்கும் விதமாக, அப்படிக் கிடைத்தப் பெரும் பணத்தை, தான் தோற்றுவித்திருந்த தொண்டு நிறுவனங்களில் கொட்டினார். 'ஆர்ட்ஸ்–என்டர்டெயின்மென்ட்' தொலைக்காட்சி நிறுவனம், அமேசானில் அவர் ஆற்றிக் கொண்டிருந்த பணியைக் குறித்து ஒரு சிறப்பு ஆவணப்படத்தைத் தயாரித்து ஒளிபரப்பியது. இத்தாலியப் பத்திரிகையான 'காஸ்மோபாலிட்டன்', மனிதனுக்கும் இயற்கைக்கும் இடையே ஓர் இணக்கமான உறவை வளர்த்தெடுப்பதற்குத் தேவையான நடவடிக்கைகளை எடுப்பதற்குத் தனிநபர்களை ஊக்குவித்து ஜான் ஐரோப்பாவில் நடத்திய கருத்தரங்குகளைப் பற்றி விரிவாக ஒரு கட்டுரை எழுதியது. அமெரிக்கப் பத்திரிகையான 'டைம்', புவி நாள் குறித்த இலக்குகளையும் உன்னத நோக்குகளையும் வெளிப்படுத்துகின்ற பதின்மூன்று அமைப்புகளில் ஜானின் 'டிரீம் சேஞ்ச்' தொண்டு நிறுவனத்தையும் ஒன்றாகச் சேர்த்துக் கௌரவித்தது.

அதற்குப் பிறகுதான், அமெரிக்காவைக் குலுக்கிய 2001 செப்டம்பர் 11 தாக்குதல் நிகழ்ந்தது. அன்று நிகழ்ந்த பேரழிவு, ஒரு பொருளாதார அடியாளாகத் தான் வேலை பார்த்து வந்த இரகசியத்தைத் திரைவிலக்கவும், தனக்கு அளிக்கப்பட்டு வந்த இலஞ்சங்களை ஒதுக்கித் தள்ளவும், தனக்கு விடுக்கப்பட்ட அச்சுறுத்தல்களை அலட்சியம் செய்யவும், 'ஒரு பொருளாதார அடியாளின் ஒப்புதல் வாக்குமூலம்' என்ற நூலை எழுதவும் ஜானைத் தூண்டியது. செப்டம்பர் 11 போன்ற ஒரு பேரழிவு நிகழ்வு நடப்பதற்கு வழி வகுத்த ஓர் உலகத்தை உருவாக்குவதில் அமெரிக்க அரசும் சர்வதேச நிதியுதவி அமைப்புகளும் பெருநிறுவனங்களும் ஆற்றிய முக்கியப் பங்கை உலகிற்கு வெளிச்சம் போட்டுக்

காட்டுவதற்கான பொறுப்பு தனக்கு இருந்ததாக அவர் நம்பத் தொடங்கினார். முன் எப்போதையும் காட்டிலும், இன்று எல்லா இடங்களிலும் இத்தகைய பொருளாதார அடியாட்கள் நீக்கமற நிறைந்திருக்கின்றனர் என்ற உண்மையை அவர் இந்த உலகிற்குப் பறையறிவிக்க விரும்பினார். தன் நாட்டுக்கும், தன் மகளுக்கும், தானும் தன் சகாக்களும் மேற்கொண்ட நடவடிக்கைகளால் பெரிதும் பாதிக்கப்பட்ட மக்களுக்கும், எல்லாவற்றுக்கும் மேலாகத் தனக்கும், இதைச் செய்யத் தான் கடமைப்பட்டிருந்ததாக அவர் உணர்ந்தார். அமெரிக்கக் குடியரசு எந்த உன்னதமான ஜனநாயக நோக்கங்களை அடிப்படையாகக் கொண்டு தோற்றுவிக்கப்பட்டதோ, அவற்றிலிருந்து முற்றிலுமாக விலகி, ஓர் உலகளாவிய ஏகாதிபத்தியமாக மாறுவதை நோக்கிய அபாயகரமான பாதையில் அமெரிக்கா நடைபோட்டுக் கொண்டிருப்பதை அவர் அந்நூலில் அம்பலப்படுத்தினார்.

'ஒரு பொருளாதார அடியாளின் ஒப்புதல் வாக்குமூலம்' நூல் வெளியானவுடன் அது உலகை அதிர வைத்தது. முப்பது மொழிகளில் மொழிபெயர்க்கப்பட்ட அந்நூல், 12.5 இலட்சம் பிரதிகள் விற்று விற்பனையில் பெரும் சாதனைகளைப் படைத்தது. வாரந்தோறும் சிறப்பாக விற்பனையாகிக் கொண்டிருக்கின்ற நூல்களைத் தொகுத்து வழங்குகின்ற 'நியூயார்க் டைம்ஸ் பத்திரிகைப் பட்டியலில்' அந்நூல் தொடர்ந்து எழுபது வாரங்கள் இடம் பிடித்தது. அதைத் தொடர்ந்து, சொற்பொழிவாற்றுவதற்கு உலகெங்கிலுமிருந்து அவருக்கு அழைப்புகள் வந்து குவிந்தன. அப்போக்கு இன்றுவரை தொடர்ந்து கொண்டிருக்கிறது. சவப் பொருளாதாரத்தைத் தூக்கியெறிந்துவிட்டு, அந்த இடத்தில் ஜீவப் பொருளாதாரத்தை அரியணையேற்ற வேண்டியதற்கான அவசியம் குறித்தத் தன்னுடைய செய்தியை அவர் உலகெங்கும் எடுத்துச் சென்று, பெருநிறுவனங்களின் உச்சி மாநாடுகள், அந்நிறுவனங்களின் முதன்மை நிர்வாக அதிகாரிகளின் கூட்டங்கள், தொழிலதிபர்களின் கூட்டங்கள், நுகர்வோர் மாநாடுகள், இசைத் திருவிழாக்கள், பல்கலைக்கழகங்கள் ஆகிய இடங்களில் சொற்பொழிவாற்றினார்.

ஏபிசி, என்பிசி, சிஎன்என், சின்பிசி, என்பிஆர், ஏ–இ, ஹிஸ்டரி சேனல் ஆகியவற்றில் அவர் தோன்றியுள்ளார். டைம், நியூயார்க் டைம்ஸ், வாஷிங்டன் போஸ்ட், காஸ்மோபாலிட்டன், எல்லே, டெர் ஸ்பீகல் மற்றும் பல பத்திரிகைகள் அவரைப் பேட்டி கண்டுள்ளன. 'த என்ட் ஆஃப் பாவர்ட்டி,' 'ஜீட்கீஸ்ட் ஆடென்டம்,' 'அப்பாலஜி ஆஃப் அன் எக்கனாமிக் ஹிட்மேன்' உட்படப் பல ஆவணப்படங்களிலும் அவர் இடம் பெற்றுள்ளார். 'லெனன் ஓனோ கிரான்ட் ஃபார் பீஸ்' மற்றும் 'த ரெயின்ஃபாரஸ்ட்

ஆக்ஷன் நெட்வொர்க் சேலஞ்சிங் பிசினஸ் அஸ் யூசுவல்' ஆகிய விருதுகளை ஜான் பெற்றுள்ளார்.

'த சீக்ரெட் ஹிஸ்டாரி ஆஃப் அமெரிக்கன் எம்பயர்,' 'ஹூட்விங்க்ட்,' 'ஷேப்ஷிஃப்டிங்,' 'த வேர்ல்ட் இஸ் அஸ் யூ டிரீம் இட்,' 'சைக்கோநேவிகேஷன்,' 'ஸ்பிரிட் ஆஃப் த ஷுவார்' 'தி ஸ்ட்ரெஸ் ஃப்ரீ ஹாபிட்' ஆகிய நூல்களையும் அவர் எழுதியுள்ளார்.

ஜான் பெர்க்கின்ஸைப் பற்றி மேலும் அறிந்து கொள்ளவும், அவருடைய செய்திமடலைப் பெறவும், அவருடன் தொடர்பு கொள்ளவும், www.johnperkins.org என்ற அவருடைய வலைத்தளத்தை நீங்கள் அணுகலாம்.

அவருடைய தொண்டு நிறுவனங்களான 'டிரீம் சேஞ்ச்', 'பச்சமமா அலையன்ஸ்' ஆகியவற்றைப் பற்றி அறிந்து கொள்ள www.dreamchange.org, www.pachamama.org ஆகிய வலைத்தளங்களை நீங்கள் அணுகலாம்.

PSV குமாரசாமி

மொழிபெயர்ப்பாளர்

இவர் ஒரு கவிஞர். மொழிபெயர்ப்பாளர். சுற்றுச்சூழல் ஆர்வலர். மலையேற்றப் பயிற்சியாளர். புகைப்படம் எடுப்பதில் அலாதி ஆர்வம் உடையவர். ஊர் சுற்றுவதில் ஏக விருப்பமுடையவர்.

தனக்குத் தெரிய வரும் நல்ல விஷயங்களை, அவற்றைத் தெரிந்து கொள்ள வாய்ப்பு இல்லாதவர்களுடன் பகிர்ந்து கொள்வதை லட்சியமாகக் கொண்டவர். மொழிபெயர்ப்பின்மீது இவருக்கு நாட்டம் வந்ததற்கு இந்த ஆர்வம்தான் காரணம்.

இவரது முப்பதாண்டுகால மொழிபெயர்ப்பு அனுபவத்தில் எண்பதுக்கும் மேற்பட்ட நூல்கள், எண்ணற்றக் கட்டுரைகள் மற்றும் கவிதைகள் வெளிவந்துள்ளன. இலக்கியம், சுயமுன்னேற்றம், சுற்றுச்சூழல், பொருளாதாரம், அறிவியல் போன்ற பல்வேறு துறைகள் தொடர்பான நூல்கள் அவற்றில் அடங்கும்.

ரோன்டா பைர்னின் உலகப் புகழ்பெற்ற நூலான 'இரகசியம்' மற்றும் ஜே. கே. ரோலிங்கின் புகழ்பெற்ற ஹாரி பாட்டர் நூல் வரிசையில் முதல் இரண்டு நூல்கள் இவருடைய மொழியாக்கத்தில் வெளிவந்துள்ள நூல்களில் குறிப்பிடத்தக்கவை.

இவர் தன் மனைவி திருமதி நாகலட்சுமி சண்முகம் அவர்களுடனும் தன் மகன்கள் இருவருடனும் தற்போது மும்பையில் வசித்து வருகிறார்.